அரபு இலக்கியம்

முதல் பாகம்

எச். முஜீப் ரஹ்மான்

நன்நூல்
பதிப்பகம்
மணலி-610203
திருத்துறைப்பூண்டி

அரபு இலக்கியம்
(முதல் பாகம்)

நூலாசிரியர்: **எச். முஜீப் ரஹ்மான்** ©

முதல் பதிப்பு: டிசம்பர்-2021

பக்கங்கள்: 468

வெளியீடு:
நன்னூல் பதிப்பகம்

தொடர்பு எண்: 99436 24956

மணலி, திருத்துறைப்பூண்டி - 610 203

nannoolpathippagam@gmail.com

விலை ரூ.500

ARABU ILAKKIYAM
(Part-1)

Author: **H. Mujeeb Rahman** ©

First Edition: December-2021

Pages: 468

Published by:
Nannool Pathippagam

Contact No. 99436 24956

Manali, Thiruthuraipoondi - 610203

nannoolpathippagam@gmail.com

ISBN 978-81-955286-4-6

Price: ₹ 500

அட்டை வடிவமைப்பு: லார்க் பாஸ்கரன்
உள்பக்க வடிவமைப்பு: சு. கதிரவன்

Printed at : ASX Printers, Chennai - 600 001.

நன்றி...

இந்த நூல் வெளிவரக் காரணமான இணைய தள பக்கங்கள், தமிழக, கேரள, சவுதி, இலங்கை, துருக்கி நாடுகளை சார்ந்த என் நண்பர்கள் தந்த தரவுகள், ஆக்ஸ்போர்டு, கேம்பிரிட்ஜ் நூல்கள், கலைகளஞ்சியங்கள், ஆங்கில, அரபு நூல்கள், பெர்ஷிய நூற்கள் மற்றும் எண்ணற்ற ஆசிரியர்களின் நூற்கள் பங்களித்திருக்கிறது. இந்த நூலை மறைந்த கவிஞர் ஹெச்.ஜி. ரசூலுக்கு சமர்ப்பணம் செய்கிறேன். எனது நண்பர்கள் முனைவர் பாஸில் அலி (இங்கிலாந்து) ஜெம்சித் (இஸ்தான்புல்), இத்ரீஸ் (இலங்கை) முனைவர் முருகன் (அடிஸபாபா), அஜீத் (ஹாங்காங்), அரவிந்த் (அபுதாபி) தமிழகத்தை சேர்ந்த யவனிகா ஸ்ரீராம், அய்யப்ப மாதவன், நட.சிவகுமார், பொதியவேற்பன், இந்திரன், நன்னூல் பதிப்பகம் போன்றோர் அளித்த ஊக்கமே இப்படியொரு நூலாக சாத்தியப்பட்டிருக்கிறது.எனது குடும்பத்தினருக்கும், நண்பர்கள் அனைவருக்கும் நன்றி சொல்லிக்கொள்கிறேன்.

முன்னுரை

அரபு இலக்கியம்

இலக்கியம் பல வழிகளில் வரையறுக்கப்படலாம், ஆனால் அரபு இலக்கியத்தில் நவீன கருத்துடன் தொடர்புடைய சில முக்கிய நிகழ்வுகள்-தனிப்பட்ட படைப்பாற்றல், உணர்வின் நம்பகத்தன்மை மற்றும் புனைகதை-தெரியாத வாசகரால் எளிதில் கண்டறியப்படாது. அரபு இலக்கியம் மற்றும் பிற மேற்கத்திய இலக்கியங்கள் அதன் சொந்த பாரம்பரியத்தில் உறுதியாக வேரூன்றியுள்ளன,

அரபு இலக்கியம்: கருத்துக்கள்

நவீன அரபு இலக்கியத்திற்கு சமமான அடாப், ஆனால் அதன் பாரம்பரிய சூழலில் இந்த கருத்து "கல்வி," "பொது அறிவு," மற்றும் "கண்ணியம்" போன்ற கருத்துக்களையும் குறிக்கிறது. இது "நல்ல, ஏற்றுக்கொள்ளப்பட்ட நடைமுறை" என்பதைக் குறிக்கும் இஸ்லாமியத்திற்கு முந்தைய *da›b (pl. adab)* சிந்தனையிலிருந்து பெறப்பட்டது. இடைக்கால அரபு சமுதாயத்தில் அடாப்பை "பெல்ஸ் லெட்டர்ஸ்" என்ற கருத்துடன் ஒப்பிடலாம். எவ்வாறாயினும், இது மிகவும் மதிப்பிற்குரிய அரபு இலக்கியமான ஷியிர் அல்லது கவிதையாக சேர்க்கவில்லை.

ஷியிரின் நிலையைப் புரிந்து கொள்ள, இஸ்லாத்திற்கு முந்தைய சமுதாயத்தில் அதன் ஆரம்ப வளர்ச்சி பற்றி விவாதிக்கப்பட வேண்டும். இச்சமூகம் குடும்பங்கள், பழங்குடியினர், குலங்கள் எனப் பிரிக்கப்பட்டது. குலத்தில் முக்கிய சமூகப் பாத்திரங்கள் சையித் (தலைவர்), கஹின் (மந்திரவாதி, இயற்கைக்கு அப்பாற்பட்ட நிபுணர்) மற்றும் வேதப்பூர்வமற்ற சமுதாயத்தில் மனப்பாடம் செய்யப்பட்ட பூமிக்குரிய அறிவைக் காப்பவர் ஷைர். இந்த ஷேர்-அல்லது "கவிஞர்" - குலத்தின் வரலாறு, பிற குலங்களுடனான தொடர்புகள் மற்றும் பிற குலங்களுடனான சண்டைகளில் குலத்தின்

போர் செயல்கள் ஆகியவற்றை அறிந்திருந்தார். போர் முழக்கங்கள், எதிரிகளின் சூழ்ச்சிகள் மற்றும் வீரத்தைப் பற்றிய பெருமை ஆகியவை பொதுவாக கவிதை வடிவத்தில் உச்சரிக்கப்படுகின்றன, மேலும் அவை அடுத்த தலைமுறைக்கு வழங்குவதற்காக கவிஞரால் மனப்பாடம் செய்யப்பட்டன.

எங்களிடம் எந்தப் பதிவும் இல்லாத ஒரு வளர்ச்சியில், இஸ்லாமுக்கு முந்தைய சமுதாயத்தில் கசிதா (அல்லது “ஓட்”) என்று அழைக்கப்படும் மற்றொரு வகையான கவிதை தோன்றியது. இந்தக் கவிதைகளும் கவிஞரால் மனப்பாடம் செய்யப்பட்டவை. நாளடைவில் இவ்வகையான கவிதைகளை அவரே இயற்ற ஆரம்பித்தார். மனப்பாடம் செய்து கவிதை இயற்றும் பழக்கம் ஒரு தலைமுறையிலிருந்து அடுத்த தலைமுறைக்குக் கையளிக்கப்பட்ட ஒரு கைவினைப் பொருளாகும், கவிஞரின் பயிற்சியாளர் ராவி அல்லது “டிரான்ஸ்மிட்டர்” *(pl. ruwat)* என்று அழைக்கப்படுகிறார்.

இஸ்லாத்திற்கு முந்தைய அரபுக் கவிதை

ஒரு அரபு கவிதை இரண்டு வடிவக் கொள்கைகளின் அடிப்படையில் இயற்றப்பட்டது: சீர் மற்றும் அடி. ஒவ்வொரு கவிதையும் அரேபிய உரைநடை மரபு வரையறுத்துள்ள பதினாறு அளவு வடிவங்களில் இருந்து தேர்ந்தெடுக்கப்பட்ட ஒரு நிலையான அளவை கொண்டிருந்தது, இருப்பினும் செவ்வியல் கவிஞர்கள் முக்கியமாக இவற்றில் சில அளவை மட்டுமே பயன்படுத்துகின்றனர். மேற்கத்திய அளவு பாரம்பரியத்திற்கு மாறாக, அரேபிய கவிதை அடிகள் அழுத்தத்தின் அடிப்படையில் அல்லாமல் எழுத்துக்களின் நீளத்தை அடிப்படையாகக் கொண்டது. அரபு கவிதை மொழிக்கு எந்த அழுத்தமும் தெரியாது என்று இது அர்த்தப்படுத்துவதில்லை, ஆனால் அது அடி அளவுக்கான கொள்கை அல்ல. கவிஞர் அவர் இயற்றும் ஒவ்வொரு கவிதையிலும் ஒரே அளவை தக்கவைத்துக்கொள்வார் என்று எதிர்பார்க்கப்படுகிறது, இது டஜன் கணக்கான வசனங்களாக இருக்கலாம்.

சந்தம் என்று அழைக்கப்படும் இந்த அம்சத்தைத் தவிர, கவிஞர் கவிதை முழுவதும் ஒரே மோனையை பயன்படுத்துகிறார், இது எதுகை,மோனை என்று அழைக்கப்படுகிறது. எதுகை எப்போதும் நீண்ட அல்லது குறுகிய உயிரெழுத்துக்களுடன் ஒரு குறிப்பிட்ட மெய்யெழுத்தை அடிப்படையாகக் கொண்டது. சரியான எதுகையில் உயிரெழுத்துகளின் வரையறுக்கப்பட்ட மாறுபாடு அனுமதிக்கப்படுகிறது. கவிதையின் ஒவ்வொரு வரியும் இரண்டு அரைப்புள்ளிகளாகப் பிரிக்கப்பட்டுள்ளது, இது ஏமாற்றும்

வகையில் அச்சில் உள்ள கவிதையை இரண்டு நெடுவரிசைகளாகத் தோன்றுகிறது.

இந்த விரிவான வடிவத்திற்கு அதிக அளவு கைவினைத்திறன் தேவைப்படுகிறது மற்றும் இது ஒரு நீண்ட பரிணாமத்தை பரிந்துரைக்கிறது, ஆனால் இதற்கான ஆதாரங்கள் எதுவும் கிடைக்கவில்லை. அரேபியக் கவிதை அதன் வடிவத்தில் மிகவும் சலிப்பானதாகத் தோன்றலாம், ஆனால் இது பெரும்பாலும் முறையான விதிகள், கேட்போரின் எதிர்பார்ப்பு மற்றும் கவிஞரின் நேர்த்தியான தீர்வுகள் ஆகியவற்றுக்கு இடையேயான நுட்பமான அமைப்பாக இந்த கவிதையை ஒரு துடிப்பான கலையாக மாற்றுகிறது.

இஸ்லாமியத்திற்கு முந்தைய (அல்லது செவ்வியல் காலத்திற்கு முந்தைய) அரபுக் கவிதைகளை கருப்பொருளாக இரண்டு குழுக்களாகப் பிரிக்கலாம்: குறுகிய, ஒற்றைக் கவிதைகள், பெரும்பாலும் "சூழ்நிலை" கவிதைகள், மற்றும் கசிதாக்கள் எனப்படும் நீண்ட, பலதரப்பட்ட கவிதைகள்.

கசிதா

கசிதா அரபு வரலாற்றில் மிகவும் மதிப்புமிக்க கவிதை படைப்பாகும். இன்றும் இது அரபு கலாச்சாரத்தின் கலை சாதனையின் இறுதிப் பணியாகக் கருதப்படுகிறது. இது ஒரு கருப்பொருள் வரிசையைப் பின்பற்றும் ஒரு முத்தரப்பு இசையமைப்பாகும்: கவிஞர்-அடிக்கடி அவரது தோழர்களுடன் உரையாடலில்-ஒரு காதல் விவகாரத்தின் நினைவை நினைவுபடுத்துகிறார். அவரது துயரத்திற்கு அடிபணிவது என்பது கவிஞர் தனது சுயக்கட்டுப்பாட்டை (சப்ர்) உடைத்ததாக அர்த்தம் ஆகும். இதை சட்டப்பூர்வமாக்க அவர் பயன்படுத்தும் உடனடி சந்தர்ப்பம், அவர் தனது காதலியை சேர்ந்த பழங்குடியினரால் விட்டுச் செல்லப்பட்ட முகாமின் எச்சங்களை சந்திப்பதாகும். இந்த விளக்கம் பொதுவாக தெளிவானது மற்றும் யதார்த்தமானது,இருப்பினும் நமது நவீன ரசனைக்கு காதலி ஒரு உண்மையான நபராக சித்தரிக்கப்படவில்லை.

கசிதாவின் இரண்டாம் பகுதியில், கவிஞர் பாலைவனத்தின் வழியே தனது பயணங்களைப் பற்றி, தனது மலை, பாலைவன சூழலை அதன் குறிப்பிட்ட விலங்கினங்களுடன் (ரஹில்) விவரிப்பதன் மூலம் இந்த உணர்ச்சிகரமான நினைவூட்டலில் இருந்து தன்னைத் தூர விலக்கிக் கொள்கிறார். சில சமயங்களில் இந்த இரண்டாம் பாகம் மிகக் குறுகியதாக இருக்கும், த,தா என்ற வார்த்தைகளில் சுருக்கப்பட்டுள்ளது : "அதை (காதல் விவகாரத்தை) விட்டு விடுங்கள்!" கசிதாவின் இறுதிப் பகுதி கவிஞருக்கு அவரது

கருப்பொருளைத் தேர்ந்தெடுப்பதில் ஒப்பீட்டு சுதந்திரத்தை வழங்குகிறது. அவர் ஒரு பழங்குடியினரின் தலைவரிடம் ஒரு கவிதை (மடிஹ்) பேசலாம், ஒரு எதிரிக்கு எதிரான எச்சரிக்கையாக தனது கவிதையைப் பயன்படுத்தலாம், தனது சொந்த சுரண்டல்களில் தற்பெருமை காட்டலாம் அல்லது இயற்கையான நிகழ்வைப் பற்றிய பாரம்பரிய கசிதா, அதன் வடிவம் மற்றும் அதன் உள்ளடக்கம் ஆகியவை அரபு இலக்கியத்திற்கு மட்டுமல்ல, துருக்கிய மற்றும் பாரசீக இலக்கியங்களின் பிற்கால வளர்ச்சிகளுக்கும் செல்வாக்கு செலுத்துகின்றன.

மர்த்தியா

கசிதாவைத் தவிரமற்றொரு வகை மர்த்தியா ஆகும் இந்த மதிப்புமிக்க வடிவத்தை ஒரு பாரம்பரிய அழுகை அல்லது ஆச்சரியத்தில் இருந்து, உருவாக்கப்படுகிறது. இது மரணத்தின் உலகளாவிய சடங்குகளுக்கு பொதுவானதாக இருக்கலாம், அரேபிய பெண்கள் "சூழ்நிலை" கவிதைக்கும் கசிதாவிற்கும் இடையில் ஒரு வகையான கவிதையாக இந்த மர்த்தியா இருக்கிறது.இறந்த சகோதரர், கணவர் அல்லது தந்தையின் நினைவாக இது இயற்றப்பட்டது, ஆனால் அது கசிதாவின் முறையான (கருப்பொருள் அல்ல) தேவைகளைப் பின்பற்றியது. இதற்குக் காரணம், மரத்தியா பொதுக் கவிதையாகக் கருதப்பட்டது, வன்முறை மரணம் ஏற்பட்டால் இரத்தப் பழிவாங்கலைத் தூண்டுவது மற்றும் சமூக விழுமியங்கள் மற்றும் பெண்கள் மற்றும் குழந்தைகள் தங்கள் பாதுகாப்பிற்காக தங்கியிருக்கும் வீரியத்தின் இலட்சியத்தை புத்துயிர் பெற உதவுவதற்காக இத்தகைய கவிதை பாடப்படுகிறது. இஸ்லாத்தின் ஆரம்பகால தோற்றத்தில் அல்லது அத்தகைய சமகாலத்தில், கவிஞர் அல்-கன்சா (dc 645) தனது சகோதரர்கள் மீது கணிசமான எண்ணிக்கையில் இதுபோன்ற துக்க கவிதைகளைத் தயாரித்தார், அதில் புதிய மதம் சமூக மாற்றங்களுக்கு எதிராக ஒரு எதிர்ப்பின் நிலைப்பாட்டை படிக்கலாம். வீரம், விருந்தோம்பல், பெருந்தன்மை மற்றும் பழங்குடி விசுவாசம் போன்ற இஸ்லாமிய நற்பண்புகள் இடம்பெறும்.

கருப்பொருள்கள் மற்றும் படிவங்களை மாற்றுதல்

இஸ்லாம் தோன்றுவதற்கு சற்று முன்பு, அரபுக் கவிதைகள் சில கருப்பொருள் புதுமைகளுக்கு உட்பட்டன: காதல் கவிதை படிப்படியாக ஒரு சுயாதீனமான வகையாக மாறியது, அன்பானவர்களை -அநேகமாக கற்பனையான-உரையாடலில் பங்கேற்பதாக அறிமுகப்படுத்தியது. இந்த காலகட்டத்தில், அரேபிய தீபகற்பத்தில் இன்னும் பரவலாக இருந்த இயற்கை பொருட்களின்

புறமத வழிபாடு அல்லது பலதெய்வ வழிபாட்டிற்கு மாறாக, நகர்ப்புற வணிகர்களிடையே (பிரபலமான) கிறிஸ்தவ மற்றும் யூத ஏகத்துவக் கருத்துகளின் தொகுப்பை மதக் கவிதைகள் பிரதிபலிக்கின்றன.

மதிப்புமிக்க கவிதைகள் பொருத்தமானதாகக் கருதப்படாத சமயங்களில், பிற இலக்கிய வடிவங்கள் பயன்பாட்டில் இருந்தன: சந்த கவிதையில் அனைத்து வகையான "சூழ்நிலை" கவிதைகளான வேலை செய்யும் பாடல்கள், தூண்டுதல்கள், ஆபாசமான கவிதைகள் மற்றும் அறிவுரைகளை வழங்கினர். பின்னர் இந்த சந்தம் நீண்ட உபதேச கவிதைகளுக்கு பயன்படுத்தப்பட்டது.

மோனை உரைநடை, சூத்திரதாரி கணிப்புகள், மயக்கங்கள், நாட்டுப்புற சொற்கள் மற்றும் பழமொழிகள் இறுதியாக, குர்ஆனின் உரைக்கு பயன்படுத்தப்பட்டது.

ஆரம்பகால இஸ்லாம் மற்றும் உமையா சகாப்தத்தில் கவிதை

இஸ்லாத்தின் தொடக்கத்துடன் கவிதைகளின் உற்பத்தி குறிப்பிடத்தக்க அளவில் குறைந்துவிட்டது. முதலாவதாக, கவிதைகள் குறித்த முகமது நபியின் அணுகுமுறை தெளிவற்றதாக இருந்தது. அவர் தன்னை ஒரு "கவிஞர்" என்று குற்றம் சாட்டப்பட்டபோது அவர் கவிதை மற்றும் கவிஞர்களைத் தூற்றினார். குரானில் இருந்து ஒரு மேற்கோள் கூறுகிறது, "மற்றும் கவிஞர்கள்-வக்கிரமானவர்கள் அவர்களைப் பின்தொடர்கிறார்கள்; அவர்கள் ஒவ்வொரு பள்ளத்தாக்கிலும் எப்படி அலைகிறார்கள், அவர்கள் செய்யாததை அவர்கள் எப்படிச் சொல்கிறார்கள் என்பதை நீங்கள் பார்க்கவில்லையா," இது அவர்களின் ஆதாரமற்ற பெருமையைக் குறிக்கிறது (ஆர்பெரி, டிரான்ஸ்.., 26:224-226). மறுபுறம், இஸ்லாமியத்திற்கு முந்தைய தலைவருடன் ஒப்பிடக்கூடிய அவரது அந்தஸ்து, ஒரு "நீதிமன்றக் கவிஞரின்" இருப்பைக் கோருகிறது என்பதை அவர் உணர்ந்தார், அவரது விஷயத்தில் புகழ்பெற்ற ஹாசன் பி. தாபித் (இ. 670). கவிதையின் புகழ் குறைந்து வருவதற்கு மற்றொரு காரணம் புதிய அரசின் விரிவாக்கம் மற்றும் ஸ்திரப்படுத்துதலில் புதிய முஸ்லிம்களின் பொது அக்கறையாக இருந்திருக்கலாம். எனினும் கவிதைத் தயாரிப்பில் ஏற்பட்ட இந்தச் சரிவு தற்காலிகமானதுதான். உமையாவின் சகாப்தம் அரேபிய கவிதையில் புதிய முன்னேற்றங்களுக்கு விரைவாக உத்வேகம் அளித்தது.

கசிதா ஒரு தலைசிறந்த படைப்பாக இருந்தபோதிலும், அதன் பகுதிகள் உமையா காலத்தில் தனி வகையான கவிதைகளாக வளர்ந்தன. நாசிப் காதல் கவிதையாகவும், ராஹில் இயற்கையின்

விளக்கங்களுடன் வேட்டைக் கூட்டங்கள் மற்றும் தோட்டங்கள் பற்றிய விளக்கங்கள் போன்ற கவிதை வடிவங்களாகவும் வளர்ந்தன. பழைய கவிதை வகைகளான ஒயின் கவிதை (கம்ரியா) மற்றும் விளக்கத்தின் பொதுவான தலைப்பு (வாஸ்ஃப்) ஆகியவற்றுடன், இந்த பகுதிகள் இந்த சகாப்தத்தைச் சேர்ந்த ஒரு கவிஞர் உரையாற்றக்கூடிய கருப்பொருள்களின் மிகுதியாக அமைந்தன.

இஸ்லாத்தின் தோற்றம் மற்றும் மக்காவிற்கு புனித யாத்திரை, மெக்கா மற்றும் மதீனா போன்ற ஹிஜாஸ் நகரங்களில் உள்ள மக்கள் படிப்படியாக மேலும் செல்வந்தர்களாக மாறினர். வருடத்திற்கு ஒருமுறை அவர்கள் அனைத்து முஸ்லீம்களும் கூடும் வகையில் சர்வதேச மன்றத்தை வழங்கினர். ஹஜ்ஜில் பெரும் திரளான ஆண்களும் பெண்களும் இருந்தனர், இருபாலரும் சந்திக்கவும், உறவுகொள்ளவும் பல வாய்ப்புகளை வழங்கினர். ஹிஜாஸி காதல் கவிதைகள் என்று அழைக்கப்படுவதற்கு இவை வழி வகுத்தன, அதில் கவிஞர் தனது சாகசங்களை தெளிவாக விவரிக்கிறார், மேலும் அவரது காதலியின் தோழியர்களுக்கும் அவளுக்கும் அல்லது கதாநாயகர்களுக்கிடையேயான (கற்பனையான) உரையாடல்களிலிருந்து விரிவாக மேற்கோள் காட்டுகிறார். உத்ரி காதல் கவிதைக்கு மாறாக, இந்த புதிய வளர்ச்சியை "யதார்த்தமான" காதல் கவிதை என்று அழைக்கலாம். பல வழிகளில் உமையாள் சகாப்தத்தின் கவிதை வளர்ச்சிகள், ஒரு பழங்குடி சமூகத்திலிருந்து பரம்பரை பரம்பரையாக நகர்ப்புற சமுதாயமாக, வசதியான நீதிமன்ற வாழ்க்கைக்கான வளர்ச்சியை பிரதிபலிக்கிறது, அதில் கவிஞர் தனது சூழலை அழகுபடுத்துகிறார்.

அப்பாஸித் சகாப்தத்தில் கவிதை

உமையாத்திலிருந்து அப்பாஸித் வம்சத்திற்கு கலிபாவின் இருக்கை டமாஸ்கஸிலிருந்து பாக்தாத்திற்கு மாற்றப்பட்டது என்பது மாவாலியின் புரட்சியாகக் கருதப்படலாம், அல்லது அரபு வம்சாவளியைச் சேர்ந்தவர்கள் இரண்டாவது மற்றும் மூன்றாம் தலைமுறை மாற்றப்பட்ட முஸ்லிம்கள். பாரசீக அல்லது பைசண்டைன் குடும்பங்கள். பெரும்பாலும் இந்த குடும்பங்கள் பெர்சியாவில் சசானிட் ராஜ்யத்தில் உயர் பதவிகளை வகித்தனர்.

ஆரம்பகால அப்பாஸித் சகாப்தத்தில் அரபு கவிதை அதன் தர்பார் செயல்பாடுகளை ஒருங்கிணைத்தது. பெரும்பாலான கவிஞர்கள் ஏதோ ஒரு வகையில் தர்பாருடன் இணைந்திருந்தனர், மிக உயர்ந்த பதவியில் இருந்த கவிஞர்கள் கலீஃபாக்களின் தோழர்களாக இருந்தனர். இந்த சகாப்தத்தின் சிறந்த கவிஞர்களில் ஒருவரான அபு நுவாஸ் *(dc 814)*

அரேபிய பழங்குடியினருடன் வாழ்வதன் மூலம் தனது கவிதைப் பயிற்சியைப் பெற்றிருந்தாலும், அரபு இலக்கியத்தின் பிணைப்பு அதன் இஸ்லாமியத்திற்கு முந்தைய, பதுக்களின் அடிப்படையுடன் மேலும் மேலும் அடையாளமாக மாறியது. நகர்ப்புற வாழ்க்கை முறையின் மீதான அவரது விசுவாசம், பதுக்களின் வாழ்க்கையை கேலி செய்வதில் அவர் வெளிப்படுத்திய அந்த பழமையான நிலைமைகளுக்கு அவரது முழுமையான அவமதிப்பைத் தூண்டியது. அவரது மிகவும் பிரபலமான கவிதைகள் கம்ரியாத் (குடிப்பழக்கம் பற்றிய காட்சிகள்) மற்றும் முஜூன், (பெடரஸ்டிக்) காதல் பற்றி அதிகமாகவோ அல்லது குறைவாகவோ ஆபாசமான கவிதைகளாக இருந்தன.அபு நுவாஸ் மற்றும் பிற்கால அபு தம்மாம் (இ. 845) ஆகியோரின் இந்த கவிதையில், தன்னம்பிக்கை கொண்ட தனிநபரின் யதார்த்தமான காதல் கவிதையின் ஹிஜாஸி பாரம்பரியம் அதன் வெற்றியை வாழ்கிறது. இலட்சியவாத உ த் ரி காதல் கவிதை எட்டாம் நூற்றாண்டின் பிற்பகுதியில் கவிஞர் அல்-அப்பாஸ் உடன் முடிவடைகிறது. அல்-அஹ்னாஃப் (கிமு 750). அரபு-ஆளப்பட்ட அல்-ஆண்டலஸ் (தெற்கு ஸ்பெயின்) மூலம் தெற்கு பிரான்சில் “பிரபல” பாரம்பரியத்தில் அவரது மரியாதைக்குரிய காதல் கவிதை பெரும்பாலும் (ஆனால் சரியாக இல்லை) தர்பார் காதல் கவிதையின் ஆதாரமாக விளக்கப்படுகிறது.

அப்பாசித் சகாப்தத்தின் கவிதைகள்

காதல் கவிதைகள், ஆபாசமான கவிதைகள், ஒழுக்கக்கேடான நடத்தைக்கான மனந்திரும்புதல் கவிதைகள், இறப்பு பற்றி சிந்திக்கும் அரை-மத கவிதைகள் மற்றும் அன்றாட வாழ்வில் தோட்டங்கள் மற்றும் வீட்டு உபகரணங்கள் பற்றிய விரிவான விளக்கங்களை அளித்தன. சுருக்கமாகச் சொல்வதானால், வசதியான வர்க்க அறிவுஜீவிகள் சிந்திக்கக்கூடிய ஒவ்வொரு சாத்திய மான கருப்பொருளும் பிரதிநிதித்துவப்படுத்தப்பட்டது. அதே காலகட்டம் இலக்கியக் கோட்பாடு மற்றும் இலக்கிய விமர்சனத்தின் தோற்றத்திற்கு சாட்சியாக இருந்தது. இஸ்லாமிய சமூகம் “மொழியியல்” கலாச்சாரத்தால் ஈர்க்கப்பட்டு (குர்ஆன் கடவுளின் வார்த்தையின் வினைச்சொல் மறுஉருவாக்கம்), கவிஞர்கள் மற்றும் மொழியியலாளர்கள் இருவரும் அரபு மொழியின் சாத்தியக்கூறுகளை ஆராயத் தொடங்கினர், இது தவிர்க்க முடியாமல் பழக்கவழக்கத்திற்கும் எதிர்கால கருத்துகளுக்கும் வழிவகுத்தது.

அபு தம்மாம் மற்றும் ஒன்பதாம் நூற்றாண்டின் கவிஞர் அல்-புஹ்தூரி (இ. 897/898) இரண்டு கவிதைத் தொகுப்புகளை (இரண்டும் ஹமாசா : தைரியம் என அழைக்கப்படுகின்றன)

முன்வைத்து இந்தப் போக்கை எதிர்த்தனர், அதற்காக அவர்கள் உமையாத் மற்றும் இஸ்லாத்திற்கு முந்தைய காலங்களின் நியமனக் கவிதைகளைத் தேர்ந்தெடுத்தனர்.

பத்தாம் நூற்றாண்டில் பாக்தாத்தில் உள்ள மத்திய அதிகாரம் எகிப்து மற்றும் சிரியா போன்ற சில வெளிப் பகுதிகளில் அதன் பிடியை இழக்கத் தொடங்கியது. இதன் விளைவாக, உள்ளூர் “ராஜாக்கள்” ஒன்று அல்லது அதற்கு மேற்பட்ட கவிஞர்கள் இன்றியமையாத சொத்துக்களாக இருந்த தங்கள் சொந்த ஆட்சிமன்றங்களையும் தர்பார் கலாச்சாரங்களையும் நிறுவினர். இந்த நேரத்தில் சில கவிஞர்கள் ஒரு சுயாதீனமான நிலையை அடைந்துவிட்டனர், அதனால் அவர்கள் தங்களை மிகவும் ஏலம் எடுத்தவர்களால் பணியமர்த்தப்படுவதை அனுமதிக்கலாம், பிரபல கவிஞர் அல்-முதானபி *(d. 965)* அவர் சைஃப் அல்-தவ்லாவுடன் தனது வாழ்க்கையைத் தொடங்கினார். *967)*, அலெப்போவின் ஆட்சியாளர், பின்னர் கெய்ரோவில் உள்ள கஃபூரின் ஆட்சிமன்றத்திற்குச் சென்றார், இறுதியாக ஈராக்கில் உள்ள அப்துல்லா தவ்லா *(d. 983)* என்ற புவைகித் ஆட்சிமன்றத்தில் சேர்ந்தார். அக்கால ஆட்சியாளர்களின் செய்தித் தொடர்பாளர்களாக கவிஞர்கள் எவ்வாறு பங்கு பெற்றனர் என்பதையும், மன்னரின் பெருமையைப் பறைசாற்றுவதையும், முக்கியமான சந்தர்ப்பங்களில் பரிசு பெற்ற கவிஞர்களாகச் செயல்படுவதையும் இந்த இயக்கம் காட்டுகிறது.

உமையாத் கலிபாவின் வீழ்ச்சி, உமையாத் குடும்பத்தின் உறுப்பினர்களில் ஒருவரான அப்துல்-ரஹ்மான் *I* (இ. *788)* மேற்கு நோக்கி ஐபீரிய தீபகற்பத்திற்கு தப்பிச் செல்ல வழிவகுத்தது, அங்கு அவர் *752* இல் கோர்டோபா இராச்சியத்தை நிறுவினார். இது ஆண்டலூசிய வரலாற்றின்,தொடக்கத்தைக் குறித்தது. இஸ்லாமிய வரலாற்றில் ஒரு சிறந்த காலம் இது. இந்த காலகட்டம் இன்னும் அரேபியர்களால் பன்முக கலாச்சார “தேசம்” என குறிப்பிடப்படுகிறது, ஏனெனில் இது யூதர்கள், கிறிஸ்தவர்கள் மற்றும் முஸ்லிம்களின் அமைதியான சகவாழ்வைக் குறிக்கிறது. அல்-ஆண்டலஸ் விரைவில் டோலிடோ, செவில்லா மற்றும் கிரனாடா போன்ற குட்டி ராஜ்ஜியங்களாக சிதைந்தது, ஆனால் இது கலாச்சார மற்றும் அறிவுசார் முன்னேற்றத்தை ஒருபோதும் தடுக்கவில்லை. வட ஆபிரிக்காவில் இருந்து மரபுவழி முஸ்லீம் படைகளின் வெளிநாட்டு ஆட்சியின் காலங்கள் மட்டுமே அதை தற்காலிகமாக மீற முடியும், இறுதியாக கிரனாடா *1492* இல் ஸ்பானிய ரீகன்கிஸ்டாவிடம் வீழ்ந்தது வரை, அண்டலூசிய வரலாற்றின் முறையான முடிவு அறிவிக்கப்பட்டது.அல்-ஆண்டலஸின் முக்கிய நகரங்களில் உள்ள பல்வேறு ஆட்சிமன்றங்களில், இலக்கியம் குறிப்பிடத்தக்க உச்சத்தை

அடைந்தது. அண்டலூஷன் கவிஞர்கள் அரபு இலக்கியத்திற்கு செய்த பங்களிப்புகளில் ஒன்று முவாஷ்ஷாவின் புதுமையான வடிவமாகும், இது ஒரு அமைப்புடன் கூடிய கவிதையாகும். இந்தக் கவிதையின் தோற்றம் என்ன என்பது தெளிவாகத் தெரியவில்லை. எட்டாம் நூற்றாண்டில் கிழக்கில் சில வகையான கவிதைகள் அறியப்பட்டன, ஆனால் அவை மதிப்புமிக்க கவிதைகளின் நிலையை எட்டவில்லை. முவாஷ்ஷாவின் தோற்றம், அதன் அமைப்பு சரணங்கள் மற்றும் கோரஸ்களாக பிரிக்கப்பட்டுள்ளது மற்றும் அதன் தனித்தன்மையான சந்தம், உள்ளூர் காதல் கவிதை மரபுகளில், அநேகமாக பாடல்களில் தேடப்பட வேண்டும். எடுத்துக்காட்டாக, சில முவாஷ்ஷாவின் கடைசி வசனத்தில் வடமொழியான அரபு, ஹீப்ரு மற்றும் உள்ளூர் பேச்சுவழக்கைப் பயன்படுத்துவதன் மூலம் இது பரிந்துரைக்கப்படுகிறது.

வீழ்ச்சியின் நூற்றாண்டுகள்: புதுமையான கவிதை

செவ்வியல் காலத்தில், கவிஞர் மரியாதைக்குரிய கைவினைஞராக இருந்தார், ஆட்சிமன்ற வட்டாரங்களில் தனது கலையை இயற்றுவதில் பிரபலமானவர். இதற்கிடையில், நகர்ப்புற சமுதாயத்தில் அரபு-இஸ்லாமிய கல்வியின் உயர் அந்தஸ்து, அதன் மொழி மற்றும் அதன் அலங்காரமான பயன்பாடு ஆகியவற்றிற்கு முக்கியத்துவம் அளித்தது, வசனங்களை உருவாக்கக்கூடிய அதிக எண்ணிக்கையிலான இலக்கியவாதிகளை உருவாக்கியது. வாழ்க்கையின் சாத்தியமான ஒவ்வொரு அம்சத்தையும் (ஆனால் பெரும்பாலும், நிச்சயமாக, காதல் கருப்பொருளில்) இந்த "அவ்வப்போது" கவிதைகளில் ஏராளமானவை இன்னும் பல படைப்புகளில் பரந்த அளவிலான பாடங்களில் சிதறிக்கிடக்கின்றன, பதின்மூன்றாம் மற்றும் பதினெட்டாம் நூற்றாண்டுகளுக்கு இடையில் (குருன் அலிஹிதத் அல்லது அரபு கலாச்சாரத்தின் வீழ்ச்சியின் நூற்றாண்டுகள்) கவிதைகளை இயற்றியது முக்கியமாக இலக்கியவாதிகளின் இந்த காலகட்டத்தின் புகழ்பெற்ற கவிஞர்களை பெயரிடுவது கடினம், ஆனால் சமீபத்திய ஆராய்ச்சி கவிதை உயர் தரம் மற்றும் அசல் தன்மையுடன் ஒருபோதும் நிறுத்தப்படவில்லை என்பதைக் காட்டுகிறது. எவ்வாறாயினும், இதுவரை பெற்றதை விட அதிக கவனத்துடன் படிக்க வேண்டிய காலகட்டம் இது.

அரபு உரைநடை

அரேபிய உரைநடையின் பழமையான துண்டுகள் அரபு தீபகற்பத்தில் பழங்குடியினருக்கு இடையிலான மோதல்களின் கணக்குகள். இந்தக் கணக்குகள், கவிதையுடன் பின்னிப் பிணைந்து, யதார்த்தத்தின் பிரதிபலிப்பாக மிகவும் துல்லியமாக இல்லாமல்

இருக்கலாம், ஆனால் மறுபுறம் அவை கற்பனையாகக் கருதப்பட முடியாது. இரண்டாவது உரைநடை தொகுப்பு நபியின் வாழ்க்கை வரலாறு, சீரா, அதன் இயல்பினால் கற்பனையாக கருத முடியாது. இந்தக் கதைகளின் அமைப்பு- தொடர்பாளர்களின் தொடர், கதையைத் தொடர்ந்து, இடையில் சிறு கவிதைகள்- பிற்கால உரைநடைத் தொகுப்புகளிலும் அப்படியே உள்ளது. இருப்பினும், அல்-இஸ்பஹானியின் (டி. 967) கிதாப் அல்-அகானியைப் போலவே சூழல் பெரும்பாலும்(பாடல் புத்தகம்), கவிஞர்கள் மற்றும் பாடகர்கள் பற்றிய கதைகளின் பெரிய தொகுப்பு இது. வரலாற்று நோக்கங்களுக்காக இவற்றைப் பயன்படுத்துவதில் ஒருவர் கவனமாக இருக்க வேண்டும், ஏனெனில் அவை தூய வரலாற்று உண்மைகளையோ அல்லது தூய புனைகதைகளையோ பிரதிநிதித்துவப்படுத்தாத ஒரு நிகழ்வுத் தன்மை கொண்டவை. அரபு உரைநடையில் உள்ள மற்றொரு வளர்ச்சியானது அப்பாஸிட் சகாப்தத்தில் 'அதப்' இலக்கியத்தின் அபரிமிதமான வளர்ச்சியாகும், இது "பெல்லெஸ் லெட்டர்ஸ்" என்று சிறந்த முறையில் வழங்கப்பட்டுள்ளது, எந்தவொரு பாடமும் ஒரு தலைப்பாக செயல்படக்கூடிய நன்கு எழுதப்பட்ட சொற்பொழிவு. அல்-ஜாஹிஸ் (இ. 868), அவரது காலத்தின் இவ்வகையின் நிகரற்ற சாம்பியனாக இருந்தார்.

இந்த அதப் கவிதை தவிர, அரபு பிரபலமான கலாச்சாரம் ஒரு வலுவான கதை சொல்லும் பாரம்பரியத்தை அறிந்திருந்தது, ஆனால் அதில் எஞ்சியிருப்பது அரிதானது: வீர சாகசங்களின் வெளிப்புறங்கள் மற்றும் தனிப்பட்ட பெயர்களின் காரணங்கள் இதில் உள்ளன.

துணை-இலக்கியக் கதைசொல்லல் மற்றும் அதப் வகையை ஒன்றாகக் கொண்டுவருவது என்பது அரபு உலகிற்கு வெளியில் இருந்து அறிமுகப்படுத்தப்பட்ட ஒரு புதுமையாகும், இது கலிலா வ-திம்னா போன்ற "இளவரசர்களின் கண்ணாடிகளை" உருவாக்குகிறது, இது இபின் அல்-முகாஃபா (dc 760) இன் அரபு மொழியில் தழுவல் ஆகும். அசல் இந்திய பஞ்சதந்திரம். பிற்கால அப்பாஸிட் சகாப்தத்தில் கலாச்சார உயரடுக்கின் வகுப்பினரிடையே ஒரு தனித்துவமான வகை உருவானது, அது சந்த உரைநடையை அதன் வடிவமாகப் பயன்படுத்தியது மற்றும் ஒருவரையொருவர் அடையாளம் காணாமல் நகர்ப்புற சூழலில் இரண்டு கதாபாத்திரங்கள் சந்திக்கும் கதையுடன் அதிகமாகவோ அல்லது குறைவாகவோ நிலையான கட்டமைப்பைப் பின்பற்றி இயற்றப்பட்டது. குழப்பம் மற்றும் பிரச்சினை பற்றிய நகைச்சுவையான விளக்கத்திற்குப் பிறகு, அங்கீகாரம் ஏற்படுகிறது மற்றும் அனைத்தும் ஒரு வகையான நகைச்சுவையான குறிப்பில் முடிகிறது. இந்த மக்காமா பத்தொன்பதாம் நூற்றாண்டு வரை

பிரபலமாக இருந்தது. காலப்போக்கில், அது அதன் அசல் கட்டமைப்பிற்குக் குறைவானதாக மாறியது மற்றும் செயற்கையான நோக்கங்களுக்காகவும் பயன்படுத்தப்பட்டது.இந்த வார்த்தையின் நவீன அர்த்தத்தில் புனைகதை அரேபிய இரவுகளுடன் அரபு கலாச்சாரத்தில் நுழைந்தது, இதில் முக்கிய கதை மற்றும் பல துணைக் கதைகள் இந்திய-பாரசீக வம்சாவளியைச் சேர்ந்தவை மற்றும் பல எகிப்திய பிரபலமான கதைகளுடன் விரிவுபடுத்தப்பட்டுள்ளன.

நவீன அரபு இலக்கியம்

பொதுவாக அரபு உலகின் நவீன காலத்தில் நுழைவது நெப்போலியன் போனபார்ட்டின் எகிப்தின் தற்காலிக ஆக்கிரமிப்புடன் (1789-1801) அடையாளப்படுத்தப்படுகிறது. இரு உலகங்களுக்கிடையில் கலாச்சாரம், அறிவியல் அறிவு மற்றும் சமூகக் கட்டமைப்பில் உள்ள வெளிப்படையான வேறுபாடு எகிப்தை ஒட்டோமான் ஆட்சியிலிருந்து விடுவித்த அல்பேனிய அதிகாரியான முஹம்மது அலி (1769-1849) தனது கவனத்தை மேற்கு நாடுகளுக்கு, முக்கியமாக பிரான்ஸ் மீது செலுத்த வழிவகுத்தது. அவர் எகிப்தில் அறிவியல் அறிவை சேகரிக்க அறிஞர்களின் பணியை பாரிஸுக்கு அனுப்பினார். அல்-தஹ்தாவி (இ. 1873) எழுதிய இந்த பணியின் சாட்சி அறிக்கை, கிழக்கு மற்றும் மேற்கு இடையேயான புதிய மோதலின் ஆரம்ப கணக்குகளில் ஒன்றாகும்.

கிழக்கிற்கும் மேற்கிற்கும் இடையிலான மற்றொரு தகவல்தொடர்பு வகை நீண்ட காலமாக திறந்திருந்தது: சிரியாவில் உள்ள மரோனைட் சமூகத்திற்கும் ரோமன் கத்தோலிக்க தேவாலயத்திற்கும் இடையிலான தொடர்புகள். லெபனானில் அமெரிக்காவை தளமாகக் கொண்ட பிரஸ்பைடிரியன் மிஷனரி நடவடிக்கைகளுக்கு இணையாக இருந்தது. மத்திய கிழக்கு வரலாற்றில் இந்த புதிய கட்டம், நஹ்தா (சில சமயங்களில் மறுமலர்ச்சி என மொழிபெயர்க்கப்பட்டது) என அழைக்கப்படும், அச்சு இயந்திரங்கள் மற்றும் செய்தித்தாள்கள் நிறுவப்பட்டது, மேற்கத்திய பாணி பள்ளிக்கல்வி மற்றும் செழிப்பான கலாச்சார செயல்பாடுகளுக்கு வழிவகுத்தது. இலக்கியத் துறையில் மேற்கத்திய தரநிலைகள் மற்றும் வகைகளை நகலெடுப்பது வெளிப்படையானது என்பதை நிரூபித்தது. அரபு ஆசிரியர்கள் ஆரம்பத்தில் மக்காமா போன்ற பழைய வடிவங்களை கதை வகைக்கு மாற்றாக பயன்படுத்த முயன்றனர். இந்த மீளுருவாக்கம் மகாமாவின் கருக்கள் பெரும்பாலும் கிழக்கு-மேற்கு எதிர்ப்புடன் ஏதாவது செய்ய வேண்டும். கவிதையில் மேற்கத்திய தரநிலைகளை ஏற்றுக்கொள்வது இன்னும் கடினமாக இருந்தது, அதனால் இருபதாம்

நூற்றாண்டில் கசிதாவின் பழைய தரநிலை மறுக்கப்படாமல் இருந்தது. இருப்பினும், இந்த கவிஞர்கள் நவீன கருப்பொருள்களை வெளிப்படுத்துவதில் இருந்து தப்ப முடியாது. நவ-செவ்வியல் கவிஞர்கள் என்று அழைக்கப்படுபவர்கள் 1920 களில் வானொலியின் அறிமுகத்தை மிக உயர்ந்த வழிகளில் புகழ்ந்தார்கள்.

மஹ்ஜர்

பத்தொன்பதாம் நூற்றாண்டின் இரண்டாம் பாதியில் சிரியா/ லெபனானின் ஓட்டோமான் மாகாணத்தில் மோசமடைந்த பொருளாதார, சமூக மற்றும் அரசியல் சூழ்நிலைகளின் விளைவாக, இந்த பிராந்தியங்களில் இருந்து ஏராளமான அரேபியர்கள் அமெரிக்காவிற்கு குடிபெயர்ந்தனர். இந்த அரபு சமூகங்களுக்குள் இலக்கிய அபிலாஷைகள் தோன்றின, இதன் விளைவாக அரபு செய்தித்தாள்கள், இலக்கிய இதழ்கள் மற்றும் சங்கங்கள் நிறுவப்பட்டன, அவற்றில் மிக முக்கியமானவை பாஸ்டன்/ நியூயார்க் பகுதியில் அல்-ரபிதா அல்-கலாமியா (தி பென் கிளப்) ஆனது (1920). அதன் மிகவும் பிரபலமான உறுப்பினர் (மற்றும் அதன் தலைவர்) ஜிப்ரான் கலீல் ஜிப்ரான் (இ. 1931).

தாயகத்தில் இருந்து வெகு தொலைவில், ஒரு அன்னிய சூழலை எதிர்கொண்டு, முதல் உலகப் போர் மற்றும் டைட்டானிக் பேரழிவு போன்ற இருத்தலியல் அதிர்ச்சிகளுக்குப் பிறகு வாழ்ந்த இந்த இளம் கவிஞர்கள் இதுவரை அறியப்படாத கருத்துக்கள், கருப்பொருள்கள் மற்றும் தனிப்பட்ட உணர்ச்சிகளை பரிசோதித்து உரையாற்றத் துணிந்தனர். அரபு இலக்கியம். இந்த மஹ்ஜார் தலைமுறையின் கருப்பொருள் கண்டுபிடிப்புகள் தாயகத்தில் இலக்கியத்தில் தாக்கத்தை ஏற்படுத்தியிருந்தாலும், பிற்காலத்தில்தான் புகழ்பெற்றது.

காதல் கவிஞர்கள் மற்றும் அப்பல்லோ

எகிப்தில் 1920கள் மற்றும் 1930களின் முக்கியமான கவிஞர்கள் வில்லியம் பிளேக் (இ. 1827), சாமுவேல் கோல்ரிட்ஜ் (இ. 1834), லார்ட் பைரன் (இ. 1824) மற்றும் பெர்சி ஷெல்லி (இ. 1822) போன்ற ஆங்கிலக் காதல் கவிஞர்களால் ஆழமாகப் பாதிக்கப்பட்டனர்.) காதல், அகநிலைவாதம், உள்நோக்கிய செறிவு, தேசியம் ஆகியவை இந்தக் கவிதையின் உட்பொருட்களாக இருந்தன.

முதலில் திவான் குழுவில் உள்ள இளம் கவிஞர்கள், இலக்கிய விமர்சனத்தில் ஆய்வின் பெயரில், பாரம்பரிய வடிவங்களை ஆதரித்தனர், ஆனால் பின்னர் மற்றொரு குழுவான கவிஞர்கள் அப்பல்லோ கால இடைவெளியில் கூடி, வடிவத்தைப் பயன்

படுத்துவதில் சோதனைகளை ஊக்குவித்தனர், ஓரளவு அவர்களின் காதல் தூண்டுதலின் விளைவாக. சில சமயங்களில் தப்பிக்கும் நிலைக்கு அருகில் வந்தது.

இரண்டாம் உலகப் போருக்குப் பிறகு அரபுக் கவிதை

இரண்டாம் உலகப் போர் அரபு உலகில் நேரடி தாக்கத்தை ஏற்படுத்தவில்லை, ஆனால் அதன் விளைவுகளில் அது மிகவும் செல்வாக்கு செலுத்தியது. முதலாளித்துவத்திற்கும் சோசலிசத்திற்கும் இடையிலான பிளவு அரபு உலகத்தையும் ஐரோப்பாவையும் பிளவுபடுத்தியது, காலனித்துவ சக்திகளிடமிருந்து சுதந்திரத்திற்கான ஆரம்ப போராட்டத்தை பல நாடுகளில் முன்னெடுக்கவில்லை.

இரண்டாம் உலகப் போருக்குப் பிந்தைய இருபதுகள் மற்றும் முப்பதுகளின் ரொமாண்டிசத்திற்கு எதிர்வினையாக கவிதைகள் மிகவும் அரசியல் ஆனது, இல்திசம் கவிஞர்களில் பலர் பெய்ரூட்டில் வெளியிடப்பட்ட அல்-அதாப் பத்திரிகையைச் சுற்றி கூடினர். இந்த குழுவின் உறுப்பினர்கள் மார்க்சியம் மற்றும் அரேபிய தேசியவாதத்திற்கு இடையேயான தேர்வால் பிளவுபட்டனர். 1980கள் வரை இல்திசம் ஒரு கருத்துருவாக ஒரு குறிப்பிடத்தக்க பாத்திரத்தை வகித்து வந்தது. மற்றொரு கண்டுபிடிப்பு ஈராக்கிலிருந்து வந்தது: சுதந் வசன இயக்கம். இது சரணம் மற்றும் சந்தம் போன்ற அனைத்து பாரம்பரிய வடிவங்களையும் முற்றிலுமாக ஒழித்து, அதன் மூலம் வெற்று வசனம் அல்லது உரைநடை கவிதைகளை உருவாக்குவதை ஆதரித்தது.

அரசியல் ரீதியாக உந்துதல் பெற்ற கவிதைகள் இறுதியில் அதன் பிரதிபலிப்பை மட்டுமே உருவாக்க முடியும், இந்த விஷயத்தில் பெய்ரூட்டில் (1957-1969) கால இதழான ஷியிர் உடன் அடையாளம் காணப்பட்ட கவிஞர்களின் குழு. கவிதை அறிவார்ந்த, அதிக உணர்திறன் மற்றும் மேற்கத்திய நாடுகளுக்குத் திறந்ததாக இருக்க முடியும் என்றது. மறுபுறம், பண்டைய காலங்களைக் குறிப்பிடும் குறியீடுகள் (சிரியா / லெபனானில் உள்ள கவிஞர்களுக்கான ஃபீனீசிய கலாச்சாரம்; ஈராக்கிலிருந்து வந்தவர்களுக்கு சுமேரிய மற்றும் அக்காடியன் கலாச்சாரம்) தேசியவாத உணர்வுகளின் வெளிப்பாடாக பிரபலமடைந்தன. இந்தத் தலைமுறையினரில் மிகவும் குறிப்பிடத்தக்க கவிஞர் சிரிய அலி அஹ்மத் சையத் (அடுனிஸ் (பி. 1930) என்றும் அழைக்கப்படுபவர், நிசார் கப்பானி (இ. 1998) உடன் இணைந்து, தற்போதைய காலம் வரை மிகவும் பிரபலமான கவிஞர்களில் ஒருவராக திகழ்கிறார். இதற்கிடையில், ஈராக்கில், இன்னும் அதிகமாக எகிப்தில், சோசலிச சித்தாந்தத்தின்

செல்வாக்கின் கீழ், இல்திசம் கவிதை சமூக யதார்த்த கவிதையாக வளர்ந்தது, இது பாலஸ்தீனிய எதிர்ப்புக் கவிதைக்கு அதன் வலுவான அரசியல் சார்புடன் வழிவகுத்தது.

அரபு நாவல்

மேற்கத்திய புனைகதைகளின் செல்வாக்கின் கீழ், குறிப்பாக பிரெஞ்சு காதல் நாவலாசிரியர்களால், நாவல்களை எழுதுவதற்கான முதல் முயற்சிகள் மேற்கத்திய மாதிரிகளின் முன்மாதிரிகளாக கருதப்படலாம். நாவலின் வகை அரேபிய பாரம்பரியத்திற்கு முற்றிலும் விசித்திரமானது. சில ஆரம்ப முயற்சிகள் இன்னும் இடைக்கால அரபு மகாமாவைப் போலவே வடிவமைக்கப்பட்டுள்ளன, ஆனால் இந்த சந்த உரைநடை அமைப்பு விரைவில் கைவிடப்பட்டது. இருபதாம் நூற்றாண்டின் தொடக்கத்திற்கு சற்று முன்னர், சர் வால்டர் ஸ்காட் (1771-1832) மற்றும் அலெக்ஸாண்ட்ரே டுமாஸ் (1802-1870) ஆகியோரின் படைப்புகளால் ஈர்க்கப்பட்டு வரலாற்று நாவல் வெளிவந்தது. எகிப்தில் 1910ஆம் ஆண்டு தேசியவாதத்தின் எழுச்சியுடன், ஆரம்பகால நாவல்களின் நோக்கம் சமகால எகிப்திய கிராமப்புறங்களின் தெளிவான சூழலில் வைக்கப்படும் யதார்த்தமான கதைகளாக மாறியது (எ.கா., முஹம்மது ஹுசைன் ஹைகால் எழுதிய சைனாப் [d. 1956], இது முதல் தீவிர நாவலாகக் கருதப்படுகிறது. அல்-அய்யாம் தஹா ஹுசைன் [d. 1973]) இக்காலத்தில் நாவல் படைத்தனர்.

1920 களில் பிரெஞ்சு யதார்த்தவாதம் மற்றும் ரஷ்ய உரைநடை ஆகியவற்றின் தாக்கம் சிறுகதை எழுத்தில் தன்னை உணரவைத்தது, ஆனால் அரபு உரைநடை உண்மையில் 1930 களில் இருந்து அதன் சொந்த வழியில் சென்றது, அது யதார்த்தமான சுயசரிதை, நகைச்சுவை மற்றும் சமூக விமர்சனத்தின் உளவியல் பரிமாணத்தைப் பெற்றது. இது இரண்டாம் உலகப் போருக்குப் பிந்தைய உரைநடையின் முக்கிய திசைகளுக்கான வழியைத் திறந்தது: இருத்தலியல் (லெபனான்), சமூக யதார்த்தவாதம் (எகிப்து, அல்ஜீரியா, மொராக்கோ), சமூக விமர்சனம் (எகிப்து, பாலஸ்தீனம்), நியோ-ரியலிசம் (எகிப்து) மற்றும் பெண்ணியம் (அரபு உலகம் முழுவதும்)என்று நாவல் இலக்கியம் வளர்ந்தது. 1960-களில் வெளியிடத் தொடங்கிய ஒரு நவீன தலைமுறை பாடல், முரண் மற்றும் தெளிவான யதார்த்தமான சுவையைச் சேர்த்தது, நவீன அரபு உரைநடை சர்வதேச தரத்திற்கு இணங்குகிறது, உள்ளூர் நிறத்தை இழக்காமல், உண்மையான கதைசொல்லிகளாக அரபு நாவலாசிரியர்கள் ஒருபோதும் புறக்கணிக்க படமாட்டார்கள். எ.டு.நாகிப் மஹ்ஃபுஸ். உரைநடையின்

விரைவான வளர்ச்சிக்கான முக்கிய காரணம், கவிதைக்கு மாறாக - அரபு இலக்கியத்தில் ஒப்பீட்டளவில் புதிய வடிவமாக இருந்தது, பழமையான பாரம்பரியத்தால் சுமக்கப்படவில்லை.

மேற்கில், அரேபிய இலக்கியம் இரண்டு படைப்புகளுக்கு மிகவும் பிரபலமானது: அரேபிய இரவுகள் மற்றும் நாகிப் மஹ்ஃபுஸின் நாவல்கள் அவருக்கு 1988 இல் இலக்கியத்திற்கான நோபல் பரிசைப் பெற்றுத் தந்தன, அவை இரண்டும் அரபு இலக்கிய பாரம்பரியத்தின் பிரதிநிதிகளாக கருதப்பட்டவை. இந்த நூலில் 22 அரபு நாடுகளின் இலக்கிய வகைமைகள், எழுத்தாளர் அறிமுகங்கள், கவிதைகள், கதைகள், நூல் அறிமுகங்கள், நேர்காணல்கள், வரலாறுகள் திரட்டப்asபட்டு எழுதப்பட்டிருக்கிறது. வழக்கம் போல் வாசகர்கள் ஆதரவு தருவார்கள் என்ற நம்பிக்கை இருக்கிறது.

– எச். முஜீப் ரஹ்மான்,
தக்கலை

பொருளடக்கம்

1. அல்ஜீரியா

1. இலக்கியம், மொழி, கலாச்சாரம் ... 23
2. இஸ்லாமியர்களிடமிருந்து இஸ்லாத்தை திரும்பப் பெறுங்கள்! ... 25
3. அல்ஜீரிய இலக்கியம் ... 29
4. கத்தேப் யாசின் ... 32
5. அஸ்ஸியா டிஜெபார் ... 38
6. லயன்ஸ் சதுக்கம்(சிறுகதை) ... 42
7. கசப்பான முடிவு (சிறுகதை) ... 46
8. மவுலூத் மம்மேரி ... 49
9. சிலைகளின் குளியல் நீரூற்று (சிறுகதை) ... 51
10. டிஜமெல் ஜிஜி ... 54
11. நூரெடின் அபா ... 65
12. அல்ஜீரிய முஸ்லீம் உலமாக்களின் சங்கம் ... 67

2. மொராக்கோ

1. மொராக்கோ இலக்கியம் ... 72
2. லைலா லாலமி ... 77
3. மரியம் பான் மற்றும் எட்மண்ட் ஓம்ரான் எல் மெலிஹ் ... 82
4. மொஹமட் சக்ரி ... 88
5. ஓரினச்சேர்க்கை என் அம்மாவுக்கு விளக்கப்பட்டது ... 93
6. அப்தெல்லா டானாவுடன் ஒரு நேர்காணல் ... 101
7. மஹி பைன்பைன் ... 109
8. எல்லை கடந்த மொராக்கோ எழுத்துக்கள் ... 114
9. முகமது அஜீஸ் ஹபாபி ... 118
10. லைலா அபு ஸைத் ... 123

20 அரபு இலக்கியம்

3. துனிசியா

1. துனிசிய இலக்கியம் ... 126
2. ஜல்லூல் அஸ்ஸவ்னா ... 129
3. துஷ்ரி மக்பவுத் ... 136
4. முகமது அலி யூசுபி ... 138
5. நான்கு துனிசிய பெண் எழுத்தாளர்கள் ... 140
6. ஹிந்த் அசூஸ் ... 144
7. அமோர் பென் சலேம் ... 146
8. அபூல்-கசெம் எச்செபி ... 150
9. கமால் ரியாஹி ... 154

4. லிபியா

1. லிபிய இலக்கியம் ... 159
2. லிபிய எழுத்தாளர் ஹிஷாம் மதாருடன் பேட்டி ... 163
3. முகமது மெஸ்ரதி ... 168
4. மன்சூர் புஷ்னாஃப் ... 187
5. கலீத் மட்டாவா ... 191
6. ரஸன் நைம் அல்மக்ரபி ... 196
7. சதேககா முகமது அரபி ... 198
8. அஹ்மத் இப்ராஹிம் அல் ஃபாகிஹ் ... 203
9. இப்ராஹம் அல்-காநி ... 207
10. நஜ்வா பின் ஷத்வான் ... 211

5. எகிப்து

1. எகிப்திய இலக்கியம் -1 ... 214
2. எகிப்திய இலக்கியம் -2 ... 221
3. எகிப்திய நாவலாசிரியர் அகமது நாஜி ... 223
4. அதாப் சொய்ப் ... 227
5. தாஹா ஹுசைன் ... 229
6. நகிப் மஹ்ஃபூஸ் ... 235
7. கெ ய்ரோவின் அழைப்பு ... 244
8. முஸ்தபா கமால் மஹ்மூத் ஹுசைன் ... 254
9. பாத்திமா ரிபாத் ... 259
10. நகீப் மஹ்பூஸுடன் ஒரு நேர்காணல் ... 263

எச். முஜீப் ரஹ்மான் 21

6. பஹ்ரைன்

1. பஹ்ரைன் இலக்கியம் ... 269
2. அலி அல் ஜல்லாவி ... 272
3. அலி அல்-ஜல்லாவியுடன் பேட்டி ... 274
4. இப்ராஹிம் அல்- அரேய்த் ... 279
5. பௌசியா அல்-சிந்தி ... 281
6. பௌஸியா ரஷீத் ... 286
7. ஜாபர் அல் ஜாம்ரி ... 291
8. ஹம்தா காமிஸ் ... 294
9. சஹ்ரா அல் நாசருடன் ஒரு நேர்காணல் ... 296
10. நபீல் ரஜாப் உடன் பேட்டி ... 299

7. சவுதி அரேபியா

1. சவுதி இலக்கியம் ... 307
2. ரஜா அல் சானியா ... 311
3. சவுதி எழுத்தாளர் பத்ரியா அல் பிஷ்ருடன் பேட்டி ... 316
4. யூசப் அல் மௌஹைமத் ... 320
5. இமான் அ ல் - நஃப்ஜன் ... 324
6. எழுத்தாளர் ரஜாஅலெமுடன் பேட்டி ... 327
7. மோனா அல் முனாஜெத் ... 332
8. ஜமால் அகமது கஷோகி ... 337
9. அப்துல் ரஹ்மான் முனிஃப் ... 340
10. துர்கி அல்-ஹமாத் ... 343

8. சூடான்

1. சூடான் இலக்கியம்-1 ... 346
2. சூடான் இலக்கியம்-2 ... 351
3. ரானியா மாமவுன் ... 353
4. பிரத்யேக நேர்காணல் | லீலா அபோலெலா ... 357
5. தயேப் சாலிஹ் ... 362
6. அமீர் தாஜ் அல்-சர் ... 366
7. ஜமால் மஹ்ஜூப் ... 373
8. சூடான் நாவலாசிரியர்கள் ... 376
9. மஹ்ஜூப் ஷெரீப் ... 378
10. கெலி அப்தெல் ரஹ்மான் ... 382

9. லெபனான்

1. நவீன லெபனான் இலக்கியம் ... 385
2. லெபனான் புனைக்கதையாசிரியர்கள் ... 391
3. அமீன் மாலூஃப் உடனான நேர்காணல் ... 394
4. ஹோதா பராகத் ... 400
5. லெபனான்: கலை மற்றும் இலக்கியம் ... 409
6. லெபனானில் சமகால இலக்கியம் ... 412
7. மரூன் அபூத் ... 420
8. ஹுசைன் அப்துல்-ஹுசைன் ... 425
9. எலியா அபுமாதி ... 428
10. அஹ்மத் ஷபிக் அல்-காதிப் ... 433

10. லெபனானீஸ்

1. சையத் அஹ்ல் ... 435
2. அஃபிஃபா அல் ஷர்தோனி ... 439
3. ரபீஹ் அலமேதின் ... 443
4. அலி ஹார்ப் ... 445
5. எமின் அர்ஸ்லான் ... 449
6. அசாத் தீபியன் ... 453
7. நஸ்ரி அத்தல்லாஹ் ... 456
8. ஜீனா ஹாஷெம் பெக் ... 459
9. சோனியா பெய்ருட்டி ... 462
10. முஹம்மது அலி சாம்செடின் ... 465

அரபு இலக்கியம்

அல்ஜீரியா

1. இலக்கியம், மொழி, கலாச்சாரம்

அல்ஜீரியாவின் இலக்கியம் பெரும்பாலும் பண்டைய ரோமானியர்கள், அரேபியர்கள், பிரெஞ்சு, ஸ்பானிஷ் மற்றும் பழங்குடியினரால் உருவாக்கப்பட்டுள்ளது. தற்கால அல்ஜீரிய இலக்கியம் பிரெஞ்சுக்கும் அரபுக்கும் இடையில் வலுவான பிளவுகளைக் காட்டுகிறது. அல்ஜீரியாவிலிருந்து கவிஞர்கள், நாவலாசிரியர்கள், கட்டுரையாளர்கள் மற்றும் நாடக எழுத்தாளர்கள் உட்பட பல பிரபலமான மற்றும் பரவலாக மொழிபெயர்க்கப்பட்ட இலக்கிய பிரமுகர்கள் வெளியே வந்துள்ளனர். அல்ஜீரிய இலக்கியப் படைப்புகள் அல்ஜீரியா மக்கள் எதிர்கொள்ளும் உணர்வுகள், கலாச்சாரம் மற்றும் பிரச்சினைகள் குறித்த சிறந்த பார்வையை உங்களுக்கு வழங்கும்.

அல்ஜீரியாவின் இலக்கிய வரலாற்றில் மிகவும் அங்கீகரிக்கப்பட்ட செல்வாக்கு மிக்க எழுத்தாளர்களில் ஒருவர் கத்தேப் யாசின். 1929 இல் பிறந்த யாசின், அரபு மொழியில், பிரெஞ்சு மொழியில் எழுதப்பட்ட அவரது நாடகங்கள் நாவல்கள் இரண்டிற்கும் நன்கு அறியப்பட்டார். அல்ஜீரியாவின் தேசிய காரணத்திற்கான அவரது ஆதரவு பிரான்சுக்கு எதிரான போரின் போது அமைக்கப்பட்ட “நெட்ஜ்மா” போன்ற படைப்புகளில் தெளிவாகக் காணப்படுகிறது. கட்டெப் யாசின் எழுதிய பிற புத்தகங்களில் “சொலிலோக்ஸ்”, “லு செர்கில் டெஸ் ரெப்ரெசில்ஸ்”, “எல் ஹோம் ஆக்ஸ் சாண்டல்ஸ் டி கக்கவுட்சவுக்”, “ப சேர் ச்செரி டி எல்ஸ்பெரன்ஸ்”, “லு போய்ட் காம் அன் பாக்ஸியர்” மற்றும் “பார்ஸ் கியூ சிஸ்ட் உனி பேமு” முக்கியமானவையாகும்.

முகமது டிப் தனது வாழ்க்கையில் 30-க்கும் மேற்பட்ட நாவல்கள், பல சிறுகதைகள், குழந்தைகள் புத்தகங்கள் மற்றும்

கவிதைகளை எழுதினார். அல்ஜீரியாவின் வரலாற்றின் 20 ஆம் நூற்றாண்டோடு தொடர்புடைய புதுமையான படைப்புகளுக்கு அவர் புகழ் பெற்றவர். அவரது பல இலக்கியப் படைப்புகள் அல்ஜீரியாவில் சுதந்திரப் போரை மையமாகக் கொண்டிருந்தன. ஆல்பர்ட் காமுயூ 20 ஆம் நூற்றாண்டில் அல்ஜீரியாவில் புகழ்பெற்ற இலக்கிய நபராக இருந்தார். ஒரு தத்துவஞானியும் எழுத்தாளருமான காமுயூ 1957ஆம் ஆண்டில் இலக்கியத்திற்கான நோபல் பரிசைப் பெற்றார், மேலும் அது அபத்தவாதத்தில் பெரும் செல்வாக்கு செலுத்தியதாக அங்கீகரிக்கப்பட்டது. அவரது படைப்புகளில் நாவல்கள், சிறுகதைகள், கற்பனையற்ற புத்தகங்கள் மற்றும் நாடகங்களான "தி ஸ்ட்ரேஞ்சர்", "லா மோர்ட் ஹியூரூஸ்" ("ஒரு மகிழ்ச்சியான மரணம்"), "லு மைத் டி சிசிஃப்" ("தி மித் ஆஃப் சிசிஃபிஸ்"), "லா ஃபெம் அடுல்டெர்ல", "பாதிக்கப்பட்டவர் அல்லது மரணதண்டனை செய்பவர் அல்ல", "திருமணங்கள் "மற்றும்" கலிகுலா" போன்றவை புகழ்பெற்றவையாகும்.

ஆசியா ஜேபர், பாத்திமா-சொக்ரா இமிலயன் என்ற புனைப் பெயரின், ஒரு அல்ஜீரிய பெண் நாவலாசிரியர், திரைப்படத் தயாரிப்பாளர் மற்றும் மொழிபெயர்ப்பாளர் உள்ளார். அவரது பல படைப்புகள் அல்ஜீரியாவின் பெண்கள் எதிர்கொள்ளும் வாழ்க்கையிலும் பிரச்சினைகளிலும் கவனம் செலுத்துகின்றன. ஜூன் 2005 இல் அகாடமி ஃபிரானைஸுக்கு தேர்ந்தெடுக்கப்பட்டபோது அசியா ஜெபருக்கு அதிக அங்கீகாரம் கிடைத்தது. ஈ.ஏ. சிஸ்டர் டு ஸ்கீஹெராசாடி போன்ற அவரது படைப்புகள் அவரை வட ஆபிரிக்காவின் மிகவும் செல்வாக்கு மிக்க எழுத்தாளர்களிடையே இடம்பிடித்தன.

அது மேலே உள்ள பெரும்பாலான உதாரணங்கள் இருந்து தெளிவாக சில குறிப்பு மட்டுமே. அல்ஜீரியா இலக்கியம் மற்றும் இலக்கிய புள்ளிவிவரங்கள் இந்த கண்கவர் வட ஆப்பிரிக்க நாட்டில் ஒரு முக்கிய பங்கு வகிக்கின்றன, மற்றும் இதுவரை அதன் எல்லைகளை தாண்டி ஒரு செல்வாக்கைப் பயன்படுத்தி வருகிறது.

2. இஸ்லாமியர்களிடமிருந்து இஸ்லாத்தை திரும்பப் பெறுங்கள்!

இஸ்லாமியத்தை கட்டுப்படுத்த ஐரோப்பாவின் ஜனநாயகங்கள் மிகவும் பலவீனமாக உள்ளதா? சர்ச்சைக்குரிய அல்ஜீரிய எழுத்தாளர் பவுலேம் சன்சால் ஒரு எச்சரிக்கையாக ஒலிக்கிறார். அரசியல் விவாதத்திற்கான நேரம் கடந்துவிட்டது என்று ஆயா பாக் கூறுகிறார்.(இஸ்லாமியர் என்பவர் நவீன வகாபிகளும் பழமைவாத சன்னிகளும் ஆவார்கள்.)

இஸ்லாமிய பயங்கரவாதம் மற்றும் உள்நாட்டுப் போரினால் அதிர்ச்சியடைந்த தனது சொந்த அல்ஜீரியாவைப் பற்றி பவுலேம் சன்சால் (64) எழுதுகிறார். 1949 இல் பிறந்த சன்சால், பொருளாதாரத்தில் முனைவர் பட்டம் பெற்ற தகுதிவாய்ந்த பொறியியலாளர், எழுதுவதற்கு ஒப்பீட்டளவில் தாமதமாக வந்தார். அவரது உயர்ந்த அரசியல் புத்தகங்கள் அவரை ஒரு சர்ச்சைக்குரிய நபராக ஆக்கியுள்ளன. அல்ஜீரிய வர்த்தக அமைச்சின் இயக்குநராக இருந்த அவர் பதவியில் இருந்து நீக்கப்பட்டார் மற்றும் இஸ்லாமிய குழுக்களால் அச்சுறுத்தப்பட்டார். எல்லாவற்றையும் மீறி, அவர் அல்ஜீரியாவில் தங்குவதற்கான முடிவை எடுத்தார். அவர் தனது முதல் நாவலை 1999 இல் வெளியிட்டதிலிருந்து ஏராளமான இலக்கிய விருதுகளைப் பெற்றுள்ளார். 2011ஆம் ஆண்டில் ஜெர்மனியில் ஜெர்மன் புத்தக வர்த்தகத்தின் அமைதி பரிசு வழங்கப்பட்டபோது அவர் கவனத்திற்கு வந்தார்.

திரு சன்சால், உங்கள் புதிய புத்தகத்தில், நீங்கள் இஸ்லாமிய மதத்தை மிகவும் அச்சுறுத்தலாக சித்தரிக்கிறீர்கள். முதலில் இஸ்லாமியவாதிகள் 1960-களில் அல்ஜீரியாவுக்கு வந்தபோது பெற்ற அனுபவம் என்ன?

பவுலேம் சன்சால்: நான் ஒரு முஸ்லீம் அல்ல, நான் மதவாதி அல்ல. அப்போது அல்ஜீரியாவுக்கு வந்த மக்கள் விசித்திர மானவர்கள். அவர்கள் தாடி வைத்திருந்தனர் மற்றும் அல்ஜீரியர்

களிடமிருந்து வித்தியாசமாக நடந்து கொண்டனர். அவர்கள் புரட்சி பற்றி பேசினர். அது சுவாரசியமாக இருந்தது. அவர்களில் பெரும்பாலோர் சவுதி அரேபியாவிலிருந்து அல்லது எகிப்திலிருந்து வந்தவர்கள்; அவர்கள் நாத்திக சோசலிச ஆட்சிக்கு எதிராக போராடுவது பற்றி பேசினர். அவர்கள் இஸ்லாத்தைப் பற்றியும் சுதந்திரத்தைப் பற்றியும் பேசினார்கள். அது 1960-களில் இருந்தது. 1980 வாக்கில் நாடு முழுவதும் இஸ்லாமியவாதிகள் இருந்தனர். போர் தொடங்கியது.

உங்கள் "அல்லாஹ் நரேன்" புத்தகத்தின் ஜெர்மன் தலைப்பாக அவர்கள் அல்லாஹ்வின் முட்டாள்களாக இருந்தார்களா?

சன்சால்: நாங்கள் அவர்களை "அல்லாஹ்வின் முட்டாள்கள்" என்று குறிப்பிட்டோம். ஒரு நாள் முழுவதும் ஒரு மசூதியில் கழிக்கவும், பிரார்த்தனை செய்யவும், எப்போதும் ஒரே விஷயத்தை மீண்டும் மீண்டும் சொல்லவும் நீங்கள் மிகவும் பைத்தியமாக இருக்க வேண்டும்: அல்லாஹ், அல்லாஹ், அல்லாஹ்!

அல்ஜீரியாவில் அவர்களின் அரசியல் செல்வாக்கு தீவிரமாக எடுத்துக் கொள்ளப்படவில்லை என்று தெரிகிறது. ஐரோப்பாவும் அதே தவறு செய்கிறதா?

சன்சால்: ஆம். இஸ்லாம் மேற்கத்திய சமூகத்தில் ஒரு இடத்தைக் கண்டுபிடிக்க முயன்றது, ஆனால் வெற்றி கிடைக்கவில்லை. ஒவ்வொரு மதமும் ஒரு நாட்டில் உத்தியோகபூர்வ சட்டபூர்வமான தன்மையை விரும்புகிறது. கோயில்கள் அல்லது மசூதிகள் கட்டப்பட வேண்டும், மதம் கற்பிக்கப்பட வேண்டும். மேற்கத்திய சமுதாயத்தின் நாத்திக இயல்பு என்பது அத்தகைய விஷயங்களுக்கு எந்தவிதமான முறையீடும் இல்லை என்பதாகும். ஆனால் முஸ்லிம்கள் தங்களை நிலைநிறுத்த விரும்புகிறார்கள், அது பிரச்சினைகளை ஏற்படுத்தியது. இஸ்லாம் எந்த முன்னேற்றத்தையும் அடையவில்லை என்பதால், அது மாறிக்கொண்டே இருக்கிறது, அது இஸ்லாமியவாதமாக மாறி வருகிறது.

உங்கள் புத்தகத்தில் இஸ்லாம் பற்றிய விவாதம் இல்லாதது குறித்து புகார் கூறுகிறீர்கள், இது ஐரோப்பாவிலும் நடக்காத ஒரு விவாதம். முஸ்லீம் புத்திஜீவிகளின் பங்களிப்பை "காது கேளாத மவுனம்" என்று நீங்கள் விவரிக்கிறீர்கள்.

சன்சால்: இஸ்லாமியவாதிகள் நம் சமுதாயத்தை மாற்றியமைக்கும் போது திரும்பி உட்கார்ந்து பார்ப்பது தவறு. அவர்கள் எங்கள் பெண்கள் மற்றும் எங்கள் இளைஞர்களின் நடத்தையை

மாற்றியுள்ளனர். இளைஞர்கள் வேடிக்கை பார்க்க விரும்புகிறார்கள். ஆனால் அல்ஜீரியாவில், கால்பந்து போட்டிக்கு அல்லது கடற்கரைக்கு செல்வதை விட, அவர்கள் மசூதிக்குச் செல்கிறார்கள். சமூக மாற்றங்கள் அரசியல் மற்றும் தத்துவமாக மாறியுள்ளதால், புத்திஜீவிகளாகிய நாங்கள் நின்று பார்த்தோம். புத்திஜீவிகளுக்கு தைரியம் மற்றும் அரசியல் உள்ளுணர்வு இரண்டுமே இல்லை.

இஸ்லாத்தைப் பற்றிய விவாதம் தேவை என்று அர்த்தமா?

சன்சால்: ஆம், இஸ்லாமியம் இஸ்லாத்திலிருந்து வெளியேற்றப் பட்டுள்ளது. சமுதாயத்துடனும், ஜனநாயகத்துடனும், பெண் களுடனும், நவீன உலகத்துடனும் இஸ்லாத்தின் உறவை ஒருவர் கேள்வி கேட்க வேண்டும். இஸ்லாத்துடன் தனது முழு வாழ்க்கையையும் வாழ்ந்த ஒரு முஸ்லீமுக்கு விளக்க முடியாத ஒன்று, அரசின் கருத்தாக்கம். இது இஸ்லாத்தில் இல்லாத ஒரு கருத்து. இஸ்லாத்தைப் பொறுத்தவரை இது மனிதகுலத்தை நிர்வகிக்கும் கடவுளைப் பற்றியது.

இஸ்லாமும் ஜனநாயகமும் பொருந்தாது என்று அர்த்தமா?

சன்சால்: அவை தற்போது இணக்கமாக இல்லை என்பதால் அவ்வாறு ஆக முடியாது என்று அர்த்தமல்ல. கிறிஸ்தவமும் ஜனநாயகமும் எப்போதும் ஒத்துப்போகவில்லை. கடவுள் பொறுப்பில் இருந்தார், திருச்சபை மக்களின் ஆன்மாக் களை ஆண்டது. பின்னர் ஜனநாயகம் வந்து மதத்திற்கும் ஜனநாயகத்திற்கும் இடையில் போரைக் கொண்டு வந்தது.

ஐரோப்பாவில் இஸ்லாமியம் குறித்த அரசியல் விவாதத்திற்கு இது மிகவும் தாமதமானது என்று உங்கள் புத்தகத்தில் கூறுகிறீர்கள். ஏன் அப்படி நினைக்கிறார்கள்?

சன்சால்: எல்லாவற்றிற்கும் ஒரு நேரம் இருக்கிறது. புரிந்து கொள்ளவும் பகுப்பாய்வு செய்யவும் ஒரு காலம் இருந்தது. புத்திஜீவிகளுக்கு அதுவே நேரம். எனது புத்தகத்தை இருபது ஆண்டுகளுக்கு முன்பே எழுதியிருக்க வேண்டும். பின்னர் அரசியலுக்கு ஒரு காலம் வருகிறது. ஆனால் அதற்கும் இப்போது தாமதமாகிவிட்டது! இஸ்லாமியவாதிகள் ஏற்கனவே இங்கே இருக்கிறார்கள். முஸ்லீம் நாடுகளில் எங்களுக்கு ஐரோப்பாவில் உள்ள முஸ்லிம்கள் மீது அதிகாரம் இல்லை, உங்களுக்கும் இல்லை. அதனால்தான் இது மிகவும் தாமதமானது.

இஸ்லாமியத்தை கட்டுப்படுத்த ஐரோப்பிய ஜனநாயக நாடுகள் மிகவும் பலவீனமாக உள்ளன என்று சொல்கிறீர்களா?

சன்சால்: 21 மற்றும் 22 ஆம் நூற்றாண்டுகளின் பிரச்சினைகளைச் சமாளிக்கும் வலிமை அவர்களுக்கு இல்லை. அவர்கள் என்ன செய்வது என்று தெரியாமல் ஹெட்லைட்களில் சிக்கிய மான்களைப் போன்றவர்கள். இஸ்லாத்தை விமர்சிக்க மக்கள் பயப்படுகிறார்கள், எனவே யாரும் எதுவும் செய்ய மாட்டார்கள். ஆனால் ஏதாவது செய்ய வேண்டும்!

ஆனால் என்ன?

சன்சால்: அது கடினம். நமது ஜனநாயகவாதிகளுக்கு பதிலாக மேற்கத்திய அரசியல்வாதிகள் எங்கள் சர்வாதிகாரிகளையும் இஸ்லாமியவாதிகளையும் ஆதரிப்பதாக நான் அடிக்கடி குற்றம் சாட்டியிருக்கிறேன். இங்கு ஜனநாயகவாதிகள் யாரும் இல்லை, சர்வாதிகாரிகளுக்கோ அல்லது இஸ்லாமியவாதிகளுக்கோ மட்டுமே தங்கள் ஆதரவை வழங்க முடியும் என்று அவர்கள் என்னிடம் கூறுகிறார்கள். அவர்கள் சொல்வது சரிதான்! அல்ஜீரியாவில் ஐரோப்பிய ஜனநாயகத்தை நாம் இறக்குமதி செய்ய முடியாது; நம்முடைய சொந்த ஒன்றை நாம் கண்டுபிடிக்க வேண்டும்.

ஆனால் சர்வாதிகாரிகளுக்கு ஆயுதங்களை விற்பதும் இஸ்லாமிய வாதிகளின் ஆதரவும் நிறுத்தப்பட வேண்டும் - ஜெர்மனி செய்ததைப் போலவும் இன்னும் செய்து கொண்டிருக்கிறது. முஸ்லிம் புத்திஜீவிகளையும் நான் விமர்சிக்கிறேன். ஐரோப்பாவில் அவர்கள் என்ன செய்கிறார்கள்? அவர்கள் பாரிஸில் அமர்ந்து அல்ஜீரிய அரசாங்கம் ஜனநாயகமாக இல்லை என்று புகார் கூறுகின்றனர். அல்ஜீரியாவில் அவர்கள் இதைச் சொல்ல வேண்டும்! முஸ்லீம் நாடுகளில் ஜனநாயகத்திற்காக ஜனநாயகவாதிகள் போராட வேண்டும். முஸ்லிம்கள் இஸ்லாத்திற்காக போராட வேண்டும். அவர்கள் அதை இஸ்லாமியர்களிடமிருந்து இஸ்லாத்தை திரும்பப் பெற வேண்டும். அவர்கள் தான் இஸ்லாமிய மதத்தை எதிர்த்துப் போராட வேண்டும், ஏனெனில் அது அவர்களின் மதத்தை அழிக்கிறது.

நேர்காணல்: ஆயா பாக்

3. அல்ஜீரி இலக்கியம்

அரபியில் எழுதப்பட்ட ஆரம்பகால அல்ஜீரிய இலக்கியம் 8ஆம் நூற்றாண்டுக்கு முந்தைய கிளாசிக்கல் அல்லது அரை கிளாசிக்கல் அரபியில் கவிதைகளைக் கொண்டிருந்தது . மாக்ரெப்பில் மத்திய கிழக்கிலிருந்து அரபு பேசும் மக்களின் முதல் வருகையின் போது உருவாக்கப்பட்ட அரபு படைப்புகளின் ஆரம்ப அலைக்குப் பிறகு, அல்ஜீரியாவில் உள்ள செவ்வியல் அரபு கவிதைகள் 1492 முதல் 1920 கள் வரை நீடித்தன. இருப்பினும், இந்த நேரத்தில் அல்ஜீரிய அரபியில் அரை செவ்வியல் வடிவத்துடன் எழுதப்பட்ட கவிதைகளின் செழிப்பான நூல்கள் காணப்பட்டது. 20, 30, மற்றும் 40-களில் மீண்டும் தோன்றிய செவ்வியல் அரபு கவிதைகள் முக்கியமாக மத விழுமியங்களை மையமாகக் கொண்டு ஒரு உன்னதமான பாணியில் எழுதப்பட்டன. இந்த உன்னதமான பாணிக்கு ஒரு சிறந்த எடுத்துக்காட்டு மொஹமட் சாத் எல்-ஜாஹிரியின் “ஓலாமாக்களின் வாழ்த்து.” பண்புரீதியான மத கருப்பொருள்களைக் காட்டுகிறது:

ஏராளமான சகோதரத்துவங்கள் இருந்தன,

ஒவ்வொன்றும் அவர் அறிவித்த எல்லாவற்றிலும் அதன் சீக்கிற்குக் கீழ்ப்படிகின்றன.

அவர் பரிசுத்தவானாக நடித்தால், அவர்கள் ஒப்புக் கொண்டார்கள்,

அவர் தெய்வீகத்தைக் கூறினால், அவர்கள் அழுதனர்:அவர் ஒரு ஏவப்பட்ட இளவரசன்!...

சுதந்திரப் போரின் போது, அல்ஜீரியாவில் அரபு கவிதை பெரும்பாலானவை புதுக்கவிதைகள் ஆகும். இந்த கவிதை உணர்ச்சிகரமான போரிடும், ரொமாண்டிஸிசத்திற்கு ஒத்ததாக இருந்தது . சுதந்திரத்திற்குப் பிந்தைய கவிதை பாணியில் மிகவும்

புதுமையானதாக மாறியது, மேலும் அதன் உரைநடை எண்ணைப் போலவே பரந்த அளவிலான தலைப்புகளில் கவனம் செலுத்தியது. இந்த வகை கவிதைகள், மாறுபட்ட கருப்பொருள்கள் மற்றும் கட்டமைப்புகளைக் கொண்டவை, மப்ரூகா பவுஸாவின் "நான் விழித்திருக்கிறேன்" இல்,

மெழுகுவர்த்தி மங்கிவிட்டது,

அதனால்

இரவில் சுமையாக எதையும் நான் காணவில்லை,

அது இளமையாக இருந்தபோது

அது உருகியது...

நாவல்

அல்ஜீரியப் போருக்கு முன்னர் அரபு மொழிகளில் கற்பிக்கப் படவில்லை அல்லது அனுமதிக்கப்படவில்லை என்பதால், 1962 க்கு முன்னர் அரபியில் அல்ஜீரிய இலக்கியம் குறைவாகவும் முக்கியமாக சிறுகதை வடிவத்திலும் இருந்தது. அஹ்மத் ரெடா ஹவுஹூ இந்த காலகட்டத்தில் அவரது புகழ்பெற்ற நையாண்டியால் கம்பெனி ஆஃப் தி வைஸ் மேன்'ஸ் டான்கி உட்பட பல பாராட்டப்பட்ட சிறுகதைகளை எழுதினார். உண்மையில், 1971 வரை, அப்தெல்ஹமிட் பென் ஹடோகாவின் தி சதர்ன் விண்ட் வெளியீட்டில், பெரும்பாலான அல்ஜீரிய அரபு இலக்கியங்கள் சிறுகதை வடிவத்தில் இருந்தன.. இந்த நேரத்தில் மற்ற குறிப்பிடத்தக்க படைப்புகள் 1974 இல் தஹார் ஓட்டேரின் லாஸ் (ஏஸ்) மற்றும் 1976 இல் ஏ-ஜில்செல் (பூகம்பம்) ஆகியவை அடங்கும். 1970-களின் முற்பகுதியில் அரபு நாவல்கள் முதன்மையாக சுதந்திரப் போர் மற்றும் அல்ஜீரிய சமுதாயத்தின் மாற்றத்தை மையமாகக் கொண்டிருந்தன. இருப்பினும், 1980-களில், அல்ஜீரிய அரபு இலக்கியத்தின்கருப்பொருள்கள் பெரும்பாலும் அவர்களின் பிரெஞ்சு சகாக்களுடன் ஒத்திருந்தன, அதிகாரத்துவம், மத சகிப்பின்மை மற்றும் ஆணாதிக்கத்தைப் பற்றி விவாதித்தன. 1990-களில் நகர்ந்த அல்ஜீரிய அரபு இலக்கியங்கள் முக்கியமாக பயங்கரவாதம் மற்றும் கருப்பு தசாப்தம் என்று அழைக்கப்பட்ட சோகம் ஆகியவற்றில் கவனம் செலுத்தியது.

வாய்வழி இலக்கியம்

பாரம்பரிய வாய்வழி இலக்கியம் பெர்பர் மக்களில் பெரும்பான்மை படிப்பறிவற்றவராக இருந்த போது பண்டைய

காலத்தில் இருந்தே கவிதை வடிவமாக இருந்தது. இந்த கவிதைகள் மத மற்றும் மதச்சார்பற்ற வாழ்க்கையின் அம்சங்களுக்கு பயன்படுத்தப்பட்டன. மதக் கவிதைகளில் பக்தி, தீர்க்கதரிசனக் கதைகள், புனிதர்களைக் கவுரவிக்கும் கவிதைகள் ஆகியவை அடங்கும். மதச்சார்பற்ற கவிதைகள் பிறப்பு மற்றும் திருமணங்கள் போன்ற கொண்டாட்டங்கள் மற்றும் வீரர்களின் கணக்குகள் பற்றியதாக இருக்கலாம். இந்த கவிதைகள் பெரும்பாலும் பயணக் கவிஞர்களால் இமாதஹேன் நிகழ்த்தப்பட்டன மதக் கருப்பொருள்களைக் காட்டும் மொழிபெயர்க்கப்பட்ட அசெஃப்ரு கவிதையின் ஒரு சிறு பகுதி கீழே:

நான் யாரிடம் புகார் செய்ய வேண்டும்?

நான் பைத்தியக்காரனாகிவிட்டேன்...

ஆண்டவரே, நான் உங்கள் உதவியைக் கேட்டுக்கொள்கிறேன்...

பெண்கள் வாய்வழி கவிதை

மிக சமீபத்தில், முதன்மையாக பெண்களால் உருவாக்கப்பட்ட இலக்கியமாக மாறியுள்ளது. இந்த பெண்கள் கவிதைகள், ஒரு விளையாட்டு அல்லது விழாவின் ஒரு பகுதியான பெக்காலா, பீங்கான் குடம் என்று பொருள்படும், பொதுவாக அல்ஜீரிய அரபியில் நான்கு முதல் பத்து வரிகள் உள்ளன. இந்த கவிதைகள் பல இப்போது அரபு மற்றும் பிரெஞ்சு மொழிகளில் படியெடுக்கப்பட்டிருந்தாலும், அவை பாரம்பரியமாக பெக்காலா விழாக்களில் கோஷமிடப்பட்டிருக்கும். மிகவும் பாரம்பரியமான கவிதைகள் காதல் மற்றும் பாலுணர்வை மையமாகக் கொண்டிருந்தன, அதே நேரத்தில் 1950 கள் மற்றும் 60-களில் மிகச் சமீபத்திய படைப்புகள் பிரெஞ்சு காலனித்துவத்தை எதிர்ப்பது பற்றி விவாதித்தன. சுதந்திரத்திற்காக காத்திருப்பதை விவரிக்கும் சுதந்திரப் போராட்டத்திற்கு பயன்படுத்தப்படும் ஒரு பாக்காலா கவிதையின் ஒரு பகுதி பின்வருமாறு:

கவலைகள் நிறைந்த என் இதயம் ஒரு மார்பு கட்சைப் போன்றது. ஒவ்வொரு கணமும் எரியும் பதிவுகள் அவை அதிக தீப்பிழம்புகளை வீசும்போது பொறுமையாக இருங்கள், என் இதயமே, ஆலிவ் மரத்தின் கீழ் கழுகு, துள்ளும் குழந்தை, தீக்கோழி, புறா சிறைப்பிடிக்கப்பட்ட வரை பார்க்கக்கூடிய கூண்டு வெளியே கொண்டு செல்ல தடை விதிக்கப்பட்டுள்ளது...

4. கத்தேப் யாசின்

அல்ஜீரிய நாவலாசிரியர், கவிஞர் மற்றும் நாடக ஆசிரியர், 1970-களின் ஆரம்பம் வரை பிரெஞ்சு மொழியில் எழுதினார், அவர் தனது தேட்ரே டி போர் வடமொழி அரபியில் பயன்படுத்தத் தொடங்கினார். இளமையாக இருந்தபோது, கட்டேப் யாசின் எதிர் காலனித்துவ போராட்டத்தில் ஈடுபட்டார். தனது 16 வயதில், 8 மே 1945 இல் அல்ஜீரிய சுதந்திர ஆர்ப்பாட்டங்களில் பங்கேற்றார், இது 6, 000-13, 000 அல்ஜீரியர்கள் கொல்லப்படுவதற்கு வழிவகுத்தது. அவர்களது நினைவுகளால் வேதனை அடைந்த கட்டேப், நெட்ஜ்மா (1956) எழுதுவதில் எட்டு ஆண்டுகள் செலவிட்டார், இது ஒரு மக்ரிபி நாவலான கிளாசிக் என்று உடனடியாக அங்கீகரிக்கப்பட்டது. அதன் பின்னர் அது தேசிய புரட்சிகர நாவலின் அந்தஸ்தைப் பெற்றுள்ளது.

“இவர்கள் ஆர்வமுள்ள நாகரிகங்கள், இந்த சாகசங்கள், தரத்தை அதிகம் செய்யாத ஐரோப்பியர்கள், பலவீனமான மக்களுக்கு எதிராக தங்கள் மகிமையை வென்றெடுக்க வந்த இந்த தளபதிகள், தடையற்ற இலாபங்களுக்காக இந்த தீவிர ஊக வணிகர்கள், எங்களிடம் வந்த இந்த பலவீனமான மக்கள் எரிசக்தி அல்லது அவர்களின் வங்கிக் கணக்கு ஆகும். எல்லா ஐரோப்பியர்களுக்கும் என்ன அற்புதமான ஒப்பந்தங்கள் குறைக்கப்பட்டன, அவை நம் மக்களுக்கு உணவளிக்கும் காகங்களின் எண்ணிக்கையைச் சேர்க்க வந்தால் மட்டுமே... காதல் அரட்டையின் எந்த உருவங்கள், அடிமைகள் ஒருவர் தட்டிவிட்டார் ஒருவர் விரும்பினார், இருண்ட கண்களைக் கொண்ட ஓரியண்டல் பெண்கள் ஒருவரின் வீட்டை அலங்கரிக்கின்றனர்...” (ஒரு உரையில் இருந்து, மே 24, 1947 அன்று, பாரிஸில் உள்ள சொசைட்டீஸ் சாவண்டஸ் மண்டபத்தில், தி அல்ஜீரியன் டெஸ்டினி ஆஃப் ஆல்பர்ட் காமுஸில் ஆச்சா

கசவுல் மற்றும் மொஹமட்-லக்தார் மவுகல், பிலிப் பீச்மேன் மொழிபெயர்த்தார், 2006)

கட்டேப் யாசின் கான்ஸ்டன்டைனுக்கு அருகிலுள்ள கான்டே-ஸ்மெண்டோவில் ஒரு பழைய, அதிக கல்வியறிவுள்ள குடும்பத்தில் பிறந்தார். இவரது தந்தை கட்டேப் முகமது மற்றும் தாய் கட்டேப் ஜாஸ்மினா. (கதெப் என்பது எழுத்தாளரின் கடைசி பெயர், யாசின் அவரது முதல் பெயர்.) அவர் அரபு சாதனை பற்றிய கதைகள் மற்றும் அல்ஜீரிய வீராங்கனைகளின் புனைவுகளில் வளர்க்கப்பட்டார்.

குர்ஆனிய பள்ளியில் படித்த பிறகு, கட்டேப் பிரெஞ்சு கல்வி முறைக்குள் நுழைந்தார். செலிஃப்பில் ஒரு தேசியவாத ஆர்ப்பாட்டத்தில் பங்கேற்றதைத் தொடர்ந்து, 1945ஆம் ஆண்டில் அவர் கைது செய்யப்பட்டதன் மூலம் கோலேஜ் டி சாடிஃப்பில் அவரது ஆய்வுகள் தடைபட்டன. இந்த ஆர்ப்பாட்டம் காவல்துறையினரால் மற்றும் இராணுவத்தால் ஆயிரக்கணக்கான மக்களைக் கலவரப்படுத்தியது மற்றும் படுகொலை செய்தது. கட்டேப் விசாரணையின்றி சிறையில் அடைக்கப்பட்டார், போலீசாரால் சித்திரவதை செய்யப்பட்டார், சில மாதங்களுக்குப் பிறகு விடுவிக்கப்பட்டார். சிறையில் இருந்தபோது, கட்டேப் தனது இரண்டு பெரிய விஷயங்களான புரட்சி மற்றும் கவிதை ஆகியவற்றைக் கண்டுபிடித்தார். கட்டேப்பின் மிகச்சிறந்த கவிதைகளில் ஒன்றான 'லா ரோஸ் டி பிளிடா' (1963), அவரது தாயைப் பற்றியது, அவர் ஆர்ப்பாட்டத்தின் போது கொல்லப்பட்டார் என்பதால் யாசின் மன முறிவை சந்தித்தார்.

1947 முதல் கட்டேப் அங்கு நிரந்தரமாக குடியேறும் வரை தொடர்ந்து பிரான்சுக்குச் செல்லத் தொடங்கினார். பதினேழு வயதில், கட்டேப் தனது முதல் புத்தகமான சொலிலோக்ஸ் (1946) என்ற கவிதைத் தொகுப்பை வெளியிட்டார். அல்ஜீரிய எழுத்தாளர்களில் பலரைப் போலவே - மவுலூத் ஃபெரவுன், அசியா டிஜெபர், தஹார் டிஜாட் - அல்ஜீரிய அரபியைப் பயன்படுத்துவதற்குப் பதிலாக பிரெஞ்சு மொழியில் எழுதினார். 1948ஆம் ஆண்டில் அவர் ஒரு நீண்ட கவிதை ஒன்றை வெளியிட்டார், 'நெட்ஜ்மா அவுலெ போமே அவுலெ கூட்டே', இதில் நெட்ஜ்மா என்ற மர்ம பெண் கதாபாத்திரம் முதல் முறையாக தோன்றியது. நெட்ஜ்மா என்பது அவரது உறவினரின் பெயர் ஆகும், அவரை எழுத்தாளர் நேசித்தார், ஆனால் அவர் ஏற்கனவே திருமணமாகிவிட்டார்.

1949 முதல் *1951* வரை கட்டேப் ஒரு பத்திரிகையாளராக பணியாற்றினார், முக்கியமாக கம்யூனிஸ்ட் செய்தித்தாள் ஆல்ஜர் குடியரசுக்காக, முகமது டிப் தனது சக பத்திரிகையாளராக இருந்தார். அவர் சவுதி அரேபியா, சூடான் மற்றும் சோவியத் மத்திய ஆசியா வழியாக பயணம் செய்தார். ஒரு காலத்திற்கு அவர் கப்பல்துறை தொழிலாளியாக இருந்தார், ஆனால் *1952* முதல் அவர் தன்னை முழுவதுமாக எழுதுவதில் அர்ப்பணித்தார். அல்ஜீரிய தேசியவாத சுதந்திரப் போராட்டத்தில் ஈடுபட்டதால் *1955*ஆம் ஆண்டில் கட்டேப் பிரான்சிலிருந்து வெளியேற வேண்டிய கட்டாயம் ஏற்பட்டது. ஆல்பர்ட் காமுயூவுடன் அல்ஜீரியாவில் அவரது திறந்த விவாதங்கள் கிட்டத்தட்ட பதினைந்து ஆண்டுகள் நீடித்தது. கம்யூனிசத்துடனான தனது முறிவின் விளைவாக, காமுயூ பயங்கரவாதத்தைப் பயன்படுத்துவதைக் கண்டித்தார், "இது கண்மூடித்தனமாக செயல்படுத்தப்படுகிறது, எடுத்துக்காட்டாக அல்ஜியர்ஸின் தெருக்களில்", மற்றும் பிரெஞ்சு காலனித்துவ ஆட்சியைப் பாதுகாத்தது. தனது சொந்த நாட்டில் கட்டேப் பிரெஞ்சு மொழியில் எழுதியதற்காக காலனித்துவவாதிகளின் கைகளில் விளையாடியதாக குற்றம் சாட்டப்பட்டார்.

கட்டேப்பின் மிகவும் பிரபலமான படைப்பான நெட்ஜ்மா *(1957)*, அல்ஜீரியாவை மீட்டெடுப்பதற்கான தேடலை ஒரு புராண முறையில் நடத்துகிறது. அதன் நவீனத்துவ நுட்பம், பல கதை குரல்களின் பயன்பாடு மற்றும் இடைவிடாத காலவரிசை, ஃபிராங்கோஃபோன் வட ஆபிரிக்க இலக்கியம் மற்றும் மூன்றாம் உலகின் பிற இடங்களில் எழுத்தாளர்களை பாதித்துள்ளது. வில்லியம் ஃபால்க்னர் தனது எழுத்து நடையில் மிக முக்கியமான தாக்கத்தை ஏற்படுத்தியதாக கட்டேப்பே ஒப்புக் கொண்டார். ஃபால்க்னரைப் போலவே அவரது யோக்னபடாவ்பா கவுண்டியும், அல்ஜீரியாவின் கிழக்குப் பகுதியான கட்டேப் தனது சொந்த "சொந்த மண்ணின் சிறிய தபால்தலை" வைத்திருந்தார்.

நெட்ஜ்மா, நாவல் புனைவுகள் மற்றும் பிரபலமான மத நம்பிக்கைகளை உள்ளடக்கியது, பிரெஞ்சு காலனித்துவ ஆட்சியின் கீழ் அல்ஜீரியாவின் பென் நகரில் அமைக்கப்பட்டுள்ளது. துண்டு துண்டான பாணி காரணமாக, திட்டத்தை பின்பற்றுவது கடினம். அரபு மொழியில் "நட்சத்திரம்" என்று பொருள்படும் நெட்ஜ்மா, ஒரு அழகான, திருமணமான பெண், நிச்சயமற்ற கடந்த காலத்தை கொண்டவர். அவரது தாயார் நான்கு அரபு ஆண்களால் கடத்தப் பட்டு பாலியல் பலாத்காரம் செய்யப்பட்டுள்ளார். நெட்ஜ்மா நான்கு புரட்சியாளர்களால் நேசிக்கப்படுகிறார், வாழ்க்கையின் எல்லா வயதினரிலும். ஒரு கதாபாத்திரமாக அவர் எதிர்பார்ப்பதை

விட மிகக் குறைவான செயலில் பங்கேற்கிறார் என்பது குறிப்பிடத் தக்கது. அவரது பேச்சு மற்றும் சிந்தனையின் நேரடி மேற்கோள்கள் இரண்டு பக்கங்களுக்கும் குறைவாகவே உள்ளன. நெட்ஜ்மா, ஒரு நுட்பமான முறையில் சித்தரிக்கப்பட்டது, பாரம்பரிய அல்ஜீரியர்களை அவர்களின் குலத்துடன் இணைப்பதை உள்ளடக்கியது.

விமர்சன கவனம் நாவலின் அசாதாரண கட்டமைப்பில் கவனம் செலுத்தியுள்ளது. செயல் காலவரிசைப்படி அல்ல - கதை இஸ்லாமிய கலையின் அரேபியாக்கள் மற்றும் வடிவியல் வடிவங்களுடன் ஒற்றுமையைக் கொண்டுள்ளது. நாவலின் மைய நிகழ்வுகளில் 8 மே 1945 ஆர்டிஃபில் ஆர்ப்பாட்டங்கள் உள்ளன. இது பெரும்பாலும் நெட்ஜ்மா என்று கூறப்பட்டிருந்தது இது அல்ஜீரியா, அல்லது தேசிய அடையாளத்தை பிரதிபலிக்கிறது. புரட்சியால் தயாரிக்கப்பட்ட இவர், “இரத்தத்தின் நட்சத்திரம்” ஆவார்.

கட்டேப் பல கவிதைகள் மற்றும் நாடகங்களில் நெட்ஜ்மாவின் கருப்பொருள்களை எடுத்துக் கொண்டார்; இந்த பெண் பாத்திரம் அவரது வாழ்நாள் முழுவதும் அவரது படைப்பு பார்வையின் மையமாக இருந்தது. இவரது முதல் நாடகம் லு கேடவ்ரே என்செர்லெக் (தயாரிப்பு 1958, சுற்றப்பட்ட சடலம்), காலனித்துவமயமாக்கல் மற்றும் சர்ரியலிச உருவங்களால் நிரப்பப்பட்ட அந்நியமாதல் நாடகம் ஆகும். அல்ஜீரிய சோகத்தின் புராண வெளிப்பாட்டில், நெட்ஜ்மா வரலாற்றால் மிதிக்கப்பட்ட அரபு நாகரிகத்தின் அனைத்து மதிப்புகளையும் பிரதிநிதித்துவப்படுத்தினார். கேடெப்பின் இரண்டாவது பெரிய உரைநடை படைப்பான லு பாலிகோன் எட்டோய்லா (1966), நெட்ஜ்மாவிலிருந்து பல கதாபாத்திரங்களை அறிமுகப்படுத்தியது. ஆசிரியரே விளக்கமளித்தபடி, அவர் செய்த அனைத்தும் “ஒரு நீண்ட ஒற்றை வேலை, எப்போதும் கருவுற்றிருக்கும்” என்றார்.

பாரிஸில் சந்தித்த எஸ்கிலஸ், ரிம்பாட் மற்றும் ப்ரெட்ச் ஆகியோரால் ஈர்க்கப்பட்ட கட்டேப், பாடல் மரபிலிருந்து விலகி இன்னும் அரசியல் அரங்கை உருவாக்க முடிவு செய்தார். கட்டேப்பின் பிற்கால படைப்புகளில் எல்'ஹோம் ஆக்ஸ் சாண்டல்ஸ் டி கவுட்சவுக் (1970, ஒரு மனிதனின் ரப்பர் செருப்பு நாடகம் உள்ளது. 1949ஆம் ஆண்டில் அல்ஜியர்ஸில் ஒரு பத்திரிகையாளராக பணிபுரிந்தபோது, டீன் பீன் பூவின் போரில் பிரெஞ்சு தோல்விக்கு பல ஆண்டுகளுக்கு முன்பு அவர் வரைந்த முதல் காட்சிகள் அவை, இது ஒரு முறை “அக்டோபர் மற்றும்

ஸ்டாலின்கிராட்: உலகளாவிய விகிதாச்சாரத்தின் புரட்சி மற்றும் தவிர்க்கமுடியாதது" என்பதையும் பூமியின் மோசமானவர்களை அழைக்கவும். செய்யும் என்றார் "வியட்நாமிய நாயகன் ஹோ சி மின். சிறிய வேடங்களில் மாவோ சேதுங் போன்ற கதா பாத்திரங்கள் உள்ளன, சியாங் கை-ஷேக், பியர் லோடி, மற்றும் மேரி-அன்டோனெட். தொடர்ச்சியான விக்னெட்டுகள் வியட்நாமின் இராணுவ வரலாற்றையும் ஐரோப்பாவில் நிலையற்ற அல்ஜீரிய தொழிலாளர் சக்தியின் அவலத்தையும் எடுத்துக்காட்டுகின்றன. கதாபாத்திரங்கள் நேருக்கு நேர் வழங்கப் படுகின்றன, பிரெஞ்சுக்காரர்கள் வியட்நாமியருக்கு எதிராகவும், வியட்-காங் அமெரிக்கர்களுக்கு எதிராகவும் வழங்கப்படுகிறார்கள். சுருக்கமான காட்சிகள் மற்றும் பேசும் கோரஸ் மாற்று. கேப்டன் சூப்பர்மேக் என்று அழைக்கப்படும் ஒரு அமெரிக்கன் எவ்ரிமேனின் சோதனை, நாடகத்தின் கடைசி மூன்றில் ஒரு பகுதியை ஆக்கிரமித்துள்ளது. 1967 ல் யுத்தத்தின் போது அமெரிக்க துருப்புக்கள் தென் வியட்நாமியர்களுடன் சண்டையிட்டு வடக்கில் இலக்குகளை குண்டுவீசித்தபோது கட்டேப் வியட்நாமிற்கு விஜயம் செய்தார். இந்த நாடகம் ஒரே நேரத்தில் அல்ஜியர்ஸ் மற்றும் லியோனில் தயாரிக்கப்பட்டது.

1962ஆம் ஆண்டில் பிரெஞ்சு ஆட்சிக்கு எதிரான வெளிப்படை யான போர் முடிவுக்கு வந்தது, அல்ஜீரியர்கள், ஒரு தேசிய வாக்கெடுப்பில் வாக்களித்து, சுதந்திரத்தை அங்கீகரித்தனர், அல்ஜீரியாவின் இறையாண்மையை பிரான்ஸ் அங்கீகரித்தது. 1970-களின் முற்பகுதியில் இருந்து, கட்டேப் தனது சொந்த நாட்டில் வசித்து வந்தார். அவர் இனி பிரெஞ்சு மொழியில் எழுதவில்லை; பேச்சுவழக்கு அல்ஜீரிய அரபியிலும் வெளியிடப்படாத நாடகங்களை அவர் எழுதினார். அவரது பல நாடகப் படைப்புகள் பிரான்ஸ் மற்றும் அல்ஜீரியாவில் தயாரிக்கப்பட்டன, அங்கு அவர் மாணவர்கள் மற்றும் தொழிலாளர்களைக் கொண்ட ஒரு புரட்சிகர நாடகக் குழுவை வழிநடத்தியது, அதிரடி கலாச்சாரம் டெஸ் டிராவெயிலர்ஸ் (தொழிலாளர் கலாச்சார நடவடிக்கை அல்லது சட்டம்). ஆரம்பத்தில், உறுப்பினர்களுக்கு மோசமான ஊதியம் வழங்கப்பட்டது அல்லது அவர்களின் பணிக்கு ஊதியம் கிடைக்கவில்லை, ஆனால் பார்வையாளர்களால் வழங்கப்பட்ட சில தானியங்கள் மற்றும் ஏற்பாடுகளுடன் ஈடுசெய்யப்பட்டது. பின்னர் பிரான்சில் சுற்றுப்பயணம் செய்து புலம்பெயர்ந்த பார்வையாளர்களிடையே பெரும் வெற்றியைப் பெற்றது.

கட்டேப்பின் முகமது, பயணிகள் துணிமணிகள் எடுத்துச் செல்லும் தோல்ப் பெட்டி தொழிற்சாலைகள் மற்றும் மற்ற

துறைகளில் நிகழ்த்தப்பட்டது (1971, முகமது, உன் பெட்டியில் எடுத்து), அல்ஜீரிய குடியேற்றம் கையாள்வதில், மற்றும் ஐந்து மாதங்களில் 70000 மக்களிடத்தில் சென்று சேர்கிறது. "நான் இயக்கிய அனுபவம் இல்லாத நாடகத்திற்கு என்னை முழுமையாகக் கொடுத்தேன்" என்று கட்டேப் ஒரு பேட்டியில் கூறினார். இந்த வேலையில், பிரெஞ்சு முதலாளித்துவத்திற்கும் அல்ஜீரிய முதலாளித்துவத்திற்கும் இடையில் இருக்கும் வர்க்க உடந்தையை காட்டேப் காட்ட விரும்பினார். புரட்சிகர எழுத்தாளர் "ஒரு வாழ்க்கைச் செய்தியை அனுப்ப வேண்டும், பாட்டாளி வர்க்கத்தை முதலாளித்துவத்திற்கு எதிர்க்கும் புதிய போரில் பங்கேற்கும் ஒரு தியேட்டரின் மையத்தில் பொதுமக்களை வைக்க வேண்டும்" என்று அவர் குறிப்பிட்டிருந்தார். கட்டேப் அக்டோபர் 28, 1989 அன்று பிரான்சின் கிரெனோபில் இறந்தார்.

இறக்கும் போது, கட்டெப், பிரெஞ்சு புரட்சியின் இருபது ஆண்டு விழாவிற்கு நியமிக்கப்பட்ட சான்ஸ்-குலோட் ஓ லெ ஸ்பெக்டர் டு பார்க் மோன்சியோ (ரோபஸ்பியர் சான்சுலோட், அல்லது பார்க் மோன்சியோவின் பேய்) என்ற நாடகத்தின் முதல் பதிப்பைத் திருத்திக்கொண்டிருந்தார். இது முதன்முதலில் 1988 இல் அவிக்னான் திருவிழாவில் நிகழ்த்தப்பட்டது. சில விதிவிலக்குகளுடன், கட்டேப்பின் படைப்புகள் ஆங்கிலத்தில் கிடைக்கவில்லை. ரிச்சர்ட் ஹோவர்டின் நெட்ஜ்மாவின் மொழி பெயர்ப்பு 1961 இல் வெளிவந்தது, மேலும் நியூயார்க்கின் உபு ரெபர்ட்டரி தியேட்டர் தொடர் 1985 இல் வெளியிடப்பட்டது.

5. அஸ்ஸியா டிஜெபார்

ஆகஸ்ட் 4, 1936 இல் அல்ஜீரியாவின் செர்ச்சலில் பாத்திமா-சோஹ்ரா இமலாயென் பிறந்தார். 1957ஆம் ஆண்டில் அஸ்ஸியா டிஜெபார் என்ற பேனா பெயரில் தனது முதல் நாவலான லா சோயிஃப்பை 1957 இல் வெளியிட்டார், அதைத் தொடர்ந்து 1958ஆம் ஆண்டில் அவரது இரண்டாவது நாவலான லெஸ் இம்பாஷியண்ட்ஸ் வெளியிடப்பட்டது. அதே ஆண்டு, டிஜெபர் வாலிட் கார்னை மணந்தார் மற்றும் அல்ஜியர்ஸ் பல்கலைக்கழகத்தில் வரலாற்றில் மேற்படிப்பு பட்டம் பெற்றார்.

1962 ல் டிஜெபார் அவரது நாவல் வெளியிடப்பட்ட லெஸ் என்பண்ட்ஸ், மற்றும் லெஸ் அலோயட்டஸ் 1967ஆம் ஆண்டில் தொடர்ந்து ரூஜ் எல், அவுபி வெளியீட்டு விழா மூன்றாவது ஃபேன் ஆப்ரிக்கன் கலாச்சார விழாவில் நிகழ்த்தப்பட்டது 1969-களில் கணவருடன் இணைந்து எழுதிய ஒரு நாடகம் அல்ஜீரியாவில் நிகழ்த்தப்பட்டது 1969ஆம் ஆண்டில் கவிதைகள் தொகுப்பு வெளியிடப்பட்டது,

டிஜெபர் தனது சினிமாப் பணிகளுக்காக அறியப்பட்டார், மேலும் 1977ஆம் ஆண்டில், தனது முதல் படமான லா ந வ்பா டெஸ் ஃபெம்ஸ் டு மாண்ட் செனோவாவை இயக்கியுள்ளார். 1979ஆம் ஆண்டில், அவர் தனது இரண்டாவது படமான லா ஜெர்டாவ்லெஸ் சாண்ட்ஸ் டி லூப்லியை இயக்கியுள்ளார், இது முதலாம் மற்றும் இரண்டாம் உலகப் போரின் பிரெஞ்சு கதைகளையும், அல்ஜீரிய பெண்கள் பாரம்பரிய பாடல்களைப் பாடும் ஒரு ஆவணப்படத்தையும் இணைக்கிறது. 1980ஆம் ஆண்டில் ஃபெம்ஸ் டி ஆல்ஜர் டான்ஸ் லூர் அப்பார்டமென்ட் என்ற சிறுகதைத் தொகுப்பை வெளியிடுவதன் மூலம் இதைத் தொடர்ந்தார், விரைவில் அல்ஜீரிய எழுத்தாளரான மாலெக் அல்லோலாவை மணந்தார். அவர்கள் பாரிஸில் வசித்து வந்தனர்,

அங்கு அவர் பாரிஸில் உள்ள அல்ஜீரிய கலாச்சார மையத்திற்கு தலைவராக நியமிக்கப்பட்டார்.

1985ஆம் ஆண்டில், டிஜெபர் திட்டமிடப்பட்ட நால்வரின் முதல் நாவலான எல்'அமோர், லா பேண்டேசியாவை வெளியிட்டார். இரண்டாவது தொகுதி, ஓம்ப்ரே சால்டேன், இரண்டு ஆண்டுகளுக்குப் பிறகு தொடர்ந்தது.

பிற்காலத்தில், வட ஆபிரிக்காவிலிருந்து அகாடமி ஃபிராங்காசில் ஏற்றுக்கொள்ளப்பட்ட முதல் எழுத்தாளர் டிஜெபர் ஆவார், மேலும் நியூயார்க் பல்கலைக்கழகத்தில் பிராங்கோபோன் இலக்கிய பேராசிரியராகவும் செயல்பட்டார். அவர் 1996 இல் இலக்கியத்திற்கான நியூஸ்டாட் சர்வதேச பரிசையும், 2000 இல் ஜெர்மன் புத்தக வர்த்தகத்தின் அமைதி பரிசையும் வென்றார். அவர் பிப்ரவரி 2015 இல் இறந்தார்.

டிஜேபார் பல நுட்பங்களைப் பயன்படுத்தி பேண்டசியாவில் பாரம்பரிய வரலாற்றைத் திருத்துகிறார், இது வரலாற்றின் காலனித்துவ பதிப்பை வெற்றிகரமாக ஒழுங்குபடுத்துகிறது தேசிய சுதந்திரப் போராட்டத்தில் பெண்கள் பங்கேற்பதற்கான இடத்தை உருவாக்குகிறது..

டிஜெபார் முதலில் காலனித்துவ வரலாற்றை கடிதங்கள், டைரிகள் பிரெஞ்சு வீரர்கள் மற்றும் அதிகாரிகளின் வெளியிடப் பட்ட கணக்குகள் வடிவில் முன்வைக்கிறார், பெண்கள் மேற்பரப்பு வரை குமிழும் இடங்களைக் கண்டுபிடிக்க அவர்கள் மூலம் தேடுகிறார்.அவர்களின் பங்களிப்பு இருப்பை அழிக்க வரலாற்றின் உறுதியை மீறி பங்கேற்பு பதிவு செய்யப்படுகிறது. பெண்கள் புரட்சியாளர்களின் சிக்கலான இருப்பை எதிர் கொள்ள காலனித்துவவாதிகள் கட்டாயப்படுத்தப்படும் தருணங் களைக் கண்டுபிடிப்பதோடு மட்டுமல்லாமல், பெண்கள் சுதந்திரப் போராளிகளின் வார்த்தைகளை டிஜேபர் முன் வைக்கிறார், அவற்றை அரபியிலிருந்து பிரெஞ்சு மொழியில் மொழிபெயர்க்கிறார். “குரல்கள்” என்ற தலைப்பில் நாவலின் பிரிவுகளில் பெண்களின் கதைகளைப் பதிவுசெய்கிறது, பேசும் எழுத்தாளர்களுக்கிடையேயான பிளவுகளை டிஜேபர் தொந்தரவு செய்கிறார், இது பாரம்பரிய வரலாற்றின் வரம்புகளையும் அவரது கலாச்சாரத்தின் வாய்வழி மரபுகளின் செழுமையையும் குறிக்கிறது. 1830ஆம் ஆண்டு பிரெஞ்சு படையெடுப்பு மற்றும் இருபதாம் நூற்றாண்டின் அல்ஜீரிய சுதந்திரப் போரைக் கருத்தில் கொண்டு, தனது சொந்த சுயசரிதையின் பகுதிகளைச் சேர்ப்பதைக் கொண்டு, டிஜெபர் நேரியல் வரலாற்றின் கருத்தை சிக்கலாக்குகிறார்,

தனிப்பட்ட தேசிய, கடந்த கால, ஒருவருக்கொருவர் சார்ந்திருப்பது குறித்த மாற்றுக் கருத்தை முன்வைக்கிறது இந்நாவல். தற்போதைய எதிர்கால.

அகநிலையும் விளிம்புநிலையும்

தெரிதாவின் கட்டுடைத்தல் மற்றும் லாகானியன் மனோ பகுப்பாய்வு கோட்பாடு உள்ளிட்ட 20 ஆம் நூற்றாண்டின் அறிவுசார் இயக்கங்கள், உலகளாவிய பாடத்தின் 18 மற்றும் 19 ஆம் நூற்றாண்டுகளின் கருத்துக்களிலிருந்து விலகி, ஒருங்கிணைந்த "நான்" உடன் போட்டியிட்டு, அதற்கு பதிலாக முறிந்த, பல பாட நிலைகளுடன் மாற்றப்பட்டுள்ளன. பெண்ணியக் கோட்பாட்டாளர்களான லூசி இரிகரே, ஹெலன் சிக்ஸஸ், காயத்ரி ஸ்பிவக் மற்றும் பலர் பெண் அகநிலைத்தன்மையை அதன் அனைத்து பன்முகத்தன்மையிலும் பெருக்கத்திலும் கருத்தியல் செய்வதில் ஆர்வம் காட்டுகிறார்கள்,

இது ஆண்பால் மற்றும் பெண் உணர்வு குறைபாடு என அகநிலைத் தன்மையைக் குறிக்கிறது. "விளிம்புநிலையினர் பேச முடியுமா?" என்ற நூலில், பெண் அகநிலைத்தன்மையின் ஒரு புதிய மாதிரியை உருவாக்கும் திட்டத்தை ஸ்பிவக் சுருக்கமாகக் கூறுகிறார், லா'அமோர், லா ஃபேன்டேசியாவில் டிஜெபார் ஒரு சைகை எடுத்துக்கொள்கிறார்: "என் வாசிப்புகள் ஒரு பிந்தைய காலனித்துவ பெண்ணால், அடக்குமுறையின் வடிவம் இது, பெண்ணின் நனவின் ஒரு கட்டமைக்கப்பட்ட எதிர்-கதை, ஆகவே பெண்ணின் இருப்பு, இதனால் பெண் நல்லவள், இதனால் நல்ல பெண்ணின் ஆசை, இவ்வாறு ஒரு ஆர்வமுள்ள மற்றும் அனுபவமற்ற பரிசோதனை. பெண்ணின் ஆசை" (299). அல்ஜீரிய பெண்கள் புரட்சியாளர்களின் கதைகள் மற்றும் குரல்களுடன் டிஜெபர் தனது சொந்த குரல் மற்றும் வாழ்க்கைக் கதையில் இணைகிறார், மவ்னத்தையும், காலனிசரின் வரலாற்றின் பதிப்பையும் பெண் அனுபவம் மற்றும் வெளிப்பாட்டின் கொண்டாட்டத்துடன் மாற்றுகிறார். பெண் வெளிப்பாட்டின் கூட்டு தன்மையை வலியுறுத்துகிறார். தனது சொந்த கதை மற்ற பெண்களின் மறக்கப்பட்ட மற்றும் அமைதியான சாட்சியங்களுடன் நெருக்கமாக இணைக்கப்பட்டுள்ள வழிகளை டிஜெபர் உணர்ந்துகொள்கிறார்: "இருபது ஆண்டுகளுக்குப் பிறகு என்னால் முடியுமா? இந்த தடுமாறிய குரல்களை புதுப்பிக்க உரிமை கோருகிறீர்களா? அவர்களுக்காக பேசலாமா? உலர்ந்த நீரோடைகளை நான் கண்டுபிடிக்கவில்லையா? அன்பின் வெளிப்பாடுகள் இல்லாதபோது (அன்பு பெற்றது, 'அன்பு' திணிக்கப்பட்டது), என் சொந்த பிரதிபலிப்பை நான் காண்கிறேன்,

என் சொந்த அனுபவம் (அஃபாசியா) ஆகும்"(டிஜெபர் 202). தங்கள் கதைகளைச் சொல்வதில், டிஜெபரும் பெண் புரட்சியாளர்களும் தங்கள் தனிப்பட்ட மற்றும் கூட்டுக் குரல்களை மட்டுமல்ல, அவர்களின் உடல்களையும் மீட்டெடுக்கின்றனர்.

சுயமாக பேசுவது பெண் உருவகத்தின் அனுபவத்தைப் பேசுவதற்கான முக்கியமான வழிகளில் இணைக்கப்பட்டுள்ளது. சிடோனி ஸ்மித் சுயசரிதை திட்டங்களில் நிகழும் அகநிலை மற்றும் உடலின் குறுக்குவெட்டு பற்றி விளக்குகிறார்: "ஒரு குறிப்பிட்ட பெண் எழுதும் இடத்தையும், சுயசரிதையில் 'நான்' ஐ அணுகும்போது, உலகளாவிய மனித பொருள் கலாச்சார ரீதியாக பாதுகாக்கப்பட்டுள்ள அகநிலை பற்றிய சொல்லாடல்களில் ஈடுபடுவதோடு மட்டுமல்லாமல் ; உறிஞ்சும் உருவகமாக தனது கலாச்சார வேலையின் சிக்கல்களை அவர் ஈடுபடுத்துகிறார். ஆகவே, சுயசரிதை பொருள் 'நான்' என்ற சுயசரிதை பேச்சுவார்த்தை நடத்தும்போது உடலின் வரலாற்றை அவருடன் எடுத்துச் செல்கிறது, ஏனெனில் சுயசரிதை நடைமுறை என்பது உடலின் வரலாறு அகநிலைத்தன்மையைப் பயன்படுத்துவதை வெட்டும் கலாச்சார சந்தர்ப்பங்களில் ஒன்றாகும் "(22-23). டிஜேபரின் முக்காடு சிகிச்சை, துணிச்சலில் இருந்து தப்பிப்பது, மற்றும் கல்வி மற்றும் எழுத்துக்கான அவளது அணுகல் ஆகியவை பெண் உடல் என்பது ஆண் சலுகையின் நிலையை அச்சுறுத்தும் சாத்தியமான சக்தி, கிளர்ச்சி மற்றும் அறிவின் ஒரு இடமாகும் என்று கூறுகிறது: "நான்காவது மொழி, எல்லா பெண்களுக்கும், இளம் அல்லது பழைய, துணிச்சலான அல்லது அரை விடுதலையான, உடலின் உடலாகவே உள்ளது: ஆண் அயலவர்களின் மற்றும் உறவினர்களின் கண்கள் காது கேளாதவர்களாகவும் குருடர்களாகவும் இருக்க வேண்டும், ஏனெனில் அவர்கள் அதை முழுமையாக சிறையில் அடைக்க முடியாது, உடல், அமைதி, நடனங்கள் அல்லது குரல்களில், நம்பிக்கை மற்றும் விரக்தியுடன், கிளர்ச்சியாளர்களால், படிக்கவோ எழுதவோ முடியாமல், அறியப்படாத சில கரையை அதன் அன்பின் செய்திக்கான இடமாக நாடுகிறது "(டிஜெபர் 180). நாவலின் முடிவில் சிதைக்கப்பட்ட கையின் உருவம் உடல் மற்றும் குரல், அகநிலை மற்றும் உருவகமான அனுபவம் ஆகியவற்றுக்கு இடையேயான தொடர்பைக் குறிக்கிறது: "பின்னர், இந்த உயிருள்ள கையை நான் கைப்பற்றுகிறேன்,

டிஜெபார் மற்றும் பெண்கள் சுதந்திர போராளிகளின் கதையும் அல்ஜீரியாவின் கதை மற்றும் காலனித்துவமயமாக்கல் அடிபணியலில் இருந்து சுதந்திர தேசத்திற்கான பயணம் ஆகியவை. டிஜேபரின் உரையில் உள்ளது காலனித்துவவாதி

எழுதிய வரலாற்றை வீர பெண்களின் வரலாற்றுடன் மாற்றுவதன் மூலம் தேசியவாத உத்திகளை மறுசீரமைக்கிறது. வரலாற்றை மீண்டும் எழுதுவது தேசியவாதத்தின் திட்டத்தின் ஒரு பொதுவான படியாகும், ஆனால் பெரும்பாலும் காலனித்துவ தேசத்தின் திருத்தப்பட்ட வரலாறு ஆண் மையப்படுத்தப்பட்ட வரலாறாக தொடர்கிறது. பெண்களை தனது மறு உருவாக்கம் வரலாற்றில் முன்னணியில் கொண்டு செல்வதன் மூலம், டிஜெபர் பெண்களின் வரலாற்றுப் பாத்திரங்களை புரட்சியாளர்களாக ஆவணப்படுத்துகிறார், மேலும் அவர்கள் கட்டியெழுப்ப உதவிய புதிய தேசத்தில் முழு குடிமக்களாக அந்தஸ்துக்கு தகுதியானவர்கள் என்ற வழக்கை உருவாக்குகிறார். டிஜெபரின் பெண்ணிய அரசியல் நிகழ்ச்சி நிரலுடன் தொடர்புபடுத்தும்போது டிஜேபரின் அகநிலை, உடல், குரல் மற்றும் தேசியவாதம் ஆகியவற்றுக்கு இடையேயான தொடர்புகளை டேனியல் மார்க்ஸ்-ஸ்கவ்ராஸ் ஈர்க்கிறார்: "வெட்டப்பட்ட கை அல்ஜீரியாவைக் குறிக்கிறது, மற்றவர்களின் கைகளால் எழுதப்பட்ட வரலாற்றால் சிதைக்கப்படுகிறது (பிரெஞ்சு வரலாற்றாசிரியர்கள், எழுத்தாளர்கள், கலைஞர்கள்) ஆனால், மிக முக்கியமாக டிஜெபருக்கு, இது தங்களை எழுத அல்லது வெளிப்படுத்த விரும்பும் அவர்களின் விருப்பத்தில் வெட்டப்பட்ட அல்ஜீரிய பெண்களையும் குறிக்கிறது. நாவலின் ஆதிக்கம் செலுத்தும் படங்கள் - கடத்தல் மற்றும் கற்பழிப்பு - அல்ஜீரியாவின் பிரதிநிதித்துவத்தை பாலியல் ரீதியாகப் பயன்படுத்துகின்றன, இது இறுதி ஆய்வில் பெண் உடலாக மாறுகிறது.

இந்த உடலில் தான் பிரெஞ்சு வெற்றியாளர்களின் வரலாறு எழுதப்பட்டிருந்தால், இந்த உடலிலிருந்தே ஒரு மக்களின் காலனித்துவமயமாக்கல் எழுதப்பட வேண்டும் - அவர்கள் ஆண்களாக இருந்தாலும் பெண்களாக இருந்தாலும் சரி (176). பெண்கள் சுதந்திரமாக இருக்க உதவிய தேசத்திற்கு பெண்கள் அடக்குமுறைகளின் பிரச்சினைகள் மற்றும் கவலைகளை அங்கீகரிக்க வேண்டிய கடமை உள்ளது. டிஜெபரின் திட்டம் "மறைந்துபோன பல சகோதரிகளை உயிர்த்தெழுப்ப" (204), புதிய தேசத்திற்குள் அவர்களை சரியான இடத்திற்கு மீட்டெடுக்கவும், அவர்களின் குரல்களைப் பேசவும், காலனித்துவமயமாக்கல் மற்றும் தேசத்தைக் கட்டியெழுப்பும் திட்டத்தில் முழு பங்கேற்பாளர்களாகவும் கேட்க வேண்டும்.

6. லயன்ஸ் சதுக்கம் (சிறுகதை)

சிலர் இதை நவம்பர் ஒன்று சதுக்கம் என்றும், சில ஆயுதங்களின் சதுக்கம் என்றும் அழைக்கிறார்கள், ஆனால் அதன் மிகவும் பிரபலமான பெயர் பெண்கள் சதுக்கம் என்பதாகும், ஒவ்வொருவரும் நினைப்பதற்கு மாறாக, பொதுவாக எந்த பெண்களும் ரொட்டி எடுப்பதில்லை அந்த பகுதியில்.

என்னைப் பொறுத்தவரை, அது சிங்கங்களின் சதுரக்கம் ஆகும், ஏனெனில் அதில் இரண்டு பெரிய சிங்க சிலைகள் நிற்கின்றன. அவற்றின் ரெஜல் தாங்கி அவைகளை கட்டைவிரலைப் போல ஒட்டிக்கொள்ள வைக்கிறது. நான் ஒருவரை "சூரியன்" என்றும் மற்றொன்று "சந்திரன்" என்றும் அழைக்கிறேன், அவை கடைசியாக நாங்கள் சதுக்கத்தில் சென்றபோது என் மகள் தன்னிச்சையாகத் தேர்ந்தெடுத்த பெயர்கள் இவை. அவைகள் மோனிகர்களில் மிகவும் அசலானவர்கள் போல் தெரியவில்லை என்று எனக்குத் தெரியும், ஆனால் அவைகள் இன்னும் தங்கள் நோக்கத்திற்கு சேவை செய்கிறார்கள், இது அவைகளின் உள் ஆத்மாவின் ஒளி அவர்களின் ஷெல் வழியாக பிரகாசிக்க அனுமதிப்பதில் உள்ளது.

நான் சிறியவனாக இருந்தபோது அவைகளைப் பற்றி ஒரு அழகியல் பாராட்டுக்களை சொல்வது என் தந்தைக்கு பிடிக்கவில்லை. ஒருமுறை அவர் மிகவும் கவனமாக இருக்கும்படி என்னிடம் கூறினார், ஏனென்றால் கடவுள் பல விஷயங்களை மன்னிக்க முடியும், ஆனால், வெளிப்படையாக, உருவ வழிபாடு அவற்றில் ஒன்று அல்ல. பொய்யான தெய்வங்களை வணங்குவது, நான் நினைவில் கொள்ளும் வரையில், என் தந்தை தனது வாழ்நாளில் செய்யாத ஒரே பாவம் ஆகும்.

ஒரு முறை நான் ஒரு மனிதரைச் சந்தித்தேன், நாங்கள் பெயர்களை அகற்ற வேண்டும் என்று அவர் நினைத்தார்,

ஏனென்றால் அவை தீயவை, ஏனென்றால் அவை மனிதகுலத்திற்கு பயனளிக்கவில்லை, ஏனென்றால் அவை நம்மை வேறுபடுத்திப் பார்க்க கட்டாயப்படுத்தின. எஞ்சிய மனித உயிரினங்களைத் தவிர அவருக்கும் ஒரு பெயர் சொல்லத் தேவையில்லை, ஏனென்றால் அவர் ஒரு தங்க நிற சட்டை அணிந்த ஒரு ஹோபோ, எப்போதும் தலை முதல் கால் வரை அசுத்தமாக மூடப்பட்டிருந்தார். நான் அவரைப் பற்றி அறிந்தபோது நான் இன்னும் ஒரு குழந்தையாக இருந்தேன், ஆனால் அவர்களின் தோற்றத்தால் மக்களை இன்னும் தீர்ப்பளிக்கவில்லை, இது அன்பைப் பற்றி அவர் எனக்குக் கற்பித்த மிக முக்கியமான பாடத்தை கற்றுக்கொள்ள அனுமதித்தது.

அவர் சிங்கங்களை சுட்டிக்காட்டி, "அவைகள் உன்னை நேசிக்கிறது" என்று கருத்து தெரிவித்ததை நான் நினைவு கூர்ந்தேன்.

"நான் அவைகளையும் நேசிக்கிறேன்," என்று நான் பதிலளித்தேன்.

"இல்லை. நீங்கள் நினைக்கிறீர்கள், ஆனால் நீங்கள் அவைகளை உண்மையில் நேசிப்பதில்லை."

"நான் அவைகளை நேசிக்கிறேன்!" நான் கத்தினேன், குழந்தைகள் பெரியவர்களால் பெரிதாக எடுத்துக் கொள்ளப்படுவதில்லை என்று அவர்கள் நம்பும்போது அவர்கள் செய்வது போல.

"அவர்கள் அனைவரும் அப்படிச் சொல்கிறார்கள், ஆனால் பின்னர் அவர்கள் அனைவரும் வெளியேறுகிறார்கள்," என்று அவர் பதிலளித்தார்.

"ஆனால் நீங்கள் இன்னும் இங்கே இருக்கிறீர்கள்..."

"ஆமாம், நான் மறக்க மறுக்கிறேன், ஏனென்றால் மறக்கப்படுவது என்னவென்று எனக்குத் தெரியும்," என்று அவர் முணுமுணுத்தார்.

நான் அவருடன் அரட்டையடிப்பதை என் தந்தை பார்த்தபோது, அவருக்கு வெறிபிடித்தது, நாங்கள் வீட்டிற்கு திரும்பியபோது, அவர் என் அம்மாவை அடித்தார். ஒவ்வொரு முறையும் அவர் என் மீது கோபம் அடைந்தார். நான் என்ன செய்தாலும், அது என் பைக்கில் இருந்து விழுந்தாலும், வீட்டிற்கு தாமதமாக வந்தாலும், என் பேண்ட்டைக் கிழித்தாலும், பக்கத்து வீட்டு மகளோடு சண்டையிட்டாலும் சரி, அவர் என்னை ஒருபோதும் தாக்க மாட்டார். இருப்பினும், அவர் அவளை காயப்படுத்தியதற்காக, அவள் ஒரு கண்ணீர் கூட ஒரு முறை கூட பார்த்ததில்லை.

"உள்ளே இறந்தவர்கள் இனி அழுவதைத் தொந்தரவு செய்வதில்லை" என்று என் நண்பர் ஹோபோ மறுநாள் என்னிடம் சொன்னார், நான் அவரிடம் சொன்ன பிறகு, என் தந்தையிடமிருந்து

சிங்கச் சிலைகளில் ஒன்றின் பின்னால் ஒளிந்துகொண்டு, அவர் எப்படி முடிவு செய்தார் என்று அவருடன் பேசியதற்காக என்னை தண்டியுங்கள் என்றேன்

“வாயை மூடு! என் அம்மா உள்ளே இறந்துவிடவில்லை! “நான் கோபத்துடன் மீண்டும் கத்தினேன், ஆனால் அவர் என்னைப் பார்த்து சிரித்தார்.

அடுத்த நாள், அவருடன் பறவைகளுக்கு உணவளிப்பதற்காக நான் சமையலறையிலிருந்து திருடிய அரிசி மூட்டையுடன் சதுக்கத்திற்கு திரும்பினேன், ஆனால் நான் அவரைக் கண்டுபிடிக்கவில்லை. சூரிய அஸ்தமனம் வரை நான் அவருக்காகக் காத்திருந்தேன், ஆனால் அவர் ஒருபோதும் வெளிவரவில்லை, அந்த நாளோ அல்லது பின்வரும் நாளோ அல்ல. இறுதியில், சிங்கங்கள் மீதான என் அன்பை அறிவிக்கும் போது நான் மட்டுமே உண்மையைச் சொன்னேன் என்பதை நிரூபித்தேன், ஏனென்றால் நான் மட்டுமே அவற்றைக் கைவிடவில்லை.

பெண்களை அடித்து பல மனைவிகளைக் கொண்ட என் தந்தையைப் போல வளர நான் விரும்பவில்லை. என் அம்மா அப்படி ஒரு முன்மாதிரி இல்லை. அவள் ஒருபோதும் தனக்காக எழுந்து நிற்கவில்லை, வேறொருவரை ஒருபுறம் விட்டுவிடு செல்வதற்கு, அதனால் ஹோரபோ எல்லா இடங்களிலும் சரியாக இருந்திருக்கலாம், இறுதியாக மரணம் வரும் வரை அவள் காத்திருந்தாள்.

கடைசியாக அவள் மூச்சை ஈர்த்தபோது, என் தந்தை தனக்குச் சொந்தமான சில நகைகளை விற்றார், அவர் திரட்டிய பணத்துடன் மக்காவுக்கு யாத்திரை சென்றார். அங்கு அவர் எல்லா பாவங்களிலிருந்தும் தனது ஆத்மாவைத் தூய்மைப்படுத்தி, ஒரு வெள்ளை அங்கி அணிந்து திரும்பினார். என் தந்தை ஒரு சுத்தமான ஆத்மாவுடன் இறந்துவிட்டார், என் அம்மாவுக்கு அருகில் அடக்கம் செய்யப்பட்டார்.

ஒரு நாள், பல ஆண்டுகளுக்குப் பிறகு, நான் என் மகளுடன் அவர்களின் கல்லறைகளைப் பார்க்கச் சென்றேன். அவர்கள் யார் என்று அவள் என்னிடம் கேட்டபோது, நான் அவளிடம் சொன்னேன், அவர்கள் என் சூரியனும் என் சந்திரனும் வெகு காலத்திற்கு முன்பே இருந்தார்கள், ஒருவருக்கொருவர் கிரகணம் செய்வதற்கான இடைவிடாத தேடலில், அவர்கள் மோதிக் கொண்டார்கள் என்றேன்.

மவெளலி காவ்தர் எழுதியது.

7. கசப்பான முடிவு (சிறுகதை)

மெழுகுவர்த்தி ஏற்றிய பத்தொன்பது குழந்தைகள் தேவாலயத்திற்குள் உள்ளனர். அவர்கள் பெஞ்சுகளில் உட்கார்ந்து, குழம்பு அடங்கிய இரவு உணவை அனுபவித்து வருகிறார்கள், அதே நேரத்தில் வெளியில் உள்ள சூழ்நிலையைப் பற்றி அரட்டை அடிக்கிறார்கள். உணவை விழுங்குவதற்கு முன் மெல்லுதல் பற்றி தந்தை ஜான் பால் எச்சரிப்பதை அவர்கள் கவனிக்கவில்லை. அவர் கன்னி மரியாவின் சிலைக்குச் சென்று, அவள் முன் மண்டியிட்டு, குழந்தைகளுக்கு ஆசி வழங்க உதவுமாறு அவளிடம் கேட்கிறார். ஆறு ஆண்டுகளுக்கு முன்பு வெடித்த காசநோய் தொற்றுநோய் ஏற்கனவே நகரத்தின் மூன்றில் ஒரு பகுதியை அழித்துவிட்டது. முதலில் இறந்தவர்கள் பெரியவர்கள், பின்னர் அவர்கள் குழந்தைகளைப் பின்தொடர்ந்தனர். நோயிலிருந்து தப்பிக்க முடிந்த ஒரு சிலர் இப்போது உணவின் கடைசி ஸ்கிராப்புகளில் ஒருவருக்கொருவர் கொலை செய்கிறார்கள். அது போதாது என்பது போல, நாடு எண்ணெய் வளத்தை விட்டு வெளியேறிவிட்டது. ஒரு காலத்தில் பாலைவனத்தில் இருந்த கிணறுகள் வறண்டு போயுள்ளன. எனவே, இனி இங்கு வாழ்வது பாதுகாப்பானது அல்ல.

தந்தை ஜான் பால் சரியான அழைப்பை மேற்கொண்டார், இரண்டு ஆண்டுகளுக்கு முன்பு, நோட்ரே-டேம் டி அஃப்ரிக்கை குழந்தைகள் தங்குமிடமாக மாற்ற முடிவு செய்தார். அவர் வெளியே சென்று, நோயால் தப்பிய வீடற்ற குழந்தைகளை வீதிகளில் தேடி, அவர்கள் தங்குவதற்கு தேவாலயத்தை வழங்கினார். ஏழு முதல் பதினைந்து வயது வரையிலான இருபது குழந்தைகளைக் கொண்ட இந்த குடும்பம் அப்படித்தான் வந்தது.

இரவு உணவிற்குப் பிறகு, அவர்கள் ஒரு வட்டத்தில் உட்கார்ந்து தங்கள் கடந்தகால வாழ்க்கையைப் பற்றிய கதைகளை

பரிமாற்றிக்கொண்டு, கற்பனை இடங்களைப் பற்றிய புதியவற்றை உருவாக்குகிறார்கள், அவர்களைச் சுற்றியுள்ள கடுமையான யதார்த்தத்திலிருந்து தப்பிக்க இவ்வாறு முனைந்தனர். தந்தை ஜான் பால் அவர்களைப் பார்க்கிறார், அவர்களின் முகம் சில நேரங்களில் ஒளிர்ந்து மற்றவர்களை நொறுக்குவது போல உள்ளது, வெளியில் உள்ள நாய் உலகத்திலிருந்து அவர்களை தனிமைப்படுத்துவதன் மூலம் அவர் தவறு செய்கிறாரா என்று தன்னைத்தானே கேட்டுக்கொள்கிறார், அதற்கு அவர்கள் இறுதியில் திரும்ப வேண்டும். அவர் தனது சிறகுக்கு அடியில் எடுத்துக்கொண்ட குழந்தைகளை எல்லா தீங்குகளிலிருந்தும் காப்பாற்றுவதன் மூலம், அவர் இறுதியில் அவர்களை முடக்குவதில்லை, அவர்களை ஒரு தனிமையான இருப்புக்குத் தள்ளுவாரா?

திடீரென்று, அவர் ஏதோ கேட்கிறார். துரதிர்ஷ்டவசமாக, இது மழையின் சப்தம் மட்டுமல்ல. இல்லை, இது அடிச்சுவடுகளை நெருங்குவது போல் தெரிகிறது. குழந்தைகளும் அவற்றைக் கேட்டிருக் கிறார்கள். அவர்கள் உடனடியாக அனைத்து மெழுகுவர்த்திகளையும் ஊதி, தங்கள் துப்பாக்கிகளைப் பிடித்து, பெஞ்சுகளின் கீழ் குனிந்துகொள்கிறார்கள். மவுனம் ஏற்படுகிறது. கதவு திறக்கிறது. வளர்ந்த இரண்டு ஆண்களும் ஒரு குழந்தையும் வாசலில் நிற்கிறார்கள். குழந்தை ஃபரித். அவனது முகம் பலத்த காயமடைந்துள்ளது. அவர் அவர்களுக்கு சொந்தமானவர், ஆனால் பின்னர் அவர் ஒரு மன முறிவுக்கு ஆளானார். அது நான்கு மாதங்களுக்கு முன்பு.

மின்னல் மின்னுகிறது, தேவாலயத்தின் ஓடுகளில் தங்கள் நீண்ட நிழல்களைப் போட்டு, சிலுவையில் கிறிஸ்துவின் சிலையை ஒளிரச் செய்கிறது, கன்னி மேரி, செயிண்ட் அகஸ்டின் மற்றும் மார்கரெட் பெர்கர் நிழல்கள்.

அவர்களில் ஒருவர், "நீங்கள் இங்கே எங்காவது மறைந்திருப்பதை நாங்கள் அறிவோம். நாங்கள் உங்களை காயப்படுத்த மாட்டோம் என்று நாங்கள் உறுதியளிக்கிறோம். இந்த சிறையிலிருந்து உங்களை விடுவிக்க நாங்கள் வந்துள்ளோம். தந்தை ஜான், முடிவு வந்துவிட்டது என்பதை நீங்கள் ஒப்புக்கொண்ட நேரம் இது. "

தந்தை ஜான் பால் அவர்களை எதிர்கொள்ள வெளிச்சத்திற்கு அடியெடுத்து வைக்கிறார். அந்த மனிதனின் குரலை அவர் அங்கீகரித்துள்ளார். அவர் ஒரு முறை மசூதியில் பிரசங்கிப்பதைக் கேட்டிருந்தார்.

"இவர்கள் என் குழந்தைகள், இது அவர்களின் வீடு. இங்கே அவர்கள் வளர்ந்து, உங்கள் மனிதர்களைப் போலல்லாமல்,

ஒழுக்கமான மனிதர்களாக மாறக் கற்றுக்கொண்டார்கள். தவிர, யாரும் என்னுடன் இங்கே தங்கும்படி கட்டாயப்படுத்தவில்லை. “

அவர் பேசி முடித்தவுடனேயே, குழந்தைகள் எழுந்து நின்று புதிதாக வந்த துப்பாக்கி ஏந்தியர்களை பார்க்க தொடங்கு கிறார்கள், அவர்கள் மூவரையும் புல்லட் துளைகளால் துடைக்கிறார்கள். தேவாலயத்தின் சுவர்கள் மற்றும் நுழைவாயிலில் உள்ள தகடு ஆகியவற்றில் அவர்களின் இரத்தம் தெறிக்கிறது, அதில் “லேடி ஆப்பிரிக்கா, தயவுசெய்து எங்களையும் எங்கள் முஸ்லீம் சகோதரர்களையும் தீமையிலிருந்து பாதுகாக்கவும்” என்று அலறுகிறாள்.

முஸ்தபா பவெள்ளலட்டின் எழுதியது.

8. மவுலூத் மம்மேரி

அல்ஜீரிய எழுத்தாளர், மொழியியலாளர் மற்றும் மானுடவியலாளர் என்ற பன்முகங்களை கொண்ட அவரது சிறந்த பணிக்காக அறியப்பட்ட மவுலூத் மம்மேரியின் நான்கு வெளியிடப்பட்ட நாவல்கள் அல்ஜீரிய வரலாற்றில் நான்கு தனித்துவமான காலங்களைக் குறிக்கும் என்று கூறப்படுகிறது. அவரது முதல் நாவலான லா கொலின் ஓப்லீ (தி ஃபோர்க்டன் ஹில்) 1940-களின் அமைதியின்மையைப் பற்றி பேசுகிறது, இது பலரை நாட்டை விட்டு வெளியேற தூண்டியது; லு சோமெய்ல் டு ஜஸ்டே (ஸ்லீப் ஆஃப் தி ஜஸ்ட்) அல்ஜீரியர்களின் புதிய நாட்டில் ஏற்பட்ட அனுபவங்களையும் பின்னர் அவர்கள் திரும்பி வருவதையும் சொல்கிறது; *L'opium et le baton* (ஓபியம் மற்றும் குச்சி) விடுதலைப் போரையும் கபில் மலைகளில் உள்ள ஒரு கிராமத்தில் அதன் தாக்கத்தையும் விவாதிக்கிறது; மற்றும் லா டிராவர்ஸி (தி கிராசிங்) 1962 இல் பிரான்சிலிருந்து சுதந்திரம் பெற்ற காலத்தை மையமாகக் கொண்டுள்ளது.

அல்ஜீரியாவின் டிஸி ஒசூ மாகாணத்தில் உள்ள ஐட் யென்னி நகரில் டிசம்பர் 28, 1917 இல் பிறந்த மவுலூத் மம்மேரி 1928 இல் மொராக்கோவில் குடியேறுவதற்கு முன்பு உள்ளூர் தொடக்கப்பள்ளியில் பயின்றார், அங்கு அவர் ரபாத்தில் உறவினர்களுடன் வசித்து வந்தார். அவர் நான்கு ஆண்டுகளுக்குப் பிறகு அல்ஜீரியாவுக்குத் திரும்பினார், அங்கு பிரான்சில் உயர்கல்வியின் மிகவும் மதிப்புமிக்க நிறுவனங்களில் ஒன்றான - எக்கோல் நார்மல் சுப்பீரியர்-ல் பயின்றார். இருப்பினும், அவர் 1939 இல் வெளியேற கட்டாயப்படுத்தப்பட்டார், மீண்டும் 1942 இல், இறுதியில் 1947 செப்டம்பரில் அல்ஜீரியாவுக்குத் திரும்பினார்.

மீண்டும் அல்ஜீரியாவில், மம்மேரி அல்ஜியர்ஸுக்கு தெற்கே 90 கிலோமீட்டர் தொலைவில் உள்ள மேடியா என்ற நகரத்திலும்,

பின்னர் தலைநகரின் பென் அக்னவுன் என்ற புறநகரிலும் கற்பித்தார். இந்த நேரத்தில்தான் அவர் தனது முதல் நாவலான லா கொலைன் ஓப்லீஸை வெளியிட்டார். அல்ஜீரியப் புரட்சி என்றும் அழைக்கப்படும் அல்ஜீரியப் போர் காரணமாக, அவர் 1957 இல் அல்ஜியர்ஸை விட்டு வெளியேறினார், 1962ஆம் ஆண்டில் நாடு சுதந்திரம் பெற்ற உடனேயே திரும்பினார். 1965 மற்றும் 1972 க்கு இடையில் அவர் பல்கலைக்கழகத்தின் இனவியல் துறையில் பெர்பருவில் கற்பித்தார், தொடர்ந்து தன்னார்வத்துடன் மொழியைக் கற்பித்தார் ஒரு காலத்தில் அதிகாரிகள் இனவியல் மற்றும் மானுடவியலை "காலனித்துவ அறிவியல்" என்று கருதினர், கல்வி வசதிகளில் இத்துறைகளில் கற்பிக்கக்கூடாது.

கபில் மொழியின் ஆதரவாளராக, மம்மேரி கவிஞர் சி மோஹந்தின் நூல்களை சேகரித்து அவற்றை வெளியிட்டார். 1980ஆம் ஆண்டில் டிஸி ஓசூவில் அவரது மாநாடு ஒன்று தடைசெய்யப்பட்டபோது, பெர்பர் ஸ்பிரிங் என்று அறியப்பட்ட ஒரு சம்பவத்தில் கலவரம் வெடித்தது - அல்ஜீரியாவில் பெர்பர் மொழி மற்றும் அடையாளத்தை அங்கீகரிக்கக் கோரும் எதிர்ப்பு மற்றும் செயல்பாட்டின் காலம் ஆகும். அமேசிக்கில் ஆய்வுகள் மற்றும் ஆராய்ச்சி மையம் - - அத்துடன் பாரிஸ் என்று ஒரு பத்திரிகை வெளியிடுவது போன்ற செயல்பாடுகளில் ஈடுபட்ட அவர் 1982ஆம் ஆண்டில், மம்லூ மம்மேரி CERAM அமைப்பை நிறுவப்பட உதவினார்.1988ஆம் ஆண்டில் பிரான்சில் சோர்போனில் இருந்து கவுரவ டாக்டர் பட்டம் பெற்ற அவர், பெர்பர் மொழிகள் மற்றும் இலக்கியம் குறித்த மதிப்புமிக்க தகவல்களை சேகரித்தார். துரதிர்ஷ்டவசமாக, பிப்ரவரி 26, 1989 அன்று மொராக்கோவில் நடந்த ஒரு கார் விபத்து மம்மேரியின் உயிரைக் கொன்றது, ஆனால் பதவி உயர்வுக்கு அவர் அளித்த பங்களிப்பு கபிலின் வரலாற்றில் பொறிக்கப்பட்டுள்ளது.

9. சிலைகளின் குளியல் நீரூற்று (சிறுகதை)

ஒரு காலத்தில், காடுகளின் இந்த பிராந்தியத்தில் ஏதோ நடந்தது, அதன் நினைவு இன்றும் உள்ளூர் மக்களை பாதிக்கிறது. தெரிந்திருந்தாலும், எல்லா கணக்குகளாலும், கடந்த காலத்தை அகழ்வாராய்ச்சி செய்யாமல் இருப்பது சிறந்தது, இந்த நகரத்தின் வரலாற்றில் இதற்கு முன்னும் பின்னும் குறித்த ஒரு அத்தியாயத்தை இந்த இரவுக்கு ஒத்த ஒரு இரவில் நடந்தது குறித்து நான் உங்களுக்கு தெரிவிக்கப் போகிறேன்.

சர் கலஹாத்தின் அனைத்து விரும்பத்தக்க பண்புகளையும் கொண்டிருந்த ஒரு இளைஞனின் கதை இது. ஒரு நாள், பிராந்தியத்தின் மிகப்பெரிய பழங்குடியினரின் தலைவராக இருந்த அவரது தந்தை, அதன் வளமான நிலத்திற்கு நன்றி தெரிவித்தார், மிகவும் வசதி இல்லாத கவனிப்பு இல்லாத வாழ்க்கையை வாழ்ந்த அவர் கடுமையான நோய்வாய்ப்பட்டு திடீரென இறந்தார். ஆகையால், பழங்குடி மூப்பர்கள் கூடி, ஒரு நீண்ட சந்திப்பிற்குப் பிறகு, பிந்தைய தலைவரின் மகனுக்கு அதாவது எங்கள் கதையின் நாயகன் - ஒரு வாரிசாக அவர்கள் முடிவு செய்தனர்: அவர் முதல்வராக நியமிக்கப்பட்ட நாளில், ஒரு பெண்ணை திருமணம் செய்து வைப்பவர் அவருக்கு சமமானவர்கள் என்று கருதினர். அந்த நிபந்தனையின் சிக்கல் என்னவென்றால், எங்கள் ஹீரோ திடீரென்று நேரத்திற்கு அழுத்தம் கொடுக்கப்பட்டார், மேலும் அந்த பகுதிகளைச் சுற்றி எந்த பெண்களும் இல்லை என்பதைக் கருத்தில் கொண்டு, வருங்கால வேட்பாளர்களாக மாற பெரியவர்கள் அமைத்திருந்த பட்டியைச் சந்திப்பதற்கு கூட அருகில் வந்தார்கள்.

அதிகாரத்தை கைவிட விரும்பாத எங்கள் ஹீரோவின் குடும்பத்தில் பீதி ஏற்பட்டது. எனவே, அவர்கள் தங்களுக்குள்

கலந்துரையாடவும், தங்கள் பிரச்சினைக்கு ஒரு தீர்வைக் காணவும் அமர்ந்தனர். ஒரு மோசமான ஆலோசனையைத் தவிர வேறு எதையாவது யாராவது கொண்டு வருவதற்கு முன்பு ஒரு ஆலோசனை நடந்தது. அந்த நேரத்தில் பேசிய ஒரு வயதான மனிதர், "நீங்கள் உடலுறவில் ஈடுபட்டால் மட்டுமே நீங்கள் முதல்வராக நியமிக்கப்படுவீர்கள்" என்று கூறினார்.

எல்லோரும் ஒருவரையொருவர் சிலிர்க்கும் உரோமங்களுடன் பார்த்தார்கள். இதற்கு என்ன அர்த்தம்?" யாரோ கிசுகிசுத்தனர். அடுத்ததாக பாட்டி பேசினார், எப்போதும் மிகவும் புத்திசாலி யாகவும் அனைத்தும் தெரிந்தவர், அடுத்ததாக குரல் எழுப்பினார்:

"தூரத்தில் ஒரு பெண்மணி கூட இல்லை என்பது அனைவருக்கும் தெரியும், அவளுடைய மஆஸ்திகளைப் பொருட்படுத்தாமல், மூப்பரின் எதிர்கால மனைவியின் தேவைகளுக்கு ஏற்றவாறு ஏதாவது பெண் கிடைக்குமா? ஆனால் அவனது சொந்த சிறிய சகோதரி, இதுவரை யாரும் கண்களைக் காட்டாத மிக அழகான மலர். நாங்கள் வழக்கமாக எங்கள் உடன்பிறப்புகளை திருமணம் செய்து கொள்வதில்லை, ஆனால் நீங்கள் இப்போது என்ன சொல்ல போகிறீர்கள்?"

பெரியவர்கள் எங்கள் ஹீரோவை பிசாசுக்கும் ஆழமான நீலக் கடலுக்கும் இடையில் வைத்திருந்தார்கள். அவர் ஒரு தலைவராக தன்னை நிரூபிக்க வேண்டும் என்று அவர் அறிந்திருந்தார், இதனால், எழுந்து நின்று தனது முடிவை அறிவிக்க பெரியவர்களிடம் சென்றார்.

"நான் என் சகோதரியை திருமணம் செய்து கொள்வேன், நீங்கள் மண்டியிட்டு உங்கள் புதிய முதல்வராக எனக்கு கீழ்ப்படிதலை உறுதிபடுத்துவீர்கள்."

அவரது விருப்பத்தால் பலர் விரட்டியடிக்கப்பட்டனர், ஒருவரின் சொந்த உடன்பிறப்பை திருமணம் செய்வது இயற்கைக்கு எதிரானது என்றும், கடவுளை கோபப்படுத்துவதாகவும், அவர்கள் அனைவரையும் தண்டிக்கும் என்றும் கூறி பழங்குடியினரை விட்டு வெளியேற முடிவு செய்தனர்.

பழங்குடித் தலைவராக அவர் முடிவுசெய்யப்பட்ட இரவு, அவர் தனது சகோதரியை திருமணம் செய்து கொண்டார். இருவரும் தங்களது மிகச்சிறந்த ஆடைகளை அணிந்தனர். பெண்கள் தயாரித்த விருந்து மிகப் பெரிய வெற்றியாக இருந்தது, கலந்து கொண்ட அனைவராலும் உணவு பாராட்டப்பட்டது. எல்லோரும் தங்கள் கால்களால் ஆனந்த நடனம் ஆடி, தங்கள் திருமணத்தில்

ஒரு சிறந்த நேரத்தை கொண்டாடினர். இருப்பினும், திடீரென்று, அவர்கள் எரிமலைக்கு மேலே நின்று கொண்டிருந்ததைப் போல, அவற்றின் கீழ் பூமி வெடித்து எரிமலைக்குழம்பு அந்த இடத்தை வெள்ளத்தில் மூழ்கடித்தது. எல்லாமே எல்லோரும் நொடிகளில் கல்லாக மாறினர். முன்பே அவர்கள் விருந்து வைத்திருந்த பகுதி வேடிக்கையான தோற்றமுள்ள மனித சிற்பங்களின் காடாக மாறியது.

திருமணத்தை பிரதிநிதித்துவப்படுத்தும் மனநல மாறுபாட்டை ஒப்புக் கொண்ட மற்றும் சாட்சியம் அளித்த அனைவரின் உடல்களும் இன்றுவரை அவற்றின் உரிமையாளர்கள் தங்கள் சந்தித்த விதியின் இரவில் இருந்தபடியே இருக்கின்றன. அவர்கள் கண்களை இழந்துவிட்டார்கள், இது நெருப்பின் சிவப்பு கடல் அவர்களை அடைந்தபோது உருகியது. இந்த கல் கல்லறை வழியாக ஓடும் நீர் குணப்படுத்தும் பண்புகளைக் கொண்டிருப்பதாகக் கூறப்படுகிறது. பார்வை மிகவும் கொடூரமாகத் தோன்றுகிறது, உள்ளூர் மக்கள், அதைச் சொல்வதில் ஆர்வமுள்ளவர்களாக இருந்தாலும், அந்த இடத்தின் பாறை அமைப்புகளுக்குப் பின்னால் உள்ள கதையை இன்னும் அறிந்திருக்கிறார்கள், அந்தப் பகுதியை சாத்தான் குளிக்கும் நீரூற்று என்று அழைக்கிறார்கள்.

எழுதியவர் வாஃபா அப்தெல்-லாவி.

10. டிஜமெல் ஜிஜி

அல்ஜீரியாவின் பிரீமியர் பேண்டஸி எழுத்தாளர் டிஜமெல் ஜிஜி உடன் நேர்காணலுக்கான கேள்விகளை எமட் எல்-தின் ஆயிஷா வழங்கினார்.

சுருக்கம்

கனவுகளின் படையெடுப்பாளர்கள் நாவலில் ஆக்கிரமிப்புக்கு கீழ் ஒரு பெயரிடப்படாத அரபு நிலம் உள்ள தனது கிராமத்தில் ஒரு தாக்குதல் நடக்கிறது. அதில் அவரது தந்தை மற்றும் அவரது சிறந்த நண்பர் சாராவை கொடூரமான மரணங்கள், அழிவுகள் ஆகியவற்றை பார்க்கின்றனர். மரணம் வரை கண்ட கதையை ஜாஸ்மின் வழியாக பழைய ஆறு ஆண்டுகளுக்கு நினைவு செல்கிற விதத்தில் கதை நகர்கிறது.தனது உலகத்திலிருந்து தப்பிக்க ஜாஸ்மின் பெரியவர்கள் நுழைய முடியாத குழந்தைகளுக்கு மட்டுமே உரிய புனித உலகத்தை உருவாக்குகிறார், கனவுகளின் சாம்ராஜ்யம். தனது மந்திர ராஜ்யத்தின் ராணியாக, அவள் போர், எம்பர்கோ மற்றும் தீய சக்திகளை இராச்சியத்தின் அனைத்து குடிமக்களுக்கும் முன்னால் மரண தண்டனை விதிக்கிறாள்.

ஆனால் இந்த ட்ரீம்லாண்டில் கூட எதிரிகள் உள்ளனர். இரத்தவெறி கொண்ட கிங் வாக்கர் கனவுகளின் மீது படையெடுக்க முடிவு செய்கிறார், அவரது பேரழிவு ஆயுதங்கள் ராஜ்யத்தை அழிக்கக்கூடும் என்று நினைக்கிறார். இந்த பணிக்காக அவர் தனது உண்மையுள்ள தளபதி ராம்ஸைத் தேர்வுசெய்கிறார், அவர் ஒரு தந்திரமான உதவியாளராக இருக்கிறார், அவர் கனவுகளின் உலகத்திற்கு பயணிக்கவும் பாதுகாப்பாக திரும்பவும் முடியும் என்பதை அறிந்திருக்கிறார், அவருக்கு கிங் வாக்கரின் ராஜ்யத்தின் பெரிய சூனியக்காரி, சூனியக்காரி எலெனாவின் பெனடிஷன் தேவை. ராம்ஸ் அதை கனவுகளின் அரங்கிற்கு

கொண்டு செல்கிறார், ஆனால் சத்திய தேவதூதர்களை (அரை பறவை, அரை மனிதர்) எதிர்கொள்ளும் போது, மற்றும் சுதந்திர பள்ளிக்கு எதிரான கடைசி தாக்குதலில் கொலை செய்யப்பட்ட குழந்தைகளின் ஆவிகள் முன்னால் (தலைமையில்) ராம்ஸ் தானே), அவர் அழுகிறார் மற்றும் தூசிக்கு மாறுகிறார். முக்கிய ராம்ஸின் மரணத்திற்குப் பிறகு, எலெனா தான் ராஜ்யத்தின் மிக சக்திவாய்ந்த சூனியக்காரி என்பதை நிரூபிக்க முடிவுசெய்து, லிசா என்ற மேதை பெண்ணை அனுப்புகிறாள், ஆறு வருடத்தின் ஆறு மாதத்தின் ஆறு நாளில் பிறந்தவர். அவள் இடது தோளில் 6/6/6 தீய அடையாளத்துடன் பிறந்தாள்.

கனவுகளின் பகுதியை அழிப்பதில் கிங் வாக்கர் வெற்றி பெறுவாரா? பேரழிவு ஆயுதங்கள் ஜாஸ்மின் மற்றும் அவரது சிறந்த நண்பர் சாரா மீது எந்த விளைவையும் ஏற்படுத்தாத இந்த ஹோலி உலகம் உண்மையில் இருக்கிறதா?

எமட் எல்-தின் ஆயிஷா: முதலில், உங்களைப் பற்றி ஏதாவது சொல்லுங்கள். அல்ஜீரியாவில் நீங்கள் எங்கே வளர்ந்தீர்கள்?

டிஜமெல் ஜிஜி: என் பெயர் பக்ரூஃபா அமர், என் பேனா பெயர் டிஜமெல் ஜிஜி. நான் பிப்ரவரி 29, 1964 இல் பிறந்தேன், நான் டெபஸ்ஸா மாகாணத்தில் உள்ள ஒயென்ஸா என்ற சிறிய நகரத்தில் வளர்ந்தேன். என் தந்தை ஒரு டாக்ஸி டிரைவர், என் அம்மா ஒரு இல்லத்தரசி. நான் ஒரு டாக்டராக வேண்டும் என்பது என் அம்மாவின் கனவு. எனது பெற்றோர் இருவரும் கல்வியறிவு பெற்றவர்கள் அல்ல. நான் ஆரம்பப் பள்ளி முடிந்ததும் என் பெற்றோர் அன்னாபா மாகாணத்திற்குச் சென்றனர், அங்கு எனது தந்தை ஒரு பெரிய நிறுவனத்தில் பஸ் டிரைவராக ஈடுபட்டார். அல்ஜீரியாவின் தலைநகரான அல்ஜீரியாவிலிருந்து 600 கிலோமீட்டர் தொலைவில் உள்ள எகிப்தில் அலெக்ஸாண்ட்ரியா போல இது ஒரு அழகான நகரம். மேல்நிலைப் பள்ளியில் படித்து முடித்ததும் செட்டிஃப் பல்கலைக்கழகத்திற்குச் சென்றேன். அன்னாபாவிலிருந்து 300 கிலோமீட்டர் தொலைவில் உள்ள அல்ஜீரியாவின் மிகச்சிறந்த நகரம் இது.

அன்னாபா, இது ஒரு நல்ல நகரம், ஆனால் நான் ஒரு அசிங்கமான இடத்தில் வசிக்கிறேன், இங்குள்ள மோசமான நகரம், சிடி சேலம் நகரம் என்று அழைக்கப்படுகிறது. அல்ஜீரியாவில் பிரெஞ்சு கால னித்துவமயமாக்கப்பட்டதிலிருந்து இந்த வீடுகள் கட்டப்பட்டன, அவை ஹோவல்கள் போன்றவை. போதை ப்பொருள் விற்பனையாளர்கள், குற்றம் பரவலாக உள்ளது, எந்தவிதமான பாதுகாப்பும் இல்லை, போலீசார் ஊழல் செய்யப்படுகிறார்கள்.

எழுத்தாளர்கள் அமைப்பால் அவமானப்படுகிறார்கள். இந்த நரகத்திலிருந்து தப்பிக்க நான் எனது புதிய கற்பனை உலகத்தை உருவாக்கி, அப்பாவி குழந்தைகளின் வலிகளைக் காக்கும் கற்பனைக் கதைகளை எழுதத் தொடங்கினேன், என் எல்லா வலிகளையும் மறந்துவிட்டேன்.

எமட் எல்-தின் ஆயிஷா: நீங்கள் முதலில் எழுதுவதில் ஆர்வம் காட்டியது எப்படி? நீங்கள் எப்போது ஒரு எழுத்தாளராக மாற முடிவு செய்தீர்கள்? நீங்கள் வேறு என்ன வேலைகளைப் பார்த்துக் கொண்டிருந்தீர்கள்?

டிஜமெல் ஜிஜி: நான் செடிஃப் பல்கலைக்கழகத்தில் இருந்த போது பல்கலைக்கழகத்தின் நாடகக் குழுவில் சேர்ந்தேன்; எனது எழுத்துப் போக்குகளை நான் கண்டுபிடித்தது இதுவே முதல் முறை. இரண்டு அல்லது மூன்று நகைச்சுவை நாடகங்களை எழுதி இயக்கியுள்ளேன். எனது இரண்டாம் ஆண்டில் நான் குழுவிலிருந்து வெளியேறினேன், எனது முழு நேரத்தையும் எனது படிப்புக்கு கவனம் செலுத்த முடிவு செய்தேன். நான் செடிஃப் பல்கலைக்கழகத்தில் மின்னணு பொறியியல் பீடத்தில் சேர்ந்தேன். அதன்பிறகு நான் பொறியியல் துறையிலிருந்து விலகினேன், நான் அன்னாபா பல்கலைக்கழகத்திற்குத் திரும்பினேன், அங்கு சர்வதேச சட்டத்தில் இளங்கலை பட்டம் பெற்றேன். இந்த நேரத்தில் நான் குழந்தைகளுக்கு பிரஞ்சு கற்பிக்கிறேன். சிறிது காலம் நான் ஒரு வாழ்வதற்க்காக ஆண்களின் உள்ளாடைகளை விற்க வேண்டியிருந்தது. அல்ஜீரியாவில் வாழ்க்கை மிகவும் கடினமானது.

எமட் எல்-தின் ஆயிஷா: நீங்கள் அரபு, பிரஞ்சு மற்றும் ஆங்கிலம் பேசுகிறீர்கள். இது உங்கள் எழுத்துக்கு உதவுகிறது என்று நீங்கள் கருதுகிறீர்களா?

டிஜமெல் ஜிஜி: நிச்சயமாக வெளிநாட்டு மொழிகள் எழுத்தாளருக்கு உதவுவதோடு அவரது எழுத்தை மேம்படுத்தவும் செய்கின்றன.

எமட் எல்-தின் ஆயிஷா: உங்களுக்கு பிடித்த ஆசிரியர்கள் யார்? வளர்ந்து வரும் போது உங்களை யார் அதிகம் பாதித்தார்கள்? எழுதும் போது உங்களை அதிகம் பாதித்தவர் யார்?

டிஜமெல் ஜிஜி: எனக்கு பிடித்த எழுத்தாளர் ஜிப்ரான் கலீல் ஜிப்ரான்; அவரது எல்லா புத்தகங்களையும் அரபியில் படித்தேன் ‘நபி’ நான் படித்த சிறந்த நாவலாக உள்ளது. நான் அதை அரபு மொழியிலும், பிரெஞ்சு மொழியிலும், ஆங்கிலத்திலும் படித்தேன். ஜார்ஜ் ஆர்வெல், விக்டர் ஹ்யூகோ, ஆல்பர்ட் காமுஸ், ஆனால்

நான் ஒருபோதும் அறிவியல் புனைகதை புத்தகங்களைப் படித்ததில்லை; ஹாரி பாட்டர் மட்டுமே. நான் 'தி இன்வேடர்ஸ் ஆஃப் ட்ரீம்ஸ்' வெளியிட்ட பிறகு, புனைகதை மற்றும் கற்பனை எழுத்தாளரைக் கண்டுபிடிப்பது விசித்திரமாகத் தெரிகிறது, அவர் கற்பனையான நாவல்களை விட இலக்கிய புத்தகங்களைப் படித்து வளர்ந்தார்.

எமட் எல்-தின் ஆயிஷா: ஜார்ஜ் ஆர்வெல்லைப் போலவே உங்கள் பேனா பெயரான டிஜமெல் ஜிஜி தேர்வு செய்தீர்களா?

டிஜமெல் ஜிஜி: ஜார்ஜ் ஆர்வெல் போன்ற ஒரு சிறந்த நாவலாசிரியரைப் பின்பற்றுவது எனக்கு ஒரு பெரிய கனவு. டிஜமெல் என்பது எனது இரண்டாவது பெயர், பிறந்ததிலிருந்து எனக்கு வழங்கப்பட்டது. ஜிஜியைப் பொறுத்தவரை, அது எடிட்டரால் எனக்கு வழங்கப்பட்ட பெயர். எனது பதிப்பகத்தின் பெயர் 'LES EDITIONS JETS DENCRE' அதில் எனது முதல் புத்தகத்தை வெளியிட்டேன்.

'டிஜமெல்', அழகு என்று பொருள். ஜிஜி என்றால், மக்களை நேசிக்கவும், நீங்கள் சந்திக்கும் ஒவ்வொருவருடனும் பழக விரும்பவும்.

எமட் எல்-தின் ஆயிஷா: உங்கள் நாவலான தி இன்வேடர்ஸ் ஆஃப் ட்ரீம்ஸ், பிரெஞ்சு மொழியில் எழுதுவதன் மூலம், பரந்த பார்வையாளர்களை அடைய வேண்டும் என்று நம்புகிறீர்களா?

டிஜமெல் ஜிஜி: நான் முதலில் என் நாவலை பிரெஞ்சு மொழியில் எழுதவில்லை, அரபியில் ஒரு சிறு நாடகமாக எழுதினேன், பின்னர் அதை அரபியிலிருந்து பிரெஞ்சு மொழியில் மொழிபெயர்த்தேன், 1999 இல் உங்களுக்குத் தெரிந்தபடி கற்பனை எழுத்து அரபு உலகில் ஒரு புதிய வகையாகும். ஒருவேளை அது இல்லை. அரபு பதிப்பகங்களுடன் எனது கற்பனைப் படைப்பை வெளியிடுவது மிகவும் கடினமாக இருந்தது, அதனால்தான் அரபியிலிருந்து பிரஞ்சு மொழியில் புத்தகத்தை நானே மொழிபெயர்த்தேன்.(தளத்தைப் பார்வையிட இணைப்பு பெல்லோவைப் பின்தொடரவும்,) இந்த புத்தகம் 2006 முதல் அரபியில் வெளியிடப்பட்டது என்பதை நீங்கள் காண்பீர்கள்.

நான் எனது முதல் புத்தகத்தை பிரான்சில் www.jetsdencre.fr உடன் 2009 இல் வெளியிட்ட பிறகு, எனது முதல் திரைக்கதையை எனது சொந்த புத்தகத்தை அடிப்படையாகக் கொண்டு பிரெஞ்சு மொழியில் முதலில் எழுதினேன், பின்னர் ஆங்கிலத்திலும் அரபியிலும் எழுதினேன். 2011 இல் லெபனானில் எனது முதல்

இலக்கிய பரிசை வென்றேன். அதே ஆண்டில் நான் பாரிஸில் நடந்த *www.writemovies.com* போட்டியில் எனது முதல் திரைக்கதையுடன் அரை இறுதிப் போட்டியாளராக இருந்தேன்.

எனது முதல் நாவல் வெளியான பிறகு, ஒரு தயாரிப்பாளரைத் தேடி ஆறு ஆண்டுகள் கழித்தேன். 2015ஆம் ஆண்டில் பிரான்சில் *www.edilivre.com* உடன் 'தி ரிட்டர்ன் ஆஃப் ஜீசஸ்' என்ற 'கனவுகளின் படையெடுப்பாளர்கள்' இரண்டாம் பகுதியை வெளியிட்டேன். அசல் தலைப்பு 'லு ரீடூர் டி இயேசு-கிறிஸ்து'; இந்த புத்தகத்தில் நான் எனது மதத்தை பாதுகாத்தேன் - நான் ஒரு முஸ்லீம் - முழு உலகமும் அதைப் பற்றி ஆக்ரோஷமாக மாறியபோதும், அப்பாவி குழந்தைகளுக்கு எதிரான பேரழிவு ஆயுதங்களின் ஆபத்தை நான் வெளிப்படுத்தினேன். முதல் பகுதியில் இல்லாத ஒரு புதிய கற்பனை பாத்திரத்தை நான் கண்டுபிடித்தேன்.

எமாத் எல்-தின் ஆயிஷா: காசாவின் முற்றுகை அல்லது வளைகுடா போரைத் தொடர்ந்து ஈராக்கின் 'தடை' போன்ற மத்திய கிழக்கின் அரசியல் சூழ்நிலையால் கதை எந்த வகையிலும் பாதிக்கப்பட்டுள்ளதா? ஈராக்கைப் பற்றி நான் குறிப்பாகக் கேட்கிறேன், ஏனென்றால் கிராமத்தில் மருத்துவ பொருட்கள் மற்றும் குழந்தை பால் எவ்வாறு குறைவு என்பதை நீங்கள் குறிப்பிடுகிறீர்கள், கேள்வி எழுகிறது, ஏன் இந்த மருந்துகளை நம்மால் தயாரிக்க முடியாது. அது எனக்கு சதாமின் ஈராக் பற்றிய குறிப்பு போல் தெரிகிறது. படையெடுப்பிற்கான 'சாக்குப்போக்குகள்' பற்றியும் பேசுகிறீர்கள்.

ஈராக் எனது முதல் நாவலை எழுதுவதற்கு உத்வேகம் அளித்தது, அந்த நேரத்தில் தொடர்ச்சியான சோதனைகள் மற்றும் எஞ்சிய சேதங்கள், பல அப்பாவி குழந்தைகள் குளிர்ச்சியாகவும் கருணையுமின்றி கொல்லப்பட்டனர். பலியானவர்களில் பெரும்பாலோர் அப்பாவி குழந்தைகள் என்பதைக் கண்டு நான் அதிர்ச்சியடைந்தேன், நானே கேட்டுக்கொண்டேன்; எல்லா 'வயது வந்தோர்' மோதல்களிலும் அப்பாவி குழந்தைகள் எப்போதும் முதலில் குறிவைக்கப்படுவது ஏன்? இந்த எளிய கேள்வி அரபியில் 'கனவுகளின் படையெடுப்பாளர்கள்' எழுத எனக்கு யோசனை அளித்தது.

எமட் எல்-தின் ஆயிஷா: கதையில், கொடூரமான கிங் வாக்கர், 'ஒற்றர்கள்' என, கனவுகளின் பரலோக ராஜ்யத்திற்கு அமைதி

தூதர்களை அனுப்ப அறிவுறுத்தப்பட்டார். இது ஐ.நா. ஆயுத ஆய்வாளர்களுக்கும், குறிப்பாக சர்வதேச அணுசக்தி அமைப்பின் முஹம்மது அல் பரதேயுக்கும் ஒரு குறிப்பா?

டிஜமெல் ஜிஜி: கடவுளே! இதற்கு முன்பு எனது வாசகர்களில் ஒருவர் கூட இந்த கேள்வியை என்னிடம் கேட்கவில்லை, நீங்கள் மட்டுமே. நீங்கள் கதையை மட்டும் படிக்கவில்லை; கனவுகளின் இராச்சியத்திற்கு சமாதான தூதர்கள் உண்மையில் ஐ.நா. ஆய்வாளர்களையும், முஹம்மது அல் பராடேயையும் குறிக்கும் என்று 'மனதின் ஆக்கிரமிப்பாளர்கள்' மூலம் எனது மனதையும், உலகம் முழுவதும் அனுப்ப விரும்பிய செய்தியையும் நீங்கள் படித்திருக்கிறீர்கள்.

எமத் எல்-தின் ஆயிஷா: மன்னரை ஏன் வாக்கர் என்று அழைக்கிறார்கள்? பெயர் எதையாவது குறிக்கிறதா?

டிஜமெல் ஜிஜி: கதையில் கிங் வாக்கரின் பெயர், ஈராக்கில் வாழ்க்கை மற்றும் நாகரிகத்தின் அனைத்து தடயங்களையும் அழிப்பதன் பின்னணியில் இருந்த அமெரிக்காவின் முன்னாள் ஜனாதிபதியைக் குறிக்கிறது.

எமட் எல்-தின் ஆயிஷா: நாவலில் உள்ள மற்ற கதைகளுக்கு நீங்கள் குறிப்பிடுவீர்களா? உதாரணமாக, ராஜாவை அவருடைய ஆலோசகரால் கூறும்போது: "இந்த விஷயத்தில், உம்முடைய சிம்மாசனத்தை விட்டு வெளியேறாமல் கனவுகளின் ராஜ்யத்தை முற்றிலுமாக அழிக்க முடியும்.

டிஜமெல் ஜிஜி: இல்லை, அது சரியாக இல்லை; மனிதகுலத்திற்கும் குறிப்பாக அப்பாவி குழந்தைகளுக்கு எதிரான பேரழிவு ஆயுதங்களின் ஆபத்தை நான் வெளிப்படுத்த விரும்பினேன். இப்போதெல்லாம், சமீபத்திய அணு ஏவுகணையை ஏவலாம் மற்றும் சில நிமிடங்களில் அதன் இலக்கை அடைய முடியும்.

எமட் எல்-தின் ஆயிஷா: ராணி மல்லியை தூங்க வைக்கும் 'ரோஜாக்கள்', இது தி விஸார்ட் ஆஃப் ஓஸ் - பாப்பிகளிடமிருந்து கடன் வாங்கியதா?

டிஜமெல் ஜிஜி: எனது நாவலை பிரான்சில் வெளியிடுவதற்கு முன்பு நான் ஒருபோதும் கற்பனை புத்தகங்களைப் படித்ததில்லை. இந்த யோசனை என் இதயத்தின் அடிப்பகுதியில் இருந்து வந்தது, போரின் போது குழந்தை பருவ உணர்ச்சிகளை நான் விவரித்தேன், தி விஸார்ட் ஆஃப் ஓஸ் - பாப்பிகளைப் பற்றி நான் கேள்விப்படுவது இதுவே முதல் முறை.

எமட் எல்-தின் ஆயிஷா: *மந்திர ராஜ்யத்தின் குழந்தைகள் தீய கிங் வாக்கரால் 'காமிகேஸாக' மாற்றப்படுவதையும், 'ஆபரேஷன் 666' பற்றியும் பேசுகிறீர்கள். இந்த குறிப்புகளை மேற்கத்திய வாசகருக்கு விளக்க விரும்புகிறீர்களா?*

டிஜமெல் ஜிஜி: 666 என்ற எண், சில கிறிஸ்தவர்கள் சாத்தானுடன் இணைத்து தீமையின் அடையாளமாக பார்க்கிறார்கள்.

கதையில், ஈராக்கிற்கு எதிராக அமெரிக்கா தலைமையிலான அனைத்து நடவடிக்கைகளும், அத்தகைய புனித நகரமான பாக்தாத்தை அழித்து, அப்பாவி குழந்தைகளை கொல்வது தீமையுடன் இணைக்கப்பட்டுள்ளது. மந்திர இராச்சியத்தின் குழந்தைகள் 'காமிகேஸ்கள்' என்று மாற்றப்படுவது, இது குழந்தைகளின் மனதில் போரின் தாக்கம். சிரிய உள்நாட்டுப் போரில் நாம் காணக்கூடியது போல, பல குழந்தைகள் கவலைப்பட்ட பெரியவர்களின் வரிசையில் சேர்ந்து தங்களைத் தாங்களே ஆக்கிரமித்தார்கள்.

எமத் எல்-தின் ஆயிஷா: *உங்கள் உத்வேகம் எங்கிருந்து கிடைக்கும்? குறிப்பாக கற்பனைக்கு உங்களை ஈர்த்தது எது?*

டிஜமெல் ஜிஜி: நான் பார்த்த பல அறிவியல் புனைகதை படங்களிலிருந்து என் உத்வேகம் வருகிறது. 'பிரின்ஸ் ஆஃப் பாரசீக', 'தி டெத் நோட்', 'ஹாரி பாட்டர்'. எனது முதல் புத்தகம் வெளியான பிறகு இந்த திரைப்படங்கள் அனைத்தையும் பார்த்திருக்கிறேன். பேண்டஸி நம் கற்பனையை வளர்க்கவும், நம்முடைய சொந்த கற்பனைக் கதாபாத்திரங்களை உருவாக்க வழிகாட்டவும் அனுமதிக்கிறது.

எமட் எல்-தின் ஆயிஷா: *உங்கள் குழந்தைகளுடன் உங்கள் கதைகளுக்கு மேல் செல்கிறீர்களா?*

டிஜமெல் ஜிஜி: எனக்கு திருமணமாகவில்லை. போரில் பாதிக்கப்பட்ட குழந்தைகளை பாதுகாக்கும் என் வாழ்நாள் முழுவதும் நான் வாழ்ந்தேன். அவர்களுடன் என் கதைகளைச் செல்ல எனக்கு குழந்தைகள் இல்லை, பிரான்சில் வசிக்கும் என் மருமகன் மட்டுமே கதையைப் படித்தார்; அந்த நேரத்தில் அவருக்கு 12 வயது, அவர் மிகவும் மகிழ்ச்சியாக இருந்தார். அவர் என்னிடம் கதாபாத்திரங்களைப் பற்றி சில சுவாரஸ்யமான கேள்விகளைக் கேட்டார், அவர் அவர்களை மிகவும் விரும்பினார், மேலும் தலைப்பைப் பற்றியும் என்னிடம் கேட்டார், கதையின் முடிவை அவர் விரும்பவில்லை. அவர் படித்த மிகவும் பிடித்த கற்பனை புத்தகம் இது என்று அவர் என்னிடம் கூறினார்.

எமட் எல்-தின் ஆயிஷா: உங்கள் இலக்கியத்தில் என்ன வகையான தலைப்புகளில் உரையாற்றுகிறீர்கள்? எழுத்து ஒரு அரசியல் அல்லது தார்மீக நோக்கத்திற்கு உதவும் என்று நினைக்கிறீர்களா?

டிஜமெல் ஜிஜி: அப்பாவி குழந்தைகளை கொல்வதை நிறுத்துங்கள் மற்றும் குற்றவாளிகள் நீதிக்கு கொண்டு வரப்பட வேண்டும்.

எனது தொடர்ச்சியில், மதங்களின் சமத்துவத்திற்காக நான் வாதிட்டேன். அனைவரும் அமைதியையும் அன்பையும் ஆதரிக்கின்றனர். "அன்பின் கதவுகள்" (அத்தியாயம் 19) என்ற முக்கிய அத்தியாயத்தில், முஸ்லிம்கள், கிறிஸ்தவர்கள் மற்றும் யூதர்கள் உயிர்த்தெழுப்பப்பட்ட இயேசுவின் வருகைக்காக காத்திருக்கும்போது கூடி ஜெபிக்கிறார்கள். கனவு இராச்சியத்தின் வாசல்களில் மலர்களால் வரவேற்ற சமாதான தூதர்களுடன் அத்தியாயம் தொடங்குகிறது.

இயேசு நபி ராஜ்யத்திற்கு வரும்போது, குழந்தைகள் அவரிடம் மல்லிகை ராணி உட்பட கேள்விகள் கேட்கிறார்கள். பெரியவர்களுக்கு அச்சுறுத்தல் இல்லாதபோது குழந்தைகள் ஏன் கொல்லப்படுகிறார்கள் என்று அவர்கள் கேட்கிறார்கள். பதில் அவர்கள் எதிர்காலம், வாரிசுகள். சர்வாதிகாரிகள் குழந்தை களிடமிருந்து தங்கள் சிம்மாசனங்களுக்கு அஞ்சுகிறார்கள். பயங்கரவாதம் மதத்தின் காரணமாக இருக்கிறதா என்று அவர்கள் கேட்கிறார்கள், அதற்கு பதிலாக அது தயாரிப்பு சர்வாதிகாரம் என்றும், மனிதகுலத்தை பொறுமையாக இருக்கும்படி இயேசு அழைக்கிறார், தீர்ப்பு நாளுக்காக காத்திருந்து தீமைக்கு எதிராக போராடி அமைதியையும் அன்பையும் ஊக்குவிக்க வேண்டும். இயேசு நபி அவர்களுடைய இழப்புகளுக்கு குழந்தைகளை ஆறுதல்படுத்துகிறார், மேலும் இயேசு, மல்லிகை, சாரா சிவந்தானி ஆகிய அனைவருமே தியாகங்களுக்கு எடுத்துக்காட்டுகள் என்று நமக்குக் கூறப்படுகிறது. (இந்த சிறுவன், ஜோசப், இந்த சந்தோஷமான சந்தர்ப்பத்தில் தனது தாயை ராஜ்யத்தில் சந்திக்கிறாள், அவளும் ஆக்கிரமிப்புப் படைகளால் கொலை செய்யப்பட்டாள்).

குழந்தைகள் மோதல்களைத் தவிர்த்து, எல்லா நேரத் திலும் அமைதியையும் அன்பையும் கடைப்பிடிக்குமாறு அறிவுறுத்தப்படுகிறார்கள். பெரியவர்களின் இதயங்களை வெறுப்பும் பொறாமையும் ஆக்கிரமிக்கும் வரை நமக்கு கொடுங்கோன்மை இருக்கும் என்று அவர்களிடம் கூறப்படுகிறது.

அன்னை தெரசாவும் இருக்கிறார், கதிரியக்க வீழ்ச்சியிலிருந்து ஒரு தீவில் குழந்தைகளுக்கு அடைக்கலம் கொடுக்கும் ஒரு பாத்திரம்.

இதன் தொடர்ச்சியானது 'தி இன்வேடர்ஸ் ஆஃப் ட்ரீம்ஸ்' ஐ விட வெற்றிகரமாக உள்ளது, மேலும் கலீல் ஜிப்ரேனின் 'தி நபி' உடன் ஒப்பிடப்பட்டது, இது என் இதயத்திற்கு மிக நெருக்கமான ஒப்பீடு.

எமாத் எல்-தின் ஆயிஷா: அரேபிய வசந்த காலத்திற்குப் பிறகு அல்ஜீரியாவில் கற்பனை மற்றும் எஸ்.எஃப். வாசகர்கள் இந்த வகைகளுக்கு அதிக ஆர்வம் காட்டுகிறார்களா, அல்லது குறைவாக இருக்கிறார்களா அல்லது குறிப்பிடத்தக்க வேறுபாடு ஏதும் இல்லையா?

டிஜமெல் ஜிஜி: அல்ஜீரியாவில் உள்ள பெரும்பான்மையான இளைஞர்கள், வாசிப்பதில் அவ்வளவு ஆர்வம் காட்டவில்லை, கற்பனை புத்தகங்களைப் படிப்பதை விட எஸ்.எஃப் திரைப்படங்களைப் பார்ப்பதை விரும்புகிறார்கள். ஆனால் அவர்கள் ஹாரி பாட்டர் மற்றும் தி லார்ட் ஆஃப் தி ரிங்க்ஸைப் பார்த்த பிறகு, அல்ஜீரியாவில் ஒரு புதிய தலைமுறை கற்பனை புத்தகங்களில் அவ்வளவு ஆர்வமாக இருப்பதாகத் தெரிகிறது.

எமத் எல்-தின் ஆயிஷா: மாக்ரெப்பிலும் அரபு உலகின் கிழக்குப் பகுதியிலும் அரபு இலக்கியங்களுக்கு ஏதாவது வித்தியாசம் இருப்பதாக நீங்கள் கூறுவீர்களா? குறிப்பாக கற்பனை மற்றும் அறிவியல் புனைகதை என்று வரும்போது?

டிஜமெல் ஜிஜி: வெளிப்படையாக மாக்ரெப்பில் கற்பனை எழுத்தாளர்கள் யாரும் இல்லை, ஒருவேளை நான் இந்த வகை எழுத்தை எழுதிய முதல் நபர்.

அன்னாபாவில் எனது முதல் இலக்கியக் கூட்டத்திற்குப் பிறகு சமீபத்தில் இந்த தகவலைக் கண்டேன். எகிப்திலும், ஜே.கே.ரவுலிங் (ஹாரி பாட்டர்) இன் புகழ்பெற்ற புத்தகங்களின் அரபு மொழியில் வெளியிடப்பட்டதும், மொழிபெயர்க்கப்பட்டதும், இளம் எழுத்தாளர்கள் கற்பனை மற்றும் அறிவியல் புனைகதைகளை எழுதத் தொடங்கினர். நான் சமீபத்தில் *called* 'என்ற புதிய கற்பனை புத்தகத்தைப் படித்தேன்.

அஹ்மத் சலா எல்-மெஹ்தி எழுதியது, அரபியில் எழுதப்பட்ட ஒரு கற்பனைக் கதையாக இது சுவாரஸ்யமாகத் தெரிகிறது.

எமத் எல்-தின் ஆயிஷா: **நீங்கள் ஒரு அரபு நாட்டில் கலாச்சாரம் அல்லது கல்வி அமைச்சராக இருந்திருந்தால்,**

கற்பனை மற்றும் எஸ்.எஃப். இன் அதிர்ஷ்டத்தை மேம்படுத்த நீங்கள் என்ன செய்வீர்கள்? ஆசிரியர்களுக்கு நீங்கள் எவ்வாறு உதவுவீர்கள் மற்றும் பரந்த வாசகர்களை ஊக்குவிப்பீர்கள்?

டிஜமெல் ஜிஜி: நான் கலாச்சார அமைச்சராக இருந்திருந்தால், ஒரு அரபு நாட்டில், கற்பனையின் அதிர்ஷ்டத்தை மேம்படுத்த நான் முதலில் செய்வேன், தயாரிப்பாளர்களை எஸ்.எஃப் மற்றும் கற்பனை படங்களை தயாரிக்க ஊக்குவிப்பதாகும். படம் நன்கு தயாரிக்கப்படும் போது அறிவியல் புனைகதை எழுத்தாளர்களுக்கு அரபு உலகில் வாய்ப்பு கிடைக்கும், அவர்களின் புத்தகங்கள் பெஸ்ட்செல்லர்களாக மாறும்.

11. நூரெடின் அபா

நூரெடின் அபா (பிப்ரவரி 16, 1921 - செப்டம்பர் 19, 1996) அல்ஜீரிய கவிஞர் மற்றும் நாடக ஆசிரியர் ஆவார். அவரது பணி முக்கியமாக அல்ஜீரிய புரட்சி, அரபு-இஸ்ரேலிய மோதல் மற்றும் நாஜி ஜெர்மனி போன்ற அரசியல் கருப்பொருள்களில் கவனம் செலுத்துகிறது. 1990ஆம் ஆண்டில், அவர் ஃபாண்டேஷன் நூரெடின் அபாவை நிறுவினார், இது அல்ஜீரிய எழுத்தாளர்களுக்கு ஆண்டுதோறும் நூரெடின் அபா பரிசை வழங்கி வருகிறது.

அபா 1921 இல் அல்ஜீரிய நகரமான செடிப்பில் பிறந்தார். அவரது சுயசரிதைப் படைப்பான மீண்டும் கண்டுபிடிக்கப்பட்ட நாடு, 1978), அவரது குழந்தைப் பருவத்தில் மகிழ்ச்சியற்ற காலம் குறித்த தன்வரலாறை சொல்வதாக இருக்கிறது. இதை பற்றி அவர் இப்படி விவரித்தார்: "நான் சென்ற உலகின் சில பகுதிகளில் பொறாமையுடன் குழந்தைகளுடன் இருக்க வேண்டியிருந்தது பட்டாம்பூச்சிகளின் அற்பத்தனத்துடன் ஆன குழந்தை பருவத்தில்".

செடிப்பில் தனது இடைநிலைக் கல்வியை முடித்த பின்னர், அல்ஜியர்ஸ் பல்கலைக்கழகத்தில் சட்டம் படிக்க ஒரு வருடம் செலவிட்டார். 1940-களில், அவர் தனது 1941ஆம் ஆண்டு எல்'ஆப் டி எல்'மோர் (தி டான் ஆஃப் லவ்) உட்பட சில கவிதைகளை எழுதத் தொடங்கினார். 1943ஆம் ஆண்டில், அவர் அல்ஜீரிய இராணுவத்தில் சேர்க்கப்பட்டார், அங்கு அவர் இரண்டாம் உலகப் போரின் இறுதி வரை இரண்டு ஆண்டுகள் பணியாற்றினார்.

போருக்குப் பிறகு, அபா ஒரு பத்திரிகையாளராகி, நியூரம்பெர்க் சோதனைகள் குறித்து அறிக்கை அளித்தார். 1947ஆம் ஆண்டில் ப்ரெசென்ஸ் ஆபிரிக்கெய்ன் பத்திரிகை நிறுவப்பட்டபோது, அபா அதன் எழுத்தாளர்களில் ஒருவரானார். இந்தக் கட்டத்தில், அபா

பிரான்சில் வசித்து வந்தார், அங்கு அவர் தனது வாழ்க்கையின் பெரும்பகுதியைக் கழித்தார்.

போர்க்கால அனுபவங்கள், குறிப்பாக மே 1945 இல் நடந்த செடிஃப் படுகொலையில் அவர் கொண்டிருந்த சீற்றம், மேலும் கவிதை எழுத உறுதியளிக்க அபாவை தூண்டியது. அல்ஜீரிய புரட்சி, அரபு-இஸ்ரேலிய மோதல் மற்றும் நாஜி ஜெர்மனி போன்ற தலைப்புகளை உள்ளடக்கிய அரசியல் மற்றும் மனிதர்கள் மீதான வன்முறையின் தாக்கம் தொடர்பான கருப்பொருள்களில் அவரது பணி முதன்மையாக கவனம் செலுத்துகிறது. அவரது படைப்பின் கருப்பொருள்கள் அறிஞர் ஜீன் டிஜியூக்ஸ் அவரை முகமது டிப் உடன் ஒப்பிட வழிவகுத்தது. அபாவின் மிகவும் பிரபலமான தொகுப்புகளில் கெஸல் ஓ பெட்டிட் மேடின் (கெஸல் இன் தி எர்லி மார்னிங், 1978) மற்றும் மிட்நைட்க்கு பிறகு நூலில் ஒரு இளம் ஜோடி மரணத்தால் ஏற்பட்ட ஈர்க்கப்பட்டு காதல் கவிதைகள் ஒரு தொடர் வடிவத்தை எடுத்தது, 1979) அவரது படைப்புகள் பிரான்சில் இருந்து சுயாதீனமான வருகிறது.

அபா பல நாடகங்களையும் எழுதியுள்ளார், அவை பெரும்பாலும் அரசியல் கருப்பொருள்களைக் கொண்ட கேலிக்கூத்துகளாக இருக்கின்றன. அவை பிரெஞ்சு திரையரங்குகளிலும் ரேடியோ பிரான்ஸ் இன்டர்நேஷனலிலும் நிகழ்த்தப்பட்டுள்ளன ; அரேபிய மொழியில் இல்லாவிட்டால் அல்ஜீரியாவில் நாடகங்கள் அரிதாகவே நிகழ்த்தப்படுகின்றன.

அபாவின் படைப்புகள் 1970-களின் பிற்பகுதியிலும் 1980-களின் முற்பகுதியிலும் அதிக விமர்சன அங்கீகாரத்தைப் பெற்றன. 1979ஆம் ஆண்டில் அவர் தனது கவிதைக்காக பிரிக்ஸ் டி எல் அஃப்ரிக் மெடிடெரனென்னே உடன் வழங்கப்பட்டார், மேலும் 1985ஆம் ஆண்டில் இலக்கியத்திற்கான அவரது பங்களிப்பிற்காக அவருக்கு ஃபாண்டேஷன் டி பிரான்சின் "பிரிக்ஸ் சார்லஸ் ஓல்மண்ட்" விருது வழங்கப்பட்டது. அவரது 1981 நாடகம் எல் சாத்தர் பிரிக்ஸ் விருதை வென்றது

அர்பானா-சாம்பேனில் இல்லினாய்ஸ் பல்கலைக்கழகத்தில் அல்ஜீரிய இலக்கியங்களை கற்பிக்கும் காலம் உட்பட பல பல்கலைக் கழகங்களில் அபா விரிவுரை செய்துள்ளார். அபா அகாடமி டெஸ் சயின்சஸ் டி ஓட்ரே-மெர் மற்றும் அகாடமி யுனிவர்செல் டெஸ் கலாச்சாரங்களில் உறுப்பினராக இருந்துள்ளார். அவர் ஹாட் கன்சீல் டி லா பிராங்கோபோனியின் ஒரு பகுதியாகவும் இருந்தார், இதற்கு பிரான்சுவா மித்திரோண்ட் நியமிக்கப்பட்டார்.

அபா அரசியலிலும் தீவிரமாக செயல்பட்டு வருகிறார். 1970-களின் பிற்பகுதியில் அல்ஜீரியாவுக்குச் சதிரும்பிய அவர், அல்ஜீரிய அரசியலில் ஏமாற்றமடைந்து பிரான்சுக்குத் திரும்புவதற்கு முன்பு தகவல் மற்றும் கலாச்சார அமைச்சகத்தில் பணியாற்றினார். அவரது வாழ்நாள் முழுவதும், அவர் குறிப்பாக பாலஸ்தீனிய தேசியவாதத்திற்கு அனுதாபம் கொண்டிருந்தார். இறப்பதற்கு முன், அல்ஜீரிய உள்நாட்டுப் போருக்கு முற்றுப்புள்ளி வைக்க உதவுமாறு அவர்களை வற்புறுத்துமாறு அவர் பிரெஞ்சு அரசாங்கத்திடம் மனு செய்தார்.

அப்ஸிலிக் பாரிசில் 1996 இல் இறந்தார் (வயது 74) 1990 இல் ஆசிரியர் பெயரால் நிறுவப்பட்ட அறகட்டளை சார்பாக பிரஞ்சு அல்லது அரபு மொழியில் எழுதும் அல்ஜீரிய எழுத்தாளர்களுக்கு வருடாந்திர பரிசு கொடுக்கப்படுகிறது. இவ்விருது பெறுநர்களில் தஹார் டிஜாட் மற்றும் ரெட்ஹா மாலேக் ஆகியோர் அடங்குவர்.

12. அல்ஜீரிய முஸ்லீம் உலமாக்களின் சங்கம்

பிரெஞ்சு கலாச்சாரத்தின் தாக்கத்தை எதிர்கொள்ள, அல்ஜீரிய முஸ்லீம் உலமாக்களின் சங்கம் (AUMA) 1931 இல் அப்துல் ஹமீத் பென் பாடிஸ் (1889 - 1940) என்பவரால் நிறுவப்பட்டது. அதன் குறிக்கோள் "அல்ஜீரியா எனது நாடு, இஸ்லாம் எனது மதம், அரபு எனது மொழி" என்பதாகும். அரபு மொழியின் புத்துயிர் பெறுவதற்கும்

அதன் பள்ளிகள் மற்றும் அதன் பத்திரிகைகள் மூலம் ஒரு குறிப்பிடத்தக்க இலக்கிய இயக்கத்தைத் தொடங்குவதற்கும் AUMA பங்களித்தது. அஹ்மத் ரெடா ஹூஹூ (1911 - 1956) மற்றும் ஜூஹூர் வனிசி (பி. 1936) போன்ற பிரபலமான இலக்கிய பிரமுகர்கள் ஆமாவின் பள்ளிகளில் கற்பிக்கப்படுகிறார்கள் அல்லது அங்கு படித்தார்கள். புதினம் மற்றும் கவிதை இரண்டும் குறித்த AUMA இரண்டு ஆவணங்கள் வெளியிடப்பட்டன, அல்-ஷிஹாப் (1925 - 1939) மற்றும் அல்பாஷா' ஐஆர் (1935 -1956). அல்ஜீரியாவில் நவீன அரபு இலக்கியங்கள் AUMA இன் நிழலில் பிறந்தவை என்று சொல்வது நியாயமானது.

அரபு மொழியில் புனைகதை ஆரம்ப கட்டத்தில் இருந்தபோதும் சிறுகதைகளுக்கு மட்டுப்படுத்தப்பட்டிருந்தாலும், பிரெஞ்சு மொழியில் அல்ஜீரிய புனைகதை இரண்டு உலகப் போர்களுக்கு இடையிலான காலகட்டத்தில் அதன் முதல் தோற்றத்தை வெளிப்படுத்தியது. இருப்பினும், மவுலவுட் ஃபெரவுன் (1913 - 1962) எழுதிய மிக முக்கியமான நாவலான லு ஃபில்ஸ் டு பாவ்ரே (பாப்பரின் மகன்) 1950 வரை வெளியிடப்படவில்லை. அதன் எழுத்தாளர் அதை எழுத அவரது உந்துதல் ஒரு உண்மையான விஷயத்தை முன்வைக்க விரும்புவதாக கூறினார் அல்ஜீரிய மக்கள், ஆல்பர்ட் காமுஸுக்கு எதிர்வினையாக

அல்ஜீரியாவில் வாழ்க்கையை கையாளும் நாவல்கள் எழுத விரும்பினர். அல்ஜீரியாவின் முந்தைய நாவல்கள் பெரும்பாலும் இனவியல் சார்ந்தவை, ஆனால் பெரும்பாலான எழுத்தாளர்கள் தங்கள் தேசிய காரணத்தை வரையறுக்கவும் பாதுகாக்கவும் புறப்பட்டதால் அவை பெருகிய முறையில் அரசியல் ஆனது. அவர்கள் சுதந்திரத்திற்கான மக்களின் அபிலாஷைக்கு குரல் கொடுத்தனர், சமூகக் கேடுகளை விவரித்தனர், பிரான்சின் அடக்குமுறை காலனித்துவக் கொள்கையை கண்டித்தனர். 1925ஆம் ஆண்டில் பிரான்சில் மக்ரிபிஸால் நிறுவப்பட்ட ஒரு கட்சியான எட்டோயில் நோர்ட் ஆப்பிரிக்காவில் அவர்கள் பங்கேற்றதன் மூலம் அல்ஜீரியர்களின் அரசியல் நனவுடன் புதிய இலக்கிய இயக்கம் ஒத்துப்போனது.

அல்ஜீரிய சுதந்திரப் போர் (1954 – 1962) மற்றொரு இலக்கிய ஊக்கியாக இருந்தது. இது நாவலாசிரியர்கள், சிறுகதை எழுத்தாளர்கள், கவிஞர்கள் மற்றும் நாடக எழுத்தாளர்களுக்கு, குறிப்பாக சுதந்திரத்திற்குப் பிறகு தேர்ந்தெடுக்கப்பட்ட தலைப்பாக மாறியது. எவ்வாறாயினும், ஆவணப்பட வகை படைப்புகளை எழுதாமல் போராட்டத்தின் துன்பகரமான மற்றும் முக்கியமான நிகழ்வுகளை மீண்டும் உருவாக்குவதில் சிலர் வெற்றி பெற்றனர். இந்த விஷயத்தில் மிகவும் அசல் நாவல் முகமது டிப்ஸ் (1920 – 2003) குய் சே சோவியண்ட் டி லா மெர்(1962; யார் கடலை நினைவில் கொள்கிறார்கள்). புரட்சியின் கொள்கைகளையும் தியாகிகளின் நினைவகத்தையும் சுரண்டிய ஒட்டுண்ணிகள் மற்றும் பொய்யான தேசியவாதிகள் ஆகியோரை குற்றவாளிகளாக்குவதற்கு முக்கியமாக சம்பவங்களைப் பயன்படுத்தி எழுத்தாளர்கள் போர் ஆண்டுகளில் வாழ்ந்தனர். ரச்சிட் பவுட்ஜெட்ரா (பி. 1941) தனது புதிய நாவலான லா எஃப் இபுடியேஷன் (1969; மறுப்பு) இல் புதிய தலைமை மற்றும் அவர்களின் கோகான்ஸ்பைரேட்டர்களான மத அதிகாரிகள் மீது விரல் காட்டினார். அல்தாஹர் வாட்டரின் அல்- லாஸ் (1974; ஏஸ்) சுதந்திரத்திற்குப் பிறகு விரைவில் மறந்துபோன போரின் தியாகிகளின் துயர விதியை வலியுறுத்துகிறது.

சுதந்திரத்தைத் தொடர்ந்து பிரெஞ்சு அல்ஜீரிய இலக்கியம் வேகம் பெற்றது, அதே நேரத்தில் அரபு எழுத்து ஒரு தசாப்தத்திற்கும் மேலாக பின்தங்கியிருந்தது. அல்ஜீரியாவின் அரபு மயமாக்கல் கொள்கையைப் பார்க்கும்போது, அல்ஜீரியாவைச் சார்ந்த சார்புநிலைகளில் பிரெஞ்சு மொழி நீண்ட காலம் உயிர்வாழும் என்று எதிர்பார்க்கப்படவில்லை; கணிப்பு பலனளிக்கவில்லை என்றாலும், இரு மொழிகளின் வக்கீல்களும் ஒருவரையொருவர்

தகுதியின் அடிப்படையில் சூடான விவாதங்களில் ஈடுபட்டனர். விவாதங்கள் வைரஸில் குறைந்துவிட்டன, மக்ரிபி எழுத்தாளர்களின் மொழியியல் தேர்வு இன்னும் சர்ச்சைக்குரிய விடயமாகும். அல்ஜீரியாவில் மொழித் தடையைத் தாண்டிய ஒரே எழுத்தாளர், இதுவரை, ரச்சிட் பவு ட்ஜெட்ரா. அவரது அல்-தபக்குக் நாவலுடன்(1982; அகற்றுவது) அவர் அரபு மொழியில் நாவல்களை எழுதி அவற்றை பிரெஞ்சு மொழியில் மொழிபெயர்க்கும் போக்கைத் தொடங்கினார், இந்த செயல்முறை இன்றுவரை தொடர்கிறது. இருப்பினும், வாசகர்கள் பவுட்ஜெட்ராவை ஒரு அரபு மொழி எழுத்தாளராக கருதுகிறார்கள் என்பது சந்தேகமே.

சுதந்திரப் போருக்குப் பிறகு, எழுத்தாளர்களின் நலன்கள் பிற சமூக, தனிப்பட்ட மற்றும் தத்துவ கருப்பொருள்களுக்கு மாறின. பெர்பர்ஸ் போன்ற சிறுபான்மை குழுக்கள் தங்கள் எழுத்துக்களை தங்கள் பாரம்பரியத்தை மேம்படுத்த பயன்படுத்தின. பிந்தைய சார்பு காலத்தின் மிகவும் உறுதியான எழுத்தாளர் மவுலூத் மம்மேரி (1917 - 1989). அர்த்தமுள்ள வேலைகளும் நாவலாசிரியர் நபலி இதுவரை வெளியிடப்பட்டது (பி. 1940). அவர்களுக்கு முன், அம்ரூச் குடும்பம் - ஜீன் எல்-மவுஹவ் (1906 - 1962); அவரது தாயார், ஃபத்மா அட் மன்சூர் (1882 - 1967); மற்றும் அவரது சகோதரி, மேரி லூயிஸ் அம்ரூச் (1913 - 1976) - பெர்பர் நாட்டுப்புற பாரம்பரியத்தை பாதுகாக்க முயன்றார்.

அல்ஜீரியாவின் மிகச் சிறந்த மற்றும் சிறந்த எழுத்தாளர்களில் ஒருவரான முகமது டிப், சுதந்திரத்தைத் தொடர்ந்து அரசியலில் இருந்து மற்ற தலைப்புகளுக்கு தனது கவனத்தை மாற்றினார். அதில் அவர் நன்கு அறியப்பட்ட டிரைலாஜி, அல்ஜீரியா, இடையே லா கிராண்டின்மெய்ஸன், (பெரிய வீட்டில் 1952), லா இன்செடி (1954; நெருப்பு), மற்றும் லே மீ உள்ளது அடுக்கு எ டைசியர்(1957; தறி), மற்றும் அவரது சமீபத்திய நாவல், எல் இன்ஃபான்ட் மவுரே (1994; தி மூரிஷ் இன்பான்டா), ஆசிரியர் ஒரு பாதையை கடந்து ஒரு நேரடி அணுகுமுறை மற்றும் நேரடியான பாணியிலிருந்து சுருக்கத்தின் ஆழத்திற்கு இட்டுச் சென்றார். அல்ஜீரியாவில் நடந்த சிறுகதைத் தொகுப்பான லா நியூட் சாவேஜில் அவர் தொடர்ந்து இணைந்திருக்கிறார்(1995; காட்டுமிராண்டித்தனமான இரவு), இது அவரது நாட்டிலும் உலகின் பிற பகுதிகளிலும் வன்முறையை சித்தரிக்கிறது. தங்கள் நாடு சுதந்திரம் அடைந்ததும் தேசிய நோக்கத்திற்காக வக்கீலாக எழுத்தாளரின் பங்கு முடிந்தது என்று நம்பியவர்களில் டிப் என்பவரும் ஒருவர். காலனித்துவ காலத்தில் எழுதத் தொடங்கிய மற்றும் சுதந்திரத்திற்குப் பின் நீண்ட காலம்

தொடர்ந்த மற்றொருவர் கவிஞர் நூரெடின் அபா *(1921 - 1996)*. அல்ஜீரியா சுதந்திரம் அடைந்த பிறகு அவருடைய முயற்சிக்காக குறிப்பாக பாலஸ்தீன பிரச்சனை,, மற்ற அரபு காரணங்கள் அர்ப்பணிக்கப்பட்ட இது தனது கவிதை நாடகங்கள் இரண்டு புள்ளிவிவரங்கள் மொண்டிஜியி பாலஸ்தீனம் ; *(1970* பாலஸ்தீனம், *என் சந்தோஷம்)* மற்றும் டெல் எல்-சாத்தர் இல் தூ சட்எ லா கல்லறை உள்ளது எ டி லா நுட்*(1981;* டெல் எல்சாதர் இரவில் *அமைதியாகிவிட்டார்)*. அரபு மொழியில் எழுதும் பல இளைய கவிஞர்களும் பாலஸ்தீன மக்களின் சோதனையுடன் மிகுந்த பாசத்தை வெளிப்படுத்தியுள்ளனர்.

யுத்த ஆண்டுகளை அனுபவிக்காத இளைய தலைமுறை எழுத்தாளர்கள் நாட்டின் அரசியல், நிதி மற்றும் சமூக விவகாரங்களை தங்கள் தலைமை கையாள்வதில் ஒரு குறிப்பிட்ட கவலையை வெளிப்படுத்தியுள்ளனர். தாஹர் டிஜாட் *(1954 - 1993)*, ரச்சிட் மிம வுனி *(1945 - 1995)*, கவிஞர் ஹமீத் ஸ்கிஃப் *(பி. 1951)* போன்ற எழுத்தாளர்கள் அரசாங்கத்தை விமர்சிப்பதில் தங்கள் வார்த்தைகளை குறைக்கவில்லை. 1990-களில் எதிர்ப்பை, அரசாங்கம் மற்றும் முஸ்லீம் அடிப்படைவாதிகள் குறிவைக்கப்பட்டது பவுண்டிட்ராகளில் எஃப்ஐஎஸ் டி லா ஹைன்*(1992)*, மிமோனியின்ன் சாபம் *(1993; சாபம்)*, மற்றும் டிஜேபரின் லே பிளான்க் டெ வலி தொடர்புள்ள உள்ளது ரே *(1995;* வெள்ளை அல்ஜீரியாவின்) மற்றும் ஆரன், லாங்கு மோர்டே*(1997;* ஆரன், ஒரு இறந்த மொழி), இதில் அல்ஜீரிய எழுத்தாளர்கள் மற்றும் தாஹெர் டிஜாட் உள்ளிட்ட புத்திஜீவிகளின் படுகொலைகளுக்கு ஆசிரியர் இரங்கல் தெரிவிக்கிறார். அல்ஜீரியாவில் வன்முறையைக் கையாளும் பெரும்பாலான படைப்புகள் புனைகதைகளில் சோகத்தின் அளவை மீண்டும் உருவாக்குவதில் உள்ள சிரமத்தை வெளிப்படுத்துகின்றன. உண்மையில் கற்பனை கணக்குகள் அவர்கள் தினசரி தாங்கிக்கொண்டிருந்தது நிகழ்வுகள், எழுத்தாளர்கள் இருந்து தங்களை ஒதுக்கிக் கொள்ள முடியவில்லை வழங்கப்படும் சாட்சியங்களை விட, ஒரு போக்கு லெயிலா அஸ்லாக்களில் அனுசரிக்கப்பட்டது சர்வியுரே காமே லெஸ்பியர்*(1994;* நம்பிக்கை போன்ற வாழ்வதற்கு), லட்டிபா பென் மன்சூர் லா பிரியர் டி லா பியர் *(1997;* பயத்தின் பிரார்த்தனை), மற்றும் நினா ஹயாத்தின் லா நியூட் டோம்பே சுர் ஆல்ஜர் லா பிளான்ச் *(1995;* வெள்ளை அல்ஜியர்ஸ் மீது இரவு விழுகிறது). அரபு மொழியில், லாராஜ் வசினி சையிதத் அல்-மாகம் எழுதினார்(உறைவிடம் பாத்திரத்துடன் இல்லத்தரசி), வாட்டர் அவருடைய பாரம்பரியமிக்க சூஃபி அணுகுமுறை பயன்படுத்தப்படுத்தியது ஒரு காதல் கதை

கட்டமைப்பை நிகழ்வுகள் தொடர்பான அல்-வாலி அல்-தாஹிர் யா உடு இலா மகாமிகி அல்-சகி *(2000; தூய தூய்மையானது வாலி வருமானத்தை அவரது கல்லறை).*

1980-களின் நடுப்பகுதியில் மத்தியதரைக் கடலைச் சுற்றி கேட்ட மற்ற கோபக் குரல்கள் இரண்டாம் தலைமுறை மக்ரிபி குடியேறியவர்களின் குரல்கள், முக்கியமாக அல்ஜீரியர்கள் பிரான்சில் (மற்றும் பெல்ஜியத்தில்) வசிக்கின்றனர், இது பியர்ஸ் என அழைக்கப்படுகிறது. (ஆ 1958) ஃபரீதா பெல்கவுலின் அவர்கள் கெட்ட பெயரை சாதித்திருக்க அவற்றில் சில தங்களின் இழப்பீட்டிற்கானப் உணர்வுகள் மற்றும் ஆழமான வெறுப்பை பிரதிபலித்தது வன்முறை நூல்கள், அடையாளத்தைச் தங்கள் தேடல் குரல் கொடுத்தார்கள் பட்டால் (1986), சகினா பௌகெடினான் (ஆ 1959.) ஜர்னல் மற்றும் "தேசியவாத எழுத்து உள்ளது: (உ) " (1987; குடியுரிமை: குடியேற்ற), மற்றும் மெஹ்தி சரேப்யி ன் (ஆ 1952) லே வது உள்ளது ஓ மகளிர் குழு டி அர்சி, அகமது(1983; ஹரேமில் தேநீர்). அவற்றின் இயக்கம் அதன் உலகளாவிய தன்மைக்கு குறிப்பிடத்தக்கதாகும். இவரது முதல் நாவல் விமர்சகர்களையும் கவனத்தை ஈர்த்தது யார் ஒரு எழுத்தாளர், அவுசொஸ் பிஹாக் லே சென்று டு சாபா (1986; சந்து இன் பையன்), ஒரு வளமான இலக்கிய உற்பத்தியை அதிகரிப்பதுடன் பியர் செய்தித் தொடர்பாளர் ஒருவர் எனத் தன்னை நிலைநிறுத்திக் கொண்டார். அரபு சொற்கள் நிறைந்த டிஸ் ஓவல்லா (1997; கடவுளால் சொல்லுங்கள்) மற்றும் லு பாஸ்போர்ட் (200; பாஸ்போர்ட்) போன்ற அமைதியான நகைச்சுவையான படைப்புகளில் புலம்பெயர்ந்தவரின் மனித முகத்தை பெகாக் காட்டுகிறது.

அரபு இலக்கியம்
மொராக்கோ

1. மொராக்கோ இலக்கியம்

மொராக்கோ இலக்கியம் என்பது மொரோக்கோ என்ற புவியியல் பகுதியில் உள்ள இலக்கியங்களை பேசுவது என்பதாகும். வரலாறு முழுவதும் அடுத்தடுத்த நிலைகளுக்கிடையேயான மொராக்கோவின் இலக்கியம் கவிதை, உரைநடை, நாடகம் மற்றும் பிறவற்றை உள்ளடக்கிய பல்வேறு வகையான எழுத்து இலக்கியங்களை உள்ளடக்கியது- வரலாறு முழுவதும் மொராக்கோவில் பேசப்படும் ஏராளமான மொழிகளில் எழுதப்பட்டுள்ளது.ஆயினும்

மொராக்கோ இலக்கியம் பற்றி அறியப்பட்டவை 8ஆம் நூற்றாண்டில் இஸ்லாத்தின் வருகைக்கு முந்தையவை ஆகும், இதற்கு முன்னர் பூர்வீக அமாஸி சமூகங்கள் முதன்மையாக வாய்வழி இலக்கிய மரபுகளைக் கொண்டிருந்தன என்பது வரலாறு ஆகும்.

அல்மோராவிட்

மொராக்கோ இலக்கியம் அல்மோராவிட் வம்சத்தின் (1040-1147) காலத்தில் அதன் முதல் பக்கங்களைக் கண்டது. இந்தக் கால கட்டத்திற்கான இரண்டு எழுத்தாளர்கள் உள்ளனர் அயத் பென் மூசா மற்றும் இபின் பாஜா மற்றும் அல்-அன்டலஸை உள்ள, அல்-துத்லி, இபின் பக்கி, இபின் கபாஜா மற்றும் இபின் சகல் ஆகியோர் முக்கியமானவர்கள் ஆவார்கள். இந்த காலத்தின் பல சிறந்த கவிஞர்களின் வரிசை உள்ளது கரிதத் அல் க்சார், அல் முத்ரிப் மற்றும் முஜாம்-சிஃப்ர் போன்றவை புராணக்கதைகள் மற்றும் சுயசரிதைகளில் கொடுக்கப்பட்டுள்ளன. 1086 இலிருந்து மொராக்கோ மற்றும் அல்-ஆண்டலஸ், உமய்யாட்களின் வளமான பாரம்பரியத்துடன், ஒரு தேசத்தையும் அல்மோராவிட்டையும் உருவாக்கியது. சுல்தான்கள் தங்கள் ஆட்சிமன்றங்களிலும்

நாட்டிலும் கலாச்சாரத்தைத் தூண்டினர். இபின் ஜர்க்கா அவரது திரட்டு அர்ப்பணிக்கப்பட்ட தாகிரா பி மகசின், அல்-ஹசிராவை எழுதிய அபு-பக்கர் இபின்-உமர் மற்றும் அல்-படா இபின் ஹாகன், அவரது குவாலா மற்றும் இடி-அல்-இஹ்யான் எழுதிய யூசுப் இபின் தஸ்பின் முக்கியமானவை. ஆரம்பகால அல்மோராவிட் இயக்கம் அபு இம்ரான் அல்-பாசியின் எழுத்துக்களால் தாக்கம் பெற்றது.

அல்மோஹத்

அல்மோஹாட் வம்சத்தின் கீழ் (1147-1269) மொராக்கோ மற்றொரு இலக்கிய செழிப்பையும் மற்றும் கற்றலின் புத்திசாலித்தனத்தை அனுபவித்தது. அல்மொகத் கட்டப்பட்ட மராகேச்சில் காட்டோபியா மசூதி 25,000-க்கும் குறைவான மக்கள் அனுசரித்து இது, ஆனால் இது தனக்கு பெயர் வாங்கித் தந்த புத்தகங்கள், சுவடிகள், நூலகங்கள் மற்றும் புத்தகக் கடைகள், பிரபலமாக இருந்தது; வரலாற்றில் முதல் புத்தக பஜாராக அந்த மசூதி இருந்தது. அல்மொகத் சுல்தான் அபு யாகூப் யூசுப் புத்தகங்களை சேகரிப்பதில் ஒரு பெரிய காதல் இருந்தது. அவர் இறுதியில் தனியார் நூலகம் ஒன்றை நிறுவி கஸாப் இன் மராகேச்சில் ஒரு பொது நூலகமாக மாற்றப்பட்டுள்ளது. அல்மோஹாட்களின் கீழ், இறையாண்மைகள் பள்ளிகளைக் கட்டியெழுப்ப ஊக்குவிக்கப்பட்டன, ஒவ்வொரு வகையான அறிஞர்களுக்கும் நிதியளிக்கப்பட்டது. இப்னு ருஷ்ட் (அவெரோஸ்), இப்னு துஃபைல், இப்னு ஜுஹ்ர், இப்னுல் அபர், இப்னு அமிரா மற்றும் இன்னும் பல கவிஞர்கள், தத்துவவாதிகள் மற்றும் அறிஞர்கள் சரணாலயத்தைக் கண்டுபிடித்து அல்மோஹாத் ஆட்சியாளர்களுக்கு சேவை செய்தனர்.

மரினிட்

மரினிட் வம்சத்தின் ஆட்சியின் போது (1215-1420) குறிப்பாக சுல்தான் அபு இனான் ஃபரிஸ் (ரி. 1349-1358) இலக்கியத்தைத் தூண்டினார். அவர் பா இனானியா மதரசாவை கட்டினார். அவரது அழைப்பின் பேரில் மொராக்கோ இலக்கியத்தின் ஆளுமை இபின் பதூத்தா நகரத்தில் கீழே குடியேற திரும்பினார் ஃபெஸ் மற்றும் அவரது ரிஹ்லா அல்லது ஒத்துழைப்புடன் பயணக் கட்டுரையை எழுத இபின் ஜுசாவி முயன்றார். அபினெலாசிஸ் அல்-மல்சுசி (-1298) மற்றும் மாலிக் இப்னுல்-முராஹல் (1207-1300) ஆகியோர் மரினிட் சகாப்தத்தின் இரண்டு சிறந்த கவிஞர்களாகக் கருதப்படுகிறார்கள். வரலாற்றாசிரியர்கள், இஸ்மாயில் இப்னுல் அஹ்மார் மற்றும் இப்னு இடாரி ஆகியோர்

இருந்தனர். அல்-ஆண்டலஸின் கவிஞர்கள்போன்ற இபின் அப்பாத் அல்-ருண்டி (1333-1390) மற்றும் ஷலி பென் ஷெரீப் அல்-ருண்டி (1204-1285) மொரோக்கோவில் குடியேறினர், இபின் அல்-கதிப் (1313-1374) மற்றும் இபின் சம்ராக், விசிர் மற்றும் அதன் கவிதைகள் சுவர்களில் படிக்க முடியும் கவிஞர்கள் ஆலம்பரா, இங்கே தஞ்சமடைகிறார். அல்-ஆண்டலஸின் பூக்கும் மற்றும் மூன்று பெர்பர் வம்சங்களின் எழுச்சியைக் கண்ட இந்த கால இலக்கியங்களால் எஞ்சிய பாரம்பரியம் அடுத்த நூற்றாண்டுகளில் மொராக்கோ இலக்கியத்தில் அதன் தாக்கத்தை ஏற்படுத்தியது.

அல்–கராவியன் பல்கலைக்கழகம்

12 ஆம் நூற்றாண்டின் தொடக்கத்தில் இருந்து அல்-கராயின் பல்கலைக்கழகத்தில் உள்ள ஃபெஸ் மொராக்கோ இலக்கியம் உருவாவதில் முக்கியப் பங்கு வகித்தது. இபின் கல்தூன், இபின் அல் கத்தீப், அல்- பனானி, அல்-பிட்ருஜி, இபின் ஹிசரியம்(சிதி கராசிம்) மற்றும் அல்-வஸ்சான் (லியோ ஆப்ரிகானசின் நன்கு யூத தத்துவ அறிஞர் என) மைமொனிட்ஸ் முக்கியமானவர்கள். சூஃபியின் எழுத்துக்கள் இந்த ஆரம்ப காலத்திலிருந்து (எ.கா. அபு-எல்-ஹசன் சாம்பல்-ஷாதிலி மற்றும் அல்-ஜசவுலி)முக்கிய இடம் வகிக்கிறது. ஆட்சி தலைவர்கள் கூட மொராக்கோ இலக்கியத்தில் ஒரு முக்கிய பங்கைக் கொண்டுள்ளனர் (எ.கா. முஹம்மது இப்னுல் ஹபீப்).

1500–1900

புகழ்பெற்ற எழுத்தாளர்களின் கையெழுத்துப் பிரதிகளை பாதுகாத்து வைத்திருப்பது மொராக்கோவின் வரலாறு முழுவதும் நவீன காலம் வரை ஆட்சிமன்றங்கள் மற்றும் ஜாவியாக்களின் பெருமையாக இருந்தது. சிறந்த சாடிய ஆட்சியாளர் அகமது அல் மன்சூர் (r.1578-1603) ஒரு கவிஞரும் மன்னரும் ஆவார். அவரது மன்றத்தில் கவிஞர்கள் அஹ்மத் இப்னுல் காதி, அப்துல் அஜீஸ் அல்-ஃபிஷ்டாலி. அகமது முகமது அல் மக்காரி தனது மகன்களின் ஆட்சியில் வாழ்ந்தார். தாரூடான்ட் நூலகத்திற்கு சாதி வம்சம் பெரிதும் உதவியது. ஒரு விசித்திரமான தற்செயல் நிகழ்வால் சுல்தானின் முழுமையான நூலகம் சய்தான் அன்-நாசர் அஸ்-சாதி என்பதும் இன்றுவரை எங்களுக்கு வரலாற்றில் அனுப்பப்பட்டுள்ளது. உள்நாட்டுப் போரின் சூழ்நிலைகள் காரணமாக, சுல்தான் சாய்தான் (r.1603-1627) தனது முழுமையான தொகுப்பை ஒரு கப்பலுக்கு மாற்றினார், அது ஸ்பெயினின் கட்டுப்பாட்டில் இருந்தது. சேகரிப்பு எல் எஸ்கோரியலுக்கு அனுப்பப்பட்டது.

சில முக்கிய இலக்கிய வகைகள் ஐரோப்பிய நாடுகளில் முக்கியத்துவம் வாய்ந்தவற்றிலிருந்து மொராக்கோவில் வேறுபடுகின்றன:

பாடல்கள் (மதக் கவிதை ஆனால் நேர்த்திகள் மற்றும் காதல் கவிதைகள்)

முகமது அல்-இஃப்ரானியின் (1670-1745) "நுஜாத் அல்-ஹதி இரு-அக்பர் முலுக் அல்-கர்ன் அல்-ஹதி", மற்றும் முஹம்மது அல்-கதிரியின் (1712-1773) வாழ்க்கை வரலாறுகள் மற்றும் பலரின் வரலாற்றுக் கதைகள்.

பயணம் இலக்கியங்களின் கணக்குகள் ரிஹ்லா இன் அகமது இபின் நசீர் (1647-1717)

முஹம்மது அல்-அரபி அல்-தர்காவி (1760-1823) மற்றும் அஹ்மத் இப்னு இத்ரிஸ் அல்-பாசி (1760-1837) போன்றவை.மேலும் மதக் கட்டுரைகள் மற்றும் கடிதங்கள்

இந்த காலகட்டத்தின் பிரபல மொராக்கோ கவிஞர்கள் அப்தெர்ரஹ்மான் எல் மஜ்தூப், அல்-மஸ்ஃபிவி, முஹம்மது அவ்சல் மற்றும் ஹெம்மோ டால்ப் ஆகியோர் பங்களிப்பு செய்தனர்.

நவீன காலங்கள்

மூன்று தலைமுறை எழுத்தாளர்கள் குறிப்பாக 20 ஆம் நூற்றாண்டின் மொராக்கோ இலக்கியங்களை வடிவமைத்தனர். [11] முதலாவது, (1912-56) வாழ்ந்த மற்றும் எழுதிய தலைமுறை, அதன் மிக முக்கியமான பிரதிநிதி முகமது பென் பிரஹிம் (1897-1955). அப்தெல்க்ரிம் கல்லாப் (1919-2006), அல்லால் அல்-பாஸி (1910-1974) மற்றும் முகமது அல்-மொக்தார் சஹ்சி (1900-1963) போன்ற எழுத்தாளர்களுடன் சுதந்திரத்திற்கான மாற்றத்தில் இரண்டாவது தலைமுறை முக்கிய பங்கு வகித்தது. மூன்றாம் தலைமுறை அறுபதுகளின் எழுத்தாளர்களின்து. மொராக்கோ இலக்கியம் பின்னர் மொஹமட் சக்ரி, டிரிஸ் கிராபி, மொஹமட் ஜாஃப்ஸாஃப் போன்ற எழுத்தாளர்களுடன் செழித்தது. அந்த எழுத்தாளர்கள் பல மொராக்கோ நாவலாசிரியர்கள், கவிஞர்கள் மற்றும் நாடக எழுத்தாளர்கள் ஒரு முக்கியமான செல்வாக்குடன் இருந்தனர்.

1950 கள் மற்றும் 1960-களில், பால் பவுல்ஸ், டென்னசி வில்லியம்ஸ், பிரையன் கிசின், வில்லியம் எஸ். பரோஸ் மற்றும் ஜாக் கெரவுக் போன்ற வெளிநாட்டிலிருந்து எழுத்தாளர்களுக்கு மொராக்கோ ஒரு அடைக்கலமாக இருந்தது.

1966ஆம் ஆண்டில் மொராக்கோ எழுத்தாளர்களிடமும் ஒரு குழு என அழைக்கப்படும் ஒரு பத்திரிகை நிறுவப்பட்டது சவுப்பில்ஸ்/*Souffles* / أنفاس *Anfas* (மூச்சை உள்ளிழுத்தல்) இதழ் 1972ஆம் ஆண்டு அரசாங்கம் தடை செய்தது. ஆனால் அந்த இதழ் கவிதை மற்றும் நவீன காதல் பல மொராக்கோ எழுத்தாளர்களிடமும் படைப்புகளை கொண்டுவர உதவியது. மொராக்கோ வம்சாவளியைச் சேர்ந்த ஏராளமான எழுத்தாளர்கள் வெளிநாடுகளில் நன்கு புகழ்பெற்றவர்கள், பிரான்சில் உள்ள தஹார் பென் ஜெல்லவுன் அல்லது அமெரிக்காவில் லைலா லாலமி போன்றோர்களை குறிப்பாக சொல்லமுடியும்.

உ. லைலா லாலமி

வாஷிங்டன் டி.சி.யில் நடைபெற்ற 2016 நூலக விழாவில், என்.பி.ஆரைச் சேர்ந்த பிலால் குரேஷிக்கு அளித்த பேட்டியில், லைலா லாலமி தனது எழுத்துக்களுக்குப் பின்னால் உள்ள கதையையும் உத்வேகத்தையும் பகிர்ந்து கொண்டார், மேலும் விருது பெற்ற, கற்பனையான நினைவுக் குறிப்பின் பின்னணியில் உள்ள உத்வேகம் குறித்து பேசினார். அந்த நாவலின் பெயர் "மூரின் கணக்கு."

லாலமி ஒரு மொராக்கோ-அமெரிக்க விருது பெற்ற நாவலாசிரியர், ரிவர்சைடில் உள்ள கலிபோர்னியா பல்கலைக்கழகத்தில் பணிபுரியும் எழுத்தாளர் மற்றும் பேராசிரியர் ஆவார். லாலாமி ரபாத்தில் பிறந்தார். மொராக்கோவில் இளங்கலை முடித்த பிறகு, கிரேட் பிரிட்டனில் எம்.ஏ மொழியியல் படிக்க ஒரு பெல்லோஷிப்பைப் பெற்றார். 1992ஆம் ஆண்டில், கலிபோர்னியா பல்கலைக்கழகத்தில் மொழியியலில் தனது பிஹெச்டி முடிக்க லாலமி அமெரிக்கா சென்றார். லாலமி 1996 இல் தனது எழுத்தை வெளியிடத் தொடங்கினார், அது அவரது 2014 நாவலான 'தி மூர்ஸ் அக்கவுண்ட்' பெரும் வெற்றியைப் பெற்றது மற்றும் அந்த ஆண்டு புனைகதைக்கான புலிட்சர் பரிசுக்கான இறுதிப் போட்டியாளராக இருந்தார்.

அமெரிக்காவின் உண்மையான முதல் கருப்பு ஆய்வாளரான எஸ்டேபானிகோ என்றும் அழைக்கப்படும் முஸ்தபா அல்-ஜமோரியின் கற்பனையான நினைவுக் குறிப்பு மூரின் கணக்கு நாவலாகும்.காஸ்டிலியன் ஆய்வுக் குழுவின் ஒரு பகுதியாக புளோரிடாவை ஆராய்வதற்கான பயணத்தில் எஸ்டெபானிகோ ஒரு மொராக்கோ அடிமை இடம்பெற்றிருந்தான். குழுக்களின் நோக்கம் அமெரிக்காவை ஆராய்வதே ஆகும், ஆனால் ஒரு முறை "இந்திய கிராமங்களில் ஒன்றில் தங்கத்தின் சிறிய நகங்களை"

கண்டறிந்ததும், அதிக தங்கத்தைத் தேடுவதற்கான வேட்கை தீவிரமடைவதால் பேராசை அவர்களுக்கு இருந்தது. ஒரு வருடம் கழித்து, எஸ்டேபானிகோ குழுவில் மீதமுள்ள நான்கு உறுப்பினர்களில் ஒருவராக தன்னைக் கண்டறிந்து, தன்னை ஒரு குணப்படுத்துபவர் மற்றும் கதைசொல்லியாக ரீமேக் செய்வதில் வெற்றி பெற்றார். எஸ்தேபானிகோவின் கண்ணோட்டத்தில் கதையை எழுத லாலமி தேர்வு செய்தார், ஏனெனில் அவர் தனது அடிமை அந்தஸ்தின் காரணமாக கதை நினைவுபடுத்தப்படாத நான்கு பேரில் ஒருவர்தான்.

லாலமி ஒரு வலைப்பதிவை எழுதினார், இது தனது இணையதளத்தில் தொடர்ந்து புதுப்பிக்கப்பட்டது, ஏனெனில் அவர் தனது புத்தகத்திற்கு தேவையான ஆராய்ச்சிகளை சேகரித்து சேகரிப்பதற்கான தனது பயணத்தை பகிர்ந்து கொண்டார். லாலமி தனது கதாபாத்திரத்தின் சிக்கலான பின்னணியை ஆராய ஆராய்ச்சி செயல்முறையின் ஒரு பகுதியாக மொராக்கோவுக்கு விஜயம் செய்தார். 16 ஆம் நூற்றாண்டிலிருந்து வந்த பயணப் பதிவுகளால் ஈர்க்கப்பட்டதையும் அவர் குறிப்பிட்டார், அரபு எழுத்தாளர்களால் எழுதப்பட்ட அந்த பகுதியில் அவர்கள் அந்தக் காலப்பகுதியில் விரிவாகப் பயணம் செய்தனர். இது அவரது கதாபாத்திரத்திற்கான குரலை வளர்க்கவும் நாவலின் தொனியை அமைக்கவும் உதவியது.

ஒரு முஸ்லீம் மனிதனாக எஸ்டெபானிகோ மூலம் தனது புத்தகத்தில் முஸ்லீம் அகநிலை மற்றும் அடையாளம், நேர்காணலின் போது லாலமி தொட்ட கருப்பொருள்கள். முஸ்லீம் அமெரிக்கர்கள் பெரும்பாலும் வெளிநாட்டவர்களாகக் காணப்படுவதால் இது அமெரிக்காவில் பல வாசகர்களை ஈர்க்க செய்தது. அமெரிக்காவில் முஸ்லிம்கள் வெளிநாட்டினர் அல்ல என்று லாலமி குறிப்பிட்டுள்ளார், ஏனெனில் 'அமெரிக்கா பிறப்பதற்கு முன்பே அவர்கள் அங்கு வசித்து வந்தனர். "

அவர் தனது எழுத்தை 1996 இல் வெளியிடத் தொடங்கினார். இணைக்கப்பட்ட கதைகளை உள்ளடக்கிய அவரது முதல் நாவல் 2005 இல் வெளியிடப்பட்டது. 2015ஆம் ஆண்டில் அவர் தனது 2014 நாவலான தி மூர்ஸ் அக்கவுன்ட் புனைகதைக்கான புலிட்சர் பரிசுக்கான இறுதிப் போட்டியாளராக இருந்தார், இது பல விமர்சனங்களைப் பெற்றது மற்றும் விருதுகள் பலவற்றை வென்றது.

லாலமி ஒரு தொழிலாள வர்க்க குடும்பத்தில் பிறந்தார். அவர் வீட்டில் மொராக்கோ அரபு பேசினார், தொடக்கப்பள்ளியில் ஸ்டாண்டர்ட் அரபு மற்றும் பிரெஞ்சு மொழியைக் கற்றுக்கொண்டார்.

லாலமியின் கூற்றுப்படி, அவர் குழந்தையாகப் படித்த அனைத்து புத்தகங்களும் பிரெஞ்சு மொழியில் எழுதப்பட்டவை, மேலும் அவர் தனது சொந்த கதைகளை பிரெஞ்சு மொழியில் எழுதத் தொடங்கினார். "கதாபாத்திரங்களின் பெயர்கள், அவர்களின் வீடுகள், நகரங்கள், அவர்களின் வாழ்க்கை என் சொந்தத்திலிருந்து முற்றிலும் வேறுபட்டவை," என்று அவர் விளக்கினார், "ஆனாலும், நான் அவர்களை தொடர்ந்து வெளிப்படுத்தியதால், அவை முற்றிலும் பழக்கமாகிவிட்டன. இந்த படங்கள் எனது கற்பனை உலகத்தை நோக்கி படையெடுத்தன அவர்கள் அன்னிய இடத்திலிருந்து வந்தவர்கள் என்று நான் ஒருபோதும் நினைத்ததில்லை." அவரது பெற்றோர் இருவரும் பல வகைகளில் பரவலாகப் படித்து, அவரது எழுத்தை ஊக்குவித்தாலும், லாலமி எழுதுவதைத் தவிர வேறு ஒரு தொழிலைப் படிக்க வேண்டும் என்று அவர்கள் நினைத்ததாகக் கூறினார்.

ரபாத்தில் உள்ள முகமது வி பல்கலைக்கழகத்தில் லாலமி தனது உரிமத்தை ஆங்கிலத்தில் பெற்றார். 1990 இல் அவர் பிரிட்டிஷ் கவுன்சில் மூலமாக இங்கிலாந்தில் ஆய்வு கூட்டுறவு மற்றும் ஒரு எம்.ஏ. மொழியியல் பட்டத்தை லண்டன் பல்கலைக்கழக கல்லூரியில் முடித்தார். பட்டம் பெற்ற பிறகு, அவர் மொராக்கோவுக்குத் திரும்பி, ஒரு பத்திரிகையாளர் மற்றும் வர்ணனையாளராக சுருக்கமாக பணியாற்றினார்.

1992ஆம் ஆண்டில் அவர் தெற்கு கலிபோர்னியா பல்கலைக் கழகத்தில் சேர லாஸ் ஏஞ்சல்ஸுக்கு சென்றார், அதில் இருந்து மொழியியலில் பி.எச்.டி பட்டம் பெற்றார். பகுப்பாய்வில் கூட, மொழி ஆய்வில் ஈடுபடுவதற்காக அவர் மொழியியல் துறையைத் தேர்ந்தெடுத்தார். அவரது அனுபவங்களும் ஆய்வு களும் மொராக்கோவில் பிரெஞ்சு மற்றும் அரபியின் பயன்பாடு களைப் பிரதிபலிக்க காரணமாக அமைந்தது. எட்வர்ட் செய்டின் எழுத்துக்களால் அவர் செல்வாக்கு பெற்றார், மேலும் அவருக்கும் அவரது குடும்பத்தினருக்கும், பெரும்பாலான பூர்வீக மொராக்கியர்களுக்கும் பின்பற்றப்பட்ட குறியீடு மாறுதல்களை அறிந்திருந்தார். தொழில் ரீதியாக ஆங்கிலத்தில் எழுதுவது, தனக்கு இன்னொரு கண்ணோட்டத்தைக் கொடுத்தது என்றார்.

லாலமி 1996 இல் ஆங்கிலத்தில் புனைகதை மற்றும் புனைகதை எழுதத் தொடங்கினார். அவரது இலக்கிய விமர்சனம், கலாச்சார வர்ணனை மற்றும் கருத்துத் துண்டுகள் தி பாஸ்டன் குளோப், பாஸ்டன் ரிவியூ, தி லாஸ் ஏஞ்சல்ஸ் டைம்ஸ், தி நேஷன், தி நியூயார்க் டைம்ஸ், தி வாஷிங்டன் போஸ்ட், டெய்லி பீஸ்ட்

மற்றும் பிற இடங்களில் வெளியாயின. 2016ஆம் ஆண்டில், தி நேஷன் பத்திரிகையின் கட்டுரையாளர் மற்றும் தி லாஸ் ஏஞ்சல்ஸ் டைம்ஸ் புக் ரிவியூவுக்கு ஒரு விமர்சகர் எனப் பெயரிடப்பட்டார்.

அவரது முதல் புத்தகம், நாவல் அல்லது சிறுகதைகள், நம்பிக்கை மற்றும் பிற ஆபத்தான இடர்பாடுகள் என 2005 இல் வெளியிடப்பட்டது. இது நான்கு மொராக்கோ குடியேறியவர்களைப் பின்தொடரும் கதையாகும், அவர்கள் ஜிப்ரால்டர் ஜலசந்தியை ஒரு லைஃப் படகில் கடக்க முயற்சிக்கின்றனர், இது கடலோரத்தை கைப்பற்றுகிறது. புத்தகம் ஒரு அசாதாரண கதை அமைப்பைக் கொண்டுள்ளது: முக்கிய கதாபாத்திரங்கள் கடக்கும்போது தொடக்கக் கதை நடைபெறுகிறது; அடுத்த நான்கு கதைகள் கதாபாத்திரங்களின் வாழ்க்கைக்குத் திரும்பும். இறுதி நான்கு கதைகள் முன்னோக்கி ஒளிரும், இதனால் வாசகர் நான்கின் தலைவிதியைக் கற்றுக்கொள்கிறார். நம்பிக்கை மற்றும் பிற ஆபத்தான இடர்ப்பாடுகள் பரந்த விமர்சனங்களைப் பெற்றன. வாஷிங்டன் போஸ்ட், கரோலின் இப்படி வர்ணித்தார் "ஒரு பிரேசிங்கில் மற்றும் அழகான சிறிய நாவல்." நியூயார்க் ரிவியூ ஆஃப் புக்ஸில் எழுதுகின்ற பங்கஜ் மிஸ்ரா, "வெளிநாட்டவரின் சுய இன்பம் மற்றும் பெரும்பாலும் ஏக்கம் நிறைந்த ஏக்கம் இல்லாமல் லாலமி தனது சொந்த நாட்டைப் பற்றி எழுதுகிறார்" என்று குறிப்பிட்டார்.

லாலமியின் இரண்டாவது புத்தகம், சீக்ரெட் சோன் (2009) நாவல், காசாபிளாங்காவின் சேரிகளில் அமைக்கப்பட்ட ஒரு வயது கதை ஆகும். யூசெப் எல் மெக்கி என்ற ஒரு இளம் கல்லூரி மாணவர், தனது தந்தை ஒரு உயர்நிலைப் பள்ளி ஆசிரியர் என்றும், பல ஆண்டுகளாக இறந்துவிட்டார் என்றும் நம்புவதற்கு வழிவகுத்தவர், உண்மையில் ஒரு தொழிலதிபர் மற்றும் நகரம் முழுவதும் வசிக்கிறார் என்பதைக் கண்டுபிடித்தார். ஆனால் யூசெப் தனது தந்தையுடன் வளர்ந்து வரும் உறவும், திடீரென அதிர்ஷ்டத்தில் ஏற்பட்ட மாற்றமும் நகரத்தில் சமூக மற்றும் அரசியல் அமைதியின்மையால் அச்சுறுத்தப்படுகின்றன. அரசியல் சித்தாந்தத்தால் பெருகிய முறையில் பிளவுபட்டுள்ள உலகில் அடையாளம் மற்றும் வர்க்கத்தின் கருப்பொருள்களை இந்த நாவல் ஆராய்கிறது. ஆரஞ்சு பரிசுக்கு ரகசிய மகன் நீண்டகாலமாக பட்டியலிடப்பட்டார்.

லாலமியின் மூன்றாவது புத்தகமான மூரின் கணக்கு, செப்டம்பர் 2014 இல் பாந்தியன் புத்தகங்களால் வெளியிடப்பட்டது.1527ஆம் ஆண்டின்மோசமான நர்வீஸ் பயணத்தின் ஒரு பகுதியாக

ஆவணப்படுத்தப்பட்ட மொராக்கோ அடிமை எஸ்டீவனிகோவின் கண்ணோட்டத்தில் இந்த நாவல் கூறப்படுகிறது, மேலும் தப்பிய நான்கு பேரில் ஒருவர்1536 இல் மெக்ஸிகோ நகரத்தை அடைய. பின்னர் அவர் அமெரிக்காவின் முதல் கறுப்பின ஆராய்ச்சியாளராக பயணங்களை நடத்தினார். தி மூர் அக்கவுண்ட் அமெரிக்கன் புக் விருதை பெற்றது, ஹர்சன் ரைட் மரபுரிமை விருது, மற்றும் இறுதிப் போட்டியில் ஃபிக்ஷன் புலிட்சர் விருது சிறந்த கௌரவங்களாகும்.

2019ஆம் ஆண்டில், லாலமி மற்றொரு நாவலான தி அதர் அமெரிக்கன்ஸ் ஒன்றை வெளியிட்டார். கலிஃபோர்னியாவில் ஒரு சிறிய நகரத்தில் நடந்த ஒரு விபத்தில் ஒரு மொராக்கோ குடியேறியவர் சந்தேகத்திற்கிடமான மரணத்துடன் புத்தகம் தொடங்குகிறது, மேலும் அவருடன் இணைக்கப்பட்டுள்ள ஒன்பது வெவ்வேறு கதாபாத்திரங்களின் கண்ணோட்டத்தில் கூறப்படுகிறது.

லாலாமிக்கு ஒரேகான் இலக்கிய கலை மானியம், ஃபுல்பிரைட் பெல்லோஷிப் மற்றும் குகன்ஹெய்ம் பெல்லோஷிப் கிடைத்துள்ளன. அவர் 2009 இல் உலக பொருளாதார மன்றத்தால் ஒரு இளம் உலகளாவிய தலைவராக தேர்ந்தெடுக்கப்பட்டார்.தற்போது அவர் ரிவர்சைடு கலிபோர்னியா பல்கலைக்கழகத்தில் படைப்பு எழுத்து பேராசிரியராக உள்ளார்.

3. மரியம் பான் மற்றும் எட்மண்ட் ஓம்ரான் எல் மெலிஹ்

மதத்திற்கு முன் தாயகம்... யூத எழுத்தாளர்கள் தங்கள் தாயகத்தை, அல்ஜீரியாவை அல்லது மொராக்கோவை விட்டு வெளியேற மறுக்கும்

நாவலாசிரியர்களான மரியம் பான் மற்றும் எட்மண்ட் ஓம்ரான் எல் மெலிஹ் ஆகியோரின் அனுபவம் வரலாற்றின் மற்றொரு படத்தை முன்வைக்கிறது

சில வட ஆபிரிக்க யூதர்கள், குறிப்பாக அல்ஜீரியா மற்றும் மொராக்கோவைச் சேர்ந்தவர்கள், தங்கள் தாயகங்களை கைவிட வில்லை, அவர்கள் கைவிட்டனர் அவர்கள் அழுத்திய இரட்டை அழுத்தம் அதிக எண்ணிக்கையிலான வட ஆபிரிக்க யூதர்களை நாடு கடத்த முயன்ற சியோனிச இயக்கத்திலிருந்து மே 14, 1948 இல் இஸ்ரேல் அரசு நிறுவப்பட்டதிலிருந்து பாலஸ்தீனம் மற்றும் நாட்டின் குடிமக்கள், குறிப்பாக முஸ்லிம்கள் இந்த குடிமக்களுக்கு எதிராக எழுந்த தீவிரவாத அரசியல் மற்றும் மத இயக்கங்களால் தூண்டப்பட்ட வெறுப்பு கலாச்சாரத்தின் காரணமாக ஏற்பட்ட அழுத்தம், அனைவருக்கும் சொந்தமான “தாயகம்” மற்றும் “மதம்” ஆகியவற்றுக்கு இடையில் வேறுபடுவதில்லை. அரேபியர்களுக்கும் இஸ்ரேலுக்கும் இடையிலான ஜூன் 1967 போருக்குப் பிறகு இந்த அழுத்தம் இரட்டிப்பாகியது.

மரியம் பின் ஹைம் அல்ஜீரிய புரட்சியின் மையத்தில் ஒரு மென்மையான சக்தியாக இருந்து இடப்பெயர்வை எதிர்த்து, தங்கள் தாயகத்துடன் இணைந்திருந்த அல்ஜீரிய எழுத்தாளர்களின் உறுதியான மாதிரிகளில் ஒருவராக திகழ்ந்தார். நாவலாசிரியர், கவிஞர் மற்றும் அல்ஜீரிய ஓவியர் மரியம் பான் (முழுப்பெயர் மரியம் பின் ஹைம்) இந்த (1928-2001) முன்னணியில் வந்துள்ளார், அதாவது 1991 வரை அல்ஜீரியாவில் நுழைந்தவர்களை கறுப்பு

தசாப்தம் என்று அழைக்கப்படும் உள்நாட்டுப் போர், அல்ஜியர்ஸை பிரான்சுக்கு (மார்சேய்) விட்டுச் சென்றது, இது பல புத்திஜீவிகள் இடம்பெயர வழிவகுத்தது, இது தெளிவற்ற தன்மை, தீவிரவாதம் மற்றும் பயங்கரவாதத்திற்கு எதிரான அவர்களின் அறிவுசார் நிலைப்பாடுகளால் தங்கள் உயிருக்கு அச்சுறுத்தல் இருப்பதாக உணர்ந்தனர்.

எழுத்தாளர் மரியம் அல்ஜீரியாவின் சுதந்திரத்திற்கு முன்பே தனது வாழ்க்கையை ஒரு படைப்பு அறிவுஜீவி, கவிஞர், நாவலாசிரியர், பிளாஸ்டிக் ஓவியர் மற்றும் ஆர்வலர் என வாழ்ந்தார், அவர் அல்ஜீரிய சமுதாயத்துடன் முழு ஒருங்கிணைப்புடன் வாழ்ந்தார், அல்ஜீரிய எழுத்தாளர்கள் சங்கத்தின் உறுப்பினராகவும், அல்ஜீரிய பெண்கள் தேசிய சங்கத்தின் உறுப்பினராகவும் இருந்தார். அவருடைய நம்பிக்கை அவருடைய சாதாரண வாழ்க்கைக்கு ஒரு தடையாக இருக்கவில்லை

மரியம் பான் பெனி மோஷி பழங்குடியினரின் உறுப்பினராக உள்ளார், இது ஐன் பைடா (அல்ஜீரியாவின் தென்கிழக்கு) நகரத்தை ஸ்தாபித்த பெருமைக்குரியது, அங்கு அவர் கான்ஸ்டன்டைன் நகரத்திற்குள் நுழைந்த பின்னர் பிரெஞ்சு காலனித்துவத்திலிருந்து தப்பிக்க அங்கு குடியேறினார், மேலும் கிரனாடாவின் வீழ்ச்சிக்குப் பின்னர் யூதர்களின் அவலநிலைக்குப் பின்னர் அண்டலூசியாவிலிருந்து இடம்பெயர்ந்த ஒரு குடும்பத்தைச் சேர்ந்தவர், மற்றும் மேரி பிரபல தத்துவஞானி மோசஸ் பென் மைமோனிடெஸின் பேத்தி தான் பான்.

அரசியல் மற்றும் கருத்தியல் ரீதியாக, அவர் ஒரு இடதுசாரி சியோனிச எதிர்ப்பு கம்யூனிஸ்ட் குடும்பத்தில் வளர்ந்தார். அவரது தந்தை ஒரு மதச்சார்பற்ற கம்யூனிஸ்ட் ஆவார், அவர் தலைநகரில் உள்ள (இப்போது பவ்மாமா மேல்நிலைப் பள்ளி) மேல்நிலைப் பள்ளியில் படித்தார், அதில் இருந்து பாசிச ஆட்சியின் கீழ் வெளியேற்றப்பட்டார், இந்த சம்பவம் எல்லா யூத குழந்தைகளுக்கும் நடந்தது.

ஆரம்பத்தில், அவர் அல்ஜீரிய தேசிய இயக்கம் மற்றும் பின்னர் அல்ஜீரிய புரட்சியுடன் தொடர்புடையவராக இருந்தார். அல்ஜீரிய கம்யூனிஸ்ட் இளைஞர் இயக்கத்தில் சேர்ந்தார். 14 வயதில் அவர் இயக்கத்தின் பொதுச்செயலாளர் ஆனார்.

மரியம் அல்ஜியர்ஸ் பல்கலைக்கழகத்தில் தத்துவத்தைப் படித்தார். அவர் பட்டம் பெற்றதும், ஏழை பெற்றோருடன் வாழ அல்ஜியர்ஸுக்கு மேற்கே மிலியானா நகரின் புறநகரில்

உள்ள ஒரு தனிமைப்படுத்தப்பட்ட கிராமப்புறத்தில் கற்பிக்கத் தேர்ந்தெடுத்தார். இந்த தலைமுறை ஆசிரியர்கள் வறுமைக்கு எதிரான சமூக மற்றும் அரசியல் போராட்டம் கல்வியறிவின்மைக்கு எதிரான போராட்டத்திலிருந்து பிரிக்க முடியாதது என்று நம்பினர். இடதுசாரி பத்திரிகைகளில் படித்த எழுத்தாளராக தனது வாழ்க்கையைத் தொடங்கினார்.

சுதந்திரத்திற்குப் பிறகு, குடியுரிமை பெற்ற சில யூத அல்ஜீரியர்களில் ஒருவரான இவர், 1965ஆம் ஆண்டு ஜூன் 19 ஆம் தேதி ஜனாதிபதி அகமது பென் பெல்லாவுக்கு எதிராக கர்னல் ஹூரி பவ்மிடின் தலைமையிலான இராணுவ ஆட்சி கவிழ்ப்பு மற்றும் அறிவொளி இடதுசாரி புத்திஜீவிகள் மீது திருகுகளை இறுக்கத் தொடங்கிய பின்னர், ஆசிரியர் மரியம் பான் பலரைப் போல பிரான்சுக்கு குடிபெயர்ந்தார். மொஹமட் டிப், ஹூசைன் சஹ்வான், மொஹமட் பவ்டியா, மொஹமட் ஹர்பி, மவ்ரத் போர்பவுன், அகமது அஸ்கர், முகமது பென் மன்சூர் மற்றும் பலர் நாட்டை விட்டு வெளியேற வேண்டிய கட்டாயத்தில் இருந்தனர்.

அல்ஜீரிய கலாச்சார இடத்துடன் மரியம் பான் ஒரு நெருக்க மான உறவைக் கொண்டிருந்தார், இது அல்ஜீரிய உயரடுக்கினரின் சிறப்பியல்பு ஆகும், இஸ்லாம், யூத மதம் அல்லது கிறிஸ்தவம் போன்ற பல்வேறு மதங்கள் மற்றும் அரபு, பிரஞ்சு மற்றும் அமாஸி எழுதும் வெவ்வேறு மொழிகளில் பன்முகத்தன்மை மற்றும் சகிப்புத்தன்மையை உறுதிப்படுத்துகிறது, மேலும் இந்த இலக்கிய சூழ்நிலையில் திறந்த நிலையில் மரியம் எழுதியது ஒரு நாடகம் 1973ஆம் ஆண்டு ஜூன் 28 ஆம் தேதி பாரிஸில் மொசாட்டில் இஸ்ரேலிய உளவுத்துறையால் படுகொலை செய்யப்பட்ட இடதுசாரி புத்திஜீவியும், அல்ஜீரிய நாடகத்தின் முதல் இயக்குநருமான மொஹமட் பவ்டியா இந்த நாடகத்தை இயக்கினார், 1979ஆம் ஆண்டில் "தொழிலாளர்களின் கலாச்சார செயல்பாடு" என்ற நாடகக் குழுவின் தலைவரான கட்டேப் யாசின் இயக்கிய இரண்டாவது நாடகம் "நோரா"ஆகும்.

மரியம் பானின் எழுத்துக்கள் கவிதை, நாவல்கள் மற்றும் நாடகங்களில் ஏராளமானவை உள்ளன அல்ஜீரிய வாசகர் களிடையே நன்கு அறியப்பட்ட அவரது தலைப்புகளில், "படுகொலை செய்யப்பட்ட சூரியனை", 2002 இன் வெளியான கவிதை, "தியாகங்களின் குறுக்கு வழியில்," கவிதை 2000, லீலா, பிச்சைக்காரர்களின் குழந்தைகள் (நாடகம்) 1998, "இதுதான் மனிதன் பிறந்தது" (கதைகள்) 1993, "சப்ரினா, அவர்கள் உங்களிடமிருந்து உங்கள் வாழ்க்கையைத் திருடிவிட்டார்கள்" நாவல். 2000ஆம்

ஆண்டில், அவர் தனது நினைவுக் குறிப்பை “வென் காகிதங்கள் ஏமாற்றப்படுகையில்” என்ற தலைப்பில் வெளியிட்டார், அல்ஜீரிய கலாச்சார மற்றும் அரசியல் நிலப்பரப்பைப் படிக்கும் ஒரு நினைவுக் குறிப்பு அது, தனது தாயகத்துக்கும், மக்களின் சுதந்திரத்தைப் பாதுகாப்பதற்கும் ஒரு கல்வியாளராக தனது அனுபவத்தின் மூலம் போராட தூண்டினார்.

எல் ஹட்ஜி எட்மண்ட் எல் மெலிஹ் மொராக்கோவின் ஒரு யூத எழுத்தாளர். மொராக்கோவில் உள்ள அவரது சக புத்திஜீவிகள் அவரை “எல் ஹட்ஜ் எட்மண்ட்” என்று அழைக்கிறார்கள். எழுத்தாளர் எட்மண்ட் ஓம்ரான் எல் மெலிஹ் (1917-2010) இந்த பெயரில் மகிழ்ச்சியடைந்தார், இந்த பிரபலமான தலைப்பைப் பற்றி பெருமிதம் கொள்கிறார், ஏனெனில் இது மதத் தடைகள் இல்லாமல் பொது கற்பனையில் மரியாதை, பாராட்டு மற்றும் உருகல் போன்ற பல அர்த்தங்களைக் கொண்டுள்ளது. அதன் மத பரிமாணத்திற்கு மேலதிகமாக, ஒரு பாத்திரத்திற்கான மக்கள் பாராட்டையும் மரியாதையையும் நிரூபிக்க இது ஒரு மதிப்புமிக்க சமூக பரிமாணத்தையும் கொண்டுள்ளது.

எட்மண்ட் ஓம்ரான் மாலேவின் படைப்பு மற்றும் போர்க் குணமிக்க பாதை அல்ஜீரிய எழுத்தாளர் மரியம் பான் போலவே உள்ளது. இது மொராக்கோ-யூத தேசியவாத புத்திஜீவியின் ஒரு மாதிரியாகும், அவர் தனது நாட்டில் மொராக்கோவில் தங்கி இறந்து அவரது மண்ணில் புதைக்கப்பட விரும்பினார், மேலும் அவரது வாழ்க்கையின் கிட்டத்தட்ட ஒரு நூற்றாண்டு காலம் (93 வயதில் இறந்தார்) மொராக்கோ அல்லது நாடுகடத்தப்பட்டிருந்தாலும் மொராக்கோ பேச்சுவழக்கில் அல்லது அமாஸி மொழியில் பேசுவதை விட்டுவிடவில்லை. மொழி மீதான இந்த அணுகுமுறை உளவியல் ரீதியாகவும் சமூக ரீதியாகவும் ஆழமான அரசியல் மற்றும் கலாச்சார முக்கியத்துவத்தைக் கொண்டுள்ளது. அவ்வாறு செய்யும்போது, மொழி என்பது தாயகத்தின் நிழல், நாம் எங்கு சென்றாலும் நம் இதயத்திலும், நம் நாவிலும் வைத்திருக்கும் தாயகம் என்பதை உலகுக்குக் காட்ட அவர் விரும்பினார்.

எட்மண்ட் ஓம்ரான் அல்-மெலீ இலக்கியங்களை எழுதுவதில் தாமதமாக வந்தார்.அவர் 1963ல் தனது முதல் கதை மற்றும் கதை நூல்களை எழுதவும் வெளியிடவும் தொடங்கினார். அவர் பாலஸ்தீனிய காரணத்தின் ஆதரவாளராக இருந்து பாலஸ்தீனியர்களுக்கும் இஸ்ரேலியர்களுக்கும் இடையிலான அமைதியான உரையாடலை பாலஸ்தீனியர்களின் தேசிய மற்றும் மனித உரிமைகளை மதிக்கிறார். இஸ்ரேல் ஸ்தாபிக்கப்பட்டதாக

அறிவிக்கப்பட்ட பின்னர் பல மொராக்கோ யூத குடும்பங்கள் பாலஸ்தீனத்திற்கு குடிபெயர்ந்ததன் மூலம் எட்மண்ட் இம்ரான் எல்-மெலிஹின் அனுபவித்த தனிமை, பின்னர் ஜூன் 1967 போருக்குப் பிறகு, அவர் யூதராக இருப்பதற்கு முன்னர் மொராக்கோ மதமாக இருப்பதற்கு முன்னர் தேசபக்தியாக இருந்ததால் அவரை எதிர்த்து வெற்றி பெற்றார்.

எனவே, குடியுரிமை உணர்வும் அதைப் பாதுகாப்பதற்கான அர்ப்பணிப்பும், இது எட்மண்ட் ஓம்ரான் அல்ம்லீயின் பலமாகவும், இந்த ஒற்றுமை உணர்வைக் கடக்கவும், மொராக்கோவில் மற்ற படைப்பு அறிவுஜீவிகளைப் போல தொடர்ந்து வாழவும் அவரை தூண்டியது. அல்ஜீரிய யூத எழுத்தாளர் மரியம் பானைப் போலவே, எட்மண்ட் ஓம்ரான் அல்-மெலிஹூம் 1965 இல் காசாபிளாங்காவின் நிகழ்வுகளுக்குப் பிறகு மொராக்கோவை விட்டு பிரான்சுக்குச் சென்றார், அந்த சமயத்தில் அவர் கிங் ஹாசன் II கிடங்கு முறை சிறையில் அடைக்கப்பட்டார்.

எட்மண்ட் இம்ரான் எல்-மெலிஹின் எழுத்துக்கள் ஒரு மையப் பிரச்சினையைச் சுற்றியுள்ளன: "நிலம், மனிதன் மற்றும் வரலாறு ஆகியவற்றுக்கு இடையிலான நல்லிணக்கம்". "இஸ்லாமிய ஆன்மீகவாதம் சரியான இணக்கத்துடன் உள்ளது, மேலும் இம்ரான் எல்-மெலிஹ் அதன் நூல்களில், மொராக்கோவில்" சகவாழ்வை "அணுகும் சீரான கலாச்சார முகங்களில் ஒன்றாகும் விதத்தில் எழுதினார்.. அவர் தனது அனைத்து நூல்களையும் பிரெஞ்சு மொழியில் எழுதியிருந்தால், எட்மண்ட் இம்ரான் எல்-மெலிஹின் பிரெஞ்சு அமாஸி மொழியிலும் மொராக்கோ மற்றும் அரபு மொழியிலும் இருப்பதைக் காணலாம்.

எட்மண்ட் இம்ரான் எல்-மெலிஹின் எழுத்துக்கள் அழகாகவும் இருக்கின்றன.அவை வாழ்க்கை வரலாறு மற்றும் தத்துவ பிரதிபலிப்பு (தத்துவ பேராசிரியர் மற்றும் மரியம் பான் தத்துவ பேராசிரியர்) ஆகியவற்றை இணைத்து பிரபலமான மொராக்கோ சமுதாயத்தின் படங்களை வெளிப்படுத்தும் நூல்களாக திகழ்கிறது, இது அவரை ஒரு சிறந்த கதைசொல்லியாக மாற்றுகிறது. மொராக்கோவிலும் வெளிநாட்டிலும் பரவலாக வாசிக்கப்பட்ட அவரது கதை நூல்களை "நிலையான நீரோடை" (1980), "இலன்" அல்லது "லெயில் அல்-ஹக்கி" 1983, "ஒரு வருடத்தில் ஒரு வருடம்" 1986, "ஓடே அபுல்-ஹக்கி" 1990, "தாய்" 2000 என குறிப்பிடலாம். எட்மண்ட் ஓம்ரான் எல்-மெலிஹ் 1996 இல் மொராக்கோ தேசிய மெரிட் விருதைப் பெற்றார், இது மிக உயர்ந்த அதிகாரப்பூர்வ கலாச்சார விருது, மற்றும் ஆர்டர் ஆஃப்

தி ஆர்டர் வழங்கப்பட்டது. 2004ஆம் ஆண்டில் அவரது அனைத்து படைப்புகள் அங்கீகாரம் பெற்றது.

அல்ஜீரிய நாவலாசிரியர் மரியம் பான் (மரியம் பென் ஹைம்) மற்றும் மொராக்கோ நாவலாசிரியர் எட்மண்ட் ஓம்ரான் எல்-மெலிஹ் ஆகியோரின் அனுபவங்களைப் படித்தால், தாயகத்துடனான அவர்களின் உறவு முக்கிய மனிதாபிமானப் பிரச்சினைகளைப் பாதுகாப்பது, குறிப்பாக மக்களின் சுதந்திரம் மற்றும் காலனித்துவத்தைக் கண்டனம் செய்தல் ஆகியவற்றின் அனுபவங்களைப் படித்தல், வரலாற்றின் மற்றொரு படத்தை நமக்குத் தருகிறது. துரதிர்ஷ்டவசமாக, இன்று, நம் நாடுகளில் இந்த புதிய தலைமுறையை தீவிரவாதம், பயங்கரவாதம் மற்றும் இரத்த கலாச்சாரத்திற்கு கொண்டு வந்துள்ள ஒழிப்பு மற்றும் அங்கீகாரம் இல்லாத கலாச்சாரத்தின் பரவல் மற்றும் பொதுமைப்படுத்தலின் வெளிச்சத்தில் மறைக்கப்படுகிறது.

4. மொஹமட் சக்ரி

மொஹமட் சக்ரி (ஜூலை 15, 1935 இல் பிறந்து நவம்பர் 15, 2003 ல் இறந்தார்,) இவர் ஒரு மொராக்கோ எழுத்தாளர் மற்றும் நாவலாசிரியர் ஆவார், இவர் சர்வதேச அளவில் புகழ்பெற்ற சுயசரிதை நூலான ஃபார் பிரெட் அலோன் (அல்-குப்ஸ் அல்-ஹாஃபி)முக்கியமான படைப்பாகும், இது அமெரிக்க நாடக ஆசிரியர் டென்னசி வில்லியம்ஸால் "மனித விரக்தியின் உண்மையான ஆவணம், அதன் தாக்கத்தில் சிதறுகிறது" என்று விவரிக்கப்பட்டது.சுமார் பத்து நூல்களை இவர் எழுதியுள்ளார்.

சக்ரி மிகவும் ஏழ்மையான குடும்பத்தில் வளர்ந்தார். அவர் தனது கொடுங்கோன்மை தந்தையிடமிருந்து ஓடிவந்து, துன்பம், விபச்சாரம், வன்முறை மற்றும் போதைப்பொருள் ஆகியவற்றால் சூழப்பட்ட (டான்ஜியரின்) ஏழை பகுதிகளில் வசிக்கும் வீடற்ற குழந்தையாக ஆனார். தனது 20 வயதில், படிக்கவும் எழுதவும் கற்றுக்கொள்ள முடிவு செய்து பின்னர் பள்ளி ஆசிரியரானார். அவரது குடும்பப் பெயரான "சோக்ரி" பெயர் அவரது பெயருடன் இணைக்கப்பட்டுள்ளது

1960-களில், காஸ்மோபாலிட்டன் டான்ஜியரில், அவர் பால் பவுல்ஸ், ஜீன் ஜெனட் மற்றும் டென்னசி வில்லியம்ஸ் ஆகியோரை சந்தித்தார். சக்ரியின் முதல் எழுத்து 1966 இல் அல்-அடாபில் (பெய்ரூட்டின் மாதாந்திர ஆய்வு) வெளியிடப்பட்டது, "அல்-அன்ஃப் அல அல்-ஷதி" ("கடற்கரையில் வன்முறை") என்ற தலைப்பில் ஒரு கதை எழுதினார். அது சர்வதேச வெற்றியை அடைந்தது ஆங்கில மொழிபெயர்ப்பு வந்து அல்-குபூஸ் அல்-ஹாபி (தனியாக ரொட்டி பொறுத்தவரை)நூலை பால் பவுல்ஸ் 1973ஆம் ஆண்டு மொழிமாற்றம் செய்யப்பட்டது பிரஞ்சு மூலம் தஹர் பென் ஜெலோன் 1980 (எடிஷன்ஸ்) இல், வெளியிடப்பட்ட

அரபு நூல் 1982 இல் மொராக்கோவில் தணிக்கை செய்யப்பட்டது (1983 முதல் 2000 வரை). இந்த புத்தகம் பின்னர் 30 மொழிகளில் மொழிபெயர்க்கப்பட்டது.

அவரது முக்கிய படைப்புகள் தொடங்கி, அவரது தன்வரலாற்றுப் வரிசை நூற்கள் உள்ளன அவர் 1960 கள் / 1970-களில் சிறுகதைகளின் தொகுப்புகளையும் எழுதினார் (மஜ்னவுன் அல்-வார்டு, தி ஃப்ப்ளவர் ஃப்ரீக், 1980; அல்-கைமா, தி டென்ட், 1985). அதேபோல், பால் பவுல்ஸ், ஜீன் ஜெனட் மற்றும் டென்னசி வில்லியம்ஸ் (டான்ஜியர், 1992 இல் ஜீன் ஜெனட் மற்றும் டென்னசி வில்லியம்ஸ், எழுத்தாளர்களுடனான சந்திப்புகள் பற்றிய விவரங்களுக்கு அவர் அறியப்படுகிறார்.டான்ஜியரில் ஜீன் ஜெனட், 1993, ஜீன் ஜெனட், சூட் அண்ட் எண்ட், 1996, பால் பவுல்ஸ்: லு ரெக்லஸ் டி டேஞ்சர், 1997). மூன்று பேருக்கும் ஒரே தொகுதியில் இன் டான்ஜியர், டெலிகிராம் புக்ஸ், 2008

முகமது சக்ரி புற்றுநோயால் நவம்பர் 15, 2003 அன்று ரபாத்தின் இராணுவ மருத்துவமனையில் காலமானார். அவர் மர்ஷான் கல்லறையில் நவம்பர் 17 ம் தேதி புதைக்கப்பட்டார் அவர் இறப்பதற்கு முன், சக்ரி ஒரு அடித்தளத்தை உருவாக்கினார், மொஹமட் அச்சாரி என்பவரிடம் அவரது பதிப்புரிமை, அவரது கையெழுத்துப் பிரதிகள் மற்றும் தனிப்பட்ட எழுத்துக்களை கொடுத்து வைத்திருந்தார்.

அவரது தாய்மொழி ரிஃபியன் (ஒரு பெர்பர் பேச்சுவழக்கு)ஆகும். வறுமை காரணமாக, அவரது குடும்பம் டெட்டோவானுக்கும் பின்னர் டான்ஜியருக்கும் குடிபெயர்ந்தது. ஒரு குழந்தையாக சக்ரி பலவிதமான வேலைகள் செய்தார், அல்ஜீரிய ரிஃப்பில் ஒரு பிரெஞ்சு குடும்பத்தில் பணியாற்றினார், அல்லது டான்ஜி யருக்கு வந்த மாலுமிகளுக்கு வழிகாட்டினார்., அங்கு அவர் ஸ்பானிஷ் மொழியைக் கற்றுக்கொண்டார். அவரது வாழ்க்கை விபச்சாரிகள், திருடர்கள், கடத்தல்காரர்கள் மற்றும் குறிப்பாக ஒரு கொடுங்கோன்மை மற்றும் வன்முறை தந்தையால் சூழப்பட்டது. சக்ரி தனது இளைய சகோதரர் காதர் மற்றும் அவரது மனைவியை கொலை செய்ததாக குற்றம் சாட்டப்பட்டார். குடும்ப தகராறுக்குப் பிறகு, அவர் தனது 11 வயதில் தனது குடும்பத்தை விட்டு டான்ஜியரில் வசித்தார். அங்கு, அவர் ஒரு வீடற்ற குழந்தையாகவும், ஒரு குட்டி கொள்ளைக்காரனாகவும், அவ்வப்போது கடத்தல்காரன் மற்றும் ஒரு விபச்சாரிகளுடன் இருந்தார். தனது 20 வயதில், வாழ்க்கையை மாற்றிய ஒருவரை சந்தித்தார்.

எழுதுவது எப்படி என்பதைக் கற்றுக்கொள்ள முயன்று கிளாசிக்கல் அரபிக் மொழியைப் படிக்கவும் எழுதவும் கற்றுக் கொள்ள உதவிய ஒருவரை அவர் சந்தித்தார், அவருக்கு ஒரு விசித்திரமான மொழி, அவர் பேசிய மொராக்கோ அரபு மற்றும் பெர்பரிடமிருந்து வேறுபட்டது. அவர் 1956ஆம் ஆண்டில் (மொராக்கோ சுதந்திரம் அடைந்த ஆண்டு) டான்ஜியரை விட்டு வெளியேற முடிவுசெய்து, லாராச்சேவுக்குச் சென்று, 21 வயதில் ஒரு தொடக்கப் பள்ளியில் நுழைந்தார். அவர் எக்கோல் நார்மலில் நுழைந்து பள்ளி ஆசிரியரானார். 1960-களில் மீண்டும் டான்ஜியரில், அவர் தொடர்ந்து பார்கள் மற்றும் விபச்சார விடுதிகளுக்குச் சென்றார்கள் மற்றும் அவரது தனிப்பட்ட கதையை அரபு மொழியில் வெளிப்படையாகவும் விரிவாகவும் எழுதத் தொடங்கினார். மொராக்கோவிலும் வெளிநாட்டிலும் உள்ள மத மற்றும் பழமைவாத சக்திகளால் அவரது பாலியல் வண்ண அனுபவங்கள் சிலவற்றைப் பற்றி அவர் வெளிப்படையாகக் கண்டித்தார்.

சக்ரி தனது தைரியமான எழுத்துக்கள் மூலமாகவும் அமெரிக்க எழுத்தாளரும் இசையமைப்பாளருமான பால் பவுல்ஸுடனான தொடர்பு ஆகியவற்றின் மூலம் இலக்கிய புகழ் பெற்றார், அவர் டான்ஜியரில் பல தசாப்தங்களாக வாழ்ந்தார். 1973ஆம் ஆண்டில் ஃபார் பிரெட் அலோனின் மொழிபெயர்ப்பில் பவுல்ஸ் மற்றும் சக்ரி இணைந்து பணியாற்றினர், மேலும் இந்த நாவலை இங்கிலாந்தில் பீட்டர் ஓவன் வெளியிட பவுல்ஸ் ஏற்பாடு செய்தார்.

அந்த நூலை ஆங்கிலத்தில் வெளியிடப்பட்டபோது பிரெட் அலோன் ஒரு சர்வதேச வெற்றியாக மாறியது, ஆனால் இந்த புத்தகம் அரபு உலகிலும் பரபரப்பை ஏற்படுத்தியது. அரபு பதிப்பு வெளிவந்தபோது, மொராக்கோவில், உள்துறை மந்திரி டிரிஸ் பாஸ்ரியின் அதிகாரத்தின் பேரில், மத அதிகாரிகளின் ஆலோசனையைப் பின்பற்றி தடை செய்யப்பட்டது . டீனேஜ் பாலியல் அனுபவங்கள் மற்றும் போதைப்பொருள் பாவனை பற்றிய குறிப்புகளால் இது புண்படுத்தப்பட்டதாகக் கூறப்படுகிறது. இந்த தணிக்கை 2000 இல் முடிந்தது, மற்றும் ஃபார் பிரெட் அலோன் இறுதியாக மொராக்கோவில் வெளியிடப்பட்டது. 1999ஆம் ஆண்டில், கெய்ரோவில் உள்ள அமெரிக்க பல்கலைக்கழகத்தில் நவீன அரபு இலக்கிய பாடத்திட்டத்தின் பாடத்திட்டத்திலிருந்து ஃபார் பிரெட் அலோன் நீக்கப்பட்டது.சில பாலியல் வெளிப்படையான பத்திகளின் காரணமாக டாக்டர் சாமியா மெஹ்ரெஸ் கற்பித்தார், சில பார்வையாளர்களை “தடையை” விமர்சிக்கவும் அரசாங்க தணிக்கை மீது குற்றம் சாட்டவும்

தூண்டினார். இந்த சம்பவத்திற்கு முன்னர் எகிப்தின் ஜனாதிபதி, மாக்சிம் ரோடின்சனின் புத்தகமான முஹம்மதுவின் ஹொஸ்னி முபாரக், அந்த புத்தகத்தை தடைசெய்தது மற்றும் அந்த பாடத்தின் பயிற்றுவிப்பாளரை மறுபரிசீலனை செய்யவில்லை. “ இஸ்லாமிய போராளிகளிடமிருந்து மிரட்டலை அரசாங்கம் தடுக்க சிறிதும் நடவடிக்கை செய்யவில்லை “ என்று சிலர் குற்றம் சாட்டினாலும், உண்மையில், எகிப்திய அரசாங்கம் அந்தக் காலகட்டத்தில் பரந்த அளவில் புத்தகத் தடை செய்வதில் ஈடுபட்டது. டாக்டர் மெஹ்ரெஸ் பாலியல் துன்புறுத்தல் நடவடிக்கைகள் மற்றும் வெளியேற்றப்படுவதாக அச்சுறுத்தப்பட்டார், “ஃபார் பிரெட் அலோன்” என்ற புத்தகம் பாராளுமன்றத்தால் ஆராயப்பட்டது,

முகமது சக்ரி தனக்கு மிக முக்கியமானதை அவர் பாது காத்துள்ளார் என்று நம்பினார்: அவரது இலக்கியப் பணிகளுக்கு மரணத்திற்குப் பிந்தைய வீடு அந்த ஆவணம் இருந்தது.அவரது கடைசி விருப்பமும் சாட்சியமும், அதில் அவர் தனது முழு தோட்டத்தையும் ஐந்து ஜனாதிபதிகள் கூட்டாக நடத்தவிருந்த ஒரு அடித்தளத்திற்கு விட்டுவிட்டார்: “சக்ரி இறந்த பிறகு, இந்த ஆவணம் ஒரு தடயமும் இல்லாமல் மறைந்துவிட்டது” என்று ஆசிரியரின் இலக்கிய முகவராக இருந்த ராபர்டோ டி ஹாலண்டா கூறுகிறார்

அவரது இலக்கிய மரபைப் பாதுகாப்பது சக்ரிக்கு மிக முக்கிய மானது, ஆனால் அவருக்கு அளிக்கப்பட்ட வாக்குறுதிகள் நிறைவேற்றப்படவில்லை: “இந்த முடிவு ஒரு ஐரோப்பிய அல்லது ஒரு அமெரிக்க பல்கலைக்கழகத்திற்கு கொடுக்கலாமா அல்லது ஒரு மொராக்கோ நிறுவனத்திடம் ஒப்படைக்கலாமா என்பதுதான்.” இலக்கிய முகவர் விளக்குகிறார்.

மொஹமட் சக்ரி மொராக்கோ விருப்பத்தை தேர்வு செய்தார். ஒரு விஷயம், அவர் தனது பணிக்கான உரிமைகளை ஒரு வெளிநாட்டு நிறுவனத்திற்குக் கொடுத்தால், அரசாங்கம் தனது விலையுயர்ந்த புற்றுநோய் சிகிச்சைக்கு நிதியளிப்பதை நிறுத்தக்கூடும் என்று அவர் அஞ்சினார். மறுபுறம், முன்னர் மொராக்கோவை காலனித்துவப்படுத்திய மற்றும் ஒடுக்கப்பட்ட நாடுகளில் ஒன்றிற்கு அவற்றைக் கொடுத்திருப்பது குறிப்பாக வெட்கக்கேடானது.இவரது படைப்புகள் சினிமாவாகவும் தயாரிக்கப்பட்டது.

அலி ஜவ்வா: வீடற்ற குழந்தையின் கதையைச் சொல்லும் நபில் அயோச்சின் படம், வீதிகளின் இளவரசர்கள், அதிர்ச்சியூட்டும் சூழ்நிலை குறைவாக இருந்தாலும், ஃபார் பிரெட் அலோனின் தழுவலாகும்.

ரொட்டி பொறுத்தவரை தனியாக சினிமா மூலம் தழுவி எடுக்கப்பட்டது ரஷித் பென்ஹட்ஜ் ஒரு இத்தாலிய-பிரஞ்சு-அல்ஜீரிய கூட்டுதயாரிப்பில் 2004ல் நடித்தார்.இந்த படம் 2005 இல் காசாபிளாங்கா விழாவின் முதல் பதிப்பில் திரையிடப்பட்டது.

மொராக்கோ சமுதாயத்தில், மிகவும் பழமைவாத பிரிவு உள்ளது. அந்த நபர்கள் எனது படைப்புகளை இழிவுபடுத்தியவர்கள் என்று தீர்ப்பளிக்கிறார்கள். எனது புத்தகங்களில், ஆட்சிக்கு எதிராக எதுவும் இல்லை. நான் அரசியல் அல்லது மதம் பற்றி பேசவில்லை. ஆனால், பழமைவாதிகளை எரிச்சலூட்டுவது என்னவென்றால், நான் என் தந்தையை விமர்சிப்பதை கவனிக்க வேண்டும். தந்தை அரபு-முஸ்லீம் சமுதாயத்தில் புனிதமானவர்.

5. ஓரினச்சேர்க்கை என் அம்மாவுக்கு விளக்கப்பட்டது

அப்தெல்லா டானா

என் அன்பான குடும்பத்திற்கு,

நான் உங்களுக்கு எழுதுவது இதுவே முதல் முறை. உங்கள் அனைவருக்குமாக ஒரு கடிதம். எம்பர்கா என் அம்மா. என் சகோதரிகள், என் ஆறு சகோதரிகள், இரண்டு சகோதரர்கள் ஆகியோர் அறிய... இன்று, என் ஆத்மாவுக்குள் இருந்து, இந்த வரிகள் அவசரத்துடன் வருகிறது. என்னால் அவற்றைச் சொல்ல முடியாது, எழுதக்கூடாது, அவற்றை உங்களிடம் அனுப்பவும் முடியாது. எனது பகுத்தறிவு, நான் என்ன எழுதுகிறேன், நான் என்ன செய்கிறேன் என்பதை விளக்குவதை என்னால் தடுக்க முடியாது. விளக்குவதற்கு? ஆமாம், நான் வேண்டும், ஏனென்றால் தேவை என்னை கட்டாயப்படுத்துகிறது, நீங்கள், என் குடும்பத்தினர், வாசிப்பதில், நான் வெளியிட்டவை-புத்தகங்கள், கட்டுரைகள், நேர்காணல்கள்... போன்ற சிக்கல்களுக்கு நீங்கள் செல்லவில்லை என்பதால்... நான் நீண்ட காலமாக மொராக்கோவில் நேரடி விளக்கங்கள் கொடுக்கவில்லை. இந்த நாட்டில் என்ன நடக்கிறது என்பதில் நாம் உண்மையிலேயே ஈடுபட, மற்றவர்கள் எங்களை விளக்கங்களைப் பெறுவதற்கு தகுதியானவர்களாகக் கருதுவதற்காக நான் அவ்வாறு செய்கிறேன்,

நான் அவதூறு சொல்கிறேனா என்று எனக்குத் தெரியும். உங்களைச் சுற்றியுள்ளவர்களுக்கு: அயலவர்கள், சகாக்கள், நண்பர்கள், மாமியார்... நான் எந்த அளவிற்கு விருப்பமின்றி உங்களுக்கு தீங்கு விளைவிப்பேன் என்பது உங்களுக்குத் தெரியும், அது உங்களுக்கு கவலை அளிக்கிறது. எனது உண்மையான முதல் பெயரிலும் எனது கடைசி கடைசி பெயரிலும் கையொப்பமிடுவதன் மூலம் என்னை வெளிப்படுத்துகிறேன். என்னுடன் உங்களையும்

அம்பலப்படுத்துகிறேன். இந்த சாகசத்தில் நான் உங்களை இழுத்துச் செல்கிறேன், இது எனக்கும் என்னைப் போன்றவர்களுக்கும் ஒரு ஆரம்பம்: இறுதியாக! நிழல்களிலிருந்து வெளியே வர, தலை உயரமாக இருந்தது! உண்மையைச் சொல்ல, என் உண்மை! இருக்க வேண்டும்: அப்தெல்லா. இருக்க வேண்டும்: இரண்டுமே இருக்க வேண்டும். தனியாக. இன்னும் ஒரே நேரத்தில் தனியாக இல்லை.

நான் பெருமையுடன் கூறும் எனது ஓரினச்சேர்க்கைக்கு அப்பால், நான் உங்களைத் தவிர்ப்பது உங்களுக்கு ஆச்சரியத்தையும் பயத்தையும் தருகிறது என்பதை நான் அறிவேன்: நான் எப்போதும் போலவே மெல்லிய, அதே நித்திய குழந்தை முகத்துடன்; இன்னும் நான் இப்போது அதே இல்லை. நீங்கள் இனி என்னை அடையாளம் காணவில்லை, நீங்களே இவ்வாறு சொல்லிக் கொள்ளுங்கள்: "அவர் அந்த வினோதமான யோசனைகளை எங்கிருந்து பெறுகிறார்? அவருக்கு நரம்பு எங்கிருந்து கிடைக்கிறது? நாங்கள் அவரை அப்படி வளர்க்கவில்லை... மேலும் அவர் பாலியல் பற்றி பகிரங்கமாக பேசுவதோடு மட்டுமல்லாமல் - இல்லை, இல்லை, அது அவருக்குப் போதாது - அவர் ஓரினச்சேர்க்கையாளர், அரசியல், சுதந்திரம் பற்றியும் பேசுகிறார்... அவர் தன்னை யாருக்காக எடுத்துக்கொள்கிறார்? "

நான் மொராக்கோவிலிருந்து வருகிறேன். எனக்கு மொராக்கோவை தெரியும். வெற்றி பெறுவது, இருப்பதைக் கூட, பணத்தை வைத்திருப்பது மற்றும் மற்றவர்களை பணத்தால் நசுக்குவது. நான் பிறந்ததிலிருந்து, 1973 இல், ரபாத்தில், இது எப்போதும் மொராக்கோ இலட்சியமாக இருந்தது, பின்பற்ற வேண்டிய மாதிரி இல்லாமல். உங்களைப் போலவே, நான் ஏழையாகப் பிறந்தேன், சாலேயில் நான் ஏழையாக வளர்ந்தேன். இன்றும் நான் சில வழிகளில் ஏழைகளாகவே இருக்கிறேன். இந்த மலட்டு மொராக்கோவின் இலட்சியத்தை நான் மறுக்கிறேன். இந்த தளம். இது எனக்கு பொருந்தாது. நான் அதைச் சுற்றி வருகிறேன். மொராக்கோ மாதிரி, என் சொந்த சிறிய வழியில், நான் அதை மீண்டும் கண்டுபிடித்தேன். நான் அதை புதிய உள்ளடக்கத்துடன், அர்த்தத்துடன், தைரியத்துடன், சந்தேகத்துடன் நிரப்பினேன்... அதுவே உங்களை உண்மையிலேயே அதிர்ச்சிக்குள்ளாக்குகிறது: நான் அதை வித்தியாசமாக மாறி விட்டேன், நீங்கள் வருவதைக் காணவில்லை.இதற்கு முன்பு, உங்கள் பக்கத்திலேயே, நான் எப்போதுமே மிகவும் உடன்பட்டவனாகவும், புத்திசாலித்தனமாகவும், நல்ல நடத்தை உடையவனாகவும் இருந்தேன்.

ஒவ்வொரு நாளும் இதே கேள்விகளை நீங்களே கேட்டுக்கொள்ள வேண்டும்: நாங்கள் அவருக்கு என்ன செய்தோம்? இந்த ஊழலுக்கு தகுதியானவர் என்று நாங்கள் அவருக்கு என்ன செய்தோம்? நீங்கள் நிச்சயமாக இப்போது என்னை வெறுக்க வேண்டும், என்னை சபிக்கவும். உங்களுக்கு நான் இனி ஒரு நல்ல முஸ்லீம் என்பதில் சந்தேகமில்லை. நீங்கள் என்னைப் பற்றியும் கவலைப்பட வேண்டும்: புத்தகங்கள் மற்றும் செய்தித்தாள்களில் இதுபோன்று என்னை வெளிப்படுத்துவதில் நான் ஆபத்துக்களை எடுத்துக்கொள்கிறேன்.

தாயே என் விருப்பங்களுடன் நீங்கள் உடன்படவில்லை என்றாலும், எனக்காக தொடர்ந்து ஜெபிக்கிறீர்கள் என்பது எனக்குத் தெரியும். அது என்னைத் தொடுகிறது. எவ்வாறாயினும், நீங்கள் உலகை மீண்டும் கண்டுபிடித்தீர்கள்-முஸ்லீம் பிரார்த்தனை என்று நான் நம்புகிறேன். அம்மா, உங்களுக்கு நிச்சயமாக இது தெரியாது, ஆனால் கிளர்ச்சி செய்வதற்கான இந்த ஆசை, அதை நீங்கள் எனக்குக் கொடுத்தது நீங்கள் தான். எங்கள் குடும்பத்தில், நீங்கள் எப்போதும் வழிகாட்டியாக, திட்டமிடுபவராக, கிளர்ச்சியாளராக இருந்தீர்கள். விஷயங்களைச் செய்பவர். அம்மா, உங்களிடம் கல்வியறிவின்மை இருந்தபோதிலும், நான் உங்களுக்கு அருகில் கழித்த 25 ஆண்டுகளில், நீங்கள் பெண்ணியத்தின் பள்ளியாக இருந்தீர்கள். என்ன ஒரு பள்ளி! நான் உங்களைப் போற்றுகிறேன். நான் உங்களை நேசிக்கவில்லை, நான் மீண்டும் சொல்கிறேன்: நான் உங்களைப் பாராட்டுகிறேன்! உங்கள் தேர்வுகளை என் தந்தை மீதும், உங்கள் பிள்ளைகளின் மீதும் சுமத்தினீர்கள். நீங்கள் உங்கள் வேலையைச் செய்துள்ளீர்கள்: ஹே சலாமின் வீடு. பணத்தை ஒதுக்கியவர், சிமென்ட், மணல் மற்றும் செங்கற்களை வாங்கியவர், மேசன்களை வேலைக்கு அமர்த்தியவர், முகதாத்துடன் பேச்சுவார்த்தை நடத்தியவர் நீங்கள். ஆண்களின் இடத்தில் ஒரு மனிதனாக இருப்பதைத் தவிர வேறு வழியில்லை என்பதை நீங்கள் விரைவாக புரிந்துகொண்டீர்கள். நம்மைச் சுற்றியுள்ள எல்லா ஆண்களையும் விட சிறந்தவராகவும் தைரியமாகவும் இருக்க வேண்டும்.

ஆமாம், விஷயங்களின் அடிப்பகுதிக்குச் செல்வதற்கான உங்கள் உறுதியானது சில சமயங்களில் உங்களை ஒரு சர்வாதிகாரியாக மாற்றும். ஆமாம், நீங்கள் பேசும் முறை ஒரு அலறல், எப்போதும் எப்போதும் ஒரு அலறல். ஆம், உங்களுடன் வாதிடுவது சாத்தியமில்லை. ஆனால், அதே நேரத்தில், நான் உங்கள் பக்கத்திலிருந்து எவ்வளவு கற்றுக்கொண்டேன்.

அம்மா, உங்கள் பெயர் அழகாக இருக்கிறது. எம்பர்கா. இதன் தோற்றம் ஓலாட் பிரஹிமின் கிராமப்புறங்களில் உள்ளது. உங்கள் கதையும், உங்கள் பயணமும், தட்லாவிலிருந்து சாலே வரை, ரபாத் மற்றும் எல் ஜாடிடா வழியாக, நான் அவர்களை நினைவில் கொள்ளும்போதெல்லாம் என்னை மகிழ்விக்கும். ஒரு காவிய பயணம். கண்ணீர் இல்லாமல். நீங்கள் ஒருபோதும் இருந்ததில்லை. நீங்கள் எப்போதும் நியாயமாக இருக்கவில்லை, குறிப்பாக என் சகோதரிகளுக்கு, ஆனால் இன்றுவரை, தினமும் காலையில், நான் என் தொப்பியை உங்களிடம் எடுத்துச் செல்கிறேன். எனது கடன்களை உங்களிடம் ஒப்புக்கொள்கிறேன்.

உங்கள் மொழி, அம்மா, என் மொழி. உலகத்தைப் பற்றிய உங்கள் கவிதைப் பார்வையினாலும், நீங்கள் கண்டுபிடிக்கும் சடங்குகளாலும் ஈர்க்கப்பட்ட நான் எழுதுகிறேன், மிகவும் விசித்திரமான, அழகான, மயக்கும். உங்கள் அலறல்களை மனதில் கொண்டு எழுதுகிறேன். உங்கள் அலறல்களை மதிக்க நான் இன்று கத்துகிறேன். அவற்றைக் கீழே இழுக்க. அவர்களுக்கு ஒரு மேடை கொடுக்க. அவற்றை புத்தகங்களாக, இலக்கியத்திற்குள் அனுமதிக்க. அதுவும் எனது லட்சியங்களில் ஒன்றாகும்: உங்கள் அலறல்களை மொராக்கோவின் உருவமாக மாற்ற, உங்கள் பெயர் மொராக்கோ பெண்களின் அடையாளமாக மாற்ற. அம்மா, நான் உங்களுக்காக அதையெல்லாம் செய்ய முடியும். அது தான் எனது ஒரே செல்வம். எனது பரிசு. என் கடமை.

அம்மா, மொராக்கோவில் மற்றவர்கள் அல்ல, அரசாங்கம், மதகுருமார்கள், நித்திய கேலி செய்பவர்கள், 'ஹூலிகன்கள்', தடைகள், பொறாமை, குட்டி இடர்கள்... முழு மொராக்கோவும், என்னுள் சுமந்து செல்லும் ஒன்று மற்றும் ஒன்று இந்த கடிதத்தில் நான் உரையாற்றுகிறேன், இந்த மொராக்கோ சரியானது அல்ல. மொராக்கோ பதட்டமான மற்றும் காய்ச்சல் கொண்டிருந்தன.

அம்மா, மக்கள் என்னைப் பற்றி சொல்லும் எதிர்மறையான கருத்துக்களைப் பற்றி நான் கவலைப்படவில்லை. ஆனால் நீங்கள் சொல்வதை, உங்கள் சர்வாதிகாரத்துடன் நான் உடன்படவில்லை என்றாலும், நான் கேட்கிறேன். நான் பகுப்பாய்வு செய்கிறேன். நான் பதிலளிக்க விரும்புகிறேன்.

நீங்கள் மொராக்கோ. எனது உண்மை, எனது "நான்", நான் விரும்பினாலும் விரும்பாவிட்டாலும், எனது ஓரினச்சேர்க்கை, எனது எழுத்து, வெளியிடப்பட்ட மற்றும் வரவிருக்கும் இரண்டையும் கொண்டுள்ளது, அது உங்களுக்கானது. நீங்கள் கேட்பது எனக்கு முக்கியம். நான் உன்னைப் போன்றவன் என்பதை நீங்கள் அறிந்து

கொள்ள வேண்டும். உங்களைப் போன்ற அதே கிளர்ச்சியில் அல்ல, உங்களை நான் சமாதானப்படுத்த விரும்புகிறேன்.

நாங்கள் அடிக்கடி ஒருவருக்கொருவர் அழைக்கிறோம், ஆனால் தொலைபேசியில் எல்லாவற்றையும் என்னால் சொல்ல முடியாது. நான் ஒரு குழந்தையைப் போல வெட்கப்படுகிறேன், கொஞ்சம் முட்டாள். எனவே, நான் எழுத முடிவு செய்துள்ளேன். என்னை நம்புங்கள், அம்மா, "உங்களை வெட்கத்தில் மூழ்கடித்து" என்ற மண் வழியாக உங்களை இழுக்கும் எண்ணம் எனக்கு இல்லை. ஆனால் நான் உண்மையை வெளிப்படுத்த வேண்டும், என் உண்மை. என்னில் என்ன மாறுகிறது என்பதை நான் உங்களுக்குச் சொல்ல வேண்டும். மொராக்கோவில். மாற்றம் உங்களிடமிருந்து தொடங்குகிறது. உங்கள் யோசனைகளை என் தந்தை மீதும், அக்கம்பக்கத்தினரின் மீதும் சுமத்தினீர்கள். உலகின் மீது. அதனால் தான் என்னுடையதை உங்கள் மீது திணிப்பதைத் தவிர வேறு வழியில்லை. பதில், நீங்கள் அலறுவீர்கள். "நாங்கள் மீண்டும் ஒருவரை ஒருவர் கிழிக்கப் போகிறோம்" என்று கத்தினீர்கள். நான் நன்றாக இருக்கிறேன். எனக்கு அமைதி பிடிக்கவில்லை. எனக்கு பிடித்த கவிஞர் போர்த்துகீசிய கவிஞர் பெர்னாண்டோ பெசோவா. ஆங்கிலோ-ஐரிஷ் ஓவியர் பிரான்சிஸ் பேகன், எனக்கு பிடித்த ஓவியர். பிரெஞ்சு-அல்ஜீரிய நடிகையும் பாடகியுமான இசபெல் அட்ஜானி, எனது நட்சத்திரம். இந்த அசாதாரண மனிதர்கள் யாரும் நிம்மதியாக வாழவில்லை. அவர்கள் யார் என்று உங்களுக்குத் தெரியாதா? அவர்களின் பெயர்களை மீண்டும் கூறுவேன்; அவர்கள் எனக்கும் வாழ்க்கையுடனான எனது ஈடுபாட்டிற்கும் முக்கியமான கலைஞர்கள்: பெர்னாண்டோ பெசோவா, பிரான்சிஸ் பேகன், இசபெல் அட்ஜானி. நீங்கள் கல்வியறிவற்றவர், கலாச்சாரம் பற்றி எதுவும் தெரியாதவரா? அதை சந்தேகிக்க என்னை அனுமதிக்கவும். மர்மமான கண்ணுக்கு தெரியாத உலகம் உங்களுக்குத் தெரியும். மீறல் உங்களுக்குத் தெரியும். கலாச்சாரம், கலாச்சாரம் அனைத்தும், அதைத் தவிர வேறில்லை. நாம் பார்ப்பதைச் சொல்வது.ஒருவரின் வித்தியாசத்தையும் ஒருவரின் மொழியையும் திணிக்க. தன்னை மிஞ்சுவதற்கு. தன்னை மாற்றிக் கொள்ள. இலக்கியம், சினிமா, ஓவியம் போன்றவை அவ்வளவுதான். வெளிப்பாடு. பின்னர், புரட்சி. இதை என் சகோதரர்களுக்கும் சகோதரிகளுக்கும் சொல்லுங்கள். என் லட்சியம், என் அடக்கம், என் ஊடுருவும் தன்மை.

மொராக்கோவில் நான் மட்டும் இல்லை, அம்மா. இந்த நாட்டில் ஏதோ தொடங்கியது. கைவிட்ட, ஒத்துழைத்த முந்தைய

தலைமுறையினருடன் ஒரு உண்மையான இடைவெளி இருக்கிறது. நாங்கள் இருபத்தியோராம் நூற்றாண்டில் வாழ்பவர்கள்.

அவர்கள் எங்களை மிரட்ட முயற்சிக்கிறார்கள். தார்மீக ஒழுங்கு என்று அழைக்கப்படுபவருக்கு, நமது அடிப்படை மதிப்புகள் என்று அழைக்கப்படுவதற்கு நம்மை மீண்டும் அதில் கொண்டு வருவது. ஆனால் அவை எது? இந்த மதிப்புகளில் எது மொராக்கோ மக்களுக்கு இன்று தேவை என்பதை யார் தீர்மானிக்கிறார்கள்?

உலகம் இப்போது முன்னோடியில்லாத வகையில் ஒரு நெருக்கடியை சந்தித்து வருகிறது. உலகம் பதில்களை உள்நோக்கிப் பார்க்கிறது. மாற்றம் நடக்கிறது. உலகெங்கிலும், மக்கள் பராக் ஒபாமாவை ஒரு மகத்தான நம்பிக்கையாக வரவேற்றுள்ளனர். ஆனால் மொராக்கோவில் என்ன நடக்கிறது? எங்களைப் போன்றவர்கள் மீண்டும் பயப்படுகிறார்கள். அதே பழைய சூத்திரம் தான். நாங்கள் இழுத்துச் செல்லப்படுகிறோம். இந்த குருட்டுத்தன்மை எவ்வளவு காலம் நீடிக்கும்? இந்த ஆணவம்? இந்த நாட்டின் இளைஞர்களை நாம் எவ்வளவு காலம் புறக்கணித்து கொலை செய்யப் போகிறோம்? இந்த அரசியல் எவ்வளவு காலம் நம்புகிறது? உண்மையான நவீனத்துவம்? மோர்ஸின் உண்மையான புரட்சி?

உற்றுப் பாருங்கள், புரட்சி ஏற்கனவே தொடங்கிவிட்டது. ஒரே பிரச்சனை என்னவென்றால், நாம் எப்போதும் அதைப் பார்க்க விரும்பவில்லை. எங்கள் அடையாளம் ஒரு அயோட்டாவை மாற்றாவிட்டால் மொராக்கோவில் சிலர் இதை நன்றாக விரும்புவார்கள், ஆனால் இது ஏற்கனவே சில ஆண்டுகளாக மாறிக்கொண்டே இருக்கிறது. இளம் மொராக்கியர்கள் ஏற்கனவே இந்த சிக்கலான சிக்கலைப் புரிந்துகொண்டுள்ளனர். தலைப்பில் அவர்களின் பிரதிபலிப்புகளில் அவர்கள் அதிநவீன மானவர்கள். அவர்கள் ஏற்கனவே பின்நவீனத்துவ நிலையை ஏற்றுக்கொண்டார்கள் என்று ஒருவர் கூறலாம். ஆனால் மொராக்கோவில் இதை யார் புரிந்துகொள்கிறார்கள்? இந்த மாற்றத்தில் அவர்களுக்கு யார் உதவுவார்கள்? யார் அவர்களை வேறு வழியில் மொராக்கோவுடன் இணைத்து இந்த நாட்டில் தங்கள் நம்பிக்கையை மீட்டெடுப்பார்கள்?

அம்மா, நான் அதிகப்படியான புக்கிஷாக இருந்தால் என்னை மன்னியுங்கள். ஆனால் என் சகோதர சகோதரிகளே, நான் சொல்வதை நீங்கள் அறிவீர்கள். நீங்கள் என்னைப் போலவே படித்தவர்கள். என்னைப் போலவே, தந்தையார் நூலகத்திலிருந்து கொண்டு வரும் புத்தகங்களை நீங்கள் படித்திருக்கிறீர்கள், ரபாத்தில்

உள்ள பிப்லியோதெக் ஜெனரலாக அவர் பணிபுரிந்தார். நான் சொல்வதை புரிந்துகொள்ள உங்களுக்கு அறிவுசார் திறன் உள்ளது. நான் வீணாகப் பேசுகிறேன், நான் எடுத்துச் செல்லப்படுகிறேன், அல்லது நான் சண்டையிடுகிறேன் என்று என்னிடம் சொல்லாதே. எல்லோரையும் போல வரிசையில் விழச் சொல்ல வேண்டாம்.

என்னால் முடியாது. நான் எழுதிக்கொண்டு இருக்கிறேன். என்னைப் பற்றியும் நான் வரும் சமுதாயத்தின் மீதும் எனக்கு ஒரு குறிப்பிட்ட பொறுப்பு இருக்கிறது என்று சொல்ல வேண்டும். நான் நிரந்தரமாக கேள்வி கேட்கிறேன். ஒரு புத்தகம், அது சொல்லாமல் செல்கிறது, உலகத்தை, சமூகத்தை விசாரிக்கிறது. என்னால் பாதியிலேயே காரியங்களைச் செய்ய முடியாது. நான் தொடங்குவதை முடிக்கிறேன். நான் இனி தலை குனிய விரும்பவில்லை. நான் ஹீரோ இல்லை. பாசாங்குத்தனத்தையும், மொராக்கோவிற்கு அது செய்யும் அனைத்து சேதங்களையும் என்னால் இனி தாங்க முடியாது. சுற்றுலாப் பயணிகளை ஈர்ப்பதற்காக “நாட்டுப்புறமயமாக்கப்பட்ட” கிளிச்சட் படங்களில் சித்தரிக்கப்படுவதை என்னால் இனி நிறுத்த முடியாது. இந்த நாட்டின் உண்மையான செல்வத்தை மக்கள் பார்க்க முடியாது என்ற உண்மையை என்னால் இனி நிறுத்த முடியாது: கற்பனை, கதைகள் மற்றும் மர்மம். இளைஞர்கள். மொராக்கோ எழுந்து நிற்க உதவுவதற்கு நாங்கள் போதுமானதை செய்யவில்லை என்ற உண்மையை நான் வெறுக்கிறேன். என்னால் இனி கணினியை நிறுத்த முடியாது, இது மொராக்கோ மக்களை இரவும் பகலும் உடைத்து, இந்த நாட்டைப் பற்றி வித்தியாசமாக பேச போராடும் புதிய குரல்களை மவ்னமாக்குகிறது. அவர்கள் சுமத்தும் சாதாரணத்தன்மையையும் சிறிய தன்மையையும் என்னால் இனி நிறுத்த முடியாது. என்னைப் பொறுத்தவரை, மொராக்கோ எல்லா வற்றையும் விட பெரியது. இதை வெளிச்சத்திற்கு கொண்டு வர வேண்டிய கடமை எமக்கு உள்ளது. சிலருக்கு இது தேசத்துரோகம் என்று தோன்றும் போரை நடத்துவது அல்லது போரிடுவது என்று தான் இதன் பொருள் ஆகும்.

என் அன்பான குடும்பமே, நான் என் கையை உங்களுக்கு வழங்குகிறேன். இது நேர்மையானது. அது குற்றமற்றது. அது நான்தான்: அது நான் தான். எனது நரம்பணுக்களைப் புரிந்து கொள்ளவோ அல்லது எனக்கு உதவவோ நான் உங்களிடம் கேட்கவில்லை. இல்லை. என்னை ஒரு பரிகாரமாக உணர வேண்டாம் என்று நான் உங்களிடம் கேட்கிறேன். ஒரு குற்றவாளி. என் சொந்த வழியில், நான் உங்கள் வரலாற்றின் தொடர்ச்சியாக, எங்கள் வரலாறு. எங்கள் தோற்றம். சமூக ரீதியாகப் பேசும்

என்னைப் பற்றி நீங்கள் பெருமைப்பட நான் எதையும் வழங்க முடியாது. இன்று, அதாவது. இது எனது குறிக்கோள் அல்ல. நான் பெருமையை வெறுக்கிறேன், ஒரு உணர்வு வழிவகுக்கிறது. நான் உரையாடலைக் கனவு காண்கிறேன். இன்று வரை சாத்தியமில்லாத ஒரு உரையாடல். நான் சிறுபான்மையினரில் இல்லை. நான் தடைகளை உடைக்கும்போதுகூட நான் நீ, உன்னுடன், எப்போதும் உன்னுடன் இருக்கிறேன். உங்கள் வாழ்க்கையை இலக்கிய துண்டுகளாக மாற்ற நான் உங்கள் வாழ்க்கையைத் திருடும்போது கூட.

எனது புத்தகங்களிலும் எனது கூட்டங்களிலும் நான் உங்களைப் பாதுகாக்கிறேன். நான் உன்னிடம் சொல்கிறேன். நான் உங்களுடன் இருக்கிறேன். என் கனவை யாரோ, உங்கள் முன் அவமானப்படுத்தவேண்டும் ஒரு நாள் நீங்கள் பதில் சொல்லவேண்டும் என்று, "உங்கள் மகன், உங்கள் சகோதரன் ஸமீல்" "இல்லை, அவர் ஸமீல் இல்லை. அவர் மத் தாலி" இது ஒரு சொல், எல்லாவற்றையும் மாற்றும் எளிய சிறிய சொல். ஒரு சொல் புரட்சி. நீங்களே முடிவு செய்யுங்கள். நான் எதையும் கோரவில்லை. நான் தொடர்கிறேன். என்னால் முடிந்தவரை பறக்கிறேன். அம்மா செய்வது போல, என் சொந்த வழியில் நான் பிரார்த்தனை செய்கிறேன்: நான் எழுதுகிறேன்.

இங்கே நம் ஒவ்வொருவருக்கும் பயங்கரமான ஒன்று இருக்கிறது: மொராக்கோ மீதான வெறுப்பு! அது எங்கிருந்து வருகிறது? அது ஏன் இருக்கிறது? நாம் ஏன் இருக்கத் துணியக்கூடாது: ஆத்திரமூட்டல் மற்றும் ஊழல் மூலம் விடுபட. எந்தவொரு சந்தர்ப்பத்திலும், வேறு வழியில்லை. பயத்தை மறந்து உலகை நிர்வாணமாக எதிர்கொள்ள மட்டுமே. போலீஸே. மீண்டும், மென்மையுடன், என் உண்மை. உனக்காக.

தேவையற்ற மோதல்கள் எனக்குப் பிடிக்கவில்லை. நான் தேவையான போர்களுடன் இருக்கிறேன். மொராக்கோவுடன் மற்றும் அதற்கு எதிராக நான் நடத்தும் போர் பயனுள்ளதாக இருக்கும். நான் அதை உண்மையாக நம்புகிறேன். என்னால் பேச முடியும், எழுத முடியும். எனக்கும் மற்றவர்களுக்கும் ஏதாவது நான் செய்கிறேன். அது எனது கடமை.

உங்கள் அனைவருக்கும் அன்பின் சலாம்.

6. அப்தெல்லா டானாவுடன் ஒரு நேர்காணல்

ஜேசன் நபோலி ப்ருக்ஸ்

2007ஆம் ஆண்டில், மொராக்கோ பத்திரிகையான டெல்கு வேலுடன் ஒரு நேர்காணலின் மூலம் அப்தெல்லா டானா ஒரு ஓரினச்சேர்க்கையாளராக வெளியுலகுக்கு அறியப்பட்டார். இது மொராக்கோ சமுதாயத்தின் அனைத்து மட்டங்களிலும் எதிரொலித்த ஒரு பொது பிரகடனமாகும்: மொராக்கோவின் மிகப்பெரிய விற்பனையான செய்தித்தாள் அவரைக் கண்டித்தது, நாட்டின் பதிவர்கள் பலர் அவரை கல்லெறிய வேண்டும் என்று கூறி அவரை மறுத்துவிட்டனர். ஓரினச்சேர்க்கையாளராக வெளிப்படையாகவும், நம்பிக்கையற்றதாகவும் வாழ்ந்த முதல் மொராக்கோ எழுத்தாளர், டானா பின்னர் மொராக்கோவின் "முதல்" தலைமுறையின் இலக்கிய தூதராக பார்க்கப்பட்டார்,

இது சுய தணிக்கை செய்வதைத் தீர்மானித்து மொராக்கோவில் தனிப்பட்ட சுதந்திரங்களுக்கான போராட்டத்தைத் தொடங்கியது. *2009ஆம் ஆண்டில்,* ஓரின சேர்க்கை உரிமைகளை ஆதரிக்கும் எழுத்தை அடக்குவதற்கு மொராக்கோ அரசாங்கம் நகர்ந்த பின்னர் (மற்றும் மொராக்கோவின் "தார்மீக மற்றும் மத விழுமியங்கள்" மீதான பிற தாக்குதல்கள்), டாசா தனது நாட்டை உரையாற்ற நகர்ந்ததாக உணர்ந்தார்.: "ஒரு தலைமுறை மொராக்கோ மக்கள் தன்னை வெளிப்படுத்த முயற்சிக்கிறார்கள், அரசாங்கத்தின் பதில் ஆக்கிரமிப்பு. எனக்கு ஒரு அமைச்சருக்கு எழுத முடியாது என்று எனக்குத் தெரியும் - அவர் எங்களைப் போன்றவர்களை அங்கீகரிக்காததால் அவர் பதிலளிக்க மாட்டார் - ஆனால் என்னால் முடியும் என்னுடன் தொடர்புடைய ஒருவருக்கு எழுதுங்கள்." இதன் விளைவாக, *2009ஆம் ஆண்டின்* கடிதத்தின் வடிவத்தில், "ஓரினச்சேர்க்கை என் தாய்க்கு விளக்கப்பட்டுள்ளது"

என்ற ஆங்கில மற்றும் பல மொழிபெயர்ப்புகள் அறிகுறி இதழில் முதல்முறையாக வெளிவருகின்றன.

இருப்பினும், டானா ஒருபோதும் தனது இலக்கியப் படைப்பை வெளிப்படையாக அரசியல் என்று கருதவில்லை. உண்மையில், அவரது இரண்டு சுயசரிதை நாவல்கள் வெளிப்படையாக காதல் கதைகள்: சால்வேஷன் ஆர்மி (2006) ஆசிரியரின் மென்மையான ஆனால் அவரது மூத்த சகோதரர் மீது பாசமான பாசத்தை ஆராய்கிறது. இரண்டு நாவல்களும் பகிர்ந்துகொள்வது, எப்போதும் மகிழ்ச்சியானவை அல்ல, ஆனால் வலிமிகுந்த அவசியமான உண்மைகளை டானா வெளிப்படுத்தாத உண்மை.

1973 இல் சாலேயில் பிறந்த டானா இப்போது பாரிஸில் வசிக்கிறார். அவரது முதல் மொழி அரபு என்றாலும், அவர் முதன்மையாக பிரெஞ்சு மொழியில் எழுதுகிறார் - இது அவரது சொந்த வார்த்தைகளில் சொன்னால், அவரை “துரோகி” ஆக்கியுள்ளது.

ஒரு ‘தேவையற்ற பரிசு’ என்று விவரிக்கப்பட்டுள்ள இலக்கியங் களை நான் கேள்விப்பட்டிருக்கிறேன், அது உலகிற்குத் தேவையான ஒன்றைத் தருகிறது, ஆனால் அவசியமில்லை. உங்கள் நாவல்கள் சால்வேஷன் ஆர்மி மற்றும் ஒரு அரபு மெலஞ்சோலியா, நிச்சய மாக உங்கள் கட்டுரை “ஓரினச்சேர்க்கை என் அம்மாவுக்கு விளக்கப்பட்டுள்ளது,” சங்கடமான யதார்த்தங்களை சமுதாயத்தை நேருக்கு நேர் கொண்டு வருவது எழுத்தாளரின் கடமை என்ற கருத்தை எடுத்துக்காட்டுகிறது. உங்கள் படைப்பின் அரசியல் மாற்றங்கள் குறித்து எவ்வளவு சிந்திக்கிறீர்கள்?

எனது முதல் நாவலான சால்வேஷன் ஆர்மியை எழுதத் தொடங்கியபோது, நான் அரசியலற்றவனாக இருந்தேன், எனது பணிக்கு ஏற்படக்கூடிய அரசியல் மாற்றங்களைப் பற்றி நினைத்தேன். “ஓரினச்சேர்க்கை என் அம்மாவுக்கு விளக்கப்பட்டது” என்று எழுதியபோதும் கூட, நான் அரசியல் ரீதியான மாற்றங்களைப் பற்றி யோசிக்கவில்லை. என்னைப் பொறுத்தவரை இது ஒரு தனிப்பட்ட விஷயம். மொராக்கோவில் உள்ள அனைத்து ஓரின சேர்க்கையாளர்களையும் போல நானும், என் தந்தை, என் அயலவர்கள், மதம், மற்றும் அதிபர் ஆகியோரிடமிருந்து வேறு வழியில்லாமல், பாலின பாலினத்தவராக இருக்க வேண்டும். நான் இனி அழுத்தத்தை எடுக்க முடியவில்லை; இறுதியாக நீங்கள் என் முதன்மையானவர் என்று அழைக்கக்கூடியவற்றில் பேச விரும்பினேன்.நான் எப்போதும் கொண்டிருந்த மற்றும் பேச

வேண்டிய முதல் குரல். இதன் விளைவாக அந்த கட்டுரை வந்தது. இது டெல்குவலின் ஒரு இதழின் அம்சக் கதையாக இருந்தது, இது மொராக்கோவில் அமெரிக்காவின் நேரத்தைப் போலவே உள்ளது.

மொராக்கோவில் "ஓரினச்சேர்க்கை விளக்கப்பட்ட நாள்" முதன்முதலில் வெளியிடப்பட்ட ஒரு கதை உள்ளது, நீங்கள் உங்கள் குடியிருப்பின் கதவைத் தடுத்து, நீங்கள் தாக்கப்படுவீர்கள் என்று பயந்து இரவு முழுவதும் விழித்திருந்தீர்கள். மொராக்கோவில் உங்கள் படைப்பின் வரவேற்பு இன்னும் உங்கள் வாழ்க்கைக்கு பயம் ஏற்படுத்துகிறதா?

சரி, எனது புத்தகங்கள் மொராக்கோவில் விற்கப்படுகின்றன என்று நான் முதலில் சொல்ல வேண்டும். அது மட்டும் ஆச்சரியமாக இருக்கிறது; அவை நீண்ட காலத்திற்கு முன்பு தடைசெய்யப்பட்ட புத்தகங்களின் வகை. இல்லை, நான் ஒருபோதும் உடல் ரீதியாக தாக்கப்படவில்லை, ஆனால் மற்ற மொராக்கோ எழுத்தாளர்கள், பத்திரிகையாளர்கள் மற்றும் அரசியல்வாதிகள் என்னை விமர்சன ரீதியாக தாக்கியுள்ளனர். நாங்கள் மொராக்கியர்கள் நல்ல குடிமக்கள் மற்றும் நல்ல முஸ்லிம்கள் என்ற எண்ணம் இருந்தது. தனிப்பட்ட விஷயங்களைப் பற்றி பேச எங்களுக்கு அனுமதி இல்லை, குறிப்பாக திறந்த வெளியில் இல்லை. ஆனால் என்னைப் பொறுத்தவரை எழுதுவது ஒருபோதும் 'சரி' என்று கருதப்படுவதைப் பற்றியது அல்ல, அது தவறு என்று எல்லாவற்றையும் பற்றியது. இது சொல்லப்படாத ஒன்றை உரையாற்றுவதாகும், ஓரினச்சேர்க்கை எப்போதும் இருந்தது. எனது எழுத்து ஒரு பெரிய மூவிடாவின் ஒரு பகுதி என்பதை இப்போது என்னால் காண முடிகிறது. 1999ஆம் ஆண்டில் மொராக்கோவில் மன்னர் இரண்டாம் ஹசன் இறந்தவுடன் தொடங்கியது, இது பிராங்கோ இறந்த பிறகு ஸ்பெயினில் நடந்ததைப் போன்றது. அரசியல், சமூக மாற்றம் பணக்காரர்களிடமிருந்து வராது என்பதை அவர்கள் அறிந்திருப்பதால், கீழ் வகுப்புகள் இப்போது தங்கள் குரல்களை மேலும் மேலும் கேட்க வைக்கின்றன.

இந்த அரசியல் மாற்றத்தில் கலைஞர்களுக்கு ஒரு ஒருங்கிணைந்த பங்கு இருப்பதாக நீங்கள் நினைக்கிறீர்களா?

ஒரு ஒருங்கிணைந்த பங்கு அல்ல, தேவையான பங்கு. மொராக்கோவில் மாற்றத்தை நோக்கி செயல்படும் கலைஞர்களின் ஒருங்கிணைந்த குழு எதுவும் இல்லை, ஆனால் கலைஞர்கள், எழுத்தாளர்கள் மற்றும் இளைஞர்களிடையே ஒரு பொதுவான உணர்வு உள்ளது, இது எங்கள் பழைய ஆடைகளை அகற்றி,

நமக்காக பேசத் தொடங்குவதற்கான நேரம் நம்முடைய குடும்பங்கள் அழுத்தமின்றி இருந்தன.எனவே நாங்கள் "நான்" தலைமுறை என்று அழைக்கப்படுகிறோம்.

அந்த லேபிள் அவமதிப்புக்குரியதா?

ஆமாம் மற்றும் இல்லை.. சிறிய, தினசரி முடிவுகளை எடுக்கும்போது நான் பயன்படுத்துவது இதுதான். ஆனால் நாம் பெரிய முடிவுகளை எடுக்கும்போது, ஒரு கலாச்சாரமாக, சிந்திக்க எங்களுக்கு அனுமதி இல்லை. அதற்கு பதிலாக, அந்த முடிவுகளை எங்கள் முழு குடும்பம் அல்லது சமூகம் எடுக்க வேண்டிய முடிவுகளாக நாம் சிந்திப்போம் என்று எதிர்பார்க்கப்படுகிறது. இதற்கு வெளியே சிந்திப்பது கீழ்த்தரமானதாக கருதப்படுகிறது. எனவே, தன்னை வெளிப்படுத்துவது-அல்லது ஒருவரின் உண்மையான பாலியல்-என்பது நம் கலாச்சாரத்தின் மதிப்புகளுக்கு காட்டிக் கொடுப்பதாகும். பாரிஸுக்குச் செல்வதற்கான எனது முடிவும், உண்மையில், ஒரு எழுத்தாளராக இருப்பதற்கான எனது முடிவும், என் வாழ்க்கையில் நிகழ்ந்த சம்பவங்களைப் பற்றி எழுதுவதும் எனது குடும்பத்திற்கும் என் நாட்டிற்கும் ஒரு துரோகி ஆக்கியது.

இந்த துரோகத்திற்கான விதை உங்கள் வாழ்க்கையின் ஆரம்பத்தில் நடப்பட்டதா, அல்லது வாழ்க்கையின் பிற்பகுதியில் எழுத வந்தீர்களா?

நான் மொராக்கோவில் வளர்ந்து கொண்டிருந்தபோது எழுத்தாளர் என்று நான் கனவு கண்டதில்லை. நான் ஒரு திரைப்பட தயாரிப்பாளராக இருக்க விரும்பினேன் - ஒரு இயக்குனர், நிச்சயமாக ஒரு நடிகர் அல்ல. எகிப்திய திரைப்படங்களில் நான் பார்த்த கதைகளைத் தொடர விரும்பினேன், அவை மிகவும் அற்புதமானவை-இது அமெரிக்கர்களுக்கு அவர்களைப் பற்றி தெரியாது என்பது பரிதாபம். திரைப்படங்கள் ஒரு கதைசொல்லியாக என்னை வளர்த்தன. என் குடும்பம் மிகவும் ஏழ்மையானது, நான் வளர்ந்த வீடு சிறியது. நாங்கள் அங்கு ஒன்பது பேர், என் பெற்றோர் மற்றும் ஏழு குழந்தைகள். எங்களிடையே எந்த ரகசியங்களும் இல்லை, ஆனால் அதே நேரத்தில் பல மீறல்கள் இருந்தன, எங்களுக்கு ஒருபோதும் பேச அனுமதிக்கப்படவில்லை, அல்லது பேச விரும்பவில்லை. இரவில் நாங்கள் எனது பெற்றோரின் பாலியல் உறவுகளுக்கும், எப்போதும் அவர்களின் உடலுறவைப் பின்பற்றும் சண்டைகளுக்கும் சாட்சியாக இருந்தோம். எனவே இரவில், இதைச் சமாளிக்க, நான் வீட்டின் தரையில் படுத்து, தூங்க முயற்சிக்கிறேன்,

அன்று நான் பார்த்த அந்த எகிப்திய திரைப்படங்களை நான் நினைவில் கொள்வேன். நான் என் தலையில் திரைப்படங்களை மறுபடியும் காட்சிப்படுத்துவேன், காட்சிக்கு காட்சி தருகிறேன், பின்னர் அந்த காட்சிகளில் என் சகோதரிகளை செருகுவேன். திரைப்படங்களுக்கும் வாழ்க்கைக்கும் எந்த வித்தியாசத்தையும் என்னால் பார்க்க முடியவில்லை. எனவே என் கனவு உண்மையில் வளர்ந்து கெய்ரோவுக்குச் சென்று திரைப்படத் தயாரிப்பைப் படிப்பதற்கும், அந்த திரைப்படங்களில் நான் பார்த்த கதைகளைத் தொடரவும் இருந்தது.

அந்த கனவை நீங்கள் ஏன் பின்பற்றவில்லை?

நான் மிகவும் இளமையாக இருந்தேன், என் குடும்பம் எவ்வளவு ஏழ்மையானது என்பதை நான் உணரவில்லை! என்னால் கெய்ரோவுக்குச் சென்று ஒரு திரைப்படப் பள்ளியில் சேர முடியாது என்று எனக்குத் தெரியவில்லை. ஆனால் மொராக்கோவில் என்னால் தொடர்ந்து வாழ முடியாது என்று எனக்குத் தெரியும்; நான் திருமணம் செய்துகொண்டு சமூகத்தின் ஒரு பகுதியாக மாற வேண்டும் என்று என் அம்மா விரும்பினார். எனவே, நான் பிரெஞ்சு மொழியைப் படிக்கத் தொடங்கினேன், ஏனென்றால் மொராக்கோவை விட்டு வெளியேறுவதற்கும், பாரிஸில் வசிப்பதற்கும், வேறு எங்காவது வாழ்வதற்கும் இது ஒரு சுலபமான வழி என்று தோன்றியது. முரண்பாடு என்னவென்றால், நான் வெளியேறியதிலிருந்து, நான் மொராக்கோவுடன் இன்னும் நெருக்கமாக இணைந்திருக்கிறேன்: எனது நாவல்கள் காரணமாக நான் மொராக்கோ இலக்கியத்திற்கான ஒரு வகையான தூதராகிவிட்டேன்.

மொராக்கோவின் மிகச்சிறந்த ஓவியங்கள் மேற்கத்தியர்களால் எழுதப்பட்டதாகத் தெரிகிறது-பவுல்ஸ், பரோஸ் மற்றும் டெலாக்ராயிக்ஸ் ஆகியவை நினைவுக்கு வருகின்றன. எந்த மொராக்கோ எழுத்தாளர்களுடன் நீங்கள் ஒரு பரம்பரையைப் பகிர்ந்து கொள்கிறீர்கள்?

மொஹமட் சக்ரி ஒரு பெரிய செல்வாக்கு மிக்க எழுத்தாளர். மொராக்கோ வீதிகளில் நிஜ வாழ்க்கையைப் பற்றி பேசிய முதல் எழுத்தாளர்களில் இவரும் ஒருவர். ஆனால் அவர் ஒரு சமூகவியலாளராக எழுதவில்லை; அவர் தன்னைப் பற்றியும் அவரது விபச்சாரம் மற்றும் திருட்டு பற்றியும் எழுதினார். நாங்கள் பார்க்கும் மொராக்கோ சிறுவனை அவர் காட்டினார், ஆனால் நாங்கள் பார்க்கவில்லை. ஃபார் பிரெட் அலோன் என்ற அவரது நாவல் மொராக்கோவில் 2002 வரை தடைசெய்யப்பட்டது, ஏனெனில்

அது அரபியில் எழுதப்பட்டது. இந்த தலைப்புகள்-திருட்டு, விபச்சாரம், கீழ் வகுப்பினரின் பயங்கரமான நிலைமைகள்-பற்றி நீங்கள் அரபு மொழியில் பேசக்கூடாது என்று சொல்லப்பட்டது. நீங்கள் "அழுக்கு" அரபியை "புனிதமான" அரபியுடன் கலக்க வேண்டியதில்லை.

அரபு மொழியில் எழுத அனுமதிக்கப்பட்டவற்றின் கலாச்சாரக் கட்டுப்பாடுகள் நீங்கள் பிரெஞ்சு மொழியில் மட்டுமே எழுதத் தேர்ந்தெடுத்த காரணமா?

சரியாக இல்லை. நான் சொன்னது போல், மொராக்கோவிலிருந்து வெளியேற ஒரு வழி என்று நான் நினைத்ததால் பள்ளியில் பிரஞ்சு படித்தேன். பிரெஞ்சு மொழியைக் கற்றுக்கொள்வதன் மூலம் நான் மீண்டும் ஒரு துரோகி ஆகிவிட்டேன். மேலை நாட்டினருக்கு இது தெரியாது, ஆனால் பெரும்பாலான மொராக்கியர்கள் பிரெஞ்சுக்காரர்களுடன் கடினமான உறவைக் கொண்டுள்ளனர். மொராக்கியர்களில் பெரும்பான்மையானவர்கள் அரபு மட்டுமே பேசுகிறார்கள், பிரெஞ்சு அல்ல. நிச்சயமாக யாரும் பிரெஞ்சு மொழியைப் படிப்பதில்லை. உண்மையில், மொராக்கோவில் பலர் கல்வியறிவற்றவர்கள், படிக்கவேண்டாம். ஒருவேளை அறுபது சதவீதம் கல்வியறிவற்றவர் என்று நினைக்கிறேன். மொராக்கோவில் உயர் வகுப்பினரால் மட்டுமே பிரஞ்சு பேசப்படுகிறது, மொராக்கோவில் உயர் வகுப்புகள் கீழ் வர்க்க மக்களை அவமானப்படுத்த பிரெஞ்சு மொழியைப் பயன்படுத்துகின்றன. ஏழைகளிடமிருந்தும் தொழிலாள வர்க்கத்திலிருந்தும் தங்களைத் தூர விலக்க உயர் வகுப்புகள் பயன்படுத்தும் மொழி இது. எனவே எனது குடும்பம் போன்ற பல மொராக்கியர்களுக்கு, பிரெஞ்சு மோசமான விஷயங்கள் மற்றும் மோசமான உணர்வுகளுடன் மட்டுமே தொடர்புடையது. நான் பிரெஞ்சு மொழியில் எழுது கிறேன் என்று என் அம்மாவிடம் சொன்னபோது,

அது ஒரு நல்ல கேள்வி. அரபியில் ஏன் இல்லை? பிரெஞ்சு மொழியில் எழுதுவது இந்த உயர் வகுப்பினருக்கு எதிரான மீறலாக, சண்டையை தங்கள் வீடுகளுக்கு எடுத்துச் செல்வதற்கான ஒரு வழியாக நீங்கள் பார்த்தீர்களா?

இல்லை, இல்லை. நான் பிரெஞ்சு மொழியில் எழுதுகிறேன், ஆனால் நான் தொடர்ந்து அரபு மொழியில் சிந்திக்கிறேன். நான் அரபியில் எழுதியிருந்தால், நான் இன்று அதே எழுத்தாளராக இருப்பேன் என்று நான் நினைக்கவில்லை. வார்த்தைகள் வித்தியாசமாக இருக்கும் என்று நான் அர்த்தப்படுத்தவில்லை; ஒரு எழுத்தாளராக நான் யார் என்பது வித்தியாசமாக இருக்கும்.

பிரெஞ்சு மொழியில் எழுதுவதன் மூலம் நான் ஒரு வெளிநாட்டு மொழியில் தொடர்பு கொள்வதை எதிர்கொள்கிறேன், ஆனால் நான் உலகில் யார் என்று கேள்வி எழுப்ப வேண்டிய கட்டாயத்தில் இருக்கிறேன். "இதை நான் செய்யலாமா? இந்த துரோகத்தை என்னால் எதிர்கொள்ள முடியுமா?" இது என்னை ஒரு சிறந்த எழுத்தாளராகவோ அல்லது குறைந்தபட்சம் வேறு எழுத்தாளராகவோ ஆக்கியுள்ளது என்று நினைக்கிறேன்.

சாமுவேல் பெக்கெட் பிரெஞ்சு மொழியில் எழுதுவது "பிரேக்குகளை வீச" உதவியது என்று கூறினார், பிரெஞ்சு தனது சிந்தனையில் ஆட்சி செய்தார், ஏனெனில் அவர் ஒருபோதும் மொழியை முழுமையாக தேர்ச்சி பெறவில்லை.

நான் ஒருபோதும் பிரெஞ்சு தேர்ச்சி பெறவில்லை. பிரெஞ்சு கோட்பாட்டுடன் எனக்கு எந்த தொடர்பும் இல்லை. நான் சொன்னது போல், நான் அரபு மொழியில் நினைக்கிறேன், பின்னர் அதை பிரெஞ்சு மொழியில் எழுதுகிறேன். இன்னும், பிரான்சில் உள்ளவர்கள் அடிக்கடி என்னிடம், "உங்கள் பிரஞ்சு மிகவும் நல்லது!" அதற்கு எப்படி நடந்துகொள்வது என்று எனக்குத் தெரியாது! "சரி, நீங்கள் ஒரு அரபு, ஆனால் இப்போது நாங்கள் உங்களை ஏற்றுக்கொள்கிறோம்" என்று அவர்கள் சொல்வது போல் இருக்கிறது. இது எனக்கு தொந்தரவாக இருக்கிறது.

உங்கள் நாவலான அரபு மெலஞ்சோலியா என்பது சமூகத்தில் ஒரு புவியியல் இடம் உட்பட ஒரு இடத்தைத் தேடும் ஒரு கதை பற்றி பேசுகிறது. இது ஒரு எழுத்தாளரின் இக்கட்டான நிலை என்று நீங்கள் நினைக்கிறீர்களா?: உலகில் தொடர்ந்து தனது இடத்தைத் தேட முயல்கிறீர்களா?

நீங்கள் பேசும் இடத்திலிருந்தே பல எழுத்தாளர்கள் இருக்கிறார்கள்; இது இடத்தைத் தேடுவது அல்ல. உதாரணமாக, நான் எப்போதும் ஒரு குறிப்பிட்ட இடத்திலிருந்து எழுதுகிறேன். நான் என் குழந்தைப் பருவத்திலிருந்தே எழுதுகிறேன், நாம் அனைவரும் வாழ்ந்த அந்த சிறிய வீட்டிலிருந்தே. நான் குறிப்பாக என் சுயநினைவின் முதல் நினைவிலிருந்து எழுதுகிறேன்: நான் ஒரு சிறுவனாக இருந்தேன், என் காலில் காயம் ஏற்பட்டது. எல்லா இடங்களிலும் ரத்தம் இருந்தது. என் சகோதரிகள் என் கால்களைக் கட்டுப்படுத்தவும், இரத்தப்போக்கு நிறுத்தவும் என்னைச் சுற்றி விரைந்து கொண்டிருந்தார்கள். நான் இருப்பதை அறிந்த முதல் தருணம் அது. எனது எழுத்தின் பெரும்பகுதி அந்த இரத்தத்தின் ஒப்புதல், எல்லா இரத்தத்தையும் சமாளிக்க முயற்சிப்பதாக நான் நினைக்கிறேன். அந்தக் காயம் எனது உடலைப் பற்றிய

எனது முதல் உண்மையான ஒப்புதலும் ஆகும், இது உங்களுக்கு உண்மையிலேயே தெரிந்த முதல் மொழி. எனவே என்னைப் பொறுத்தவரை, எழுதுவது ஒரு பழமையான விஷயம்; என் உடலுடன் ஒருங்கிணைந்த மற்றும் புறக்கணிக்க முடியாத ஒன்று.

ஒரு அரபு மெலஞ்சோலியாவின் கடைசி சில பிரிவுகள் நம்ப முடியாத அளவிற்கு நெருக்கமானவை. நாங்கள் அமெரிக்கர்கள் சொல்வது போல் நீங்கள் அனைத்தையும் அங்கேயே வைத்திருக்கிறீர்கள். உங்களைப் பொறுத்தவரை, புனைகதைக்கும் சுயசரிதைக்கும் உள்ள வேறுபாடு என்ன?

ஒரு வேறுபாடும் இல்லை. அதாவது, என்ன வித்தியாசம்? தினமும் காலையில் நான் எழுந்திருக்கிறேன். அதுதான் உண்மை. ஆனால் நான் படுக்கையில் படுக்கும்போது ஒரு கதைவடிவத்தை உருவாக்க எனக்கு நேரம் தேவை: நான் யார், நான் எங்கே இருக்கிறேன், மற்றும் பல. இந்த கேள்விகளுக்கான பதில்கள் புறநிலை அல்ல. எனவே, நாம் அனைவரும் ஒரே நேரத்தில் சுயசரிதை மற்றும் கற்பனையான ஒரு விஷயத்தில் வாழ்கிறோம். உதாரணமாக, காதல் என்பது ஒரு புனைகதை, இரண்டு பேர், அல்லது ஒரு நபர் எழுதுகிறார். ஒரு அரபு மெலஞ்சோலியாவின் இறுதி அத்தியாயத்தில் அந்த காதல் கடிதங்களை செருகும்போது நான் நினைத்துக் கொண்டிருந்தேன். சுயசரிதையில் நடந்த விஷயங்களை எடுத்து கதைகளாக மாற்றினேன்.

ஒட்டுமொத்தமாக நாவலைப் பொறுத்தவரை, அங்குள்ள அனைத்தும் சுயசரிதைகளிலிருந்து வந்தவை. சால்வேஷன் ஆர்மியிலும் இதுவே இருந்தது: நான் வளர்ந்த அக்கம்பக்கம் பற்றி பேச விரும்பினேன். ஆனால் இந்த நாவல்களுக்கும் நினைவுக் குறிப்புகளுக்கும் உள்ள வித்தியாசம் என்னவென்றால், நான் இலக்கிய செயல்முறையை புறக்கணிக்கவில்லை, அதாவது எதிர்பாராத கருத்துக்களுக்குத் திறந்தே இருப்பது மற்றும் பக்கத்தில் நிகழ்வுகள் மாற்றத்திற்குத் தயாராக இருப்பது. இறுதி முடிவு என்னவாக இருக்கும் என்று எனக்குத் தெரியவில்லை, ஆனால் எனது எழுத்துக்கள் அனைத்தும் சுயசரிதையுடன் தொடங்குகிறது என்பதை நான் அறிவேன், மேலும் எனது கதாபாத்திரங்கள் என்னை ஊக்கப்படுத்திய உண்மையான நபர்கள், நான் வணங்குகிறேன் என்று உண்மையிலேயே சொல்லக்கூடியவர்கள். பிரச்சனை என்னவென்றால், ஒருவேளை ஒவ்வொரு எழுத்தாளருக்கும் இந்த பிரச்சினை உள்ளது. என் வாழ்க்கையில் மக்களுடன் நிகழ்ந்த உண்மையான விஷயங்களைப் பற்றி நான் எழுதும்போது, இந்த மக்கள் அதைப் பற்றி எப்போதும் மகிழ்ச்சியடைய மாட்டார்கள், அது எனக்கு வருத்தமளிக்கிறது.

7. மஹி பைன்பைன்

எதிர்காலத்தை உருவாக்குவது

இளம் தற்கொலை குண்டுவீச்சுக்காரர்களைப் பற்றிய உண்மைக் கதையை அடிப்படையாகக் கொண்ட அவரது மிகச் சமீபத்திய நாவலான "ஹார்ஸ் ஆஃப் காட்" *(2013)* வெளியானதிலிருந்து, மொராக்கோ எழுத்தாளரும் கலைஞருமான மஹி பைன்பைன் தனது சொந்த நாட்டின் சேரிகளில் பின்தங்கிய இளைஞர்களுடன் இணைந்து பணியாற்றி வருகிறார். மைக்கேலா மரியா முல்லரின் நேர்காணல்

நீங்கள் ஒரு வெற்றிகரமான எழுத்தாளர், கலைஞர் மற்றும் ஆர்வலராக இருக்கிறீர்கள். இந்த பாத்திரங்களை எவ்வாறு இணைக்க முடியும்?

மஹி பைன்பைன்: நான் ஒரு ஆர்வலராக இருப்பதை வெறுக்கிறேன் (அவர் சிரிக்கிறார்). நான் எந்த வேலையிலும் இறங்க முடியாது. நான் ஒவ்வொரு இரண்டு வருடங்களுக்கும் ஒரு நாவலை எழுதுகிறேன், ஒவ்வொரு ஆண்டும் பத்து முதல் இருபது கண்காட்சிகளை ஏற்பாடு செய்கிறேன். எனது கலை மற்றும் எனது எழுத்து இரண்டிலும் இடம்பெயர்வு மற்றும் பயங்கரவாதத்தின் காரணங்கள் போன்ற சிக்கல்களைச் சமாளிக்க முயற்சிக்கிறேன், ஆனால் எனது நடைமுறை வேலைதான் மக்களுக்கு உதவ எனக்கு உண்மையில் உதவுகிறது. விஷயங்களைப் பற்றி எழுதுவதற்கும் உண்மையில் நேரடியாக உதவுவதில் ஈடுபடுவதற்கும் பெரிய வித்தியாசம் உள்ளது.

உங்கள் கலை மக்களைப் பற்றியது. உங்கள் ஓவியங்கள் பெரும்பாலும் ஒன்றோடொன்று ஒன்றிணைவதாகத் தோன்றும் உடல்களை சித்தரிக்கின்றன, அல்லது ஒரு சந்திப்பின் கதையைச் சொல்கின்றன. உங்கள் புத்தகங்கள் சமூக மற்றும் அரசியல் ரீதியாக

பொருத்தமான சிக்கல்களைக் கையாளுகின்றன. உங்கள் 2003 நாவலான "வெல்கம் டு பாரடைஸ்" இல், மொராக்கோவிலிருந்து ஸ்பெயினுக்கு படகு மூலம் கடக்க முயன்ற புலம்பெயர்ந்தோர் குழுவின் தலைவிதியை விவரிக்கிறீர்கள். 2013ஆம் ஆண்டில் வெளியிடப்பட்ட "ஹார்ஸ் ஆஃப் காட்", வறிய இளைஞர்களின் தீவிரமயமாக்கல் பற்றியது.

பைன்பைன்: ஆம், ஆனால் இந்த முன்னேற்றங்களுக்கு எனது எழுத்து பின்தங்கியிருக்கிறது என்ற உணர்வு எனக்கு இன்னும் இருக்கிறது. காசாபிளாங்கா மீதான பயங்கரவாத தாக்குதல்களால் மொராக்கோ அதிர்ச்சி நிலையில் இருந்தது. இதுபோன்ற ஒரு விஷயம் இங்கே நடக்கலாம் என்று அப்போது யாரும் நினைத்ததில்லை. நாங்கள் ஆரோக்கியமான சமூகத்தில் வாழ்கிறோம் என்று நம்பினோம். என்ன நடந்தது என்று நான் பார்க்கத் தொடங்கினேன், சிடி மவ்மன் சேரியை நான் உண்மையில் பார்த்ததில்லை என்பதை விரைவில் உணர்ந்தேன். இது ஒரு பரபரப்பான நெடுஞ்சாலைக்கு அடுத்ததாக அமைந்துள்ளது, உயரமான சுவரின் பின்னால் மறைத்து வைக்கப்பட்டுள்ளது, அதன் வீக்கம் பார்வையில் இருந்து திரையிடப்படுகிறது. 300,000 மக்கள் வசிக்கும் ஒரு மறைக்கப்பட்ட நகரம் - எதுவும் தெரியவில்லை. சேரியின் நடுவில் ஒரு பிரம்மாண்டமான குப்பைத் தொட்டி உள்ளது. எனது சொந்த நாட்டை நான் அடையாளம் காணவில்லை. அங்கே நான் பார்த்த ஒரு விஷயத்தை நான் ஒருபோதும் மறக்க மாட்டேன்; குழந்தைகள் குழு குப்பைத் தொட்டியின் மேல் கால்பந்து விளையாடிக் கொண்டிருந்தது. நான் அவர்களைப் பார்த்தபோது, அவர்கள் எனது அடுத்த நாவலின் ஹீரோக்களாக மாறுவார்கள் என்று எனக்குத் தெரியும்.

உங்கள் புத்தகத்தை மொராக்கோ இயக்குனர் நபில் அயோச் படமாக்கியுள்ளார். அப்படித்தானே?

பைன்பைன்: சிடி மவ்மனின் இளம் அமெச்சூர் நடிகர்களுடன் படம் தயாரிக்க நாங்கள் பணியாற்றினோம். படப்பிடிப்பின் போது அவர்கள் காசாபிளாங்காவில் உள்ள ஒரு குடியிருப்பில் தங்க வைக்கப்பட்டனர்; அங்கு அவர்கள் நல்ல உணவை அனுபவிக்க முடியும், நல்ல ஆடைகளை அணியலாம், குளிக்க முடிந்தது. படப்பிடிப்பின் முடிவு நெருங்கியவுடன், நபில் கேட்டார்: "நாங்கள் குழந்தைகளுடன் என்ன செய்யப் போகிறோம்?" எனக்கு எதுவும் தெரியாது என்று சொன்னேன். நாங்கள் அதைப் பற்றி நிறைய பேசினோம், கடைசியாக குழந்தைகள் மற்றும் இளைஞர்களுக்காக ஏதாவது செய்ய வேண்டும் என்று முடிவு செய்தோம்.

நீங்கள் என்ன முடிவு செய்தீர்கள்?

பைன்பைன்: உலகம் முழுவதும் எனக்குத் தெரிந்த மற்ற ஓவியர்களுடன் நான் தொடர்பு கொண்டேன், அவர்களுடைய ஓவியங்களில் ஒன்றை ஏலத்திற்கு வழங்கத் தயாரா என்று அவர்களிடம் கேட்டேன். அவர்களில் சிலர் மிகவும் பிரபலமான கலைஞர்கள். நாங்கள் கிட்டத்தட்ட நூறு ஓவியங்களைப் பெற்றோம், நிறைய பணம் சம்பாதித்தோம். பின்னர் நாங்கள் சிடி மவ்மேனின் மேயருடன் ஒரு சந்திப்பை ஏற்பாடு செய்தோம், எங்களுக்கு கொஞ்சம் நிலம் தருமாறு கேட்டோம். எங்கள் ஒரு மணி நேர சந்திப்பின் முடிவில், நாங்கள் கேட்டதை விட அதிகமானதை அவர் எங்களுக்குக் கொடுத்தார்: ஒரு கலாச்சார மையம், அதன் 2000 சதுர மீட்டர், அதன் பராமரிப்பை நாங்கள் கவனிக்க வேண்டும் என்ற நிபந்தனையின் அடிப்படையில் நம்முடையதாக இருக்க வேண்டும். எங்கள் வேலையைத் தொடங்க எங்களுக்குத் தேவையான அனைத்தும் அதுதான். அப்போதிருந்து நாங்கள் அதற்கான நீண்டகால நிதியையும் பெற முடிந்தது.

உங்கள் கலாச்சார மையம் இளைஞர்களுக்கு என்ன வழங்குகிறது?

பைன்பைன்: தற்போது பல்வேறு வயதினருக்கான வாராந்திர நாடக படிப்புகள், அத்துடன் பாலே, ஹிப்-ஹாப், பியானோ பாடங்கள், புகைப்படம் எடுத்தல் மற்றும் பெரியவர்களுக்கு வணிக ஆங்கில படிப்புகள் உள்ளன. சிடி மவ்மன் மையத்தில் இப்போது 400 குழந்தைகள் மற்றும் இளைஞர்கள் பதிவு செய்யப்பட்டுள்ளனர். மீண்டும் பங்கேற்க ஆசைப்படுபவர்கள் பலர் உள்ளனர்.

பாரிஸின் குறைவான நகரங்களில் உள்ள இளம் புலம் பெயர்ந்தோரின் வாழ்க்கையை காசாபிளாங்காவின் குடிசை நகரங்களின் நிலைமைகளுடன் ஒப்பிட்டுப் பார்த்தால், அவர்களுக்கு பொதுவானது ஏதும் இருப்பதாக நீங்கள் நினைக்கிறீர்களா?

பைன்பைன்: இரு அரசாங்கங்களும் இதே போன்ற தவறு களைச் செய்துள்ளன. 1950 கள் மற்றும் 60-களில் பிரான்ஸ், இத்தாலி போன்ற நாடுகள் நகரங்களின் புறநகரில் சமூக வீட்டுத்திட்டங்களை உருவாக்கத் தொடங்கின. அவ்வாறு செய்யும்போது, அவர்கள் விலக்கு மண்டலங்களுக்கு இணையான ஒன்றை உருவாக்குகிறார்கள் என்பதை அவர்கள் உணரத் தவறி விட்டனர். காலப்போக்கில், இந்த புறநகர் குடியேற்றங்கள் சில சட்டவிரோதமான பகுதிகளாக மாறிவிட்டன, அங்கு வன்முறை பரவலாக உள்ளது மற்றும் உங்களை உறுதிப்படுத்திக் கொள்ளும்

ஒரே சிறந்த வழிமுறையாகும். கடந்த கால தவறுகளுக்கான விலையை இப்போது செலுத்துகிறோம்.

மொராக்கோ சேரிகளில் உள்ள இளைஞர்களுடன் தீவிர துனிசிய இலக்கியம் மயமாக்கல் செயல்முறை எவ்வாறு செயல்படுகிறது என்பதை விளக்க முடியுமா?

பைன்பைன்: 2003 தாக்குதல்களைத் தொடர்ந்து, நான் சிடி மவ்மனில் ஒரு பத்திரிகையாளருடன் நிறைய நேரம் செலவிட்டேன், அங்கு வளர்க்கப்பட்ட ஒரு பையனிடம். குண்டுவெடிப்பாளர்களின் குடும்பங்கள் மற்றும் நண்பர்களிடமும் பேசினேன். இஸ்லாமியவாதிகள் எவ்வாறு படிப்படியாக குழந்தைகளுக்கு வேலை செய்யத் தொடங்குகிறார்கள் என்று அவர்கள் என்னிடம் சொன்னார்கள். அவை குப்பைக் குவியலி லிருந்து உண்மையில் இழுக்கப்பட்டு அவை சுத்தமாக இருக்க வேண்டும் என்று கூறப்படுகின்றன. அவர்களுக்கு தங்குவதற்கு ஒரு இடம் வழங்கப்படுகிறது, எங்காவது அவர்கள் தங்களை கழுவி சாப்பிட ஏதாவது பெறலாம். பின்னர் அவர்கள் மசூதிக்கு அழைத்துச் செல்லப்படுகிறார்கள், அங்கு அவர்கள் ஒரு நாளைக்கு ஐந்து முறை ஜெபித்து குரானைப் படிக்கிறார்கள். அவர்களின் பழைய நண்பர்கள் மற்றும் குடும்பங்களிலிருந்து பிரிந்து, அவர்கள் வேறு சமூகத்தின் ஒரு பகுதியாக மாறுகிறார்கள். அவர்களுக்கு வேலைகள் காணப்படுகின்றன மற்றும் அவற்றின் தீவிரமயமாக்கல் செயல்பாட்டின் இறுதி கட்டமாகும். பிரச்சார வீடியோக்கள் அவர்களுக்கும் இஸ்லாமியர்களால் இணைக்கப்பட்ட படத்தின் உள்ளடக்கமும் யூதர்கள் அல்லது அமெரிக்க ஏகாதிபத்தியவாதிகள் என்று கூறப்படும் சதி கோட்பாடுகளுடன் காட்டப்பட்டுள்ளன. நிச்சயமாக, ஏழை அரேபியர்கள் எப்போதும் ஆக்கிரமிப்பால் பாதிக்கப்பட்டவர்களாக முன்வைக்கப்படுகிறார்கள். குண்டு வெடிப்பாளர்களை மகிமைப்படுத்தும் வெடிகுண்டுத் தாக்குதல் களின் படங்கள் குழந்தைகளுக்கு காண்பிக்கப்படுகின்றன, மேலும் அவை இப்போது தேர்ந்தெடுக்கப்பட்டவர்களாக மாறிவிட்டன என்று கூறப்படுகிறது. அப்போதிருந்து, அவற்றை மனித குண்டுகளாக மாற்ற சுமார் இரண்டு ஆண்டுகள் தேவை. பயங்கரவாதிகளின் கைகளில் இருக்கும் 14 வயது குழந்தை அவரை 16 வயதிற்குள் வீசுவதற்கு தயாராக இருக்கும்.

சேரியில் உங்கள் சமூக ஈடுபாட்டின் மூலம் நீங்கள் எதை அடைய விரும்புகிறீர்கள்?

பைன்பைன்: இறுதியில் நாம் விரும்புவது குழந்தைகள் மற்றும் இளைஞர்களுக்கு சுதந்திரமாக வளரக்கூடிய சூழலை

வழங்குவதாகும். சேரிகளில் வளர்க்கப்படும் இஸ்லாமிய பயங்கர வாதத்தை எதிர்கொள்ள கலாச்சாரத்தைப் பயன்படுத்த விரும்பு கிறோம். மத மாஃபியாக்கள் மக்களை தங்கள் தீவிரவாத நோக்கத்திற்காக மாற்ற மதத்தைப் பயன்படுத்துகின்றன. அந்த செய்தி தவறு என்று எங்கள் பல கலாச்சார நடவடிக்கைகள் மூலம் அவற்றைக் காட்ட முயற்சிக்கிறோம். ஆனால் நாம் வாழ்க்கை நிலைமைகளையும் மாற்ற வேண்டும். ஒரு மாதத்திற்கு 150 யூரோக்கள் பரிதாபகரமான ஒரு ஓட்டுநரையோ அல்லது வீட்டுப் பணியாளரையோ பணியமர்த்த எங்கள் நடுத்தர வர்க்கத்தினரை அனுமதிக்கும் ஒரு அமைப்பைத் தொடர நாங்கள் அனுமதிக்க முடியாது.

உன் எதிர்கால திட்டங்கள் என்ன?

பைன்பைன்: இந்த ஆண்டின் போது மேலும் மையங்களைத் திறக்க திட்டமிட்டுள்ளோம்: டான்ஜியர்ஸ், ஃபெஸ் மற்றும் ஓவர்சாசேட் போன்ற பகுதிகளை தேர்ந்தெடுத்துள்ளோம். இஸ்லாமிய வாதிகள் சுறுசுறுப்பாக இயங்கும் இடங்களே சாண்டிடவுன்கள். அவர்களின் செல்வாக்கை எதிர்ப்பதற்கு நாங்கள் ஏதாவது செய்கிறோம், தற்போது சிடி மவ்மெனில் புதிய ஊழியர்களைப் பெறுகிறோம்.

8. எல்லை கடந்த மொராக்கோ எழுத்துக்கள்

எம்மா ரமலான்

அகமது பவானானி எழுதிய கவிதை புத்தகத்தை மொழிபெயர்க்க நான் 2014 இல் ஒரு வருடம் மொராக்கோ சென்றேன். மராகேக்கிற்கு வெளியே அமைந்துள்ள சர்வதேச கலை வதிவிடமான தார் அல்-மமனில் நூலகத்தின் இயக்குனரான ஓமர் பெர்ராடாவால் 2013 கோடையில் பவா னனியின் படைப்புகளை நான் முதலில் அறிமுகப்படுத்தினேன், அங்கு நான் அந்த ஆண்டு தன்னார்வத் தொண்டு செய்தேன். மொராக்கோவில் எனது முதல் நாளிலிருந்து, மொராக்கோ எழுத்தாளர்களுக்காக என் கண்களையும் காது களையும் திறந்து வைக்க முயற்சித்தேன், அதன் படைப்புகள் என்னுடன் எதிரொலித்தன, மொழி அல்லது சுவாரஸ்யமான விஷயங்களை அரசியல் ரீதியாக புதிய விஷயங்களைச் செய்த எழுத்துக்காக. நான் பல உற்சாகமான ஆசிரியர்களைப் படித்து சந்தித்தேன், மற்ற மொழிபெயர்ப்பாளர்களை அவர்களின் சில சொற்களை ஆங்கிலத்தில் கொண்டு வருவதில் ஈடுபட விரும்பினேன். எல்லைகள் இல்லாத சொற்கள் அதைச் செய்ய என்னை அனுமதித்தன.

பிரெஞ்சு மொழி, மற்றும் பிரான்ஸ் நாடு, ஒவ்வொரு ஆண்டும் அதிக சதவீத புத்தகங்கள் ஆங்கிலத்தில் மொழிபெயர்க்கப்படுகின்றன. இருப்பினும், பிரான்சைத் தவிர மற்ற நாடுகளான மொராக்கோ, அல்ஜீரியா, துனிசியா, லெபனான், ஹைட்டி, மடகாஸ்கர் போன்ற நாடுகளில் இருந்து மிகச் சில பிராங்கோஃபோன் எழுத்தாளர்கள் ஆங்கில மொழி வாசகர்களுக்கான வழியைக் கண்டுபிடித்துள்ளனர். 2015ஆம் ஆண்டில், மொழிபெயர்ப்பில் 15% புத்தகங்கள் பிரெஞ்சு மொழியிலிருந்து வந்தவை, அந்த 113 புத்தகங்களில் வெறும் 8.8% ஐரோப்பா மற்றும் கனடாவுக்கு

வெளியில் இருந்து வந்தவை. மராகேச்சில் மொராக்கோ எழுத்தாளர்கள் ஏற்கனவே மொழிபெயர்க்கப்பட்டதை நான் கவனிக்க ஆரம்பித்தேன். புகழ்பெற்ற மொராக்கோ எழுத் தாளர்கள் அனைவரும் ஒரு கட்டத்தில் ஆங்கிலத்தில் தங்கள் வழியைக் கண்டுபிடிக்க முடிந்தது என்று நான் கருதினேன். இது எவ்வளவு பொய்யானது என்பதை நான் விரைவில் அறிந்து கொண்டேன். மொராக்கோ எழுத்தின் முழு வரலாற்றிலும், எந்த மொழியிலும் எழுதப்பட்டது - அது பிரெஞ்சு, அரபு, அல்லது உள்ளூர் பேச்சுவழக்குகளில் ஏதேனும் ஒன்று - ஆங்கிலத்தில் மொழிபெயர்க்கப்பட்ட முழு நீள படைப்புகளைக் கொண்ட சுமார் முப்பது மொராக்கோ எழுத்தாளர்களை மட்டுமே நான் கண்டுபிடிக்க முடிந்தது. நிச்சயமாக, நான் சில எழுத்தாளர்களைத் தவறவிட்டிருக்கலாம், மேலும் அச்சிடப்பட்ட புத்தகங்கள் அல்லது எளிதில் அணுக முடியாத புத்தகங்கள் இருக்கலாம். ஆனால் மொராக்கோவில் மானியங்கள் அல்லது அர்த்தமுள்ள நேரத்தை செலவழிப்பதற்கான பிற வழிகள் இல்லாத மொராக்கோ எழுத்தாளர்கள் தங்கள் கதைகள் எதுவும் ஆங்கிலத்தில் உடனடி யாக கிடைக்கவில்லை என்றால் அவர்கள் எப்படி அணுக முடியும்?

இந்த பக்கங்களில் காணப்படும் எழுத்தாளர்களை தார் அல்-மமான் நூலகத்தில் தடுமாறி, அதன் அற்புதமான நூலகர் ஜுவான் ஆசஸ் பலாவ் கோமேஸின் உதவியுடன் கண்டுபிடித்தேன், மேலும் வசிக்கும் கலைஞர்களிடமிருந்தும், மொராக்கோ இலக்கியத்தில் ஈடுபட்டுள்ள மற்றவர்களிடமிருந்தும் பரிந்துரைகளைப் பெறுவதன் மூலம். நான் காசாபிளாங்காவின் சலோன் டு லிவ்ரே மற்றும் நாடு முழுவதும் தெளிக்கப்பட்ட சில புத்தகக் கடைகளுக்குச் சென்றேன். ரபாத்தில் உள்ள பிப்லியோதெக் நேஷனலில் புத்தகங்களைக் கண்டுபிடிக்க அரபு மொழி பேசும் நண்பர்கள் எனக்கு உதவி னார்கள். எழுத்தாளர்கள் பொதுவாக அவர்கள் பேஸ்புக் வழியாக அவர்கள் பாராட்டிய மற்ற எழுத்தாளர்களுடன் என்னை தொடர்பு கொண்டனர். நான் சலீம் ஜெயின் டிக்னினேர் டெஸ் ஆட்டூர்ஸ் மரோகெய்ன்கள் மற்றும் அப்தெல்லாட்டிஃப் லாபியின் புராணக்கதை போஸி மரோக்கெய்ன் டி எல் இண்டெபெண்டன்ஸ் நோஸ் ஜோர்ஸ். தங்களது சொந்த மொராக்கோ எழுதும் சிக்கல்களை வெளியிட்ட ஆங்கில மொழி பத்திரிகைகளையும் நான் பார்த்தேன், ஆனால் அதே சில முக்கிய, பிராங்கோஃபோன் மொராக்கோ எழுத்தாளர்கள் பெரும்பாலும் மீண்டும் மீண்டும் மொழிபெயர்க்கப்பட்டிருப்பதைக் கண்டேன், மேலும் இந்த

சிக்கல்களில் பெரும்பாலானவை பிரெஞ்சு மொழியிலிருந்தோ அல்லது அரபு, மொராக்கோ மொழிகளின் பன்முகத்தன்மையைக் கொண்டாடாமல், இந்த மொழிகளை உரையாடலில் அருகருகே வைப்பதன் மூலம் கவனம் ஈர்க்க படுகின்றனர்.

நீங்கள் இங்கே படிக்கும் பத்து ஆசிரியர்கள் நாட்டின் சிறந்த எழுத்தாளர்களின் உறுதியான பட்டியலையும், அங்கு பேசப்படும் அனைத்து மொழிகளையும் குறிக்கவில்லை. மாறாக, மொராக்கோவிலிருந்து வரும் வேலையைக் கண்டுபிடிப்பதில் ஆர்வமுள்ள எவருக்கும் இது ஒரு தொடக்க புள்ளியாக இருக்கும் என்று நான் நம்புகிறேன். இந்த ஆசிரியர்கள் சுதந்திரத்திற்குப் பிந்தைய மொராக்கோ எழுத்தில் முக்கியமான விஷயங்களைச் செய்கிறார்கள், இது ஒரு புதிய ஆற்றல், உயிர்ச்சக்தி மற்றும் நேர்மை ஆகியவற்றால் தூண்டப்படுகிறது. ஆங்கிலத்தில் மொழிபெயர்க்கப்பட்ட புத்தக நீள படைப்பு எதுவும் இல்லை; இளம் அரபோபோன் எழுத்தாளர்கள் முகமது எல் கதிரி மற்றும் சகெய்னா ஹபீபல்லா ஆகியோர் ஒரு பகுதி கூட வெளியிடவில்லை. அவர்களின் எழுத்து கிளாசிக்கல் அரபு மற்றும் பிரெஞ்சு மொழியிலிருந்து மொழிபெயர்க்கப்பட்டுள்ளது, ஆனால் தரிஜா (மொராக்கோ அரபு) மொழியிலிருந்தும், மவ்ரத் காதிரியின் விளையாட்டுத்தனமான, ரைமிங் கவிதைகள் உள்ளன; கதீஜா அரூஹலின் போர்க்குணமிக்க பெண்ணியப் பணிகள் இருக்கின்றன. இரண்டு துண்டுகள் பாலம் ஆகியவை மொழிபெயர்க்கப்பட்டுள்ளன: ஹகீமா லெபரின் புராணக்கதை ஃபெம்ம்ஸ் மற்றும் மதங்களுக்கு அரோஹலின் அமாஸி கவிதை பிரெஞ்சு மொழியில் மொழிபெயர்க்கப்பட்டுள்ளது: இரு மொழிகளுக்கும் இடையில் சுதந்திரமாக நகரும் முகமது எல் காதிரி, தனது சிறுகதையை அரபியிலிருந்து பிரெஞ்சு மொழியில் மொழிபெயர்க்க விரும்பினார்.

சில எழுத்தாளர்கள் தங்கள் இருபதுகளில் இருக்கிறார்கள், எல் காதிரி மற்றும் ஹபீபல்லா போன்ற எழுத்துத் துறையில் ஒரு நம்பிக்கைக்குரிய வாழ்க்கையைத் தொடங்குகிறார்கள்; மலிகா மவ்ஸ்தாத்ராப்பைப் போலவே மற்றவர்களும் காலமானார்கள், 2006 இல் நாற்பத்து நான்கு வயதில் சோகமாக இறந்த மொராக்கோ சிறுகதையின் முன்னோடி அந்த பெண். அவர்களின் எழுத்து கருப்பொருளில் வேறுபடுகிறது, கவிஞர் சிஹாம் பலால் காதல் மற்றும் இழப்பு பற்றிய தியானங்கள் முதல் முகமது லெப்டாவின் சர்ரியல், ஒரு தற்கொலை கற்பனையான சிகிச்சை

வரை; ஃபோவுட் லரோபி பெயரில் இருந்து உலகமயமாக்கல் ஆகியவற்றினால் நகைச்சுவையான வர்ணனை அகமது புனானி பெற்றதற்கு கடந்த ஒரு மொராக்கோ துக்கம் அப்தல்லா சிர்க்கா பெற்றதற்கு உரைநடை கவிதை முக்கிய காரணமாகும். மொராக்கோவிலிருந்து வரும் பரந்த அளவிலான எழுத்துக்கள் மற்றும் அதன் நம்பமுடியாத மாறுபட்ட எழுத்தாளர்கள் மற்றும் மொழிகளைப் பற்றிய ஒரு யோசனையைப் பெற ஆர்வமுள்ள எவருக்கும், இவை பத்து எழுத்தாளர்கள், நீங்கள் படிக்க வேண்டும் என்று நான் நினைக்கிறேன். பின்னர் சிலவற்றைக் கண்டறியவும்.

9. முகமது அஜீஸ் ஹபாபி

முகமது அஜீஸ் ஹபாபி (1922-1993) ஒரு மொராக்கோ தத்துவஞானி மற்றும் எழுத்தாளர் ஆவார். அறிவொளி மற்றும் நவீன பகுத்தறிவாளராக மொராக்கோவின் அறிவுசார், அரசியல் மற்றும் இலக்கிய வாழ்க்கைக்கு பங்களித்தார். அவரது இந்த கலாச்சார காரணி மொராக்கோவின் எழுத்தாளர்களின் ஒன்றியத்தை ஸ்தாபிப்பதற்கும், 1961ஆம் ஆண்டு அதன் முதல் மாநாட்டைக் கூட்டுவதற்கும் பங்களித்தது, அங்கு பங்கேற்பாளர்கள் யூனியனின் முதல் தலைவராக தேர்ந்தெடுக்கப்பட்டதன் மூலம் அவரை கரவித்தனர். அல்-ஹபாபியின் செயல்பாடு அரபு நாடுகளுக்கும், உலகிற்கும், இத்தாலி, எகிப்து மற்றும் பிரான்ஸ், அத்துடன் சர்வதேச தத்துவ கூட்டமைப்புக்கும் பரவியுள்ளது. சுயாட்சியின் தத்துவவாதி என்று அவர் அறியப்படுகிறார்.

அல்-ஹப்பியின் தத்துவம் மனிதன் "ஒரு உயிரினம், அதன் தன்மை ஒரு வளர்ச்சியின் அளவை எட்டியுள்ளது, இது ஒரு செயலைச் செய்யும்போது, தனிப்பட்ட விஷயங்களுக்கு அப்பாற்பட்ட நோக்கங்களை அடைகிறது." ஒவ்வொரு செயல்பாடும் (மனித மட்டத்தில்) நனவின் நோக்கத்தை நோக்கி நகர உதவுகிறது, இதனால் இயந்திர மற்றும் முக்கிய செயல்களிலிருந்து தன்னை வேறுபடுத்துகிறது, மேலும் மதிப்பை அடைய ஒவ்வொரு நோக்கமும் (நேர்மறை அல்லது எதிர்மறை). எவ்வாறாயினும், மதிப்பின் தேர்வு நோக்கம் கொண்ட நோக்கத்தை நிர்ணயிக்கும் உந்துதல்கள், காரணங்கள் உள்ளன, அவை எப்போதும் காரணத் திற்காகவோ அல்லது புரிந்துகொள்ளக்கூடியதாகவோ இல்லை. மனிதன் மூன்று நிலைகளை கடந்து செல்கிறான் என்று ஹபாபி நம்புகிறார்: பொருள் அல்லது தனிநபர், மற்றும் மனிதன். பொருள் மனிதனின் முதல் மூலப்பொருள் ஆகும், மேலும் அதிலிருந்து

தனிநபரும் நபரும் வெளிப்படுகிறார்கள், ஏனெனில் அவர் ஒரு ஆரம்ப கட்டம் என்றும் அந்த நபரை அடைவதற்கான சாத்தியம் என்றும் அவர் காண்கிறார்:

ஹென்றி பெர்சன் மற்றும் இம்மானுவேல் காண்ட் ஆகியோரின் தத்துவத்தால் செல்வாக்கு பெற்ற அல் ஹபாபி, ஆளுமை மற்றும் வழக்கத்திற்கு மாறான சிக்கல்களை அடிப்படையாகக் கொண்டு இஸ்லாமிய மனிதநேயத்தை அடிப்படையாகக் கொண்ட ஒரு தத்துவத்தை நிறுவ முயன்றார். ஆளுமை என்ற பரந்த கருத்தாக்கத்திற்குள் சுயாட்சி, தனிமனித உணர்வு மற்றும் தனித்துவத்தின் பொருள் ஆகியவற்றைப் பெற அவர் குர்ஆன் உரை மற்றும் ஹதீஸ்களை நம்பியிருந்தார் என்பது குறிப்பிடத்தக்கது. ஒரு வகையில், சுருக்கமாக, ஒரு சிக்கலான தத்துவத்திற்கு மிகவும் தொந்தரவாக இல்லை, ஹபாபி மேற்கத்திய மனித தத்துவத்தை இஸ்லாமிய தத்துவ சிந்தனையுடன் சரிசெய்ய ஒரு சூத்திரத்தை நாடினார். ஃபெஸில் பிறந்த அவர் மொராக்கோவின் சுதந்திரத்தை கோரியதால் பலமுறை துன்புறுத்தப்பட்டார். அல்-ஹபாபி அரபு மற்றும் பிரெஞ்சு மொழிகளில் தத்துவம், கவிதை மற்றும் ஒரு நாவல் ஆகிய கிட்டத்தட்ட 30 படைப்புகளை வெளியிட்டுள்ளார்

"இஸ்லாத்தின் சிந்தனையாளர்கள்", 1954;

"துன்பமும் வெளிச்சமும்", கவிதை, 1962;

பொருளிலிருந்து நபருக்கு: யதார்த்தமான ஆளுமையில் ஆய்வுகள், 1962;

"இஸ்லாமிய ஆளுமை", 1964;

"தாகம் தலைமுறை", 1967 நாவல்;

"இரும்பைக் கடித்தல்", கதைகள், 1969;

"வாழ்க்கையின் அமுதம்", 1974;

"லிங்கோ மற்றும் மொழி பற்றிய பிரதிபலிப்புகள்", 1980;

பூஜ்ஜியத்திற்கு கீழே உள்ள அனாதை கவிதை, 1988 போன்றவை குறிப்பிடத்தக்கவைகளாம்.

பல நவீனத்துவவாதிகள் சமகால நாகரிக முன்னேற்றத்தை அவநம்பிக்கை கொண்டவர்கள், அறிவியல் மற்றும் தொழில் நுட்பத்தின் பரவலை நிறுத்துவதில் மனித இனத்தின் இரட்சிப்பு என்று நம்புகிறார்கள். ஆகவே, ப்ரொமதியஸ் கைவிலங்கு

செய்யப்பட வேண்டும் என்று ஜோசப் கைலோவுடன் அவர்களை அழைக்கிறோம்.

ஜோசப் கைலோவுக்கு ப்ரோமிதியஸைக் கட்டுப்படுத்த வேண்டிய அவசியமில்லை என்று நாங்கள் பதிலளிக்கிறோம். அதிகாரத்தை உரிமையை மாற்றுவதைத் தடுக்கும் சட்டங்களை நாம் உருவாக்க வேண்டும் மற்றும் அனைத்து மக்களுக்கும் சேவை செய்வதில் அறிவியல் அதன் பங்கை அனுமதிக்க வேண்டும். நாம் இதை அடைந்தவுடன், முன்னேற்றம் என்பது சிறுபான்மையினரின் கட்டுப்பாட்டுக்கு ஒத்ததாக இருக்காது, மாறாக மனித இனங்களின் மேம்பாடு, அதன் நடத்தை மேம்பாடு மற்றும் அதன் இயல்பான போக்குக்கு ஒட்டுமொத்த பதில் தேவைப்படுகிறது. தேவையான தொழில்நுட்ப முன்னேற்றத்தை நாங்கள் நிறுத்த விரும்பவில்லை. உலகளவில், நமது தொழில்துறை மற்றும் தொழில்நுட்ப வளர்ச்சியுடன் பொருந்தக்கூடிய நெறிமுறை மற்றும் சமூக சீர்திருத்தங்களை உருவாக்குவதற்கான அவசர தேவைக்கு நாங்கள் கவனம் செலுத்த விரும்புகிறோம். எனவே நுட்பங்கள் எப்போதுமே தங்களுக்குள் ஒரு முடிவு அல்ல, மனித மகிழ்ச்சியின் வெறும் வழிமுறையாக மட்டுமே கருதப்பட வேண்டும் என்பது ஒரு விஷயம். உண்மையில், தொழில்நுட்ப முன்னேற்றம் பட்டினியை ஒழிக்கிறது. தற்போது, தொழில்மயமான நாடுகளில் ஒருவர் பட்டினி கிடப்பது அரிது. ஏனென்றால், பெரும்பான்மையான மக்கள் தங்கள் மூதாதையர்களை விட மிகச் சிறந்த நிலைமைகளில் வாழ்ந்தால், இன்று வேலையின்மை மற்றும் பெரும்பான்மையில் திருப்தியடையாத பணவீக்கம் போன்ற பிற வகையான துயரங்களை அவர்கள் அறிவார்கள்.

நெருக்கடிகளைத் தவிர்ப்பதற்கு முதலாளித்துவம் தீர்வுகளை வழங்கவில்லை. இது தற்போதைய நெருக்கடியின் அடிப்படை ஆகும். இன்று மனிதகுலம் (மற்றும் அணுசக்தி யுகத்திற்குள் நுழைந்துள்ளது) உந்துதலைக் காட்டிலும் வெறித்தனமாக இருக்கலாம் என்பது கவலை அளிக்கிறது. இந்த துறையில் முன்னணியில் இருக்கும் அமெரிக்கா, ரூஸ்வெல்ட் திட்டத்தால் தீர்க்க முடியாத வேலையின்மை பிரச்சினையை போரினால் மட்டுமே அகற்ற முடியும் என்று இது நம்புகிறது என்பதை இது காட்டுகிறது. அமைதி நிலவினால் இந்த ஆபத்து தவிர்க்க முடியாதது என்றும் அமெரிக்காவுக்குத் தெரியும், ஏனெனில் தொழில்நுட்ப முன்னேற்றங்கள் போர் தொழிற்சாலைகளை இரட்டிப்பாக்குகின்றன.

இந்த கொந்தளிப்புக்கும் இந்த அக்கறைக்கும் காரணம் நமது சூழலில் நிலவும் தார்மீக மற்றும் பொருளாதார குழப்பங்களால் தான் என்பதில் சந்தேகமில்லை. விநியோக சாதனங்கள் தொடர்ந்து அதிகரித்து வரும் உற்பத்தி முறைகளுடன் பொருந்தாது.

ஒரு மனித இயல்பின் உண்மையான நாகரிகத்தை அடைவதற்கு, பொதுவாக, நமது சூழலில் பயன்படுத்தப்படும் அறிவுசார் மற்றும் சமூக வழிமுறைகளை மறுபரிசீலனை செய்ய வேண்டும். நாகரிகம் ஒரு இலட்சியமல்ல, ஆனால் ஒரு உண்மை. எவ்வாறாயினும், சிறுபான்மையினர் ஏறக்குறைய செழிப்பை திணறச் செய்யும் போது, நம்மிடையே மிகப் பெரிய எண்ணிக்கையில் நிறைய தேவைகள் இல்லை! எவ்வளவு நாகரிகம் முன்னேறுகிறதோ, அவ்வளவு வளர்ச்சி பெருகும். எங்கள் விஞ்ஞான தகவல்கள், தொழில்நுட்ப வழிமுறைகள் மற்றும் உற்பத்தி மற்றும் விநியோக முறைகள் எப்போதும் மாறிக்கொண்டே இருந்தால், எங்கள் நெறிமுறைகள் நிலையானதாகவே இருக்கும். நாம் செய்த முன்னேற்றம் இருந்தபோதிலும், எல்லா துறைகளிலும், காண்டோர்ஸ் கருத்தாக்கத்தால் வரையறுக்கப்பட்டுள்ள நாகரிகத்திலிருந்து நாம் இன்னும் வெகு தொலைவில் இருக்கிறோம். "நாகரிகம் உலகம் முழுவதும் பரவுகையில், போரின் அச்சுறுத்தல் மங்கிவிடும், அடிமைத்தனம் மற்றும் துயரம் போன்ற அடிமைத்தனத்தின் குறைவான வடிவங்கள்" என்று அவர் கூறினார். நாங்கள் ஒரு மர்மமான மற்றும் சோகமான தேர்வை எதிர்கொள்கிறோம்: நெறிமுறைகளுக்கும் தொழில்துறையின் முடிவற்ற வளர்ச்சிக்கும் இடையிலான இந்த நீண்டகால விவாகரத்து தொடர்கிறது, நமது நாகரிகம் திவால்நிலையின் ஸ்பெக்டரின் மனைவியாகத் தொடர்கிறது, அல்லது அது உருவாகி இரட்சிப்பு நடைபெறுகிறது. இந்த கசப்பான தேர்வின் இரண்டாவது அம்சம் ஒரு கடுமையான சிக்கலை எழுப்புகிறது. தார்மீகக் கொள்கைகள் மாறும்போது, நம்முடைய தீர்ப்புகள் இனி நல்லதும் தீயதும் அல்ல, நமது கடமை உணர்வும் உறுதியாக அடித்தளமாக இல்லை. இன்னும் மாறிவரும் இந்த உலகத்தை தொடர்ந்து சமநிலைப்படுத்துவதன் மூலம் அறநெறியை அகற்றும் ஒரு தர்க்கம் வரலாற்றில் உள்ளது. அவ்வாறு செய்யாவிட்டால் (அதாவது, ஒழுக்கநெறி பரிணாம வளர்ச்சியைக் கொண்டிருக்கவில்லை) நாகரிகம் படைப்பாளியின் மாறும் பக்கத்திலிருந்து சுருக்கமாகி, அழிந்து வருகிறது.

அவரது சில புத்தகங்கள் 30-க்கும் மேற்பட்ட மொழிகளில் மொழிபெயர்க்கப்பட்டன. அவர் பாரிஸ் இல் உள்ள சோர்போன்

பல்கலைக்கழகத்தில் தத்துவத்தில் முனைவர் பட்டம் பெற்றார். அவர் தத்துவத்தின் பேராசிரியராகவும், ரபாத்தில் உள்ள முகமது வி பல்கலைக்கழகத்தில் பீடத்தின் டீனாகவும் இருந்தார். அவரது தத்துவ எழுத்துக்களின் சிறப்பியல்பு அரபு-இஸ்லாமிய மற்றும் மேற்கத்திய-மனிதநேயக் கருத்துக்களின் ஒன்றிணைவு ஆகும். பொருளாதாரம், அரசியல் மற்றும் இலக்கியம் குறித்த கவிதை, புனைகதை மற்றும் புனைகதை அல்லாத புத்தகங்களையும் எழுதினார். மாக்ரெப்பின் அரபு எழுத்தாளர்கள் சங்கத்தின் நிறுவனர்களில் ஒருவரான லஹாபி மற்றும் மறுஆய்வு அஃபாக் (ஹொரைஸன்ஸ்) எழுத்துக்களுக்காக 1987ஆம் ஆண்டு இலக்கியத் திற்கான நோபல் பரிசுக்கு அவர் பரிந்துரைக்கப்பட்டார்.

10. லைலா அபு ஸைத்

லைலா அபு ஸைத்(பிறப்பு 1950, எல் கிசிபா) ஒரு மொராக்கோ எழுத்தாளர். அவர் அரபியில் எழுதி ஆங்கில மொழி மொழிபெயர்ப்பில் தனது படைப்புகளை வெளியிட்ட முதல் மொராக்கோ பெண் இலக்கிய எழுத்தாளர் ஆவார்.

லைலாவின் வானொலி நிகழ்ச்சி தனித்துவமானது, ஏனெனில் இது பிரெஞ்சு மொழிக்கு மாறாக அரபு மொழியில் பேசப்பட்டது. கிட்டத்தட்ட ஒவ்வொரு வானொலி ஒலிபரப்பும் பிரெஞ்சு மொழியில் ஒலிபரப்பு செய்யப்பட்டது, ஏனெனில் வானொலி ஒரு வணிக ஊடகமாகும் இதனால் பிரஞ்சு வணிகத்தில் பயன்படுத்தப்பட்டது. தனது நிகழ்ச்சியின் ஒரு பகுதியாக, திரைப்பட ஸ்கிரிப்ட்களை அரபு மொழியில் மொழிபெயர்த்து வியத்தகு வாசிப்புகளை செய்தார். இவற்றில் ஒன்று மால்கம் எக்ஸின் புகழ்பெற்ற சுயசரிதை. அவர் இந்த ஸ்கிரிப்டை அரபு மொழியில் மொழிபெயர்த்து அதை நாடக ரீதியாக வாசித்தார்.

மற்றவர்களின் புத்தகங்களைப் படித்தல் அதற்கு பதிலாக தனது சொந்த வேலையைச் செய்ய வழிவகுத்திருக்கலாம்.லைலா பிரெஞ்சு மொழியைப் பயன்படுத்த மறுக்கிறார், ஏனென்றால் அது அவர்களின் வெளிநாட்டு படையெடுப்பாளர்களின் மொழி, மற்றும் அரபு மொராக்கோவின் உண்மையான மொழி மற்றும் இஸ்லாத்தின் மொழி ஆகும். அரபு, ஆங்கிலம் மற்றும் பிரெஞ்சு மொழிகளில் பேசும் அபு ஸைத் முதன்மையாக அரபியைப் பயன்படுத்துகிறார், ஏனெனில் அவர் தனது நாட்டைக் கைப்பற்றிய வெளிநாட்டு கலாச்சாரத்துடன் ஒத்துப்போக விரும்பவில்லை. அவர் ஒரு பகுதியாக இல்லாத கலாச்சாரத்திற்காக நிற்க விரும்பவில்லை. லைலாவைப் பொறுத்தவரை, பிரெஞ்சு மொழியின் பயன்பாடு படையெடுப்பாளர்களுக்கு அடிபணிந்து வருகிறது, அது இப்போது கூட இல்லை. கடைசியாக அத்தியாயம் என்ற நூலில் வோர்ட்

என்று அத்தியாயத்தை மூடுவது அவரது பள்ளி ஆண்டுகளில் பிரஞ்சு பயன்படுத்துவதை அவரது கருத்து விளக்குகிறது:

"நான் ரபாத்தில் உள்ள ஒரு தனியார் பள்ளியில் இருந்தேன், அங்கு அரபு மற்றும் பிரெஞ்சு மொழிகள் கற்பிக்கும் மொழிகளாக இருந்தன. நான் பிரெஞ்சு மொழியில் வாசிப்பதை வெறுத்தேன், வகுப்பறைக்கு வெளியே அதைப் பயன்படுத்துவதில் வெறுப்பை வளர்த்துக் கொண்டேன். காலனித்துவ மொழியின் இந்த ஆரம்ப நிலைப்பாடு அதிர்ஷ்டத்தை நிரூபித்தது. காலனித்துவத்திற்கு பிந்தைய மக்ரெபி [வட ஆபிரிக்க] எழுத்தாளர்களில் ஒருவரான நான் ஒரு வெளிநாட்டு மொழியில் ஒரு தேசிய இலக்கியத்தை உருவாக்குகிறேன் என்பதில் உடன்பாடு இல்லை. பிரெஞ்சு மீதான எனது தீவிர வெறுப்பு, நான் ஏன் மேற்குடன் தொடர்பு கொள்வதற்கான வழிமுறையாக ஆங்கிலத்திற்கு திரும்பினேன் என்பதை விளக்கக்கூடும்" (அபு ஸைத், தி லாஸ்ட் சேப்டர் 153).

லைலா பல முறை பிரெஞ்சு மற்றும் அவர்களின் மொழி மீதான அவமதிப்பை வெளிப்படுத்துகிறார், மேலும் அவர் இளமை பருவத்தில் பள்ளியிலும் கூட பிரெஞ்சு மொழியை வெறுத்தார். மீண்டும் அவர் தனது நாவலில் பிரெஞ்சு பள்ளிப்படிப்பு மீதான தனது வெறுப்பைக் குறிப்பிடுகிறார், "அவர் பிரெஞ்சுக்காரராக இருந்தாலும் மேடமொயிசெல் டோஸூக்கு நான் மோசமாக உணர்கிறேன்" (லைலா, 6). பிரெஞ்சுக்காரர்களை வெறுக்க லைலாவுக்கு தனிப்பட்ட காரணங்களும் உள்ளன. பிரெஞ்சுக்காரர் தனது தந்தையை கைது செய்து சித்திரவதை செய்திருந்தார், மேலும் அந்த மொழியை அவள் மீது கட்டாயப்படுத்தியிருந்தார். இது சிறுவயதிலிருந்தே பிரெஞ்சுக்காரர்களை வெறுக்க வைத்தது. ஆங்கில மொழி போன்ற பிற வெளிநாட்டு மொழிகளிடம் அவள் எந்த வெறுப்பையும் காட்டவில்லை, ஏனென்றால் அவை அவளுக்கு தனிப்பட்ட முறையில் தீங்கு விளைவிக்கவில்லை.

அவரது முதல் புத்தகம் இயர் ஆஃப் எலிபண்ட் 1980 இல் வெளியிடப்பட்டது, 1989 இல் டெக்சாஸ் பல்கலைக்கழகத்தால் ஆங்கிலத்தில் வெளியிடப்பட்டது. அவரது புத்தகம் 2005 இல் மட்டுமே பிரெஞ்சு மொழியில் மொழிபெயர்க்கப்பட்டது. இஸ்லாமிய வரலாற்றில் ஒரு போருக்கு யானையின் ஆண்டு பெயரிடப்பட்டது. போரின் கதை என்னவென்றால், ஆரம்பகால மத அடிப்படையிலான போரின் போது, பறவைகளின் மந்தை ஒன்று வந்து எதிரி யானைகளின் மீது கற்களை வீசியது, இதனால் அவை திரும்பின. இந்த வரலாற்றுப் போரை மொராக்கியர்களுடன் சுதந்திரத்திற்காக போராடுகிறார், ஏனென்றால் அவை பிரெஞ்சு

ஆட்சியாளர்களின் பிரம்மாண்டமான உலக சக்தியுடன் ஒப்பிடும் போது அவை வெறும் பறவைகள்தான்.

கடைசியாக அத்தியாயம் நாவலில் 42 மாணவர்களைக் கொண்ட ஆயிஷாவின் வகுப்பறையில் இரண்டு பெண்கள் மட்டுமே உள்ளனர். அந்த இருவரில், ஆயிஷா மட்டுமே பட்டம் பெற்றார். நிஜ வாழ்க்கையில் மொராக்கோவில் உள்ள தவறான கருத்து இந்த புத்தகத்தின் மூலம் பிரதிபலிக்கிறது. மொராக்கோவில், பெண்கள் மிகவும் படித்தவர்கள் அல்ல, ஒரு வகுப்பில் இரண்டு பெண்கள் போன்றவர்கள் வழக்கமானவர்களாகவும் ஏற்றுக் கொள்ளப்பட்டவர்களாகவும் இருந்தனர். மூளை இருப்பதால் எதிர்பார்க்கப்படாததால் லைலா பள்ளியில் மிகச் சிறப்பாகச் செய்தார். பெண்கள் புத்திசாலித்தனம் இல்லாமல் பிறந்ததாக ஆண்கள் கருதினர் (இது அறிவியல் சான்றுகளுக்கு முரணானது), ஆனால் இது அவர்களின் கல்வி ஆணாதிக்க அரசாங்கத்தால் திணறடிக்கப்பட்டதால் தான் என்று கருதப்படுகிறது. 2009ஆம் ஆண்டில் ஒரு ஆய்வில், மொராக்கோவில் கல்வியறிவு விகிதம் பெண்களுக்கு 39.6% ஆகவும், ஆண்களுக்கு 65.7% ஆகவும், கிராமப் புறங்களைச் சேர்ந்த பெண்களுக்கு 10% ஆகவும் பதிவாகியுள்ளது (DoS p. 2). வேறு வார்த்தைகளில் கூறுவதானால், பெண்கள் அரிதாகவே படித்தவர்கள், அவர்களில் பெரும்பாலோர் படிக்கக் கூட முடியாது, அதே நேரத்தில் பெரும்பாலான ஆண்கள் கல்வியறிவு பெற்றவர்கள்.

அவரது பணி மக்களின் அடையாளத்தையும், அதை வைத்திருப் பதன் தன்மை அல்லது பற்றாக்குறையையும் தொடுகிறது. யானையின் ஆண்டின் தொடக்கத்தில், பேரழிவுகரமான விவாகரத்துக்குப் பிறகு தெருக்களில் அலைந்து திரியும் முக்கிய கதாபாத்திரம் பற்றியது. அவள் வாழ்வதற்கான விருப்பத்தை வெறுமனே வைத்திருக்கும்போது, “நான் ஒன்றும் உணரவில்லை, நான் என் சொந்த அடையாளத்தை இழந்துவிட்டேனா?” (லைலா, யானையின் ஆண்டு, 2). அவரது விவாகரத்து அவரது ஆளுமை மற்றும் சுய உணர்வை முற்றிலுமாக பறித்துவிட்டது. இழந்த ஆசிரியர் மேடமொயிசெல் டோஸ் குறித்து கடைசி அத்தியாயத்தில் அடையாளம் மீண்டும் கொண்டு வரப்படுகிறது. ஆயிஷாவின் ஆசிரியர் அவரது வருங்கால மனைவியால் நிராகரிக்கப்பட்டார். லைலா அவளை வர்க்கத்திற்கு காண்பிக்கும் ஒரு உடல் என்று விவரிக்கிறார். அவளுடைய உடலில் எஞ்சியிருந்த எல்லா ஆத்மாவும் வெளியேறிவிட்டன, ஆசிரியர் அரிதாகவே இருந்தார். இந்த திடீர் மாற்றம் எவ்வாறு நிகழ்ந்தது என்பதை ஆயிஷா ஆராய்கிறார்,

அரபு இலக்கியம்

துனிசியா

1. துனிசிய இலக்கியம்

துனிசிய இலக்கியம் முதன்மையாக அரபு மற்றும் பிரெஞ்சு மொழிகளில் உள்ளது. துனிசியாவில் உள்ள அரபு இலக்கியங்கள் 7 ஆம் நூற்றாண்டில், இப்பகுதியில் அரபு நாகரிகத்தின் வருகையுடன் துவங்குகிறது.துனிசியாவில் பிராங்கோஃபோன் இலக்கியங்களை விட அரபு இலக்கியம் முக்கியமானது - இது 1881ஆம் ஆண்டில் பிரெஞ்சு பாதுகாவலரை அறிமுகப்படுத்தியதைத் தொடர்ந்து - அளவு மற்றும் மதிப்பில். தேசிய நூற்பட்டியல் பட்டியல்கள் துனிசியாவில் 2002ஆம் ஆண்டில் பதிப்பிக்கப்பட்ட 1, 249 அல்லாத பாடப் புத்தகங்களையும், இதில் 885 தலைப்புகள் அரபியில் உள்ளன. இந்த புத்தகங்களில் மூன்றில் ஒரு பங்கு குழந்தைகளுக்கானது.

2003ஆம் ஆண்டில், அரசு பட்ஜெட்டில் 3 மில்லியன் துனிசிய தினார்களை இலக்கிய ஆதரவுக்கு அர்ப்பணித்தது. ஏறக்குறைய 100 தனியார் துனிசிய பதிப்பகங்கள் உள்ளன, அவை கிட்டத்தட்ட எல்லா புத்தகங்களையும் வெளியிடுகின்றன.

அரபு இலக்கிய பிரமுகர்களில் 150-க்கும் மேற்பட்ட வானொலி நாடகங்கள், 500-க்கும் மேற்பட்ட கவிதைகள் மற்றும் பாடல்கள் மற்றும் கிட்டத்தட்ட 15 நாடகங்களை எழுதிய அலி டூவகி போன்றோர்கள் முதன்மை பட்டியலில் அடங்குவர். பேசிர் ஹரைப் 1930-களில் அரபு நாவலுக்கான புதிய வாழ்க்கையை கொடுத்தது. அவருடைய முதல் சிறு கதை துனிசிய பேச்சுவழக்கில் உரையாடல் அமைத்து ஒரு தாக்கத்தை ஏற்படுத்தியது. மற்ற இலக்கிய பிரமுகர்களில் மோன்செப் காச்செம், ஹசன் பென் ஒத்மென், ஹபீப் செல்மி, வாலிட் சோலிமான் மற்றும் மஹ்மூத் மெசாடி ஆகியோர் அடங்குவர். மெசாடி தனது படைப்புகளுக்குள் இஸ்லாமிய கருப்பொருள்கள் மற்றும்

தேசியவாதத்தை வெட்டும் புள்ளிகளுக்கு பெயர் பெற்றவர். துனிசிய கவிதைகள் இணக்கமற்றதும் மற்றும் புதுமையானவையும் ஆகும்: அரபு இலக்கியத்தில் கற்பனை இல்லாததை அபோல்-கசெம் எச்செபி எதிர்க்கிறார்.

தற்போதைய காலம் பல வழிகளில் கதை மற்றும் வரலாற்றை மீட்டெடுப்பதற்கான போராட்டமாக இருந்து வருகிறது. சான்றளிப்பு எழுத்து என்பது நிலைப்பாட்டிற்கான ஒரு வழியாகவும், சட்டபூர்வமான தன்மைக்காக போட்டியிடும் சொற்பொழிவுகளின் ஒரு பகுதியாகவும் மாறியுள்ளது, வரலாற்றில் ஒரு இடத்திற்கான நகைச்சுவையின் ஒரு பகுதியாக இப்போது புனரமைப்பு மற்றும் மறுவிற்பனைக்கு ஆளாகிறது. இடதுசாரிகள் மற்றும் இஸ்லாமியவாதிகளின் பல புத்தகங்கள் உட்பட நினைவுச்சின்னங்கள் 'சிறை' இலக்கியங்களில் ஒரு ஏற்றம் ஏற்பட்டது, அவை சித்திரவதை, தணிக்கை மற்றும் முந்தைய ஆட்சிகளின் கீழ் உள்ள குடும்பங்களின் தற்காப்பு விவரங்களை விவரிக்கின்றன. குறிப்பிடத்தக்க எடுத்துக்காட்டுகள் சமீர் சஸ்ஸி, புர்ஜ் அல்-ரூமி: அப்வாப் அல்-மவத் (' போர்ஜ் ரூமி: மரணத்தின் கதவுகள் ', 2011), முகமது சலா ஃபிளிஸ் ' சஜின் ஃபை வதானி (' எனது தாயகத்தில் ஒரு கைதி ', 2016) மற்றும் அம்மர் சிம்ஸ்மி, அப்தெல்ஹமிட் ஜெலாஸி, கமல் செர்னி மற்றும் பலர் எழுதிய புத்தகங்கள். நாவலாசிரியர் கமல் ரியாஹி வழங்கிய ஒரு பிரத்யேக தொலைக்காட்சி நிகழ்ச்சி, ஹவுஸ் ஆஃப் ஃபிக்ஷன், வானொலி நிகழ்ச்சிகள் மற்றும் உள்ளூர் நூலகங்கள், புத்தகக் கடைகள் விழாக்களில் அடிக்கடி புத்தக கையெழுத்திடும் விழாக்கள் மற்றும் விளக்கக்காட்சிகளுடன் இலக்கியம் பொதுத் துறையிலும் ஊடகங்களிலும் அதிக இருப்பைப் பெற்றது.. உதாரணமாக, நாவலாசிரியர் எம்னா ர்மிலி ஒரு நகரத்தின் குடிமக்களால் கொண்டாடப்பட்டார், அதன் பெயர் பரிசு பெற்ற நாவலான டூஜேன் (2016) க்கு அவர் கொடுத்தார். நாட்டினுள் விளிம்பு மற்றும் முன்னர் தணிக்கை செய்யப்பட்ட எழுத்தாளர்களின் பரந்த அங்கீகாரத்துடன், துனிசிய இலக்கியங்களும் குறிப்பிடத்தக்க வெளிநாட்டு கவனத்தைப் பெற்றன. கவிஞர் மொஹமட் ஷையர் அவ்லாட் அகமது இத்தாலி, மால்டா மற்றும் சுவிட்சர்லாந்தில் கொண்டாடப்பட்டார், அதே நேரத்தில் அல்-தலியானி நாவல் ('தி இத்தாலியன்') 2015ஆம் ஆண்டில் அரபு புக்கர் பரிசை வென்றது. ஆனால் ஏழு ஆண்டுகளில், மக்கள் குறைவாகப் படிப்பதும், அதிகமாக எழுதுவதும், ஆடியோ காட்சி ஊடகங்கள் மக்கள் கவனத்தை ஆதிக்கம் செலுத்துவதும் இலக்கிய வாசகர்களின் வீழ்ச்சியைக் காண்கிறோம்.

மொஹமட்-சலா ஓம்ரி அரபு மற்றும் ஒப்பீட்டு இலக்கிய பேராசிரியராகவும், ஆக்ஸ்போர்டு பல்கலைக்கழக புனித ஜான் கல்லூரியின் சக உறுப்பினராகவும் உள்ளார். அவர் ஒரு புரட்சி மற்றும் கண்ணியத்தின் புரட்சி (2012) எழுதியவர். ஆக தற்கால துனிசிய இலக்கியம் பரந்துபட்ட அளவில் நல்ல வீச்சுடன் செயல்படுகிறது.

2. ஜல்லூல் அஸ்ஸவ்னா

எழுத்தாளர் ஜல்லூல் அஸ்ஸவ்னா எசாஹாஃபா நாளிதழுடன் பேசுகிறார்:

எந்தவொரு ஜனநாயக மாற்றத்தின் வெற்றிக்கும் ஒரு மூலோபாய உத்தரவாதமாக கலாச்சார பரிமாணத்தை ஏற்றுக்கொள்வதற்கான இன்றியமையாத தன்மை உண்டு.

எழுத்தாளர் ஜல்லூல் அஸ்ஸவ்னா புத்திஜீவி மற்றும் அரசியலில் இரு வேறுபாட்டை இணைக்கும் போர்க்குணமிக்க வரலாற்றைக் கொண்டவர் அவர் ஒரு சிறுகதை எழுத்தாளர், பதினாறுக்கும் மேற்பட்ட புத்தகங்களை வெளியிட்ட நாவலாசிரியர். துனிசிய பிரபல இலக்கியத்தில் ஆய்வுகள் அவரது சமீபத்திய வெளியீடு ஆகும். தி ரைட்டர்ஸ் யூனியனுடன் பல பதவிகளை வகித்த அவர், தி ஃப்ரீ ரைட்டர்ஸ் லீக்கின் நிறுவனர்களில் ஒருவராக இருந்தார். அவர் விமர்சனக் கட்டுரைகளை எழுதுகிறார், மேலும் படைப்பு எழுத்து, வரலாறு மற்றும் பத்தி ஆகியவற்றில் ஆர்வம் கொண்டவர். அவர் தனது அறிவார்ந்த எண்ணங்களால் முன்னாள் ஆட்சியின் கீழ் சிறையை அனுபவித்தார். அவரது போர்க்குணமிக்க மற்றும் அறிவார்ந்த வாழ்க்கை மக்களின் கவலைகளை ஏற்றுக்கொள்ளும் கரிம அறிவுஜீவியின் மாதிரியை பிரதிபலிக்கிறது. அவர் எப்போதும் சுதந்திரம் மற்றும் முன்னேற்றத்திற்காக ஒரு கிளர்ச்சியாளராக இருக்கிறார். அவர் சுதந்திரம் மற்றும் முன்னேற்றத்திற்கான பிரபல மான கட்சியை நிறுவினார். அவர் சுதந்திரமான சிந்தனையை நம்புகிறார். அண்மையில் தி ஃப்ரீ ரைட்டர்ஸ் லீக்கின் தலைவராக தேர்ந்தெடுக்கப்பட்டார்.

எசாஹாஃபாவுக்கான பின்வரும் நேர்காணலில், புத்தகம் மற்றும் எழுத்தாளரின் பங்கு, கலாச்சாரத்தின் எல்லைகள் மற்றும்

அதன் பங்கு மற்றும் அரசியல் மற்றும் புத்திஜீவிகளின் இரு வேறுபாட்டின் கலவையைப் பற்றி அவரிடம் கேட்டோம்.

கலாச்சாரம் மற்றும் அரசியலின் நாயகன் ஜல்லூல் அஸ்ஸவுனா, தனது அரசியல் திட்டத்தைப் பற்றிய கலாச்சார பார்வையை அறிமுகப்படுத்துவதன் மூலம் அவரது இரு பக்க அனுபவத்தைப் பற்றி சொல்ல முடியுமா?

எனது தனிப்பட்ட அனுபவத்தின்படி, அரசியல்வாதிகள் கலாச்சாரம் மற்றும் படைப்பின் மதிப்பை குறித்து பட்டம் பெற்றவர்களாக இருந்தாலும் அவர்களை சம்மதிக்க வைப்பது கடினமான காரியம் ஆகும், ஏனென்றால் அவர்கள் தற்போதைய தருணத்தில் வெறித்தனமாக இருக்கிறார்கள், எல்லாவற்றையும் பொறுத்தவரை அவை, குறைந்த மதிப்புமிக்கவை, ஏனென்றால் அவை நிகழ்வுகளின் முடுக்கம் மற்றும் அவற்றில் ஒரு நிலைப்பாட்டை எடுக்க வேண்டிய அவசியம், அவற்றை பகுப்பாய்வு செய்தல், அவற்றையும் அவற்றின் கட்சிகள் மற்றும் அவற்றின் நாடுகள் மற்றும் சூழல்களின் நிகழ்வுகளின் போக்கில் அவற்றையும் அவற்றின் தாக்கங்களையும் புரிந்து கொள்ள முயற்சிக்க வேண்டும்.

கட்சியின் திட்டத்தைப் பொறுத்தவரை - சுதந்திரம் மற்றும் முன்னேற்றத்திற்கான பிரபலமான கட்சி - நான் சேர்ந்தது, எந்த வொரு ஜனநாயக மாற்றத்தின் வெற்றிக்கும் ஒரு மூலோபாய உத்தரவாதமாக கலாச்சார பரிமாணத்தை ஏற்றுக்கொள்வதன் இன்றியமையாத தன்மையை அதன் உறுப்பினர்கள் மற்றும் பின்பற்றுபவர்களை நம்பவைக்க முயற்சிப்பதால் கலாச்சாரம் உருமாற்றங்களைப் பயன்படுத்துவதற்கான உண்மையான மற்றும் ஆழமான உத்தரவாதமாக இது இருக்கும், மேலும் எதிர்காலத்தை எதிர்பார்க்கவும், மிக முக்கியமான விஷயங்களை வரிசைப்படுத்தவும், குழப்பத்தில் சிக்காமல் இருக்கவும் இது உதவும். ஆனால் பென் அலி ஊழல் ஆட்சியை ஆதரிப்பதில் போலி புத்திஜீவிகள் ஈடுபடுவதால் இந்த இலக்கை அடைவது கடினம். அரசியல்வாதி, குறிப்பாக போராளி நடுங்கும் பச்சோந்தி போன்ற புத்திஜீவிகளைக் குறைத்துப் பார்க்கிறான்.

நீங்கள் ஒரு முன்னாள் அரசியல் கைதி, எண்ணங்கள் மற்றும் எழுத்துக்களால் சிறையில் அடைக்கப்பட்டவர். இந்த அனுபவத்தைப் பற்றி நீங்கள் சொல்ல முடியுமா, புரட்சிக்குப் பின்னரும் அதற்கு முன்னும் ஒரு அறிவார்ந்த மற்றும் அரசியல்வாதியாக ஜல்லூல் அஸ்ஸவுனாவுக்கு அதன் தாக்கம் என்ன?

பென் அலியின் சகாப்தத்தில் என்னுடைய ஒரு புத்தகம் சுமார் ஐந்து ஆண்டுகளாக பறிமுதல் செய்யப்பட்டது. தவிர, மற்றொரு புத்தகம் ஒரு வருடத்திற்கும் மேலாக பறிமுதல் செய்யப்பட்டது, மேலும் எனது பாஸ்போர்ட்டும் பறிமுதல் செய்யப்பட்டது. பென் அலியின் சகாப்தத்தில் நான் முதல் அரசியல் கைதியாக இருந்தேன். அது 1989 ல் இருந்தது, ஏனென்றால் நான் சட்டபூர்வமான பிரபல ஒற்றுமைக் கட்சியில் எனது சகாக்களுடன் பென் அலி வேண்டாம் என்று சொன்னேன், 1988ஆம் ஆண்டின் பிற்பகுதியில் நாங்கள் ஒரு அறிக்கையை வெளியிட்டோம், அதில் 1989 ஜனாதிபதித் தேர்தலில் பென் அலியை பரிந்துரைக்க மறுத்ததை நாங்கள் அறிவித்தோம், நாங்கள் பென் அலிக்கு எதிரியாக எங்கள் சுயாதீன வேட்பாளரை நாங்கள் பெறுவோம் என்று கூறினார். எனவே ஆரம்பத்தில் இருந்தே அதிகாரத்தின் “அரசியல் அலங்காரத்தின்” பாத்திரத்தை தேர்வு செய்யாத முதல் கட்சி எங்கள் கட்சி.

அந்த சிறை அனுபவத்தையும், என் ஆன்மாவில் அதன் தாக்கத்தையும் பொறுத்தவரை, நான் அதை ஒரு வகையான அமைதி மற்றும் தெளிவான தன்மையுடன் ஏற்றுக்கொண்டேன். பென் அலியின் ஆட்சி நீடிக்காது என்று நான் உறுதியாக இருந்தேன். 1952 இல் நான் கற்றுக்கொண்ட மிக ஆழமான பாடத்தின் மூலம் இந்த முடிவுக்கு வந்தேன். அந்த நேரத்தில், என் உறவினர்கள் சிலர் எனது சகோதரர், என் மாமா, மற்றும் எனது மைத்துனர் மற்றும் எனது பள்ளியின் தலைமை ஆசிரியர், எனது அரபு ஆசிரியர் மற்றும் எனது பிரெஞ்சு ஆசிரியர் ஆகியோர் பிரெஞ்சு குடியேற்றக்காரரின் சிறைகளில் சிறையில் அடைக்கப்பட்டனர். இரண்டு ஆண்டுகளுக்குப் பிறகு அவர்கள் எவ்வாறு விடுவிக்கப்பட்டார்கள் என்று நான் பார்த்தேன், துனிசியா அதன் சுதந்திரத்தைப் பெற்றது. இது ஒரு நடைமுறை பாடமாகும், இதன் பொருள் போராட்டம் விரைவில் அல்லது பின்னர் பலனளிக்கும்.

த ஃப்ரீ ரைட்டர்ஸ் லீக்கை நிறுவுவதற்கான யோசனை தோன்றியதன் பின்னணியில் இருந்த நிலைமைகள் என்ன? அதன் மிக முக்கியமான கட்டங்களைப் பற்றி என்ன?

இந்த அமைப்பின் குழுவில் பத்து ஆண்டுகளுக்கும் மேலாக துனிசிய எழுத்தாளர் சங்கத்தில் உறுப்பினராக கிட்டத்தட்ட கால் நூற்றாண்டுக்குப் பிறகு, எழுத்தாளர்கள் சங்கம் பாதையைத் தடம் புரண்டது மற்றும் ஒரு உண்மையான கலமாக மாறியது என்பதை ஒரு சில உறுப்பினர்களுடன் உணர்ந்தேன். ஆழமான கலந்துரையாடல்களுக்குப் பிறகு, தேசிய, அரபு மற்றும் சர்வதேச

காட்சியில் புத்திஜீவி மற்றும் எழுத்தாளரின் பங்கு மற்றும் இடத்தை மீட்டெடுக்கும் ஒரு மாற்று அமைப்பைக் கண்டுபிடிக்க முடிவு செய்தோம். நாங்கள் 2001 இல் இலவச எழுத்தாளர்கள் லீக்கை நிறுவினோம். எங்களுக்கு அங்கீகாரம் கிடைக்கவில்லை, எங்கள் வளங்கள் சுமாரானவை என்றாலும், நாங்கள் எங்கள் பணியைத் தொடர்ந்தோம். எங்கள் பணியில் மிகச் சிறந்த கட்டங்கள் கலாச்சார மற்றும் மனித உரிமைகள் அமைப்புகளுடனான ஒப்பந்தங்கள் மற்றும் துனிசியா மற்றும் வெளிநாடுகளில் உள்ள செய்தித்தாள்கள். அந்த தேர்வு எங்களுக்கு நோய் எதிர்ப்பு சக்தி போன்றது. தொடர்ந்து முற்றுகை, துன்புறுத்தல் நடந்து கொண்டே இருந்தது.

அரசியல் சர்வாதிகாரம் மற்றும் அறிவார்ந்த அடக்குமுறையின் மறைவுக்குப் பிறகு, "சுதந்திர எழுத்தாளர்" என்ற விளக்கமான பெயரடை பயன்படுத்த வேண்டிய அவசியம் உள்ளதா?

ஆம், அரசியல் சர்வாதிகாரமும் அறிவுசார் ஒடுக்குமுறையும் விரைவாக திரும்பி வர முடியும் என்பதை வரலாறு நமக்குக் கற்பித்தது. பல புரட்சிகள் கைவிடப்பட்டன, மேலும் பல உன்னத விழுமியங்கள் மறக்கப்பட்டு மிதிக்கப்பட்டன. "சுதந்திரம்" என்ற வினையெச்சம், படைப்பின் சுதந்திரத்தை பாதிக்கக்கூடிய விஷயங்களில் தொடர்ந்து விழிப்புடன் இருப்பதற்கான எங்கள் முடிவின் அறிவிப்பாகும், மேலும் அதிகாரத்தை கைப்பற்றுவது, அதனுடன் ஒட்டிக்கொள்வது மற்றும் எல்லாவற்றையும் நீக்குவது என்பதே அதன் ஒரே அக்கறை என்று எந்தவொரு சர்வாதிகார சிந்தனையையும் எரிச்சலூட்டுகிறது. ஒரே உண்மையை சொந்தமாக வைத்திருப்பதாக அது நம்புகிறது.

ஏப்ரல் நடுப்பகுதியில் நடைபெற்ற சுதந்திர எழுத்தாளர்கள் கழகத்தின் மாநாட்டிற்குப் பிறகு அடுத்தது என்ன?

புத்தகங்கள் மற்றும் எழுத்தாளர்களை அறிமுகப்படுத்துதல் மற்றும் சமூகத்தில் எழுத்தாளரின் பங்கை மேம்படுத்துவதில் தெளிவான கட்டங்களாக இருக்க வேண்டும் என்று நாங்கள் விரும்பும் முக்கியமான கருத்தரங்குகளை ஒழுங்குபடுத்துதல் மற்றும் விமர்சன சிந்தனையை அதிகரிப்பது போன்ற எந்தவொரு பழக்கவழக்கத்தையும் நாங்கள் தொடங்குவோம்.

புத்திஜீவி என்பது சமூக வாழ்க்கையில் நுழையும் நபர், அதை ஒரு சிறந்த கலாச்சாரத்தை நம்பி சமூக விவகாரத்தில் அதைப் பயன்படுத்த முயற்சிக்கிறார். இதை பற்றி நீங்கள் என்ன நினைக்கிறீர்கள்?

புத்திஜீவிகளின் தலையீடு சமூக வாழ்க்கைக்கு மட்டுப்படுத்தப் பட்டதோடு மட்டுமல்லாமல், வாழ்க்கையின் அனைத்து பக்கங்களையும் சிறப்பாக மாற்றுவதையும் நோக்கமாகக் கொண்டுள்ளது. அதன் காலங்கள், நாகரிகங்கள் மற்றும் மொழி களின் வேறுபாடு இருந்தபோதிலும், உலக இலக்கியங்கள் மனிதனின் மனதையும் உணர்ச்சிகளையும் குறிவைப்பதில் ஒத்தவை, அவனுக்கு / அவளுக்கு அவனது / அவளுடைய மனிதநேயத்தை முதலில் நினைவூட்டுவதற்கும், அனைத்து மனிதநேயத்தையும் மறுபரிசீலனை செய்வதன் அவசியத்தையும் நினைவூட்டுகின்றன. சுய, முன்னேற்றத்தின் தடைகளை விமர்சித்தல், தீமையைத் தோற்கடிப்பது, மற்றும் நாளை ஒரு பிரகாசமான மற்றும் விழுமியத்தை அறிவித்தல் முக்கியமானதாகும்.

துனிசியாவில் பொதுவாக கலாச்சார காட்சியை எவ்வாறு மதிப்பிடுகிறீர்கள்? சமூகத்தின் பொதுவான சுவைகளை வளர்த்துக் கொள்ளவும், நவீன தொழில்நுட்பங்களுடன் மாற்றி யமைக்கப்பட்ட பின்னர் ஒரு சிறந்த பாத்திரத்தை அனுபவிக்கவும் புத்தகம் பயன்படும் என்பத்ய் எந்த அளவுக்கு உண்மை?

துனிசியாவின் கலாச்சார காட்சி அனைத்து துறைகளிலும் விரைவான மாற்றங்களுக்கு மத்தியில் தன்னைத் தேடுகிறது. புரட்சி மற்றும் அதன் எதிர்காலம் பற்றி பல அவசர புத்தகங்களை வெளியிடுவதை நாங்கள் கண்டோம், அதில் ஏற்றுக்கொள்ளத்தக்க அளவை விட அதிகமான நடுத்தரத்தன்மை உள்ளது, குறிப்பாக பல புத்திஜீவிகள் புரட்சியின் அலைகளை சவாரி செய்தார்கள், அதே நேரத்தில் பென் அலி சகாப்தத்தில் அவர்கள் மவ்னமாக இருந்தார்கள், அவற்றின் உடந்தையும் கூட அவருடன் மற்றும் அவருக்காக டிரம்ஸை அடித்தார்.

காட்சி படிப்படியாக தெளிவாகிவிடும் வரை காத்திருப்பது, உன்னதமான புத்தகம் மூலமாகவோ அல்லது நவீன தொழில் நுட்பங்கள் மூலமாகவோ எழுத்தின் மதிப்பை மீட்டெடுக்க அழைப்பு விடுக்க வேண்டியது அவசியம். முக்கியமானது என்னவென்றால், வாசிப்பு ஒரு தவிர்க்கமுடியாத அறிவுசார் மற்றும் ஆன்மீக உணவாக இருப்பதால், இளம் தலைமுறையினருக்கு வாசிப்பு அன்பை ஊக்குவிக்கிறது.

இது சம்பந்தமாக, அடுத்த இலையுதிர்காலத்தில் நடைபெற விருக்கும் புத்தகக் கண்காட்சியைத் தயாரிக்க ஒரு லீக் என்ற முறையில் நாங்கள் கலாச்சார அமைச்சகத்துடன் பல கூட்டங்களை நடத்தினோம், இந்த விஷயத்தில் நாங்கள் எங்கள் பரிந்துரைகளை வழங்கினோம், இன்னும் வழங்குகிறோம்.

பேனா மூலம் போர்க்குணத்திற்கு நீங்கள் பிரபலமாக இருந்ததால் தானாக தணிக்கை செய்த விடுதலையாளர்களில் நீங்களும் ஒருவர். அது எதை போல் இருந்தது? புரட்சியின் பின்னர் நீதிமன்றத்தின் அறிவு மற்றும் அதிகாரத்திலிருந்து நாம் விடுபடுவோமா? அல்லது அரபு உலகின் புத்திஜீவிகள் எப்போதுமே அதிகாரத்துடன் இருக்கிறார்கள், மக்களுடன் இல்லை என்பது விதியின் விஷயமா?

என் கருத்துப்படி, உத்தியோகபூர்வ தணிக்கைகளை எதிர்ப்பதை விட எளிதானது, ஏனென்றால் முதலாவது தெரியும் மற்றும் வெளிப்படையானது, இருப்பினும் இரண்டாவது ஒன்று கண்ணுக்குத் தெரியாதது, மேலும் இது நியாயங்கள் மற்றும் சாக்குகளால் உடையணிந்திருக்கலாம்; கல்வி மற்றும் சுற்றுப்புறங்கள் மற்றும் தனிப்பட்ட தாழ்வு மனப்பான்மை மற்றும் ஆணவ வளாகங்கள் காரணமாக எழுத்தாளரின் உள்ளத்தில் சமூகத்தின் மதிப்புகள் மற்றும் நம்பிக்கை பதிந்துள்ளது. எனவே எல்லாம் உறவினர். ஒவ்வொரு அதிகாரமும் எப்போதுமே தனது செல்வாக்கை அனைத்து வாழ்க்கைத் துறைகளிலும், சில சமயங்களில் மரணத்திற்குப் பிறகான உலகத்திலும் கூட விரிவாக்க முயற்சிக்கிறது. அதிகாரத்தில் தனக்கென ஒரு கால்களைப் பெறுவதற்கும், அனைத்து சக்திகளையும் அதன் நன்மைக்காகத் தக்கவைத்துக்கொள்வதற்கும், எல்லாவற்றையும் பயன்படுத்த விரும்புகிறது, உதாரணமாக, அறிவுஜீவிகளை மண்டியிட வைக்கும் முயற்சி, மற்றும் அவரது / அவள் சார்ந்திருப்பதன் அவசியம்.

அதிர்ஷ்டவசமாக மக்களுக்கும், அரபு மக்களுக்கும், உறுதியான மற்றும் சுதந்திரமாக இருந்த புத்திஜீவிகளின் இருப்பு, மற்றும் துன்புறுத்தப்பட்டவர்கள் மற்றும் தியாகிகள் உட்பட எதிர்ப்பதற்கு தங்களால் முடிந்த அனைத்தையும் செய்தவர்கள். அவற்றின் குறைந்த எண்ணிக்கையிலான போதிலும், அவர்கள் தங்கள் மக்களின் உணர்வு, கலங்கரை விளக்கம் ஆகும்

உண்மையான ஜனநாயகத்திற்கு முழு தெளிவு, சிவப்பு கோடுகள் பற்றிய அறிவு மற்றும் வருங்கால அரசியல் பார்வை ஆகியவை தயக்கத்தோடும், தவறான கணக்கீட்டோடும் குறைக்கப்பட வேண்டும், மேலும் அத்தியாவசிய, அடிப்படை மற்றும் ஜனநாயக பிரச்சினைகள் குறித்து முடிவெடுக்க முடியாத இந்த அறிவுசார் இளமை பருவத்தை வெல்ல வேண்டும், ஏனெனில் ஜனநாயகம் வன்முறையை மறுக்கிறது மற்றும் இது உரையாடலை மட்டுமே ஏற்றுக்கொள்கிறது.

துனிசிய அரசியல் நிலை புரட்சிக்குப் பின்னர் பல மாற்றங்களையும் சூழல்களையும் கண்டது. எதிர்காலத்தைப் பற்றி நாம் எந்த அளவிற்கு நம்பிக்கையுடன் இருக்க முடியும்?

புரட்சியின் உழைப்பு மற்றும் அதன் தாக்கங்களில் நாம் இன்னும் வாழ்ந்து கொண்டிருக்கிறோம். தவிர, செயல்படாத ஆட்சியின் எச்சங்களிலிருந்து அரசின் இயந்திரங்களை சுத்தம் செய்வது இன்னும் அதன் தொடக்கத்தில் உள்ளது. புரட்சியின் நோக்கங்களில் சிறிதளவு மட்டுமே அடையப்படுகிறது. முதல் நோக்கம் புதிய அரசியலமைப்பை எழுதுவதுதான். புரட்சியின் வழியில் பல உள் மற்றும் வெளிப்புற தடைகள் இருந்தபோதிலும், புரட்சியின் குறிக்கோள்களைச் சுற்றியுள்ளவர்களின் எண்ணிக்கை அதிகரித்த போதிலும், பயத்திலிருந்து விடுவிக்கப்பட்ட துனிசிய மக்கள் இந்த நாளுக்குப் பிறகு அமைதியாக இருக்க மாட்டார்கள், மரியாதை விதிக்கும் அவர்களின் உரிமைகள், மற்றும் அவர்களின் நோக்கங்களை அடையும். ஒரு புத்திஜீவி என்ற முறையில், எனது மக்களின் திறன்கள், எனது நாட்டின் இளைஞர்களின் உறுதிப்பாடு மற்றும் ஆபத்துக்களை எச்சரிக்கையாகவும், அவற்றை நிவர்த்தி செய்வதில் நம்பிக்கையுடனும் இருக்கும் புத்திஜீவிகளின் பங்கு குறித்து நான் நம்பிக்கையுடன் இருக்க முடியாது.

3. துஷ்ரி மக்பவுத்

துஷ்ரி மக்பவுத் (1962)துனிஸில் பிறந்தார், மேலும் மனோபா கலைக் கல்லூரியில் இலக்கியத்தில் பி.எச்.டி பெற்றார். அவர் இலக்கிய விமர்சனத்தின் பல படைப்புகளை எழுதியுள்ளார் மற்றும் பல இலக்கிய இதழ்களின் குழுவில் பங்களிப்பாளராகஅ மர்ந்திருக்கிறார்.

துனிஸ் பல்கலைக்கழகத்தில் பேராசிரியராக இருந்த அவர், மனோபா பல்கலைக்கழகத்தின் (2011-2017) தலைவராவதற்கு முன்பு மனோபாவின் கலை, மற்றும் மனிதநேய பீடத்தின் டீனாக இருந்தார்.

அவர் மேலும் பல நடுநிலையான பத்திரிகைகள், ஆசிரியர் குழு உறுப்பினராகவும் உள்ளார் ஈப்லாவின் பத்திரிகை மற்றும் (துனிஸ் உள்ள அரபு இலக்கியம் நிறுவனம் வெளியிட்டுள்ள) ரோமனோ அராபிகா (புக்கரெஸ்டில் உள்ள அரபு ஆய்வுகளுக்கான மையம் வெளியிட்டது).இதழின் ஆசிரியராக இருந்தார்.

2016ஆம் ஆண்டில், துனிசியா குடியரசின் ஜனாதிபதியால் மனித உரிமைகள் மற்றும் அடிப்படை சுதந்திரங்களுக்கான உயர் குழுவின் உறுப்பினராக நியமிக்கப்பட்டார்.

2014ஆம் ஆண்டில் வெளியிடப்பட்ட அவரது முதல் நாவலான எட்டலென்னி (தி இத்தாலியன்) மூலம் சுக்ரி மப்கவுட் சர்வதேச காட்சியில் கவனம் செலுத்தப்பட்டார். இந்த கதை அப்தெல் நாசர் ("இத்தாலியன்" என்ற புனைப்பெயர்) ஒருவரைப் பின்தொடர்கிறது, அவர் தனது தந்தையின் கூட இருக்கும் போது ஒரு இமாமை (அவரது அண்டை வீட்டாரையும்) விவரிக்கமுடியாமல் தாக்குகிறார். 1980-களின் பிற்பகுதியிலும் 1990-களின் முற்பகுதியிலும் நடந்த துனிசியாவின் நிகழ்வுகள் நாவலின் நிகழ்வுகளாக வெளிவந்தன, மேலும் இடதுசாரிகள் மற்றும்

இஸ்லாமியவாதிகள் மற்றும் ஜைன் எல்-அபிடின் பென் அலியை ஆட்சிக்கு கொண்டுவந்த சக்திகளுக்கு இடையிலான அரசியல் மோதல்களையும் இந்த நாவல் ஆராய்கின்றன. இந்த நாவல் அரபு புனைகதைகளுக்கான மதிப்புமிக்க சர்வதேச பரிசை வென்றது (பெரும்பாலும் "அரபு புக்கர் பரிசு" என்று அழைக்கப்படுகிறது), இது எமிரேட்ஸில் புத்தகம் தடை செய்யப்பட்டிருந்தாலும் அபுதாபியில் வழங்கப்பட்டது.

4. முகமது அலி யூசுபி

முகமது அலி யூசுபி (பிறப்பு மார்ச் 3, 1950-ல் பேஜா, துனிசியா) ஒரு துனிசிய எழுத்தாளர் மற்றும் மொழிபெயர்ப்பாளராக அறியப்படுகிறார்.

தத்துவம் மற்றும் சமூக அறிவியலில் பட்டம் பெற்ற பிறகு, லெபனான் பல்கலைக்கழகத்தில் முதுகலை படிப்பை முடித்தார்.

1992ஆம் ஆண்டில் வெளியிடப்பட்ட அவரது முதல் நாவலான தி டைம் ஃபார் எல்வ்ஸ் என்ற படைப்பு, சிறந்த அரபு நாவலான தவ்கிட் அல் பிங்கா பரிசை வென்றது. அவரது இரண்டாவது நாவலான சன் டைல்ஸ் ஐந்து ஆண்டுகளுக்குப் பிறகு வெளியிடப்பட்டது, மேலும் துனிசியாவின் 1997 COMAR D'OR பதிப்பு 1998 இன் சிறந்த நாவலுக்கான பரிசை வென்றது.

வெளியீடுகள்

கவிதைகள்

பூமியின் விளிம்பு

முன்னோர்களின் இரவு

புலன்களுக்கு ஆறாவது பெண்

நாவல்கள்

அல் ஓகாய்தார் இராச்சியம்

நேற்று, பெய்ரூட்

டெண்டெல்லா

சொர்க்கத்தின் வாசல்கள்

மொழிபெயர்ப்புகள்

எமிலி சியோரன், துண்டுகள்

ஜார்ஜஸ் படேல், மதக் கோட்பாடு

டேய் சிஜி, பால்சாக் மற்றும் லிட்டில் சீன தையற்காரி

கை டி மவசந்த், துனிஸிலிருந்து கைரூவான் வரை

ரோஜர் இகார்ட், திரையில் பிரெஞ்சு புரட்சி

எரிக் லெகுபே, பிரஞ்சு சினிமாவின் ஒரு நூற்றாண்டு

ட்ரெயில்ஸ் காற்று (கவிதைகளின் தேர்வு) பியர் இம்மானுவேல், ரெனே சார், அலைன் போஸ்கெட் மற்றும் யூஜின் கில்லெவிக்

நாவல்கள்

ரிவாயர்

அதபத் அல் ஜன்னா

முகமது அலி யூசுபி சொல்கிறார்

எழுத்தாளரின் அதிகாரத்தை உறுதிப்படுத்துவது, எழுதும் சக்தி அல்ல, அரபு கலாச்சார நோய்க்கு மிகப்பெரிய காரணம். அவர்களின் அதிகாரங்கள், உயர் பதவியில் உள்ள அரசாங்க அதிகாரிகள் அல்லது ஒரு வளைகுடா நிறுவனத்தின் ஊழியர்களாக இருக்க பெற்றதுதான், மானியங்கள் மற்றும் தடுப்பு சாத்தியக்கூறுகளுக்கு தவறான கவுரவத்திற்கு நன்றி. எழுதும் அதிகாரம் நரகத்தை செல்லட்டும், பந்தயக்காரர்கள் அதை மவ்னமாகக் குற்றம் சாட்டினர், அப்துல் கபீர் அல்-காதிபியைப் போலவே, பல பரிசுகளில் ஒன்று அவரது கதவை அறியவில்லை என்பதை இன்று நாம் கண்டுபிடித்துள்ளோம்; அவர் அதிகாரம் இல்லாத எழுத்தாளர் ஆனால் அதை மனதிலும் இதயத்திலும் எழுதும் சக்தி நீண்ட காலம் நீடிக்கும்.

5. நான்கு துனிசிய பெண் எழுத்தாளர்கள்

நீங்கள் தெரிந்து கொள்ள வேண்டிய நான்கு துனிசிய பெண் எழுத்தாளர்களின் பட்டியல் ஸ்னைடி மற்றும் தி சார்லஸ் ரிவர் ஜர்னலின் அனுமதியுடன்.

ஹூயெம் பெர்ச்சிச்சி:

40 வயதிற்கு உட்பட்ட "பெய்ரூட் 39" சிறந்த அரபு எழுத் தாளர்களில் ஒருவரான விருது பெற்ற துனிசிய நாவலாசிரியர் கமால் ரியாஹி ஏற்பாடு செய்த ஒரு உரையை ஸ்னைடி விவரிக்கிறார், "சிறுகதை எழுத்தியல் வரைபடத்தின் அழகியல்" பற்றி விவாதிக்க அவரை அழைத்தபோது அவரது பேச்சு ஃபெர்ச்சிச்சியின் அனுபவங்களைச் சுற்றி நகர்ந்தது. மற்றும் ஃபத்மா பென் மஹ்மூத் பற்றியும் சொன்னார்.

ஹூயிம் பெர்ச்சிச்சி பற்றி ஸ்னைடி இப்படி எழுதுகிறார், "அவர் ஒரு இலக்கிய பத்திரிகையாளர் மற்றும் சிறுகதை எழுத்தாளர். அவர் தனது சிறுகதைகள் மற்றும் கவிதைகளை ஏராளமான துனிசிய மற்றும் அரபு இலக்கிய இதழ்களில் வெளியிட்டுள்ளார். தி சீன் அண்ட் தி ஷேடோ அண்ட் சீக்ரெட் டாட்டூஸ் உட்பட பல சிறுகதைத் தொகுப்புகளின் ஆசிரியர் ஆவார்."

ஸ்னைடியிடமிருந்து:

சிறுகதைகளில் அழகான படங்களையும் காட்சிகளையும் உருவாக்குவதில் தனிப்பட்ட அனுபவத்தை தருவதாக ஃபெர்ச்சிச்சி கருதுகிறார். சிறுகதைகள் அல்லது நாவல்களில் எழுத்தாளர் தெரிவிக்க விரும்பும் சூழ்நிலைகளை வாழ்வதற்கும் பயன்படுத்துவதற்கும் பெர்ச்சிச்சி எடுத்துக்காட்டுகிறார். அவளைப் பொறுத்தவரை, இது கதை உரைக்கு நம்பகத்தன்மையை அளிக்கிறது. மாறாக, எழுத்தாளர்கள் கற்பனையான படங்களை

வாழ வேண்டிய அவசியமின்றி அவற்றைப் பயன்படுத்தலாம் என்று ஃபாத்மா பென் மஹ்மூத் நம்புகிறார். சிறுகதை எழுத்தில் எழுத்தாளர்கள் படத்தின் அழகியலை மற்றவர்களின் யதார்த்தமான அனுபவங்களிலும் வாழ்க்கையிலும் தேட முடியும் என்ற உண்மையை அவர் கடுமையாக வலியுறுத்துகிறார்.

பிரான்ஸ் மேயரால் மதிப்பாய்வு செய்யப்பட்ட ஃபெர்ச்சிச்சியின் சிறுகதையான "ஆர்'ஸ் ஏடிப்" ("தி ஓநாய் திருமணம்") ஐ அலி ஸ்னைடி மொழிபெயர்த்தது ஆஸ்திரேலிய இதழான தி லிஃப்ட் ப்ரோவின் 34 இதழில் வெளிவந்தது.

ஃபாத்மா பென் மஹ்மூத்:

ஸ்னைடி கருத்துப்படி, "ஃபாத்மா பென் மஹ்மூத் ஒரு கவிஞர் மற்றும் புனைகதை எழுத்தாளர் ஆவார். அவர் துனிசிய மேல்நிலைப் பள்ளிகளில் தத்துவ ஆசிரியராக பணிபுரிந்தார். பின்னர், அவர் எழுத்தை விரும்புவதால் பத்திரிகையில் சேர் ந்தார். அவர் உரைநடை கவிதை, ஃபிளாஷ் புனைகதை மற்றும் கட்டுரைகளை எழுதுகிறார். அவர் பெரும்பாலும் அவரது மைக்ரோ கவிதைகள் மற்றும் ஃபிளாஷ் கவிதைகளுக்கு பெயர் பெற்றவர். அவரது மொழி எளிமை மற்றும் அதே நேரத்தில் அதிக அளவு சொற்பொருள் அடர்த்தி மற்றும் செழுமையால் வகைப்படுத்தப்படுகிறது. வேறொரு ஆசை எனக்கு விருப்பமில்லை, என்ன கவிதை சொல்லவில்லை, மற்றும் தி ரோஸ் விட் ஐ டோன்ட் பெயர் உட்பட மூன்று கவிதைத் தொகுப்புகளை அவர் வெளியிட்டுள்ளார். உரைநடை பொறுத்தவரை, அவர் மொராக்கோ எழுத்தாளர் அப்தல்லா அல் முத்தாஹி தொகுத்த ஒரு கூட்டு சிறுகதை தொகுப்பில் ஒரு தலைப்பில் வெளியிட்டார் ட்ரீம்ஸ்.புரட்சியின் நேரத்தில் ஒரு பெண் என்ற தலைப்பில் ஒரு கற்பனையான சுயசரிதை வெளியிட்டுள்ளார்."

பென் மஹ்மூத்தின் பல கவிதைகளை ஸ்னைடி மொழி பெயர்த்துள்ளார்.

பெஸ்மா மாரூனி:

ஸ்னைடி எழுதுகிறார், "புத்தகத் துறையிலும் வெளியீட்டுத் துறையிலும் சிரமங்கள் இருந்தபோதிலும், துனிசிய கவிஞர்களின் அதிகரிப்பு உள்ளது. பதிப்பகங்களும் ஒவ்வொரு ஆண்டும் பல கவிதை புத்தகங்களை வெளியிடுகின்றன. சில கவிஞர்கள் மொழிபெயர்ப்பின் பற்றாக்குறை இருந்தபோதிலும் சில புகழ்பெற்ற சர்வதேச கவிதை விழாக்களில் கலந்து கொண்டதால் துனிசிய கவிதைகளைச் சுற்றி ஏதோ ஒரு சலசலப்பு உள்ளது."

மாரூனியைப் பற்றி கூறும் அவர் "ஏராளமான துனிசிய மற்றும் அரபு இலக்கிய இதழ்களில் வெளியிடப்பட்ட கவிதைகள்" இருப்பதாகவும், "தனது இரண்டாவது கவிதைத் தொகுப்பை வெளிப்படுத்துதல்கள் பற்றிய சுருக்கம் பற்றிய தலைப்பில் வெளியிட்டார்" என்றும் எழுதுகிறார். அவரது முதல் கவிதைத் தொகுப்பு, எ க்ரெசெட் ஆன் தி க்ளட்ஸ் ரூஃப் 2014 இல் வெளியிடப்பட்டது. வெளிப்படுத்துதல்கள் எட்ஜ் ஆஃப் சுருக்கம் என்பது மர்மமான நறுமணங்களைக் கொண்ட ஒரு தொகுப்பாகும், மேலும் இது ஒரு காதல் கற்பனையிலிருந்து உருவாக்கப்படும் சூஃபி எழுத்தியல் வரைபடங்கள் மற்றும் யோசனைகளுக்கு ஊக்கமளிக்கிறது. "

இந்தத் தொகுப்பினை பற்றி ஸ்னைடி கூறுகிறார், "மாரூனி சிந்தனையின் பரவசத்தை அடைய சுருக்கமாக சாகசத்தை மேற்கொள்கிறார், அதே நேரத்தில் அவளது அடக்கப்பட்ட மகிழ்ச்சியைப் பாடுகிறார்." ஸ்னைடி சில வரிகளை மொழி பெயர்த்தார்:

மரங்கள் சந்திரனின் கழுத்தை அணைத்துக்கொள்கின்றன.

கடல் கடற்கரைகளின் கருப்பையை உரமாக்குகிறது.

வானத்தின் மார்பகங்கள் மேகங்களிலிருந்து மதுவை சொட்டு கின்றன.

நான் உயிர்த்தெழுதல் புத்தகங்களில் தீர்க்கதரிசிகளின் செய்திகளை எழுதுகிறேன்.

வாழ்க்கை மரணத்தின் உடல் தொடும் விபச்சாரி அல்ல.

ரீம் கோம்ரி:

ரீம் கோம்ரி சமீபத்தில் தனது இரண்டாவது கவிதைத் தொகுப்பை வெளியிட்டார், இது ஐ டாட்டூட் மை தாயத்துஸ் ஆன் மை பாடி.

ஸ்னைடி எழுதுகிறார்: "இது 140 பக்கங்கள் கொண்ட 28 கவிதைகளை ஒன்றிணைக்கிறது, அவற்றில் பெரும்பாலானவை உரைநடை கவிதைகள்." கோமிரியிடமிருந்து சில வரிகளையும் அவர் மொழிபெயர்த்தார்:

நான் எங்கிருந்து வந்தேன்?

அவர்கள் என் அனுமதி கேட்காமல் எனக்கு பெயரிட்டனர்.

அவர்கள் தங்கள் உடலின் சாபங்களை எனக்கு வழங்கினர்,

பின்னர்,

“இது உங்கள் பாரம்பரியம்.

அதனுடன் நிம்மதியாக வாழவும் புன்னகைக்கவும்! “

தெரிந்து கொள்ள வேண்டிய நிறைய துனிசிய பெண் எழுத்தாளர்கள், படைப்புகள் மொழிபெயர்ப்பில் கிடைக்கின்றன: ராச்சிடா அல்-சார்னி (ஆப்பிரிக்க சிறுகதையின் கிராண்டா புத்தகத்தில்); அமினா சைட் (உலகின் தற்போதைய காலம்: கவிதைகள் 2000-2009), சமர் சமீர் மெஸ்கன்னி (ஹோல்ம் ஃபை ஹடீகத் அல்-ஹயாவனெட்); மற்றும் லாஸ்லா கவ்பா (அஸிஸி மற்றும் லிட்டில் ப்ளூ பறவை).ஆகியவை முக்கியமானவைகள் ஆகும்.

6. ஹிந்த் அசூஸ்

ஹிந்த் அசூஸ் (அஸ்ஸூஸ்) (ஆகஸ்ட் 18, 1926– பிப்ரவரி 8, 2015) ஒரு துனிசிய எழுத்தாளர்

துனிஸில் பிறந்த அசூஸ் ஒரு சுய கற்கையாளர்(ஆட்டோடிடாக்ட்) ஆவார். அவர்/ள் பல்வேறு சிறுகதைகள் மற்றும் கட்டுரைகள் ஆகியவற்றை படைத்து அவரது வாழ்க்கைப் பயணத்தில் வெளியிட்டுவருகிறார். அல்-ஹயாத் அல்-தகாபியா, அல்-பிக்ர், கிஸஸ், அல்-இதா, அல்-மரா, அல்-தர்பியா அல்-ஷாமிலா, அல்-அமல், மற்றும் அல்-சபா போன்ற பல நூல்களை எழுதியுள்ளார். அவர் 1969 இல் ஃபை-எல்-தர்ப்-அல்-தவில் (ஆன் தி லாங் ரோட்டில்) என்ற சிறுகதைகளின் தொகுப்பையும் வெளியிட்டார். துனிசியா அரசாங்கத்திடமிருந்து ஏராளமான பதக்கங்களைப் பெற்றார்அவரது தொழில் வாழ்க்கையில், கலாச்சார பதக்கம், வேலைவாய்ப்பு பதக்கம் மற்றும் தேசிய போராட்டத்தின் பதக்கம் உட்பட; அவருக்கு பல குழுக்களால் சான்றிதழ்கள் வழங்கப்பட்டன. அவர் துனிசிய எழுத்தாளர் சங்கம் மற்றும் துனிஸில் உள்ள ஸ்டோரி கிளப்பைச் சேர்ந்தவர், ஜனநாயக அரசியலமைப்பு பேரணியின் பெண்கள் பிரிவின் செயலாளராக இருந்தார்.

துனிசியாவின் தேசிய வானொலி ஒலிபரப்பாளரால் ஒரு அறிவிப்பாளராக பணியாற்றிய அவர், அதன் திட்டத் துறைக்கும் தலைமை தாங்கினார். அவரது கதைகள் நடுத்தர வர்க்க பெண்களுக்கு ஆர்வமுள்ள கருப்பொருள்களைத் தொடுகின்றன, மேலும் பிறப்பு கட்டுப்பாடு மற்றும் கருக்கலைப்பு போன்ற சர்ச்சைக்குரிய தலைப்புகளை உள்ளடக்கியது. அவர் தனது தொழில் வாழ்க்கையில் ஒளிபரப்புத் துறையில் ஒரு முன்னோடியாக அங்கீகரிக்கப்பட்டார். ரேடியோ துனிஸின் புகழ்பெற்ற

பெயரும் முன்னணி குரலுமான ஹிந்த் அசூஸ், பிப்ரவரி 08, 2015 ஞாயிற்றுக்கிழமை தனது 89 வயதில் காலமானார். அவர் துனிசியாவில் ஆடியோவிஷுவல் துறையில் ஒரு முன்னோடியாக இருந்தார். தேசிய வானொலியின் இலக்கியத் துறையில் திட்ட மேலாளராக இருந்தார், அவர் துபீசிய பெச்சீர் மற்றும் நஜியா தமூர் போன்ற பிரபல துனிசிய பெண்களின் சீடராக இருந்தார்...

பல தயாரிப்புகள், கட்டுரைகள், நாடகங்கள், குழந்தைகளுக்கான கதைகள் மற்றும் "நீண்ட வழியில்" (1969) போன்ற செய்திகளையும் அவர் தயாரித்திருந்தார்.

7. அமோர் பென் சலேம்

அமோர் பென் சலேம் துனிசியாவின் தென்கிழக்கு மாகாணமான கேப்ஸில் உள்ள மெட்டூயா கிராமத்தில் பிறந்தார், அங்கு அவர் தனது ஆரம்ப கல்வி மற்றும் இடைநிலைக் கல்வியில் கேப்ஸில் பயின்றார். அவர் இருந்து தத்துவங்களில் டிப்ளமோ பெற்ற பின்னர் துனிஸ் 1957 ல் அவர் கெய்ரோ உயர் ஆசிரியர்கள் இன்ஸ்டிட்யூஷன் (தனது உயர் கல்வியைத் ஆரம்பிப்பதற்கு 1958 ல் 1959 பின்னர் அவர் பெய்ரூட்டின் கைரோ பல்கலைக்கழகத்தில் கலந்துகொள்ளவும் இதழியல் படிப்புகள் படிக்க லெபனான் பல்கலைக்கழகம் சென்றார்), 1960 இல் அரபு மொழி மற்றும் இலக்கியத்தில் இளங்கலை மற்றும் முதுகலைப் பட்டங்களைப் பெற்றார். துனிசியாவுக்குத் திரும்பிய பின்னர், அவர் 1965 வரை பல உயர்நிலைப் பள்ளிகளில் கற்பித்தார், அதே ஆண்டு அவர் பாரிஸ் III பல்கலைக்கழகத்தில் சேர பிரான்சுக்குச் சென்றார்: சோர்போன் நோவெல் அரபு இலக்கணத்தில் முனைவர் பட்டம் பெற்று அவர் 1968 இல் முடித்து துனிசியாவுக்கு திரும்பினார். அவர் துனிஸில் உள்ள உயர் ஆசிரியர் நிறுவனத்தில் சேர்ந்ததன் மூலம் கற்பிப்பதில் தனது ஆர்வத்தைத் தொடர்ந்தார், பின்னர் கடைசியாக சமூக மற்றும் பொருளாதார ஆராய்ச்சி மற்றும் ஆய்வு மையத்தில் (CERES) 1972 முதல் முழுநேர பேராசிரியராக பணியாற்றினார். இலக்கிய ஆராய்ச்சிக்கு அர்ப்பணிக்கப்பட்ட ஒரு துறையைத் திறந்து மேற்பார்வையிட்டார். அக்டோபர் 1993 இல் ஓய்வு பெற்ற பிறகு. அவரது இளமை பருவத்திலும், இன்றுவரை, அமோர் பென் சலேம் ஒரு ஆர்வமுள்ள எழுத்தாளர் மற்றும் கவிஞராக இருந்தார், இலக்கிய மற்றும் பேச்சுவழக்கு அரபு மொழிகளில் உரைநடை எழுதினார். அவர் ஏராளமான சிறுகதைகள், நாவல்கள், நாடகங்கள், குழந்தைகள் கதைகள் மற்றும் விமர்சன ஆய்வுகள் ஆகியவற்றை வெளியிட்டார். துனிசிய

எழுத்தாளர்களின் வாழ்க்கை வரலாற்று அகராதி மற்றும் துனிசிய இலக்கியத்தின் தொகுப்புகளையும் வெளியிட்டார்.

படைப்புகள்

“Wāḥat bilā ẓill”, வஹத் பிலா ஸில் (அரபு: واحّة بلا ظلّ) அதாவது நிழல் இல்லாத சுனை(ஓயாசிஸ்) என்ற நாவல் 1979 இல் துனிசியாவில் பத்து வருட தணிக்கைக்குப் பிறகு வெளியிடப்பட்டது. இந்த நாவல் இரண்டு முக்கிய விஷயங்களைக் கையாள்கிறது: கடந்த நூற்றாண்டின் எழுபதுகளில் துனிசியாவில் கூட்டு விவசாயத்துடன் நில சீர்திருத்த செயல்முறை மற்றும் பெரும்பாலான இளம் துனிசியர்கள் பிரான்சுக்கு இடம்பெயர்ந்தது, குறிப்பாக மெட்டூயா நகரம் மற்றும் அதன் சோலை ஆகியவற்றை பேசுகிறது. “அபூஜால் அடாஹாஸ்” நாவலிலும் குடியேற்றம் பற்றிய பொருள் விவாதிக்கப்படுகிறது.

“அபூஜால் அடாஹாஸ்”, (அரபு: أبو الدّهّاس) தெற்கு துனிசியா விலிருந்து புலம் பெயர்ந்த குடும்பங்களுக்குள் உள்ள சிக்கலான உறவுகளின் மூலம் லியோனில் குடியேறி, அவர்களது குடும்பங்கள் துனிசியாவில் தங்கியிருந்தன. பல கதையோட்டங்கள் மூலம், நாவல் பிரான்சில் குடியேறிய தொழிலாளர்களின் முன்னோக்குகளையும், கிராமத்தில் உள்ள அவர்களது குடும்பங் களின் வாழ்க்கையையும் வழங்குகிறது.

“டைரத் அல்-எக்தினாக்” நாவலில், (அரபு: دائرة الاختناق) அல்லது மூச்சுத்திணறல் வட்டம் அமோர் பென் சலேம் துனிசியாவில் நடந்த கருப்பு வியாழக்கிழமை நடந்த நிகழ்வுகளை கற்பனையாகக் கூறுகிறார், இது ஜனவரி 26, 1978 அன்று துனிசிய அரசாங்கத்தை துனிசிய பொதுத் தொழிலாளி சமூகம் எதிர்க்கிறது தொழிற்சங்கவாதிகள் கடுமையான அடக்குமுறை மற்றும் சிறைவாசத்துடன் ஒரு பொது வேலைநிறுத்தத்திற்கு வழிவகுக்கிறது.

“அல்-அசாத் வா-அல்-டைமல், (அரபு: الأسد والتّمثال) சிங்கம் மற்றும் சிலை ஆகியவற்றில், எழுத்தாளர் கிளாசிக்கல் அரபு புத்தகமான கலிலா வா டிம்னா (பஞ்சதந்திரத்தின் மொழிபெயர்ப்பு) க்கு ஏற்ப மானுட விலங்குகள் மூலம் அரபு நடத்தையை விவரிக்கிறார் தலைவர்கள் ஒரு முற்றத்தால் சூழப்பட்ட மற்றும் அதிகாரத்தைத் தக்கவைக்க எதையும் செய்யக்கூடிய கடவுள்களுடன் ஒப்பிடுவதன் மூலம்.

இதேபோல், “இஸ்டாரட்”, (அரபு: عشتاروت) (குறியீட்டு ஃபீனீசிய புராணங்களான அஸ்டார்ட்டால் ஈர்க்கப்பட்டு)

நாடகம் முழுமையான சக்தியின் கருப்பொருள்களையும் ஒரு கொடுங்கோலரின் வீழ்ச்சியையும் சித்தரிக்கிறது. ஆகவே, அஸ்டார்டே, பொதுவாக இறையாண்மையுள்ள பாசலையும் அவரது வம்சத்தையும் பாதுகாத்து, கிளர்ச்சி செய்து, ஆளும் அதிபருக்கு எதிரான ஒடுக்கப்பட்டவர்களின் சுதந்திரத்தை கருபொருளாக்குகிறார். பென் சலேம் இந்த நாடகத்தை "மூன்றாம் உலகின் அனைத்து மக்களுக்கும் விதிவிலக்கு இல்லாமல்" அர்ப்பணித்தார்.

சிறுகதைகளின், "தினம் மற்றும் இரவு" செசன்ஸ் "மஹமத் அல்-லைல்வ-அல்-நஹார் நிமிடம் அல்-கபால்அல்-அஹ்மர் இலா அல்-மனார்", (அவரது சேகரிப்பு அரபு: مقامات الليل و النهار من الجبل الأحمر إلى المنار) வடிவில் வெளியிடப்பட்ட மஹாமட் (அரபு: مقامات இது உரைநடை அசல் அரபு இலக்கிய வகையாகும்). நவீன துனிசிய சமுதாயத்தில் சமூக சமத்துவமின்மை பற்றிய கதைகளை பென் சலேம் கருப்பொருளாக விவரிக்கிறது, இது துனிஸின் இரண்டு மாவட்டங்களில் வாழும் விலங்குகள் மற்றும் தாவரங்களால் குறிக்கப்படுகிறது: "அல்-ஜபல் அல்-அஹ்மர்" என்று அழைக்கப்படும் ஒரு ஏழை மாவட்டம் மற்றும் "அல்-மனார்" என்று அழைக்கப்படும் உயர் வர்க்கத்தின் பகுதி குறிப்பிடப்படுகிறது.

ஆஃப் டெசர்ட் அண்ட் சீ, (அரபு: صحري بحري) என்பது இருபதாம் நூற்றாண்டின் முப்பதுகளில், ஜைடவுனா பல்கலைக் கழகத்தின் ஒரு அதிர்ஷ்டசாலி மற்றும் பணக்கார ஷேக் - மத அறிஞர் - வாழ்க்கையின் வெவ்வேறு அம்சங்களைப் பற்றிய சமூக விமர்சனமாகும். இந்த முதலாளித்துவ மத அடையாளங்களில் ஒன்றின் செயல்களையும் நடத்தைகளையும் விவரிக்கிறது, அவர்கள் அதிகாரத்தின் உயர் பதவிகளை ஏகபோகப்படுத்தினர் மற்றும் அந்த நேரத்தில் இருக்கும் ஆட்சிகளுக்கு அவர்களின் அடக்கு முறையைப் பொருட்படுத்தாமல் இடைவிடாத ஆதரவைப் பயன்படுத்தினர். கதை இந்த வர்க்க ஆண்களின் மரபுகள் மற்றும் அவர்கள் வெளிநாட்டினரைப் பின்பற்றுவது பற்றிய அவதூறு; குறிப்பாக முன்னாள் காலனித்துவவாதிகள், பிரெஞ்சு மற்றும் இத்தாலியர்கள், நடத்தை போன்ற ஆடைகளிலும், எல்லா வகையான ஒழுக்கக்கேடான இலாபத்தன்மை மற்றும் சிதறல்களிலும் அவர்கள் மூழ்கிவிடுவதும். பேசப்படுகிறது.

தனது சமீபத்திய நாவலான மார்வன் இன் தி லேண்ட் ஆஃப் தி ஜின்னில், "மர்வான் ஃபை பிலாட் எஜ்ஜன்", (அரபு: مروان في بلاد الجان), எழுத்தாளர் வாசகரை இணையான பிரபஞ்சத்திற்குள்

ஒரு பயணத்திற்கு அழைத்துச் செல்கிறார், அங்கு ஒரு வல்லரசு பலவீனமான நாடுகளைத் தாக்கி, அவர்களின் சுரண்டல் நிலம் மற்றும் அவர்களின் சூழலை மோசமாக்குகிறது, அதே நேரத்தில் ஒடுக்கப்பட்ட மக்களின் எதிர்ப்பு, காலனித்துவத்திற்கு எதிரான அவர்களின் போராட்டம் மற்றும் அவர்களின் வாழ்க்கைச் சூழலின் பாதுகாப்பு ஆகியவற்றை விவரிக்கிறது. இந்த கடைசி நாவலுக்காக கோமர் தங்கம் 2010 இன் "சிறப்பு குறிப்பு" பரிசை பென் சலேம் பெறுகிறார்.

சென்ட்ஸ் அண்ட் ஃப்ளேவர்ஸ், *(அரபு: طعوم و روائح)*, பலவிதமான சொற்பொழிவுகள் மற்றும் தொடர்ச்சியான தொடர்ச்சியான தொடர்ச்சியான சிறுகதைகளின் ஒரு குழுவாகும், இது வாசிப்பின் கூறுகளிலிருந்து வரும் உத்வேகம் சுவைகள் மற்றும் நறுமணங்களைக் கையாளும் நபர்களின் நினைவாக இருக்கும் சுற்றியுள்ள சூழ்நிலைகளின் விளைவாக அல்லது அவற்றின் நிலைப் பாடுகள் மற்றும் நிலைகள் காரணமாக கதைகளை ஒளிபரப்பவும். இந்த விவரிப்பில் உள்ள கதாபாத்திரங்கள் மாறுபட்ட தோற்றம் மற்றும் நோக்குநிலைகள், மாறுபட்ட கல்வி மற்றும் சூழல்களை தங்கள் தனிப்பட்ட கண்ணோட்டங்களிலிருந்து தங்கள் வாழ்க்கையில் பல்வேறு சுவைகள் மற்றும் நறுமணங்களைக் கையாளும் போது, சமூக மற்றும் உளவியல் அழுத்தங்கள் மற்றும் சமூக விழுமியங்களால் விதிக்கப்படும் கட்டுப்பாடுகளிலிருந்து விடுபடுகின்றன. இந்த கதைகள், அவற்றின் பன்முகத்தன்மை, நேரம் மற்றும் இடம் ஆகியவற்றில், நினைவகத்தின் மூலத்திலிருந்து உருவாகின்றன, மேலும் ஏக்கம் பள்ளத்தாக்கில் ஊற்றப்படுகின்றன

மெட்டூயன் புராணங்களில், *(அரபு: أساطير مطوية)*, நாட்டின் தென்கிழக்கில் மெட்டோயா கிராமத்தில் ஒரு துனிசிய சோலையின் உள்ளூர் புராணங்களைப் பற்றிய சிறுகதைகளின் தொகுப்பை புத்தகம் வெளியிடுகிறது, இதில் கதாநாயகர்களின் சாகசங்களும் முயற்சிகளும் உள்ளன. உள்ளூர் கலாச்சாரத்தால் ஈர்க்கப்பட்டு மக்களின் நினைவுகளில் பொறிக்கப்பட்டுள்ளது. கதைகள் கிராமத்தின் பள்ளத்தாக்குகள் மற்றும் நீரூற்றுகளின் புவியியல் கட்டுமானங்களையும், குடிமக்களின் பன்முகப்படுத்தப்பட்ட தோற்றம் மற்றும் இனங்களுடன் இணைக்கப்பட்டுள்ள மானுடவியல் மற்றும் கலாச்சார உறவுகளையும் மீண்டும் உருவாக்குகின்றன. இந்த கட்டுக்கதைகள் மூலம், இந்த சோலை அது காணும் சமூகத்திற்குள் நல்லிணக்கத்தை ஏற்படுத்துவதில் வகிக்கும் பங்கை சிந்திக்கக்கூடும், கடந்து செல்லும் பயணிகள் மற்றும் வணிகர்களைச் சென்றடைகிறது.

8. அபூல்-கசெம் எச்செபி

அபூல்-கசெம் எச்செபி (24 பிப்ரவரி 1909 – 9 அக்டோபர் 1934) ஒரு துனிசிய கவிஞர். தற்போதைய துனிசியாவின் தேசிய கீதமான ஹுமத் அல்-ஹிமா தாயகத்தின் பாதுகாவலர்கள்) இறுதி இரண்டு வசனங்களை எழுதியதற்காக அவர் மிகவும் பிரபலமானவர், இந்த கீதம் முதலில் எகிப்திய கவிஞர் முஸ்தபா சாதிக் எல்-ரபியால் எழுதப்பட்டது.

எச்செபி தோஜேுற் எனுமிடத்தில் 24 பிப்ரவரி 1909 ல் பிறந்தார். அவரது அப்பா ஒரு துனிசியா நீதிபதி. அவர் 1930 இல் சட்டத்தில் டிப்ளமோ பெற்று அதே ஆண்டில், அவர் திருமணம் செய்து கொண்டார், பின்னர் துனிசிய இராணுவத்தில் கர்னலாக மாறிய முகமது சடோக் மற்றும் இரண்டு பொறியாளர்கள், தொடர்பு அவருக்கு கிடைத்தது

அவர் குறிப்பாக நவீன இலக்கியங்களில் மிகுந்த ஆர்வம் கொண்டிருந்தார், மேலும் காதல் இலக்கியங்களையும் பழைய அரபு இலக்கியங்களையும் மொழிபெயர்த்தார். அவரது கவிதை திறமை சிறு வயதிலேயே வெளிப்பட்டது, இந்த கவிதை இயற்கையின் விளக்கத்திலிருந்து தேசபக்தி வரை பல தலைப்புகளை உள்ளடக்கியது. அவரது கவிதைகள் மிகவும் மதிப்புமிக்க துனிசிய மற்றும் மத்திய கிழக்கு விமர்சனங்களில் வெளிவந்தன. அவரது கவிதை உலகின் கொடுங்கோலர்களுக்கு 2011 துனிசிய மற்றும் பின்னர் எகிப்திய ஆர்ப்பாட்டங்களின் போது ஒரு பிரபலமான முழக்கமாக மாறியது. அவர் மருத்துவமனையில் அக்டோபர்9, 1934 அன்று இறந்தார் துனிஸ், நவீன சகாப்தத்தின் மிகவும் சிறந்த அரபு கவிஞர்கள் மத்தியில் ஒருவராக இருந்து வருகிறார்.

துனிசியப் புரட்சியுடன் தொடங்கிய அரபு வசந்தத்தின் புரட்சிகளின் போது 2010 மற்றும் 2011ஆம் ஆண்டுகளில்,

எச்செபியின் கவிதைகள் அரபு எதிர்ப்பாளர்களுக்கு உத்வேகம் அளித்தன. அப்போதிருந்து, அவரது படைப்பு மற்றும் அவரது வாழ்க்கை வரலாறு ஆகியவற்றில் புத்துயிர் பெற்றது.

பிரபலமான கவிதைகள்:

உலக கொடுங்கோலர்களுக்கு

நீங்கள், நியாயமற்ற கொடுங்கோலர்களே... இருளின் காதலர்களே... நீங்கள் வாழ்க்கையின் எதிரிகள்... அப்பாவி மக்களின் காயங்களை நீங்கள் கேலி செய்தீர்கள்; உங்கள் உள்ளங்கை அவர்களின் இரத்தத்தால் மூடப்பட்டிருக்கும் நீங்கள் இருத்தலின் அழகை சிதைத்து, அவர்களின் நிலத்தில் சோகத்தின் விதைகளை வளர்த்துக் கொள்ளும்படி நீங்கள் நடந்து கொண்டீர்கள்

காத்திருங்கள், வசந்தமும், வானத்தின் தெளிவும், காலை ஒளியின் பிரகாசமும் உங்களை முட்டாளாக்க விடாதீர்கள்... ஏனென்றால் இருள், இடி இரைச்சல் மற்றும் காற்று வீசுவது ஆகியவை அடிவானத்திலிருந்து உங்களை நோக்கி வருகின்றன, ஜாக்கிரதை!! சாம்பலுக்கு அடியில் ஒரு தீ

முட்களை வளர்ப்பவர் காயங்களை அறுவடை செய்வார் நீங்கள் மக்களின் தலைகளையும் நம்பிக்கையின் பூக்களையும் கழற்றிவிட்டீர்கள்; அது குடிக்கும் வரை இரத்தத்தையும் கண்ணீரையும் கொண்டு மணலைக் குணப்படுத்தியது. இரத்தத்தின் நதி உங்களைத் துடைத்துவிடும், மேலும் உமிழும் புயலால் நீங்கள் எரிக்கப்படுவீர்கள்.

வாழ விருப்பம்:

மக்கள் ஒரு நாள் வாழ விரும்பினால், விதி பதிலளிக்க வேண்டும், இரவு மறைந்து, சங்கிலி உடைக்க படவேண்டும். வாழ்க்கையின் ஆர்வத்தால் ஒருபோதும் கசக்காதவர்கள் அதன் காற்றில் ஆவியாகி அழிந்து போவார்கள். ஆகவே, வெற்றிகரமான ஒன்றுமில்லாத ஒரு அறையிலிருந்து வாழ்க்கையை விரும்பாதவர்களுக்கு ஜாக்கிரதை! இவ்வாறு உயிருள்ள உயிரினங்கள் அவற்றின் மறைக்கப்பட்ட ஆத்மாக்கள் என்னிடம் தெரிவித்தன. மேலும் மலைகளின் மேல் மரங்களுக்கு அடியில் பிளவுகள் இடையே காற்று வீசியது. ஒரு இலக்கை அடைய வேண்டும் என்ற லட்சியம் எனக்கு இருந்தால், நான் என் விருப்பத்தை அடைய எந்த முன்னெச்சரிக்கையையும் மறந்துவிடுவேன். பாதைகளின் ஆபத்துகளையோ அல்லது எரியும் ஃபயர்பாலையோ நான் தவிர்க்கவில்லை. மலைகள் ஏறுவதை விரும்பாதவர்கள் என்றென்றும் துளைகளில் வாழ்வார்கள்.

எனவே, இளைஞர்களின் இரத்தம் என் இதயத்தை நிரப்பியது, மற்ற காற்று என் மார்பில் கர்ஜித்துள்ளது. நான் யோசித்தேன், காற்றின் இசை மற்றும் மழையின் ஓரத்திற்கு இடியின் இரைச்சலைக் கேட்பது. நான் கேட்டபோது பூமி என்னிடம் சொன்னது: “அம்மா, நீங்கள் மனிதர்களை வெறுக்கிறீர்களா?” “லட்சியங்களைக் கொண்டவர்களையும், ஆபத்துக்களை அனுபவிப்பவர்களையும் நான் ஆசீர்வதிக்கிறேன், காலங்களுடன் ஓடாதவர்களையும், வாழ்க்கையைப் பற்றி மனநிறைவுள்ளவர்களையும் நான் கெடுக்கிறேன், கற்களுக்கு இடையிலான வாழ்க்கை. பிரபஞ்சம் உயிருடன் இருக்கிறது, வாழ்க்கையை நேசிக்கிறது, இறந்தவர்களுக்கு எவ்வளவு மகிமை அளித்தாலும் பரிதாபப்படுகிறது. அடிவானம் இறந்த பறவைகளைத் தழுவாது, தேனீக்கள் இறந்த பூக்களை முத்தமிடாது. என் அபிமான இதயத்தின் தாய்மைக்காக இல்லா திருந்தால், அந்த துளைகள் இறந்தவர்களை அரவணைத்திருக்காது. வெற்றிகரமான ஒன்றுமில்லாத ஒரு அறையிலிருந்து வாழ்க்கையை விரும்பாதவர்களிடம் ஜாக்கிரதை!” ஒரு இலையுதிர்கால இரவில் துக்கமும், என்னுயும் நிறைந்த ஒரு இரவில் நான் இரவின் பிரகாசிக்கும் நட்சத்திரங்களிலிருந்து குடித்துவிட்டு, அது குடிபோதையில் சோகமாகப் பாடினேன்.

நான் இருளைக் கேட்டேன்: வாழ்க்கையின் வசந்தம் சிதைவடை வதற்கு வாழ்க்கை மீண்டும் வருமா? ஆனால் இருளின் உதடுகள் பேசவில்லை, கன்னிகளின் விடியல் குரூனும் பேசவில்லை. பின்னர் காடு சரங்களை துடிப்பது போன்ற அழகான மென்மை யுடன் என்னிடம் சொன்னது. குளிர்காலம் வருகிறது, மூடுபனி குளிர்காலம், பனி குளிர்காலம், மழை குளிர்காலம். பின்னர் அணைக்கப்படுவது மந்திரம், மரக் கிளைகளின் மந்திரம், பூக்கள் மற்றும் பழங்களின் மந்திரம், அமைதியான, அமைதியான மாலையின் மந்திரம் மற்றும் சுவையான மற்றும் மணம் நிறைந்த புல்வெளிகளின் மந்திரம். மேலும் மரக் கிளைகளும் இலைகளும் விழும் மற்றும் ஒரு புதிய சதைப்பற்றுள்ள சகாப்தத்தின் பூக்கள்.... வாழ்க்கையின் புனிதமான கோஷம் கனவான மந்திரித்த கோவிலில் ஒலித்தது, மற்றும் பிரபஞ்சத்தில் லட்சியம் என்பது வாழ்க்கையின் சுடர் மற்றும் மகிமையின் ஆவி என்று அறிவித்தது. எனவே ஆத்மாக்கள் வாழ விரும்பினால், விதி பதிலளிக்க வேண்டும். பேசவில்லை, கன்னிகளின் விடியல் குரூனும் பேசவில்லை. பின்னர் காடு சரங்களை துடிப்பது போன்ற அழகான மென்மையுடன் என்னிடம் சொன்னது. குளிர்காலம் வருகிறது, மூடுபனி குளிர்காலம், பனி குளிர்காலம், மழை குளிர்காலம். வாழ்க்கையின் புனிதமான கோஷம் கனவான மந்திரித்த கோவிலில் ஒலித்தது,

மற்றும் பிரபஞ்சத்தில் லட்சியம் என்பது வாழ்க்கையின் சுடர் மற்றும் மகிமையின் சக்தி என்று அறிவித்தது. எனவே ஆத்மாக்கள் வாழ விரும்பினால், விதி பதிலளிக்க வேண்டும்.

ஹுமத் அல்–ஹிமா (தாயகத்தின் பாதுகாவலர்கள்)

தாயகத்தின் பாதுகாவலர்களே! நம் காலத்தின் மகிமைக்குச் சுற்றிச் செல்லுங்கள்! எங்கள் நரம்புகளில் இரத்தம் எழுகிறது, எங்கள் நிலத்திற்காக நாங்கள் இறக்கிறோம். வானம் இடியுடன் கர்ஜிக்கட்டும். இடியுடன் நெருப்பால் மழை பெய்யட்டும். துனிசியாவின் ஆண்களும் இளைஞர்களும், அவளுடைய வலிமைக்கும் மகிமைக்கும் எழுந்திருங்கள். துனிசியாவில் துரோகிகளுக்கு இடமில்லை, அவளைப் பாதுகாப்பவர்களுக்கு மட்டுமே! நாங்கள் துனிசியாவிற்கு விசுவாசமாக வாழ்கிறோம், இறக்கிறோம், கண்ணியமான வாழ்க்கை மற்றும் மகிமையின் மரணம். ஒரு தேசமாக கிரானைட் கோபுரங்கள் போன்ற ஆயுதங்களை நாங்கள் பெற்றோம். எங்கள் பெருமைமிக்க கொடி பறப்பதை உயரமாகப் பிடித்துக் கொள்கிறோம், நாங்கள் அதைப் பெருமையாகக் கருதுகிறோம், அது நம்மைப் பெருமைப்படுத்துகிறது, லட்சியங்களையும் மகிமையையும் அடையக்கூடிய ஆயுதங்கள், எங்கள் நம்பிக்கைகளை உணர்ந்து கொள்வது உறுதி, எதிரிகள் மீது தோல்வியைத் தருவது, நண்பர்களுக்கு அமைதியை வழங்குதல். மக்கள் வாழ விரும்பும் போது, விதி நிச்சயமாக பதிலளிக்க வேண்டும். அடக்குமுறை பின்னர் மறைந்துவிடும். ஃபெட்டர்கள் உடைப்பது உறுதி.

9. கமல் ரியாஹி

தனது படைப்பு பயணத்தின் ஆரம்ப நாட்களிலிருந்து, துனிசிய எழுத்தாளரும் ஆசிரியருமான கமல் ரியாஹி, வாழ்க்கையின் முகத்தில் ஒரு இடைவெளியைக் கொடுக்கத் தேர்ந்தெடுத்தார். பெரும்பாலும் ஒரு இலக்கிய அறுவை சிகிச்சை நிபுணருடன் ஒப்பிடும்போது, தி ஸ்கால்பெல், கொரில்லா மற்றும் பிற படைப்புகளின் மூலம், துனிசிய சமுதாயத்தில் ஓரங்கட்டப்பட்ட வகுப்புகளின் யதார்த்தத்திற்கு குரல் கொடுத்தார் - ஒருவர் அடிக்கடி பாதிக்கப்பட்ட நோய், நோய்கள் மற்றும் மோசமான நெருக்கடிகள் இவை யாவற்றையும் எழுதினார்.

நாஷருடனான ஒரு நேர்காணலில், ரியாஹி ஒரு வாசகரின் பார்வையில் இருந்து அரபு படைப்பு அனுபவம், அரபு அறிவுஜீவியின் நெருக்கடி மற்றும் அரபு வெளியீட்டாளரின் சவால்கள் பற்றி வெளிப்படையாக பேசுகிறார். பிராந்தியத்தின் கலாச்சார நடவடிக்கைகளில் நவீன ஊடகங்கள் மற்றும் தொழில் நுட்பத்தின் செல்வாக்கையும் அவர் எடுத்துக்காட்டுகிறார்.

மேற்கத்திய நாடுகள் எழுத்தாளர்களை ஆதரிக்க ஏராளமான அமைப்புகளை உருவாக்கியுள்ளன, முக்கியமாக இலக்கிய முகவர் மற்றும் ஆசிரியர். அவர்களின் அனுபவம் இறுதி ஆக்கபூர்வமான தயாரிப்புக்கு உதவுகிறதா, அரபு உலகில் இத்தகைய அமைப்புகளின் வளர்ச்சிக்கு என்ன தடைகள் உள்ளன?

இலக்கிய முகவர்கள் மற்றும் ஆசிரியர்கள் 1950-களில் ஹென்றி மில்லர் மற்றும் புகோவ்ஸ்கியின் காலங்களிலிருந்து அல்லது அதற்கு முன்பே எங்களுக்குத் தெரிந்தவர்கள். அவை வெளியீட்டு செயல்முறை மற்றும் வெளியீட்டு நிறுவனங்களுக்குள் உள்ள முக்கிய கூறுகள். அவை தேவையான வடிப்பான்களாக செயல்படுகின்றன,

இலக்கியப் படைப்புகளின் தரம் உலகளாவிய தரத்துடன் பொருந்துவதை உறுதிசெய்து தரமற்ற தரமான இலக்கியங்கள் வெளியிடப்படுவதை அனுமதிக்காது. முக்கிய ஆசிரியர்கள் இருப்பதால் நாவல்கள், குறிப்பாக அமெரிக்காவில், மிகக் குறுகிய காலத்தில் எழுதப்பட்டுள்ளன. இதற்கிடையில், இலக்கிய முகவர் பல குறிப்பிடத்தக்க சிக்கல்களைக் கையாண்டுள்ளார், உதாரணமாக பதிப்புரிமை, குறிப்பாக சினிமா அல்லது தியேட்டரில் ஒரு படைப்பின் மொழிபெயர்ப்பு அல்லது தழுவல்கள்.

அரபு உலகில் இந்த தொழில்கள் இல்லை, இது இரு முனை பிரச்சினைக்கு வழிவகுத்தது. ஒருபுறம், எங்கள் வெளியீட்டுச் சந்தை சராசரி புத்தகங்களுக்குக் குறைவாக உள்ளது, மறுபுறம், இந்த தொழில்கள் இல்லாதிருப்பது எழுத்தாளர்கள் தங்கள் உரிமைகள் வெளியீட்டாளர்களால் மறுக்கப்படுவதாக புகார் எழுப்ப வழிவகுக்கிறது. இது மொழிபெயர்ப்பு இயக்கம் மற்றும் டிவி, திரைப்படம் மற்றும் நாடக தழுவல்களில் சரிவை ஏற்படுத்தி யுள்ளது.

ஒரு இலக்கிய ஆசிரியர் தங்களுக்கு நிறைய செலவாகும் என்று வெளியீட்டாளர்கள் நினைக்கிறார்கள். அவர்கள் புரிந்து கொள்ளாதது என்னவென்றால், ஒருவரைக் கொண்டிருப்பது நிறைய சராசரி படைப்புகளை வெளியிடுவதிலிருந்து அவர்களைக் காப்பாற்ற முடியும், அவை நிபுணர்களால் மதிப்பாய்வு செய்யப் படாததால் அவற்றின் கடைகளில் உள்ளன. தொழில்முறை திறனாய்வாளர் மற்றும் ஆசிரியருக்கு மாற்றாக இருக்க முடியாத வாசிப்புக் குழுக்கள் ஏதேனும் இருந்தால் இங்கே நான் கவனத்தில் கொள்கிறேன்.

அரபு கலாச்சார திட்டங்கள் 'நாவலின் வயது' என்று அழைக்கப்படும் வளர்ந்து வரும் கருத்தை ஆதரிப்பதை நிறுத்த வில்லை. நன்கு படித்த தலைமுறையினரை வளர்க்க நாவல்களைப் படித்தால் போதும் என்று நினைக்கிறீர்களா?

நாவல், சினிமா மற்றும் நாடகம் ஆகியவை நாம் இப்போது கலாச்சாரம் என்று அழைக்கும் முக்கிய தூண்களாக இருக்கின்றன, ஏனென்றால் நுண்கலை மற்றும் பிற இலக்கிய வகைகள் உட்பட மற்ற அனைத்து கலை வடிவங்களும் அவற்றில் பொதிந்துள்ளன. திரைப்படம் மற்றும் தியேட்டர் துரதிர்ஷ்டவசமாக இன்னும் அனைவருக்கும் கிடைக்காததால், நாவல்களைப் படிப்பது விழிப்புணர்வை ஏற்படுத்துவதற்கான குறைந்த கட்டண உத்தி ஆகும். இது அறிவின் ஒரு சக்திவாய்ந்த ஆதாரமாகும், மேலும்

நிக்கோலஸ் பொய்லூ (1636-1711) முதல் இன்று வரை அதை அகற்றுவதற்கான அனைத்து வடிவங்களையும் எதிர்க்க முடிந்தது, உறுதியுடன் உள்ளது, மேலும் அது அழிந்துபோகும் என்று எதிர்பார்க்கும் மக்களை தவறாக நிரூபிக்கிறது.

அரேபியர்கள் படிக்காத பொதுவான கருத்து குறித்து உங்கள் கருத்து என்ன?

வாசிக்கும் பழக்கமும் நடைமுறையும் அரபு உலகில் உண்மையான நெருக்கடிக்கு ஆளாகின்றன, அதை என்னால் மறுக்க முடியாது. இங்கே எழும் கேள்வி: இந்த செயல்முறையை மாற்றியமைக்க நாங்கள் என்ன செய்தோம்? நான் அதிகம் நம்பவில்லை. நாங்கள் புத்தக கண்காட்சிகளில் புத்தகங்களை வெளியிடுகிறோம், ஒவ்வொரு நாளும் தொலைக்காட்சி சேனல்களைத் தொடங்குகிறோம், ஆனால் புத்தகத்திற்காகவே மிகக் குறைவாகவே செய்கிறோம். வாசிப்புக்கும் பள்ளி கல்விக்கும் இடையிலான தொடர்பை நாங்கள் இன்னும் ஊக்குவிக்கிறோம், இது மட்டுமே உள்ளது என்று நாங்கள் நம்புகிறோம் - மேலும் இது பலருக்கு, குறிப்பாக இளைய பொது தலைமுறையினருக்கு வாசிப்பை விரும்பத்தகாததாக ஆக்குகிறது. பெரும்பாலான அரபு நாடுகள் வாசிப்புக்கான ஆர்வத்தைத் தூண்டுவதற்காக வடிவமைக்கப்பட்ட உண்மையான நீண்ட கால திட்டங்களை இன்னும் தொடங்கவில்லை, இது காலத்தின் தேவை. குறைவான வாசிப்பு கலாச்சாரத்தின் தாக்கம் தொலைந்து போனதாகத் தோன்றும் இளைஞர்கள் மீது தெளிவாகக் காணப்படுகிறது. கலாச்சாரம் மற்றும் அறிவை ஊக்குவிக்கும் தொலைக்காட்சியில் நிகழ்ச்சிகளைத் தொடங்குவதே எனது கருத்து, அரபு நாடுகளில் உள்ள இளம் மனதிற்கு அவர்கள் மிகவும் தேவைப்படும் ஊட்டச்சத்தை வழங்குகிறார்கள். இதைச் செய்வதன் மூலம், வாசிப்பு என்பது தினசரி நடைமுறையாக இருக்கும் ஒரு தற்காலிகமாக இல்லாத ஒரு சமூகத்தை நாம் நிறுவ முடியும். பல தசாப்தங்களாக அரபு ஊடகங்களால் ஊக்குவிக்கப்பட்ட ஒரு படத்திலிருந்து எழுத்தாளரின் உருவத்தை நாம் மீண்டும் கட்டியெழுப்ப வேண்டும்: எழுத்தாளர்கள் மற்றும் இலக்கிய நபர்களை துரதிர்ஷ்டம், பசி மற்றும் சில நேரங்களில் பைத்தியக்காரத்தனம் ஆகியவற்றால் பாதிக்கப்பட்ட தோல்விகளாகக் காண்பிக்கும் ஒன்று.

துனிசிய சமூகம் பெரும்பாலும் உங்கள் நாவல்களில் கதாநாயகன். எழுதப்பட்ட சொல் ஓரங்கட்டப்பட்டவர்களின் குரல்கள் கேட்கப்படும் ஊடகம் என்று நீங்கள் நினைக்கிறீர்களா?

நம் மக்கள் அறியாமை, வெறுப்பு மற்றும் தவறான வளாகங்களால் பாதிக்கப்பட்டுள்ள அந்நிய நிலையில் வாழ்கிறோம். பெரும்பாலும், நாவல் உண்மையை நிலைநிறுத்தும் ஒரே விசில்ப்ளோவர் என்று தோன்றுகிறது - சில சமயங்களில் கற்பனை புத்தகங்கள் மற்றும் மாயைகளை ஆராயும் வரலாற்று புத்தகங்கள் மற்றும் செய்தி சேனல்களை விட துல்லியமானது. வருங்கால அரபு தலைமுறையினர் தங்கள் வரலாற்றை அறிய நாவலைப் படிக்க வேண்டும் என்ற அப்துல் ரஹ்மான் முனிஃப்பின் கதை இது எனக்கு நினைவூட்டுகிறது.

இந்த நாவல் ஒரு சக்திவாய்ந்த அடைக்கலமாகவும், ஓரங்கட்டப் பட்டவர்களுக்கு வெளிப்பாட்டின் புகலிடமாகவும் செயல்படுகிறது. எனவே, நாவலை மக்களிடையே அதிகம் வர்த்தகம் செய்யப்படும் பொருட்களில் ஒன்றாக மாற்றுவது எங்கள் கடமையாக நான் கருதுகிறேன்.

உண்மையில், எனது நாவல்களுக்கான உத்வேகத்தின் முக்கிய ஆதாரமான தி ஸ்கால்பெல் மற்றும் கொரில்லா நான் துனிசிய சமுதாயத்தின் அறிவுசார் கட்டமைப்பில் ஆழமாக மூழ்கியபோது வந்தது. ஸ்கேம்பின் எஜமானிகளின் மிகப் பெரிய கருப்பொருள் துனிசிய சமுதாயத்தில் சிந்தனையின் கட்டமைப்பை அகற்றுவதோடு, அதன் சமூகக் கேடுகளையும் ஊழலையும் ஆராய்கிறது.

காட்சி ஊடகங்களின் புகழ் உலகளவில் மீற முடியாதது. அரபு காட்சி ஊடகங்களில் கலாச்சார பொருட்கள் ஏன் மிகவும் மலிவாக பகிரப்படுகின்றன? அதன் மிகக் குறைந்த வெற்றிகரமான அனுபவங்களுக்கு அதுதானா?

அரபு மக்களின் கலாச்சார மனசாட்சியை உருவாக்குவதற்கும் பலப்படுத்துவதற்கும் ஒரு அடிப்படை தூணாக கலாச்சாரத்தை சார்ந்து அரபு ஊடகங்கள் இன்னும் உண்மையிலேயே தொடங்க வில்லை. அரபு சமூகம் பெருமளவில் கலாச்சார விடுதலைக்கான பாதையில் கவனம் செலுத்த வேண்டியது அவசியம், இது நமது அடையாளத்தை பாதுகாப்பதற்கான மிகச் சிறந்த வழியாகும். இலக்கிய அல்லது கலாச்சார மதிப்பு இல்லாத உள்ளடக்கத்தைத் திறக்கும் சாளரங்களை நாம் புத்திசாலித்தனமாக வைத்திருக்க வேண்டும். உதாரணமாக, பிரெஞ்சு தொலைக்காட்சியில் காண்பிக்கப்படும் “பெரிய நூலகம்” அல்லது “எல் அப்போஸ்ட்ரோஃப்” போன்ற சிறந்த கலாச்சார நிகழ்ச்சிகளை எங்கள் காட்சி ஊடகங்களில் நாம் இணைக்க வேண்டும்.

அறிவின் நவீன கோட்பாடுகள் வாசிப்புக்கு அப்பாற்பட்ட பகுதியைப் பற்றி விவாதிக்கின்றன, ஆடியோவிஷுவல் மற்றும் அறிவு பரவலின் பிற சேனல்களை மேற்கோள் காட்டுகின்றன. வளர்ந்து வரும் இந்த போக்கு பற்றி நீங்கள் என்ன நினைக்கிறீர்கள்? எழுதப்பட்ட வார்த்தையை ஆடியோவிஷுவல்களுடன் இணைக்கும் ஒரு படைப்பு நிறுவனத்தை நிறுவ முடியுமா?

காட்சி மற்றும் ஆடியோ பொருட்கள் சக்திவாய்ந்த சேனல்கள், ஆனால் அவை பொதுவாக வாசிப்பு மற்றும் எழுத்தை முறியடிக்க முடியாது அல்லது செய்ய முடியாது - அறிவு பரிமாற்றம் மற்றும் பரப்புதல் செயல்பாட்டில் அவற்றின் தனிப்பட்ட அடையாளங்கள் மற்றும் தனித்துவமான செயல்பாடுகள் ஆகியவற்றால். ஒவ்வொரு நாளும் புதிய புதுமையான தொழில்நுட்பங்கள் கண்டுபிடிக்கப்பட்டு பகிரப்பட்டு வருகின்றன, மேலும் வாசகரின் ஒட்டுமொத்த அனுபவத்தை மேலும் மறக்கமுடியாத, கவர்ச்சிகரமானதாக மாற்றுவதற்காக எழுதப்பட்ட உள்ளடக்கம் மற்றும் ஆடியோவிஷுவல்களுக்கு இடையிலான கூட்டணிகள் உருவாக்கப்படுகின்றன. இந்த தொழில்நுட்பங்களை வளர்த்துக் கொண்டிருக்கும் மக்கள், கிழக்கிலிருந்து மேற்கு நோக்கி, தங்களைப் படிப்பதை பெரிதும் நம்பியிருக்கிறார்கள். ஆகையால், ஒருவரையொருவர் மீறுவது ஆனால் பூர்த்தி செய்வது என்பது ஒருபோதும் நோக்கமல்ல. இந்த கூட்டணிகள் புத்திசாலித்தனமாக இருக்க வேண்டும், மேலும் எழுதப்பட்ட வார்த்தையை வழங்கவும் மேம்படுத்தவும் காட்சி வழிமுறைகள் பயன்படுத்தப்பட வேண்டும்.

அரபு இலக்கியம்

லிபியா

1. லிபியா இலக்கியம்

லிபிய இலக்கியம் பழங்காலத்தில் வேர்களைக் கொண்டுள்ளது, ஆனால் சமகால லிபிய எழுத்து பலவிதமான தாக்கங்களை ஈர்க்கிறது.

19 ஆம் நூற்றாண்டின் பிற்பகுதியிலும் 20 ஆம் நூற்றாண்டின் முற்பகுதியிலும் இருந்த அரபு மறுமலர்ச்சி (அல்-நஹ்தா) மற்ற அரபு நாடுகளைப் போலவே லிபியாவை அடையவில்லை, மேலும் லிபியர்கள் அதன் ஆரம்ப வளர்ச்சிக்கு சிறிதளவு பங்களிப்பை வழங்கவில்லை. இருப்பினும், தற்காலத்தில் லிபியா அதன் சொந்த இலக்கிய பாரம்பரியத்தை உருவாக்கியது, அவை வாய்வழி கவிதைகளை மையமாகக் கொண்டது, இவற்றில் பெரும்பாலானவை இத்தாலிய காலனித்துவ காலத்தால் ஏற்பட்ட துன்பங்களை வெளிப்படுத்தின. லிபியாவின் ஆரம்பகால இலக்கியங்களில் பெரும்பாலானவை கிழக்கில், பெங்காசி மற்றும் டெர்னா நகரங்களில் எழுதப்பட்டன: குறிப்பாக பெங்காசி, ஆரம்பகால லிபிய தலைநகராக அதன் முக்கியத்துவம் மற்றும் அங்குள்ள பல்கலைக்கழகங்களின் செல்வாக்கு காரணமாக எழுதப்பட்டன. அவை கெய்ரோ மற்றும் அலெக்ஸாண்ட்ரியாவுக்கு மிக நெருக்கமான நகர்ப்புறங்களாகவும் இருந்தன - ஆனால் அவைஅந்த நேரத்தில் அரபு கலாச்சாரத்தின் கட்டுப்பாடற்ற பகுதிகள். இன்றும், பெரும்பாலான எழுத்தாளர்கள் - நாடு முழுவதும் பரவியிருந்தாலும், மேற்கு, லிபியாவை விட, கிழக்கு நோக்கி அவர்களின் உத்வேகத்தைக் காணலாம்.

லிபிய இலக்கியம் வரலாற்று ரீதியாக மிகவும் அரசியல் மயப்படுத்தப்பட்டுள்ளதை லிபிய இலக்கிய இயக்கம் மூலம் அறிய முடியும் இத்தாலிய ஆக்கிரமிப்பு 20 ஆம் நூற்றாண்டின் ஆரம்பத்தில் நிகழ்ந்தது. இத்தாலிய ஆக்கிரமிப்பிற்கு லிபிய

எதிர்ப்பின் முக்கிய நபரான சுலைமான் அல்-பரோனி, லிபிய கவிதைகளின் முதல் புத்தகத்தை எழுதினார், அதே போல் தி முஸ்லீம் லயன் என்ற செய்தித்தாளையும் வெளியிட்டார்.

இரண்டாம் உலகப் போரில் இத்தாலிய தோல்விக்குப் பிறகு, லிபிய இலக்கியத்தின் கவனம் சுதந்திரப் போராட்டத்திற்கு மாறியது. 1960 கள் லிபியாவிற்கு ஒரு கொந்தளிப்பான தசாப்தமாக இருந்தன, இவற்றை லிபிய எழுத்தாளர்களின் படைப்புகளில் பிரதிபலிக்கிறது. சமூக மாற்றம், எண்ணெய் செல்வத்தின் விநியோகம் மற்றும் ஆறு நாள் போர் ஆகியவை மிகவும் விவாதிக்கப்பட்ட தலைப்புகளில் சில. முஅம்மர் கடாபியை ஆட்சிக்கு கொண்டுவந்த 1969 ஆட்சிக் கவிழ்ப்பைத் தொடர்ந்து, அரசாங்கம் லிபிய எழுத்தாளர்களின் ஒன்றியத்தை நிறுவியது. அதன்பிறகு, நாட்டில் இலக்கியங்கள் அரசாங்கத்திற்கு எதிராக மிகக் குறைவான விரோத அணுகுமுறையை எடுத்தன, பெரும்பாலும் அரசாங்கக் கொள்கைகளை எதிர்ப்பதை விட ஆதரிக்கின்றன.

லிபிய இலக்கியங்கள் மிகக் குறைவாக மொழிபெயர்க்கப் பட்டுள்ளதால், சில லிபிய ஆசிரியர்கள் அரபு உலகிற்கு வெளியே அதிக கவனத்தைப் பெறவில்லை. லிபியாவின் மிகச் சிறந்த எழுத்தாளர் இப்ராஹிம் அல்-கோனி அரபு மொழி பேசும் உலகத்திற்கு வெளியே தெரியவில்லை.

இத்தாலிய படையெடுப்பிற்கு முன்னர், லிபிய இலக்கிய பத்திரிகைகள் முதன்மையாக அரசியலில் அக்கறை கொண்டிருந்தன. இந்த காலகட்டத்தில் ஜர்னல்ஸ் சேர்க்கப்பட்டுள்ளது அல்-'அஸ்ர் அல்-ஜதீத் (1910 ல்) (புதிய வயது) மற்றும் அல்-தரஜிம் (மொழிபெயர்ப்புகள்)(1897) அது லிபிய உணர்வு வடிவில் தன்னை வெளியில் தெரிவித்த போதும் இத்தாலிய படையெடுப்பின் மிருகத்தனமான அடக்குமுறையால் தொடர்ந்து நீடிக்கவில்லை. வஹ்பி பௌரி சிறுகதையை அறிமுகம் செய்தார். அல்-பவாக்கிர் என்பவர் குறும் கவிதைகளை அறிமுகம் செய்தார். குறுகிய மாடிகள் கொண்ட கெய்ரோ மற்றும் அலெக்சாண்டிரியா இத்தாலிய ஆக்கிரமிப்பு மற்றும் எகிப்திய இலக்கிய மறுமலர்ச்சி விளைவில் பிறந்தார் என்று, (வான்கார்ட்), குறுகிய கதைகளை அவர் 1960 -1930 இருந்து எழுதினார் ஒரு தொகுப்பு வெளியானது. குறிப்பாக, பெங்காசி தி எடர்னல் போன்ற கவிதைகளின் பிரதிகள் லிபிய எதிர்ப்பைத் தக்கவைக்க உதவியது.

அக்கால இத்தாலிய கொள்கை பூர்வீக லிபிய கலாச்சார அபிலாஷைகளை நசுக்குவதாகும் - எனவே உள்ளூர் இலக்கிய

செல்வாக்கைக் காட்டும் எந்த வெளியீடுகளையும் தணிப்பது. லிபிய வேர்களைக் கொண்ட ஒரே வெளியீடு இத்தாலிய நிதியுதவி, பெற்ற லிபியா அல்-முசாவ்வர் ஆகும். இத்தாலிய பிரச்சாரமாகத் தொடங்கும் போது, பத்திரிகையில் லிபிய சிறுகதைகளின் தந்தையாகக் கருதப்படும் வஹ்பி பவ்ரியின் படைப்புகளும் அடங்கும்.

லிபிய கவிஞர் கலீத் மட்டாவா இவ்வாறு குறிப்பிடுகிறார்:

"லிபியாவிற்கு மட்டுப்படுத்தப்பட்ட இலக்கிய அமைப்பு உள்ளது என்ற கூற்றுகளுக்கு எதிராக, பண்டைய கிரேக்க பாடல்களில் கவிஞர் கலிமாசஸ் மற்றும் நேர்த்தியான உரைநடை ஒப்பனையாளர் சினீசியஸ் ஆகியோர் லிபியர்கள் என்பதை கிளாசிக் கலைஞர்கள் என்பதை சொல்கிறது. ஆனால் லிபிய வரலாறு மற்றும் இலக்கிய மாணவர்கள் அந்த பண்டைய வெளிச்சங்களுக்கு இடையில் ஒரு பரந்த நேர இடைவெளியைக் குறிப்பிடுவார்கள். இன்றைய எழுத்தாளர்கள். [...] லிபியா வரலாற்று ரீதியாக அரபு இலக்கியங்களுக்கு மட்டுப்படுத்தப்பட்ட பங்களிப்பை வழங்கியுள்ளது".

பண்டைய கிரேக்கத்தில் எகிப்தியரல்லாத பிரதேசங்களின் படைப்புகளை விவரிக்க "லிபியா" என்ற சொல் பயன்படுத்தப்பட்டது என்று சில அறிஞர்கள் வாதிட்டாலும், ஈசோபின் பல கட்டுக்கதைகள் இலக்கிய மரபில் 'லிபிய கதைகள்' வகையின் ஒரு பகுதியாக வகைப்படுத்தப்பட்டுள்ளன.

ஐரோப்பிய சக்திகளின் பின்வாங்கலுடன், எகிப்து, சிரியா மற்றும் லெபனான் ஆகிய நாடுகளில் நாடுகடத்தப்பட்டிருந்த படித்த லிபியர்கள் திரும்பி வருவதன் மூலம் நம்பிக்கையின் ஒரு காலம் பிறந்தது. 1950-களின் தலைமுறையினரிடையே புகழ்பெற்ற எழுத்தாளர்கள் கமல் மாகூர், அகமது ஃபாகிஹ் மற்றும் பஷீர் ஹாஷிமி ஆகியோர் சுதந்திர உணர்வை பிரதிபலிக்கும் நம்பிக்கையுடன் எழுதினர்

1960-களின் பிற்பகுதியில் சாடெக் அல்-நெய்ஹூம், கலீஃபா அல்-ஃபக்ரி, கமல் மாகூர் (உரைநடை), முஹம்மது அல்-ஷால்தாமி மற்றும் அலி அல்-ரெஜி (கவிதை) ஆகியோரின் எழுத்துக்களுடன் லிபிய இலக்கியங்கள் மலரத் தொடங்கின. 1960-களின் பல லிபிய எழுத்தாளர்கள் தேசியவாத, சோசலிச மற்றும் பொதுவாக முற்போக்கானவர்களாக இருந்தனர்காட்சிகள். சில எழுத்தாளர்கள் தங்கள் நாட்டின் மீதான தாக்குதலாக அமெரிக்க எண்ணெய் நிறுவனங்களின் நுழைவை எதிர்க்கும்

படைப்புகளையும் தயாரித்தனர். இந்த காலகட்டம் ஒரே நேரத்தில் அமெரிக்கர்களையும் (அவர்களின் எண்ணெய் நிறுவனங்களுடன்) யூதர்களையும் (1948 இல் இஸ்ரேலின் அடித்தளத்தின் காரணமாக) வெளிநாட்டினராகவும், அவ்வப்போது வசதிகளின் நேர்மறையான வெளிச்சத்திலும் காட்ட தொடங்கியது.

1969 இல், ஒரு இராணுவ சதி மூலம் முஅம்மர் கடாபியை ஆட்சிக்கு கொண்டு வந்தது. 1970-களின் நடுப்பகுதியில், புதிய அரசாங்கம் ஒரு பதிப்பகத்தை அமைத்தது, மேலும் ஆசிரியர்கள் அதிகாரிகளுக்கு ஆதரவாக எழுத வேண்டியிருந்தது. மறுத்தவர்கள் சிறையில் அடைக்கப்பட்டனர், பலர் வெளிநாடுகளில் குடியேறினர் அல்லது எழுதுவதை நிறுத்தினர். 1950 கள் மற்றும் 1960-களின் கலாச்சார நிலப்பரப்பில் ஆதிக்கம் செலுத்திய கமால் மாகூர் மற்றும் அகமது ஃபாகிஹ் போன்ற ஆசிரியர்கள் தொடர்ந்து பெரும்பாலான இலக்கிய உற்பத்திக்கான ஆதாரமாக இருந்தனர்.

1990-களின் முற்பகுதியில் தணிக்கை சட்டங்கள் தளர்த்தப் பட்டன, ஆனால் ரத்து செய்யப்படவில்லை, இதன் விளைவாக ஒரு இலக்கிய புதுப்பிப்பு ஏற்பட்டது. லிபியாவிற்குள் வெளியிடப்பட்ட சமகால இலக்கியங்களில் சில அளவிலான கருத்து வேறுபாடுகள் வெளிப்படுத்தப்படுகின்றன, ஆனால் புத்தகங்கள் தணிக்கை செய்யப்பட்டு ஒரு குறிப்பிட்ட அளவிற்கு சுய தணிக்கை செய்யப் படுகின்றன. 2006 இல் லிபியா அமெரிக்காவிற்கு திறக்கப்பட்டவுடன் நாவலின் தன்மை மாறியது. இன்று நியாயமான எண்ணிக்கையிலான லிபிய எழுத்தாளர்கள் இருபதுகளின் பிற்பகுதியிலும் முப்பதுகளின் முற்பகுதியிலும் லைலா நெய்ஹூம், நஜ்வா பின்ஷெத்வான் மற்றும் மரியம் சலாமா உள்ளிட்ட பெண்களாகத் தெரிகிறது. லிபிய குறுகிய கதை எழுத்தாளர் மற்றும் மொழிபெயர்ப்பாளர் ஓமர் அல்-கிக்லி, காஜி கெப்லாவி, முகமது மெஸ்ராத்தி மற்றும் முகமது அல்-அஸ்பர் மேலும் ஆறு பேர் லிபிய சிறுகதை எழுத்தாளர்களாக ‘புதிய நூற்றாண்டின் முதல் தசாப்தத்தில் அதிக முக்கியத்துவம் பெற்றவர்கள்’ ஆவார்கள்.

தற்கால லிபிய இலக்கியம் “உள்ளூர் கதை, வட ஆபிரிக்க மற்றும் கிழக்கு மத்தியதரைக் கடல் அரபு இலக்கியங்கள் மற்றும் உலக இலக்கியங்கள்” (கே. மட்டாவா) ஆகியவற்றால் பாதிக்கப்படுகிறது. புலம்பெயர்ந்த எழுத்தாளர்கள் லிபிய இலக்கியங்களுக்கும் குறிப்பிடத்தக்க பங்களிப்பை வழங்கியுள்ளனர், மேலும் இப்ராஹிம் அல்-கவ்னி, அஹ்மத் அல்-ஃபாகிஹ் மற்றும் சதேக் அல்-நெய்ஹூம் ஆகியோர் அதில் அடங்குவர்.ஒரு சமகால லிபிய குழு 20 ஆம் நூற்றாண்டின் பிற்பகுதியில் எஃப்.சி என அழைக்கப்படுகிறது.

2. லிபிய எழுத்தாளர் ஹிஷாம் மதாருடன் பேட்டி

"உங்களால் கடிகாரத்தைத் திருப்ப முடியாது"

கெய்ரோவில் நாடுகடத்தப்பட்டபோது கடத்தப்பட்ட லிபிய எதிர்க்கட்சியின் உறுப்பினரான தனது தந்தை காணாமல் போனதைப் பற்றி லண்டனை தளமாகக் கொண்ட எழுத்தாளர் ஹிஷாம் மதார் எழுதுகிறார். "தி ரிட்டர்ன் இன்"ல், கடாபியின் வீழ்ச்சியைத் தொடர்ந்து தனது தந்தையையும் லிபியாவின் நம்பிக்கையின் சுருக்கமான தருணத்தையும் கண்டுபிடிப்பதற்கான தனது சொந்த பலனற்ற தேடலை மதார் விவரிக்கிறார்.

திரு மதார் உங்கள் முதல் இரண்டு புத்தகங்கள் புனைகதை படைப்புகளாக் இருந்தன. உங்கள் புதிய புத்தகமான தி ரிட்டர்ன் இன் இல் நீங்கள் ஒரு நினைவுக் குறிப்பைத் தந்தீர்கள். ஏன் இந்த மாற்றம்?

ஹிஷாம் மதார்: மாற்றம் வேண்டுமென்றே அல்ல, அது சுய உணர்வு கூட இல்லை. ஒரு புத்தகத்திற்கான யோசனை பொதுவாக அதன் வடிவத்துடன் வருகிறது - குறைந்தபட்சம் என்னுடைய. நாவல்கள் நாவல்களாக வந்தன; நாவல்கள் கொடுக்கும் கற்பனையின் குறிப்பிட்ட அணுகுமுறையும் சுதந்திரமும் அவர்களுக்கு உண்டு. இருட்டில் "தி ரிட்டர்ன் இம்" எழுதத் தொடங்கினேன்.

என்னைப் பொறுத்தவரை அனைத்து எழுத்துக்களும் மிகச் சிறிய ஒன்றிலிருந்து தொடங்குகின்றன. வேண்டுமென்றே அவை சைகை அல்ல, இது ஒரு படம், ஒரு உணர்வு அல்லது ஒரு குறிப்பிட்ட யோசனை அல்லது சில நேரங்களில் ஒரு வாக்கியத்துடன் தொடங்குகிறது. இந்த புத்தகத்துடன் நான் கெய்ரோ விமான நிலையத்தில் என் அம்மா மற்றும் என் மனைவியுடன் இருந்தபோது, லிபியாவுக்குச் செல்ல விமானத்தில் ஏற விரும்பினேன், அதே

நேரத்தில் நான் செல்ல விரும்பவில்லை விமானம். அந்த தருணம் என்னைக் கவர்ந்தது.

உங்கள் தந்தையின் காணாமல் போன அதிர்ச்சிகரமான அனுபவத்தை நீங்கள் எவ்வாறு சமாளித்தீர்கள் என்பதை எழுதுகிறீர்கள். பரந்த பார்வையாளர்களுக்கு அதுவும் தனிப்பட்டதல்லவா?

மதார்: நான் அந்த அம்சத்தைப் பற்றி கவலைப்பட்டேன், ஏனென்றால் நான் ஒரு தனிப்பட்ட நபர், எழுதும் செயல்முறை என்பது என்னை மிகவும் பொறுமையிழக்கும் விஷயங்களில் மிகவும் பொறுமையாக இருக்க வேண்டும் என்பதாகும். என்னால் அதைச் செய்ய முடியுமா, அதைச் செய்ய விரும்புகிறேனா என்று எனக்குத் தெரியவில்லை. ஆனால் அதன் பொருள் மிகவும் கட்டாயமாக இருந்தது, நான் ஆரம்பித்தவுடன், என்னால் நிறுத்த முடியவில்லை.

ஒருபுறம் தெரிந்து கொள்ள விரும்புவதில் முரண்பாடு உள்ளது, அதே நேரத்தில் தெரிந்து கொள்ள விரும்பவில்லை. இது உங்கள் எழுத்தை உந்தியதா?

மதார்ர்: ஏதேனும் புத்தகத்தை புரட்டினால், என்னை ஆர்வமாக இருக்க அனுமதிப்பதற்கும், மிகவும் சிக்கலான நிகழ்வுகளில் கவனம் செலுத்துவதற்கும் இது ஒரு வாய்ப்பாகும், இது இயற்கையாகவே மனித உணர்ச்சிகளின் பரந்த பதிவேட்டைக் குறிக்கிறது. இது முழு நாட்டையும் அதன் வரலாற்றையும் ஒரே நேரத்தில் செய்ய வேண்டிய மிகவும் தனிப்பட்ட உள் மாற்றங்கள் மற்றும் நிகழ்வுகள் பற்றியது. ஒரு எழுத்தாளராக இந்த அளவிலான நோக்கம் எனக்கு மிகவும் பிடித்தது.

தி ரிட்டர்ன் ஆப் இன் முடிவில், உங்கள் தந்தையின் கதி குறித்து இன்னும் உறுதியாகத் தெரியவில்லை. ஆயினும்கூட, புத்தகம் உங்களுக்கு ஒரு வகையான மூடுதலைக் குறிக்கிறதா?

மதார்: என் தந்தையின் தலைவிதியின் கேள்வி இன்னும் திறந்தே இருக்கிறது. புத்தகம் ஒரு வகையான மூடுதலைக் குறிக்கிறது என்று நான் கூறமாட்டேன், மேலும் மூடுவதற்கான யோசனையை நான் முழுமையாக நம்பவில்லை என்று கூறுவேன். மூடுவதை விட திறக்கும் விஷயங்களில் நான் மிகவும் ஆர்வமாக உள்ளேன். உண்மையான ஆர்வத்துடன் மிகுந்ததாக நான் உணர்ந்த அந்த விஷயங்களில் கலந்துகொள்ள நான் விரும்பினேன், அவர்கள் மீது ஒரு வகையான அதிகாரத்தை துல்லியமாக துல்லியமாக முயற்சிக்கிறார்கள், ஏனென்றால் அவை மிக அதிகமாக இருந்தன.

ப்ரிமோ லெவியை நான் நினைவில் வைத்தேன்: அவரை நிர்மூலமாக்குவதாக அச்சுறுத்தும் ஒன்றைப் புரிந்துகொண்டு ஆவணப்படுத்த முயற்சிக்கும் இந்த விருப்பத்தையும் அவரது எழுத்தில் நீங்கள் உணரலாம். இதேபோல் என் தந்தைக்கு என்ன நடந்தது என்பது எனக்கு புரிந்தது. இந்த நிகழ்வுகளின் முக்கிய நோக்கம் ஆர்வமாகவும் கற்பனையாகவும் இருக்கும் எனது திறனை மென்மையாக்குவதாகும். எனவே புத்தகம் எதிர் திசையில் இயங்குகிறது, இந்த சூழ்நிலையை உருவாக்கிய அடக்குமுறை செயலை மறுக்கும் முயற்சியில் இந்த விஷயங்களை மையமாகக் கொண்டுள்ளது.

நீங்கள் 19 வயதில் கெய்ரோவில் உங்கள் தந்தை கடத்தப்பட்டார். காணாமல் போன ஒரு தந்தையிடமிருந்து உங்களை எவ்வாறு பிரிக்க முடியும்?

மதார்: வளர வளர நீங்கள் கிளர்ச்சி செய்ய வேண்டும். என் இரண்டாவது புத்தகத்தில் ஒரு வாக்கியம் உள்ளது, அங்கு நூரி ஒரு வாதத்தை வெல்வதற்கான சிறந்த வழி மறைந்துவிடும் என்று கூறுகிறார். அங்கு இல்லாத ஒருவருடன் வாதிடுவது மிகவும் கடினம். நான் அந்த அம்சத்தில் குறிப்பாக ஆர்வமாக இருந்தேன்.

நானும் என் தந்தையும் மிகவும் வலுவான உறவைக் கொண் டிருந்தோம். நாங்கள் நிறைய வாதிட்டோம், அவர் எப்போதும் ஊக்குவித்த எனது சுதந்திரத்தில் நான் மிகவும் ஆர்வமாக இருந்தேன். அந்த குணத்தை அவர் விரும்பினார், அது தன்னை முன்வைக்கும் வழிகளை அவர் எப்போதும் விரும்பவில்லை என்றாலும். அதெல்லாம் நடக்கும் போது அவர் மறைந்தார். அது எனக்கு இன்னும் சிக்கலானதாக அமைந்தது.

உங்கள் நாவலில் மனிதர்களின் நாட்டில் லிபியாவில் ஒரு எதிர்க்கட்சி நபரை தூக்கிலிடப்படுவதைப் பற்றி மக்கள் உற்சாகப்படுத்தும் ஒரு காட்சியை நீங்கள் விவரிக்கிறீர்கள்.

மதார்: ஒரு சர்வாதிகாரத்தின் தீய செயல்களைக் குறிப்பிடுவது எளிதானது, ஆனால் அனைத்து பொருட்களும் சரியான சூழ்நிலையில் ஒன்று சேரும்போது அடக்குமுறை அதிகாரிகள் எவ்வாறு ஒரு வகையான சமூக மனநோயை ஊக்குவிக்க முடியும் என்பதைக் குறிப்பிடுவது மிகவும் கடினம். இது ஒரு உலகளாவிய ஆபத்து, இது எப்போதும் வெவ்வேறு அளவுகளில் உள்ளது. டிரம்ப் நிர்வாகம் அனுமதிக்கும் சொற்பொழிவில் அல்லது பிரெக்சிட் சகிப்புத்தன்மையை சமூக ரீதியாக ஏற்றுக்கொள்ளக்கூடிய பிரிட்டனில் அதன் அறிகுறிகளை இப்போது அமெரிக்காவில் காண்கிறோம். இது ஆபத்தான விளையாட்டு.

உங்கள் குடும்பத்தின் தலைவிதிக்கு அப்பால், அரபு வசந்த காலத்தில் முழு தலைமுறை இளம் அரேபியர்களின் நம்பிக்கையையும் உங்கள் புத்தகங்கள் எனக்கு நினைவூட்டுகின்றன.

மதார்: 1999 மற்றும் 2004 க்கு இடையில், இந்த நிகழ்வுகளுக்கு முன்னர் எனது புத்தகம் மனிதர்களின் நாடு என்று எழுதப்பட்டது. மாணவர்கள் விஷயங்களை மாற்ற முயற்சிக்கும்போது லிபியாவில் அந்த தருணத்தில் நான் ஆர்வமாக இருந்தேன். அரசியல் மற்றும் சமூக கட்டுப்பாட்டு வடிவங்களுக்கிடையேயான தொடர்பை நான் பார்த்தேன். அரசியல் ரீதியாக தடைசெய்யப்பட்ட மற்றும் சேதமடைந்த தந்தையின் பக்கமும், சமூக ரீதியாக தடைசெய்யப்பட்ட தாயின் பக்கமும் புத்தகத்தில் உள்ளது. ஆனால் இதையெல்லாம் நான் பின்னோக்கிப் பார்க்கிறேன். நான் எழுதும் போது நான் என்ன செய்கிறேன் என்று எனக்குத் தெரியவில்லை.

இன்று லிபியாவில் ஒரு அரசியல் தீர்வுக்கான வாய்ப்பை நீங்கள் காண்கிறீர்களா?

மதார்: ஆமாம், நான் செய்கிறேன், ஆனால் அது இப்போது என்னால் பார்க்க முடியாத தலைமைத்துவத்தின் தரத்தை பெரிதும் நம்பியுள்ளது. இந்த நேரத்தில் லிபியா போன்ற ஒரு நாட்டிற்கு அசாதாரணமான புத்திசாலித்தனமான தலைமை தேவை, உரையாடலில் ஆர்வம் மற்றும் சமரசத்தில் ஈடுபட முடியும் - நாட்டிற்கு எது நல்லது என்று உந்துதல் அதற்கு தேவை.

இந்த வகையான தலைமை இப்போது லிபியாவில் இல்லை...

மதார்:... அது சரி, நான் ஆழ்ந்த அக்கறை கொண்டுள்ளேன், ஏனென்றால் நீண்ட நிலைமை நீடிக்கும், ஆழமான மற்றும் மிகவும் நிறுவப்பட்ட குற்றவியல் அமைப்புகள் - சட்டவிரோத போராளிகளின் வடிவத்தில் தங்கள் சொந்த அதிகாரம் மற்றும் அதிகாரத்திற்காக அல்லது குற்றவியல் அமைப்புகளுக்காக நிலைமையைப் பயன்படுத்துகிறவர்களா? அடிமைகள் போதைப் பொருள் வர்த்தகம் மற்றும் மக்களை கடத்தல். நிலைமை காவிய விகிதாச்சாரத்தை எட்டியுள்ளது. அவற்றை நிராயுதபாணி யாக்குவதும் கலைப்பதும் மிகவும் கடினமாக இருக்கும்.

கடாபியை கவிழ்த்தது தவறா?

மதார்: உணர்வு எங்கிருந்து வருகிறது என்பதை நான் புரிந்து கொண்டாலும் - பல லிபியர்கள் இப்படித்தான் உணர்கிறார்கள், ஏனென்றால் இப்போது நிலைமை மிகவும் மோசமாக

உள்ளது, ஏனெனில் அனைத்து மக்களும் ஸ்திரத்தன்மைக்காக ஏங்குகிறார்கள்.ஆனால் அந்த அறிக்கையில் தர்க்கத்தின் சிக்கல் உள்ளது, ஏனெனில் நிகழ்காலம் இதன் விளைவாகும் ஒரு பயங்கர சர்வாதிகாரத்தின் 42 ஆண்டுகள். புரட்சியின் அபிலாஷைகளை விட நிகழ்காலம் யதார்த்தத்திற்கு மிகவும் உண்மை. நிச்சயமாக நிகழ்வுகளை அவற்றின் முடிவுகளால் நாம் தீர்மானிக்க வேண்டும், ஆனால் எங்கள் மதிப்பீடுகளில் நாம் சற்று சிக்கலானவர்களாக இருக்க வேண்டும், கடந்த கால செயல்களை நாம் எவ்வாறு தீர்மானிக்கிறோம் என்பதை நிகழ்காலம் மட்டும் வரையறுக்கக்கூடாது.

ஒட்டுமொத்த அரபு வசந்தத்திற்கும் இது உண்மை என்று நீங்கள் கூறுவீர்களா?

மதார்: அரபு வசந்தம் என்பது நாம் இல்லாமல் செய்யக்கூடிய ஒரு தலைவலி என்று அரபு உலகில் நிறைய பேர் கூறுகிறார்கள். இப்பகுதியைப் பாருங்கள் - இது எவ்வளவு துண்டு துண்டாக இருக்கிறது, யேமனில் இந்த பிரச்சினைகள் மற்றும் சிரியாவில் உள்ள கனவுகள் அனைத்தும். எகிப்தைக் குறிப்பிடவில்லை. விஷயங்களை அப்படியே விட்டுவிடுவது நல்லது அல்லவா? என்னைப் பொறுத்தவரை, இதுபோன்ற கருத்துக்கள் சுய வெறுப்பைக் குறைக்கின்றன.

ஏன் சுய வெறுப்பு?

மதார்: பாலியல் பலாத்காரம் செய்யப்பட்ட பெண்ணை இது என் தவறு என்று கூறுகிறது. நாம் அனைவரும் இதைவிட சிறந்தது எதுவுமில்லை. இந்த வகையான அறிக்கையை நாம் அவிழ்க்க வேண்டும். கடாபி கடந்த காலத்திற்கு நிகழ்காலம் மிகவும் உண்மை. கடாபியை கவிழ்ப்பதைக் கண்டனம் செய்பவர்கள் நிகழ்காலத்தில் ஈடுபட மறுப்பதால் நாம் விஷயங்களை வளர்ந்த வழியில் பார்க்க வேண்டும். நீங்கள் கடிகாரத்தைத் திருப்ப முடியாது.

கிளாடியா மெண்டே நடத்திய நேர்காணல்

3. முகமது மெஸ்ரதி

அக்டோபர் 15, 2011 சனி

லிபிய எழுத்தாளர் முகமது மெஸ்ரதி மனம் திறந்து பேசினார்.

"நான் வாழ்க்கையில் ஒரே ஒரு எழுத்தாளராக இருக்க வேண்டும்."

பிரபல லிபிய சிறுகதை எழுத்தாளரும் மொழிபெயர்ப்பாளருமான ஓமர் அல்-கிக்லி மெஸ்ரதியை ஒன்பது லிபிய சிறுகதை எழுத் தாளர்களில் ஒருவராக "புதிய நூற்றாண்டின் முதல் தசாப்தத்தில் அதிக முக்கியத்துவம் பெற்றவர்கள்" என்று பெயரிடுகிறார். பிப்ரவரி நடுப்பகுதியில் லிபிய எழுச்சி வெடித்த சிறிது காலத்திற்குப் பிறகு, அதிர்ஷ்டவசமாக, லிபிய புனைகதை பற்றிய பானிபாலின் முதல் சிறப்பு அம்சத்தில் வெளியிடப்பட்ட லிபிய சிறுகதை குறித்த கட்டுரையில் அல்-கிக்லி தனது கருத்தை தெரிவித்தார்.

135 பக்கங்கள் கொண்ட இந்த சிறப்பு அம்சத்தில் மெஸ்ராட்டி யின் நாவல்-முன்னேற்றம் கொண்ட மாமா பிஸ்ஸாவின் ஒரு பகுதி அடங்கும், லெரி பிரைஸால் ஆங்கிலத்தில் மொழி பெயர்க்கப்பட்டுள்ளது. இந்த நாவலில் 18 வயதான முதல் நபர் கதை உள்ளது, இது லிபிய துரித உணவு தொழிலாளர்கள் மற்றும் மெனு வழங்குபவர்களிடையே வடமேற்கு ஆங்கில துறைமுகமான லிவர்பூலுக்கு அருகிலுள்ள ரன்கார்ன் நகரில் அமைக்கப்பட்டுள்ளது. இந்த பகுதியில் லிபிய இடதுசாரி "பீஸ்ஸா தயாரிக்கும் மூத்த மற்றும் தொழில்முறை மெனு வழங்குபவர்" அலி குவேரா என்ற பெயரைக் கொண்டுள்ளது.

மெஸ்ராட்டியின் நாவல் ஆங்கிலோ-லிபிய மற்றும் ஆங்கிலோ-அரபு புனைகதைகளுக்கான புதிய பிரதேசத்திற்குள் நுழைகிறது: லிபிய மற்றும் பிற அரபு அகதிகள் மற்றும் தொழிலாளர்கள்

வடக்கு ஆங்கில நகரத்தில் செல்ல போராடுகிறார்கள், இது ஒரு டீனேஜ் லிபிய தொழிலாளியின் பார்வையில் பார்க்கப்படுகிறது.

அரபு வசந்தத்தின் பேஸ்புக் தலைமுறையைச் சேர்ந்த எழுத்தாளர் மெஸ்ராட்டி, மாற்றத்திற்காக ஆவலுடன், அமைதியற்றவர்களாக நாம் அதிகம் கேட்கிறோம். அவர் ஒரு ஈர்க்கக்கூடிய, வேடிக்கையான, வெளிப்படையான பாத்திரம், விளையாட்டுத்தனமான மற்றும் பாலுணர்வைக் கொண்டவர். அவரது ட்விட்டர் சுயவிவரம் பின்வருமாறு: 'எழுத்தாளர், பத்திரிகையாளர், பதிவர் மற்றும் கிளர்ச்சி!' அவரது ட்வீட்களில் சமீபத்தில் லிபியாவில் புதிய அரசியல் வீரர்கள் குறித்து பொருத்தமற்ற அவதானிப்புகள் இடம்பெற்றுள்ளன.

லிபிய புரட்சியின் போது மெஸ்ராட்டி ஒரு எழுத்தாளராக உயர்ந்தவர். இங்கிலாந்தை தளமாகக் கொண்ட நான்கு லிபிய புனைகதை எழுத்தாளர்களில் இவரும் ஒருவர், மாநாடுகள், ஒளிபரப்புகள், நேர்காணல்கள் மற்றும் கட்டுரைகளுக்கு அதிக தேவை உள்ளது. ஏப்ரல் மாதம் லண்டன் புத்தக கண்காட்சியின் 'மறைக்கப்பட்ட முகம் லிபிய புனைகதை' கருத்தரங்குகளில் அவர்கள் பேனலிஸ்ட்கள். மற்ற மூன்று எழுத்தாளர்கள் பிரைஸ்வினிங் நாவலாசிரியர் ஹிஷாம் மாதர், சிறுகதை எழுத்தாளர் கியூமா பக்லேப் (1952 இல் பிறந்து 1970-களின் பிற்பகுதியிலிருந்து பத்து ஆண்டுகள் லிபியாவில் பிற எழுத்தாளர்களுடன் சிறையில் அடைக்கப்பட்டார்), மற்றும் சிறுகதை எழுத்தாளர், அறுவை சிகிச்சை நிபுணர், கட்டுரையாளர்

லிபியராகவும் எழுத்தாளராகவும் கடந்த எட்டு மாதங்கள் உங்களுக்கு எப்படி இருந்தன என்பதைச் சுருக்கமாகக் கூற முடியுமா? புரட்சி அதன் வழியை மாற்றிவிடும் என்று நீங்கள் நினைத்தீர்களா?

இது ஒரு விசித்திரமான எட்டு மாதங்கள். துனிசியாவில் எழுச்சியின் தொடக்கத்திலிருந்து, அதைத் தொடர்ந்து எகிப்திய எழுச்சியும், பின்னர் லிபியாவிலும், லிபியர்கள் ஒரு நாள் அதை உருவாக்கி கடாபியை வீழ்த்துவார்களா என்று நான் எப்போதுமே யோசித்துக்கொண்டிருந்தேன். பெரும்பாலான லிபிய புத்திஜீவிகளைப் போலவே என் மனதிலும் ஒரு பெரிய கேள்விக்குறி இருந்தது. பிப்ரவரி 17 ஆம் தேதி லிபிய புரட்சியின் நாளாக எழுதி தயாராகி வந்த பல லிபியர்களை நான் பின்பற்றி வந்தேன், அது எப்படி இருக்கும் என்று யோசித்துக்கொண்டிருந்தேன்.

உண்மையில், லிபியா எகிப்து அல்ல, துனிசியாவும் அல்ல; கடாபி எங்கள் வரலாற்றையும் எங்கள் அடையாளத்தையும் -

எங்கள் கொடி, தெரு பெயர்கள், தேசிய கீதம் ஆகியவற்றைக் கொன்றார். அது பயங்கரமானது, ஆனால் ஆர்ப்பாட்டங்களில் பெங்காசியின் மீது சுதந்திரக் கொடி அசைவதைக் கண்டதும் ஆச்சரியமாக இருந்தது. நான் பள்ளியில் இருந்தபோது, எங்கள் வரலாறு 1969 ல் இருந்து தொடங்கியது, எங்களிடம் இத்தாலிய காலனித்துவம் இருந்தது, பின்னர் கடாபி 1969 இல் வந்தார் என்று எங்களுக்குக் கற்பிக்கப்பட்டது. 2005 ல் நான் பிரிட்டனுக்கு வருவதற்கு முன்பு, லிபியா இராச்சியம் இருந்ததாக எனக்குத் தெரியாது. அதன்பிறகுதான் எங்கள் பழைய சுதந்திரக் கொடியை எதிர்க்கட்சி வலைத்தளங்களில் பார்த்தேன்.

புரட்சியின் தொடக்கத்திலிருந்து, ஒரு நாள் கடாபியும் அவரது ஆட்சியும் ஒரு நினைவகமாக இருக்கும் என்பதை நாங்கள் அறிவோம் - ஒரு கெட்டது - கடந்த காலத்திலிருந்து. இது நீண்ட நேரம் எடுக்கும் என்பதை நாங்கள் அறிவோம் - உண்மையைச் சொல்வதென்றால், ஆறு மாதங்கள் என்பது நாட்டினுள் ஆழமாக பதிக்கப்பட்ட ஒரு ஆட்சியைக் கொண்டுவருவதற்கான மிகக் குறுகிய நேரம், ஆனால் ஜனாதிபதியை மட்டுமல்ல, முழு ஆட்சியையும் வீழ்த்தியதில் நாங்கள் பெருமிதம் கொள்கிறோம். கடாபி ஆட்சியைப் பிடித்ததிலிருந்து லிபியர்கள் தங்கள் அடையாளத்தையும் அவர்கள் இழந்த அனைத்தையும் மீட்டெடுத்துள்ளனர், இறுதியில் நாம் என்ன கண்டுபிடித்தோம்? அந்த கடாபியின் ஆட்சி முஹாவாலா இன்கிலாப் பாஷெலா - அதாவது தோல்வியுற்ற சதி முயற்சி என்று சொல்லப்படுகிறது.

இந்த காலகட்டத்தில் நீங்கள் எழுதுவதற்கான நேரத்தை எப்படி கண்டுபிடித்தீர்கள்?

புரட்சியின் போது நான் நிறைய கட்டுரைகளையும் புனைகதைகளையும் எழுதினேன். அல்ஷாப் யூரிட் - தி பீப்பிள் டிமாண்ட் என்ற தலைப்பில் விரைவில் ஆங்கிலத்தில் வெளிவரும் ஒரு ஆந்தாலஜிக்கு நான் ஒரு கட்டுரை எழுதினேன்- மற்றும் லெபனான் பத்திரிகையான கலாமோனுக்கான கட்டுரை. நான் முக்கியமாக எனது வலைப்பதிவில் வெளியிட சிறுகதைகளையும் எழுதினேன். புரட்சியின் போது நான் எழுதிய பெரும்பாலான சிறுகதைகள் சர்வாதிகாரத்தைப் பற்றியவை. கடாபியின் 22 பிப்ரவரி உரையைப் பற்றியும், அவரது சொற்றொடரான ஜங்கா ஜங்கா (சந்து அல்லே) பற்றியும் ஒரு கதையை எழுதி, பிக் பிரதர்ஸ் அலேயில் எழுதினேன். கடாபியின் அப்பா கடாபியின் அம்மாவுடன் தூங்கிய இரவைப் பற்றியும், முஅம்மர் கடாபியை உருவாக்கிய விந்தணுக்கள் பற்றியும் ஒரு கற்பனைதான்

சர்வாதிகாரத்தின் தோற்றம் என்ற மற்றொரு கதை எழுதினேஞ். கதையில் நான் கேட்கிறேன் கடாபியின் தாயார் அன்றிரவு உடலுறவு கொள்ள விரும்பவில்லை என்றால், கடாபி வந்த விந்தணுக்கு என்ன நேர்ந்திருக்கும்? ஒருவேளை அவரது அப்பா அதை பாலைவனத்தில் எங்காவது இழந்திருப்பார்!

புரட்சி லிபிய இலக்கியத்தின் எதிர்கால பாதையையும் பொதுவாக லிபியாவின் இலக்கிய வாழ்க்கையையும் எவ்வாறு பாதிக்கும் என்று நீங்கள் நினைக்கிறீர்கள்? லிபிய கலை மற்றும் ஆக்கபூர்வமான வாழ்க்கைக்கான வாய்ப்புகளை நீங்கள் எவ்வாறு காண்கிறீர்கள், நீங்கள் எதை எதிர்பார்க்கிறீர்கள்?

பெங்காசியில், விடுதலையான எட்டு மாதங்களுக்குப் பிறகு, 100-க்கும் மேற்பட்ட செய்தித்தாள்கள் மற்றும் பத்திரிகைகள் வெளிவருவதைக் காண்கிறோம். திரிப்போலி மற்றும் மிஸ்ரதாவிலும் இதேதான் நடக்கும், ஆனால் இலக்கிய இதழ்களைப் பற்றி பேசுவது இன்னும் சாத்தியமல்ல. லிபியாவின் இலக்கிய மற்றும் கலாச்சார எதிர்காலம் குறித்து எனக்கு சாதகமான பார்வை இருக்கிறது. ஒரு இலக்கிய சமூகத்தை உருவாக்க மக்கள் கஷ்டப்படுகிறார்கள் என்று நான் நம்புகிறேன், இப்போது, இங்கே நீங்கள் செல்கிறீர்கள், நிரப்ப இடம் இருக்கிறது, உங்களிடம் யோசனைகளும் பொருட்களும் உள்ளன - எனவே அதற்குச் சென்று உங்கள் திட்டத்தைச் செய்யுங்கள். திரிப்போலியில் மற்றும் பெங்காசியில் ஏற்கனவே இலக்கிய கஃபேக்கள் உள்ளன, மேலும் கலாச்சார நிலைமையை மேம்படுத்த புத்திஜீவிகள் மீண்டும் எழுந்து நிற்பதை என்னால் காண முடிகிறது. மறுபுறம், திரிபாலிட்டன் இலக்கியப் பக்கத்தைப் பற்றிய எனது சொந்த பார்வை எனக்கு உண்டு. நிகழ்வுகள், படைப்புகள் மற்றும் படைப்பின் சூடான இரத்தம் நிறைந்த லண்டனின் தென் வங்கி மையம் போன்ற ஒரு உண்மையான நாடகம் மற்றும் கலாச்சார மையங்களைக் காணலாம் என்று நம்புகிறேன். சினிமா, கலை மற்றும் புத்தகங்களில் திருவிழாக்கள் நடத்துமாறு கேட்டுக்கொள்கிறேன். லிபியாவில் திரைப்படங்களை தயாரிக்க எங்களிடம் ஒரு சினிமா தொழில் இல்லை என்று உங்களால் கற்பனை செய்ய முடியுமா? கதைகள் மற்றும் வரலாறு நிறைந்த ஒரு நாட்டில் இது பெரிய திரைக்கான ஸ்கிரிப்ட்களாக எளிதில் மாற்றப்படக்கூடிய இரத்தக்களரி கேலிக்குரியது.

குறைந்தபட்சம் ஒரு வருகைக்காக விரைவில் லிபியாவுக்குச் செல்ல திட்டமிட்டுள்ளீர்களா? உங்கள் நீண்டகால எதிர்காலம் அங்கு இருப்பதைப் பார்க்கிறீர்களா, இங்கிலாந்திலா, அல்லது எங்கே?

இல்லை, நான் அங்கு சென்று எனது குடும்பத்தினரையும் நண்பர்களையும் பார்க்க நினைத்து கொண்டிருந்தாலும் நான் செல்வது இன்னும் சீக்கிரம் தான். சில நண்பர்கள் மற்றும் குடும்ப உறுப்பினர்கள் எழுச்சியின் போது போராடினர், அவர்களில் பலர் கொல்லப்பட்டனர். சில இன்னும் காணவில்லை. நாங்கள் 2005 ல் லிபியாவை விட்டு வெளியேறி பிரிட்டனில் அரசியல் தஞ்சம் கோரிய பின்னர் எனது குடும்பம் மற்றும் என்னால் திரும்பிச் செல்ல முடியவில்லை, ஏனெனில் கடாபி - நாங்கள் ஆட்சிக்கு எதிரானவர்கள். எங்கள் புகலிடம் கோரிக்கை முதலில் நிராகரிக்கப்பட்டது, நாங்கள் நீதிமன்றத்தில் மேல்முறையீடு செய்ய வேண்டியிருந்தது - ஆனால் அதை ஆதரிப்பதற்கான ஆதாரங்கள் எங்களிடம் இருந்தன. இப்போது லிபியா இலவசம், மக்கள் திரும்பிச் செல்கிறார்கள், அவர்களில் சிலர் ஏற்கனவே ஊடகங்கள் மற்றும் கலாச்சாரத்தில் திட்டங்களைத் தயாரிக்கத் தொடங்கினர் - ஆனால் திரும்பிச் செல்வது மிகவும் கடினம் என்று நான் இன்னும் உணர்கிறேன். எனது குழந்தை பருவ நண்பர்கள் இல்லாமல் லிபியாவைப் பார்க்க நான் இன்னும் தயாராக இல்லை. நான் அதை விட்டு வெளியேறியதிலிருந்து என் மனதை விட்டு வெளியேறாத நிலத்தைப் பார்க்க நான் தயாராக இல்லை. லிபியாவின் காதல் படத்தை எப்படியாவது என் மனதில் கட்டினேன், நான் அங்கு சென்று இந்த படத்தை உண்மையில் அழிக்க முன் எனக்கு இன்னும் நேரம் தேவை என்று நான் நம்புகிறேன். எதிர்காலத்தில், நான் இன்னும் ஐரோப்பாவில் இருக்கிறேன், ஒருவேளை இன்னும் லண்டனில் இருக்கலாம், ஆனால் இல்லையென்றால் நேபிள்ஸ் மற்றும் ரோம் இடையே நீங்கள் எங்காவது என்னைக் கண்டுபிடிப்பீர்கள் - இவை உலகில் எனக்கு மிகவும் பிடித்த இரண்டு நகரங்கள்.

புரட்சி உங்கள் சொந்த எழுத்தை எவ்வாறு பாதிக்கலாம் என்று நீங்கள் நினைக்கிறீர்கள்?

நரகத்தில், அது என் எழுத்தை ஒவ்வொரு வகையிலும் மாற்றிவிடும். புரட்சி மக்களைச் சார்ந்தது, அவர்களில் சிலர் எனக்கு தனிப்பட்ட முறையில் தெரிந்தவர்கள், புரட்சியில் சேருவது மற்றும் ஆயுதங்களை வைத்திருப்பது, இந்த புரட்சியிலிருந்து எங்களுக்கு கிடைத்த பெரிய அளவிலான தீங்குகளும் மன அழுத்தங்களும் எனது எழுத்தை மாற்றிவிட்டன என்பதை நான் ஏற்கனவே உணர்கிறேன். எப்படி என்று என்னால் சொல்ல முடியாது, ஆனால் நான் எழுதும்போதெல்லாம் விசித்திரமான ஒன்று நடப்பதை என்னால் உணர முடிகிறது. லிபியாவின் விடுதலைப்

போர் குறித்து நான் இரண்டு நாவல்களைத் திட்டமிட்டுள்ளேன், அவற்றை எழுத எனக்கு நேரம் தேவை. ஒரு நாவலில் ஐந்து கதாபாத்திரங்கள் உள்ளன, ஒவ்வொன்றும் வெவ்வேறு இடங்களிலிருந்து ஒரு கதையுடன், மிஸ்ரதாவில் சந்திக்கின்றன. இது ஒரு பெண் முன்னோக்கு மற்றும் கடாபி சிப்பாயின் பார்வை உட்பட புரட்சியின் அனைத்து அம்சங்களையும் காட்ட முயற்சிக்கும். மற்ற நாவல் கொஞ்சம் தனிப்பட்டது, என்னைப் பற்றியும் லிபியாவிற்குள் இருக்கும் எனது நண்பர்களைப் பற்றியும்.

புரட்சிக்கு பிந்தைய எகிப்துக்கான உங்கள் பயணத்தைப் பற்றி ஏதாவது சொல்லுங்கள். அங்கிருந்து நீங்கள் லிபியாவிற்குள் செல்வீர்கள் என்று நம்புகிறீர்கள் என்று எனக்குத் தெரியும், ஆனால் அவர்கள் திரும்பி வந்தனர்.

இந்த பயணத்தை எந்தவொரு உரையாடலிலிருந்தும் நேர்காணலி லிருந்தும் ஒதுக்கி வைப்பேன் என்று நான் உறுதியளித்தேன். எந்தவொரு நேர்காணலையும் விட இது நீண்டது... இது அடிப்படையில் என் வாழ்க்கையை 100% மாற்றியது.. எகிப்துக்கு முன்பு நான் ஒரு நபராக இருந்தேன், அதன் பிறகு நான் வேறொருவனாக மாறினேன்.

நீங்கள் ஒரு புத்தகக் கடையில் பணிபுரிந்தீர்கள் என்று நினைக்கிறேன், ஆனால் நீங்கள் எகிப்துக்குச் சென்றபோது உங்கள் வேலையை விட்டுவிட்டீர்கள்.

நான் எகிப்துக்குச் சென்றபோது ஃபெர்கியானி புத்தக நிறுவனத்தின் மூன்று லண்டன் புத்தகக் கடைகளில் ஒன்றான குயின்ஸ் பார்க் புத்தகங்களில் ஒன்றில் என் வேலையை விட்டு விட்டேன். நான் இப்போது ஒரு ஃப்ரீலான்ஸராக பத்திரிகையில் பணியாற்றி வருகிறேன், சமீபத்தில் மீண்டும் புத்தகக் கடையில் பகுதிநேர வேலை செய்யத் தொடங்கினேன். வாடிக்கையாளர்கள் லிபியாவைப் பற்றியும், எனது குடும்பத்தைப் பற்றியும் என்னிடம் கேட்கிறார்கள், சில சமயங்களில் கடை ஜன்னல் வழியாக என்னை ஒரு பானம் அல்லது அலைக்காக அழைக்கிறார்கள். அந்த சூழலில் நான் வீட்டிற்கு மிக நெருக்கமாக உணர்கிறேன், குயின்ஸ் பூங்காவில் - நான் வாழ்ந்த இடம்

நீங்கள் எங்கே பிறந்தீர்கள்?

நான் ஜூலை 1990 இல் திரிப்போலியில் பிறந்தேன். எனது குடும்பம் முதலில் மிஸ்ரதாவைச் சேர்ந்தது, ஆனால் என் தந்தையும் பின்னர் நான் திரிப்போலியில் பிறந்தேன். என் அப்பா பாஷ்லூமில் பிறந்தார். ஆட்சி மாறும்போதெல்லாம் பெயர் மாற்றப்பட்ட ஒரு

தெருவில் நான் பிறந்தேன்: இத்தாலிய காலனித்துவவாதிகள் அதை வயா இத்தாலியா என்று அழைத்தனர். சுதந்திரத்திற்குப் பிறகு இது டிசம்பர் 24 (லிபிய சுதந்திர தேதி) தெரு என்றும், செப்டம்பர் 1, 1969 அன்று கடாபி ஆட்சியைப் பிடித்தபோது அதை செப்டம்பர் 1 தெரு என்றும் அழைத்தார். இப்போது, கடாபியின் வீழ்ச்சிக்குப் பிறகு, திடீரென்று மக்கள் அதை பிப்ரவரி 17 தெரு என்று அழைக்கத் தொடங்கினர். முடிவு என்னவென்றால், என்னைப் போலவே அதன் அடையாளத்தையும் இழந்த ஒரு தெருவில் நான் பிறந்தேன்.

உங்கள் பெற்றோர் கலைகளில் ஈடுபட்டிருந்தார்களா?

என் தந்தை ஒரு நாடக நடிகர் மற்றும் பல சர்வதேச நாடகங்களில் நடித்து இருந்தார், ஆனால் அவர் 70 மற்றும் 80-களில் எந்தவொரு இளம் புரட்சியாளரையும் போல சுதந்திரம் என்ற விஷயத்தில் கவனம் செலுத்தினார். அவர் மொராக்கோ தியேட்டரிலிருந்து நிறைய கற்றுக் கொண்டார், மேலும் அவர்கள் 'தி சஃபரிங் தியேட்டர்' மற்றும் 'தி புவர் தியேட்டர்' என்றும் பின்னர் 'தி ஃப்ரீ தியேட்டர்' என்றும் அழைத்தனர். அவர்கள் தங்கள் சொந்தப் பணத்திலிருந்தே நாடகங்களை உருவாக்கிக்கொண்டிருந்தார்கள். அவர்கள் ஒரு சவாலான அணுகுமுறையைக் கொண்டிருந்தனர், மேலும் ஒரு புதிய வகையான தியேட்டரை உருவாக்க முயன்றனர், ஆனால் உங்களுக்குத் தெரியும், இராணுவ கட்டுப்பாட்டின் கீழ் அப்படி எதுவும் நடக்காது. உதாரணமாக, 1984ஆம் ஆண்டில் எனது தந்தை டிராகுலா என்ற சர்வதேச நாடகத்தில் நடித்தார், அவர்கள் வந்து இரவில் அவரைக் கைது செய்தனர், ஏனென்றால் அவர்கள், "கடாபி டிராகுலாவைப் போன்றவர் என்று நீங்கள் சொல்கிறீர்கள்!

என் அம்மா ஒரு இசைக்கலைஞர் மற்றும் பத்திரிகையாளர். அவர் பியானோ வாசிப்பார், ஆனால் அவர் பத்திரிகையில் தன்னைக் கண்டுபிடித்தார் - குறிப்பாக அவர் இங்கிலாந்துக்கு வந்த பிறகு, அங்கு அவர் சுதந்திரத்தை சுவாசிக்க முடியும் மற்றும் லிபியாவில் ஆட்சியைப் பற்றி சுதந்திரமாக எழுத முடியும்.

நீங்களே ஏதாவது நடிப்பு குறித்து செய்திருக்கிறீர்களா?

நீங்கள் வெவ்வேறு படங்களுடன் விளையாடுவதை ரசிக்கிறீர்கள்.

நான் பள்ளியில் இருந்தபோது நாடகங்களில் நடித்தேன், நான் ஒரு எழுத்தாளராக முடிவதற்கு முன்பு ஒரு நடிகராக வேண்டும் என்று கனவு கண்டேன். என் அப்பா மாலையில் வெளியே சென்றபோது, திரிப்போலியில், நான் அவரது அலமாரிகளைப்

பார்த்து, அவர் நடித்த நாடகங்கள் அல்லது தொடர்களின் பழைய ஸ்கிரிப்ட்களைப் படிப்பேன் - நான் சத்தமாக வாசிப்பேன். இப்போது கூட நான் ஒரு கண்ணாடியின் முன் நின்று என் பாணியை மாற்றி விஷயங்களைச் செய்வேன். சில நேரங்களில் நான் எழுத விரும்பும் ஒரு கதையையோ அல்லது ஒரு நாவலையோ நினைத்துக்கொண்டே உட்கார்ந்துகொள்கிறேன், நான் அதைத் திட்டமிடும்போது ஒரு காட்சியைத் தேர்ந்தெடுத்து அதை எழுதுவதற்கு முன்பு அதை இயக்கத் தொடங்குகிறேன். யாருக்கு தெரியும், ஒருவேளை ஒரு நாள் நான் ஒரு நடிகராக இருப்பேன்!

லண்டன் புத்தக கண்காட்சி லிபிய புனைகதை கருத்தரங்கின் போது, உங்கள் நாவலான மாமா பிஸ்ஸா அமைக்கப்பட்டுள்ள லிவர்பூலுக்கு அருகிலுள்ள வடக்கு ஆங்கில நகரமான ரன்கார்னை நீங்கள் தெளிவாக விவரித்தீர்கள். நீங்கள் அங்கு வசிக்க எப்படி வந்தீர்கள், பிரிட்டனில் வேறு எங்கு வாழ்ந்தீர்கள்?

நான் ரன்கார்னில் சிறிது காலம் வாழ்ந்தேன். கோடை காலம் என்பதால் நான் அங்கு சென்றேன், வேலை செய்து பணம் பெற வேண்டும். இது ஒரு நல்ல சிறிய நகரம், பழைய நகரத்தில் பல பீஸ்ஸா மற்றும் கபாப் கடைகள் உள்ளன - நான் அவற்றில் ஒன்றில் வேலை செய்தேன். எனது நாவலைப் பற்றி நான் தேர்வுசெய்த இடம் அதுதான். இது ஒரு கண்கவர் இடம் மற்றும் பகிர்வது சுவாரஸ்யமாக இருக்கும் என்று நான் நினைத்த பல சுவாரஸ்யமான கதைகளுடன் பல லிபியர்களை அங்கு சந்தித்தேன். பிரிட்டிஷ் கலாச்சாரமும் இலக்கியமும் பிரிட்டனின் இந்த பக்கத்தைப் பற்றி மேலும் தெரிந்து கொள்ள வேண்டும் என்று நான் நினைக்கிறேன். எடுத்துக்காட்டாக, உங்கள் அஞ்சல் பெட்டியில் ஒரு கபாப் மற்றும் பீஸ்ஸா கடை மெனுவை நீங்கள் எப்போதாவது பார்த்திருக்கிறீர்களா, அதை வழங்கிய நபரைப் பற்றி யோசித்தீர்களா? யாருக்குத் தெரியும், அவர் நானாக இருக்க முடியும், ஏனென்றால் நான் என் வாழ்க்கையின் இரண்டு ஆண்டுகளுக்கும் மேலாக, ரன்கார்ன், லிவர்பூல், லீட்ஸ் மற்றும் மான்செஸ்டரில் மெனு விநியோகஸ்தராக இருந்தேன். நான் ஹெட்ஃபோன்களை வைப்பேன், இசையைக் கேளுங்கள், வீடு வீடாகச் சென்று மெனுக்களை இடுகையிடுங்கள், ஒரு நாள் ஒரு எழுத்தாளராக வேண்டும் என்று கனவு காண்கிறேன் - ஒரு எழுத்தாளர் மட்டுமல்ல, ஒரு சர்வதேச எழுத்தாளரும். என் எழுதுவதை கற்பனை செய்தேன்அல்ஸெஸ் நான் இந்த நபர் ஒரு நாள் என் புத்தகங்களை வாசிக்க வேண்டும் அவர்களை விரும்புகிறேன் என்று கற்பனை செய்துகொள்வதன் மூலம், என் நாட்டுக்கு திரும்பிச் செல்ல என்னை கத்துற, ஒரு இனவாத நபர்

தனது / அவளை வீட்டை விட்டு வெளியே வந்து ஒவ்வொரு முறையும் கீழே நானே அமைதிப்படுத்துவதோடு. மேலும், கபாப் மற்றும் பீஸ்ஸா கடைகள் இப்போது பிரிட்டிஷ் சமூகத்தின் ஒரு பகுதியாக உள்ளன, அவற்றில் பணியாற்றிய ஒரு எழுத்தாளராக நான் அவற்றைப் பற்றி எழுத வேண்டும்.

நான் 18 வயதாகும் வரை மான்செஸ்டரில் என் பெற்றோரின் வீட்டிற்கும் என் காதலியின் ஸ்டுடியோவிற்கும் இடையில் வாழ்ந்தேன், பின்னர் நான் லண்டனுக்கு குடிபெயர்ந்தேன், அது 2009 ஆகும். பல சிறந்த கவிஞர்கள் மற்றும் எழுத்தாளர்கள் பல ஆண்டுகளுக்கு முன்பு செய்ததைப் போல, அதிக சுதந்திரம் மற்றும் என்னை சித்திரவதை செய்வதற்காகவே நான் லண்டனுக்குச் சென்றேன்., அதனால் நான் நல்ல இலக்கியங்களை எழுத முடியும்.

உங்கள் நாவல் சுயசரிதை? ரன்கார்னில் பீஸ்ஸா தயாரிப்பாளராகவும் மெனு விநியோகஸ்தராகவும் பணியாற்றும் நேரத்தை மாமா பிஸ்ஸா நிறைய ஈர்க்கிறது. எனக்கு அங்கே பல தொல்லைகள் இருந்தன. நான் இனவெறி, கலாச்சார தவறான புரிதலை எதிர்கொண்டேன், ஒரு சிறிய லிபியாவில் என்னைக் கண்டேன்! நான் அவர்களின் வீடுகளுக்கு விளம்பர துண்டுப்பிரசுரங்களை இடுகையிடும்போது மக்கள் என்னை எப்படி மோசமாக நடத்தினார்கள் என்பதை நான் கண்டேன், இந்த மனிதர்கள் நான் மனிதர், கனவுகள் என்று அவர்களுக்குத் தெரியாது என்பதில் உறுதியாக இருந்தேன், மேலும் அவர்கள் செய்ததைப் போல ஒரு நல்ல வீடு மற்றும் குடும்பத்தை விரும்புகிறேன். இதைத்தான் நான் நாவலில் பேசுகிறேன். இங்கிலாந்தின் இன்னொரு முகத்தையும் காட்ட முயற்சிக்கிறேன், மக்கள் எப்போதும் எதிர்கொள்ளும் ஒரு பக்கம், ஆனால் புனைகதைகளிலோ அல்லது ஊடகங்களிலோ ஆழமாகச் செல்ல நினைப்பதில்லை. இது பீஸ்ஸா மற்றும் கபாப் தயாரிப்பாளரின் வித்தியாசமான வாழ்க்கை.

நீங்கள் இளமையாக இருந்தபோது இலக்கியம் உங்கள் வாழ்க்கையில் என்ன பங்கு வகித்தது?

நான் சிறுவனாக இருந்தபோது ஒரு நடிகராக இருக்க முயற்சித்ததிலிருந்து இலக்கியம் எனக்கு நிறைய இருந்தது. நான் நாடகங்களை மிகவும் நேசித்தேன், என் அப்பாவின் நூலகம் அவற்றில் நிறைந்திருந்தது, நான் வேறு எதையும் படிக்கவில்லை. நான் நாடகங்களைப் படிக்கும் நாட்களில், சிரிய எழுத்தாளர் சதல்லா வன்னஸ் மற்றும் மொராக்கோ நாடக ஆசிரியர்களான மொஹமட் எல்மெஸ்கின் மற்றும் எல்மெஸ்கினி அல்சாகர்

போன்றவர்களை நான் விரும்பினேன். இருப்பினும் நான் ஒரு துணிச்சலான மனிதனின் முடிவு என்று ஒரு அரபு தொலைக்காட்சி தொடரைப் பார்த்தபோது பொதுவாக இலக்கியம் மீது ஆர்வமாக இருந்தேன்சிரிய நாவலாசிரியர் ஹன்னா மினாவின் அதே தலைப்பின் நாவலில் இருந்து எடுக்கப்பட்டது என்று படியுங்கள். நான் திரிப்போலியில் உள்ள ஃபெர்ஜியானி புத்தகக் கடைக்குச் சென்று அதை வாங்கினேன் - அப்போது எனக்கு 11 அல்லது 12 வயது இருந்தது எனக்கு நினைவிருக்கிறது - அந்த நாவலைப் படித்தபோது நான் நிச்சயமாக ஒரு நாவலாசிரியராக விரும்புகிறேன் என்று சொன்னேன். நான் நகுப் மஹபூஸ் மற்றும் பலவற்றைப் படிக்கத் தொடங்கும் வரை ஹன்னா மினாவை நீண்ட நேரம் தொடர்ந்து படித்தேன். சிறிய புத்தகக் கடைகளுக்குச் சென்றது எனக்கு நினைவிருக்கிறது, யாரும் அங்கு செல்லாததால் எல்லா புத்தகங்களும் தூசி நிறைந்த ஒரு வயதான மனிதருக்கு சொந்தமான ஒன்றை நான் நினைவில் வைத்திருக்கிறேன். உரிமையாளர் இலக்கியத்தில் என் ஆர்வத்தை ஆதரித்தார், நான் புத்தகங்களை திரும்பப் பெறும் வரை அவர் கடன் வாங்க அனுமதித்தார். என் தாத்தா -என் அம்மாவின் தந்தை - மிகப் பெரிய நூலகம் இருந்தது. இவரது சகோதரர் நன்கு அறியப்பட்ட எழுத்தாளரும் நீதிபதியுமான மொஹமட் கமல் அல்-ஹ *oun* னி ஆவார். அவரிடம் பல புத்தகங்கள் இருந்தன, அவருடைய நூலகத்தை என் தாத்தாவுக்குக் கொடுத்தார். என் தாத்தா என்னை ஒரு எழுத்தாளராக ஊக்குவித்தார்.

நீங்கள் எப்போது புனைகதை எழுத ஆரம்பித்தீர்கள்?

நான் 12 வயதில் இருந்தபோது கதைகள் எழுதத் தொடங்கினேன். நான் வீட்டில் சிறுகதைகள் எழுதுவது வழக்கம் - என் அம்மா என்னை மதியம் எழுதுவதைப் பார்ப்பார், நான் பள்ளி வீட்டுப்பாடம் செய்கிறேன் என்று நினைப்பேன். சிறுகதை எழுத்தாளர் அலி முஸ்தபா அல்-முஸ்ராட்டி [1926இல் பிறந்தார்] திரிப்போலியில் தெருவில் நடந்து செல்வது வழக்கம் - எல்லோரும் அவரை அங்கீகரிப்பார்கள். எனக்கு 13 வயதாக இருந்தபோது நான் அவரிடம் சென்று, என் எழுத்தில் சிலவற்றை அவருக்குக் கொடுத்து, “இதோ ஒரு கதை” என்றார். அவர் “நான் அதைப் படித்துவிட்டு உங்களிடம் திரும்பி வருவேன்” என்றார். சுமார் ஒரு வாரம் கழித்து நான் மதியம் 2 மணிக்கு அவரது வீட்டிற்குச் சென்று மணியை அடித்தேன், அவரது மகள் அவர் வீட்டில் இல்லை என்று கூறினார். நான் மாலை 5 மணி வரை காத்திருந்து மீண்டும் மணியை அடித்தேன், அவர் துனிசியாவுக்குச் சென்றதை மறந்துவிட்டதாக அவரது மகள் சொன்னாள். சில நாட்களுக்குப்

பிறகு அவர் என்னை தெருவில் அடையாளம் கண்டு என்னிடம் கூறினார்: "நீங்கள் கதை மிகவும் நன்றாக இருந்தது, ஆனால் அது வெளியிடத் தயாராக இல்லை." அவர் தனது புதிய தொகுப்பின் கையொப்பமிடப்பட்ட நகலை எனக்குக் கொடுத்தார்: எனக்காக தனது புத்தகங்களில் ஒன்றில் கையெழுத்திட்ட முதல் எழுத்தாளர் அவர். நான் சிறு வயதில் அவருடைய பெரும்பாலான கதைகளைப் படித்தேன்.

நீங்கள் பிரிட்டனுக்கு அகதியாக வந்த பிறகு உங்கள் எழுத்து எவ்வாறு வளர்ந்தது?

நான் 14 வயது 10 மாதங்களில் இங்கிலாந்து வந்து சிறுவர்களுக்கான வடக்கு மான்செஸ்டர் உயர்நிலைப் பள்ளிக்குச் சென்றேன். நான் லிபியாவில் பள்ளியில் இருந்த எல்லா நேரங்களிலும் நான் கலப்பு செக்ஸ் பள்ளிகளில் இருந்தேன், பிரிட்டனில் பள்ளிகள் கலந்திருப்பதாக நினைத்தேன், எனவே சிறுவர்கள் மட்டுமே உள்ள பள்ளியில் என்னைக் கண்டு ஆச்சரியப்பட்டேன். நான் மான்செஸ்டர் கல்லூரிக்குச் சென்றேன், அங்கு நான் அதிக ஜி.சி.எஸ்.இ மற்றும் சில ஊடக ஆய்வுகள் செய்தேன். நான் ஆழமாக படிக்கத் தொடங்கினேன், மான்செஸ்டர் மத்திய நூலகத்தில் எனது முதல் கதைகளை எழுதினேன், அது ஹிலாரி மாண்டல் தனது முதல் நாவலை எழுதிய இடத்தில்தான். கிகாவுக்காக நான் சாமுவேல் ஷிமோனை அனுப்பிய முதல் கதை அசாஃபீர் ஷரேசா என்று அழைக்கப்பட்டது, அதாவது கடுமையான பறவைகள் - இது இரண்டு சகோதரர்கள் தங்கள் மாமா மற்றும் பாட்டியைக் கொல்ல முயற்சிப்பது பற்றியது. அப்போது எனக்கு 16 வயது. கிகாவில் வெளியிடப்பட்ட மற்ற கதைகளும், இரண்டு கதைகள் மற்றும் அல்-குத்ஸ் அல்-அரபி செய்தித்தாளில் வெளியிடப்பட்ட இரண்டு கட்டுரைகளும் என்னிடம் இருந்தன. ஆனால் எனது தலைமுறையைப் பற்றி எனக்குத் தெரிந்த பெரும்பாலான எழுத்தாளர்களைப் போலவே எனது படைப்புகளும் வலைப்பதிவுகள் மற்றும் வலைத்தளங்களில் முதலில் வெளியிடப்பட்டன; எனது தலைமுறையின் எழுத்தாளர்கள் பணம் பெற செய்தித்தாள்களுக்கு மட்டுமே எழுதுகிறார்கள்.

நீங்கள் ஆன்லைனில் வெளியிட்ட அனைத்து படைப்புகளையும் கருத்தில் கொண்டு, புத்தக வடிவில் வெளியீடு உங்களுக்கு இன்னும் முக்கியமா?

என்னைப் பொறுத்தவரை, நான் வாழ்க்கையில் இருப்பது ஒரே ஒரு எழுத்தாளராக இருப்பதுதான். அவர் ஒரு புத்தகத்தை

வெளியிடும் வரை யாரும் தன்னை ஒரு எழுத்தாளராக கருத முடியாது.

நீங்கள் வெளியிடுவதற்குத் தயாரித்த உங்கள் முதல் சிறுகதைத் தொகுப்பில் என்ன நடந்தது?

எனது முதல் 15 சிறுகதைத் தொகுப்பை வெளியிட முயற்சித்த எனது அனுபவம் ஒரு நீண்ட சரித்திரமாகும், அதை இங்கே நினைவில் வைத்திருந்தால் என்னை வலியுறுத்தும். அரபியில் வெளியிடுவது படைப்பாற்றலைக் கொல்கிறது என்பதை உணர்ந்த பிறகு நான் அதை விட்டுவிட்டேன். அரபு உலகில் வெளியீட்டு நிறுவனங்கள் வாசிப்பின் அர்த்தத்தை அழிப்பதில் மிகப்பெரிய சிக்கல்களில் ஒன்றாகும். ஆசிரியருக்கு எந்த உரிமையும் இல்லை, எங்கள் எழுத்தாளர்கள் வெளியிட எங்கள் இளம் எழுத்தாளர்கள் பணம் செலுத்த வேண்டும். பொதுவாக வெளியீட்டாளர் உங்கள் பணியைக் காட்டிலும் உங்கள் பணப்பையைப் பார்ப்பார்.

லிபிய புனைகதை பற்றிய பானிபாலின் சிறப்பு அம்சம் ஆங்கில மொழிபெயர்ப்பில் உங்கள் நாவலில் உள்ள மாமா பிஸ்ஸாவிலிருந்து ஒரு பகுதி உள்ளது. நாவல் சுயசரிதை எவ்வளவு தூரம், அது எப்போது நிறைவடையும் என்று எதிர்பார்க்கிறீர்கள்? இது உங்கள் முதல் நாவலா?

மாமா பிஸ்ஸா எனது முதல் நாவல் அல்ல. ஒரு வருடத்திற்கு முன்பு எனது முதல் நாவலை முடித்தேன் - இதை 2006-2010 இல் எழுதினேன் - ஆனால் நான் அதை வெறுக்கிறேன். எனது எழுத்தில் சோகத்தை வேடிக்கை செய்ய விரும்புகிறேன், ஆனால் இந்த நாவல் சோகமானது. இது ஒரு தாத்தா, தந்தை மற்றும் மகன் மூலம் லிபிய வரலாற்றின் மூன்று தலைமுறைகளை உள்ளடக்கியது. இது குறுகியது, 35,000 சொற்களில். மாமா பிஸ்ஸா 2012 கோடையில் அரபியில் முதன்முதலில் பூர்த்தி செய்யப்பட்டு வெளியிடத் தயாராக இருக்கும். எனது எல்லா எழுத்துக்களிலும் சுயசரிதை ஒன்றை வைத்துள்ளேன். எந்தவொரு எழுத்தாளரும் அவர் அல்லது அவள் செய்யும் எந்தவொரு எழுத்திலும் சுயசரிதை ஏதாவது இருக்க வேண்டும் என்று நான் நம்புகிறேன்.

மூலம், லிபிய புனைகதைகளில் அந்த பானிபால் சிறப்பு அம்சம் நீண்ட காலமாகிவிட்டது: நாங்கள் 7 ஆண்டுகளுக்கும் மேலாக அதற்காக காத்திருந்தோம்! பானிபால் புக்ஸ் வட ஆபிரிக்கா, மத்தி மற்றும் ஆரஞ்சு ஆகியவற்றிலிருந்து சிறுகதைகளின் தொகுப்பை வெளியிட்டபோது, 2005 இல், லிபியாவின் 26 கதைகளில் ஒரு கதையும் இதில் சேர்க்கப்படவில்லை.

மாமா பீட்சாவில் நீங்கள் எந்த வகையான அரபு வடிவத்தைப் பயன்படுத்துகிறீர்கள்?

அதன் லிபிய கதாபாத்திரங்களுடன், நாவலில் இரண்டு அல்ஜீரிய மற்றும் நான்கு சிரிய எழுத்துக்கள் உள்ளன, மேலும் மாமா பிஸ்ஸாவின் அரபு உரையில் லிபிய, அல்ஜீரிய மற்றும் சிரிய பேச்சுவழக்குகளும் அடங்கும். ஆங்கிலத்தில் மொழிபெயர்க்கப்பட்ட பிற நாடுகளின் ஆசிரியர்கள் மொழிபெயர்ப்பில் தங்கள் சொந்த மொழி சொற்றொடர்களைப் பயன்படுத்த வேண்டும் என்று நான் நம்புகிறேன். இது அவர்கள் பேசும் கலாச்சாரத்தைக் காட்டுகிறது, மேலும் உரையை எளிதில் கற்பனை செய்ய வைக்கிறது. மாமா பிஸ்ஸா மற்றும் நான் எழுதவிருக்கும் பிற புனைகதை படைப்புகள் பொதுவாக திரிப்போலிட்டன் மற்றும் லிபிய பேச்சுவழக்குகளால் அலங்கரிக்கப்படும், குறிப்பாக திரிபோலிட்டன் அரபு என்பது அரபு மற்றும் இத்தாலிய கலவையாகும், இது உரையாடல்களையும் உரையாடல்களையும் வளமாக்குகிறது.

கடாபி வெளியேறியதும் லிபியாவில் புதிய சூழ்நிலையும் மாமா பிஸ்ஸாவின் எழுத்துக்கு ஏதேனும் வித்தியாசத்தை ஏற்படுத்துமா?

கடாஃபி மீதான எனது வெறுப்பை நான் ஒருபோதும் மறைக்கவில்லை, அவரைப் பற்றி எனது முந்தைய பல படைப்புகளில் எழுதியுள்ளேன். மாமா பிஸ்ஸாவில் உள்ள பெரும்பாலான கதாபாத்திரங்கள்லிபியாவை விட்டு வெளியேறி ரன்கார்னுக்குச் சென்றது கடாபியின் ஆட்சியின் காரணமாகவே. நான் ஏற்கனவே நாவலுக்கான திட்டத்தை உருவாக்கியுள்ளேன், அவருடைய முடிவு அதில் எதையும் மாற்றும் என்று நான் நினைக்கவில்லை. இது ஏற்கனவே கடாபி எதிர்ப்பு நாவல், 2011 புரட்சிக்கு முன்பே எனது பெரும்பாலான எழுத்துக்கள் கடாபி எதிர்ப்பு.

உங்களிடம் ஒரு குறிப்பிட்ட எழுத்து வழக்கம் இருக்கிறதா?

கிழக்கு லண்டனில் உள்ள லெய்டனுக்கு இடையில் பயணிக்கும் ரயிலிலும், குயின்ஸ் பார்க் புத்தகக் கடையில் எனது வேலையிலும் நான் தினமும் எழுதுவேன். பயணம் ஒரு மணி நேரம் ஆனது. இப்போது என்னால் ஒவ்வொரு நாளும் எழுத முடியாது, ஆனால் சில நாட்களில் நான் ஜாஸ் கேட்டுக்கொண்டிருக்கும்போது காலை ஒன்பது மணி முதல் மாலை ஐந்து மணி வரை எழுதுகிறேன்.

நீங்கள் மீண்டும் எழுதுவதை அதிகம் செய்கிறீர்களா?

நான் நிறைய மீண்டும் எழுதுகிறேன், மாமா பிஸ்ஸாவின் சில அத்தியாயங்களை மூன்று அல்லது நான்கு முறை எழுதினேன்,

பின்னர் நான் ஒப்பிட்டுப் பார்க்கிறேன், எது சிறந்தது, எதைச் சேர்ப்பது மற்றும் வெட்டுவது என்று பார்க்கிறேன். எனது வேலையை யாருக்கும் காண்பிப்பதற்கு முன்பு நான் இதைச் செய்கிறேன், மேலும் எனது எழுத்தை நண்பர்களுக்கோ அல்லது எனது முகவரான நெமோனிக்கோ காண்பித்தபின் மேலும் எடிட்டிங் வரும்.

மாமா பிஸ்ஸா எப்போது ஆங்கிலத்தில் வெளியிடப்படலாம் என்று நினைக்கிறீர்கள்?

நாவல் எப்போது ஆங்கிலத்தில் வெளியிடப்படும் என்று எனக்குத் தெரியவில்லை, ஆனால் பிரிட்டிஷ் வாசகர் அதை வைத்திருப்பது மற்றும் அவர் தினமும் பார்க்கும் நபர்களைப் பற்றி படிப்பது முக்கியம் என்று நான் நம்புகிறேன்!

பானிபாலில் உள்ள பகுதியை லெரி பிரைஸ் மொழிபெயர்த்தது. நீங்கள் அவளுடன் தொடர்ந்து பணியாற்றுகிறீர்களா, எ.கா. அவள் முழு நாவலையும் மொழிபெயர்க்கிறாளா?

லெரி பிரைஸ் ஒரு நல்ல மொழிபெயர்ப்பைச் செய்தார், ஆனால் துரதிர்ஷ்டவசமாக அவளுடன் எனக்கு எந்த தொடர்பும் இல்லை, என் முகவர் ஒரு நல்ல மொழிபெயர்ப்பாளரான ராபின் மோகரைக் கண்டுபிடித்தார். அவர் முன்பு எனது புனைகதை அல்லாத படைப்புகளில் ஒன்றை மொழிபெயர்த்துள்ளார், என் முகவரைப் போலவே அவர் மாமா பிஸ்ஸாவிற்கு ஒரு நல்ல மொழிபெயர்ப்பாளராக இருப்பார் என்று நினைத்தேன்.

இங்கிலாந்தில் நீங்கள் இருந்த காலத்தில் நீங்கள் என்ன படித்து வருகிறீர்கள்?

நான் இங்கிலாந்துக்கு வந்தபோது பெரும்பாலும் அரபு, குறிப்பாக கிளாசிக்கல் கவிதைகளைப் படித்தேன். நான் ஆங்கிலத்தில் படிக்கத் தொடங்கினேன், பிரிட்டிஷ் மற்றும் அமெரிக்க இலக்கியங் களையும் பிரெஞ்சு மற்றும் பிற மொழிகளிலிருந்து ஆங்கிலத்தில் மொழிபெயர்க்கப்பட்ட இலக்கியங்களையும் படிக்க ஆரம்பித்தேன். இப்போது நான் ஒரே நேரத்தில் பல புத்தகங்களைப் படித்து வருகிறேன். நான் ஒரு நேரத்தில் ஒரு புத்தகத்தைப் படிக்கும் மனநிலையில் இல்லை. எகிப்திய யூசெப் ராக்காவின் கிதாப் அல்-துக்ரா (சுல்தானின் முத்திரையின் புத்தகம்) மற்றும் சிலியன் ராபர்டோ போலனோ எழுதிய தி சாவேஜ் டிடெக்டிவ்ஸ் உள்ளிட்ட புத்தகங்களை இப்போதெல்லாம் நான் மீண்டும் படிக்கிறேன். நான் அரபியில் மொழிபெயர்க்கப்படாத நிறைய இலக்கியங்களையும், நவீனத்துவத்திற்கு பிந்தைய இலக்கியங்களையும் நிறைய

ஆங்கிலத்தில் படித்தேன். ராபர்டோ போலானோ எனக்கு மிகவும் பிடித்தவர், அவர் அரபு மொழியில் மொழிபெயர்க்கப்படவில்லை. மாதாத் – சுயசரிதை

என்பதையும் மீண்டும் படிக்கிறேன்- லிபிய எழுத்தாளர் கமல் ஹசன் மாகூர். உண்மையில் நான் இந்த புத்தகத்தை விரும்புகிறேன், இது 50 மற்றும் 60-களில் திரிப்போலியில் உள்ள அவரது நண்பர்கள் மற்றும் அயலவர்களின் கதைகளைச் சொல்லி ஆசிரியரின் வாழ்க்கை வரலாற்றைப் பற்றி பேசுகிறது. லிபிய வரலாற்றின் இந்த காலகட்டத்தில் நான் ஈர்க்கப்பட்டேன்.

உங்கள் வலைப்பதிவைப் பற்றியும், நீங்கள் காசி கெப்லாவுடன் இணைந்து தயாரிக்கும் இம்டிடாட் கலாச்சார பாட்காஸ்ட்களைப் பற்றியும் எங்களிடம் கூறுங்கள். நீங்கள் எப்போது அவரை முதலில் சந்தித்தீர்கள், நீங்கள் இருவரும் எந்த வகையான பாடங்களை உள்ளடக்குகிறீர்கள்?

எனது வலைப்பதிவை டிசம்பர் 2009 இல் 'மை கேமமைல் டீ' என்ற தலைப்பில் தொடங்கினேன் – அதன் பின்னர் அதன் பெயரை 'மெர்சியாபைட்' என்று மாற்றினேன், அதாவது நடைபாதை. எனது இடுகைகள் கலாச்சாரம் மற்றும் இலக்கியங்களில் கவனம் செலுத்துகின்றன, மேலும் புத்தகங்கள், சினிமா மற்றும் இசை – இம்டிடாட் பாட்காஸ்ட்களும் கவனம் செலுத்தும் பாடங்களின் மதிப்புரைகளை உள்ளடக்குகின்றன. நான் லிபியாவில் இருந்தபோது காசியின் முதல் வெளியிடப்பட்ட சிறுகதைத் தொகுப்பைப் படித்தபோது எனக்குத் தெரிந்தது, பின்னர் நான் பிரிட்டனுக்கு வந்த பிறகு டிசம்பர் 2007 இல் அவரை நேரில் சந்தித்தேன்.

காசியும் நானும் எங்கள் அனுபவங்களிலிருந்து தலைப்புகளைத் தேர்வு செய்கிறோம் – உதாரணமாக நாம் பார்த்த சமீபத்திய படம் அல்லது நாங்கள் இருவரும் படித்த புத்தகங்கள். இம்டிடாட்டை வளர்ப்பதற்கு நாங்கள் ஒரு பெரிய அளவிலான வேலைகளைச் செய்துள்ளோம். ஒரு சிறிய தொழில்முறை ஸ்டுடியோவை உருவாக்க காசி நிறைய செலவு செய்தார், மேலும் அத்தியாயங்களுக்கு நாங்கள் தேர்ந்தெடுக்கும் பாடல்களுக்கான உரிமைகளையும் நாங்கள் செலுத்துகிறோம். நாங்கள் மிகவும் தொழில்முறை மற்றும் உயர் தரத்திற்கு வேலை செய்ய முயற்சித்தோம், வெற்றி பெற்றோம். புதிய பாடங்களை அறிமுகப்படுத்துவதன் மூலமும், அதிகமான நபர்களை ஈடுபடுத்துவதன் மூலமும் நிகழ்ச்சியை மேம்படுத்த எங்களுக்கு உதவ கூடுதல் கருத்துகள் மற்றும் பிற ஆதரவு தேவை. எதிர்காலத்தில் இந்த திட்டத்தை பெரிதாக்க திட்டமிட்டுள்ளோம். எங்களுக்கு இன்னும் நம்பிக்கை இருக்கிறது.

உங்களுக்கும் பிற லிபிய எழுத்தாளர்களுக்கும் இணையம் எவ்வளவு முக்கியமானது?

நரகத்தில், இணையம் இல்லாமல் லிபியாவில் ஒரு புரட்சி கூட இருந்திருக்காது. இந்த கேள்விக்கு பதிலளிப்பது கடினம்; லிபிய எழுத்தாளராக இணையம் இல்லாமல் வாழ்க்கை எப்படி இருக்கும் என்று என்னை நானே கேட்டுக்கொள்ளும் சூழ்நிலையில் நான் இருந்ததில்லை, அது பேனா இல்லாத எழுத்தாளரைப் போன்றது. ஆனால் அது முன்பை விட வெளியீட்டை மிகவும் எளிதாக்கியது.

நீங்கள் லண்டன் பல்கலைக்கழகத்தின் பிர்க்பெக் கல்லூரியில் ஒரு படைப்பு எழுதும் படிப்பை செய்து வருகிறீர்கள். படைப்பு எழுதும் படிப்புகள் எழுத்தாளர்களுக்கு, குறிப்பாக தொடங்கும்வர்களுக்கு ஒரு உண்மையான உதவி என்று நினைக்கிறீர்களா?

நான் பிர்க்பெக்கில் படைப்பு எழுத்து மற்றும் கலாச்சாரத்தைப் படித்து வருகிறேன், 2012 இலையுதிர்காலத்தில் தொடங்கி அடுத்த கல்வியாண்டில் எனது பாடங்களை பத்திரிகை மற்றும் ஊடகமாக மாற்றுவேன். படைப்பு எழுத்தைப் படிப்பது ஒரு சவாலாக இருந்தது, ஆனால் இதுவரை நான் படைப்பு எழுத்தில் இளங்கலை படிப்பைக் கண்டுபிடிக்கவில்லை உங்கள் எழுத்தை மேம்படுத்த ஒரு சிறந்த வழியாக இருக்க வேண்டும். ஒரு எழுத்தாளர், குறிப்பாக ஒரு இளம் எழுத்தாளர், எழுத்தில் சுதந்திரம் மற்றும் எழுத்தில் ஒரு புதிய பாணியை உருவாக்க வேண்டும். ஒரு இளம் எழுத்தாளர் பல வழிகளில் பரிசோதனை செய்து எழுதத் தயங்க வேண்டும், ஆனால் படைப்பு எழுத்தில் ஒரு பாடநெறி அல்லது பட்டம் ஒரு இளம் எழுத்தாளரின் படைப்பாற்றலைக் கட்டுப்படுத்தலாம் மற்றும் படைப்பாளருக்கு இடையூறாக இருக்கும் ஒரு தொழில்முறை பாதையில் அவரை அல்லது அவளை வைக்கலாம். ஒரு படைப்பு எழுதும் பாடநெறி ஒரு தொழில்முறை எழுத்தாளருக்கு மிகவும் பொருத்தமானது, அவர்கள் ஏற்கனவே தங்கள் பாணியைக் கண்டுபிடித்துள்ளனர், மேலும் நிறைய படிக்கிறார்கள்.

ஒரு எழுத்தாளரை ஒரு வெளியீட்டாளரைக் காட்டிலும் ஒரு இலக்கிய முகவரால் எடுப்பது கிட்டத்தட்ட கடினம் என்று சில சமயங்களில் கூறப்படுகிறது. டோரிஸ் லெசிங், எலிசபெத் ஜேன் ஹோவர்ட், லென் டீட்டன் மற்றும் சர் ஆர்தர் கோனன் டோயலின் தோட்டம் ஆகியவை அடங்கும் ஒரு புகழ்பெற்ற இலக்கிய நிறுவனத்தில் ஒரு முகவர் உங்களை அழைத்துச் சென்றுள்ளார். நீங்களும் உங்கள் முகவரும் ஒருவருக்கொருவர் எவ்வாறு தெரிந்துகொண்டீர்கள், எழுத்து மற்றும் வெளியீட்டின் அடிப்படையில் நீங்கள் கூட்டாக எதை எதிர்பார்க்கிறீர்கள்?

நான் பணிபுரிந்த புத்தகக் கடையில் எனது மேலாளர் எனது முகவர் நெமோனி க்ராவன் ரோட்ரிக் - ஜொனாதன் க்ளோவ்ஸ் ஏஜென்சியின் இயக்குனர் - இந்த ஆண்டு மார்ச் மாதம் எனக்கு அறிமுகப்படுத்தினார். நாங்கள் இரண்டு மின்னஞ்சல்களைப் பரிமாறிக்கொண்டோம், லிபிய புனைகதை கருத்தரங்கில் லண்டன் புத்தகக் கண்காட்சியின் போது நாங்கள் முதன்முதலில் சந்திப்பதற்கு முன்பு, ஆங்கில மொழிபெயர்ப்பில் எனது சில சிறுகதைகளையும், பானிபாலில் உள்ள மாமா பிஸ்ஸா சாற்றையும் படித்தார். அவருக்கான முதல் வேலையாக லிபிய புரட்சி மற்றும் கடந்த நாற்பத்திரண்டு ஆண்டுகளாக லிபியர்களின் போராட்டம் பற்றி ஒரு கட்டுரை எழுதினேன். அவர் கட்டுரை விரும்பியதாக நான் நம்புகிறேன், நாங்கள் ஒரு ஒப்பந்தத்தில் கையெழுத்திட்டோம். உண்மையில் ஒரு புதிய வகையான புனைகதைகளையும் நாவல்களையும் அறிமுகப்படுத்துவோம் என்று நம்புகிறோம், ஆனால் மிக முக்கியமான விஷயம் என்னவென்றால், நாங்கள் இருவரும் எனது படைப்புகளை நம்புகிறோம். அவர் ஒரு அற்புதமான முகவர், நாங்கள் இதுவரை ஒன்றாக நன்றாக வேலை செய்துள்ளோம். நாங்கள் இப்போது நல்ல நண்பர்கள் கூட. மாமா பிஸ்ஸா, அதே போல் ஆங்கில மொழிபெயர்ப்பும். எனது மீதமுள்ள நாவல்களுக்கு அவளுடன் தொடர்ந்து பணியாற்றுவேன் என்று நம்புகிறேன்.

எகிப்திய எழுத்தாளர் வாகுய் காலி மீதான உங்கள் மோகம் எப்போது தொடங்கியது?

நீங்கள் அவருடன் சில வழிகளில் அடையாளம் காட்டுவதாகக் கூறியுள்ளீர்கள்.

பிபிசியின் இமேஜின் தொடரில் காலியின் ஆசிரியர் டயானா அதில் குறித்த நிகழ்ச்சியைப் பார்த்த எனது நண்பர் காசி கெப்லாவியிடமிருந்து கடந்த ஆண்டு நடுப்பகுதியில் முதன்முறையாக வாகுய் காலியைப் பற்றி கேள்விப்பட்டேன். பின்னர், 2010 இலையுதிர்காலத்தில், ஆங்கிலத்தில் எழுதும் மத்திய கிழக்கிலிருந்து பல்வேறு எழுத்தாளர்களிடமிருந்து அவரது பெயரை மீண்டும் கேட்டேன், நான் அவரை கூகிள் செய்யத் தொடங்கினேன், அதிலின் நினைவுக் குறிப்பு, ஆஃப்டர் எ ஃபனரல் வாங்கினேன்.

பின்னர் 2010ஆம் ஆண்டில் அவரது நாவலை சர்ப்பத்தின் வால் மறுபிரசுரம் செய்தபோது, அதை நான் முதன்முறையாக வாசித்தேன், ஸ்னூக்கர் கிளப்பில் பீர் எழுதிய நபராக நான் இருந்திருக்க வேண்டும் என்பதில் உறுதியாக இருந்தேன்!

டயானாவின் புத்தகத்தில் வாகுயின் ஆளுமை, மற்றும் ஸ்னூக்கர் கிளப்பில் பீர் கூட, என்னுடன் நிறைய ஒற்றுமைகள் உள்ளன. உதாரணமாக, லிபியாவில் எனது வாழ்நாள் முழுவதும், திரிப்போலியின் நல்ல பகுதிகளில் வசித்து வந்த, நல்ல உடைகளை அணிந்துகொண்டு, வெளிநாடுகளில் படித்து, வெளிநாட்டு மொழிகளைப் பேசும் என் உறவினர்களைப் போலவே நான் பணக்காரன் என்று பாசாங்கு செய்ய முயற்சித்தேன். அதே நேரத்தில் நான் வசிக்கும் பகுதியில் உள்ள ஏழை மக்களுடன் நெருக்கமாக இருந்தேன். நான் என்னைப் பற்றியும் நான் எப்படிப் பட்டவனாகவும் இருந்தேன். நான் மரபுகள், குடும்ப வாழ்க்கை, சமூகம் மற்றும் கடவுளின் சர்வாதிகாரத்திற்கு எதிராக ஒரு கிளர்ச்சியாளராக இருந்தேன். மேலும் நான் நன்றாகப் படித்தேன், ஸ்னூக்கர் கிளப்பில் பீரில் முனீரைப் போல இருக்கும் என் உறவினர் காரணமாக எனக்கு பல தொல்லைகள் இருந்தன. வாகுயும் எனக்கும் இதேபோன்ற நகைச்சுவை உணர்வு இருப்பதாக நான் நம்புகிறேன்.

இந்த எல்லா காரணங்களுக்காகவும், மேலும் பல காரணங் களுக்காகவும், வாகுயின் வாழ்க்கை வரலாற்றை எழுத நினைத்தேன். அவரது வாழ்க்கையில் இன்னும் பல அறியப்படாதவை உள்ளன, குறிப்பாக எகிப்தில் அவர் வாழ்ந்த நேரம். கெய்ரோவில் அவருக்கு இன்னும் குடும்பம் இருக்கிறதா, அவர்கள் யார், அவர்கள் அவரை அறிந்திருக்கிறார்களா என்று நான் அடிக்கடி என்னையே கேட்டுக்கொண்டேன்.

மேலும், சில மாதங்களுக்கு முன்பு நான் கெய்ரோவுக்குச் சென்றபோது, நான் கிராப்பிக்குச் சென்றேன், அங்கே ஒரு தேநீர் அருந்தினேன் (அவர்கள் காலி எழுதுகிற சிறந்த விஸ்கியை பரிமாறுவதை நிறுத்திவிட்டார்கள்!) வாகுய் தனது நாவலில் விவரித்தபடி ஜமாலெக்கிற்கு நீண்ட தூரம் நடந்தேன். 1940 கள் மற்றும் 50-களில் இருந்ததைப் போலவே கட்டிடங்களையும் தெருக்களையும் கற்பனை செய்துகொண்டு, என் கைகளை என் பைகளில் வைத்து நைல் நதி வழியாக நடந்தேன். “எதுவும் மாறவில்லை” நான் ஜமாலெக்கிற்கு வந்தபோது, “மக்கள் மட்டுமே மாறிவிட்டார்கள்” என்று நானே சொன்னேன்.

நீங்கள் ஒரு நினைவுக் குறிப்பை எழுத திட்டமிட்டுள்ளீர்களா?

ஒரு நினைவுக் குறிப்பு! ஹ்ம், ஒரு நினைவுக் குறிப்பை எழுதுவது பற்றி சிந்திக்க இன்னும் ஆரம்பம் என்று நினைக்கிறேன், ஆனால் எனது கட்டுரைகளில் பெரும்பாலானவை சுயசரிதை. லிபியாவில் எழுச்சி வரை - மான்செஸ்டர் மற்றும் லண்டனில் உள்ள லிபிய

தூதரகத்திற்கு வெளியே உள்ள பிற நகரங்களில் இருந்து லிபிய ஆர்ப்பாட்டக்காரர்கள் திரண்டது வரை - சில பிரிட்டன்கள் பிரிட்டனில் லிபிய சமூகம் எவ்வளவு பெரியது என்பதை உணர்ந்தனர். இது உங்கள் எண்ணமா?

இங்கிலாந்தில், குறிப்பாக வடக்கில் நிறைய லிபியர்கள் உள்ளனர். இங்கிலாந்தில் 20, 000-க்கும் மேற்பட்ட லிபியர்கள் உள்ளனர் என்று நான் நம்புகிறேன். அவர்களில் சிலர் மாணவர்கள், லிபிய யூதர்களில் ஒரு சிறிய சமூகம் உள்ளது, ஆனால் பெரும்பான்மையானவர்கள் தஞ்சம் கோருவோர், என்னைப் போலவே. இங்குள்ள பெரும்பாலான லிபியர்கள் ஒரு காரணத்திற்காக தங்கள் தேசத்தை மறைக்கப் பழகினர்: ஒரு லிபியன் அவர் அல்லது அவள் லிபியாவைச் சேர்ந்தவர் என்று சொன்னால், அவர்கள் எடுத்துக்கொண்ட நபரின் மனதில் தோன்றிய ஒரே படம் முயம்மர் கடாபியின் படம் - அல்லது அவர்களுக்குத் தெரியாது இந்த இரத்தக்களரி லிபியா இருந்த இடத்தில். எனது நண்பர்கள் சிலர் லெபனானிலிருந்து வந்தவர்கள், லிபியாவிலிருந்து கூட வந்தவர்கள் என்று சொல்லிக்கொண்டிருந்தார்கள்.

இப்போது, பிப்ரவரி 17 புரட்சிக்குப் பிறகு, படம் மாறத் தொடங்கியது. மான்செஸ்டரில் நான் லிபியர்களின் கார்களை சுதந்திரக் கொடியுடன் அசைப்பதைக் கண்டேன், மற்றும் இனிமையான மற்றும் கவர்ச்சியான லிபிய பெண்கள் கொடியின் வண்ணங்களில் ஆடைகளை அணிந்திருந்தேன். மான்செஸ்டரின் பிக்காடில்லி கார்டனில் யாரோ ஒருவர் 'நான் லிபியன், நான் லிபியன் மற்றும் பெருமை' என்று கத்திக் கொண்டிருப்பதைக் கண்டேன். இது ஒரு உணர்ச்சிகரமான தருணம், நான் முழங்காலில் விழுந்து சிரிக்கும் வரை வீடற்ற ஒருவர் தோட்டத்தைக் கடக்கும்போது: "பிறகு உங்கள் நாட்டுக்குத் திரும்பிச் செல்லுங்கள்!"

உங்களை ஒரு லிபிய குடிவரவு எழுத்தாளர் அல்லது ஆங்கிலோ-லிபிய எழுத்தாளராக நீங்கள் பார்க்கிறீர்களா?

நான் ஒரு புலம்பெயர்ந்த எழுத்தாளர் என்று நம்புகிறேன், பிரிட்டனுக்கும் லிபியாவிற்கும் இடையிலான அடையாளத்தை இழந்துவிட்டேன். இரு நாடுகளும் என்னை வெறுக்கும் இரண்டு பெண்கள் போன்றவை என்று நான் நம்புகிறேன், எனக்கும் அவர்களுக்கும் இடையிலான ரகசிய உறவை நான் இன்னும் வைத்திருக்கிறேன். அவர்கள் என்னை வெறுக்கிறார்கள், ஆனால் நான் அவர்களுடன் இருக்க வேண்டும்.

சூசன்னா தர்பூஷ் நடத்திய நேர்காணல்

4. மன்சூர் புஷ்னாஃப்

மன்சூர் புஷ்னாஃப்(அக்டோபர் 22, 1954) ஒரு லிபிய எழுத்தாளர். 2008ஆம் ஆண்டில் லிபியாவில் தடைசெய்யப்பட்ட தனது முதல் நாவலான சூயிங் கம் எழுதுவதற்கு முன்பு அவர் ஒரு நாடக ஆசிரியர் மற்றும் கட்டுரையாளராக தனது இலக்கிய வாழ்க்கையைத் தொடங்கினார் புஷ்னாஃப்பின் கட்டுரைகள் அல்-ஹயாத், அல்-குத்ஸ் அல்-அரபி, அல்-அரபு மற்றும் அல் -வாசத். அவரது நாவலான சுயிங் கம் (நாவல்) இன் ஆங்கில மொழிபெயர்ப்பு 2014 இல் வெளியிடப்பட்டது. தற்போது அவர் திரிப்போலியில் வசித்து வருகிறார்.

மன்சூர் புஷ்னாஃப் லிபிய தலைநகர் திரிப்போலிக்கு தென்கிழக்கில் பானி வாலிட் என்ற சிறிய நகரத்தில் பிறந்தார். அவர் பானி வாலிட் மற்றும் மிஸ்ரதாவில் படித்தார், அங்கு அவர் தனது பள்ளி நாடகக் கழகத்திற்காக நாடகங்களை எழுதவும் நாடகமாக்கவும் தொடங்கினார்.

அவர் 1970-களில் லிபிய செய்தித்தாள்களில் தனது கட்டுரைகளை எழுதத் தொடங்கினார், அவர் பல்கலைக்கழக மாணவராக இருந்தபோது, 1976ஆம் ஆண்டில் கடாபி ஆட்சியால் தடுத்து வைக்கப்பட்டு 12 ஆண்டுகள் சிறைவாசத்தை மற்ற லிபிய எழுத்தாளர்கள் மற்றும் புத்திஜீவிகளுடன் கழித்தார். 1988 இல் வெளியான பிறகு புஷ்னாஃப் பல நாடகங்களை எழுதினார், அவை லிபியாவில் பரவலான பாராட்டுகளைப் பெற்றன.

புஷ்னாஃப் பல நாடகங்களை எழுதினார், அவை லிபிய திரையரங்குகளில் நிகழ்த்தப்பட்டன. அவரது முதல் நாவலான தி நைட் மிராஜ்.. சூயிங் கம், 2008ஆம் ஆண்டின் முற்பகுதியில் கெய்ரோவில் ஒரு சுயாதீன வெளியீட்டாளரால் அரபியில் வெளியிடப்பட்டது, ஆனால் அது விரைவில் லிபிய அதிகாரிகளால்

நாட்டிற்குள் விநியோகிக்க தடை விதிக்கப்பட்டது. இந்த நாவலை ஜூன் 2014 இல் லண்டனில் உள்ள சுயாதீன வெளியீட்டாளர் DARF பப்ளிஷர்ஸ் மோனா ஜாக்கியின் மொழிபெயர்ப்புடன் வெளியிட்டது.

மன்சூர் புஷ்னாஃப் எழுதிய இந்த லிபிய நாவலில் 1980-களில் திடீரென கம் மெல்லும் - மற்றும் அதைப் பெறுவதற்கான ஆவேசமும் - அரசியல் எதிர்ப்பு, தனிப்பட்ட எதிர்ப்பை பாலியல் இன்பத்தை வெளிப்படுத்தியதற்காக தண்டிக்கப்படாத ஒரே செயலாகும். ஒடுக்கப்பட்ட சமூகச் சூழலின் கொடூரமான பின்னணியைத் தவிர்ப்பதற்காக இது ஒரு மோசமான மயக்கமின்றி தப்பிப்பிழைப்பதாக கேலிக்கூத்து விகிதாச்சாரத்தைப் பெறுகிறது, அங்கு வினோதமாக, அதிசயமாக வெறுப்பாக எதுவும் இருக்கக்கூடாது.

ஒரு இளம் ஹீரோ முக்தார், அவரது தந்தை மற்றும் ஒரு ஹீரோயின் ஃபாத்மா ஆகியோருக்கு இடையில் ஒரு அழிவுகரமான காதல் முக்கோணத்தில் புஷ்னாஃப் புத்திசாலித்தனமாக கதையை மூடுகிறார். சிறைபிடிக்கப்பட்ட முக்தார் ஃபாத்மாவிற்கான தனது வெறித்தனமான ஆமூரில் நிர்ணயிக்கப்பட்டு, ஒரு பூங்காவில் பத்து வருடங்கள் சோகமாக அசையாமல் இருக்கிறார் - அவள் திரும்பி வருவதற்காகக் காத்திருக்கிறாள் - அவளும் தந்தையும், புத்தகத்தில் உள்ள மற்ற கதாபாத்திரங்களும் சரியான நேரத்தில் முன்னேறுகின்றன, ஆனால் எதிர்மறையான, முன்கூட்டியே சோகமான நடவடிக்கை நிகழ்கிறது

ஒருமுறை அப்பாவி, அழகான மற்றும் சிறிய ஃபாத்மா தனது காதலன், குடும்பம் மற்றும் பல்கலைக்கழக படிப்புகளை கைவிடுகிறார் - அவரது சமூக அந்தஸ்தை முன்னேற்றுவதற்காக விந்தையானது - அதே நேரத்தில் ஓய்வுபெற்ற ராயல் காவல்துறை அதிகாரியான தந்தை ஓமர் எஃபெண்டி, தெரியாமல் அவளுடன் தனது ஈடுபாட்டில் எளிதில் ஈடுபடுகிறார் இது ஜீன் பால் சார்ட்ரே, தஸ்தாயெவ்ஸ்கி, ஃபிரான்ஸ் காஃப்கா, ஹெர்மன் ஹெஸ் மற்றும் மிலன் குண்டேரா ஆகியோரின் படைப்புகளால் ஈர்க்கப்பட்ட ஐரோப்பிய இலக்கியத்தின் ‘இருத்தலியல்’ வகைக்கு ஒத்த ஒரு நேரடி பாணியில் வாசகரை உரையாற்றுவதற்கான காட்சியை புஷ்னாஃப் அமைக்கிறது.

“ஃபாத்மா உண்மையில் ஆண்களுடன் இருப்பதை ரசிக்கவில்லை. அவள் மிகவும் நேசித்தவை, அதிக கட்டணம் வசூலிக்கப்பட்ட, விரிவான மெல்லும் தருணங்கள்... கம் மட்டுமே அவளுடைய பெண்மையை உணர அனுமதித்தது. “(சூயிங் கம்)

லிபியாவும் அதன் மக்களும் சந்தித்த வெவ்வேறு வரலாற்று நிலைகளைப் பிரதிபலிக்கவும் சிந்திக்கவும் புஷ்னாஃப் மத்திய திரிப்போலியில் இருக்கும் சில உண்மையான முட்டுகள் மற்றும் இருப்பிடங்களைப் பயன்படுத்துகிறார் - டகெலியா வளைவுகளுக்கு அருகிலுள்ள பூங்கா, சிவப்பு அரண்மனை அருங்காட்சியகம் மற்றும் 19 ஆம் நூற்றாண்டு பெண் கல் சிலை. ஒட்டோமான் ஆட்சியில் இருந்து இத்தாலிய ஆக்கிரமிப்பு வரை, ஒரு சுதந்திர முடியாட்சியை நோக்கிய பிரிட்டிஷ் ஆணை, 1969 புரட்சிகர சதி மற்றும் இறுதியில் கடாபியின் பயங்கரவாத அரசுக்கு 1980-களில் இறங்கியது.

முக்தார் ஒரு தசாப்த காலமாக பூங்காவில் அசைவில்லாமல் மழையில் சிக்கித் தவிப்பதால், அவர் ஆர்வமுள்ள பகுப்பாய்வின் மையமாக மாறுகிறார், செய்தித்தாள்கள், பத்திரிகைகள் மற்றும் தொலைக்காட்சிகளில் பிரபலமான விவாதத்திற்கு அவரது இக்கட்டான நிலை ஒரு காரணம். பல பேராசிரியர்கள் மற்றும் பொருளாதாரம், தத்துவம், தொல்பொருள் மாணவர்கள் மற்றும் ஒரு நாடக இயக்குனர், ஒரு ஓவியர் மற்றும் ஒரு பத்திரிகையாளர் ஆகியோரால் வழிநடத்தப்பட்ட அவர்கள் ஒவ்வொருவரும் உதவ கோட்பாடுகள் மற்றும் ஆக்கபூர்வமான திட்டங்களை முன்வைக்கிறார்கள், ஆனால் யாரும் மேதை யோசனைகளை உணர முடியவில்லை.

இந்த பூங்கா பல ஆண்டுகளாக மோசமடைந்து, செயலற்ற ஆண்கள், போதைப் பழக்கத்திற்கு அடிமையானவர்கள், குடிகாரர்கள், விநியோகஸ்தர்கள் மற்றும் விபச்சாரிகளின் மையமாக மாறுகிறது, கடந்த காலங்களிலிருந்து பேய்கள் மற்றும் இறந்த ஆத்மாக்களால் நிரம்பியுள்ளது. எல்லா இடங்களிலும் குப்பைகளை அள்ளி, அதன் அசுத்தமான நிலையை நிவர்த்தி செய்ய ஒரு 'சுற்றுச்சூழல் குழு' அமைக்கப்படுகிறது. ஆனால், இறுதியில், இரகசிய பாதுகாப்புக் காவலர்களின் கருத்துக்கள் மட்டுமே செயல்படுத்தப்படுகின்றன.

ஒரு சமூகத்தின் கல்வி, கலாச்சார, அறிவார்ந்த மற்றும் கலை ஆற்றலை பிரதிநிதித்துவப்படுத்த வேண்டிய புத்தகத்தில் உள்ள கதாபாத்திரங்கள் உண்மையில் ஒரு மறைக்கப்பட்ட ஆனால் எப்போதும் இருக்கும் உளவுத்துறை எந்திரம் மற்றும் தொடர்ந்து வரும் ஒரு மோசமான அரசாங்கத்தின் காரணமாக ஆண்களும் பெண்களும் பலமற்றவர்களாக இருக்கிறார்கள் என்பது வாசகருக்குத் தெரியும். ஒவ்வொரு மனிதனும் ஒருங்கிணைந்து முன்னேறும் எந்தவொரு முயற்சியையும் தடம் புரண்டது.

சொல்லாட்சியாக வாக்குறுதியளிக்கப்பட்ட - ஆனால் உண்மையில் இல்லை - சிவில் சுதந்திரங்கள் மற்றும் சுதந்திரங்களை யாராலும் பயன்படுத்த முடியாது.

"தத்துவ பேராசிரியர் பூக்கும் ரோஜாக்களால் ஈர்க்கப்பட்டார், ஆனால் சாக்லேட் பிரிவில் பசைக்காக வரிசையில் நிற்கும் கூட்டத்தினருக்கு வெறுப்பை உணர்ந்தார். சரியான வெப்பநிலை மற்றும் காலநிலையின் கீழ் வளர்க்கப்பட்ட ஒரு அழகான கடந்த காலத்திலிருந்து பூக்கும் ரோஜாவான ரஹ்மாவைப் பார்த்தபோது இது நிகழ்ந்தது. ரோஜாக்கள் உண்மையானவை அல்ல என்பதை அவர் அறிந்திருந்தார். எவ்வாறாயினும், அவரது தத்துவ நம்பிக்கையில், அவை அசிங்கத்திலிருந்து அழகை உருவாக்கும் வழியைக் குறிக்கின்றன, பூக்கள் எண்ணெயிலிருந்து பூக்கின்றன. "*(சூயிங் கம்)*

நீங்கள் ஒரு அடக்குமுறை ஆட்சியை மீறும்போது அல்லது அதை எழுத்துப்பூர்வமாக விமர்சிக்க முயற்சிக்கும்போது என்ன நடக்கும் என்பதை புஷ்னாஃப் நன்கு அறிவார். 1970-களில் 'எப்போது எலிகள் ஆளுகின்றன' என்ற தலைப்பில் ஒரு நையாண்டி நாடகத்தை எழுதியதற்காக அவர் பத்து ஆண்டுகள் சிறைத்தண்டனையுடன் விலையை செலுத்தினார். மேலும், இந்த நாவலில், ஒவ்வொரு பத்து வருடங்களுக்கும் சதித்திட்டத்தை உருவாக்க மற்றும் முன்னேற்றுவதற்கான குறிப்பான்கள் என்று இந்த மர்மமான குறிப்பு உள்ளது.

'இருத்தலியல்' இலக்கியப் பள்ளிக்கு உண்மையிலேயே மதிப்புமிக்க, அற்புதமான மற்றும் ஆச்சரியமான லிபிய பங்களிப்பாக 'சூயிங் கம்' நான் மிகவும் பரிந்துரைக்கிறேன், ஏனெனில் சுயநிர்ணயத்திற்கு வழக்கமான தேர்வுகளை சரிபார்க்க கூட இடமில்லை போது என்ன நடக்கும் என்று புஷ்னாஃப் தைரியமாகக் கருதுகிறார். மனிதனாக இருப்பது.

லிபிய ஆன்மாவின் இதயத்திற்குள் நேராக ஒரு தீவிரமான பயணத்தில் அவர் நம்மை அழைத்துச் செல்கிறார், கடாபியின் ஆட்சியின் மோசமான நிலைக்கு ஆளானார், அதன் நோக்கம் லிபிய மக்களின் படைப்பு உணர்வைத் தடுப்பதாகும். எனவே, மிகவும் முரண்பாடாக, அது தாங்கிக் கொண்டதை வெளிச்சத்திற்குக் கொண்டுவருவதற்கும், சூயிங் கம் மற்றும் அதன் பல அசாதாரண சுவைகளுக்கும் ஒரு புதிய பாராட்டுக்களைத் தருவதன் மூலம் இது ஒரு இருண்ட கதையாக இருக்க வேண்டும்.

5. கலீத் மட்டாவா

லிபியாவின் பெங்காசியில் பிறந்து வளர்ந்த கவிஞர் கலீத் மட்டாவா 1979ஆம் ஆண்டில் ஒரு இளைஞனாக அமெரிக்காவிற்கு இடம் பெயர்ந்தார். டென்னசி பல்கலைக்கழகத்தில் அரசியல் அறிவியல் மற்றும் பொருளாதாரத்தில் பி.ஏ., இந்தியானா பல்கலைக்கழகத்தில் எம்.ஏ மற்றும் எம்.எஃப்.ஏ மற்றும் டியூக் பல்கலைக்கழகத்தில் பி.எச்.டி பட்டங்களை பெற்றார்.

மிலன் குந்த்ரோ மற்றும் ஃபெடரிகோ கார்சியா லோர்கா மற்றும் அவர் மொழிபெயர்த்த அரபு கவிஞர்கள் ஆகியோரால் பாதிக்கப்பட்டுள்ள மட்டாவாவின் கவிதைகள் கலாச்சாரம், கதை மற்றும் நினைவகம் ஆகியவற்றின் குறுக்குவெட்டு தோற்றங்கள் ஆகியவற்றை அடிக்கடி ஆராய்கின்றன. 2007 பிளாக்பேர்டில் நேர்காணல் ஒன்றில் லிபியாவிலிருந்து அமெரிக்காவிற்கு அவர் குடியேறியதற்கும் அவரது கவிதைகளுக்கும் இடையிலான தொடர்பை உரையாற்றிய மட்டாவா, "ஒரு கட்டமைப்பாக எனது பணிக்கு நினைவகம் மிகவும் முக்கியமானது என்று நான் நினைக்கிறேன், நினைவுகூறும் தொனி அல்லது நினைவில் கொள்ளும் நிலை மிகவும் முக்கியமானது, நான் தங்குவதற்கு முடிவு செய்யும் போது பேசுவதற்கான ஒரு வழியாக இருந்தது, நான் தங்க முடிவு செய்தேன். " மட்டாவா டோக்வில்வில் (2010), அமோரிஸ்கோ (2008), சோடியாக் ஆஃப் எக்கோஸ் (2003)போன்ற நூல்களை எழுதியுள்ளார்.

இஸ்மாயிலியா கிரகணம் (1995). அடோனிஸின் கான்செர்டோ அல்-குட்ஸ் (தி மார்கெல்லோஸ் உலக கடிதங்கள் குடியரசு) (2017) உட்பட சமகால அரபு கவிதைகளின் ஏராளமான தொகுதிகளை அவர் மொழிபெயர்த்துள்ளார். ஷெப்பர்ட் ஆஃப் சோலிட்யூட்: தேர்ந்தெடுக்கப்பட்ட கவிதைகள் அம்ஜத் நாசர் (2009), மற்றும் மிராக்கிள் மேக்கர்: ஃபாதில் அல்- அஸ்ஸாவியின்

தேர்ந்தெடுக்கப்பட்ட கவிதைகள் (2004), தினார்சாட்டின் குழந்தைகள்: அரபு அமெரிக்க புனைகதையின் ஒரு தொகுப்பு (2004) மற்றும் போஸ்ட் ஜிப்ரான்: புதிய அரபு அமெரிக்க எழுத்தின் தொகுப்பு (1999). அவரது சொந்த படைப்புகள் பரவலாக தொகுக்கப்பட்டுள்ளன.

மட்டாவாவுக்கு பல புஷ்கார்ட் பரிசுகள் மற்றும் இலக்கிய மொழிபெயர்ப்பிற்கான PEN விருது வழங்கப்பட்டுள்ளது, கூடுதலாக கலைக்கான தேசிய எண்டோமென்ட், கக்கன்ஹெய்ம் அறக்கட்டளை பெல்லோஷிப், பிரின்ஸ்டன் பல்கலைக்கழகத்தில் ஆல்ஃபிரட் ஹோடர் பெல்லோஷிப் மற்றும் மேக்ஆர்தர் பெல்லோஷிப் ஆகியவற்றிலிருந்து மொழிபெயர்ப்பு வழங்கப்பட்டது.

ஆசிரியராக் அவர் இந்தியானா பல்கலைக்கழகத்தில் கற்பித்தார்; கலிபோர்னியா மாநில பல்கலைக்கழகம், நார்த்ரிட்ஜ்; மற்றும் மிச்சிகன் பல்கலைக்கழகம் போன்றவற்றில் வருகை பேராசிரியராக உள்ளார்.

பிறக்காத குழந்தைக்கு ஒரு படுக்கை

எழுதியவர் கலீத் மட்டாவா

சூரியன் கடலில் விழுந்து நீண்ட நாட்களுக்குப் பிறகு

அந்தி வெல்வெட் தாள் போல அடிவானத்தில் இருந்து நழுவுகிறது

காற்று கறுப்பு நிறத்தில் நனைக்கிறது;

நீண்ட காலத்திற்குப் பிறகு மேகங்கள் கற்பாறைகளைப் போல மேலே செல்கின்றன

நட்சத்திரங்கள் வலம் வந்து ஊர்ந்து செல்கின்றன;

உடல்கள் சிக்க, நடனம் மற்றும் தடுமாற்றத்திற்குப் பிறகு

சோர்வு ஊதி அவர்களை வளைக்கிறது

தூக்கம் அதன் கனவுகளை அவிழ்த்து பிசைந்து கொள்கிறது

மற்றும் தனித்த சிலர் அவர்களுக்குள் இருக்கும் ஆறுகளில் மூழ்கி விடுகின்றனர்,

ஒரு பெண் ஒரு ஜன்னலை அவிழ்த்து விடுகிறாள்,

ஷூலெஸ் காட்டில் நடக்கிறது,

அவளுடைய இருண்ட கூந்தல் இருளில் சிதறும் ஒரு கொடி போலிருக்கிறது

அவள் காடுகளுக்குள் நடக்கிறாள், அவள் கால்கள் ஒளி வீசுகின்றன

குட்டைகள் வழியாக, கடினம் நிரம்பிய அழுக்குக்கு மேல்,

புல்வெளி மலைகள் வழியாக, குச்சிகள் மற்றும் கூழாங்கற்களுக்கு மேல்

பகலில் நனைத்த மணல் மீது, கற்கள் சூரிய ஒளிரும்

ஏரிகள் வேகமான நீரோடைகள் மீது

மங்கலான கூந்தல் வீதிகள் வழியாக

இருண்ட சதுரங்கள் மற்றும் தூசி நிறைந்த மேய்ச்சல் நிலங்கள்.

அவள் ஒன்றுமில்லாமல் ஓடுகிறாள், ஒன்றுமில்லாமல் ஓடுகிறாள்,

வலிக்கு அப்பால், கல்லறைகள் மற்றும் தீர்வுகளுக்கு அப்பால்.

இருட்டில் திடுக்கிடும் உயிரினங்களின் கண்கள்

மெழுகுவர்த்தியின் மந்தை போல ஒளிரும்.

அவை சிதறிக்கொண்டு இரவுக்கு அதன் பொருளைக் கொடுக்கின்றன.

ஒரு மணியின் எதிரொலி அவளைத் தூண்டியது

என்ன சக்தி ஒரு வார்த்தையின் வாசனை

யாருடைய புயல் அவளை எழுதியது

அவளை மூழ்கடிக்க வங்கிகள் என்ன விழுந்தன

எந்த இரத்த நட்சத்திரம்

எந்த நூல் நீர்

இது ஒளியின் தந்திரம்

யாருடைய இதயம் தொடங்கப்படுகிறது

அதன் மிதக்கும் ஆன்மா அவளை கவர்ந்தது

அது என்ன வாக்குறுதியை அளித்தது

யாருடைய நினைவு அவளை எரித்தது

யாருடைய ஜெபத்திற்கு அவள் பதில் சொல்ல ஓடினாள்

யாருடைய உதவி, என்ன துக்கம் உறைதல்

அவளுக்குள் என்ன வலி ஏற்பட்டது

அவள் இப்போது என்ன சுவரை மீண்டும் கட்ட வேண்டும்

யாருடைய புதையல் அவளை அழைக்கிறது

அவளை கண்மூடித்தனமாக ஒரு முக்காடு போல ஐவி பரப்பியது யார்?

பகல் உடை நீல சுவரில் பிணைக்கப்பட்டுள்ளது

அதில் இருந்து நட்சத்திரங்கள் விழுகின்றன

எல்லா அர்த்தங்களையும் இழக்கவும்.

பெயர்களை இழந்த கடந்த கிராமங்களை அவள் நடத்துகிறாள்

தங்கள் இடங்களை இழந்த சாலைகள்

திசைகாட்டி மற்றும் மாலுமிகளை இழந்த கடல்கள்

சதுப்பு நிலங்களையும் பயணிகளையும் இழந்த ஆறுகள்

ஸ்லீப்பர்களையும் குற்றவாளிகளையும் இழந்த வீடுகள்

பாடல்கள் மற்றும் நிழல்களை இழந்த மரங்கள்

வயலட் மற்றும் பெஞ்சுகளை இழந்த தோட்டங்கள்

புழுக்கள் மற்றும் விவசாயிகளை இழந்த பள்ளத்தாக்குகள்

தங்கள் தீர்க்கதரிசிகளையும் கொள்ளையர்களையும் இழந்த மலைகள்

தங்கள் பாவிகளையும் ஒற்றர்களையும் இழந்த கோயில்கள்

அதன் வெள்ளி மற்றும் கம்பிகளை இழந்த மின்னல்

பாலங்களை இழந்த சைமராக்கள்

நீரூற்றுகளை இழந்த மினோட்டார்கள்.

பிறை நிலவுகள் அவளுக்கு மேலே வட்டமிடுகின்றன,

பண்டைய வெள்ளை இறகுகள், பறவை இல்லாத, இறக்கையற்ற

தங்கள் சொந்த அர்த்தத்தை இழந்தது.

இசை அவள் பார்வையில் இருந்து எழுகிறது.

அது நிற்கிறது, வெள்ளி பாசிகளால் மூடப்பட்ட ஒரு சுவர்.

ஒரு கிளாரினெட் ஒரு காயமடைந்த மாரியை ஒலிக்கிறது,

குழந்தைகளை இழந்த வயலின் பெண்கள்.

புல்லாங்குழல் அவர்களின் சூடான உலர்ந்த தென்றல்களை வீசுகிறது.

டிரம்ஸ் பூமியின் இடைவிடாத சிரிப்பை உண்டாக்குகிறது.

பியானோக்கள் மந்திரவாதிகள்

அழைக்கும் ஆவிகள் மற்றும் சக்திகள்.

செலோஸ் இடியின் சத்தங்களை மென்று தின்றார்.

துல்கிமர்கள் ஊன்றுகோல்களைத் தவிர்க்கிறார்கள்.

நடன தளங்கள் கத்திகளை ஒளிரச் செய்கின்றன

அவர்களின் நடனக் கலைஞர்களுக்கு தைரியம்.

அனாதைகளைப் போன்ற தெருக்களைப் பற்றி வார்த்தைகள் அரைக்கின்றன.

பின்னர் ஒரு வீணை உறும ஆரம்பிக்கிறது

விடியல் அதன் பொருளை இழக்கிறது.

இரவு பெண், இரவு பெண்

உங்கள் புத்தகம் இப்போது நிரம்பியுள்ளது.

நீங்கள் எல்லா படங்களையும் வரைந்துள்ளீர்கள்.

நீங்கள் பல அமுகையாளர்களைப் பார்த்திருக்கிறீர்கள்.

நட்சத்திரங்கள் உங்கள் வானத்தை நிலவிலும் நிலவுகளிலும் வைத்திருந்தன

உங்கள் ஏரிகளில் மிதந்து அவற்றைக் கழுவ வேண்டும்.

ஒரு பறவை பாடும்போது

பனிக்கட்டி கிளைகள் சூரிய ஒளியை கண்களில் சாய்க்கும்போது

திரைச்சீலைகள் ஒளியுடன் நனைக்கும்போது

கண்ணாடிகள் நிழல்களில் மூழ்கும்போது,

என் குழந்தை, உங்கள் நாளை கரைக்கு கொண்டு செல்லுங்கள்.

உங்கள் விழித்தெழுந்த வார்த்தைகளை வெளியே போடு,

விதைகளைப் போல மணலில் அவற்றை சிதறடிக்கவும்,

உங்கள் கால்களால் மெதுவாக அவற்றைத் தட்டவும்,

பிரகாசமான அலைகளை விடுங்கள்

உங்கள் பொருளைப் பெறுங்கள்.

6. ரஸன் நைம் அல்மக்ரபி

ரஸன் நைம் அல்மக்ரபி லிபிய எழுத்தாளர் மற்றும் பெண்ணியவாதி ஆவார். ரஸன் நயீம் இலக்கிய வாழ்க்கைக்கு மாறுவதற்கு முன்பு கணக்கியல் படித்தார்.

1991 முதல் லிபிய செய்தித்தாள்கள் அவரது எழுத்தை பிரசுரித்தார் வருகிறது. அடிவானம் என்றழைக்கப்படும் கலாச்சார பத்திரிக்கைக்கு மேலாண் பதிப்பாசிரியராக பணியாற்றினார். அவரது வெளியிடப்பட்ட படைப்புகளில் சிறுகதைகள் பல அடங்கும்., அவர்கள் நாடு கடத்தப்பட்டவர்கள் மற்றும் குதிரைகள் தின்னும் கடலில் (2002), பிரதிகளில் ஒரு கடைசி கையொப்பம் (2006), மனிதனுக்கு இடையே (2010), மற்றும் ஆன்மாவின் மொத்த விற்பனை (2010); இரண்டு நாவல்கள் (2004 இல் மகரத்தின் வெப்பமண்டலத்திற்கு இடம்பெயர்வு மற்றும் 2010 இல் பெண்கள் காற்று) மற்றும் ஒரு கவிதை தொகுதி ஆகியவை முக்கியமானவையாகும்.

திரிப்போலியில் உள்ள ஒரு மொராக்கோ ஊழியர் ஐரோப்பாவிற்கு செல்வதற்கு ஒரு கடத்தல்காரனை நாடுகின்ற அவரது வுமன் ஆஃப் விண்ட் (நிசா அல் ரிஹ்) நாவல் 2011 இல் அரபு புக்கர் பரிசுக்கு (அரபு புனைகதைக்கான சர்வதேச பரிசு) நீண்டகாலமாக பட்டியலிடப்பட்டது. 2015 இல், ரஸன் நைம் லிபியாவில் எழுத்தாளர்கள் மற்றும் பத்திரிகையாளர்களுக்கான சுதந்திரத்திற்கான தனது முயற்சிகளுக்காக ஆக்ஸ்பாம் நோவிப் / பென் விருதுடன் அங்கீகரிக்கப்பட்டது.

அல்மக்ரபி திரிப்போலியின் முதல் பெண்கள் உரிமை மாநாட்டை 2012 இல் ஏற்பாடு செய்தார், மேலும் இஸ்தான்புல்லில் நடந்த பெண்கள் உரிமைகள், அமைதி மற்றும் பாதுகாப்பு தொடர்பான மன்றத்தில் சிரியாவின் பெண்களுடன் ஒற்றுமை

அறிக்கையில் கையெழுத்திட்டார். 2013ஆம் ஆண்டில் லிபியாவில் பெண்கள் உரிமைகள் குறித்து ஐக்கிய நாடுகள் சபையின் பெண்கள் நிலை குறித்து அவர் பேசினார். முக்காடு அணியக்கூடாது என்ற அவரது விருப்பம் உட்பட அவரது பொது பெண்ணியம், மரண அச்சுறுத்தல்கள் மற்றும் மத வன்முறைகளுக்கு இலக்காகியுள்ளது; 2013ஆம் ஆண்டில் அவரது வீட்டிற்கு நுழைவாயில் போராளிகளின் பல உறுப்பினர்களால் சுடப்பட்டது.

ராய்டருக்கு அளித்த பேட்டி ஒன்றில் லிபியாவின் நிலைமை மிகவும் சிறப்பாக இல்லை என்று லிபிய நாவலாசிரியரும் பத்திரிகையாளருமான ரஸன் நயீம் அல்-மக்ரபி கூறினார்.

ஆரம்பகால சுதந்திரத்திற்குப் பிறகு, பெண்கள் பொது அலுவலகத்திற்கு ஓடுவதைக் கண்ட பழமைவாதிகள் அதிகாரத்தைப் பெற்றனர், என்று அவர் கூறினார்.

புரட்சிக்கு முன்னர், விவாகரத்து, குழந்தைக் காவல் மற்றும் சொத்து தொடர்பாக பெண்களுக்கு உரிமைகள் இருந்தன, ஆனால் அவை இப்போது அரிக்கப்பட்டு வருகின்றன, மேலும் பெண்கள் முக்காடு போட ஊக்குவிக்கப்படுகிறார்கள் என்று அவர் கூறினார். லிபிய உயர்நீதிமன்றத்தின் முதல் நடவடிக்கைகளில் ஒன்று, பல மனைவிகளை திருமணம் செய்வதற்கான ஆண்களின் உரிமையை உறுதிப்படுத்துவதாகும் என்று அவர் குறிப்பிட்டார்.

அதையும் மீறி, அல்-மக்ரபி கூறுகையில், மனித உரிமைகளை ஆதரிக்கும் பெண்கள் அச்சுறுத்தல்களால் குறிவைக்கப்படுகிறார்கள், மேலும் பெண்களின் உரிமைகளை ஆதரிப்பதற்காக அவரே மரண அச்சுறுத்தல்களைப் பெற்றுள்ளார்.

குரான் பெண்கள் முக்காடு அணியத் தேவையில்லை என்று ஒரு பெண் ஆர்வலர் சமீபத்தில் தொலைக்காட்சியில் கூறியபோது, அவர் மற்ற பெண்களால் தாக்கப்பட்டார் என்பது மிகவும் கவலைக்குரியது. “பெண்களுக்கு எதிரான பெண்கள். இது ஒரு ஆபத்தான போக்கு, “என்று அல்-மக்ரபி கூறினார்.

7. சதேககா முகமது அரபி

சதேகா முகமது அரபி ஒரு அமெரிக்க / அரபு அமெரிக்க சமூக மானுடவியலாளர் மற்றும் பெண் எழுத்தாளர் ஆவார். லிபிய தலைநகர் திரிப்போலியில் பிறந்த இவர், 1970-களின் பிற்பகுதியில் தனது குடும்பத்தினருடன் அமெரிக்காவிற்கு குடிபெயர்ந்தார், இறுதியில் வடக்கு கலிபோர்னியாவில் குடியேறினார். அவர் பின்னர் ஒரு மானிடவியல் பேராசிரியராக பணியாற்றினார் கலிபோர்னியா பல்கலைக்கழகம், பெர்க்லி, சான் பிரான்சிஸ்கோ மாநில பல்கலைக்கழகம், மற்றும் கலிபோர்னியா செயிண்ட் மேரிஸ் கல்லூரி ஆகியவற்றில் பணிபுரிந்தார்.. முஸ்லீம் உலக லீக்கின் (ரபிதத் அல்-ஆலம் அல்-இஸ்லாமி) தீவிர உறுப்பினராகவும் இருந்தார், இது இருபத்தி இரண்டு நாடுகளைச் சேர்ந்த முஸ்லீம் மத பிரமுகர்களைக் கொண்ட உலகின் மிகப்பெரிய ஒன்றாகும். ஜூலை 2007 இல் லிபியாவில் உறவினர்களைப் பார்க்க செல்லும் போது அவர் இறந்தார்.

மே 1994 இல், அரபி சவுதி அரேபியாவின் பெண்கள் மற்றும் சொற்கள் எனும் நூலை வெளியிட்டார்: இலக்கிய சொல்லாடலின் அரசியல் மற்றும் ஒன்பது சமகால சவுதி பெண் எழுத்தாளர்களின் படைப்புகளையும் அரபு கலாச்சார சொல்லாடலை அவர்களின் செல்வாக்கையும் ஆராய்கிறார். நேர்காணல்கள் மற்றும் உரை பகுப்பாய்வுகளின் அடிப்படையில், பெண்கள் மற்றும் எழுத்தாளர்களாக கலாச்சார, அரசியல் மற்றும் மதக் கட்டுப்பாடுகள் இருந்தபோதிலும், சவூதி அரேபியாவில் வரலாறு, மதம் மற்றும் பாரம்பரியம் ஆகியவற்றின் வரையறை செய்து மற்றும் விளக்கத்திற்கு பெண் எழுத்தாளர்கள் கணிசமாக பங்களிப்பு செய்கிறார்கள் என்று ஆய்வு கூறுகிறது. இந்த அற்புதமான வேலையில், அரபி இனவியல் விளக்கத்தை ஈர்க்கிறார்.சவுதி பெண் எழுத்தாளர்களின் தனித்துவத்தை நிறுவுவதற்கான இலக்கிய

சான்றுகள்: "சொல்லாடலின் ஒரு பொருளாக மட்டுமல்லாமல், சொல்லாடல் உற்பத்தியாளர்களாகவும் தங்கள் சொந்த நூல்களை உருவாக்கி, பிரபஞ்சத்தைப் புரிந்துகொள்வதற்கான சொந்த கருத்துக்களை உருவாக்குகின்றனர். 1970-களின் பிற்பகுதியிலிருந்து அவர்களைப் பற்றிய சொல்லாடலின் சக்தி, பெண்களின் வார்த்தைகள் இடைவிடாமல் அவர்களின் சவாலில் தைரியமாக இருந்தன. "

1978ஆம் ஆண்டு முதல் ஷேக் அப்துல்-அஜீஸ் இப்னு அப்துல்லாஹ் இப்னு பாஸ் எழுதிய ஒரு ஃபத்வாவை (மத சட்டக் கருத்து) மேற்கோள் காட்டுகிறார், பெண் எழுத்தாளர்கள் மாற்ற முயற்சிக்கும் பெண்களின் அடிப்படைவாத பார்வையை சுருக்கமாகக் கூறுகிறார். கருத்து இவ்வாறு கூறுகிறது:

பெண்கள் ஆண்களின் பாதுகாப்பைத் தாக்குவது கடவுளுக்கு ஆட்சேபனை கடவுளின் புத்தகம் மற்றும் அவரது விவேகமான சட்டத்தின் மீதான தாக்குதல் ஆகும். இஸ்லாத்தின் உலமாக்களின் ஒருமித்த கருத்துப்படி செய்தித்தாள் அதன் வெளியீட்டை நிறுத்துவதன் மூலம் பகிரங்கமாக தண்டிக்கப்பட வேண்டியது அவசியம். அதில் எழுதிய பெண்ணையும், தலைமை ஆசிரியரையும் ஒரு தடுப்பு முறையில் விசாரித்து ஒழுங்குபடுத்த வேண்டும்.

அவள் எழுப்பிய கேள்விக்கு அவளுடைய புத்தகம் இப்படி பதிலளிக்கிறது:

அதிகாரத்தின் மொழியை எதிர்ப்பதற்கான வழிமுறையாகவும், அழகியல் என்பது கருத்துகள், யோசனைகள் மற்றும் அவற்றைக் கட்டுப்படுத்தப் பயன்படுத்தப்படும் நிறுவனங்களின் திருத்தங்களுக்கான அரசியல் மூலோபாயமாகவும் பெண்களை எவ்வாறு பயன்படுத்துகிறார்கள்?

எவ்வாறாயினும், இந்த எழுத்தாளர்கள் மேற்கத்திய பெண்ணிய வாதிகளின் எதிர்ப்புக் கருத்துக்களுக்கோ அல்லது ஆணாதிக்கத்தின் வரையறைகளுடனோ ஒத்துப்போகவில்லை என்று அரபி வாதிடுகிறார். மற்றொரு முந்தைய படைப்பில், அரபி முஸ்லீம் பெண்களைப் பற்றி ஒரு முக்கியமான கருத்தை வெளியிட்டார்:

உலகளவில் பொருந்தக்கூடியதாகக் கருதப்படும் வளாகங்களில் கணிக்கப்பட்ட ஒரு மேற்கத்திய பெண்ணியவாதத்தை பின்பற்றுவது முஸ்லிம் பெண்களுக்கு பொதுவாக கடினமாக இருப்பதற்கு மூன்று காரணங்கள் உள்ளன. முதலாவதாக, முஸ்லீம் பெண்கள் 'குடும்ப உறவுகள் மற்றும் உறவுகள் [பெண்கள்] விடுதலைக்கு ஒரு தடையாக இருப்பதை'உணரவில்லை; இரண்டாவதாக,

'முஸ்லீம் பெண்களின் "பிரச்சினையை" ஒரு மதப் பிரச்சினையாக மேற்கு நாடுகள் அடையாளம் காண்பதில் அதிருப்தி உள்ளது; மூன்றாவதாக, சாத்தியங்கள் மேற்கத்திய பெண்ணியவாதிகளால் பரிந்துரைக்கப்பட்ட அர்த்தத்தில் ஒரு 'விடுவிக்கும் சக்தியாக' இங்கு செயல்படவில்லை.

- எஸ். அரபி, "மத்திய கிழக்கில் பாலின மானுடவியல்," இஸ்லாமிய சமூக அறிவியல் இதழ் (1991)

சவூதி அரேபியாவில் பெண்களின் & சொற்கள்: ஃபூக்கோவிய சக்தி பெரிய சூழல்களில் அவர்களுடைய நிலையை புரிந்து தொந்தரவு செய்யும் ஒரு வழிமுறையாக படைப்பு அல்லது இதழியல் எழுத்தாளர்கள் தங்கள் வேலையை உணர எப்படி எழுத்தாளர்கள் ஆய்வு செய்கின்றனர் என்பதும் சொல்லாடலின் கருத்தை பெண்களின் பாத்திரங்கள் மற்றும் நடத்தை கோட்பாட்டுக்கு பொறுப்பான "வாய்மொழி இயந்திரங்கள்". சமூகத்தின் சில அம்சங்களுக்கு எதிர்ப்பு தெரிவித்து முக்கிய கலாச்சார விழுமியங்கள் மற்றும் நிறுவனங்களை உறுதிப்படுத்துதல் ஆகியவற்றுக்கு இடையில் ஒரு பேச்சுவழக்கை நிறுவ முற்படும் சவுதி பெண்கள் உரைநடை எழுத்தாளர்கள் ஏற்றுக்கொண்ட பல்வேறு அணுகுமுறைகளை அவர் விவரிக்கிறார். இந்த அணுகுமுறைகளைப் பாராட்டுவது சவுதி பெண் எழுத்தாளர்கள் எவ்வாறு இந்தத் துறையில் அணுகலைப் பெறுகிறது என்பதைப் புரிந்துகொள்வதில் முக்கியமானது என்று அரபி வாதிடுகிறார். கலாச்சார அரசியல் மற்றும் இஸ்லாம், பாலின உறவுகள் சமூகத்தில் பெண்களின் சாத்தியமான பாத்திரங்கள் பற்றிய தங்கள் சொந்த விளக்கங்களை சமர்ப்பிக்கவும் அவள் வாதங்களை முன்வைக்கிறாள்:

எழுத்தாளர்கள் எப்போதுமே ஒரு கலாச்சாரத்தை அதன் படைப்பாளர்களாக இல்லாவிட்டால், சவுதி சமுதாயத்தில் அவர்கள் ஒரே நேரத்தில் நுழைவாயில் காவலர்கள், வக்கீல்கள், நியதிகளின் பாதுகாவலர்கள் மற்றும் உரைபெயர்ப்பாளர்கள் என்று எதிர்பார்க்கப்படுகிறார்கள். அதிகார மையங்களால் வரையறுக்கப்பட்டுள்ளபடி எழுத்தின் நோக்கம், இந்த சக்தி மையங்களின் கருத்துக்களுடன் வழிநடத்தப்பட்டு யதார்த்தத்தைப் பற்றிய ஒரு கருத்தை உருவாக்குவதாகும்.

அத்தியாயம் 1 ("மகளிர் வாய்ப்புகள் & எழுதும் சமூக அமைப்பு") இலக்கியத்தின் சமூக அமைப்பு மற்றும் பெண் எழுத்தாளர்களின் நியாயத்தன்மையின் அடிப்படையையும் இலக்கியச் செயல்களில்

ஈடுபடுவதற்கான வாய்ப்பின் கட்டமைப்பையும் ஆராய்கிறது. அத்தியாயம் 2 ("தற்போதைய வரலாறு மற்றும் வரலாற்றின் இருப்பு: சின்னங்களில் போக்குவரத்து, அறிவு மற்றும் அனுபவம்") இது மூன்று எழுத்தாளர்களை மையமாகக் கொண்டுள்ளது. கவிஞர் ஃபவ்சியா அபு-காலித், இலக்கியம் மற்றும் மதத்தின் உறவில் ஆர்வமாக உள்ளார். "விவாதத்தின் உரிமை மற்றும் சொற்பொழிவில் பங்கேற்பதற்கான உரிமை அனைவருக்கும் வழங்கப்பட வேண்டும்" என்று அவர் நம்புகிறார். மாற்றம், புத்திஜீவிகளால் அல்ல, வெகுஜனங்களைப் பொறுத்தது என்று அவர் நம்புகிறார். ருகய்யா ஆஷ்-ஷாபிப், ஒரு சிறுகதை எழுத்தாளராக நன்கு அறியப்பட்டவர், வரலாற்றை ஆழமாக மாற்றிய சாதாரண பெண்கள் மீது கவனம் செலுத்துகிறார். இரண்டு உதாரணங்கள் சொல்லலாம் ஷெஹேரஜடே மற்றும் பல்கீஸ் சேபா ராணி. "பிரச்சினை ஆண் ஆதிக்கம் அல்ல, மாறாக பெண் அடிபணிதல்" என்று அவர் நம்புகிறார். ஒரு முன்னோடி நாடக ஆசிரியரான ரஜா அலெம், இலக்கியத்தின் முதன்மை செயல்பாடு "தனிமனிதனின் விடுதலை" என்று கருதுகிறார்.

அத்தியாயம் 3 ("பாதிக்கப்பட்ட இலக்கியம்: நீதிக்கான கவிதைகள் - பிரதிநிதித்துவ அரசியல்") இது மூன்று சிறுகதை ஆசிரியர்களை மையமாகக் கொண்டுள்ளது. ஷெரீஃபா அஸ்-ஷாம்லான் "ஒரு சமூக சேவையாளராக, குறிப்பாக சிறையில் உள்ளவர்களுடன் தொடர்பு கொள்ளும் பெண்களின் நிஜ வாழ்க்கையிலிருந்து அவரது பெரும்பாலான கதைகளை வரைகிறார்." கெய்ரியா அஸ்-சகாஃப் "அவசரத்தில் இருக்கும், காரில் படிக்கும், அல்லது வேறு ஏதாவது செய்யும்போது பிஸியாக இருக்கும்போது படிக்கும் ஒருவருக்காக எழுதவில்லை" என்று விளக்குகிறார். நஜ்வா ஹாஷிமின் கதைகள் பொதுவாக "உண்மையான மற்றும் இலட்சியத்திற்கு இடையிலான முரண்பாடுகளுடன் போராடும்"என்ற வகையில் பெண்களைக் கையாளுகின்றன.

அத்தியாயம் 4 ("சிக்கல்களை மறுவரையறை செய்தல்: மறு பார்வை மற்றும் வேறுபாட்டின் உற்பத்தி") மிகவும் பரவலாக வாசிக்கப்பட்ட மூன்று பெண் சவுதி கட்டுரையாளர்களை இது ஆராய்கிறது. ஜுஹயர் அல்-முசாய்டின் திறமை அவசியமான பதில்களை வழங்காமல் சரியான கேள்விகளைக் கேட்கும் திறனைச் சுற்றி வருகிறது. பெண்கள் வாசகர்களிடையே குறிப்பாக பிரபலமடையாத ஜுஹாயர் "ஆண்களுடனான தனது கூட்டணியை அறிவிப்பதாகக் கருதப்படுகிறார், எனவே ஆதிக்கம் செலுத்தும் சொற்பொழிவின் வளாகத்தை வலியுறுத்துகிறார்."

சமூகங்கள் தங்களை எவ்வாறு ஒழுங்குபடுத்துகின்றன என்ற பிரச்சினையை "பரந்த அளவில் புரிந்துகொண்டு கட்டமைப்பு காரணங்களின் அடிப்படையில் ஆராய்ந்தால் மட்டுமே தீர்க்க முடியும்" என்று ஃபட்னா ஷேக்கர் நம்புகிறார். சோஹைலா ஜெய்ன் அல்-ஆபிதீன் "பிற இலக்கிய ஆண்களும் பெண்களும் ஆதிக்கம் செலுத்தும் சொற்பொழிவுக்கு ஏற்ப இருப்பதாகக் கருதப்படுகிறார்கள்."

அத்தியாயம் 5 ("இலக்கிய ஓரங்கட்டல் மற்றும் பொதுமக்களின் தனியார்மயமாக்கல்") அவர்களின் எழுத்துக்கான விமர்சன பதிலைக் கையாள்கிறது, அதில் "பெண் தனியாக" இருந்து ஒரு மாற்றம் நிகழ்கிறது, ஆனால் பெண்களின் மனதின் தயாரிப்புகள் ஒரு சூழ்நிலைக்கு பொது சொற்பொழிவின் பொருள் பகிரங்கப்படுத்தப்பட்டவை தனியார் மயமாக்கப்படுகின்றன. இறுதி அத்தியாயத்தில் ("முடிவுகளும் தாக்கங்களும்") அரபி அவர்களின் கலாச்சாரத்திற்குள் பெண் எழுத்தாளர்களின் பங்கின் தாக்கங்களையும், அவர்களின் எந்திரத்தை வளர்க்கும் கலாச்சார எந்திரத்தையும் கோட்பாடு செய்கிறது. முக்கிய கலாச்சார விழுமியங்கள் மற்றும் நிறுவனங்களின் எதிர்ப்பிற்கும் உறுதிப்படுத்தலுக்கும் இடையில் ஒரு இயங்கியல் உறவை அவர்கள் நிறுவுகிறார்கள் என்று கருதி, அவர்களின் முயற்சியை எதிர்ப்பின் வடிவமாகப் பார்ப்பதில் நாங்கள் நியாயப்படுத்தப்படுகிறோமா என்ற கேள்விக்கு அவர் பதிலளிக்க முயற்சிக்கிறார்.

8. அஹ்மத் இப்ராஹிம் அல் ஃபாகிஹ்

அஹ்மத் இப்ராஹிம் அல்-ஃபாகிஹ் (டிசம்பர் 28, 1942 - ஏப்ரல் 30, 2019) ஒரு லிபிய நாவலாசிரியர், நாடக ஆசிரியர், கட்டுரையாளர், பத்திரிகையாளர் மற்றும் இராஜதந்திரி ஆவார். சிறு வயதிலேயே சிறுகதைகளை லிபிய செய்தித்தாள்கள் மற்றும் பத்திரிகைகளில் வெளியிடத் தொடங்கினார். 1965ஆம் ஆண்டில் அவர் தனது முதல் சிறுகதைத் தொகுப்பான தேர் இஸ் நோ வாட்டர் இன் தி சீ அவருக்கு லிபியாவில் உள்ள ராயல் கமிஷன் ஆஃப் ஃபைன் ஆர்ட்ஸ் வழங்கிய மிக உயர்ந்த விருதை வென்றபோது அங்கீகாரம் பெற்றார். ஃபாகி பல்வேறு வகைகளில் பல புத்தகங்களை எழுதினார், சிறுகதைகள், நாவல்கள், நாடகங்கள், கட்டுரைகள், அவர்கள் மத்தியில் உட்பட பல நூல்களை எழுதியுள்ளார். கசீல்ஸ்(நாடகம்), மாலை வருகையாளர் (நாடகம்), இரவு முத்தொகுதி தோட்டம் (நாவல்கள்), ஆஷஸ் பள்ளத்தாக்கு (நாவல்), அவரது 12-தொகுதி காவிய நாவல் ஆத்மாவின் வரைபடங்கள், அதன் முதல் மூன்று தொகுதிகளை ஆங்கிலத்தில் மொழிபெயர்த்து, 2014 இல் இங்கிலாந்தில் DARF வெளியீட்டாளர்களால் வெளியிடப்பட்டது. ஃபாகியை பல ராஜதந்திர தூதுவராக பல நாடுகளில் வேலைபார்த்தார்.லிபியா, லண்டன், ஏதென்ஸ், புக்கரெஸ்ட் மற்றும் கெய்ரோ. பின்னர் அவர் கெய்ரோ மற்றும் திரிப்போலி ஆகியவற்றுக்கு இடையே வாழ்ந்தார்.

அகமது ஃபாகி 1942 மிஸ்டா என்ற ஒரு தெற்கு திரிப்போலி நகரத்தில் பிறந்து அவர் பள்ளியில் நுழைந்து அவர் மேலும் உயர் கல்வி கற்க மற்றும் அவரது எழுத்து வாழ்க்கையில் தொடங்க 1957 ல் திரிப்போலி குடிபெயர்ந்தனர்.1962ஆம் ஆண்டில் யுனெஸ்கோ நிதியுதவி திட்டத்தின் உதவியுடன் இதழியல் படிக்க ஃபாகி எகிப்துக்குப் பயணம் செய்தார், பின்னர் திரிப்போலிக்குத் திரும்பி

பத்திரிகையாளராகப் பணியாற்றினார். 1965ஆம் ஆண்டில் அவர் தனது முதல் சிறுகதைத் தொகுப்பை தெர் இஸ் நோ வாட்டர் இன் தி சீ (அரபு: البحر لا ماء فيه) என்ற தலைப்பில் வெளியிட்டார், இது அவருக்கு லிபியாவில் உள்ள ராயல் கமிஷன் ஆஃப் ஃபைன் ஆர்ட்ஸ் வழங்கிய மிக உயர்ந்த விருதை வென்றது. 1960-களின் பிற்பகுதியில் அவர் 1972 வரை நாடகத்தைப் படிக்க லண்டனுக்குச் சென்றார். பிரிட்டனில் இருந்து திரும்பிய பின்னர் அவர் தேசிய இசை மற்றும் நாடகக் கழகத்தின் இயக்குநராக நியமிக்கப்பட்டார். 1972ஆம் ஆண்டில் ஃபாகி செல்வாக்குமிக்க கலாச்சார மற்றும் இலக்கிய செய்தித்தாளான தி கல்ச்சுரல் வீக்லி (அல்-உஸ்பே அல்-தகாஃபி) இன் ஆசிரியரானார், இதில் பல புதிய லிபிய எழுத்தாளர்கள் இடம்பெற்றிருந்தனர். இந்த காலகட்டத்தில் அவர் தி நியூ தியேட்டர் நாடகக் குழுவை நிறுவினார், இதன் மூலம் அவர் பல நாடகங்களை இயக்கியுள்ளார்.

ஃபாகி லிபிய தகவல் மற்றும் கலாச்சார அமைச்சகத்தின் கலை மற்றும் இலக்கியத் துறையின் தலைவரானார், 1978ஆம் ஆண்டில் லிபிய எழுத்தாளர்கள் சங்கத்தின் நிறுவனர்களில் ஒருவராக இருந்தார், அதன் முதல் பொதுச் செயலாளராக தேர்ந்தெடுக்கப்பட்டார், பின்னர் மீண்டும் லண்டனுக்குப் பயணம் செய்தார் பிரிட்டனில் உள்ள லிபிய தூதரகத்தில் பத்திரிகையாளர் ஆலோசகராக ஒரு இராஜதந்திர பதவியை வகிக்க, அவர் அரபு கலாச்சார அறக்கட்டளையை நிறுவினார், இது அஸூர் என்ற கலாச்சார காலாண்டு இதழைத் துவக்கியது.

1983ஆம் ஆண்டில், எடின்பர்க் பல்கலைக்கழகத்தின் கலை பீடத்தில் இருந்து தத்துவவியல் முனைவர் பட்டம் பெற்றார், 'லிபிய சிறுகதை' குறித்த ஆய்வறிக்கையைச் சமர்ப்பித்தார் அவர் தனது மூன்று பகுதி நாவலான கார்டன் ஆஃப் தி நைட் 1991 இல் வெளியிட்டார், இது சிறந்த விருதை வென்றது 2000ஆம் ஆண்டில் லிபிய எழுத்தாளர்களின் 13 சிறுகதைகளின் ஆங்கிலத் தொகுப்பைத் திருத்தியுள்ளார்.

படைப்புகள் (சிறுகதைகள்)

1. கடலில் நீர் இல்லை (1965) البحر لا
2. உங்கள் சீட்பெட்டுகளை கட்டுங்கள் اربطوا أحزمة
3. நட்சத்திரங்கள் மறைந்துவிட்டன, எனவே நீங்கள் எங்கே இருக்கிறீர்கள்? النجوم فأين أنت
4. ஒளியின் பெண் إمرأة من

5. மரத்தை முயற்சிக்கும் ஐந்து வண்டுகள் خمس خنافس
6. வெனிஸின் கண்ணாடிகள் مرايا
7. 30 சிறுகதைகள் ثلاثون قصة

நாவல்கள்

1. வீடற்ற எலிகள் فئران بلا
2. ஆஷஸ் பள்ளத்தாக்கு حقول
3. வேறொரு நகரத்துடன் உங்களை முன்வைக்க வேண்டும் سأهبك مدينة
4. இவை எனது ராஜ்யத்தின் எல்லைகள் هذه تخوم
5. ஒரு பெண்ணின் சுரங்கப்பாதை نفق تضيئه
6. முத்தொகுப்பு (இரவு தோட்டம்) الثلاثية
7. வரைபடங்களின் வரைபடங்கள், 12 தொகுதிகளில் புனைகதையின் காவிய வேலை خرائط

டாக்டர் ஃபாகிஹ் அரபு மொழியில் 40 புத்தகங்களையும் பிற மொழிகளில் வளர்ந்து வரும் எண்ணிக்கையையும் வெளியிட்டுள்ளார். ஆங்கிலத்தில் அவரது புத்தகங்களின் பட்டியலில் ஐந்து நாவல்கள் மற்றும் நான்கு சிறுகதைகள் மற்றும் எட்டு நாடகங்கள் உள்ளன, அவற்றில் பல ஐக்கிய இராச்சியம் மற்றும் அமெரிக்காவில் உள்ள திரையரங்குகளில் நிகழ்த்தப்பட்டன. அவரது எழுத்துக்களில் 1991ஆம் ஆண்டில் அரபு மொழியில் சிறந்த நாவலுக்கான விருதை வென்ற கார்டன்ஸ் ஆஃப் தி நைட் என்ற முத்தொகுப்பு அடங்கும். அவரது புதிய நாவலான மேப்ஸ் ஆஃப் தி சோல் 2008 இல் வெளியிடப்பட்டது.

அவர் தனது நாட்டிலும் வெளிநாட்டிலும் பல நிறுவனங்களை நிறுவி தலைமை தாங்கினார். அவர் வகித்த பதவிகளில் அரபு கலாச்சார அறக்கட்டளையின் தலைவரும் ஒருவர். எழுத்தாளர்கள் மற்றும் கலைஞர்களின் லிபிய சங்கத்தின் பொதுச் செயலாளராகவும், லிபிய தேசிய நாடக மற்றும் இசை நிறுவனத்தின் இயக்குநராகவும் தேர்ந்தெடுக்கப்பட்டார். டாக்டர் ஃபகிஹ் திரிப்போலி-தி நியூ தியேட்டரில் நிறுவிய நாடகக் குழுவிற்காக பல நாடகங்களை இயக்கி, நிகழ்த்தினார், மேலும் 1970-1980 க்கு இடையில் லிபிய மதிப்புமிக்க இலக்கியக் கட்டுரையான அல் இஸ்புஸ் அல்-தகாஃபியின் ஆசிரியரானார்.

இராஜதந்திர பணிகள்

டாக்டர் ஃபாகி ஏதென்ஸ் மற்றும் புக்கரெஸ்டில் உள்ள லிபியாவின் இராஜதந்திர பணிகளின் தலைவராக பணியாற்றினார். மிஸ்டா பாரம்பரிய சமுதாயத்தின் தலைவராக உள்ள இவர், 1989ஆம் ஆண்டில் தனது நாட்டில் மிக உயர்ந்த பதக்கமான தி கிராண்ட் அல்-ஃபத்தா பதக்கம் பெற்றார்.

கென்னடி மையத்தின் அரேபஸ்யூ: ஆர்ட்ஸ் ஆஃப் தி அரபு உலகின் ஒரு பகுதியான "இலக்கியம் மற்றும் உண்மையான அரபு உலகம்" என்ற நிகழ்ச்சியில் பங்கேற்க சில புகழ்பெற்ற அரபு எழுத்தாளர்கள் மற்றும் கலைஞர்களுடன் அவர் அழைக்கப் பட்டார். இந்த திட்டத்தை ஜான் எஃப். கென்னடி சென்டர் ஃபார் பெர்ஃபாமிங் ஆர்ட்ஸின் சர்வதேச பிரிவு நிதியுதவி செய்கிறது.

சமீபத்தில், அவரது நாடகம் வென் தி ஸ்டார்ஸ் சிங் நியூயார்க் பல்கலைக்கழகத்தின் நாடகப் பள்ளியால் நிகழ்த்தப்பட்டது.

9. இப்ராஹும் அல்-காநி

இப்ராஹம் குனி (சில சமயங்களில் இப்ராஹம் அல்-காநி என மொழிபெயர்க்கப்பட்டுள்ளது) (ابراهيم الكوني) ஒரு லிபிய எழுத்தாளர் [மற்றும் மிகவும் பிரபலமான அரபு நாவலாசிரியர்களில் ஒருவர்.

1948ஆம் ஆண்டில் கடாமிஸ் நகரத்தின் ஃபெஸான் பிராந்தி யத்தில் பிறந்த இப்ராஹிம் கானி துவாரெக்கின் பாரம்பரியத்தின் அடிப்படையில் வளர்க்கப்பட்டார், இவரது பிரபலமாக நூல்"மறைக்கப்பட்ட ஆண்கள்" அல்லது "நீல மனிதர்கள்" என்று அழைக்கப்படுகிறது. மாயாஜால யதார்த்தவாதி, சூஃபி கற்பனையாளர் மற்றும் கவிஞர், நாவலாசிரியர் என்று புகழப்பட்ட கானாவின் எழுத்துக்களில் புராணக் கூறுகள், ஆன்மீக தேடல்கள் மற்றும் இருத்தலியல் கேள்விகள் கலக்கின்றன.

அவர் தனது குழந்தைப் பருவத்தை பாலைவனத்தில் கழித்தார், மேலும் அவர் பன்னிரண்டு வயதில் அரபு மொழியைப் படிக்கவும் எழுதவும் கற்றுக்கொண்டார். கானி மாஸ்கோவில் உள்ள மாக்சிம் கார்க்கி இலக்கிய நிறுவனத்தில் ஒப்பீட்டு இலக்கியம் பயின்றார், பின்னர் மாஸ்கோ மற்றும் வார்சாவில் பத்திரிகையாளராக பணியாற்றினார்.

அல்-கோனி சமகால அரபு இலக்கியத்தின் ராட்சதர்களில் ஒருவராக உள்ளார், மேலும் தனித்துவமான மற்றும் உலகப் பார்வையை உள்ளடக்கிய இலக்கிய பார்வையைக் கொண்டவர். தமாஷேக் பேசும் ட்வெரெக் மக்களிடையே அல்-கோனியின் வேர்களைப் பற்றி கொல்லா பேசுகிறார், நிச்சயமாக அவரது எழுத்து இலக்கிய நிலப்பரப்பின் முக்கிய பகுதியாகும். அல்-கோனி அரபியில் எழுதுகிறார், ரஷ்யாவில் படித்தார், சுவிட்சர்லாந்தில் வாழ்ந்தாலும், அவர் இன்னும் டுவெர்க் மற்றும் பாலைவனத்துடன்

பிணைக்கப்பட்டுள்ளார். நாடோடி வாழ்க்கை மற்றும் நாட்டுப்புறக் கதைகள் அவரது நாவல்களை ஊடுருவிச் செல்வது மட்டுமல்லாமல், கடந்த வாரம் தான், தனது 100, 000 டாலர் அரபு நாவல் பரிசை மாலி மற்றும் நைஜரின் ட்வெரெக்கிற்கு வழங்கினார்.

ஆனால் அல்-கோனி, கொல்லா குறிப்பிடுவதைப் போல, "சூஃபி மாயவாதம், ரஷ்ய இருத்தலியல், அமெரிக்க ஆழ்நிலை, பழைய உலக புராணங்கள், ஜெர்மன் காதல்வாதம் மற்றும் பலவற்றுடன்" இணைப்புகள் உள்ளன."சுவிஸ் வேர்ல்ட்" உடனான ஒரு சுவாரஸ்யமான நேர்காணலில், அல்-கோனி, தனது அனைத்து எழுத்துகள் அலைந்து திரிந்த போதிலும், பாலைவனம் தனது தொடக்க புள்ளியாக உள்ளது:

ஒருவரின் பிறப்பிடத்தை தவிர்க்க முடியாதது போல, பாலைவனம் அதன் பூர்வீக மக்களின் ஆத்மாக்களில் புதிரான அடையாளங்களை புதைத்து, ஆழமாக தூங்குவதோடு ஒரு நாள் விழித்திருக்க வேண்டும். என் பெரிய பாலைவனம் எனக்குள் விதைக்கப்பட்ட அறிகுறிகள் என்னை ஒரு கவிஞனாகவும், இந்த உலகத்தின் உண்மைக்குப் பின் தேடுபவனாகவும் ஆக்கியுள்ளன.

அல்-கோனியின் படைப்புகளுக்கு பாலைவனம் உருவகமானது- இது ஒருபோதும் ஒரு புவியியல் நிகழ்வு அல்ல என்றும் மிகவும் உறுதியானது என்றும் அவர் கூறுகிறார்:

நான் குறிப்பாக ஹம்மதா அல் ஹம்ரா அல்லது 'சிவப்பு பீடபூமி' என்று அழைக்கும் பாலைவனத்தின் வடமேற்கு விளிம்பைப் பற்றி பேசுகிறேன். மிகவும் பொதுவாக, அடிவானத்திற்கு முடிவில்லாமல் நீண்டு கொண்டிருக்கும் அபரிமிதமான வெறுமையை நான் அர்த்தப்படுத்துகிறேன், அங்கு அது நித்திய தெளிவான வானத்தை சந்திக்கிறது, அது அதன் நிர்வாணத்தில் சமமாக இருக்கிறது. அவர்கள் ஒன்றாக ஒரு தொடர்ச்சியான உடலை உருவாக்குகிறார்கள், யாருடைய நெருக்கமான அரவணைப்பின் ரகசியம் உண்மையில் இன்னும் தேடுகிறது

அல்-கோனி 12 வயதில் அரபு மொழியைக் கற்றுக்கொண்டார், பின்னர் ரஷ்யாவில் இலக்கியம் பயின்றார். இந்த நடவடிக்கை தஸ்தாயெவ்ஸ்கி மற்றும் பிற ரஷ்ய நாவலாசிரியர்களின் அன்பினாலும், ரஷ்ய மொழிபெயர்ப்பில் சர்வதேச இலக்கியத்தின் அதிக அகலத்தைப் படிக்கும் வாய்ப்பினாலும் தூண்டப்பட்டதாக அவர் "சுவிஸ் உலகத்திடம்" கூறுகிறார்.

எவ்வாறாயினும், இயற்கை உலகம் குறித்த தேசத்தின் அணுகுமுறையால் அவர் ஏமாற்றமடைந்தார். ரஷ்யாவிலிருந்து,

அவர் போலந்திற்கும், பின்னர் சுவிட்சர்லாந்திற்கும் சென்றார். இயற்கையைப் பற்றிய சுவிஸ் மனப்பான்மையே அவரை "ஒரு வகையான கவிதை" என்று தாக்கியுள்ளது, அல்லது சூஃபி அன்பின் ஒரு வடிவமாக, விசித்திரமான அன்பாகக் கூறுவோம் "என்று அல்-கோனி கூறினார்.

ஆனால் ஆல்ப்ஸைப் பார்க்கும்போது அவர் எவ்வாறு பாலைவனத்தைப் பற்றி தொடர்ந்து புத்தகங்களை எழுத முடியும்?

பாலைவன குவா பாலைவனத்தைப் பற்றி பேசுவது எனது பணியாக இருந்தால், தலைப்பில் ஒரு கடிதம் கூட என்னால் எழுத முடியவில்லை. ஒரு சிறு குழந்தையாக நான் என் சொர்க்கத்திலிருந்து வெளியேற்றப்பட்டேன், நினைவில் கொள்ளுங்கள். நான் ஒரு தீர்க்கதரிசியாக இருந்தாலும், அதைப் பற்றி அறுபது புத்தகங்களை நினைவகத்திலிருந்து எழுத முடியவில்லை. ... ஆகவே, எனது இந்த அன்புக்குரியவனாக மாற்றுவதற்காக, இன்னொரு வகையான நினைவாற்றலை நான் பெற்றிருக்கிறேன், சூஃபிகள், இஸ்லாமிய மாயவாதிகள், 'உள் நினைவகம்' என்று அழைக்க விரும்புகிறார்கள், உளவியலாளர்கள் 'மயக்கமற்றவர்கள்' என்று குறிப்பிடுகிறார்கள். எந்த காரணத்திற்காக என் இதயத்தில் வாழும் பாலைவனம் துல்லியமாக என் இதயத்திற்கு வெளியே இருக்கும் அதே பாலைவனம் அல்ல.

2007 வாக்கில், கானி 80-க்கும் மேற்பட்ட புத்தகங்களை வெளியிட்டு ஏராளமான விருதுகளைப் பெற்றார். அனைத்தும் அரபியில் எழுதப்பட்டவை, அவரது புத்தகங்கள் 35 மொழிகளில் மொழிபெயர்க்கப்பட்டுள்ளன. அவரது நாவலான கோல்ட் டஸ்ட் 2008 இல் ஆங்கிலத்தில் வெளிவந்தது. 2015ஆம் ஆண்டில், கோனா மேன் புக்கர் சர்வதேச பரிசுக்கு தேர்வு செய்யப்பட்டார், இது 2016ஆம் ஆண்டு நிலவரப்படி மிகவும் மதிப்புமிக்க சர்வதேச பாராட்டு ஆகும். அவரது படைப்புகள் பின்வருமாறு:

இப்ராஹிம் கானி அனுபிஸ்: ஒரு பாலைவன நாவல். வில்லியம் எம். ஹட்சின்ஸ் மொழிபெயர்த்தார்

இப்ராஹிம் கானி, தங்க தூசி. எலியட் கோலா மொழிபெயர்த்தார். லண்டன்: அரேபியா புக்ஸ், 2008. ஐ.எஸ்.பி.என் 978-1-906697-02-0

இப்ராஹிம் கானி, தி அனிமிஸ்டு. எலியட் கோலா மொழி பெயர்த்தார்.

இப்ராஹிம் குனி, கல்லின் இரத்தப்போக்கு. மே ஜெயுசி மற்றும் கிறிஸ்டோபர் டிங்லே ஆகியோரால் மொழிபெயர்க்கப்பட்டுள்ளது.

இப்ராஹிம் கானி, பொம்மை. வில்லியம் எம். ஹட்சின்ஸ் மொழிபெயர்த்தார்.

இப்ராஹிம் கானி, சேத்தின் ஏழு முக்காடுகள். வில்லியம் எம். ஹட்சின்ஸ் மொழிபெயர்த்தார். படித்தல், யுகே: கார்னெட் பப்ளிஷிங், 2008. ஐ.எஸ்.பி.என் 978-1-85964-202-3

மெய்ன்ராட் காலேஜா, "இப்ராஹிம் அல்-கோனியில் பாலைவன உருவகங்களின் தத்துவம் - கல்லின் இரத்தப்போக்கு", 2013, ஃபராக்சா பப்ளிஷர்ஸ்.

10. நஜ்வா பின் ஷத்வான்

நஜ்வா பின்ஷத்வான் (1970 இல் பிறந்தார்) ஒரு லிபிய கல்வியாளர் மற்றும் எழுத்தாளர். அவள் 40 வயதிற்கு எழுத்தாளர் திரட்டு ஒன்றில் தேர்ந்தெடுக்கப்பட்டுள்ள 39 அரபு மொழி எழுத்தாளர்கள் ஒன்றாக இருந்தது பெய்ரூட்39 (2009)எனும் தொகுப்பு. அவரது நாவல் ஷரிப் அல்-அபித் 2017ல் அரபு ஃபிக்ஷன் சர்வதேச பரிசு கிடைத்தது.

நஜ்வா பின்சத்வான் அஜ்டபியா, லிபியா 1970 இல் பிறந்தார். அவள் ஒரு விரிவுரையாளராக பணியில் ஈடுபட்டிருந்த பிறகு கல்வியில் முதுநிலைப் பட்டம், பெற்று, காரியோனிஸ் பல்கலைக்கழகம். இத்தாலியின் ரோம் நகரில் உள்ள லா சபீன்சா பல்கலைக்கழகத்தில் மனிதநேயத்தில் முனைவர் பட்டம் பெற்றார். அவரது முனைவர் ஆராய்ச்சி லிபியாவில் அடிமை வர்த்தகம் மற்றும் ஒட்டோமான் காலத்தில் (1552-1911) லிபிய சமூகம் மற்றும் அமைப்பு மீதான விளைவுகளை மையமாகக் கொண்டிருந்தது.

படைப்புகள்

பெய்ரூட் 39 எழுத்தாளர்களின் வாழ்க்கை வரலாற்றிலிருந்து எடுக்கப்பட்ட நூலியல் ஆகும்

நாவல்கள்

வேபர் அல் அஹ்ஸினா [தி ஹார்ஸ் ஹேர்], (அரபு மொழியில்), தார் அல் ஹதாரா அல் அரேபியா, (2005).

மட்மூம் புர்த்துகாலி [ஆரஞ்சு உள்ளடக்கம்], (அரபு மொழியில்), டார் சர்குவேட், (2008).

ஜரீப் அல்-அபீட் [தி ஸ்லேவ் பேனாக்கள்], (அரபு மொழியில்), தார் அல் சாகி, (2016)

சிறுகதைகள்

அல்மா ஃபை ஸ்னார்டி [வாட்டர் இன் மை ஹூக்], (அரபு மொழியில்), மொட்டாமர் வெளியீடுகள், லிபியா (2002).

"கிஸ்ஸாஸ் லேசாத் லில்-ரிஜால்" [கதைகள் ஆண்களுக்கானது அல்ல], (அரபியில்), தார் அல்-ஹதரா அல்-அரேபியா, (2004).

டஃப்ல் அல் வாவ் [தி வாவ் சைல்ட்], (அரபு மொழியில்), பொது கலாச்சார கவுன்சில், லிபியா, (2006).

அல்-மாலிகா [ராணி], (அரபு மொழியில்), பொது கலாச்சார கவுன்சில், லிபியா, (2007). (இத்தாலிய மொழியில் மொழிபெயர்க்கப்பட்டுள்ளது).

அல்-ஜடா சல்ஹா [பாட்டி சல்ஹா], (அரபு மொழியில்), தார் அல் கயல், பெய்ரூட், லெபனான், (2012).

கட்டலூக் ஹயாத் காசா [ஒரு தனியார் வாழ்க்கை பட்டியல்], (அரபு மொழியில்), தார் அதர் பப்ளிஷிங், தம்மம், சவுதி அரேபியா, (2018).

"சவுத்ஃபா ஜரியா" [நடந்துகொண்டிருக்கும் தற்செயல் நிகழ்வு], (அரபு மொழியில்), ரியாட் எல்-ரெய்ஸ் புக்ஸ், பெய்ரூட், லெபனான், (2019).

நாடகம்

அல்-மெட்டாஃப் [தி கோட்], (2003).

ஆந்தாலஜிஸில் மொழிபெயர்க்கப்பட்ட சிறுகதைகள்

சாகி புக்ஸின் "மொழிபெயர்ப்பு லிபியா: நவீன லிபிய சிறுகதை" இல் சேர்க்கப்பட்ட ஒரு சிறுகதை "தன்னிச்சையான பயணம்", ஈதன் சோரின் மொழிபெயர்த்தது மற்றும் திருத்தியது, (2008).

"தி பூல் அண்ட் பியானோ", "பெய்ரூட் 39 ஆந்தாலஜி", (2009) இல் சேர்க்கப்பட்ட ஒரு சிறுகதை.

பானிபால் எண் 40, லிபிய புனைகதை, (2011) இல் சேர்க்கப்பட்ட ஒரு சிறுகதை "ஹிஸ் எக்ஸலென்சி தி எமினென்ஸ் ஆஃப் தி வெற்றிடம்".

"ரிட்டர்ன் டிக்கெட்", கமா பிரஸ்ஸின் "பாந்தாலஜி: தேவையற்ற நாடுகளிலிருந்து வரும் கதைகள்", (2018) இல் சேர்க்கப்பட்ட சிறுகதை.

அரபு லிட் காலாண்டு இதழின் (2019) கோடை 2019 கடல் கருப்பொருள் இதழில் (2019) சேர்க்கப்பட்ட சிறுகதை.

விருதுகள்

அவரது நாடகம் அல் மெட்டாஃப் (தி கோட்) அதன் ஆறாவது அமர்வில் (2003) ஷார்ஜா அரபு படைப்பாற்றல் விழாவின் மூன்றாவது பரிசை வென்றது.

அவரது நாவலான "வேபர் அல் அஹ்ஸினா" "தி ஹார்ஸஸ் ஹேர்" கார்ட்டூமில் (2005) சூடானின் அல்-பெக்ராவியா விழாவில் "சிறந்த அரபு நாவல் பரிசு" பெற்றது;

ஹே விழாவின் பெய்ரூட் 39 திட்டத்தால் 40 வயதிற்குட்பட்ட 39 சிறந்த அரபு எழுத்தாளர்களில் ஒருவராக அவர் தேர்ந்தெடுக்கப் பட்டார்.

அவரது "ஜரீப் அல்-அபீட்" நாவல் அரபு புனைகதைகளுக்கான சர்வதேச விருது (2017) இல் பட்டியலிடப்பட்டது.

பானிபால் விசிட்டிங் ரைட்டர் பெல்லோஷிப், செயின்ட் எய்டன் கல்லூரி, டர்ஹாம் பல்கலைக்கழகம், (2018).

கலை மற்றும் கலாச்சாரத்திற்கான அரபு நிதியத்தின் (AFAC) படைப்பு எழுத்து மற்றும் விமர்சனம் பிரிவின் நடுவர் விருது, (2018).

அரபு இலக்கியம்

எகிப்து

எகிப்திய இலக்கியம்-1

எகிப்திய இலக்கியம் அதன் தொடக்கத்தை பண்டைய எகிப்திலிருந்து காட்டுகிறது மற்றும் இது ஆரம்பகால இலக்கியங்களில் ஒன்றாகும். உண்மையில், எகிப்தியர்கள் இன்று நமக்குத் தெரிந்தபடி இலக்கியத்தை அதாவது புத்தகத்தை உருவாக்கிய முதல் கலாச்சாரம் ஆகும்.

பண்டைய எகிப்தியர்கள் பாப்பிரஸ் மற்றும் சுவர்கள், கல்லறைகள், பிரமிடுகள், சதுரங்கள் பலவற்றில் படைப்புகளை எழுதினர். பண்டைய ஜெஹியேல் இலக்கியத்தின் சிறந்த உதாரணம் சினுஹேவின் கதை ஆகும் மற்ற நன்கு அறியப்பட்ட இசைகளை சேர்த்து வெஸ்ட்கேர் பாப்பிரஸ் மற்றும் எபர்ஸ் பாப்பிரஸ் நன்கு பிரபலமானது ஆகும், அத்துடன் பிரபல டெட் புத்தகம் முக்கியமான ஒன்று. பண்டைய எகிப்தில் பெரும்பாலான இலக்கியங்கள் “விவேகம் இலக்கியம் “ என்று அழைக்கப்பட்டன (அதாவது, பொழுதுபோக்குக்கு பதிலாக அறிவுறுத்தலுக்கான இலக்கியம்), புராணங்கள், கதைகள் மற்றும் சுயசரிதைகள் பொழுதுபோக்கு நோக்கங்களுக்காக மட்டுமே இருந்தன. சுயசரிதை எகிப்திய இலக்கியத்தின் பழமையான வடிவம் என்று அழைக்கப்படுகிறது.

நைல் நதி பண்டைய எகிப்தியர்களின் எழுத்துக்களில் ஒரு வலுவான செல்வாக்கு இருந்தது கிரேக்க-ரோமன் கவிஞர்கள் அலெக்சாண்டிரியாவுக்கு வந்து அங்கு கலை வளங்களைப் பயன்படுத்தி அலெக்ஸாண்ட்ரியாவின் நூலகம் ஒன்றை உருவாக்கி தந்தனர்.உலகம் முழுவதுமிருந்து வருகின்ற பல சிறந்த சிந்தனையாளர்கள் பண்டைய உலகில் (அலெக்ஸாண்டிரியா

உட்பட)பலநகரங்களில் இருந்து வந்தனர். (கேலிமேகஸ் இன் லிபியா மற்றும் தியோகிரிட்டஸ் இன் சைராகஸ்). அந்தக் காலத்தின் சிறந்த எழுத்தாளர்கள் அனைவரும் எகிப்துக்கு வெளியில் இருந்து வந்தவர்கள் அல்ல; ஒரு குறிப்பிடத்தக்க எகிப்திய கவிஞர் ரோட்ஸின் அப்பல்லோனியஸ் ஆவார், டியோனீசியாக்கா என்ற காவியக் கவிதையின் ஆசிரியரான பன்னோபோலிஸின் நொன்னஸ் புராதன எகிப்தியரே.

முதன்முதலில் எழுதுதல் என்பது அரச கல்லறைகளில் காணப்படும் பொருட்களுக்கான லேபிள்கள் மற்றும் குறிச்சொற்களில் அரசாட்சியுடன் இணைந்து தோன்றியது. இது இன்று முதன்மையாக பெர் அன்க் நிறுவனம் அல்லது ஹவுஸ் ஆஃப் லைஃப் நிறுவனத்தில் இருந்து பணியாற்றிய எழுத்தாளர்களின் தொழில்நுட்பத்து ஒத்த ஒன்றாகும். பிந்தையது அலுவலகங்கள், நூலகங்கள் (ஹவுஸ் ஆஃப் புக்ஸ் என்று அழைக்கப்படுகிறது), ஆய்வகங்கள் மற்றும் ஆய்வகங்கள் ஆகியவற்றைக் கொண்டிருந்தது. பிரமிட் மற்றும் சவப்பெட்டி பிரதிகள் போன்ற பண்டைய எகிப்திய இலக்கியங்களில் சில நன்கு அறியப்பட்ட துண்டுகள் புதிய இராச்சியத்திலிருந்து பேசப்பட்டன, மேலும் அவை ராம்சைட் நிர்வாக ஆவணங்கள், காதல் கவிதை மற்றும் கதைகள் மற்றும் டெமோடிக் மற்றும் காப்டிக் நூல்களில் குறிப்பிடப்படுகின்றன. இந்த காலகட்டத்தில், எழுதும் பாரம்பரியம் கல்லறை சுயசரிதைகளாக உருவானது, அதாவது ஹர்குஃபாண்ட் வெனி போன்றவை பிரபலமான ஒன்றாகும். பிரபலமான பிரபுக்களிடமிருந்து போதனைகள் மற்றும் வழிகாட்டுதல்களைத் தொடர்புகொள்வதற்காக செபாய்ட் (அறிவுறுத்தல்கள்) எனப்படும் வகை உருவாக்கப்பட்டது; (தெல்புவர் பாப்பிரஸ்),

மத்திய எகிப்திய மொழியில் எழுதப்பட்ட சினுஹேவின் கதை எகிப்திய இலக்கியத்தின் உன்னதமானதாக இருக்கலாம். இந்த நேரத்தில் எழுதப்பட்ட வெஸ்ட்கார் பாப்பிரஸ், பாதிரியார்கள் நிகழ்த்திய அற்புதங்கள் குறித்து குஃபுவிடம் அவரது மகன்களால் கூறப்பட்ட கதைகளின் தொகுப்பு ஆகும். அமெனெமோப்பின் வழிமுறை கிழக்கு இலக்கியங்களின் தலைசிறந்த படைப்பாக கருதப்படுகிறது. புதிய இராச்சியத்தின் முடிவில், வெனாமுனின் கதை மற்றும் எந்தவொரு அறிவுறுத்தலும் கொண்டது போன்ற பிரபலமான பகுதிகளை எழுத வடமொழி பெரும்பாலும் பயன்படுத்தப்பட்டது. முன்னாள் லெபனானில் இருந்து சிடார் வாங்குவதற்காக கொள்ளையடிக்கப்பட்ட ஒரு பிரபு மற்றும்

எகிப்துக்கு திரும்புவதற்கான அவரது போராட்டத்தின் கதையைச் சொல்கிறார். கிமு 700 முதல், ஒன்ஷெஷோன்கியின் பிரபலமான வழிமுறைகள் மற்றும் தனிப்பட்ட வணிக ஆவணங்கள் போன்ற விவரிப்புக் கதைகள் மற்றும் அறிவுறுத்தல்கள் எகிப்தியரின் டெமோடிக் ஸ்கிரிப்ட் மற்றும் கட்டத்தில் எழுதப்பட்டன.

கிறிஸ்தவ காலம்

கி.பி 1 முதல் 4 ஆம் நூற்றாண்டில் அலெக்ஸாண்ட்ரியா ஆரம்பகால கிறிஸ்தவ மதத்தில் ஒரு முக்கியமான மையமாக மாறியது. காப்டிக் படைப்புகள் அந்தக் கால கிறிஸ்தவ இலக்கியங்களுக்கு ஒரு முக்கிய பங்களிப்பாக இருந்தன, மேலும் நாக் ஹம்மாடி நூலகம் பல புத்தகங்களை பாதுகாக்க உதவியது.

இஸ்லாமிய காலம்

எட்டாம் நூற்றாண்டில் எகிப்து முஸ்லிம் அரேபியர்களால் கைப்பற்றப்பட்டது. முஸ்லீம் வெற்றியாளர்களால் கொண்டுவரப்பட்ட புதிய எகிப்தின் கீழ் இலக்கியம், குறிப்பாக நூலகங்கள் செழித்து வளர்ந்தன. இந்த நேரத்தில் பல முக்கியமான மாற்றங்கள் நிகழ்ந்தன, இது எகிப்திய எழுத்தாளர்களை பாதித்தது. பாப்பிரஸ் துணியிலிருந்து காகிதத்துக்கு மாற்றபட்டது, மற்றும் ஒரு எழுத்து பாணி முறையை அறிமுகப்படுத்தப்பட்டது. மேலும், எழுத்தின் கவனம் கிட்டத்தட்ட முற்றிலும் இஸ்லாத்திற்கு மாறியது. ஒரு ஆரம்பகால நாவல் அரபு எகிப்தில் எழுதப்பட்டது 'இபின் அல்-நஃபிஸ்'. இது ஒரு இறையியல் நாவல் என்று அழைக்கப்படுகின்றன. எதிர்கால கூறுகளுடன்சில அறிஞர்களின் சொல்வது போல் அறிவியல் புனைகதை கூறுகளும் இதில் உள்ளன.

ஆயிரத்து ஒரு இரவுகளின் (அரேபிய இரவுகள்) பல கதைகள் இடைக்கால எகிப்திய கதை சொல்லும் மரபுகளைக் காணலாம். இந்த கதைகள் சேகரிக்கப்பட்டு ஒற்றை தொகுப்பாக குறியிடப்படுவதற்கு முன்பே அவை புழக்கத்தில் இருந்தன. இடைக்கால எகிப்திய நாட்டுப்புறவியலில் மூன்று வேறுபட்ட கதைசொல்லல் அடுக்குகள் ஒன்றாக இருந்தது பின் இணைக்கபட்டது.இதில் 15ஆம் நூற்றாண்டில் அல்லாத மற்ற இரண்டு பண்டைய இந்திய மற்றும் பாரசீக நாட்டுப்புறவியலில் மற்றும் கதைகளையும் கொண்டிருக்கிறது.

1798 இல் நெப்போலியனின் பிரச்சாரத்துடன் அச்சகம் முதலில் எகிப்துக்கு வந்தது; முஹம்மது அலி 1805 இல் ஆட்சியைப் பிடித்தபோது அச்சிடலைத் தழுவி, அமிரி பத்திரிகை அச்சகத்தை

நிறுவினார். இந்த பத்திரிகை முதலில் அரபு மற்றும் ஒட்டோமான் துருக்கிய மொழிகளில் வெளியானது, அதாவது முதல் எகிப்திய செய்தித்தாள் அல்-வகாய் அல்-மிஸ்ரியா. இந்த அச்சகம் எகிப்தின் இலக்கிய வெளியீட்டை தீவிரமாக மாற்றும் ஒன்றாக இருந்தது

நஹ்தா (மறுமலர்ச்சி காலம்)

பத்தொன்பதாம் நூற்றாண்டின் பிற்பகுதியிலும் இருபதாம் நூற்றாண்டின் முற்பகுதியிலும், அரபு உலகம் அல்-நஹ்தாவை அனுபவித்தது, இடைக்காலத்தின் பிற்பகுதியில் ஐரோப்பாவைப் போன்ற ஒரு கலாச்சார மறுமலர்ச்சி. நாஹ்தா இயக்கம் இலக்கியம் உட்பட வாழ்க்கை கிட்டத்தட்ட அனைத்து பகுதிகளையும் தொட்டது. முஹம்மது அப்த் மற்றும் ஜமால் அல்-தின் அல்-ஆப்கானி என்ற தலைப்பில் ஒரு குறுகிய காலம் இஸ்லாமிய புரட்சிகர இலக்கியமாக திகழ்ந்தது.மற்றும் அரசியல் பத்திரிகை நிறுவப்பட்டது அல்-உர்வா அல்-உதஹா 1884 இல் எழுதினர் 1914ஆம் ஆண்டில் முஹம்மது ஹுசைன் கைகல் எழுதினார் சைனப், முதல் நவீன எகிப்திய இஸ்லாமிய நாவல் என்று கருதபடுகிறது.

20 ஆம் நூற்றாண்டின் எகிப்திய இலக்கியத்தின் மிக முக்கியமான நபர்களில் இருவர் தாஹா ஹுசைன் மற்றும் நாகுயிப் மஹபூஸ் ஆவார்கள், இலக்கியத்திற்கான நோபல் பரிசை வென்ற முதல் எகிப்தியர் யார்?

எகிப்தின் 60-களின் தலைமுறையை உள்ளடக்கிய எட்வர் அல்-கர்ரத், கேலரி 68 என்ற அரபு இலக்கிய இதழை நிறுவினார், அது அக்கால எழுத்தாளர்களுக்கு குரல் கொடுத்தது.

1990-களில் எகிப்தில் ஒரு புதிய இலக்கிய இயக்கம் எழுந்தது. இந்த தசாப்தத்தில், இளைஞர்கள் சமூக-பொருளாதார, கலாச்சார மற்றும் அரசியல் நெருக்கடிகளை எதிர்கொண்டனர். 2008ஆம் ஆண்டில் 81 மில்லியன் மக்களுடன் 1980 முதல் எகிப்தின் மக்கள் தொகை கிட்டத்தட்ட இரு மடங்காக உயர்ந்தது மட்டுமல்லாமல், கிராமப்புற-நகர்ப்புற இடம்பெயர்வுக்கு வழிவகுத்தது, இது கெய்ரோவைச் சுற்றியுள்ள அல்-மதுன் அல்-அஷ்வாய்யா அல்லது "இடையூறு நகரம்" என்ற அரபு வார்த்தையை உருவாக்கியது, ஆனால் வேலையின்மை அதிகமாக இருந்தது மற்றும் மக்கள் கூட்டத்தின் மத்தியில் வாழ்க்கைச் செலவுகள் அதிகரித்தன. இதையொட்டி, வறுமையில் வாழ்வதற்கான சிரமங்கள் ஒரு புதிய எகிப்திய இலக்கியத்தை ஊக்கப்படுத்தின, அவை நெருக்கடிகளை மையமாகக் கொண்டிருந்தன, அதாவது பகுத்தறிவற்ற மற்றும்

துண்டு துண்டான படைப்புகள், அவை எப்போதும் விரிவடைந்து வரும் மற்றும் மாறிவரும் அரபு கலாச்சாரத்தை கையாளும் தனிமைப்படுத்தப்பட்ட நபர்களை மையமாகக் கொண்டுள்ளன. புதிய மற்றும் தொழில் முனைவோர் வெளியீட்டாளர்கள் தோன்றினர், குறிப்பிடத்தக்க எடுத்துக்காட்டுகள் தார் ஷர்கியாட் மற்றும் டார் மெரிட், புதிய ஆசிரியர்களை வெளியிடுவதை எளிதாக்குகிறது. இலக்கிய உற்பத்தியின் இந்த எழுச்சி பாரம்பரிய கருப்பொருள்களுடன் பரிசோதனை செய்ய வழிவகுத்தது, தனிப்பட்ட விஷயங்களுக்கு அதிக முக்கியத்துவம், முக்கிய அரசியல் கவலைகள் இல்லாதது மற்றும் மொழியின் மிகவும் சுத்திகரிக்கப்பட்ட மற்றும் வளர்ந்து வரும் பயன்பாடு ஆகும். ஹுஸ்னி சுலைமான் டார் ஷர்கியாட் என்ற சிறிய அளவிலான பதிப்பகத்தை நிறுவினார், இது 1990-களில் அவாண்ட்-கார்ட் வேலைகளை அச்சிட்டது. 300-க்கும் மேற்பட்ட புத்தகங்களும், ஒரு முன்னணி புதுமை விரும்பிகள் வெளியீட்டாளர் போன்ற தார் மெரிட் அதற்குப் பதிலாக வழிவகுத்தது

புதிய ஆசிரியர்கள் பெருகியுள்ளனர், சமீர் கரிப் 'அலி, மஹ்மூத் ஹமீத், ராஜாப், அஹ்மத் கரிப், முண்டசீர் அல்-கஃபாஷ், அதிஃப் சுலைமான், மே அல்-தில்மிசானி, யாசர் ஷாபன், முஸ்தபா ஜிக்ரி மற்றும் நூரா அமீன் ஆகியோர் அடங்குவர். டார் மெரிட்டின் உரிமையாளர் முஹம்மது நாஷிக்கு, சிறிய இலாபங்கள் இருந்தபோதிலும், புதிய எழுத்தை உருவாக்குவதற்கும் விவாதிப்பதற்கும் தொடர்ந்து ஆதரவளித்து வருகிறார். இத்தகைய சிறிய பதிப்பகங்கள், அரசுக்கு சொந்தமானவை அல்ல, பாரம்பரிய இலக்கிய உயரடுக்கினரால் பாதிக்கப்படவில்லை மற்றும் புதிய வகை எகிப்திய எழுத்தை ஊக்குவித்தன. உதாரணமாக டார் மெரிட். இளைஞர் மால் கலாச்சாரத்தை கையாளும், வடமொழி அரபு மொழியைப் பயன்படுத்துகிறது மற்றும் உரைச் செய்திகளைக் கொண்டிருக்கும் அகமது அலெய்டியின் படைப்பை வெளியிட்டுள்ளது. இந்த படைப்புகள் அரபு இலக்கியத்தில் வடிவம் மற்றும் பாணியின் மரபுவழிக்கு சவால் விடுகின்றன.

நவீன, தனியார்மயமாக்கப்பட்ட வெளியீட்டின் எளிமை காரணமாக 1990-களில் பெண் எழுத்தாளர்களின் எழுச்சியும் காணப்பட்டது. இதன் விளைவாக, கிதாபத் அல்-பனாட் அல்லது "பெண்கள் எழுத்து" என அவர்களின் படைப்புகளைப் பற்றிய விரிவான விளக்கம் உட்பட, விமர்சனக் கருத்துக்கள் ஏராளமாக கிடைத்தன. மேலும், இந்த நேரத்தில் பெரும்பாலான நாவல்கள் ஒப்பீட்டளவில் குறுகியவை, 150 பக்கங்களுக்கு மிக நீளமானவை

அல்ல, மேலும் குடும்ப உறவுகள் மற்றும் தேசிய சின்னங்களின் நீண்ட பிரதிநிதித்துவத்திற்கு பதிலாக தனிநபர்வாதத்தை கையாண்டன. ஸ்டைலிஸ்டிக்காக, பல நாவல்களில் இப்போது ஸ்கிசோஃப்ரினிக், சர்வ அறிவியலாளர்களுக்குப் பதிலாக முதல்-நபர் கதைகள் இடம்பெற்றன.

அரபு ஃபிக்ஷன் சர்வதேச பரிசு (IPAF) எகிப்திய எழுத்தாளர் களுக்கான 18 பரிந்துரைகளில் உள்ளன. 2008ஆம் ஆண்டில் ஒரு எகிப்திய எழுத்தாளர் பஹா தாஹருக்கு ஐபிஏஎஃப் விருதுகள் தொடர்ச்சியாக வழங்கப்பட்டன சன்செட் ஒயாசிஸ், மற்றும் 2009 இல், யூசுப் ஜெய்தானின் அசாசெல் டார் தகுதி அரபு இலக்கியத்தின் மரபுவழிக்கு சவால் விடும் படைப்புகளை வெளியிடுகிறது. முபாரக்கின் பிரசிடென்சியின் கீழ் எகிப்திய இலக்கியக் காட்சி செயலில் இருந்தது மற்றும் பல ஆசிரியர்கள் லெபனானில் ஆட்சியைக் கட்டுப்படுத்தும் தணிக்கை காரணமாக தங்கள் படைப்புகளை வெளியிட்டனர். மேகி எல்-ஷாஃபீ எழுதிய "மெட்ரோ" என்ற கிராஃபிக் நாவல் போன்ற பல நாவல்கள் அநாகரிகம் (தற்போது வெளியீட்டு வளர்ச்சியில்) போன்ற கலாச்சார குறியீடுகளால் வெளியிட தடை விதிக்கப்பட்டன. கணிக்கக்கூடிய புரட்சிக்குப் பிந்தைய கால மத்தியில் குறிப்பிடத்தக்க புத்தகங்கள் உள்ளன. 2004ஆம் ஆண்டில், நாசரிஸ்ட் அறிவுஜீவி அப்தெல்-ஹலீம் காண்டில் அரசாங்க பாதுகாப்புப் படையினரால் கைப்பற்றப்பட்டு, பாலைவனத்தில் அடித்து கைவிடப்பட்டார். காண்டிலின் புத்தகங்கள், அவற்றில் "ஜனாதிபதிக்கான சிவப்பு அட்டை", ஆட்சி மீதான கடுமையான தாக்குதல்களுக்காக முபாரக்கின் கீழ் தடைசெய்யப்பட்டது - பூட்லெக் செய்யப்பட்ட புகைப்பட நகல் பதிப்புகள் இங்கேயும் அங்கும் செல்ல முடிந்தது. இன்று, "ரெட் கார்டு", முபாரக்கின் தடியடி சுமக்கும் நெப்போலியனாக அதன் தனித்துவமான கேலிச்சித்திரத்துடன், சிறந்த விற்பனையாளராக உள்ளது. "மெட்ரோ" மற்றும் "தி யாகூபியன் கட்டிடம்" ஆகியவற்றின் ஆங்கில மொழிபெயர்ப்பாளர் ஹம்ப்ரி டேவிஸ் குறிப்பிடுகையில், கிராஃபிக் நாவல்கள் மற்றும் காமிக்ஸ் ஆகியவை மிகவும் பிரபலமாக உள்ளன, மேலும் "அவற்றின் காட்சி தாக்கத்தின் உடனடி தன்மை" காரணமாக தணிக்கையாளர்களால் அடிக்கடி குறிவைக்கப்படுகின்றன.: "அதிகாரிகளால் அவர்கள் எவ்வாறு நடத்தப்படுவார்கள் என்பது கருத்துச் சுதந்திரத்திற்கான அவர்களின் உறுதிப்பாட்டிற்கான ஒரு லிட்மஸ் சோதனையாக இருக்கும்." அரசாங்கத்தின் சிறந்த இலக்கிய கவுரவமான முபாரக் விருது நைல் விருதுக்கு மறுபெயரிடப்பட்டுள்ளது. பஹா தாஹெர் எகிப்திய புனைகதை

எழுத்தாளர்களில் மிகப் பெரியவர். தாஹெர் இப்போது தான் தகுதியான சர்வதேச அங்கீகாரத்தைப் பெறுகிறார். சன்செட் ஒயாசிஸைப் பற்றி கார்டியன் இப்படி கூறியது "பஹா தாஹர் அரபு உலகில் மிகவும் மதிக்கப்படும் எழுத்தாளர்களில் ஒருவர். 73 வயதில், அரபு புனைகதைகளுக்கான புக்கர் பரிசை எடுத்துச் செல்வதற்காக அவர் அரசியல் தூய்மைப்படுத்தல்களையும் தனது சொந்த எகிப்திலிருந்து ஒரு நீண்ட நாடுகடத்தலையும் எதிர்கொண்டார்.. "

மேலும், இன்று கெய்ரோவில் ஒரு குறிப்பிடத்தக்க எழுத்தாளர் யூசெப் ஜீடான் ஆவார். தாமதமாக எகிப்தில் பெஸ்ட்செல்லர் பட்டியலில் ஜீடான் ஆதிக்கம் செலுத்தியது. அவரது புனைகதை படைப்பு, அரபு இறையியல் மற்றும் மத வன்முறையின் வேர்கள் (2010), ஜனவரி 25 புரட்சிக்கு முந்தைய மாதங்களில் கெய்ரோவில் அதிகம் வாசிக்கப்பட்ட புத்தகங்களில் ஒன்றாகும்.

எகிப்திய இலக்கியம்-2

எகிப்திய இலக்கியம் இன்று அரபு மொழி பேசும் மிகப் பெரிய நாடாக (70+ மில்லியன் மக்கள்), கெய்ரோவின் தலைநகரான எகிப்து, அரபு உலகின் அறிவுசார் மற்றும் கலாச்சார வாழ்க்கையில் விகிதாச்சாரத்தில் பெரிய பங்கைக் கொண்டுள்ளது. 1950 கள் மற்றும் 1960-களின் பான்-அரபு தேசியவாதம் முதல் இன்றைய இஸ்லாமிய இயக்கம் வரை,

எகிப்து எப்போதுமே இப்பகுதியில் புதிய யோசனைகளில் முன்னணியில் உள்ளது. எகிப்து ஒரு பெரிய அரபு மொழி பேசும் இலக்கிய மற்றும் கலாச்சார சூழலின் ஒரு பகுதியாக இருந்தாலும், எகிப்தியர்கள் பண்டைய எகிப்தின் ஆயிரக்கணக்கான ஆண்டுகளாக நாகரிகத்தின் வாரிசுகள் அல்லது குறைந்தபட்சம் தொலைதூர சந்ததியினராக தங்களை நன்கு அறிந்திருக்கிறார்கள்.

இந்த பதிவில் உள்ள துண்டுகள் தற்போதைய எகிப்திய புனைகதைகளின் பல்வேறு வகைகளைப் பற்றி சில யோசனைகளை வழங்கும் என்று நம்புகிறேன். இங்கு சேர்க்கப்பட்டுள்ள பல கதைகள் கடந்த சில தசாப்தங்களாக எகிப்து ஏற்படுத்திய சில விரைவான மாற்றங்களையும், சில சிக்கலான யதார்த்தங்களையும் பிரதிபலிக்கும் கருப்பொருள்களைத் தொடுகின்றன. ஹமி அபு கோலாயலின் நாவலின் பகுதியிலிருந்து, அறநெறியின் ஒரு முகப்பின் பின்னால் உள்ள பாசாங்குத்தனத்தைக் காண்கிறோம் (கடந்த பல தசாப்தங்களாக நாட்டின் வளர்ந்து வரும் பொது பக்தியின் ஒரு பக்க விளைவு.) பல எகிப்தியர்கள் ஒரு தடுமாறிய அரசியல் அமைப்பு மற்றும் ஒரு பதிலளிக்காத அரசாங்க அதிகாரத்துவம் மஹ்மூத் அல்-வர்தானியின் வினோதமான காஃப்கேஸ்க் சிறுகதையில் நுழைகிறது. எனவே, சல்வா பக்ரின் எளிமையான கட்டுக்கதை அதிகாரத்தின் விரைவான தன்மையைப் பற்றிய

நினைவூட்டலை வழங்குகிறது. மேலும் "திருமதி சானியாவின் விடுமுறை" என்ற புனைவும் முக்கியமானது.

எகிப்தில் கவிதை அமெரிக்காவில் இருப்பதை விட இலக்கிய மற்றும் பிரபலமான கலாச்சாரத்தில் மிக முக்கிய பங்கு வகிக்கிறது, மேலும் புதிய கவிதைகளின் புத்தகங்கள் முக்கிய செய்தித்தாள்களில் வழக்கமாக மதிப்பாய்வு செய்யப்பட்டு பரவலாக வாசிக்கப்படுகின்றன. இன்றைய எகிப்திய கவிதைகளின் சில அதிர்வு மற்றும் உயிர்ச்சக்தியைக் குறிக்க இரண்டு தற்போதைய கவிஞர்களான இளம் டேமர் பாத்தி மற்றும் மிகவும் நிறுவப்பட்ட இமான் மெர்சல் ஆகியோரை நான் சேர்த்துள்ளேன்.

விரைவான மாற்றங்கள் பல எகிப்தியர்களுக்கு இடம்பெயர்வு உணர்வை அவர்களுடன் கொண்டு வந்துள்ளன - தற்போதைய இலக்கியங்களில் அடிக்கடி பிரதிபலிக்கும் ஒரு தீம். நாட்டின் தென் பிராந்தியங்களில் உள்ள கெய்ரோவின் நகர்ப்புற சூழலில் இருந்து தொலைவில், பழைய நுபியா உள்ளது: நுபியன் இனக்குழுவின் முன்னாள் நைல் தாயகம் ஆகும். இப்போது மனிதனால் உருவாக்கப்பட்ட நாசர் ஏரியின் நீரின் கீழ் என்றென்றும் இழந்தது. 1960-களில் உயர் அணை கட்டப்பட்டபோது, நுபியன்களின் நதி கிராமங்கள் வெள்ளத்தில் மூழ்கின, மற்றும் நுபியர்களே கீழே "புதிய நுபியா" அல்லது அலெக்ஸாண்ட்ரியா அல்லது கெய்ரோவுக்கு சிதறடிக்கப்பட்டனர். நுபியன் வம்சாவளியைச் சேர்ந்த ஹாகாக் ஒடூலின் ஈர்க்கும் கதை ஒரு நுபியன் கிராமத்தில் வாழ்க்கையை மீண்டும் உருவாக்குகிறது. செர்னோபில் பேரழிவின் போது உக்ரேனில் வாழ்ந்த எகிப்தியனாக மொஹமட் மக்ஸாங்கியின் வாழ்க்கை பற்றிய விவரம் வெளிநாட்டவரின் தனிமை பற்றிய உலகளாவிய கருப்பொருள்களைத் தொடுகிறது.

மனிதகுலத்தின் பழமையான நாகரிகங்களில் ஒன்றான நவீன வம்சாவளி, எகிப்து இன்று அரசியல், சமூக, புவியியல் மற்றும் கலாச்சார ரீதியான பல குறுக்கு வழிகளில் அமர்ந்திருக்கிறது. நாட்டைப் போலவே, எகிப்தின் இலக்கியங்களும் ஒரே நேரத்தில் பல திசைகளில் இழுக்கப்படுகின்றன, இது நைல் நதியால் இந்த பண்டைய நிலத்திற்கு முன்னால் இருக்கும் பதட்டங்கள் மற்றும் சாத்தியக்கூறுகள் இரண்டையும் உள்ளடக்கியது.

3. எகிப்திய நாவலாசிரியர் அகமது நாஜி

எகிப்திய நாவலாசிரியர் அகமது நாஜியுடன் பேட்டி எழுதுவது குற்றமாக மாறும்போது

எகிப்திய இராணுவ ஆட்சி ஆசிரியர்களை "பொது ஒழுக்கங்களை மீறுவதாக" குற்றம் சாட்டுகிறது. எகிப்திய நாவலாசிரியரும் பத்திரிகையாளருமான அஹ்மத் நாஜியின் சோதனை சமீபத்திய ஆண்டுகளில் மிக முக்கியமான நிகழ்வுகளில் ஒன்றாகும்.

உங்கள் மீதான வழக்கு ஏன் இவ்வளவு ஊடகங்களை ஈர்த்தது?

அஹ்மத் நாஜி: வழக்கு என்பதே இங்கு ஒரு பையன் ஒரு புத்தகம் எழுதி சிறையில் தள்ளப்பட்டதற்கு, அந்த புத்தகம் பொது ஒழுக்கங்களை அழிப்பதாக நீதிமன்றம் கண்டறிந்தது தான் விஷயமே. நவீன எகிப்திய நீதித்துறை வரலாற்றில் இதுபோன்ற ஒன்று நடந்தது இதுவே முதல் முறை. அது தவிர, இந்த வழக்கின் சிறப்பு என்னவென்றால், அதில் செக்ஸ் அடங்கும். செய்தித்தாள்களைப் பொறுத்தவரை, பாலியல் தொடர்பான எந்த செய்தியும் சுவாரஸ்யமானது.

ஆனால் பாலினத்தை கையாளும் பிற புத்தகங்களும் உள்ளன.

நாஜி: உண்மையில், சிவப்பு கோடுகளை கடக்க யாரோ ஒருவர் விரும்புவதாக நான் உண்மையில் பார்க்கவில்லை. இருப்பினும், 2015ஆம் ஆண்டில், எந்தவொரு பத்திரிகையாளருக்கும் எதிராக நிலுவையில் உள்ள ஒவ்வொரு வழக்கையும் திறக்க பொது வழக்கறிஞர் உத்தரவு பிறப்பித்தார். மற்ற ஊடகவியலாளர்கள் பெரும்பாலும் ஜனாதிபதியையோ அல்லது அரசாங்கத்தையோ அவமதித்ததாக குற்றம் சாட்டப்பட்டனர். என் வழக்கு அரசு வழக்கறிஞருக்கு பொது ஒழுக்கங்களின் தெய்வீக தீர்ப்பாளராக தோன்றுவதற்கான வாய்ப்பாக இருந்தது.

பொது ஒழுக்கங்கள் மத ஒழுக்கங்களுக்கு மாற்றாக இருப்பதாக நீங்கள் நினைக்கிறீர்களா?

நாஜி: அவர்கள் நிச்சயமாக இணைக்கப்பட்டவர்கள். சிசி பொது ஒழுக்கங்களைப் பற்றி செல்கிறார், ஏனெனில் அவர் இஸ்லாத்தை எதிர்த்துப் போராடுவதை விரும்பவில்லை. உதாரணமாக, அவர் எப்போதும் தனது மனைவியை ஹிஜாப் அணிந்திருப்பதைக் காட்டுகிறார். அவர் மதத்தைப் பற்றி பேசுவதில்லை - ஆனால் அவர் பொது ஒழுக்கங்களைப் பற்றி பேசுகிறார்.

உங்கள் புத்தகம் புனைகதை அல்லது புனைகதை அல்லவா என்று ஒரு குழு விசாரித்தது. அதை எவ்வாறு நிறுவ அவர்கள் முயன்றார்களா?

நாஜி: அக்பர் அல்-அதாப் என்ற இலக்கிய இதழில் ஒரு அத்தியாயம் வெளிவந்ததால், எனது புத்தகத்தை ஒரு செய்தித்தாள் கட்டுரை போல அரசு வழக்கறிஞர் கருதினார்.

ஒரு காட்சி முக்கிய கதாபாத்திரம் எவ்வாறு மருந்துகளை எடுக்கும் என்பதை விவரிக்கிறது மற்றும் எனது பெயர் உரையின் கீழ் எழுதப்பட்டது. போதைப்பொருள் பாவனைக்கு என்னை குற்றஞ்சாட்டுவதாக அல்லது போலி செய்திகளை வெளியிட்டதற்காக ஆசிரியரிடம் கட்டணம் வசூலிப்பதாக அரசு வழக்கறிஞர் அச்சுறுத்தினார்.

உத்தியோகபூர்வ விசாரணை வழக்கு அறிக்கையில், வழக்கறிஞர் தலைமை ஆசிரியரிடம் கேட்ட ஒரு பெருங்களிப்புடைய கேள்வியை நீங்கள் காணலாம். அது பின்வருமாறு: "அகமது நாஜிக்கும் லேடி ஸ்பூனுக்கும் உள்ள உறவு பற்றி உங்களுக்கு என்ன தெரியும்?" லேடி ஸ்பூன், அல்லது சயீதா அல்-மல்காத் என்பது புத்தகத்தில் உள்ள கற்பனைக் கதாபாத்திரங்களில் ஒன்றாகும்.

"வாழ்க்கையைப் பயன்படுத்துதல்" இல் உள்ள மொழி நாவல்களுக்கு மிகவும் பொதுவானதல்ல. புத்தகமும் குறிப்பாக மொழியும் உங்களுக்கு சிக்கலை ஏற்படுத்தும் என்று நீங்கள் எதிர்பார்த்தீர்களா?

நாஜி: நான் பெஸ்ட்செல்லர்களின் எழுத்தாளர் அல்ல; நான் கடினமான புத்தகங்களை எழுதுகிறேன் என்று எனக்குத் தெரியும். எந்தவொரு கலைப்படைப்பு அல்லது படைப்பு எழுத்துக்களுக்காகவும் ஒருவரை சிறையில் அடைப்பதை தடைசெய்யும் அரசியலமைப்பின் ஒரு கட்டுரையின் அடிப்படையில் என்னை ஆதரித்த வழக்கறிஞர் தனது வாதத்தை

அடிப்படையாகக் கொண்டார். நீதிபதி கருத்து தெரிவிக்கையில், "எழுதுவது அழகாக இருக்க வேண்டும், பொது ஒழுக்கங்களை ஆதரிக்க வேண்டும். அகமது நாஜி எழுதியது கலை அல்ல, ஏனெனில் அவர் உருவகங்களைப் பயன்படுத்துவதில்லை."

உதாரணமாக, எழுத்தாளர் அலா அல்-அஸ்வானி விவரித்த ஒரு பாலியல் காட்சி எப்போதும் மிகப்பெரியது. இது ஒரு ஓரினச்சேர்க்கை பாலியல் காட்சியாக இருக்கலாம். ஆனால் அது பெண் எப்படி உணர்ந்தார் என்பதை விவரிக்கும் உருவகங்கள் நிறைந்துள்ளது; அவளுக்குள் ஒரு மலர் திறப்பது போல, அவன் அவள் பழங்களைத் தொட்டு அவள் கால்களுக்கு இடையில் தேனைக் குடித்தான். அத்தகைய உருவகங்களை நான் பயன்படுத்துவதில்லை. ஆனால் நான் மிகவும் பழைய, கிளாசிக்கல் அரபியில் ஒரு பத்தியைத் தொடங்கி கனமான பேச்சுவழக்கில் அல்லது நவீன பாணியில் தொடரலாம்.

தீர்ப்பு புத்தகத்தின் உள்ளடக்கம் அல்லது அடக்குமுறை மற்றும் இலக்கிய சுதந்திரத்தை கட்டுப்படுத்துவது பற்றியது என்று நீங்கள் நம்புகிறீர்களா?

நாஜி: எகிப்திய உளவுத்துறையில் உள்ளவர்கள் இந்த வழக்கின் பின்னணியில் இருக்கிறீர்களா என்று கேட்டோம். இல்லை என்று சொன்னார்கள். எனவே, அடிப்படையில், இந்த வழக்கு நீதித்துறையிலிருந்து வந்தது. எகிப்திய பத்திரிகையாளர் சிண்டிகேட் அரசு வக்கீல் மீது மஜ்லிஸ் அட்-தவ்லாவில் அரசு வழக்கறிஞருக்கு எதிராக வழக்கு எழுப்பினார். வழக்கறிஞர் பத்திரிகையாளர்களை சிறையில் அடைத்தது தவறு என்று மாநில கவுன்சில் ஒப்புக்கொண்டது. ஆனால் வழக்குரைஞருக்குக் கீழ்ப்படியச் செய்ய சபைக்கு அதிகாரம் இல்லை; அவர் ஒரு குறிப்பிட்ட அளவிற்கு சுயாதீனமானவர்.

இதுதான் எகிப்திய நீதி அமைப்பின் பிரச்சினை. இது சுயாதீனமாக இருக்கலாம், ஆனால் அதற்கு அதிக சக்தி உள்ளது. இதை யாரும் கட்டுப்படுத்த முடியாது. முதலாவதாக, தற்போதைய ஜனாதிபதி அப்துல் பத்தா அல் சிசி அவசரகால நிலையை விதித்தார். பின்னர் அட்லி மன்சூரும் நீதித்துறையும் "அல்-ஹப்ஸ் அல்-இத்தியாட்டி" அல்லது "தடுப்பு தடுப்புக்காவல்" என்ற அமைப்பை உருவாக்கியது. இந்த நேரத்தில் நம் நாடு எதிர்கொள்ளும் பேரழிவு பிரச்சினைகளில் இது ஒன்றாகும். சிறையில், 25 மாதங்களாக நீதிபதி முன் விசாரணைக்கு காத்திருந்த மக்களை நான் சந்தித்தேன். எகிப்தில் உள்ள எகிப்திய சிறைகளில் அத்தகைய நபர்கள் நிறைந்திருக்கிறார்கள்.

பல புத்திஜீவிகள் நீதிமன்றத்திற்குச் சென்று உங்களுக்கு ஆதரவாகப் பேசினார்கள், இல்லையா?

நாஜி: எகிப்திய, அரபு மற்றும் சர்வதேச எழுத்தாளர்கள் மற்றும் புத்திஜீவிகளிடமிருந்து நான் பெரும் ஒற்றுமையை அனுபவித்தேன். நான் சிறையில் அடைக்கப்பட்ட சில வாரங்களுக்குப் பிறகு சிலர் சிசியிடம் எனது வழக்கு குறித்து பேசினர். பாராளுமன்றத்தில் மேல்முறையீடு செய்ய சிசி அவர்களுக்கு அனுமதி வழங்கினார். தேவையான திருத்தத்திற்கு ஆதரவாக நாடாளுமன்ற உறுப்பினர்களிடமிருந்து 100-க்கும் மேற்பட்ட கையெழுத்துக்களை அவர்கள் சேகரித்தனர். ஆனால் நீதி அமைச்சகம் அதை நிராகரித்தது.

உங்கள் வழக்கு அடிப்படையில் எகிப்தின் நிர்வாகிக்கும் நீதித்துறையுக்கும் இடையிலான போராட்டத்தை பிரதிபலிக்கிறது என்று கூறுவீர்களா?

நாஜி: மாநில இறையாண்மை தானே பிளவுபட்டுள்ளது. இராணுவத்திற்கு மேலதிக கை உண்டு; அவர்கள் எல்லோரையும் அவர்கள் விரும்பியதைச் செய்யத் தள்ள முடியும். எல்லாவற்றிற்கும் மேலாக, இராணுவம் ஆயுதம் ஏந்தியிருக்கிறது. ஆனால் ஒவ்வொரு நிறுவனமும் ஆதிக்கத்திற்காக பாடுபடுகின்றன என்ற எளிய காரணத்திற்காக, எப்போதும் ஒருவருக்கொருவர் முரண்படும் பிற சக்திகள் உள்ளன.

மோரிட்ஸ் பி மற்றும் லூயிசா எம்.

4. அதாப் சொய்ப்

அதாப் சொய்ப் (Ahdaf Soueif) (பிறப்பு 23 மார்ச் 1950) ஒரு எகிப்திய நாவலாசிரியர் மற்றும் அரசியல் மற்றும் கலாச்சார வர்ணனையாளர் ஆவார்.

சூயிஃப் கெய்ரோவில் பிறந்து, அங்கு அவர் வசிக்கிறார், எகிப்து மற்றும் இங்கிலாந்தில் கல்வி பயின்றார். லான்காஸ்டர் பல்கலைக்கழகத்தில் மொழியியலில் பி.எச்.டி படித்தார். அவரது சகோதரி மனித மற்றும் பெண்கள் உரிமை ஆர்வலர் மற்றும் கணிதவியலாளர் லைலா சூயிஃப் ஆவார்.

அவரது அறிமுக நாவலை, இன் த ஐ ஆப் த சன்(1993), எகிப்து மற்றும் இங்கிலாந்து நாடுகளை தளமாக கொண்டு ஆயிஷா என்ற பெண்ணின் கதையை சொல்வதாக இருந்தது. அவள் யார், தனது சொந்த வாழ்வின், ஒரு அழகான எகிப்திய முதிர்ச்சியை "வாழ்க்கைக்கு மேற்பட்ட கலையை இன்னும் உணர்வதாக." என்று குறிப்பிடுகிற கலைநயமிக்க நாவல் அது. சொய்ப்பின் இரண்டாவது நாவல் காதல் வரைபடம் (1999), மேன் புக்கர் பரிசுக்காக தேர்ந்தெடுக்கப்பட்டது, 21 மொழிகளில் மொழிபெயர்க்கப்பட்டுள்ளது மற்றும் ஒரு மில்லியனுக்கும் அதிகமான பிரதிகள் விற்கப்பட்டு வருகிறது. ஆயிஷா (1983) மற்றும் சாண்ட்பைப்பர் (1996) ஆகிய இரண்டு சிறுகதைகளையும் அவர் வெளியிட்டுள்ளார் - 2007ஆம் ஆண்டில் ஐ திங்க் ஆஃப் யூ, மற்றும் ஸ்டோரிஸ் ஆஃப் எர்செல்வ்ஸ் 2010 இரண்டும் முக்கிய தொகுதிகள் ஆகும்.

சூயிஃப் முதன்மையாக ஆங்கிலத்தில் எழுதுகிறார், ஆனால் அவரது அரபு மொழி பேசும் வாசகர்கள் ஆங்கிலம் மூலம் அரபியைக் கேட்கலாம் என்று கூறுகிறார்கள். அவள் மொழிபெயர்க்க மௌரித் பர்கௌட்டி சா ரமல்லா (எட்வர்ட் செய்தின் முன்னுரையுடன்) போன்றவற்றை ஆங்கிலத்தில் மொழிபெயர்த்தார்.

எகிப்திய வரலாறு மற்றும் அரசியல் பற்றிய வாசிப்புகளுடன், சூயிஃப் தனது புனைகதை மற்றும் புனைகதை அல்லாதவற்றில் பாலஸ்தீனியர்களைப் பற்றியும் எழுதுகிறார். "அண்டர் தி கன்: எ பாலஸ்தீனியன் ஜார்னி" ஒரு குறுகிய பதிப்பு முதலில் தி கார்டியன் பத்திரிகையில் வெளியிடப்பட்டது, பின்னர் சூயிஃப்பின் சமீபத்திய கட்டுரைகளின் தொகுப்பான மெசாடெரா: ப்ரேக்மண்ட்ஸ் பிரம் த காமன் கிரவுண் (2004) இல் முழுமையாக அச்சிடப்பட்டது, மேலும் அவர் NYRB இன் மறுபதிப்புக்கு அறிமுகம் எழுதினார் ஜீன் ஜெனெட்டின் காதல் கைதிகள் நூலுக்கும் அறிமுகம் எழுதினார்.

2008ஆம் ஆண்டில் அவர் முதல் பாலஸ்தீன இலக்கிய விழாவைத் தொடங்கினார், அதில் அவர் ஸ்தாபகத் தலைவர் ஆவார். சூயீஃப் கார்டியன் செய்தித்தாளின் கலாச்சார மற்றும் அரசியல் வர்ணனையாளர் ஆவார், மேலும் அவர் எகிப்திய புரட்சி குறித்து அறிக்கை அளித்து வருகிறார். ஜனவரி 2012 இல் அவர் கெய்ரோ: மை சிட்டி, எங்கள் புரட்சி - எகிப்திய புரட்சியின் முதல் ஆண்டின் தனிப்பட்ட கணக்கு ஒன்றை வெளியிட்டார். ஜனநாயகத்தை கொண்டுவரவும், அப்தெல் பத்தா எல்-சிசியின் அரசாங்கத்தை மாற்றுவதற்கும் அவர் ஆரம்பத்தில் ஆதரவளித்தார். அவரது சகோதரி லைலா சூயிஃப், மற்றும் லைலாவின் குழந்தைகள், அலா அப்துல்-ஃபத்தா மற்றும் மோனா சீஃப் ஆகியோரும் சமூக ஆர்வலர்கள் ஆவார்.

அவர் இயன் ஹாமில்டனை மணந்தார், இவருடன் அவருக்கு இரண்டு மகன்கள் இருந்தனர்: ஓமர் ராபர்ட் ஹாமில்டன் மற்றும் இஸ்மாயில் ரிச்சர்ட் ஹாமில்டன்.அவர் 2012 இல் பிரிட்டிஷ் அருங்காட்சியகத்தின் அறங்காவலராக நியமிக்கப்பட்டார், மேலும் 4 ஆண்டுகளுக்கு 2016 இல் மீண்டும் நியமிக்கப்பட்டார். இருப்பினும், பி.பியின் நிதியுதவி, கார்லியனுக்கு மாற்றப்பட்ட தொழிலாளர்களை மீண்டும் பணியமர்த்த தயக்கம் மற்றும் நிச்சயதார்த்தம் இல்லாதது குறித்து புகார் அளித்து அவர் 2019 இல் ராஜினாமா செய்தார். ஜூன் 2013 இல், செல்சியா மானிங்கிற்கு ஆதரவைக் காட்டும் வீடியோவில் சூயிஃப் மற்றும் பல பிரபலங்கள் தோன்றினர்.

டிசம்பர் 2019 இல், 42 பிற முன்னணி கலாச்சார பிரபலங்களுடன் சேர்ந்து, சொய்ப் ஒப்புதல் கடிதம் ஒன்றில் கையெழுத்திட்டார் அந்த கடிதத்தில், "ஜெர்மி கோர்பின் தலைமையின் கீழ் தொழிற்கட்சியின் தேர்தல் அறிக்கையானது ஒரு மாற்றத்தக்க திட்டத்தை வழங்குகிறது, இது மக்களின் தேவைகளுக்கும், தனியார் இலாபத்திற்கும், ஒரு சிலரின் சொந்த நலன்களுக்கும் பூமிகிரகத்திற்கு முன்னுரிமை அளிக்கிறது" என்றார்.

5. தாஹா ஹுசைன்

தாஹா ஹுசைன் (நவம்பர் 15, 1889 - அக்டோபர் 28, 1973) 20 ஆம் நூற்றாண்டின் மிகவும் செல்வாக்குமிக்க எகிப்திய எழுத்தாளர்கள் மற்றும் புத்திஜீவிகளில் ஒருவர், எகிப்திய மறுமலர்ச்சி மற்றும் மத்திய கிழக்கு வட ஆபிரிக்காவில் நவீனத்துவ இயக்கம் ஆகியவற்றில் முக்கியமானவராக திகழ்ந்தார். அவரது புனைப்பெயர் "அரபு இலக்கியம் பீடாதிபதி" என்பதாகும். அவர் பதினான்கு முறை இலக்கியத்தில் நோபல் பரிசுக்கு பரிந்துரைக்கப்பட்டார்.

தாஹா ஹுசைன் இஸ்பத் எல் கிலோ என்ற, ஒரு கிராமத்தில் பிறந்தார் அது மின்யா பிரதேசம் மையத்தில் வட எகிப்தில் அமைந்துள்ளது. அவர் ஒரு குட்டாபிற்குச் சென்றார், பின்னர் எல் அசார் பல்கலைக்கழகத்தில் அனுமதிக்கப்பட்டார், அங்கு அவர் மதம் மற்றும் அரபு இலக்கியங்களைப் பயின்றார். சிறு வயதிலிருந்தே, பாரம்பரியக் கல்வியை தனது இதயத்திற்கு எடுத்துச் செல்ல அவர் தயங்கினார். பதின்மூன்று குழந்தைகளில் ஏழாவது இடத்தில் இருந்த ஹுசைன், கீழ் நடுத்தர குடும்பத்தில் பிறந்தவர். அவர் மூன்று வயதில் பார்வையற்றவராக ஆனார், ஒரு திறமையற்ற பயிற்சியாளரின் தவறான சிகிச்சையின் விளைவாக, இந்த நிலை அவரது வாழ்நாள் முழுவதும் அவருக்கு மிகுந்த வேதனையை ஏற்படுத்தியது.

பிரான்சில் உள்ள மான்ட்பெல்லியர் பல்கலைக்கழகத்தில் பயின்றபோது ஹுசைன் சுசான் ப்ரெசோவை (1895-1989) சந்தித்து திருமணம் செய்தார். அவளை "இனிமையான குரல்" என்று குறிப்பிடப்பட்டார். அவர் பிரெஞ்சு மொழியின் பிடியை மேம்படுத்த முயற்சிக்கையில் படிக்கும் திறனில் இருந்து இந்த பெயர் வந்தது. சுசான் அவரது மனைவி, சிறந்த நண்பர் மற்றும்

அவரது இரண்டு குழந்தைகளின் தாயானார் அவரது வாழ்நாள் முழுவதும் அவருக்கு வழிகாட்டியாக இருந்தார்.

தாஹா ஹுசைனின் குழந்தைகள், அவரது மகள் அமினா மற்றும் அவரது தம்பி மொயினிஸ் இருவரும் எகிப்தில் முக்கியமான நபர்கள். 70 வயதில் இறந்த அமினா, கெய்ரோ பல்கலைக்கழகத்தில் பட்டம் பெற்ற முதல் எகிப்திய பெண்களில் ஒருவர். அவளும் அவரது சகோதரர் மொயினிஸும் அவரது ஆதிப் நூலை(அறிவுசார்) பிரெஞ்சு மொழியில் மொழிபெயர்த்தனர். இது எகிப்தியரான பிரான்சுக்குச் சென்று மொழியைக் கற்றுக்கொண்ட அவர்களின் தந்தைக்கு இது மிகவும் முக்கியமானது. அதைவிட முக்கியமானது, தாஹா ஹுசைனைப் போலவே, பிரான்சில் படித்து வாழ்ந்து வரும் ஒரு எகிப்தியரின் கலாச்சார அதிர்ச்சியைச் சமாளிக்க வேண்டிய ஒரு இளைஞனின் ஆதிபின் தன்மை ஆகும்.

1908ஆம் ஆண்டில் மதச்சார்பற்ற கெய்ரோ பல்கலைக்கழகம் நிறுவப்பட்டபோது, அவர் அனுமதிக்க ஆர்வமாக இருந்தார், பார்வையற்றவராகவும் ஏழையாகவும் இருந்தபோதிலும் அவர் ஒரு இடத்தை வென்றார். 1914ஆம் ஆண்டில், அவரது ஆய்வறிக்கை, ஒரு பிஎச்டி பெறும் இரண்டாவதாவார் பட்டதாரி ஆனார். அவரது நம்பிக்கை கவிஞர் மற்றும் தத்துவவாதி அபு அல்-'ஆலா' அல்-மாரி ஆவார். அவர் அங்கு அரபு இலக்கிய பேராசிரியரானார். 1919 இல், கெய்ரோ பல்கலைக்கழகத்தில் வரலாற்று பேராசிரியராக நியமிக்கப்பட்டார். கூடுதலாக, அவர் அலெக்ஸாண்ட்ரியா பல்கலைக்கழகத்தின் ஸ்தாபக ரெக்டராக இருந்தார். அவர் பல நாவல்கள் மற்றும் கட்டுரைகளை எழுதியிருந்தாலும், மேற்கில் அவர் சுயசரிதை, அல்-அய்யம் (தி டேஸ்)) இது ஆங்கிலத்தில் ஒரு எகிப்திய குழந்தை பருவம் (1932) மற்றும் தி ஸ்ட்ரீம் ஆஃப் டேஸ் (1943) என வெளியிடப்பட்டது. இருப்பினும், 1926ஆம் ஆண்டின் இஸ்லாமியத்திற்கு முந்தைய கவிதைகள் (في الشعر الجاهلي) பற்றிய அவரது இலக்கிய விமர்சன புத்தகம் அரபு உலகில் அவருக்கு புகழ் பெற்று தந்தது. இந்த புத்தகத்தில், ஆரம்பகால அரபு கவிதைகளின் நம்பகத்தன்மை குறித்து அவர் சந்தேகம் தெரிவித்தார், பழங்குடியினரின் பெருமை மற்றும் பழங்குடியினரிடையே போட்டி காரணமாக இது பண்டைய காலங்களில் பொய்யானது என்று கூறினார். குர்ஆனை வரலாற்றின் புறநிலை ஆதாரமாக எடுத்துக் கொள்ளக்கூடாது என்பதையும் அவர் மறைமுகமாகக் குறிப்பிட்டார். இதன் விளைவாக, இந்த புத்தகம் அல் அசாரில் உள்ள மத அறிஞர்களின் கடுமையான கோபத்தையும் விரோதத்தையும் தூண்டியது.

பல பாரம்பரியவாதிகள், அவர் இஸ்லாத்தை அவமதித்ததாக குற்றம் சாட்டப்பட்டார். எவ்வாறாயினும், 1931ஆம் ஆண்டில் கெய்ரோ பல்கலைக்கழகத்தில் தனது பதவியை இழந்த போதிலும், தாஹா ஹுசைன் கூறியது ஒரு கல்வி ஆராய்ச்சியாளரின் கருத்து என்றும் அவர் மீது எந்த சட்ட நடவடிக்கையும் எடுக்கப்படவில்லை என்றும் அரசு வக்கீல் கூறினார். அவரது புத்தகம் தடைசெய்யப்பட்டது, ஆனால் அடுத்ததாக மீண்டும் வெளியிடப்பட்டது ஆன்-இஸ்லாமிய இலக்கியம் (1927) என்ற தலைப்பில் சிறிய மாற்றங்களுடன் வந்தது

தாஹா ஹுசைன் எகிப்திய மறுமலர்ச்சியின் புத்திஜீவி மற்றும் எகிப்திய தேசியவாதத்தின் சித்தாந்தத்தின் ஆதரவாளராக இருந்தார், அவர் அதை ஃபரோனிசம் என்று அழைத்தார், எகிப்திய நாகரிகம் அரபு நாகரிகத்தை முற்றிலும் எதிர்க்கிறது என்றும், எகிப்து அதன் பண்டைய இஸ்லாமியத்திற்கு முந்தைய வேர்களை மீட்டெடுப்பதன் மூலம் மட்டுமே முன்னேறும் என்றும் நம்பினார்..

ஹுசைன் தனது எம்ஏ பட்டத்தை பெற்று பிறகு மோண்ட் பெல்லியர் பல்கலைகழக அவர் தன் படிப்பைத் தொடர்ந்தார்; சோர்போர்ன் பல்கலைக்கழக த்தில் மற்றொரு பிஎச்டி பெற்றார். 1917 இல் எழுதப்பட்ட அவரது முனைவர் பட்ட ஆய்விற்காக, துனிசிய வரலாற்றாசிரியரான இப்னு கல்தூன் குறித்து ஹுசைன் எழுதினார், சிலர் சமூகவியலின் நிறுவனர் என்று கூறினர். இரண்டு ஆண்டுகளுக்குப் பிறகு, 1919 இல், ஹுசைன் தனது மனைவி சுசானுடன் பிரான்சிலிருந்து எகிப்துக்குத் திரும்பினார், மேலும் கெய்ரோ பல்கலைக்கழகத்தில் வரலாற்றுப் பேராசிரியராக நியமிக்கப்பட்டார்.

1950ஆம் ஆண்டில், அவர் அறிவு அமைச்சராக (இப்போதெல்லாம் கல்வி அமைச்சகம்) நியமிக்கப்பட்டார், அதில் அவர் இலவச கல்விக்கான அழைப்பு மற்றும் அனைவருக்கும் கல்வி கற்பதற்கான உரிமை ஆகியவற்றை வழிநடத்தினார். கூடுதலாக, அவர் பணக்காரர்களுக்கு மட்டுமே கல்வியை வழங்குதற்கு எதிராக ஒரு வக்கீலாக இருந்தார். அந்த வகையில், "கல்வி என்பது நீர் மற்றும் காற்று போன்றது, ஒவ்வொரு மனிதனுக்கும் உரிமை" என்றார். இதன் விளைவாக, அவரது கைகளில், கல்வி இலவசமாக மாறியது, எகிப்தியர்கள் இலவச கல்வியைப் பெறத் தொடங்கினர். அவர் குர்ஆனியப் பள்ளிகளில் பலவற்றை தொடக்கப் பள்ளிகளாக மாற்றினார் மற்றும் பல உயர்நிலைப் பள்ளிகளை மருத்துவ மற்றும் வேளாண் பட்டதாரி பள்ளிகள் போன்ற கல்லூரிகளாக

மாற்றினார். பல புதிய பல்கலைக்கழகங்களை நிறுவிய பெருமையும் அவருக்கு உண்டு.

தாஹா ஹுசைன் பல செய்தித்தாள்களின் தலைமை ஆசிரியர் பதவியில் இருந்தார் மற்றும் எண்ணற்ற கட்டுரைகளை எழுதினார். எகிப்திலும் உலகெங்கிலும் உள்ள பல அறிவியல் கல்விக்கூடங்களில் உறுப்பினராகவும் இருந்தார்.

படைப்புகள்

“அறுபதுக்கும் மேற்பட்ட புத்தகங்கள் (ஆறு நாவல்கள் உட்பட) மற்றும் 1, 300 கட்டுரைகள்”, ஆகியவற்றின் முக்கிய படைப்புகள் பின்வருமாறு:

1) தாஹா ஹுசைனின் முழுமையான படைப்புகள் 1-16 வால்யூம்

2) அபு அல்-அலா அல்-மாரியின் நினைவகம் 1915

3) கிரேக்க நாடகத்தின் தேர்ந்தெடுக்கப்பட்ட கவிதை நூல்கள் 1924

4) இப்னு கல்தூனின் தத்துவம் 1925

5) மிகவும் பிரபலமான பிரெஞ்சு எழுத்தாளர்களின் குழுவின் நாடகங்கள் 1924

6) எண்ணங்களின் முன்னோடிகள் 1925 புதன்கிழமை பேச்சு 1925

7) இஸ்லாமியத்திற்கு முந்தைய கவிதை 1926

8) எகிப்திய குழந்தை பருவம்: தஹா 1933

9) ஹுசைனின் சுயசரிதை 1928

10) கோடையில் சில நாட்கள் “3 தொகுதிகள்” 1933

11) ஹபீஸ் மற்றும் ஷாக்கி 1933

12) நபி வாழ்க்கை “ஆலா ஹமேஷ் எல் சிரா” 1933

13) கர்லேவின் பிரார்த்தனைகள் 1934

14) ஒரு தூரத்திலிருந்து 1935

15) அடீப் 1935

16) அரேபிய தீபகற்பத்தில் இலக்கிய வாழ்க்கை 1935

17) அபி எல் ஆலாவுடன் அவரது சிறை 1935 இல்

18) கவிதை மற்றும் உரைநடை 1936

19) பிவிட்ச் அரண்மனை 1937

20) எல் மோட்டனாபியுடன் சேர்ந்து 1937

21) எகிப்தில் கலாச்சாரத்தின் எதிர்காலம் 1938

22) தருணங்கள் 1942

23) பாரிஸின் குரல் 1943

24) ஷெர்ஷாட்டின் கனவுகள் 1943

25) துன்ப மரம் 1944

26) முள் சொர்க்கம் 1945

27) இலக்கியம் மற்றும் விமர்சனம் பற்றிய அத்தியாயங்கள் 1945

28) அபு எல் ஆலாவின் குரல் 1945

29) உஸ்மான் "கிரேட்டர் தேசத்துரோகத்தின் முதல் பகுதி எல் ஃபிட்னா அல் குப்ரா ("பெரிய எழுச்சி") 1947

30) வசந்த பயணம் 1948

31) நாட்கள் ஸ்ட்ரீம் 1948

32) நவீன மனசாட்சியின் சித்திரவதை 1949

33) தெய்வீக வாக்குறுதி "எல் வாட் எல் 34)ஹக்" 1950

35) விலங்குகளின் சொர்க்கம் 1950

36) தி லாஸ்ட் லவ் 1951

37) அங்கிருந்து 1952

38) வகைகள் 1952

39) தி மிட்ஸ்ட் 1952 இல்

40) அலி அண்ட் ஹிஸ் சன்ஸ் (கிரேட்டர் செடிஷனின் 2 வது பகுதி) 1953

41) ஷார் லோசூம் மாலா யால்ஸ்ம், அபு எல் ஆலா) 1955

42) உடற்கூறியல் மற்றும் சீர்திருத்தம் 1955

43) தி சஃபரர்ஸ்: ஸ்டோரீஸ் அண்ட் 44)போலெமிக்ஸ் (1955 இல் அரபியில் வெளியிடப்பட்டது), மோனா எல்-சயாத் மொழிபெயர்த்தது (1993), கெய்ரோவில் உள்ள அமெரிக்க பல்கலைக்கழகத்தால் வெளியிடப்பட்டது, ஐ.எஸ்.பி.என் 9774242998

44) விமர்சனம் மற்றும் சீர்திருத்தம் 1956

45) எங்கள் தற்கால இலக்கியம் 1958

46) இஸ்லாத்தின் மிரர் 1959

47) கோடைக்கால முட்டாள்தனம் 1959

48) மேற்கத்திய நாடகத்தில் 1959 இல்

பேச்சு 1959

49) அல்-ஷெய்கான் (அபிபக்கர் மற்றும் உமர் இப்னு எல் கட்டாப்) 1960

50) கோடைக்கால முட்டாள்தனத்திலிருந்து குளிர்கால தீவிரத்தன்மை 1961 வரை

51) பிரதிபலிப்புகள் 1965

52) 1975 நதிக்கு அப்பால்

53) சொற்கள் 1976

54) பாரம்பரியம் மற்றும் புதுப்பித்தல் 1978

55) புத்தகங்கள் மற்றும் ஆசிரியர் 1980

56) பிற கடற்கரையில் இருந்து 1980

மொழிபெயர்ப்புகள்

1) ஜுல்ஸ் சைமனின் தி டூட்டி 1920-1921

2) ஏதெனியன்ஸ் சிஸ்டம் (நெசாம் அல்-எத்னியன்) 1921

3) கல்வியின் ஆவி 1921

4) நாடக கதைகள் 1924

5) ஆண்ட்ரோமேக் (ரேஸின்) 1935

6) கிரேக்க நாடக இலக்கியத்திலிருந்து (சோஃபோக்கிள்) 1939

7) வால்டேரின் ஜாடிக் அல்லது (தி ஃபேட்) 1947

8) ஆண்ட்ரே கிட்: கிரேக்க மொழியில் இருந்து

9) புராணக்கதைகளின் ஹீரோக்கள்

10. Sophocle-Oedipe,

6. நகிப் மஹ்ஃபூஸ்

நகிப் மஹ்ஃபூஸ் (டிசம்பர் 11, 1911 - ஆகஸ்ட் 30, 2006) 1988 ல் இலக்கியத்துக்கான நோபல் பரிசு வென்ற எகிப்திய எழுத்தாளர். சமகால எழுத்தாளர்களில் ஒருவராக கருதப்படுகிறார். அரபு இலக்கியத்தில் தாஹா ஹுசைன் உடனிணைந்து பணியாற்றினார். அவர் 34 நாவல்கள், 350-க்கும் மேற்பட்ட சிறுகதைகள், டஜன் கணக்கான திரைப்பட ஸ்கிரிப்ட்கள், எகிப்திய செய்தித்தாள்களுக்கான நூற்றுக்கணக்கான ஒப்-எட் பத்திகள் மற்றும் 70 ஆண்டுகால வாழ்க்கையில் ஐந்து நாடகங்களை வெளியிட்டார். அவரது பல படைப்புகள் அரபி மொழியில் செய்யப்பட்டுள்ளன.

மஹபூஸ் 1911 இல் பழைய கெய்ரோவில் ஒரு கீழ் நடுத்தர வர்க்க முஸ்லீம் எகிப்திய குடும்பத்தில் பிறந்தார். அவர் ஏழாவது இளைய குழந்தையாக இருந்தார், நான்கு சகோதரர்கள் மற்றும் இரண்டு சகோதரிகள் அவர்கள் அனைவரும் அவரை விட வயதானவர்கள். (அனுபவ ரீதியாக, அவர் ஒரு "ஒரே குழந்தை" போல் வளர்ந்தார்.) குடும்பம் கெய்ரோவின் இரண்டு பிரபலமான மாவட்டங்களில் வாழ்ந்தது: முதலாவதாக, பழைய நகரத்தின் கமலேயா காலாண்டில் உள்ள பேட் அல்-காடி சுற்றுப்புறத்தில் இருந்தனர், அவர்கள் 1924 இல் அப்பாசியாவிற்கு குடிபெயர்ந்தனர். பழைய நகரத்தின் வடக்கே ஒரு புதிய கெய்ரோ புறநகர் பகுதி, மஹபூஸின் பிற்கால எழுத்துக்களுக்கு பின்னணியை வழங்கும் இடங்களாக திகழ்ந்தன. அவரது தந்தை, அப்தெல்-அஜீஸ் இப்ராஹிம் குறித்து, மஹபூஸ் "வயதானவர்" என்று விவரித்தார், அவர் ஒரு அரசு ஊழியர், மஹபூஸ் இறுதியில் 1934 இல் அவரது அடிச்சுவடுகளைப் பின்பற்றினார். மஹபூஸின் தாயார் பாத்திமா, முஸ்தபா கஷீஷாவின் மகள், ஷேக், மற்றும் கல்வியறிவற்றவர் என்றாலும், சிறுவன் மஹபூஸை எகிப்திய அருங்காட்சியகம்

மற்றும் பிரமிடுகள் போன்ற கலாச்சார இடங்களுக்கு ஏராளமான உல்லாசப் பயணங்களுக்கு அழைத்துச் சென்றார்.

மஹபூஸ் குடும்பம் பக்தியுள்ள முஸ்லிம்கள் மற்றும் மஹபூஸுக்கு கடுமையான இஸ்லாமிய வளர்ப்பு இருந்தது. ஒரு நேர்காணலில், அவர் தனது குழந்தைப் பருவத்தில் வீட்டில் இருந்த கடுமையான மதச் சூழலைப் பற்றி விரிவாகக் கூறினார். "அந்த குடும்பத்திலிருந்து ஒரு கலைஞர் வெளிப்படுவார் என்று நீங்கள் ஒருபோதும் நினைத்திருக்க மாட்டீர்கள்" என்று அவர் கூறினார்.

1919ஆம் ஆண்டு எகிப்திய புரட்சி மஹபூஸுக்கு வலுவான தாக்கத்தை ஏற்படுத்தியது, அந்த நேரத்தில் அவருக்கு ஏழு வயதுதான். ஜன்னலிலிருந்து அவர் அடிக்கடி பிரிட்டிஷ் வீரர்கள் ஆர்ப்பாட்டக்காரர்கள், ஆண்கள் மற்றும் பெண்கள் மீது துப்பாக்கிச் சூடு நடத்தியதைக் கண்டார். "நீங்கள் சொல்லலாம்... எனது குழந்தைப்பருவத்தின் பாதுகாப்பை மிகவும் உலுக்கிய ஒன்று 1919 புரட்சி" என்று அவர் பின்னர் கூறினார்.

அவரது ஆரம்ப ஆண்டுகளில், மஹ்ஃபூஸ் விரிவாக படித்து ஹபீஸ் நஜிப், செல்வாக்கிற்குட்பட்டு தாஹா ஹுசைன் மற்றும் சலாமா மூசா, ஃபேபியன் அறிவுசார் மரபில் வளர்ந்தார்.

தனது இடைநிலைக் கல்வியை முடித்த பின்னர், மஹபூஸ் 1930 இல் எகிப்திய பல்கலைக்கழகத்தில் (இப்போது கெய்ரோ பல்கலைக்கழகம்) அனுமதிக்கப்பட்டார், அங்கு அவர் தத்துவத்தைப் பயின்றார், 1934 இல் பட்டம் பெற்றார். 1936 வாக்கில், தத்துவத்தில் எம்.ஏ.யில் பணிபுரிந்து ஒரு வருடம் கழித்த அவர், தனது படிப்பை நிறுத்த முடிவு செய்தார் ஏனெனில் ஒரு தொழில்முறை எழுத்தாளர் ஆக முயன்றார். மஹ்ஃபூஸ் பின்னர் அல்-ரிசாலாவில் ஒரு செய்தியாளராக பணிபுரிந்தார்,

1934இல் கெய்ரோ பல்கலைக்கழகத்தில் தத்துவத்தில் இளங்கலைப் பட்டம் பெற்ற பிறகு, மஹபூஸ் எகிப்திய சிவில் சேவையில் சேர்ந்தார், அங்கு அவர் 1971 இல் ஓய்வு பெறும் வரை பல்வேறு பதவிகளிலும் அமைச்சகங்களிலும் தொடர்ந்து பணியாற்றினார். கெய்ரோ பல்கலைக்கழகத்தில் முதலில் எழுத்தராக பணியாற்றினார், பின்னர் 1938 இல் உள்ள இஸ்லாமிய அறநிலையத் அமைச்சகம் (அவ்காப்) இஸ்லாமிய அறநிலையத் அமைச்சர் பாராளுமன்ற செயலாளராகப் பணியாற்றினார். 1945ஆம் ஆண்டில், அவர் அல்-குரி கல்லறை நூலகத்திற்கு இடமாற்றம் செய்யக் கோரினார், அங்கு அவர் "நல்ல கடன் திட்டத்தின்" ஒரு பகுதியாக தனது குழந்தை பருவ சுற்றுப்புறங்களில் வசிப்பவர்களை பேட்டி கண்டார். 1950-களில்,

அவர் கலை பணியகத்தில் தணிக்கை இயக்குநராகவும், சினிமாவை ஆதரிப்பதற்கான அறக்கட்டளையின் இயக்குநராகவும், இறுதியாக கலாச்சார அமைச்சின் ஆலோசகராகவும் பணியாற்றினார்.

1960–களில் மஹபூஸ்

மஹபூஸ் 34 நாவல்கள், 350-க்கும் மேற்பட்ட சிறுகதைகள், டஜன் கணக்கான திரைப்பட ஸ்கிரிப்ட்கள் மற்றும் 70 ஆண்டுகால வாழ்க்கையில் ஐந்து நாடகங்களை வெளியிட்டார். அவரது மிகப் பிரபலமான படைப்பான கெய்ரோ முத்தொகுப்பு, முதல் உலகப் போரிலிருந்து கெய்ரோவில் மூன்று தலைமுறை வெவ்வேறு குடும்பங்களின் வாழ்க்கையை சித்தரிக்கிறது. அவர் வெளியீட்டாளர் டார் எல்-மாரெப்பின் குழு உறுப்பினராக இருந்தார். அவரது பல நாவல்கள் அல்-அஹ்ராமில் சீரியலாக வெளியாயின, மேலும் அவரது எழுத்துக்கள் அவரது வாராந்திர கட்டுரையான "பாயிண்ட் ஆஃப் வியூ" இல் வெளிவந்தன. நோபல் பரிசுக்கு முன்னர் அவரது சில நாவல்கள் மட்டுமே மேற்கில் வெளிவந்தன.

மஹபூஸின் ஆரம்பகால படைப்புகளில் பெரும்பாலானவை கெய்ரோவில் அமைக்கப்பட்டன. அபாத் அல்-அக்தார் (மோக்கரி ஆஃப் தி ஃபேபேட்ஸ்) (1939), ராடோபிஸ் (1943), மற்றும் கிஃபா திபா (தி ஸ்ட்ரபிள் ஆஃப் தீப்ஸ்) (1944) ஆகியவை 30 நாவல்களின் பெரிய நிறைவேறாத திட்டத்தின் ஒரு பகுதியாக எழுதப்பட்ட வரலாற்று நாவல்கள் இருந்தன. சர் வால்டர் ஸ்காட் (1771-1832) என்பவரால் ஈர்க்கப்பட்ட மஹபூஸ் எகிப்தின் முழு வரலாற்றையும் தொடர்ச்சியான புத்தகங்களில் மறைக்க திட்டமிட்டார். இருப்பினும், மூன்றாவது தொகுதியைத் தொடர்ந்து, அவர் தனது ஆர்வத்தை தற்போதைய சமூக மாற்றத்தின் உளவியல் தாக்கத்தை சாதாரண மக்கள் மீது மாற்றினார்.

மஹபூஸின் உரைநடை அவரது கருத்துக்களின் அப்பட்டமான வெளிப்பாட்டால் வகைப்படுத்தப்படுகிறது. அவரது எழுதப்பட்ட படைப்புகள் சோசலிசம், ஓரினச்சேர்க்கை மற்றும் கடவுள் உட்பட பல தலைப்புகளை உள்ளடக்கியது. இந்த பாடங்களில் சிலவற்றைப் பற்றி எழுதுவது எகிப்தில் தடைசெய்யப்பட்டது. அவர் தனது படைப்புகளில், 20 ஆம் நூற்றாண்டில் தனது நாட்டின் வளர்ச்சியை விவரித்தார் கிழக்கு மற்றும் மேற்கு நாடுகளின் அறிவுசார் மற்றும் கலாச்சார தாக்கங்களை இணைத்தார். எகிப்தியரல்லாத கலாச்சாரத்தின் இலக்கியங்களை அவர் வெளிப்படுத்தியிருப்பது அவரது இளமை பருவத்தில் மேற்கத்திய துப்பறியும் கதைகள், ரஷ்ய கிளாசிக் மற்றும் மார்செல் ப்ரூஸ்ட், ஃபிரான்ஸ் காஃப்கா மற்றும்

ஜேம்ஸ் ஜாய்ஸ் போன்ற நவீன எழுத்தாளர்களின் ஆர்வத்துடன் நுகர்வு தொடங்கியது.. மஹபூஸின் கதைகள் எப்போதுமே கெய்ரோவின் அதிக மக்கள் தொகை கொண்ட நகர்ப்புறங்களில் அமைக்கப்பட்டிருக்கின்றன, அங்கு அவரது கதாபாத்திரங்கள், பெரும்பாலும் சாதாரண மக்கள், சமூகத்தின் நவீனமயமாக்கல் மற்றும் மேற்கத்திய விழுமியங்களின் சோதனைகளை சமாளிக்க முயற்சிக்கின்றனர்.

1950-களில் மஹபூஸின் மையப் பணி கெய்ரோ முத்தொகுப்பு ஆகும், இது ஜூலை புரட்சிக்கு முன்னர் அவர் நிறைவு செய்தார். நாவல்களில் அரண்மனை நடை, அரண்மனை, மற்றும் சர்க்கரை வீதி என்ற பெயர்கள் இருந்தன. மஹபூஸ் கதையை அவர் வளர்ந்த கெய்ரோவின் சில பகுதிகளில் அமைத்தார். முதலாம் உலகப் போர் முதல் 1950 கள் வரை, முதலாம் மன்னர் ஃபாரூக் தூக்கியெறியப்பட்டபோது, மூன்று தலைமுறைகளுக்கு மேலாக தேசபக்தர் எல்-சையத் அகமது அப்தெல் கவாட் மற்றும் அவரது குடும்பத்தினரின் வாழ்க்கையை இந்த நாவல்கள் சித்தரிக்கின்றன. முத்தொகுப்பை முடித்த பின்னர் மஹபூஸ் சில வருடங்கள் எழுதுவதை நிறுத்தினார். 1952ஆம் ஆண்டில் முடியாட்சியைத் தூக்கியெறிந்த ரீஜிம், 1959 இல் மீண்டும் வெளியிடத் தொடங்கினார், இப்போது நாவல்கள், சிறுகதைகள், பத்திரிகை, நினைவுக் குறிப்புகள், கட்டுரைகள் மற்றும் திரைக்கதைகளை பெருமளவில் ஊற்றினார். அவர் 1998 இன் ஒரு நேர்காணலில், “நாசர் நவீன வரலாற்றில் மிகச் சிறந்த அரசியல் தலைவர்களில் ஒருவர் என்று நீண்ட காலமாக உணர்ந்தார். சூயஸ் கால்வாயை தேசியமயமாக்கிய பின்னரே நான் அவரை முழுமையாகப் பாராட்டத் தொடங்கினேன்.”

தார்தாரா பாவ் அல்-நால் (அட்ரிஃப்ட் ஆன் தி நைல், 1966) அவரது மிகவும் பிரபலமான நாவல்களில் ஒன்றாகும். இது பின்னர் அன்வர் அல் சதாத்தின் ஆட்சிக்காலத்தில் ஒரு படமாக உருவாக்கப்பட்டது. நாசர் காலத்தில் எகிப்திய சமுதாயத்தின் வீழ்ச்சியை கதை விமர்சிக்கிறது. முன்னாள் ஜனாதிபதி நாசரை இன்னும் நேசிக்கும் எகிப்தியர்களைத் தூண்டுவதைத் தவிர்ப்பதற்காக சதாத் தடை விதித்தார். 1990-களின் பிற்பகுதியில் அந்த நாவலின் நகல்களைக் கண்டுபிடிப்பது கடினம் ஆகியது.

மஹபூஸின் மிகச்சிறந்த படைப்புகளில் ஒன்றான தி கெல்பலாவி குழந்தைகள் (1959, குழந்தைகள் அல்லே என்றும் அழைக்கப்படுகிறார்கள்), தேசபக்தர் கெபெலாவி மற்றும் அவரது குழந்தைகளை சித்தரித்தார், சராசரி எகிப்தியர்கள்

காயீன் மற்றும் ஆபெல், மோசே, இயேசு மற்றும் முகமது ஆகியோரின் வாழ்க்கையை வாழ்ந்தனர். கெபெலாவி ஒரு தரிசு பாலைவனத்தின் நடுவில் ஒரு சோலையில் ஒரு மாளிகையை கட்டினார்; அவரது தோட்டம் பல தலைமுறைகளாக தொடரும் ஒரு குடும்ப சண்டையின் காட்சியாக மாறுகிறது. "யாராவது மனச்சோர்வடைந்தால், துன்பப்படுகையில் அல்லது அவமானப்படுத்தப்படும்போதெல்லாம், அவர் பாலைவனத்திற்குத் திறக்கும் கடைசியில் சந்துக்கு மேலே உள்ள மாளிகையை சுட்டிக்காட்டி, சோகமாக கூறுகிறார், 'அது எங்கள் மூதாதையரின் வீடு, நாங்கள் அனைவரும் அவருடைய குழந்தைகள், எங்களுக்கு உள்ளது அவரது சொத்துக்கான உரிமை மட்டுமே. நாங்கள் ஏன் பட்டினி கிடக்கிறோம்? நாங்கள் என்ன செய்தோம்? '" லெபனானை தவிர, 2006ஆம் ஆண்டு வரை, எகிப்தில் முதன்முதலில் வெளியிடப்பட்ட வரை அரபு உலகம் முழுவதும் இந்த புத்தகம் தடைசெய்யப்பட்டது. கடவுளின் உருவக சித்தரிப்பு மற்றும் யூத மதம், கிறித்துவம் மற்றும் ஏகத்துவ ஆபிரகாமிய நம்பிக்கைகள், இஸ்லாம் ஆகியவற்றின் மூலம் அவதூறு கூறப்படுவதால் இந்த வேலை தடைசெய்யப்பட்டது.

1960-களில், மஹபூஸ் தனது இருத்தலியல் நாவல்களில் மனிதகுலம் கடவுளிடமிருந்து மேலும் விலகிச் செல்கிறது என்ற கருத்தை உருவாக்கிநார் திருடன் மற்றும் நாய்கள் (1961) அவர் ஒரு விதியை சித்தரித்தார்.மார்க்சிஸ்ட் சிறையில் மற்றும் திட்டங்களை பழிவாங்கும் ஒருவனின் கதையாக இந்த நாவல் வெளியிடப்பட்டது.

1960 கள் மற்றும் 1970-களில் மஹபூஸ் தனது நாவல்களை மிகவும் சுதந்திரமாக உருவாக்கத் தொடங்கினார் மற்றும் உள்துறை மோனோலாக்ஸைப் பயன்படுத்தத் தொடங்கினார். மிராமர் (1967) அவர் பல முதல் நபருக்கு விவரிக்கும் ஒரு வடிவம் உருவாக்கப்பட்டது. நான்கு விவரிப்பாளர்கள், அவர்களில் ஒரு சோசலிஸ்ட் மற்றும் நாசரைட் சந்தர்ப்பவாதி, வெவ்வேறு அரசியல் கருத்துக்களைக் குறிக்கின்றனர். கதையின் மையத்தில் ஒரு கவர்ச்சியான வேலைக்கார பெண். அரேபியன் நைட்ஸ் அண்ட் டேஸ் (1981) மற்றும் இபின் பாத்துமா இன் ஜர்னி (1983) அவர் பாரம்பரிய அரபு விரிவுரைகளில் இருந்து எடுக்கப்பட்ட ஈர்த்தது. அகெனாடென்: டுவெல்லர் இன் ட்ரூத் (1985) என்பது பழைய மற்றும் புதிய மத உண்மைகளுக்கு இடையிலான மோதலைப் பற்றியது. அவரது பல நாவல்கள் முதன்முதலில் சீரியல் செய்யப்பட்ட வடிவத்தில் வெளியிடப்பட்டன, அவற்றில் சில்ரன் ஆஃப் கெபெலாவி மற்றும் மிடாக் ஆலிப்இது சல்மா

ஹயக் (எல் காலெஜான் டி லாஸ் மிலாக்ரோஸ்) நடித்த ஒரு மெக்சிகன் திரைப்படமாக மாற்றப்பட்டது.

1990-களில் மஹ்பூஸின் பெரும்பாலான எழுத்துக்கள் முக்கியமாக அரசியலைக் கையாளுகின்றன, அவர் ஒப்புக்கொண்ட ஒரு உண்மை: “எனது எல்லா எழுத்துக்களிலும் நீங்கள் அரசியலைக் காண்பீர்கள். அன்பையோ அல்லது வேறு எந்த விஷயத்தையோ புறக்கணிக்கும் ஒரு கதையை நீங்கள் காணலாம், ஆனால் அரசியல் அல்ல; இது நமது சிந்தனையின் அச்சு”.

அவர் தனது பல படைப்புகளில் எகிப்திய தேசியவாதத்தை ஆதரித்தார், மேலும் உலகப் போருக்குப் பிந்தைய வாஃப்ட் கட்சிக்கு அனுதாபங்களை தெரிவித்தார். அவர் தனது இளமை பருவத்திலேயே சோசலிச மற்றும் ஜனநாயக கொள்கைகளுக்கு ஈர்க்கப்பட்டார். சோசலிச கொள்கைகளின் செல்வாக்கு அவரது முதல் இரண்டு நாவல்களான அல்-கலிலி மற்றும் புதிய கெய்ரோவிலும், பின்னர் வந்த பல படைப்புகளிலும் வலுவாக பிரதிபலிக்கிறது. சோசலிசம் மற்றும் ஜனநாயகம் மீதான அவரது அனுதாபத்திற்கு இணையாக இஸ்லாமிய தீவிரவாதத்திற்கு எதிரான அவரது விரோதப் போக்கு இருந்தது.

இஸ்லாமிய அடிப்படைவாதத்தை விட இலக்கிய விமர்சனத்தில் அதிக அக்கறை காட்டியபோது, மஹ்பூஸ் தனது இளமை பருவத்தில் சையித் குத்பை தனிப்பட்ட முறையில் அறிந்திருந்தார் ; குதுப் பின்னர் முஸ்லீம் சகோதரத்துவத்தில் குறிப்பிடத்தக்க தாக்கத்தை ஏற்படுத்தினார். உண்மையில், 1940-களின் நடுப்பகுதியில் மஹ்பூஸின் திறமையை அங்கீகரித்த முதல் விமர்சகர்களில் குத்பும் ஒருவர். 1960-களில், அவரது வாழ்க்கையின் முடிவில், மஹ்பூஸ் குதுப்பை மருத்துவமனையில் இருந்தபோது கூட பார்வையிட்டார். அவரது அரை சுயசரிதை நாவலான மிரர்ஸில், அவர் சயீத் குத்பின் மிகவும் எதிர்மறையான உருவப்படத்தை வரைந்தார். 1952 புரட்சி மற்றும் 1967 ஆறு நாள் போரில் எகிப்தின் தோல்வியால் அவர் ஏமாற்றமடைந்தார். அவர் புரட்சியின் கொள்கைகளை ஆதரித்தார், ஆனால் அதிருப்தி அடைந்தார், நடைமுறைகள் அவற்றுக்கு ஏற்ப வாழத் தவறிவிட்டன என்று கூறினார். நகுப் மஹ்பூஸ் புதிய தலைமுறை எகிப்திய வழக்கறிஞர்களை பாதித்தார், இதில் நபில் மவுனீர் மற்றும் ரெடா அஸ்லான் இருந்தனர்

அமெரிக்க விமர்சகர்களிடமிருந்து மஹ்பூஸ் பாராட்டுக்களைப் பெற்றார்:

“சந்துகள், வீடுகள், அரண்மனைகள் மற்றும் மசூதிகள் மற்றும் அவற்றுள் வசிக்கும் மக்கள் மஹ்பூஸின் பணிகளில்

தெளிவாகத் தெரிந்திருக்கிறார்கள், ஏனெனில் லண்டனின் வீதிகள் டிக்கென்ஸால் கற்பனை செய்யப்பட்டன." - நியூஸ் வீக்

"நாகுயிப் மஹபூஸின் புனைகதை முழுவதும் ஒரு இலக்கிய கலைஞரின் உருவகம் ஒரு பரவலான உணர்வு உள்ளது, அவர் தனது புனைகதைகளை தனது நாட்டின் நிலைக்கு நேரடியாகவும் சந்தேகத்திற்கு இடமின்றி பேசவும் பயன்படுத்துகிறார். அவரது பணி எகிப்து மற்றும் அதன் மக்கள் மீதான அன்பில் ஊக்கமளிக்கிறது, ஆனால் அதுவும் முற்றிலும் நேர்மையான மற்றும் விரும்பத்தக்க வகையில் இருக்கிறது. " - வாஷிங்டன் போஸ்ட்

"மஹபூஸின் பணி புதிதாக நுணுக்கமாகவும், பேய் பாடலாகவும் உள்ளது. நோபல் பரிசு [அவரது] புனைகதையின் உலகளாவிய முக்கியத்துவத்தை ஒப்புக்கொள்கிறது." - லாஸ் ஏஞ்சல்ஸ் டைம்ஸ்

"திரு. மஹபூஸ் கெய்ரோவின் சிராய்ப்பு, கொடூரமான, குழப்பமான மனித எறும்பை சாத்தியமாக்குவதன் சாராம்சத்தை உள்ளடக்கியது." - பொருளாதார நிபுணர்

1988ஆம் ஆண்டு இலக்கியத்திற்கான நோபல் பரிசு மஹபூஸுக்கு வழங்கப்பட்டது, இந்த விருதை வென்ற ஒரே அரபு எழுத்தாளர் இவர் மட்டுமே. பரிசை வென்ற சிறிது நேரத்திலேயே மஹபூஸ் மேற்கோள் காட்டியுள்ளார், "நோபல் பரிசு எனக்கு வழங்கியுள்ளது, என் வாழ்க்கையில் முதல்முறையாக, எனது இலக்கியங்களை சர்வதேச அளவில் பாராட்டுகிறது என்ற உணர்வு ஏற்பட்டது. அரபு உலகமும் என்னுடன் நோபலை வென்றது. சர்வதேச கதவுகள் திறந்துவிட்டன என்று நம்புங்கள், இனிமேல் கல்வியறிவு பெற்றவர்கள் அரபு இலக்கியங்களையும் கருத்தில் கொள்வார்கள். அந்த அங்கீகாரத்திற்கு நாங்கள் தகுதியானவர்கள். மஹபூஸுக்கு எழுதிய ஸ்வீடிஷ் கடிதத்தில் மேற்கோள்கள் அடங்கியுள்ளன, "உன்னத மற்றும் சிக்கலான படைப்புகள் வாழ்க்கையின் அடிப்படை விஷயங்களை மறுபரிசீலனை செய்ய அழைக்கிறது. நேரம் அன்பின் தன்மை, சமூகம் மற்றும் விதிமுறைகள், அறிவு மற்றும் நம்பிக்கை போன்ற கருப்பொருள்கள் பல்வேறு சூழ்நிலைகளில் மீண்டும் மீண்டும் சிந்தனையில் வழங்கப்படுகின்றன தூண்டுதல் மூலம் தெளிவாக தைரியமான வழிகள் தெரிகிறது மேலும் உங்கள் உரைநடைக்கான கவிதைத் தரம் மொழித் தடையைத் தாண்டி உணர முடியும். அனைத்து மனிதர்களுக்கும் பொருந்தக்கூடிய ஒரு அரேபிய விவரிப்புக் கலையை உருவாக்கிய பெருமை உங்களுக்கு உண்டு. " மஹபூஸ் தனது வயதில் சுவீடனுக்கு பயணம் செய்வது கடினம் என்பதால், அவர் விருது வழங்கும் விழாவில் கலந்து கொள்ளவில்லை.

மஹ்பூஸ் தனது படைப்புகளுக்கு வெளியே சர்ச்சையிலிலும் சுருங்கவில்லை. 1978 இல் இஸ்ரேலுடனான சதாத்தின் முகாம் டேவிட் சமாதான உடன்படிக்கைக்கு அவர் அளித்த ஆதரவின் விளைவாக, நோபல் பரிசு வென்ற வரை அவரது புத்தகங்கள் பல அரபு நாடுகளில் தடை செய்யப்பட்டன. பல எகிப்திய எழுத்தாளர்கள் மற்றும் புத்திஜீவிகளைப் போலவே, மஹ்பூஸுும் ஒரு இஸ்லாமிய அடிப்படைவாத "மரணப் பட்டியலில்" இருந்தார். அயதுல்லா ருஹொல்லா கோமெய்னி 1989 இல் ருஷ்டியை மரண தண்டனைக்கு உட்படுத்தியதை அடுத்து அவர் சல்மான் ருஷ்டியை ஆதரித்தார், ஆனால் அவரது சாத்தானிய வசனங்கள் இஸ்லாத்தை "அவமதிப்பதாக" விமர்சித்தார். மஹ்பூஸ் கருத்துச் சுதந்திரத்தை நம்பினார், மேலும், ருஷ்டியின் படைப்புகளுடன் அவர் தனிப்பட்ட முறையில் உடன்படவில்லை என்றாலும், ஒரு ஃபத்வா இருக்க வேண்டும் என்று அவர் நம்பவில்லை 1989ஆம் ஆண்டில், சல்மான் ருஷ்டி மற்றும் அவரது வெளியீட்டாளர்கள் கொல்லப்பட வேண்டும் என்று அயதுல்லா ருஹொல்லா கோமெய்னியின் ஃபத்வா அழைப்புக்கு பின்னர், மஹ்பூஸ் கோமேனியை ஒரு பயங்கரவாதி என்று அழைத்தார். மஹ்பூஸ் மற்ற 80 புத்திஜீவிகளுடன் சேர்ந்து, " ஒரு எழுத்தாளரைக் கொலை செய்வதற்கான அழைப்புக்கு இஸ்லாமியர்களுக்கும் முஸ்லிம்களுக்கும் எந்த தூஷணமும் தீங்கு விளைவிப்பதில்லை " என்று அறிவித்தார்.

தி சாத்தானிக் வெர்சஸின் தோற்றம் மஹ்பூஸின் நாவலான சில்ட்ரன் ஆஃப் கெபெலாவியைப் பற்றிய சர்ச்சையை மீண்டும் கொண்டு வந்தது. மஹ்பூஸுக்கு எதிரான மரண அச்சுறுத்தல்கள் தொடர்ந்து, "குருட்டு ஷேக்", எகிப்திய நாட்டைச் சேர்ந்த ஓமர் அப்துல்-ரஹ்மான் ஆகியோரை உள்ளடக்கியது. மஹ்பூஸுக்கு போலீஸ் பாதுகாப்பு வழங்கப்பட்டது, ஆனால் 1994ஆம் ஆண்டில் ஒரு தீவிரவாதி 82 வயதான நாவலாசிரியரை தனது கெய்ரோ வீட்டிற்கு வெளியே கழுத்தில் குத்தி தாக்கினார்.

அவர் உயிர் பிழைத்தார், அவரது வலது மேல் மூட்டுகளின் நரம்புகள் சேதமடைந்ததால் நிரந்தரமாக பாதிக்கப்பட்டார். இந்த சம்பவத்திற்குப் பிறகு மஹ்பூஸால் ஒரு நாளைக்கு சில நிமிடங்களுக்கு மேல் எழுத முடியவில்லை, இதன் விளைவாக குறைவான படைப்புகளை உருவாக்கினார். அதைத் தொடர்ந்து, அவர் நிலையான மெய்க்காப்பாளர்களின் பாதுகாப்பில் வாழ்ந்தார். இறுதியாக, 2006ஆம் ஆண்டின் தொடக்கத்தில், அஹ்மத் கமல் அபூல்-மாக்ட் எழுதிய முன்னுரையுடன் அவரது நாவல் எகிப்தில் வெளியிடப்பட்டது. அச்சுறுத்தல்களுக்குப்

பிறகு, மஹபூஸ் தனது வழக்கறிஞரான நபில் மவுனீர் ஹபீப்புடன் கெய்ரோவில் தங்கினார். மஹபூஸ் மற்றும் மவுனீர் ஆகியோர் மவுனீரின் அலுவலகத்தில் அதிக நேரத்தை செலவிடுவார்கள்; மஹபூஸ் மவுனீரின் நூலகத்தை தனது பெரும்பாலான புத்தகங்களுக்கான குறிப்பாகப் பயன்படுத்தினார். மஹபூஸ் இறக்கும் வரை மவுனீருடன் இருந்தார்.

மஹபூஸ் 43 வயது வரை திருமணம் செய்யாமலே இருதார், ஏனெனில் அதன் பல கட்டுப்பாடுகள் மற்றும் வரம்புகளுடன், திருமணம் தனது இலக்கிய எதிர்காலத்தை பாதிக்கும் என்று அவர் நம்பினார். "நான் திருமண செய்ய பயப்பட காரணம் என் சகோதரர்கள் மற்றும் சகோதரிகள் வாழ்க்கை தான்.அவர்களுக்கு சுதந்திரம் இல்லை என்று கண்டேன்.

இருப்பினும், 1954ஆம் ஆண்டில், அலெக்ஸாண்டிரியாவைச் சேர்ந்த ஒரு காப்டிக் ஆர்த்தடாக்ஸ் பெண்ணான அதியதல்லா இப்ராஹிம் என்பவரை அவர் மணந்தார், அவருக்கு பாத்திமா மற்றும் உம்மு கல்தும் என்ற இரண்டு மகள்கள் இருந்தனர். இந்த ஜோடி ஆரம்பத்தில் கெய்ரோவின் அகவ்சா பிரிவில் நைல் நதிக்கரையில் ஒரு ஹவுஸ் படகில் வசித்து வந்தனர், பின்னர் அதே பகுதியில் ஆற்றின் குறுக்கே ஒரு குடியிருப்பில் குடியேறினர். மஹபூஸ் பொது வெளிப்பாடுகளைத் தவிர்த்தார், குறிப்பாக அவரது தனிப்பட்ட வாழ்க்கையைப் பற்றிய விசாரணைகள், அவர் கூறியது போல், "பத்திரிகைகள் மற்றும் வானொலி நிகழ்ச்சிகளில் ஒரு வேடிக்கையான தலைப்பு. இவ்வளவே வாழ்க்கை".

7. கெய்ரோவின் அழைப்பு

வெற்றி ஆபத்தானது. நீங்கள் தனிமைப்படுத்தப்படுவீர்கள். 60%-க்கும் அதிகமான எகிப்தியர்கள் வறுமைக் கோட்டுக்குக் கீழே வாழ்கின்றனர். நான் அவர்களுக்கு விசுவாசமாக இருக்க வேண்டும்.

பத்து ஆண்டுகளுக்கு முன்பு அலா அல் அஸ்வானி எழுத்தை விட்டுவிட்டு நியூசிலாந்திற்கு குடியேறவிருந்தார். கெய்ரோவில் பயிற்சி பெற்ற பல் மருத்துவர், அவர் ஒரு தசாப்த காலமாக புனைகதைகளில் உழைத்தார், ஆனால் மூன்று முறை பொது எகிப்திய புத்தக அமைப்பு (கெபோ), சக்திவாய்ந்த அரசு வெளியீட்டாளர்களால் நிராகரிக்கப்பட்டது, கடைசியாக அவரது 41 வது பிறந்தநாளில். "இந்த மனிதன் என்னிடம் சொன்னான்: "நான் உன்னை ஒருபோதும் வெளியிட மாட்டேன்", மேலும் தொலைபேசியைத் தொங்கவிட்டான்," என்று அவர் கூறுகிறார். "நான் மிகவும் பரிதாபகரமான பிறந்தநாளைக் கொண்டிருந்தேன், இதை நான் ஒருபோதும் இலக்கியத்தில் பெயெரெடுக்க மாட்டேன் என்று நினைக்கிறேன். நான் எல்லாவற்றையும் கொடுத்தேன்."

அவர் ஒரு கடைசி உந்துதல் ஒன்றை செய்தார். ஒரு நாவலை கெய்ரோவில் ஒரு சிறிய, சுயாதீன வெளியீட்டாளர்களால் வெளியிட்டார். தி யாகூபியன் பில்டிங் (2002) இன் முதல் பதிப்பு நான்கு வாரங்களுக்குள் விற்றுத் தீர்ந்தது, மேலும் நாவல் தொடர்ச்சியாக ஐந்து ஆண்டுகளாக அரபு உலகின் நம்பர் 1 பெஸ்ட்செல்லராக மாறியது, அச்சுப்பொறிகள்கள் 3, 000 ஐத் தாண்டிய ஒரு பிராந்தியத்தில் 250, 000-க்கும் மேற்பட்ட பிரதிகள் விற்பனையானது. இது 2006ஆம் ஆண்டில் அரபு மொழியில் மர்வான் ஹேமட் இயக்கிய ஒரு வெற்றிகரமான படமாகவும், கடந்த ஆண்டு எகிப்திய தொலைக்காட்சி சீரியலாகவும் தயாரிக்கப்பட்டது. புத்தகத்தின் வெற்றி மற்ற 21 மொழிகளுக்கும்

பரவியது; கடந்த ஆண்டு இங்கிலாந்து பதிப்பு 60, 000 பிரதிகள் விற்றது.

கெய்ரோ நகரத்தில் ஒரு உண்மையான ஆர்ட்-டெகோ தொகுதியால் ஈர்க்கப்பட்டு, எழுத்தாளர் தனது முதல் பல் மருத்துவ நிலையத்தை வைத்திருந்தார், 1990 வளைகுடா போரை தளமாக கொண்டு தி யாகூபியன் கட்டிடம் அமைக்கப்பட்டுள்ளது. காலனித்துவ காலாண்டில் ஒரு காலத்தில் ஆடம்பர குடியிருப்புகள் இருந்தவை 70-களில் இருந்து பணக்காரர்களின் விமானத்தையும், கிராமப்புறங்களில் இருந்து கூரை ஓடுபவர்களின் வருகையையும் கண்டன. இந்த கட்டிடம் குடியிருப்பாளர்களை வேறுபட்ட சூழலில் இருந்து ஒன்றிணைக்கிறது: வயதான பிளேபாய் மற்றும் சொத்து உரிமையாளரான ஜாக்கி பே மற்றும் ஓரின சேர்க்கையாளர், பிரபுத்துவ பத்திரிகையாளரான ஹதிம் ரஷீத் ஆகியோரிடமிருந்து தற்கொலை குண்டுதாரியாக மாறும் காவலாளியின் பக்தியுள்ள மகன் தாஹா மற்றும் பாலியல் துன்புறுத்தப்பட்ட கடை உதவியாளரான புசெய்னா ஆகியோரை குறித்த கதையாக இருந்தது. அல் அஸ்வானி எகிப்திய சமுதாயத்தின் ஒரு நுண்ணியத்தையும் அதை பாதிக்கும் சக்திகளையும் உருவாக்குகிறார் - இரக்கமற்ற லாபம், அரசியல் ஊழல் மற்றும் தப்பெண்ணம், போலீஸ் சித்திரவதை, இஸ்லாமிய தீவிரவாதம் எல்லாவற்றையும் அதில் எழுதினார்.

எகிப்திய நாவலாசிரியர் கமல் அல்-கிதானி இந்த புத்தகத்தை “எகிப்திய நாவலின் கலையை வளப்படுத்தியதாக” புகழ்ந்தார், அதே நேரத்தில் லெபனான் எழுத்தாளரும் பத்திரிகையாளருமான எலியாஸ் கவு ருக்கு இது “பிரபலமான எகிப்திய நாவலை மீண்டும் கண்டுபிடித்தது”. ஆகும்.கெய்ரோவில் வசிக்கும் அதன் ஆங்கில மொழிபெயர்ப்பாளர் ஹம்ப்ரி டேவிஸின் கூற்றுப்படி, இந்த நாவல் “எகிப்திய சமுதாயத்தில் முக்கியமான பிரச்சினைகளை - அரசியல் ஊழல் மற்றும் சமூக ஒடுக்குமுறை - தலையிட புத்தகங்களின் முக்கியமான தேவையை பூர்த்திசெய்தது. அரபு உலகில் ஒரு பெருமூச்சு இருந்தது: கடைசியாக, ஒரு மண்வெட்டியை ஒரு மண்வெட்டி என்று அழைக்கும் புத்தகம். “ 2006ஆம் ஆண்டில் இறந்த 1988ஆம் ஆண்டு நோபல் இலக்கிய பரிசு பெற்ற நாகுயிப் மஹபூஸின் பாராட்டு மற்ற எகிப்திய எழுத்தாளர்களை மறைத்து வைத்திருக்கலாம் என்று டேவிஸ் கருதுகிறார்.

இப்போது 51 வயதான அல் அஸ்வானி, கெய்ரோ நகரத்திற்கு தெற்கே உள்ள கார்டன் சிட்டியில், அவரது மனைவி இமான் டெய்மூர் மற்றும் அவர்களது இரண்டு மகள்களான மே,

மற்றும் நாடா ஆகியோருடன் வசிக்கிறார். நைல் அருகே ஒரு ஹோட்டலில் பேசுகிறார், பின்னர் லண்டனில், அரபு நாவலாசிரியர்களிடையே தனது எழுத்தில் இருந்து வாழ முடிந்ததில் அரிதாக இருந்தபோதிலும், தனது கிளினிக்கை விட்டுக்கொடுக்க அவர் விரும்பவில்லை என்று அவர் கூறுகிறார் (மஹபூஸ் ஒரு அரசாங்க அதிகாரியாக இருந்தார்). "பல் மருத்துவம் என்பது எகிப்திய சமுதாயத்தில் எனது சாளரம்" என்று அவர் கூறுகிறார். "வெற்றி ஆபத்தானது - நீங்கள் தனிமைப்படுத்தப்படுவீர்கள். ஆனால் நீங்கள் தெருவுடனான தொடர்பைத் தடுத்தால், நீங்கள் சிக்கலில் இருக்கிறீர்கள். 60%-க்கும் அதிகமான எகிப்தியர்கள் வறுமைக் கோட்டுக்குக் கீழே உள்ளனர். நான் அவர்களுக்கு விசுவாசமாக இருக்க வேண்டும், அல்லது நான் எல்லாவற்றையும் இழப்பேன். "

15 ஆண்டுகளாக, அல் அஸ்வானி 1981 முதல் ஆட்சியில் இருக்கும் ஜனாதிபதி ஹொஸ்னி முபாரக்கை விமர்சித்து செய்தித்தாள் கட்டுரைகளை எழுதியுள்ளார். கிஃபாயா (போதும்) என்று அழைக்கப்படும் எதிர்க்கட்சி இயக்கத்திற்குள் அவர் மாற்றத்திற்கான எழுத்தாளர்கள், கலைஞர்கள் மற்றும் மாற்றத்திற்கான மருத்துவர்கள் உறுப்பினராக உள்ளார். அரசாங்கத்தின் வற்புறுத்தலின் பேரில் ஹேமட் தனது புத்தகத்தின் முதல் காட்சியில் இருந்து தடைசெய்யப்பட்டார், அவர் கூறுகிறார்: "எனக்கு இவ்வளவு சக்தி இருப்பதாக நான் உணர்ந்தேன், அவர்கள் என் கருத்துக்களைக் கேட்க வேண்டிய கட்டாயத்தில் இருந்தனர், ஆனால் அவர்களால் பொறுத்துக்கொள்ள முடியவில்லை என் இருப்பு. " இலக்கியம், "நிலைமையை மாற்றாது - ஜனநாயகத்திற்காக நீங்கள் நேரடி அரசியல் நடவடிக்கையில் ஈடுபட வேண்டும் - ஆனால் அது வாசகரை மாற்றுகிறது, குறைவான தீர்ப்பைக் கொடுக்க கற்றுக்கொடுக்கிறது" என்று அவர் நம்புகிறார்.

அவரது சமீபத்திய நாவலான சிகாகோ (2007), அரபு மொழியில் 120, 000-க்கும் மேற்பட்ட பிரதிகள் விற்றுள்ளது, மேலும் ஒரு ஆங்கில மொழிபெயர்ப்பு செப்டம்பர் 1 ஆம் தேதி வெளியிடப்பட்டுள்ளது. தற்போது ஒரு சிகாகோ வளாகத்தை சுற்றி அமைக்கப்பட்டுள்ளது, இது இல்லினாய்ஸ் பல்கலைக்கழகத்தில் ஆசிரியர் கழித்த இரண்டு ஆண்டுகளை ஈர்க்கிறது 1980-களின் நடுப்பகுதியில், பல் மருத்துவம் படிப்பதற்கான உதவித்தொகையில். ஜனநாயகத்திற்கான இயக்கத்தில் ஈடுபட்டுள்ள கவிஞர் மற்றும் மருத்துவ மாணவர் நாகி உள்ளிட்ட அரபு வெளிநாட்டவர்கள் மீது கவனம் செலுத்தப்படுகிறது. யூத-அமெரிக்கப் பெண்ணைக்

காதலிக்கும் எகிப்திய புத்திஜீவி சலா, மற்றும் தனது வளர்ப்பின் பாலியல் தடைகளை கேள்விக்குட்படுத்தும் ஒரு மறைக்கப்பட்ட பெண் ஷைமா போன்ற கதாபாத்திரங்கள் மூலம், நாவல் திருமணத்திற்கு புறம்பான செக்ஸ், கருக்கலைப்பு மற்றும் ஆண்டிசெமிட்டிசம் போன்ற சிக்கல்களைக் கையாளுகிறது. இது ஒரு பரவலான ஆதரவின் அமைப்பை அம்பலப்படுத்துகிறது, இதில் நடுத்தரத்தன்மை உயர்கிறது மற்றும் கிளர்ச்சிக்கு பெரும் செலவுகள் உள்ளன. கிளர்ச்சியாளர்களில் ஒருவரின் தோல்வியால் சில வாசகர்கள் ஏமாற்றம் அடைந்துள்ளனர். “சலா ஒரு நிலைப் பாட்டை எடுக்க வேண்டியிருந்தபோது, அவர் அதை செய்வார் என்று நான் நம்புகிறேன்” என்று அல் அஸ்வானி கூறுகிறார். “ஆனால் அவர் தனது தைரியத்தை இழந்தார். இது ஒவ்வொரு நாளும் நடக்கிறது. மிகவும் தைரியமில்லாத நபர்களின் படத்தைக் கொடுப்பது உங்களை நீங்களே ஏதாவது செய்யத் தூண்டுகிறது.”

அமெரிக்க மற்றும் அரபு பாதுகாப்பு சேவைகளுக்கிடையேயான ஒத்துழைப்பின் 9/11 உலகில் எகிப்திய இரகசிய போலிஸிற்கான ஒரு உளவாளி இந்த நாவலில் உள்ள ஒரு மாணவர். எகிப்திய உளவுத்துறையால் புனையப்பட்ட குற்றச்சாட்டில் நாடுகடத்தப்பட்ட அதிருப்தியை எஃப்.பி.ஐ கைப்பற்றுகிறது. “நான் அமெரிக்காவை நேசிக்கிறேன், ஆனால் அமெரிக்க வெளியுறவுக் கொள்கையை வெறுக்கிறேன், உலகின் பல பகுதிகள் பல ஆண்டுகளாக சேதமடைகிறது” என்று அல் அஸ்வானி கூறுகிறார். “எஃப்.பி.ஐ.” சிகாகோவில் தி யாகூபியன் கட்டிடத்தில் “பிக் மேன்” என்று பெயரிடப்பட்ட ஒரு நிழல் அரசியல் ஹெவிவெயிட் மேடையில் இருக்கும்போது, பெயரிடப்படாத எகிப்திய தலைவர் ஒருவர் காட்டப்படுகிறார். அவரது நடத்தை அகங்காரமானது, “அவர் முடிசூட்டப்பட்ட ராஜா போல”.

அவரது வெற்றி அவருக்கு ஒரு எழுத்தாளராக அதிக சுதந்திரத்தை அளித்திருக்கலாம் என்று அல் அஸ்வானி ஒப்புக் கொள்கிறார். “ஒரு இளம் பதிவர் எளிதில் கைது செய்யப்படலாம்.” மதத்தையும் ஜனாதிபதியையும் அவமதித்ததாகக் கருதப்படும் வலைப்பதிவிற்காக நான்கு ஆண்டுகள் சிறைவாசம் அனுபவித்த கரீம் அமர் மற்றும் ஆறு மாத சிறைத் தண்டனையை எதிர்கொள்ளும் எதிர்க்கட்சி நாளேடான அல்-டஸ்டூரின் தலைமை ஆசிரியர் இப்ராஹிம் இசா ஆகியோரை அவர் மேற்கோள் காட்டுகிறார். வயதான ஜனாதிபதியின் உடல்நலம் குறித்து ஊகிக்க. “இது ஒரு சாக்குப்போக்கு - அவர்கள் அவரை எந்த வகையிலும் சிறையில் அடைக்க விரும்பினர்.”

சிகாகோ முதலில் அல்-டஸ்டூரில் ஒரு வெற்றிகரமான சீரியல். "சில வெறியர்கள் அவமானங்களை அனுப்பினர். ஒரு மறைமுகமான பெண்ணுக்கு திருமணத்திற்கு வெளியே ஒரு உறவு இருக்கும் என்பதை அவர் ஒருபோதும் ஏற்றுக்கொள்ள மாட்டார் என்று நான் சொன்னேன். நான் சொன்னேன்: 'இது ஒரு புனைகதை; ஷைமா மறைக்கப்பட்ட அனைத்து பெண்களையும் பிரதிநிதித்துவப்படுத்துவதில்லை. என் நாவல் உங்களுக்கு பிடிக்கவில்லை என்றால், ஒவ்வொரு வாரமும் ஏன் அதைப் படிக்கிறீர்கள்?'"

அல் அஸ்வானி கெய்ரோவில் 1957 இல் பிறந்தார். அலெக்ஸாண்ட்ரியாவைச் சேர்ந்த அவரது தாயார் ஜீனாப் ஒரு "உண்மையான போராளி" மற்றும் இளைஞர் ஊழியத்தில் பணிபுரிந்தார். முடியாட்சியைத் தூக்கியெறிந்து கமால் அப்தெல் நாசரை ஆட்சிக்கு கொண்டுவந்த 1952 புரட்சிக்கு முன்னர் அவரது மாமா கல்வி அமைச்சராக இருந்தார். அல் அஸ்வானியின் தந்தை, அப்பாஸ், "தெற்கில் இருந்து சுயமாக தயாரிக்கப்பட்ட மனிதர்", 1972ஆம் ஆண்டில் இலக்கியத்துக்கான மாநில விருதை வென்ற ஒரு நாவலாசிரியர் மற்றும் வழக்கறிஞர், மற்றும் அலா 19 வயதில் இறந்தார். "என் தந்தை எனக்கு பரிணாம வளர்ச்சி அளிக்க இடம் கொடுத்தார்., 'நீங்கள் தொடர்ந்து எழுத வேண்டும். இது உங்கள் முதல் முன்னுரிமை இல்லாத நாள், நீங்கள் வெளியேற வேண்டும்.' "

கெய்ரோ பல்கலைக்கழகத்தில் பல் மருத்துவம் படிப்பதற்கு முன்பு அவர் பிரெஞ்சு லைசியில் பயின்றார். "எனக்கு ஒரு தாராளமயக் கல்வி இருந்தது. எகிப்து சகிப்புத்தன்மையுடன் இருந்தபோது நான் ஒரு குழந்தையாக இருந்தேன். லைசீயில் யூதர்கள், கோப்ட்கள், கத்தோலிக்கர்கள் இருந்தனர்; நாங்கள் மூன்று அல்லது நான்கு மத விருந்துகளை கொண்டாடுவோம். இது எகிப்திய நாகரிகத்தின் ரகசியம்: நாங்கள் உள்வாங்கிக் கொண்டிருக்கிறோம் 60 நூற்றாண்டுகளாக இருந்த கலாச்சாரங்கள் இது." அவரது பார்வையில், 1970-களில், 70-களின் பிற்பகுதியிலும், 80-களின் பிற்பகுதியிலும், நாசரின் ஆட்சி முடிவடைந்த பின்னரே, திறந்த, பிரபஞ்ச சமூகம் மாறியது - ஓரளவு, அவர் நம்புகிறார், வஹாபிசத்தின் வளர்ந்து வரும் செல்வாக்கிற்கு நன்றி, "இஸ்லாத்தின் பாலைவன விளக்கம்". அல் அஸ்வானி நாசரை "சமூக இயக்கத்திற்கு இலவச கல்விக்கு உத்தரவாதம் அளித்த ஒரு சிறந்த தலைவராக கருதுகிறார், ஆனால் ஒரு பெரிய தவறு செய்தார்: அவர் சர்வாதிகாரத்தின் இயந்திரத்தை விட்டு

வெளியேறினார். 50 மற்றும் 60-களில் மேற்கத்திய ஊடகங்களில் அவர் நம்பர்-1 எதிரி, அவருக்கு எதிராகப் பயன்படுத்தக்கூடிய அரசியல் கட்சிகளை நிறுவுவதில் அஞ்சினார். ஆனால் ஜனநாயக ஆட்சி இல்லாமல், நீங்கள் ஊழல் செய்யாவிட்டாலும், உங்கள் பார்வையை இழக்கிறீர்கள்."

தெற்கு கெய்ரோவில் உள்ள 6, 000 சிமென்ட் தொழிற்சாலை தொழிலாளர்களுக்கான பல் மருத்துவராக, அல் அஸ்வானி "நான் வேறு எங்கும் பார்க்காத ஒரு உலகத்துடன் தொடர்பு கொள்ள வாய்ப்பு" என்று புரிந்து கொண்டார். அவரது முதல் மனைவி, ஒரு பல் மருத்துவர், "அவர் இன்னும் என் நண்பராக இருந்தாலும் என்னைப் புரிந்து கொள்ளவில்லை. நான் அமெரிக்காவில் தங்கியிருக்கலாம் அல்லது வளைகுடாவில் வேலை செய்து செல்வத்தை சம்பாதித்திருக்கலாம், ஆனால் நான் மறுத்துவிட்டேன், நான் எப்படி எழுதுவது என்று கற்றுக் கொண்டிருந்தேன்." எகிப்தின் பாலிவுட்டுக்கான திரைக் கதைகளைத் துடைக்க அவர் மறுத்துவிட்டார் ("என்னைப் பொறுத்தவரை இது பெருமூளை ரத்தக்கசிவு"). 1993ஆம் ஆண்டில் அல் அஸ்வானி அலெக்ஸாண்ட்ரியாவிலிருந்து கிரேக்க மொழி பேசும் எகிப்தியர்களின் குடும்பத்தில் மறுமணம் செய்து கொண்டபோது, ஒரு நாவலாசிரியராக வேண்டும் என்பதே தனது ஒரே கனவு என்று அவர் தனது மனைவியிடம் கூறினார்.

அவர் பிரெஞ்சு மற்றும் ஸ்பானிஷ் உட்பட நான்கு மொழிகளைப் படித்தார், ஆனால் நோவ் ரோமானைப் பின்பற்றுவதைத் தீர்மானித்தார், மேலும் அலெக்ஸாண்ட்ரியாவில் மஹ்பூஸுடனான ஒரு சந்திப்பால் யதார்த்தத்தை நோக்கித் தள்ளப்பட்டார். "20 ஆண்டுகளாக அரபு நாவலாசிரியர்கள் மேற்கத்தியர்கள் எழுதுவது சிறந்தது என்று நினைத்திருக்கிறார்கள், எனவே நீங்கள் கதைகளைச் சொன்னால் நீங்கள் பழமையானவர். நான் இதை கடுமையாக எதிர்த்தேன். நான் என் சொந்தக் குரலை வைத்திருக்கிறேன். நாவல் ஒரு காதல் விவகாரம் போன்றது: நீங்கள் என்றால் நீங்கள் மிக அழகான பகுதியைக் கெடுக்கும் அனைத்தையும் திட்டமிடுங்கள். " அவர் "இலக்கியம் சிக்கலானதல்ல - படிக்க எளிதானது, ஆனால் எழுதுவது ஒ மிகவும் கடினம்" என்று ஒரு மொழியைக் கண்டுபிடித்தார்.

ஒரு ஆரம்ப நாவலான தி பேப்பர்ஸ் ஆஃப் எஸ்ஸாம் அப்தெல் ஆட்டி (1990) மற்றும் இரண்டு சிறுகதைத் தொகுப்புகள் "அச்சிடப்படவில்லை". நண்பர்களுடன், அவர் 500 பிரதிகள் தானே செலுத்தி விநியோகித்தார். "எனக்கு நல்ல விமர்சனங்கள்

கிடைத்தன, ஆனால் வாசகர்கள் இல்லாமல் ஒரு வெற்றிகரமான எழுத்தாளர் என்று நான் அழைத்தேன்." "எகிப்தில் உள்ள ஊழல் அமைப்பில் ஒவ்வொரு முறையும் உங்களுக்கு சிக்கல் இருக்கும்போது, ஒரு வழிகாட்டி அவரிடம்," நீங்கள் இன்னும் எழுதுவதன் மூலம் பதிலளிக்க வேண்டும் "என்று கூறினார். நாவலில், "ஒரு இளம் எகிப்தியர், எகிப்தியர்களான நாம் எவ்வாறு எழுத வேண்டும் என்பதை உலகுக்குக் கற்றுக் கொடுத்தோம் என்ற அரசாங்கத்தின் பிரச்சாரத்தைக் கேட்டு, 'ஃபரோக்கள் எங்கே? நான் எதையும் பார்க்கவில்லை' என்று கூறுகிறார். எனது நாட்டை அவமதித்ததாக நான் குற்றம் சாட்டப்பட்டேன் - இது மிகவும் ஆபத்தானது. "

ஆனால் வெளிநாட்டில் வெளியிடுவதற்கு பதிலாக, லெபனானில், அல் அஸ்வானி, இறக்குமதி செய்யப்பட்ட புத்தகங்களை தடை செய்வது எளிதானது என்பதால். எகிப்தில் மிகப்பெரிய வணிக வெளியீட்டாளர்களான டார் அல்-ஷோரூக் எடுத்துக்கொள்வதற்கு முன்னர், 1998ஆம் ஆண்டில் நிறுவப்பட்ட மற்றும் எழுத்தாளரும் ஆர்வலருமான மொஹமட் ஹஷேம் என்பவரால் நடத்தப்பட்ட மெரிட் என்ற தைரியமான பத்திரிகை தி யாகூபியன் கட்டிடத்தை வெளியிட்டது. மெரிட் தனது முந்தைய படைப்புகளின் தேர்வான ஃப்ரெண்ட்லி ஃபயர் (2004) ஐ அடுத்த ஆண்டு இங்கிலாந்தில் வெளியிட வெளியிட்டார். இன்னும் இப்போது கூட, அல் அஸ்வானி கூறுகிறார்: "நான் மேற்கில் ஒரு சிறந்த விற்பனையாளராக இருப்பதால் மட்டுமே நான் பணம் சம்பாதிக்கிறேன்."

நட்பு நெருப்புக்கான ஒரு புதிய அறிமுகத்தில், அவர் ஜெபோவால் நிராகரித்ததை மாநில வெளியீட்டால் கட்டுப்படுத்தப்பட்டதன் அடையாளமாக எடுத்துக்கொள்கிறார். "எழுத்தாளர்கள் தங்கள் எழுத்தில் இருந்து தப்பிப்பிழைப்பதை அரசாங்கம் விரும்பவில்லை, ஏனென்றால், ஜனநாயகம் இல்லாத எந்த நாட்டிலும், ஒரு சுயாதீன எழுத்தாளர் அல்லது பத்திரிகையாளர் அச்சுறுத்தலாக இருக்கிறார்," என்று அவர் கூறுகிறார். "அவர்கள் எந்த புத்திஜீவிகளையும் அழுத்தத்தின் கீழ் வைத்திருக்க விரும்புகிறார்கள். கிளர்ச்சி செய்ய உங்களுக்கு நேரமோ, செறிவோ இல்லை." அவர் தனது தந்தையின் படைப்புகளை மீண்டும் வெளியிட கெபோவை ஊக்குவித்தார், ஆனால் அவர்கள் செலுத்திய தொகையில் தனது சொந்த அரசியல் வெளிப்படையான காரணத்திற்காக அவர் தண்டிக்கப்பட்டார் என்று நம்புகிறார். பொது நிதியை எவ்வாறு ஒதுக்குகிறது என்பதை வெளிப்படுத்துமாறு கட்டாயப்படுத்த அவர் ஜெபோ மீது வழக்குத் தொடுத்துள்ளார். "இது பணம் அல்ல, அது கொள்கை" என்று

அவர் கூறுகிறார். "நான் சொன்னேன்: 'இது எகிப்திய மக்களின் பணம், உங்களுடையது அல்ல. நான் சமரசம் செய்தால், நான் என் தந்தையை காட்டிக் கொடுப்பேன்."

"எகிப்தில் இரண்டு தொடர்புடைய போராட்டங்கள் உள்ளன: ஒன்று ஜனநாயகம் மற்றும் நீதிக்கானது; சகிப்புத்தன்மை கொண்ட கலாச்சாரம் மற்றும் வஹாபிசத்திற்கு இடையிலான போராட்டம்" என்று அவர் நம்புகிறார். மக்கள் சபையில் ஐந்தில் ஒரு இடங்களைக் கொண்ட முஸ்லீம் சகோதரத்துவத்தின் வலிமை, இஸ்லாமியத்திற்கு எதிரான ஒரு அரணாக அரசாங்கத்தை முன்வைக்க அனுமதிக்கிறது. "வெறியர்கள் ஆட்சியின் உண்மையான எதிர்ப்பாளர்கள் அல்ல, ஆனால் அதன் ஒரு சிக்கலாகும். நீங்கள் இளமையாக இருந்தால், நம்பிக்கை இல்லை என்றால், நீங்கள் ஒரு குற்றவாளி அல்லது வெறியராக இருக்க வேண்டும்."

10 ஆண்டுகளாக, அல் அஸ்வானி இளம் எழுத்தாளர்கள் மற்றும் டவுன்டவுன் கபேக்களில் மாணவர்களுக்கான வாராந்திர கருத்தரங்குகளை நடத்தி வருகிறார். "கடந்த ஆண்டு அரசாங்கம் ஒரு கபே உரிமையாளரை அச்சுறுத்தியது, ஆனால் நாங்கள் தொடர்ந்து சந்திக்கிறோம். நாங்கள் அங்கு இளம் வெறியர்களைக் கொண்டிருந்ததில் பெருமைப்படுகிறேன்; சிலர் எனது நண்பர்களாகிவிட்டார்கள். இந்த இளைஞர்களிடம் நான் ஒரு உறுதிப்பாட்டை உணர்கிறேன், அவர்கள் அவ்வாறு செய்யவில்லை உண்மையில் ஒரு கல்வி வேண்டும். வெறித்தனமாக இருப்பது மக்களை வகைப்படுத்துவதே தவிர, மனிதனைப் பார்க்கக்கூடாது. இலக்கியம் இதற்கு நேர்மாறானது, இது வாழ்க்கையின் தனிப்பட்ட பார்வை. " கருத்தரங்கில் அவர் த யாகூபியன் கட்டிடத்தில் தாஹாவுக்கான மாதிரியை சந்தித்தார். அந்த கதாபாத்திரத்தை அடிப்படையாகக் கொண்ட நபர் "ஒரு நல்ல மாணவர், ஆனால் அவர் தவறான வகுப்பைச் சேர்ந்தவர் என்பதால் ஒரு போலீஸ்காரராக அனுப்பப்பட்டார்" என்று அல் அஸ்வானி கூறுகிறார். "அவர் சொன்னார், 'நான் இந்த நாட்டை வெறுக்கிறேன்; இந்த அரசாங்கம் திருடர்களால் நிறைந்துள்ளது', அவருக்கு ஒரு புள்ளி இருந்தது. நான் அதை உணர்ந்தேன்,

இன்னும் அல் அஸ்வானி நம்பிக்கையுடன் இருக்கிறார். "அலெக்சாண்டர் முதல் ஜார்ஜ் புஷ் வரை மூலோபாய திட்டங்களுடன் வரலாற்றில் எந்தவொரு ஆட்சியாளரும் எகிப்தைக் கட்டுப்படுத்த வேண்டியிருந்தது. நாங்கள் பயங்கர மான ஆட்சியாளர்களைக் கொண்டிருந்தோம், பலமுறை ஆக்கிரமிக்கப்பட்டுள்ளோம். நாங்கள் சமரசத்தின் பேராசிரியர்களாக இருக்கிறோம். ஆனால் சமரசம் என்று எகிப்தியர்கள் நம்பும்

தருணம் இனி வேலை செய்யாது, அவர்கள் கிளர்ச்சி செய்கிறார்கள், நாங்கள் அத்தகைய தருணத்தில் இருக்கிறோம் என்று நான் நம்புகிறேன். " இந்த ஆண்டின் தொடக்கத்தில், உயரும் உணவு விலைகள் கலவரத்தைத் தூண்டியதால், நாட்டின் மிகப்பெரிய ஜவுளி தொழிற்சாலையான மஹல்லாவில் இருந்து பரவி வந்த வேலைநிறுத்தங்களை முறியடிக்க பாதுகாப்புப் படையினர் அனுப்பப்பட்டனர்.

இதற்கிடையில், நாட்டின் ஊடக சுதந்திரம் மீதான ஒடுக்கு முறை கடந்த இலையுதிர்காலத்தில் தொடங்கியது. "நீங்கள் தேர்ந்தெடுக்கப்பட்ட ஆட்சியாக இருக்க முடியாது, அதே நேரத்தில் தாராளமாக இருக்கவும் முடியாது" என்று அல் அஸ்வானி கூறுகிறார். "எங்களிடம் இருப்பது ஜனநாயகத்தின் ஒரு கருவியாக கருத்து சுதந்திரம் அல்ல, மாறாக ஆட்சியின் அலங்காரமாக பேச்சு சுதந்திரம். 10 ஆண்டுகளுக்கும் மேலாக, நீங்கள் விரும்புவதை நீங்கள் கூறலாம், ஆனால் ஆட்சி விரும்பியதைச் செய்கிறது. நீங்கள் ஒரு அமைச்சரைத் தாக்கினால், அவர்கள் பதவி உயர்வு பெறக்கூடும். "

ஓரினச்சேர்க்கையாளர்களைத் துன்புறுத்தியிருந்தாலும், "கலாச் சாரத்திற்கும் ஆட்சிக்கும் ஒரு பெரிய வித்தியாசம் உள்ளது" என்று அவர் கூறுகிறார். "அரபு கலாச்சாரம் மிகவும் சகிப்புத்தன்மையுடன் இருந்தது. ஓரினச்சேர்க்கை உணர்வுகளைப் பற்றி அரபு கவிதைகளில் ஒரு வகை உள்ளது." அவர் மேலும் கூறுகிறார்: "சமூகத்தில் ஒரு குழுவின் மனித உரிமைகளை நீங்கள் பாதுகாக்க முடியாது, மற்றவர்கள் எல்லோரும் இழக்கப்படுகிறார்கள். 60, 000 எகிப்தியர்கள் குற்றச்சாட்டு இன்றி தடுத்து வைக்கப்பட்டுள்ளனர் - பலர் 10 ஆண்டுகளுக்கும் மேலாக சிறையில் உள்ளனர் - சித்திரவதை என்பது தினசரி நடைமுறையாகும். ஓரினச்சேர்க்கையாளர்களுக்கு என்ன நடக்கிறது என்பது எல்லா எகிப்தியர்களுக்கும் நடக்கிறது. "

யாகூபியன் கட்டிடத்தின் முன்னாள் குடியிருப்பாளர்கள் அல் அஸ்வானிக்கு எதிராகக் கொண்டுவந்த வழக்குகளைத் தவிர, அவர் தனது நாவலில் அவற்றைப் பயன்படுத்தியதாகக் கூறுகிறார், புகழ் மற்ற குறைபாடுகளையும் கொண்டுள்ளது. டேவிஸின் கூற்றுப்படி, "அலாவின் வெற்றியைப் பற்றி அரபு உலகம் முழுவதும் புளிப்பு திராட்சைகளின் துர்நாற்றம் வீசுகிறது." ஆயினும், கெய்ரோ நாவலாசிரியர் அகமது அலைடியின் பார்வையில், யாகூபியன் கட்டிடம் சுயாதீன வெளியீட்டை உயர்த்தியதுடன், "புதிய சகாப்தத்தை புறக்கணிக்க முடியாது, இது நாவலை நேசித்தவர்களாலோ அல்லது வெறுப்பவர்களாலோ,

அரேபியர்கள் இல்லை என்ற கூற்றை நிராகரித்ததால் சிறந்த வாசகர்கள் இல்லை".

"படிக்க 20 ஆண்டுகள் காத்திருந்த" அல் அஸ்வானிக்கு, அவரது விற்பனை "வாசகர்களிடமிருந்து கிடைத்த வெகுமதி. எகிப்து இன்னும் தோன்றுவதை விட சகிப்புத்தன்மையுடையது" என்று பொருள்.

ஆல் அல் அஸ்வானி மீது ஆல் அல் அஸ்வானி

"இத்தனை நேரம் கழித்து அவர் ஜீனப் ரத்வானை இன்னும் நினைவில் வைத்திருக்கிறார். உண்மையில், அவர் ஒரு நாள் கூட அவளைப் பற்றி நினைப்பதை நிறுத்தவில்லை. பழைய படங்கள் அவரது மனதில் ஆச்சரியமான தெளிவுடன் தோன்றின. நினைவகத்தின் உணவுக் கதவுகள் திறந்து, வந்து அவரைத் துடைத்தன, கடந்த காலத்தை ஒரு பிரம்மாண்டமான ஜீனி பாட்டிலிலிருந்து வெளியே விடுவது போல. அங்கே அவள், அவனுக்கு முன்னால் நின்று, அவளது குட்டி உருவம், அழகான முகம், அவள் போனிடெயில் ஒன்றுகூடிய அவளது நீண்ட கறுப்பு முடி. அவள் கண்கள் உற்சாகத்துடன் ஒளிரும் அவள் அந்தக் கனவுக் குரலில் அவனுடன் பேசியது போல் அவள் ஒரு காதல் கவிதையை ஓதுவது போல. 'எங்கள் நாடு பெரியது, சலா, ஆனால் அது நீண்ட காலமாக ஒடுக்கப்பட்டிருக்கிறது. எங்கள் மக்களுக்கு மிகப்பெரிய திறமைகள் உள்ளன. எங்களுக்கு ஜனநாயகம் இருந்தால், எகிப்து 10 ஆண்டுகளுக்குள் வலுவான, முன்னேறிய நாடாக மாறும். '"

சிகாகோவிலிருந்து, ஃபாரூக் அப்தெல் வஹாப் (நான்காவது எஸ்டேட்) மொழிபெயர்த்தார்

நாவலை நம் அன்றாட வாழ்க்கைக்கு ஒத்த, ஆனால் மிகவும் ஆழமான மற்றும் அழகான பக்கத்தில் உள்ள வாழ்க்கையாக நான் பார்க்கிறேன். புனைகதைகளில் இன்றியமையாதது தெளிவான மற்றும் உண்மையான கதாபாத்திரங்களை வரைய எழுத்தாளரின் திறன். அவர்கள் மூலமாக, வாசகர்கள் சமூக, அரசியல் மற்றும் மதத் தலைப்புகள் உட்பட அனைத்தையும் தங்கள் சொந்த வாழ்க்கையில் காண்பார்கள், ஆனால் கலை மூலம். ஒரு குறிப்பிட்ட தருணத்தில், சுயாதீனமாகி, தங்களைத் தாங்களே தீர்மானிக்கும் கதாபாத்திரங்களை உருவாக்க முயற்சிக்கிறேன். சில நேரங்களில் நான் அவர்களின் முடிவுகளையும் கருத்துகளையும் ஏற்றுக்கொள்கிறேன், சில நேரங்களில் நான் உடன்படவில்லை. ஆனால் அவர்கள் மீது எனக்கு கட்டுப்பாடு இல்லை.

8. முஸ்தபா கமால் மஹ்மூத் ஹுசைன்

முஸ்தபா கமால் மஹ்மூத் ஹுசைன் (25, டிசம்பர் 1921 - 31, அக்டோபர் 2009) பொதுவாக முஸ்தபா மஹ்மூத் என அழைக்கப்படுபவர் ஒரு எகிப்திய மருத்துவர், தத்துவவாதி மற்றும் எழுத்தாளர் ஆவார். முஸ்தபா மஹ்மூத் எகிப்தின் மோனுபியா மாகாணத்தில் உள்ள ஷிபின் எல்-கோமில் பிறந்தார். அவர் ஒரு டாக்டராகப் பயிற்சி பெற்றார், ஆனால் பின்னர் ஒரு பத்திரிகையாளர் மற்றும் எழுத்தாளராக ஒரு வாழ்க்கையைத் தேர்ந்தெடுத்தார், பல விஷயங்களுக்காக பயணம் செய்தலும் எழுதுதலும் இவர் பணியாம்..

அறிவியல், தத்துவம், மதம், அரசியல் மற்றும் சமுதாயத்தில் 89 புத்தகங்களையும், நாடகங்கள், கதைகள் மற்றும் பயணக் குறிப்புகளையும் எழுதினார்.

அவர் தனது பிரபலமான திட்டத்திற்கும் (அறிவியல் மற்றும் நம்பிக்கை (தொலைக்காட்சி நிகழ்ச்சி) பெயர் பெற்றவர். அவர் ஒரு மசூதியின் மருத்துவமனை மற்றும் ஒரு தொண்டு சங்கத்தின் நிறுவனர் ஆவார். எகிப்தில் அதிபர் நாசரின் இஸ்லாமிய சமூக சேவைகளின் முன்னணி உதாரணங்கள் மற்றும் பிந்தைய பொது கோளத்தில் இனவாத விதிமுறைகளை ஒரு மறுவரையறை செய்த ஒன்று என்று கருதப்படுகின்றன

1994ஆம் ஆண்டில், ஜெர்மன் செய்தித்தாள் டை ஜீட் எகிப்தில் உள்ள பிரபலங்களில் ஒரு எழுத்தாளராக ஜெர்மன் எழுத்தாளர் ஹெய்ன்ஸ் ஜி. கோன்சாலிக் மற்றும் தொலைக்காட்சி தொகுப்பாளராக ராபர்ட் லெம்ப்கே ஆகியோருடன் மஹ்மூதை ஒப்பிட்டார். அவர் ஒரு நடுத்தர குடும்பத்தில் வளர்ந்தவர் என்று முஸ்தபா மஹ்மூத் கூறுகிறார். இவரது தந்தை எல் கர்பியா மாகாணத்தில் செயலாளராக பணிபுரிந்தார்.

முஸ்தபா மஹ்மூத் தனது ஆரம்ப வாழ்க்கையை ஒரு இனிமையான சூழ்நிலையில் வழிநடத்தினார், அதில் எந்த அடக்குமுறையும் வன்முறையும் இல்லை. மாறாக, அவர் சுதந்திரத்தையும் பொறுப்பையும் அனுபவித்தார். தொடக்கப்பள்ளியில் தனது சிறு வயதிலேயே, அவர் தொடர்ச்சியாக மூன்று ஆண்டுகள் தோல்வியடைந்தார் (அவர் ஒரு நல்ல மாணவர், ஆனால் ஒரு அரபு மொழி ஆசிரியர் அவரை உடல் ரீதியாக துஷ்பிரயோகம் செய்யப்பட்ட பின்னர், அவர் விரக்தியடைந்து பள்ளியை விட்டு வெளியேறினார். ஆனால் ஆசிரியர் வேறொரு பள்ளியில் கற்பிக்க மறு ஒதுக்கீடு செய்தபின், முஸ்தபா அங்கு தொடர்ந்து படிப்பதற்காக தனது பள்ளிக்கு திரும்பி வந்தார்), ஆனாலும் அவர் எந்தவிதமான நிந்தையோ, பழியோ இல்லாமல் இருந்தார். அவரது குழந்தை பருவத்தில், அவர் நோய்வாய்ப்பட்டிருந்தார். இதனால், குழந்தைகள் விளையாடுவதைப் பயன்படுத்திக் கொண்ட கடினமான விளையாட்டையும், ஓட்டத்தையும் அவர் இழந்தார். அவர் ஒரு உள்முக சிந்தனையாளராக இருந்து தனது ஆரம்ப நாட்களை கற்பனையிலும் கனவுகளிலும் கழித்தார். அவர் ஒரு சிறந்த கண்டுபிடிப்பாளர் அல்லது ஒரு பயணி அல்லது ஒரு பிரபலமான விஞ்ஞானி என்று கனவு கண்டார். அவரது முன்மாதிரியாக கிறிஸ்டோபர் கொலம்பஸ், எடிசன், மார்கோனி மற்றும் பாஸ்டர் ஆகியோர் இருந்தனர்.

முஸ்தபா மஹ்மூத் மருத்துவத்தை ஒரு படிப்புத் துறையாகத் தேர்ந்தெடுத்தார்.

அவரது மூன்றாம் ஆண்டு படிப்பில் அவர் மூன்று வருட சிகிச்சைக்காக மருத்துவமனையில் அனுமதிக்கப்பட்டார். இந்த நீண்ட தனிமைப்படுத்தலை அவர் தனது கதாபாத்திரத்தின் வளர்ச்சிக்கு சாதகமான பங்களிப்பாக விவரிக்கிறார், இலக்கியப் படைப்புகளைப் படிப்பதற்கும் சிந்திப்பதற்கும் அவர் தன்னை முழுமையாக ஈடுபடுத்திக் கொள்ள முயன்றார். இந்த மூன்று ஆண்டுகளில், தியான தன்மை தனக்குள்ளேயே வடிவமைக்கப் பட்டது, இதனால் எழுத்தாளர் பிறந்தார்.

குணமடைந்த பிறகு, அவர் மீண்டும் தனது மருத்துவப் படிப்பைத் தொடங்கினார், பின்னர் தனக்குள்ளேயே ஒரு மகத்தான மாற்றத்தை உணர்ந்ததாக கூறுகிறார். இலக்கியம், நாடகங்கள் மற்றும் நாவல்களின் முக்கிய ஆதாரங்களை தவறாமல் பிரதிபலிக்கும், படிக்கும் மற்றும் ஆராயும் கலைஞரை அவர் தனக்குள்ளேயே கண்டுபிடித்தார். இந்த புதிய செயல்பாட்டின் காரணமாக, (எந்த நேரத்திலும் அவர் ஒரு நிபுணராக மாறவில்லை),

அவர் செய்தித்தாள்களுக்கு தவறாமல் எழுதத் தொடங்கினார், (அவரது மருத்துவத்தின் இறுதி ஆண்டில்). அதன்படி, அவர் பட்டம் பெறவும் வெற்றியை அடையவும் தனது முயற்சியை தீவிரப்படுத்த வேண்டியிருந்தது. எல் தஹ்ரிர் மற்றும் ரோஸ் எல் யூசெப் பத்திரிகைகளுக்கு எழுதத் தொடங்கினார். அவரது உடல்நிலை காரணமாக அவர் தனது சகாக்களுக்கு இரண்டு அல்லது மூன்று ஆண்டுகளுக்குப் பிறகு, 1953 இல் பட்டம் பெற்றார்.

முஸ்தபா மஹ்மூத் தான்சானியா, உகாண்டா, கென்யா மற்றும் சூடானின் தெற்கில் உள்ள வெப்பமண்டலங்களுகளில் பயணங்களைத் தொடங்கி, நியாம் கோத்திரத்துடன் இரண்டு மாதங்கள் தங்கியிருந்த தனது தொடர்ச்சியான பயணங்களை விவரிக்கிறார். அதன்பிறகு, அவர் சஹாரா பாலைவனத்திற்கு, கடாமிகளின் சோலைக்குச் சென்றார், அங்கு எல் தவாரிக் கோத்திரத்துடன் ஒரு மாதம் தங்கியிருந்தார். மேலும், அவர் ஐரோப்பிய மற்றும் அமெரிக்க நாடுகளின் பல தலைநகரங்களுக்குச் சென்றார், அதாவது: இத்தாலி, ஜெர்மனி, கிரீஸ், பிரான்ஸ், கனடா மற்றும் அமெரிக்கா; மேற்கில் மொராக்கோ மற்றும் அல்ஜீரியாவில் தொடங்கி அரபு நாடுகளுக்கு சென்றார்; மற்றும் ம லெபனான், சிரியா மற்றும் கிழக்கில் சவுதி அரேபியா என அவரது பயணம் அமைந்தது.

இன்னொரு பயணம் இருந்தது, தனக்குள்ளேயே ஒன்று; அவர் அறிவியல், அறிவு மற்றும் மதம் என்ற கப்பலில் ஏறினார் (இந்திய ஃபிடிசம், ஜோராஸ்டர், புத்தரிடமிருந்து தொடங்கி மோசே, இயேசு மற்றும் முஹம்மது ஆகியோருடன் முடிவடைகிறது. இறுதியாக அவர் தனது ஆறுதலையும் தன்னையும் குர்ஆனில் கண்டார். இவ்வாறு அவர் தனது பயணத்தை முடித்தார், மற்றும் பிரதிபலிப்பு சிந்தனைக்கு முற்றிலும் தன்னை அர்ப்பணித்துக் கொண்டார். அவர் நீதிபதிகள், அறிஞர்கள் மற்றும் சூஃபிகள் மத்தியில் வாழ்ந்தார், மேலும் குர்ஆன் ஒரு சமுத்திரம் என்பதைக் கண்டறிந்தது, அதைச் சுற்றி அறிவின் அனைத்து கிளைகளும் ஒன்றிணைகின்றன என்று சொன்னார்.

அவர் மார்க்சிய சிந்தனையை விமர்சித்து ஐந்து புத்தகங்களை எழுதினார்: இஸ்லாமிய இடது ஃபைப்; மார்க்சியம் மற்றும் இஸ்லாம்; இடதுசாரி சரிவு; நான் ஏன் மார்க்சியத்தை மறுத்தேன்?; மற்றும் ஆண்டி கிறிஸ்ட். தற்போதைய நாகரிகத்தை அழித்த பிக்ஸாக மார்க்சியம் ஒன்று என்று அவர் நம்பினார்; மோசமான நிலையில், இது ஒரு வெறுக்கத்தக்க, எதிர்மறையான மற்றும்

நிராகரிக்கும் தன்மையை உருவாக்க ஒரு கருவியாகும். அவர் எழுபத்தைந்து புத்தகங்களை வெளியிட்டுள்ளார், அவற்றில் ஆறு மேடைக்குத் தழுவின: (பூகம்பம் ; மனிதன் மற்றும் நிழல் ; தி கிரேட் அலெக்சாண்டர் ; தி சோஷியல் கேங் (ஷில்லா-டி 'அன்ஸ்); இரத்த நாற்றம்; எங்கள் வீட்டில் பிசாசு வாழ்கிறது), அவற்றில் ஒன்று (தி இம்பாசிபிள்) ஒரு படமாக வழங்கப்பட்டது; இருபத்தைந்து புத்தகங்கள் இஸ்லாமிய பாடங்களைக் கையாளுகின்றன; மீதமுள்ள ஆய்வுகள் மற்றும் சிறுகதைகள் உள்ளன.

"அறிவியல் மற்றும் நம்பிக்கை" நிகழ்ச்சியின் நானூறுக்கும் மேற்பட்ட அத்தியாயங்களை தொலைக்காட்சி அவருக்காக வழங்கியது, இதில் திரைப்படம், விஞ்ஞான பொருள் மற்றும் சூஃபி தியானம் ஆகியவை கடவுள் மீதான நம்பிக்கைக்கு வழிகாட்டுகின்றன.

1960ஆம் ஆண்டில் அவர் தனது மருத்துவ வாழ்க்கையை விட்டு வெளியேறினார், செய்தித்தாள்களுக்கு எழுதுவதில் தன்னை முழுமையாக அர்ப்பணித்தார்.

ஒரு மருத்துவராக, ஒரு மருத்துவமனையிலிருந்து மற்றொரு மருத்துவமனைக்கு (குறிப்பாக, அப்பாசியாவில் உள்ள மார்பு நோய்களின் மருத்துவமனைகளில், 'அல்மாஷாவில் மார்பு நோய்கள், டுமியாட்டில் மார்பு நோய்கள், மற்றும் உம் எல்-மஸ்ரியீன் மருந்தகம்), 1953 மற்றும் 1960 ஆண்டுகளுக்கு இடையில், அனைத்துமே அவரது எழுத்துக்களில் பெரும் தாக்கத்தை ஏற்படுத்தின, முக்கியமாக: ஸ்டோர்ஹவுஸ் எண் 7 ('அன்பர் 7), சமூக கும்பல் (ஷில்லா-டி 'அன்ஸ்), மற்றும் ரொட்டி சாப்பிடுவது (அக்ல்-அய்ஷ்). இதற்கிடையில், பொது துன்பங்கள், மனித ஆன்மா மற்றும் அவரது அனைத்து எழுத்துக்களிலும் அவர் கையாண்ட கதாபாத்திரங்கள் ஆகியவற்றிற்கான அவரது அறிவியல் மற்றும் உடற்கூறியல் அணுகலில் இது ஒரு தாக்கத்தை ஏற்படுத்தியது.

அவர் மீது ஆழமான தாக்கத்தை ஏற்படுத்திய மற்றொரு கதாபாத்திரம் அவரது தந்தை, அவருடைய நீண்டகால நோய், பொறுமை, நம்பிக்கை மற்றும் தூய்மையான இயல்பான தன்மை ஆகியவை அவரது வாழ்நாள் முழுவதும் அவரது மனதில் இருந்தன. அவர் வயதாகி, தனது முப்பதுகளில் வாழ்க்கையின் விவகாரங்களை எதிர்கொண்டபோது, ஒரு பெண் ஒரு சிறந்த பாத்திரத்தை வகித்தார் மற்றும் ஒரு நண்பராக, உரையாடலாளராக, மற்றும் ஒரு காதலனாக அவரது வாழ்க்கையில் ஒரு சிறந்த கட்டுப்பாட்டைக் கொண்டிருந்தார். எந்தவொரு அழகான விஷயங்களையும் பார்க்கும்போது

தன்னுடைய கட்டுப்பாட்டை இழப்பதால் அவனது தவறுகள் எப்போதும் இருந்தன. எல்லாவற்றிற்கும் மேலாக, ஒரு பெண்ணை நேசிக்கவும், திருமணம் செய்யவும், குழந்தைகளைப் பெறவும், பெற்றோரை உணரவும், ஒரு குடும்பத்தை ஸ்தாபிக்கவும் ஒரு பெண்ணைக் கண்டுபிடித்தாலொழிய எந்த ஆணும் சரியானவன் அல்ல என்று அவர் நம்பினார்.

முஸ்தபா மஹ்மூத் கூறுகையில், 1961ஆம் ஆண்டில் தனது முதல் திருமணம் வெற்றிபெறவில்லை, அதிலிருந்து, அவருக்கு ஒரு பெண் மற்றும் ஒரு பையன், அமல் மற்றும் ஆதம் ஆகியோர் இருந்தனர். இந்த திருமணம் 1973 இல் முடிவடைந்தது. 1983 இல் அவரது இரண்டாவது திருமணமும் தோல்வியுற்றது மற்றும் 1987 இல் முடிவடைந்தது. இந்த விவாகரத்துகளுக்கு காரணம் அவரது வாழ்க்கையை கட்டுப்படுத்தும் எழுத்தின் ஆர்வம், அவரது வேலையில் ஆர்வம் மற்றும் இறுதியாக அவர் தனிமைப்படுத்தப்பட்டார். ஆயினும்கூட அவர்கள் இருவரையும் அவர் குற்றம் சாட்ட வேண்டியிருந்தது.

9. பாத்திமா ரிபாத்

பாத்திமா ரிபாத் (ஜூன் 5, 1930 – ஜனவரி 1996), அலிபா ரிபாத் என்றழைக்கப்படும் எகிப்திய கிராமப்புற எகிப்திய கலாச்சாரத்தில் பெண் பாலியல், உறவுகள் மற்றும் இழப்பு ஆகியவற்றின் இயக்கவியல் பற்றிய சித்தரிப்புகளுக்கு சர்ச்சைக்குரிய சிறுகதைகள் புகழ்பெற்றவை. இதுபோன்ற சர்ச்சைக்குரிய விஷயங்களை எடுத்துக் கொள்ளும்போது, பாத்திமா ரிஃபாத்தின் கதாநாயகர்கள் தங்கள் தலைவிதியை நோக்கி செயலற்ற உணர்வுகளுடன் மத ரீதியாக உண்மையாகவே இருந்தனர். அவரது கதைகள் ஆணாதிக்க அமைப்பைக் குறைமதிப்பிற்கு உட்படுத்த முயற்சிக்கவில்லை; மாறாக, ஆணாதிக்க சமுதாயத்தில் உள்ளார்ந்த பிரச்சினைகளை சித்தரிக்க அவை பயன்படுத்தப்பட்டன, ஆண்கள் தங்கள் மத போதனைகளை பெண்கள் கடைப்பிடிக்காதபோது, பெண்களை தயவுசெய்து நடத்த வேண்டும். பாத்திமா ரிஃபாத் தனது கதைகளின் கருப்பொருள்கள் மற்றும் அவரது எழுத்து வாழ்க்கை காரணமாக அவரது குடும்பத்ினருக்கு ஏற்படும் சங்கடத்தைத் தடுக்க அலிஃபா என்ற புனைப்பெயரைப் பயன்படுத்தினார்.

பாத்திமா அப்துல்லா ரிஃபாத் ஜூன் 5, 1930 அன்று எகிப்தின் கெய்ரோவில் பிறந்தார். அவரது தந்தை ஒரு கட்டிடக் கலைஞர் மற்றும் அவரது தாய் ஒரு இல்லத்தரசி. நபிகள் நாயகத்தின் தோழரும் ஆலோசகருமான உமர் இப்னுல் கட்டாப் வரை அவர்களின் வேர்கள் மீண்டும் நீட்டிக்கப்படுவதாக அவரது குடும்பத்தினர் பெருமையாகக் கூறினர். அவர் எகிப்திய மாகாணத்தில் வளர்ந்தார் மற்றும் தனது வாழ்க்கையின் பெரும்பகுதியை அங்கேயே கழித்தார். அதைத் தொடர்ந்து, கிராமப்புற எகிப்து அவரது பெரும்பாலான கதைகளுக்கு தளமாக அமைந்தது. தனது கிராமத்தில் விரக்தியை வெளிப்படுத்தும் ஒரு

கவிதை எழுதியபோது, ஒன்பதாவது வயதில் எழுதும் அவரது தீவிர ஆர்வம் தொடங்கியது.

இதற்காக கவிதையின் பொருள் காரணமாக அவரது குடும்பத் தினரால் அவருக்கு தண்டனை கொடுக்கப்பட்டது. பாத்திமா தனது இடைநிலைக் கல்விக்காக மிஸ்ர் அல்-ஜாதிதா தொடக்கப்பள்ளி மற்றும் பெண்களுக்கான கலாச்சார மையத்தில் பயின்றார். அவர் கெய்ரோவில் உள்ள பிரிட்டிஷ் இன்ஸ்டிடியூட்டில் 1946 முதல் 1949 வரை படித்தார், அங்கு அவர் ஆங்கிலம் பயின்றார். எகிப்தில் உள்ள நுண்கலைக் கல்லூரியில் சேருவதன் மூலம் தனது கல்வியைத் தொடர அலிஃபா ரிஃபாத் ஆர்வம் காட்டியபோது, அதற்கு பதிலாக அவரது தந்தை ஒரு போலீஸ் அதிகாரியான தனது உறவினரை திருமணம் செய்து கொள்ள ஏற்பாடு செய்தார்.

திருமணமான முதல் சில ஆண்டுகளில், எகிப்திய கலாச்சாரத்தில் முற்றிலும் ஆண்பால் துறையாக எழுத வேண்டும் என்ற பொதுவான யோசனை இருந்தபோதிலும், அவரது புனைப்பெயரில் கதைகளை எழுதவும் வெளியிடவும் கணவர் அனுமதித்தார். அவர் தனது கதைகளை 1955 முதல் 1960 வரை வெளியிட்டார், அவர் தனது எழுத்து வாழ்க்கையை முடிக்க கணவரின் அழுத்தத்தை எதிர்கொண்ட பிறகு நிறுத்த முடிவு செய்தார். ஏறக்குறைய 14 ஆண்டுகால இலக்கிய மவுனத்தின் போது அலிஃபா ரிஃபாத் இலக்கியம், வானியல் மற்றும் வரலாறு பற்றிய ஆய்வைத் தொடர்ந்தார்.

அலிஃபா ரிஃபாத் தன்னை வெளிப்படுத்த இயலாமை மற்றும் இலக்கிய வழிமுறைகள் மூலம் ஒரு பெண்ணாக அவர் எதிர்கொண்ட சமூக பிரச்சினைகள் குறித்து விரக்தியடைந்தார்.

1973ஆம் ஆண்டில், கடுமையான நோயை எதிர்கொண்ட பின்னர், அலிபாவின் கணவர் தனது படைப்புகளை எழுதவும் வெளியிடவும் மீண்டும் ஒரு முறை அனுமதித்தார். சிறுகதைகள் மற்றும் இரண்டு நாவல்களின் தொகுப்பை அவர் தொடர்ந்து வெளியிட்டார், "அறியப்படாத எனது உலகம்" என்ற சிறுகதையுடன் தொடங்கி, அவர் ஆரம்ப பிரபலத்தைப் பெற்றார்.

அலிஃபா ரிஃபாத்தின் கணவர் 1979 இல் இறந்தார். அவர் தனது கணவரின் பணிக்காக இடமாற்றங்களின்படி மாகாண எகிப்து முழுவதும் பயணம் செய்த போதிலும், அவர் இறந்த வரை எகிப்திலிருந்து வெளியேறவில்லை. 1981ஆம் ஆண்டில் அவர் மக்காவுக்கு புனித யாத்திரை [ஹஜ்] செய்து, இங்கிலாந்து, துருக்கி, ஜெர்மனி, மொராக்கோ மற்றும் ஆஸ்திரியா உள்ளிட்ட பல ஐரோப்பிய மற்றும் அரபு நாடுகளுக்கு பயணம் செய்தார்.

அவரது வாழ்நாள் முழுவதும் பாத்திமா ரிஃபாத் எகிப்திய எழுத்தாளர்கள் கூட்டமைப்பு, சிறுகதை கிளப் மற்றும் தார் அல்-உதாபா (எகிப்து) ஆகியவற்றில் உறுப்பினரானார். 1984ஆம் ஆண்டில் முதல் சர்வதேச மகளிர் புத்தகக் கண்காட்சியில் (லண்டன், இங்கிலாந்து) கலந்து கொண்டார், அங்கு அவர் இஸ்லாத்தில் பெண்களின் உரிமைகள் மற்றும் பலதார மணம் என்ற தலைப்பில் பேசினார். 1984ஆம் ஆண்டில் பாத்திமா ரிஃபாத் நவீன இலக்கிய சபையிலிருந்து சிறந்த விருதைப் பெற்றார்.

பாத்திமா ரிஃபாத் ஜனவரி 1996 இல் தனது 65 வயதில் இறந்தார். அவர் மூன்று மகன்களையும் 100-க்கும் மேற்பட்ட படைப்புகளின் உடலையும் விட்டுவிட்டு பல மொழிகளில் மொழிபெயர்க்கப்பட்டு தொலைக்காட்சிக்காக தயாரிக்கப்பட்டார். அவரது சில படைப்புகள் பிபிசியிலும் வாசிக்கப்பட்டுள்ளன

அலிஃபா ரிஃபாத் தனது இலக்கிய வாழ்க்கை முழுவதும் அரபு மொழியில் எழுதினார். அவரது பாணி, தனது தொழில் வாழ்க்கையின் தொடக்கத்தில் காதல் மீது அதிக கவனம் செலுத்தியிருந்தாலும், பின்னர் மொழிபெயர்ப்பாளர் டெனிஸ் ஜான்-டேவிஸை சந்தித்த பின்னர் சமூக விமர்சனத்திற்கு மாறியது. எகிப்திய மக்களுக்கு எழுதக்கூடிய அணுகல் வடிவமாக இருந்தாலும், இந்த காலகட்டத்தில் முறையான பாணியைக் காட்டிலும் குறைவாக விரும்பிய எழுத்து வடிவமாக இருந்தது, டெனிஸ் மேலும் அரபு மொழியில் எழுதும்படி அவளை வற்புறுத்தினார். அவரது நாவல்கள் மற்றும் சிறுகதைகள் ஆங்கிலம், ஜெர்மன், டச்சு மற்றும் ஸ்வீடிஷ் உள்ளிட்ட பல மொழிகளில் மொழிபெயர்க்கப்பட்டுள்ளன. அவரது படைப்பின் மிகவும் பிரபலமான ஆங்கில மொழிபெயர்ப்பு அவரது சிறுகதைத் தொகுப்பாகும், தொலைதூர பார்வை ஒரு மினாரெட் மற்றும் பிற சிறுகதைகள், இது டெனிஸ் ஜான்சன்-டேவிஸ் மொழிபெயர்த்தது.

பாத்திமா ரிஃபாத், முக்கிய எகிப்திய பெண்ணியவாதி நவால் எல் சதாவி போலல்லாமல், பாரம்பரிய இஸ்லாமிய வேடங்களில் பெண்கள் மீது தனது எழுத்தை மையப்படுத்தினார். தனது சுயசரிதையில் பாத்திமா தனது தந்தையின் மீது பாசம் இல்லாததை பெண்களின் அடிப்படையில் ஆண்களின் தேவைகள் மற்றும் விருப்பங்களை ஆராய்வதற்கான ஒரு மூலமாக விவரிக்கிறார். தனது வாழ்க்கையின் மூலம் "எல்லா மனிதர்களும் தேடுவது இன்பம் என்று நான் கண்டேன், அதனால்தான் எனது எல்லா எழுத்துக்களிலும் முழுமையான அன்புக்காக நான் கூக்குரலிடுகிறேன்" என்று அவர் தொடர்ந்து கூறுகிறார். பாத்திமா

தனது சுயசரிதையில் ஆண்களும் பெண்களும் அமைதியான நிலையில் இருக்கும்போது மட்டுமே உடலுறவில் பங்கேற்க வேண்டியதன் அவசியத்தை வெளிப்படுத்துகிறார்கள், இதனால் புணர்ச்சியை அடைய முடியும், இது கடவுள் மீதான நம்பிக்கையை வலுப்படுத்த செயல்படுவதாக அவர் நம்புகிறார்.

ஒரு ஆணாதிக்க முஸ்லீம் சமுதாயத்தில் பெண்களின் அமைதியான அவல நிலையை பாத்திமா ரிஃபாத்தின் எழுத்து மையமாகக் கொண்டுள்ளது. அவரது கதைகள் முக்கியமாக மாகாண எகிப்தில் நடைபெறுகின்றன. இந்த கதைகள் பாலியல், மரணம், திருமணம், சுயஇன்பம், கிளிட்டோரிடெக்டோமி, காதல், டீனேஜ் கர்ப்பம், விதவை, மற்றும் இழப்பு போன்ற கருப்பொருள்களை சர்ச்சைக்குரிய தலைப்புகளுடன் கையாளுகின்றன. இந்த காலகட்டத்தில் ஒரு பெண் முற்றிலும் பாலியல் மனிதராகக் கருதப்பட்டார், மேலும் அவரது பாலியல் சுதந்திரத்திற்கான கொடுப்பனவு சமூக குழப்பத்தை விளைவிக்கும் என்று அஞ்சப்பட்டது. அலிஃபா ரிஃபாத் பாலியல் அடக்குமுறையை எழுதுவதன் மூலம் வெளிப்படுத்த முயன்றாலும் பெண்கள், அவரது கதைகள் மற்றும் அவரது வாழ்க்கை ஒரு மரபுவழி முஸ்லீம் முறையில் நடத்தப்பட்டது, மேலும் ஆணாதிக்கத்திற்கு எதிராக பெண்களின் எழுச்சியை அவர் ஆதரிக்கவில்லை. ரிஃபாத்தின் பெரும்பாலான பெண் கதாநாயகர்கள் வாழ்க்கையில் அவர்கள் எதிர்கொள்ளும் கஷ்டங்களுக்கு எதிரான நிலைப்பாட்டை ஏற்றுக்கொள்கிறார்கள். பாத்திமா ரிஃபாத்தைப் பொறுத்தவரை, ஆணாதிக்கம் என்பது வாழ்க்கையின் உண்மை மற்றும் குர்ஆனிய சொற்களின் கீழ் ஏற்றுக்கொள்ளத்தக்கது, இருப்பினும் இது நேர்மாறானது மற்றும் சில நிகழ்வுகளில் கதாநாயகர்களின் பல பிரச்சினைகளுக்கு ஊக்கியாக செயல்படும் மத போதனைகளை நோக்கிய அதே பாலினத்தின் பற்றாக்குறை ஆகும். அவரது கதைகளில் பல பாலியல் சந்திப்புகள் கதாபாத்திரங்களின் திருமணத்தின் போது நடைபெறுகின்றன, மேலும் திருமணத்திற்கு புறம்பான ஆண்-பெண் உறவுகளுக்கு எந்த உதாரணமும் இல்லை, ஏனெனில் இது இஸ்லாத்தின் நடைமுறையின் கீழ் முற்றிலும் பாவமாக கருதப்படும்.

பாத்திமா ரிஃபாத்தின் மிகவும் பிரபலமான கதைகளில் சில "ஒரு மினாரட்டின் தொலைதூர பார்வை," "பஹியாவின் கண்கள்" மற்றும் "அறியப்படாத எனது உலகம்" ஆகியவை அடங்கும்.

10. நகீப் மஹ்பூஸுடன் ஒரு நேர்காணல்

கே: நீங்கள் 17 வயதில் எழுதத் தொடங்கினீர்கள்.

ப: எனக்கு நன்றாக நினைவில் இருக்கும் ஒன்று - வாசிப்பு. என் குழந்தை பருவத்தில், துப்பறியும் கதைகள் (சிரிக்கிறார்) தவிர குழந்தைகளுக்கான புத்தகங்கள் எதுவும் இல்லை. இப்போதுள்ளதைப் போன்ற குழந்தைகளுக்கு எங்களிடம் இன்னும் இலக்கியம் இல்லை, துப்பறியும் கதைகள் அனைத்தும் எங்களிடம் இருந்தன. எனக்கு உண்மையில் வேறு வழியில்லை (மீண்டும் சிரிக்கிறார்).

கே: உங்கள் நாவல்களில் பெரும்பாலும் பிரச்சினைகள் உள்ள குடும்பங்கள் இடம்பெறுகின்றன: வீட்டை விட்டு வெளியேற விரும்பும் குழந்தைகள், உடன் பழகாத பெற்றோர்கள் போன்றவை. இது ஒரு குழந்தையாக உங்கள் வாழ்க்கையை அடிப்படையாகக் கொண்டதா?

ப: அவசியமில்லை. குடும்பத்தில், அல்லது நகரத்தில் உள்ள சில பிரச்சினைகள் அல்லது காகிதங்கள் மூலம் எனக்குத் தெரிந்த ஏதேனும் பிரச்சினைகள் பற்றி நான் எழுதலாம். நான் என்னை மிகவும் மகிழ்ச்சியாக கருதுகிறேன். நிச்சயமாக, நான் குழந்தையாக இருந்தபோது, பள்ளி எனக்கு சிறை போன்றது என்பதால் நான் அவ்வளவு மகிழ்ச்சியாக இருக்கவில்லை. ஆனால் மற்ற குடும்பங்களுடன் ஒப்பிடுகையில், எனது குழந்தைப்பருவத்தை நான் மிகவும் நன்றாக கருத வேண்டும்.

கே: உங்கள் வாழ்க்கையில் இந்த கட்டத்தில் சர்வதேச வெற்றியைப் பெறுவதை நீங்கள் எப்படி உணருகிறீர்கள்?

ப: மிகவும் ஆச்சரியமாக இருக்கிறது, உண்மையில், நான் இதைப் பற்றி யோசிக்கவில்லை.

கே: நோபலை வென்றது உங்கள் வாழ்க்கையை மாற்ற வில்லையா?

ப: இல்லை. நான் எனது வயதின் உச்சிமாநாட்டில் இருக்கிறேன், எனவே மாற்றம் இப்போது மிகவும் கடினம். ஒருவேளை அது என் குடும்பத்தின் வாழ்க்கையை மாற்றியிருக்கலாம், ஆம், ஆனால் என்னுடையது அல்ல. அவர்கள் நிதி ரீதியாக மிகவும் பாதுகாப்பாகிவிட்டார்கள், ஆனால் எனக்கு அதே வாழ்க்கை இருக்கிறது. பத்திரிகைகளைப் பார்க்க நான் தினமும் காலையில் அலி பாபாவுக்கு (கெய்ரோ நகரத்தில் உள்ள ஒரு கபே) செல்கிறேன்: செய்தித்தாள்கள் மற்றும் பத்திரிகைகள். நான் தினமும் காலையில் சுமார் ஒரு மணி நேரம் நடக்க வேண்டும்.

கே: இஸ்லாமிய அடிப்படைவாதிகளால் நீங்கள் சமீபத்தில் மரண அச்சுறுத்தலுக்கு உள்ளானீர்கள், அவர்கள் 20 ஆண்டுகளுக்கு முன்பு நீங்கள் எழுதிய " கபாலவியின் குழந்தைகள் " என்ற நாவலை வெளியிட்டனர். ("நாவலின் மூலமாக வெளியே ஆங்கிலத்தில் உள்ளது போல கொண்டுவரப்பட்டது ஆலி பற்றிய குழந்தைகள்."), தீர்க்கதரிசி முகமது, அத்துடன் இயேசு மற்றும் மோசஸ், பாத்திரங்கள் உணர்த்துவதாக உள்ளன – சில இஸ்லாமியம் தூஷித்தார்கள் நீங்கள் கவலைப்படவில்லை?

ப: இல்லை. தனியார் பாதுகாப்பு காவலர்களை (அரசாங்கம் வழங்குவதை) நான் மறுக்கிறேன். அவர்கள் உண்மையில் என்னைக் கொல்ல விரும்பினால், அவர்கள் இருப்பார்கள். அவர்கள் அச்சுறுத்தலாக இல்லை. என்னைப் பற்றி கவலைப்படுவதை விட அவர்களுக்கு தீவிரமான நோக்கங்கள் உள்ளன (சிரிக்கிறார்).

கே: எனவே "கபலாவி"-க்கும் சல்மான் ருஷ்டியின் "சாத்தானிய வசனங்களுக்கும்" வித்தியாசம் இருக்கிறதா?

ப: ஆம், தீவிரவாதிகள் நம்பினாலும் அவர்கள் ஒன்றே.

கே: சல்மான் ருஷ்டியின் நிலைமை குறித்து நீங்கள் என்ன நினைக்கிறீர்கள்?

ப: சல்மான் ருஷ்டி, உண்மையில் – அவரது புத்தகத்தில் இஸ்லாத்திற்கு எதிரான அவமானங்கள் உள்ளன. நான் ருஷ்டியின் நூலை படித்ததில்லை. அவரைப் பற்றி என்னை நேர்காணல் செய்யும் தொலைக்காட்சி மற்றும் வானொலி மக்கள் அனைவரும் அவரைப் படிக்கவில்லை. புத்தகத்தில் இஸ்லாத்திற்கு எதிரான கொடுமை இருப்பதாக நான் கேள்விப்பட்டேன், படித்தேன். எனது புத்தகத்துடன் ஒப்பிடுகையில், நான் எந்த மதத்திற்கும் எதிரான

எந்தவிதமான கொடுமையும் கொண்டிருக்கவில்லை. ஆனால் நான் கற்பனை செய்தபடியே மனிதகுல வரலாற்றைப் பற்றிய சில கருத்துக்களை முன்வைக்கிறேன். சிகிச்சையில் நான் சுதந்திரம் பெற்றிருக்கலாம், இது மத மனிதர்களை தொந்தரவு செய்தது.

கே: நீங்கள் அரசியல் பற்றி பேசத் தெரிந்திருக்கிறீர்கள். மத்திய கிழக்கில் அமைதிக்கான வாய்ப்புகளைப் பற்றி நீங்கள் என்ன நினைக்கிறீர்கள்?

ப: அனைத்து அரேபியர்களும் சமாதானத்தை விரும்புகிறார்கள், இஸ்ரேலில் குறைந்தது பாதி பேர் விரும்புகிறார்கள், எனவே நான் ஓரளவு நம்பிக்கையுடன் இருக்கிறேன். பாலஸ்தீன பிரச்சினையை இஸ்ரேலுக்கு எந்த ஆபத்தும் இல்லாமல் தீர்க்க முடியும்.

கே: அரசியல் பதவிக்கு போட்டியிடுவது பற்றி நீங்கள் எப்போதாவது யோசித்திருக்கிறீர்களா? '

ப: இல்லை. நான் அரசியல் பற்றி நினைக்கிறேன். நான் அதைப் பற்றி எழுதுகிறேன். ஆனால் ஒரு எழுத்தாளராக.

கே: நீங்கள் ஏதாவது புதிய நாவல்களில் வேலை செய்கிறீர்களா?

ப: நோபல் பரிசு வென்ற பிறகு, சில சிறுகதைகள் எழுதினேன், இதுவரை சேகரிக்கப்படவில்லை அல்லது வெளியிடப்படவில்லை.

கே: ஏன்?

ப: ஏனென்றால் என் பார்வையும் செவித்திறனும் மிகவும் பலவீனமாக இருக்கிறது. இரண்டு மணி நேரத்திற்கும் மேலாக என்னால் நாள் முழுவதும் வேலை செய்ய முடியாது - ஒன்று படிக்க, ஒன்று எழுத. இதற்கு முன், நான் மூன்று மணிநேரம் பற்றி எழுதுவேன், நான்கு அல்லது ஐந்து மணிநேரங்களைப் படிப்பேன்.

கே: நவீன இலக்கியம் பற்றி நீங்கள் என்ன நினைக்கிறீர்கள்?

ப: நான் ஹெமிங்வேயின் தலைமுறையைச் சேர்ந்தவன். பிரெஞ்சு மற்றும் ஆங்கில மொழிகளில் மொழிபெயர்க்கப்பட்ட பல புதிய புத்தகங்களை நான் படித்தேன், அவை முன்னோடிகளின் அளவீடு அல்ல. இது முதல் நூற்றாண்டின் முதல் பாதி வரையிலான அதே மட்டத்தில் இல்லை - சாத்ரே மற்றும் காம்யூ.

கே: உங்கள் பல நாவல்களில் நீங்கள் எழுதும் எகிப்து - இந்த நூற்றாண்டின் ஆரம்ப மற்றும் நடுத்தர பகுதிகளின் எகிப்து மாறிவிட்டது, நீங்கள் உணரவில்லையா?

ப: ஒரு குறிப்பிட்ட அளவிற்கு, அது ஒன்றல்ல. பெண்கள் இப்போது அதிகமாக வேலை செய்கிறார்கள், சமூகத்தில் அதிக

ஈடுபாடு கொண்டுள்ளனர். மேலும், ஒவ்வொரு நாளும் நாம் வாசகர்களை இழக்கிறோம். ஒருவேளை இது தொலைக்காட்சி மற்றும் பிற மாற்றங்களின் செல்வாக்கு எனலாம்.

கே: ஆங்கிலம் பேசும் பார்வையாளர்கள் உங்கள் நாவல்களிலிருந்து வெளியேறுவார்கள் என்று நீங்கள் நம்புகிறீர்களா?

ப: அவர்கள் அதை இலக்கியமாகக் கண்டுபிடிப்பார்கள் என்று நம்புகிறேன் (சிரிக்கிறார்). பாரிஸை அறிய லண்டன் அல்லது பால்சாக்கை அறிய டிக்கென்ஸைப் படித்தது போல, ஒரு உண்மையான மகிழ்ச்சி இருக்கிறது. இது முதல் நோக்கம்; எல்லாமே இரண்டாம் நிலை. ஒரு வெளிநாட்டு கலாச்சாரத்தின் அன்றாட வாழ்க்கையை அறிந்து கொள்வது மிகவும் முக்கியமானதாக இருக்கலாம், ஆனால் முதல் நோக்கம் கலை ரீதியாக இருக்க வேண்டும்.

கே: உங்கள் நாவல்களில் உள்ள கதாபாத்திரங்கள் அவர்களைப் போலவே இருக்கும் என்று அவர்கள் கண்டுபிடிப்பார்கள் என்று நினைக்கிறீர்களா?

ப: ஆம், ஒருவேளை. அவர்கள் (கதாபாத்திரங்கள்) விசித்திரமான ஆடைகளை அணியக்கூடும், அவற்றில் சில கனமானவை, ஆனால் ஒருவேளை அவை ஒரே மாதிரியான தன்மையைக் கொண்டுள்ளன.

கே: நீங்கள் இலக்கியத்திற்கான நோபல் பரிசை வென்றதை அறிந்தபோது நீங்கள் என்ன உணர்ந்தீர்கள்?

ப: நான் மிகுந்த மகிழ்ச்சியையும் மிகுந்த ஆச்சரியத்தையும் உணர்ந்தேன். பரிசை வெல்வேன் என்று நான் ஒருபோதும் எதிர்பார்க்கவில்லை. என் காலத்தில் அனடோல் பிரான்ஸ், பெர்னார்ட் ஷா, எர்னஸ்ட் ஹெமிங்வே, மற்றும் வில்லியம் பால்க்னர் போன்ற மிக உயர்ந்த எழுத்தாளர்களுக்கு நோபல் வழங்கப்பட்டது. இருந்தன ஜீன்-பால் சார்த் மற்றும் ஆல்பர்ட் காம்யூ. ஒரு அரபு எழுத்தாளர் ஒரு நாள் நோபல் பரிசை வெல்லக்கூடும் என்று நான் கேள்விப்பட்டேன், ஆனால் அது நடக்கும் என்று நான் பெரிதும் சந்தேகித்தேன்.

கே: ஆனால் நீங்கள் அதை வெல்வதற்கு 20 ஆண்டுகளுக்கு முன்பு எழுத்தாளர் அப்பாஸ் மஹ்மூத் எல்-அகாத் உங்களை பரிசுக்கு பரிந்துரைக்கவில்லையா? இது ஒரு தொலைக்காட்சி நேர்காணலின் போது, அதில் நீங்கள் நோபல் பரிசுக்கு தகுதியானவர் என்று அவர் நம்பினார்.

ப: எல்-அகாத் எப்போதும் அவரது சிந்தனையில் தைரியமாக இருந்தார்.

கே: நோபல் பரிசை வென்றது உங்கள் வாழ்க்கையையும் அடுத்தடுத்த வேலைகளையும் எந்த வகையிலும் பாதித்ததா?

ப: ஆம், தொடர்ந்து எழுதுவதற்கு இது என்னை ஊக்குவித்தது. ஆனால் துரதிர்ஷ்டவசமாக எனது எழுத்து வாழ்க்கையின் பிற்காலத்தில் அதைப் பெற்றேன். நான் எழுதிய ஒரே விஷயம் எக்கோஸ் ஆஃப் எ சுயசரிதை. நான் இப்போது ட்ரீம்ஸ் ஆஃப் மீட்பு எழுதுகிறேன். அல்-அஹ்ரமில் தொடர் வடிவத்தில் வெளியிடப்பட்ட குஷ்டுமூர் நாவல் கூட பரிசுக்கு முன்பே எழுதப்பட்டது. அது பின்னர் புத்தக வடிவில் தோன்றியது.

தனிப்பட்ட மட்டத்தில் வென்ற நோபல் ஒரு வாழ்க்கை முறையை நான் சுமத்தவில்லை, அதற்கு நான் பயன்படுத்தப்படவில்லை, நான் விரும்பியிருக்க மாட்டேன். ஊடகங்களுடன் நடத்த வேண்டிய நேர்காணல்களையும் சந்திப்புகளையும் நான் ஏற்றுக்கொண்டேன், ஆனால் நான் நிம்மதியாக வேலை செய்ய விரும்புவேன்.

கே: உங்களை ஒரு எழுத்தாளராக மாற்றியது எது, உங்கள் வாழ்க்கையை ஊக்கப்படுத்தியது யார்?

ப: நான் பள்ளியில் இருந்தபோது நகல் புத்தகங்களில் எழுதத் தொடங்கினேன். சமகால அரபு எழுத்தாளர்களான எல்-மன்பலூட்டி, தாஹா ஹுசைன், எல்-அகாத் ஆகியோரால் நான் ஈர்க்கப்பட்டேன். நான் எழுதுவதற்கான ஆர்வத்தை அவர்கள் என்னுள் நகர்த்தினார்கள், இதன் விளைவாக நான் இடைநிலைப் பள்ளியில் இருந்தபோது அறிவியல் பிரிவில் இருந்து இலக்கியப் பிரிவுக்கு மாறினேன்.

கே: நோபலுக்குப் பிறகு உங்கள் வாழ்க்கையில் மிக முக்கியமான நிகழ்வுகள் என்ன?

ப (அவரது கழுத்தை சுட்டிக்காட்டி): இது, 1994 இல் நான் பெற்ற துடிப்பு (ஒரு இளைஞன் கழுத்தில் ஒரு குத்துவிளக்கை வீழ்த்த முயன்றபோது அவரது வாழ்க்கையில் நடந்த படுகொலை முயற்சியைக் குறிக்கிறது. மஹபூஸின் வலது கை நீண்ட நேரம் முடங்கிப்போனது). ஆனால், என்னை ஆழ்ந்த மனப்பான்மையுடன் அரசு மற்றும் மக்களால் நான் பெரிதும் கவுரவித்தேன்.

கே: நீங்கள் நோபல் பரிசு வென்றதிலிருந்து எகிப்திய இலக்கியத்தில் உங்கள் படைப்புகளின் தாக்கம் என்ன?

ப: இதற்கான பதிலை விமர்சகர்களிடம் விட வேண்டும். எனது எழுத்துக்கள் அரபு இலக்கியங்களை பாதித்ததா இல்லையா என்பதை அவர்களால் மட்டுமே சொல்ல முடியும். நோபல் பரிசு பெற்றதாகத் தோன்றும் ஒரு விளைவு என்னவென்றால், அதிகமான அரபு இலக்கியப் படைப்புகள் பிற மொழிகளில் மொழிபெயர்க்கப்பட்டுள்ளன. ரஷ்ய பார்வையாளர்களிடமிருந்தும், எகிப்துக்கு வந்த ஜெர்மனியர்களிடமிருந்தும் நான் இதைக் கேட்டேன், அந்த நேரத்தில் அவர்கள் தயாரித்த பிராங்பேர்ட் சர்வதேச புத்தகக் கண்காட்சிக்கு எங்களை அழைத்தார்கள்.

அரபு இலக்கியம்
பஹ்ரைன்

1. பஹ்ரைன் இலக்கியம்

இலக்கியத்தில் பஹ்ரைன் நாட்டின் வரலாறு பாரம்பரியத்தைக் கொண்டிருக்கிறது. பெரும்பாலான பாரம்பரிய எழுத்தாளர்கள் மற்றும் கவிஞர்கள் கிளாசிக்கல் அரபு பாணியில் எழுதுகிறார்கள், இந்த பாணியில் எழுதும் சமகால கவிஞர்களில் அலி அல்-ஷர்காவி, காசிம் ஹடாத், இப்ராஹிம் அல்-அரேய்த் மற்றும் அஹ்மத் முஹம்மது அல் கலீஃபா ஆகியோர் அடங்குவர். சமீபத்திய ஆண்டுகளில், மேற்கத்திய இலக்கியங்களால் பாதிக்கப் பட்டுள்ள இளைய கவிஞர்களின் எண்ணிக்கை அதிகரித்து வருகிறது, பெரும்பாலானவை சுதந்திர வசனம் அல்லது உரைநடை கவிதைகளில் எழுதுகின்றன, பெரும்பாலும் அரசியல் அல்லது தனிப்பட்ட உள்ளடக்கம் உட்பட. நாட்டில் கிட்டத்தட்ட அனைத்து கவிதை வெளியீடுகளும் அரபியில் உள்ளன, முன் மொழிபெயர்ப்பு தேவையில்லாமல் ஆங்கிலத்தில் கவிதைகள் அரிதாகவே வெளியிடப்படுகின்றன.

அலங்கரிக்கப்பட்ட நீண்டகால கவிஞரான அலி அல்-ஷர்காவி பஹ்ரைனின் இலக்கிய சின்னமாக பலரால் கருதப்படுகிறார்.

ஆகஸ்ட் 2004 இல், முன்னாள் பஹ்ரைன் பத்திரிகையாளர் அலி அல்-சயீத் எழுதிய குயிக்ஸோட்டிக் என்ற அமானுஷ்ய த்ரில்லர் புத்தகம் வெளியிடப்பட்டது, இது ஒரு பஹ்ரைன் எழுத்தாளர் ஒரு மொழிபெயர்ப்பு தேவையில்லாமல் ஆங்கிலத்தில் நேரடியாக ஒரு நாவலை வெளியிட்டதைக் குறிக்கிறது. பிப்ரவரி 2011 இல், பஹ்ரைன் எழுத்தாளர்கள், கலைஞர்கள் மற்றும் புத்திஜீவிகள் எகிப்திய புரட்சிகர இயக்கத்துடன் தங்கள் ஒற்றுமையை அறிவிக்கும் அறிக்கையில் கையெழுத்திட்டனர்.

20ஆம் நூற்றாண்டில் பஹ்ரைன் பெண்கள் ஈடுபட்ட இலக்கியத்தின் முக்கிய வடிவம் கவிதை. உண்மையில், 1925 மற்றும்

1985 க்கு இடையிலான பஹ்ரைன் கவிஞர்களில் ஆறில் ஒரு பகுதியினர் பெண்கள் என்று மதிப்பிடப்பட்டது. அந்த நேரத்தில் பிரபல பெண் எழுத்தாளர்களில் இமான் ஆசிரி, பாத்திமா அல்-டெய்டூன், பாத்தியா 'அஜ்லான், ஹம்தா காமிஸ் மற்றும் பாவ்சியா அல்-சிந்தி' போன்றவர்கள் அடங்குவர்.

20ஆம் நூற்றாண்டின் இரண்டாம் பாதியில், உரைநடை மற்றும் சுதந்திர வசனக் கவிதைகள் நாட்டில், குறிப்பாக பெண்கள் மத்தியில் பிரபலமடைந்தன. இருப்பினும், 1969ஆம் ஆண்டுதான் பெண்கள் சுதந்திர வசனம் மற்றும் உரைநடை காட்சியில் வெளிவந்தனர், ஹம்தா காமிஸால் ஷாஜயா (அரபு: شظايا, அதாவது "ஷிராப்னல்" என்று பொருள்) வெளியிடப்பட்டது, இது தற்செயலாக கமிஸின் கவிதை அனுபவமாகும். 1960-களின் பிற்பகுதியில் நாட்டில் உரைநடை கவிதையை எழுதி வெளியிட்ட முதல் பதிவு செய்யப்பட்ட கவிஞர் இமான் ஆசிரி ஆவார்.

பஹ்ரைன் பண்டைய நிலமான தில்முனின் தளமாக இருந்தது, இது பண்டைய உரையில் குறிப்பிடப்பட்டுள்ளது, எபிக் ஆஃப் கில்கேமேஷ். இது ஏதேன் தோட்டத்தின் இருப்பிடம் என்றும் புராணம் கூறுகிறது. இது பஹ்ரைன் அமைப்பைக் கொண்டுள்ளது ஜேம்ஸ் ஜாய்ஸ் 'Finnegans லூசி கால்டுவெல்லின் விருது பெற்ற நாவலான தி மீட்டிங் பாயிண்ட் பஹ்ரைனிலும் அமைக்கப்பட்டுள்ளது.

எழுத்தாளர்கள்

1) அலி அப்துல்லா கலீஃபா - பஹ்ரைன் எழுத்தாளர்கள் சங்கத்தின் ஸ்தாபக உறுப்பினர் மற்றும் 3 கவிதைத் தொகுப்புகளை வெளியிட்டுள்ளார்.
2) அலி அல் ஜல்லாவி - அரசியல் கவிஞர் மற்றும் எழுத்தாளர்.
3) அலி அல்-சயீத் - 3 தேசிய அளவில் அதிகம் விற்பனையான, விமர்சன ரீதியாக பாராட்டப்பட்ட புத்தகங்களின் ஆசிரியர் மற்றும் பஹ்ரைன் சிறந்த புத்தக விருதைப் பெற்றவர்.
4) அலி அல் ஷர்காவி - மூத்த கவிஞரும் எழுத்தாளருமான அவரது கவிதை பல மொழிகளில் மொழிபெயர்க்கப்பட்டுள்ளது.
5) அஹ்மத் முஹம்மது அல் கலீஃபா - 1930 இல் பிறந்த இவர், தேசியவாதம் மற்றும் காதல் பற்றி கவிதை எழுதியுள்ளார், மொத்தம் ஐந்து கவிதைத் தொகுப்புகள் வெளியிடப்பட்டுள்ளன.

6) அட்டியா அல்-ஜாம்ரி - முஹர்ரம் காலத்தில் இமாம் உசேன் பற்றிய மதக் கவிதைகளுக்கு பிரபலமானவர்.

7) இப்ராஹிம் அல்-அரேய்த் - பஹ்ரைனின் மிகச்சிறந்த கவிஞர்களில் ஒருவராக அழைக்கப்படுகிறார், அவரது கவிதை அரபு உலகம் முழுவதும் பிரபலமாக உள்ளது.

8) இப்ராஹிம் பின் முகமது அல் கலீஃபா - 19 ஆம் நூற்றாண்டின் நடுப்பகுதியில் பிறந்த இவர், 20 ஆம் நூற்றாண்டின் ஆரம்பத்தில் பஹ்ரைனில் நன்கு அறியப்பட்ட கவிஞராக இருந்தார், மேலும் சார்லஸ் பெல்கிரேவ் நாட்டில் இருந்த காலத்தில் பாராட்டப்பட்டார். அவரது மஜ்லிஸ் உள்ள Muharraq தற்போது கலாச்சாரம் மற்றும் ஆராய்ச்சி மையமாக பயன்படுத்தப்படுகிறது.

9) ஹம்தா காமிஸ் - 1969ஆம் ஆண்டில் தனது முதல் தொகுப்பை வெளியிட்ட முதல் பெண் பஹ்ரைன் கவிஞராக பரவலாக அங்கீகரிக்கப்பட்டார்.

10) காசிம் ஹடாத் - அவர் பஹ்ரைன் எழுத்தாளர்கள் சங்கத்தின் தலைவரும், பஹ்ரைனின் மிகவும் பிரபலமான கவிஞர்களில் ஒருவரும் ஆவார். அவர் தனது புரட்சிகர கவிதைகளுக்கு முக்கியத்துவம் பெற்றார்.

11) எம்.ஜி.டார்விஷ் - ஒரு விருது பரிந்துரைக்கப்பட்ட நாவலாசிரியர், அவர் பஹ்ரைனில் ஆங்கில இலக்கியத்தின் முன்னணி நபர்களில் ஒருவரானார்.

2. அலி அல் ஜல்லாவி

அலி அல் ஜல்லாவி(1975, மனாமா, பஹ்ரைன்) ஒரு கவிஞர், ஆராய்ச்சியாளர், மற்றும் எழுத்தாளர் ஆவார். பஹ்ரைனில் அரசியல் ஆட்சியை விமர்சித்து கவிதை எழுதியதற்காக இரண்டு கால சிறைவாசத்திற்குப் பிறகு, அல் ஜல்லாவி தனது படைப்புகளின் ஏழு தொகுதிகளை வெளியிட்டுள்ளார், மிக சமீபத்தில் தஷ்டாயில் கராசத் நஹத், 2008 வெளியிட்டார். அவர் பஹா குறித்த புத்தகங்களை எழுதியுள்ளார் 'அவர் யூத பஹ்ரைன் சமூகங்கள், ஆகிய இரண்டிலும் இலக்கிய விழாக்களில் டஜன் கணக்கான தனது கவிதை வழங்கினார் அரபு உலக மற்றும் பிற இடங்களில். மனாமாவில், பஹ்ரைனின் சிறுபான்மை சமூகங்கள் குறித்த விழிப்புணர்வை ஏற்படுத்த அர்ப்பணிக்கப்பட்ட ஒரு ஆராய்ச்சி மையத்தை நடத்தினார். இருப்பினும், பஹ்ரைன் எழுச்சி காரண்மாக சிறைவாசத்தைத் தவிர்ப்பதற்காக நாட்டை விட்டு வெளியேறினார். ஜெர்மனியில் அரசியல் தஞ்சம் கோருவதற்கான ஒரு நீண்ட விண்ணப்பத்தை காப்பாற்றுவதற்காக PEN குழு வீமரில் ஒரு இலக்கிய கூட்டுறவு ஏற்பாடு செய்தது. மே 2012 க்குள், அவர் ஜெர்மனியில் வசித்து வந்தார், இப்போது பெர்லினில் உள்ள அகாடமி டெர் கோன்ஸ்டேவின் உறுப்பினராக இருந்தார். அவர் தற்போது யடல்லாவின் ஷூஸ் என்ற நாவலில் பணியாற்றி வருகிறார்.

ஆறு கவிதை புத்தகங்கள் வெளியிடப்பட்ட நிலையில், அலி மேலும் நிறுவப்பட்ட இளம் பஹ்ரைன் கவிஞர்களில் ஒருவராகக் கருதப்படுகிறார்; பொருள் அல்லது விஷயத்தால் கட்டுப்படுத்தப்படாத புதிய தலைமுறை துணிச்சலான ஆட்டூயர்களிடமிருந்து வலுவான குரல். அவர் ஏற்கனவே சக்திவாய்ந்த பணியாளராக இருக்கிறார், அவர் தனது தனித்துவ மான பாணியுடன் அரபு மொழியின் திறமையான, எழுத்தாளர்

என்பதை நிரூபிக்கிறார். 33 வயதில், அலியின் படைப்புகள் பல மொழிகளில் மொழிபெயர்க்கப்பட்டு ஏராளமான கல்வி புத்தகங்கள் மற்றும் இலக்கிய இதழ்களில் இடம்பெற்றுள்ளன.அவர் தனது கவிதைகளைப் பகிர்ந்துகொண்டு அரபு உலகம் முழுவதும் பயணம் செய்துள்ளார்.

அவர் ஒரு இளைஞனாக எழுதத் தொடங்கினார், அந்த ஆரம்ப ஆண்டுகளில் அவரது கவிதை புரட்சிகர மற்றும் அரசியல் கொள்கைகளால் வகைப்படுத்தப்பட்டது. அந்தளவுக்கு, 1990-களின் நடுப்பகுதியில் அவர் சிறையில் அடைக்க வழிவகுத்தது. இது ஒரு கவிஞராக அவரது வாழ்க்கையில் ஒரு திருப்புமுனையாக அமைந்தது, மேலும் இது அவரது இலக்கிய அறிவை பிரதிபலிக்கவும் விரிவுபடுத்தவும் அவகாசம் அளித்தது. முன்பை விட குறைவான தீவிரமான, அலியின் சிறைக்குப் பிந்தைய பணிகள் மிகவும் தத்துவ வளைவைக் கொண்டுள்ளன, மனித சக்தி மற்றும் மனித நிலைக்கு ஏற்ப. பாரம்பரிய கவிதைகளுக்கு புகழ் பெற்ற ஒரு நாட்டில் புறக்கணிக்க கடினமாக இருக்கும் ஒரு சமகால குரல் அவருடையது.

3. அலி அல்-ஜல்லாவியுடன் பேட்டி

"இந்த அரசாங்கத்தின் கீழ் பஹ்ரைனுக்கு எதிர்காலம் இல்லை"

பிர்கிட் குர்ஸ் மற்றும் அப்தெல்ரஹ்மான் அம்மார் ஆகியோருடன் உரையாடியபோது, பஹ்ரைன் எழுத்தாளர் கவிஞரும் எழுத்தாளருமான அலி அல்-ஜல்லாவி தனது நாட்டின் அரசாங்கத்தை விமர்சிக்கிறார், இது வாக்குமூலத்திற்கு இடையிலான மோதலைத் தூண்டுவதற்கும் ஜனநாயக இயக்கத்தை அடக்குவதற்கும் ஆனது என்று அவர் குற்றம் சாட்டுகிறார்.

பஹ்ரைனில் அரபு வசந்தம் சவுதி அரேபியாவின் உதவியுடன் ஸ்கொட் செய்யப்பட்டபோது உங்கள் மனதில் என்ன ஏற்பட்டது?

அலி அல்-ஜல்லாவி: சவுதி தலையீடு ஆச்சரியமாக வரவில்லை, பஹ்ரைன் அரசாங்கம் இதுபோன்ற நடவடிக்கைக்கு பலமுறை அச்சுறுத்தியது, எல்லாவற்றிற்கும் மேலாக, ஒட்டுமொத்த மக்களும் ஜனநாயகத்தை விரும்பினாலும், சவுதி அரேபியா அவ்வாறு செய்யவில்லை என்பது மிகவும் அறிந்ததே. அதன் சிறிய அண்டை நாடுகளின் எந்தவொரு ஜனநாயகமயமாக்கலும் வளைகுடாவின் பெரிய சகோதரருக்கு நீண்டகால விளைவுகளை ஏற்படுத்தும்.

ஆனால் பிரச்சினை வளைகுடா ஒத்துழைப்பு கவுன்சிலின் விரைவான எதிர்வினை சக்தியின் ஒரு பகுதியாக பஹ்ரைனுக்குள் நுழைந்து ஒரு கொலைவெறியில் ஈடுபட்ட சவுதி ஆயுதப்படைகளுடன் மட்டுமல்ல, குறிப்பாக மேற்கு நாடுகளிடமும், குறிப்பாக ஜெர்மனியிலிருந்து வரும் ஆயுதங்கள் மற்றும் ஒட்டுமொத்த ஐரோப்பாவும் கவலை கொண்டுள்ளது, அரபு வசந்த இயக்கத்தில் ஈடுபட்ட ஆர்ப்பாட்டக்காரர்கள் மற்றும் ஆர்வலர்களுக்கு எதிராக ஆயுதங்கள் பயன்படுத்தப்படுகின்றன.

மேற்கத்திய ஊடகங்கள் ஜனநாயகத்திற்கு அழைப்பு விடுக்கும் அதே வேளையில், வெளிநாடுகளில் ஆர்வத்துடன் ஆயுதங்களை விற்கும் நாடுகளே இவை. வெகு காலத்திற்கு முன்பு ஜெர்மனியர்கள் சவுதிகளுக்கு தொட்டிகளை வழங்கினர், பின்னர் பஹ்ரைனுக்குள் நுழைந்த அதே தொட்டிகளும், பஹ்ரைன் மகுட இளவரசரும் கல்வி அமைச்சரும் சமீபத்தில் ஜெர்மனிக்கு விஜயம் செய்தனர்.

இந்த அரசாங்க பிரதிநிதிகள் இருவரும் பஹ்ரைனில் நடந்த சம்பவங்களை விசாரிக்க ஒரு குழுவை நியமித்திருந்தனர் என்பதை அறிந்து கொள்வது முக்கியம், இது இறுதியில் அவர்கள் கொலைகள், இடப்பெயர்வுகள், சித்திரவதை மற்றும் பிற மனித உரிமை மீறல்களில் முக்கிய பங்கு வகித்ததாகக் கண்டறிந்தது.

பஹ்ரைனில் நிலைமை குறிப்பாக சிக்கலானது. ஒருபுறம் சுன்னிகளுக்கும் ஷியாக்களுக்கும் இடையிலான மோதலும், அதிகாரத்தில் இருப்பவர்களின் புவிசார் அரசியல் மற்றும் மூலோபாய நலன்களும் உள்ளன, மறுபுறம் பஹ்ரைனியர்கள் அரசியல் பங்களிப்பை விரும்புகிறார்கள். இங்கே தீர்வு என்ன?

அல்-ஜல்லாவி: ஒரே தீர்வு ஜனநாயகமாக இருக்கும், அதில் ஒவ்வொரு குடிமகனுக்கும் குரல் இருக்கும். பஹ்ரைன் இன பிளவுகளை முறியடிக்கும் திறன் மற்றும் சட்டம் எல்லாவற்றிற்கும் மேலாக நிற்கும் ஒரு நவீன நிறுவன அரசாக மாற வேண்டும். மதம், இனம் மற்றும் மொழி ஆகியவற்றைப் பொருட்படுத்தாமல் போக்குவரத்து விளக்குகள் எவ்வாறு செயல்படுகின்றன என்பது அனைவருக்கும் தெரியும்.

கூடுதலாக, அனைத்து சக்தியும் மக்களிடமிருந்து வெளிப்பட வேண்டும். பஹ்ரைனுக்கு இதுதான் நாங்கள் விரும்புகிறோம், மோதல்களைத் தீர்ப்பதற்கான ஒரே வழி இதுதான். சில சமயங்களில் அரசு 'டிவைட் எட் இம்பெரா' கொள்கையின்படி தன்னை உறுதிப்படுத்திக் கொள்வதற்காகவும், சமூகத்தை அதன் மேலாதிக்கத்தை நியாயப்படுத்தும் ஒரு வழியாகப் பிரிப்பதற்காகவும் வாக்குமூலத்திற்கு இடையிலான மோதல்களைத் தூண்டுகிறது.

சமீபத்திய காலங்களில், எந்தவொரு ஜனநாயகமயமாக்கல் செயல்முறையிலும் மகுட இளவரசர் வழங்க முடியும் என்ற நம்பிக்கை அதிகரித்து வருவதாகத் தெரிகிறது. இந்த எதிர்பார்ப்புகளை அவரால் உண்மையில் நிறைவேற்ற முடியுமா?

அல்-ஜல்லாவி: மகுட இளவரசர் தேசத்தை ஜனநாயகப்படுத்த முடியும் என்று பலர் சொல்கிறார்கள், ஆனால் பலர் பிரதமரை

நம்புகிறார்கள், சிறிய எண்ணிக்கையிலானவர்களும் தங்கள் நம்பிக்கையை மன்னரிடமே வைக்கவில்லை. இப்போது கிட்டத்தட்ட ஒரு வருடமாக, கொலைகள், கைதுகள் மற்றும் சட்ட நடவடிக்கைகளின் அலை ஓய்வு இல்லாமல் தொடர்கிறது, யாரும் எதையும் மாற்றவில்லை. மகுட இளவரசர் எதுவும் செய்யவில்லை. நிச்சயமாக, அவர் பல்வேறு அரசியல் சக்திகளுக்கும் எதிர்க்கட்சி குழுக்களுக்கும் இடையில் தேசிய உரையாடலை வளர்ப்பதற்கான ஒரு முயற்சியை அமைத்தார், ஆனால் சவுதி மற்றும் பஹ்ரைன் இராணுவத் தலையீடு அதற்கு முற்றுப்புள்ளி வைத்தது.

நான் மூன்று ஆண்டுகள் சிறையில் கழித்தேன், அரசு சீர்திருத்தங்களைச் செய்யவிருப்பதற்கான அறிகுறிகள் இருந்த நேரத்தில் நான் விடுவிக்கப்பட்டேன். ஆனால் சீர்திருத்தத்திற்கான அழைப்புகள் ஒன்றும் புதிதல்ல என்றாலும், எதுவும் நடக்கவில்லை. நாங்கள் எல்லா மக்களையும் கவனத்தில் கொண்டுள்ளோம், யாரிடமும் விரோதப் போக்கைக் கொண்டிருக்கவில்லை, ஆனால் சர்வாதிகார கட்டமைப்புகளை நாங்கள் எதிர்க்கிறோம்.

பஹ்ரைனில் மக்கள் மாற்றத்தைக் கோரி தொடர்ந்து வீதிகளில் இறங்குகிறார்கள். விஷயங்கள் மேலும் உருவாகும் என்று நீங்கள் எப்படி நினைக்கிறீர்கள்?

அல்-ஜல்லாவி: அரபு வசந்தம் தொடங்கியபோது பஹ்ரைனில் மக்கள் வீதிகளில் இறங்கவில்லை, ஆனால் இயக்கம் அவர்களின் முயற்சிகளை உயர்த்தியுள்ளது. 1920-களில் இருந்து இங்கு ஒரு எதிர்ப்பு இயக்கம் உள்ளது. மாநிலத்தின் ஒரே பதில் பாதுகாப்புப் படையினரை நிலைநிறுத்துவதோ அல்லது புஷ் அமைக்கும் குழுக்கள் குறித்து அடிப்பதோ ஆகும்.

இந்த அரசாங்கத்தின் கீழ் பஹ்ரைனுக்கு எதிர்காலம் இல்லை. எங்களுக்கு புதிய முகங்கள் தேவை, தேசத்தின் தலைமையில் ஒரு புதிய தலைமுறை. மக்கள் தொடர்ந்து ஆர்ப்பாட்டம் செய்கிறார்கள், இது இயற்கையானது, ஏனென்றால் அவர்களின் கோரிக்கைகள் மிகவும் நியாயமானவை, அதே நேரத்தில் தற்போதைய அரசாங்கம் தொடர்ந்து அதே தர்க்கத்துடன் செயல்படுகிறது.

உங்களுக்கு 17 வயதாக இருந்தபோது, 1995 ல் நீங்கள் கைது செய்யப்பட்டு மூன்று ஆண்டுகள் சிறையில் அடைக்கப்பட்டீர்கள். ஆட்சி உங்களை ஏன் அச்சுறுத்தலாக கருதுகிறது?

அல்-ஜல்லாவி: இந்த மனநிலையைப் புரிந்துகொள்ள உங்களுக்கு உதவ பஹ்ரைனில் உள்ள ஆட்சி குறித்த பின்னணி தகவல்களை உங்களுக்கு தருகிறேன். 1971 ல் சுதந்திரம் பெற்றதிலிருந்து

நாங்கள் அதே பிரதமரும் 24 அமைச்சர்களின் அமைச்சரவையும் கொண்டிருந்தோம், அவர்களில் 12 பேர் அரச குடும்பத்தைச் சேர்ந்தவர்கள்.

பாதுகாப்புப் படையினரும் பொது ஊழியர்களும் முழுக்க முழுக்க அரச குடும்பத்திலிருந்தே ஆட்சேர்ப்பு செய்யப் படுகிறார்கள், பஹ்ரைனின் கடற்கரையில் 80 சதவீதம் அரச குடும்பத்திற்கு சொந்தமானது, பிரதமர் சமீபத்தில் ஒரு முன்னாள் கால்பந்து ஆடுகளத்தை மூன்று டாலர்களுக்கு வாங்கினார். இந்த விஷயங்களில் ஏதேனும் முக்கியமான விவாதம் அனுமதிக்கப்படுவதாக நீங்கள் நினைக்கிறீர்களா?

நீங்கள் ஜூலை முதல் வீமரில் வசித்து வருகிறீர்கள். ஜெர்மனியில் இதுவரை நீங்கள் எவ்வாறு பயணம் செய்தீர்கள்?

அல்-ஜல்லாவி: பிரிட்டனில் இருந்து வெளியேற்றப்பட்ட பின்னர் நான் ஜெர்மனிக்கு வந்தேன். இப்போது நான் கவிஞர்கள் மற்றும் சிந்தனையாளர்களின் நகரமான கோதே மற்றும் ஷில்லர் நகரில் வசிக்கிறேன்.

எழுதுவது ஒரு விஷயம், வாழ்க்கை இன்னொரு விஷயம் என்பதையும், ஜனநாயகம் மற்றும் சுதந்திரத்தைப் பற்றி எழுதுவது ஒரு விஷயம் என்பதையும், இந்த உரிமைகளுக்கு ஆதரவாக உறுதியான நடவடிக்கை எடுப்பது வேறு ஒன்றாகும் என்பதையும் நான் உணர்ந்தேன்.

பஹ்ரைனில் இருந்தாலும் சரி, வேறு எங்காவது இருந்தாலும், உலகெங்கிலும் உள்ள மனித உரிமை அமைப்புகளில் கூட பெரும் பாசாங்குத்தனம் இருக்கிறது என்பதை நான் கற்றுக் கொள்ள வேண்டியிருந்தது, ஏனென்றால் அவர்கள் உண்மையில் ஜனநாயகம் மற்றும் மனித உரிமைகளுக்கு உறுதியான எதையும் செய்யவில்லை, ஆனால் விளக்கங்களுடன் தங்களை உள்ளடக்கிக் கொள்கிறார்கள் மற்றும் கண்டனங்கள். நான் எனது தாயகத்தையும் எனது நினைவுகளையும் மேற்கு நாடுகளுக்குக் கொண்டு வந்துள்ளேன், எனது கனவுகள் அனைத்தும் இந்த நகரத்தில் என்னை நாடுகடத்தியுள்ளன.

ஜெர்மனியில் என்ன திட்டங்களைத் தொடர திட்ட மிட்டுள்ளீர்கள்?

அல்-ஜல்லாவி: இந்த நேரத்தில் எனக்கு இரண்டு திட்டங்கள் உள்ளன: முதலில் ஜெர்மன் மொழியைக் கற்றுக்கொள்வது, இரண்டாவதாக எனது மூன்றாவது நாவலான "யடல்லாவின்

ஷூ" முடிக்க. எனது நாவல்களை ஜெர்மன் மொழியில் மொழிபெயர்க்க நான் பார்க்க விரும்புகிறேன். எனது சமீபத்திய படைப்பு யதல்லா என்ற ஷூ தயாரிப்பாளரைப் பற்றியது, நான் குழந்தையாக இருந்தபோது சந்தித்த ஒரு மனிதர், மக்களின் காலணிகளை மாற்றுவதன் மூலம் உலகை மாற்றியவர்.

நேர்காணல்: பிர்கிட் குர்ஸ் மற்றும்
அப்தெல்ரஹ்மான் அம்மர்

© *Qantara.de* 2011

4. இப்ராஹிம் அல்-அரேய்த்

இப்ராஹிம் அல்-அரேய்த் (8 மார்ச் 1908 - மே 2002) ஒரு எழுத்தாளர் மற்றும் கவிஞர் ஆவார். பஹ்ரைன் கவிஞர்கள் மற்றும் தலைவர்கள் அடங்கிய இலக்கிய இயக்கம் ஒன்று 20 ஆம் நூற்றாண்ட்டில் பிரபலமாக இருந்தது.அதில் இப்ராஹிமும் இருந்தார்.

இப்ராஹிம் பாம்பே, இந்தியாவில் மார்ச் 1908 8 அவரது பஹ்ரைன் பெற்றோருக்கு பிறந்தார்.1922ஆம் ஆண்டில் பஹ்ரைனில் முதல் முறையாக பள்ளியில் படிப்பை தொடங்கிய போது அவருக்கு 14 வயது, ஹிடயா அல்-கலீஃபா பள்ளியில்அவர் நிரந்தரமாக படிக்கவில்லை.ஏனெனில் அவர் தீவில் வசிக்கவில்லை என்றாலும். அவரது பெற்றோர் 1926 இல் பம்பாய்க்குத் திரும்பி ஒரு உள்ளூர் பள்ளியில் அவரை சேர்ந்தார், அங்கு அவர் தனது உயர்நிலைப் பள்ளியில் டிப்ளோமா பெற்றார். இந்த பள்ளியில்தான் பாரசீகம் மற்றும் ஆங்கில மொழி, இணைந்து உருது மொழியையும் பயின்றார். பின்னர் உருது இலக்கியத்தை அலிகார் முஸ்லிம் பல்கலைக்கழகத்தில் பயின்றார்.

1927ஆம் ஆண்டில், இப்ராஹிம் பஹ்ரைனுக்குத் திரும்பி, ஹிடாயா அல்-கலீஃபா பள்ளியில் ஆங்கில ஆசிரியராக நியமிக்கப்பட்டார், அவர் நான்கு ஆண்டுகள் பதவி வகித்த பின்னர் அவர் ஜஃபாரி பள்ளியின் துணை இயக்குநரானார், ஆனால் பிரிட்டிஷ் காலனித்துவ அதிகாரிகளுடனான மோதல்கள் தொடர்பாக அவர் வேலையை விட்டு வெளியேற வேண்டிய கட்டாயம் ஏற்பட்டது. இதன் பின்னர், அவர் மாநில சுங்க சேவையில் பொருளாளராக பணியாற்றினார். 1937ஆம் ஆண்டில், அவர் ஒரு பஹ்ரைன் நிறுவனத்தில் மொழிபெயர்ப்புத் துறையின் தலைவரானார், இது இரண்டாம் உலகப் போர் வெடித்ததன் விளைவாக நீடிக்கவில்லை. 1943 இல், டெல்லிக்குச் சென்று

ஒரு வானொலி நிலையத்தில் பணிபுரிந்தார். பின்னர் அவர் பஹ்ரைனுக்குத் திரும்பினார், அங்கு அவர் ஓய்வு பெறும் வரை 1967 வரை பஹ்ரைன் பெட்ரோலிய நிறுவனத்தில் பணிபுரிந்தார்.

18 வயதிலிருந்தே, இப்ராஹிம் கவிதை எழுதத் தொடங்கினார், அவரது முதல் கவிதைகள் பாக்தாத்தில் 1931 இல் வெளியிடப்பட்டன. அவர் பல மொழியியலாளர் என்பதால், பாரசீக, உருது, ஆங்கிலம் மற்றும் அரபு மொழிகளுக்கு இடையில் கவிஞர்களின் படைப்புகளை மொழிபெயர்த்தார். அவரது கவிதைகள் ஈராக், சிரியா மற்றும் எகிப்தில் பிரபலமாக இருந்தன; பெய்ரூட்டின் அமெரிக்கப் பல்கலைக்கழகத்தில் அரபு இலக்கியம் பற்றி சொற்பொழிவு வழங்க அவர் ஒப்புக் கொண்டார். அவருக்கு பஹ்ரைன் அரசாங்கத்தால் ஷேக் ஈசா பின் சல்மான் அல் கலீஃபா ஆணை - முதல் வகுப்பு வழங்கப்பட்டது.

அவர் ஒரு பள்ளியை அமைக்கும் ஒரு குறிப்பிடத்தக்க சீர்திருத்த வாதியாகவும் இருந்தார், மேலும் ஐக்கிய இராச்சியத்திலிருந்து சுதந்திரம் பெறுவதற்கு முன்னர் 1970-களின் முற்பகுதியில் பஹ்ரைனின் அரசியலமைப்பை வளர்ப்பதற்கு பொறுப்பான ஷேக் ஈசா பின் சல்மான் அல் கலீஃபாவால் அரசியலமைப்பு கவுன்சிலின் தலைவராக நியமிக்கப்பட்டார்.

இப்ராஹிம் மே 2002இல் தனது 94வது வயதில் சுவாசக் கோளாறால் இறந்தார். அவரது மகள் மறைந்த லயலா அல்-அரேய்தின் அடுத்த "மனாமா கல்லறை"யில் அடக்கம் செய்யப்பட்டார்,

அவரது மரணத்தைத் தொடர்ந்து, மன்னர் ஹமாத் பின் ஈசா அல்-கலீஃபா, அவருக்குப் பின் இராச்சியத்தின் மிக முக்கியமான புவியியல் சாலைகளில் ஒன்றுக்கு அவரது பெயரை சூட்டினார். 2006ஆம் ஆண்டில், இருந்த அவரின் பழைய வீடு தலைநகர் மனாமாவில், ஒரு கலாச்சார மையமாக மாற்றப்பட்டுள்ளது இப்ராஹிம் கவிதைகள் ஹவுஸ் என்றொரு அமைப்பை நிறுவி, சுற்றுலா பயணிகள் மற்றும் கவிஞர்கள் கூடுகை நடத்த கொடுக்கப்பட்டது.

2008ஆம் ஆண்டில், ஐக்கிய நாடுகள் கல்வி, அறிவியல் மற்றும் கலாச்சார அமைப்பு அதன் தலைமையகத்தில் இப்ராஹிம் அவர்களை கவுரவிக்கும் விதமாக பாரிஸில் ஒரு கண்காட்சி நடைபெற்றது.

5. பௌசியா அல்-சிந்தி

பௌசியா அல்-சிந்தி (பிறப்பு 1957) ஒரு பஹ்ரைன் கவிஞர் மற்றும் மனித உரிமை ஆர்வலர் ஆவார். அவர் 1982 முதல் ஆறு கவிதைத் தொகுப்புகளை வெளியிட்டுள்ளார், மேலும் அவரது படைப்புகள் பல மொழிகளில் மொழிபெயர்க்கப்பட்டுள்ளன.

பௌசியா 1957ல் மனாமா, பஹ்ரைன் நாட்டில் பிறந்தார். வெளிநாட்டில் சென்று கல்வி பயின்றார்.

பௌசியா 1998 முதல் 2005 வரை அரபு கவிதைகளின் ஆறு தொகுப்புகளை வெளியிட்டார். பஹ்ரைன் எழுத்தாளர்கள் சங்கத்தில் உறுப்பினராக உள்ள இவர், பிராந்திய இதழ்கள் மற்றும் பானிபால் போன்ற வெளியீடுகளுக்கு ஒரு கட்டுரையாளராக தவறாமல் எழுதுகிறார்.

வெளியீடுகள்

1) அகீர் அல்-மஹாப் (அடிவானத்தின் முடிவு) 1998
2) மாலத் அல்-ரூ (ஆத்மாவின் புகலிடம்) 1991
3) ரஹினத் அல்-ஆலம் (பணயக்கைதிகள் வலி) 2005

இவர் எழுதிய ஒரு கட்டுரை மிகவும் பிரபலமானது.

மனிதர்கள் பூமியிலிருந்து மறைந்தால் என்ன நடக்கும்?

(1)

"அவதார்" திரைப்படம் மனித நனவுக்கு உள்ளார்ந்த வன்முறை எண்ணங்களின் ஒரு தரமான அதிர்ச்சியை உருவாக்க முடிந்தது, மனித நடவடிக்கைகளால் பிரபஞ்சம் பாதிக்கப்பட்டுள்ள பேரழிவின் அளவைப் பார்த்துக் கொண்டிருக்கும்போது தீங்கு விளைவிக்கும் கொடூரத்திலிருந்து குவிந்து கிடப்பதாகத்

தோன்றிய பேரழிவுகளின் நினைவூட்டல், மேலும் அழிவு பயனற்ற வன்முறையை விரும்பும் தீய சக்திகளுக்குக் கீழ்ப்படிதல். வாழ்க்கையைத் துடைப்பதைத் தவிர அதன் மூர்க்கத்தனத்திலிருந்து வெளியேறுதல் கடினம்.

எல்லோரும் கேலரிகளை விட்டு வெளியேறி பல பரிமாண கண்ணாடிகளை கழற்றிய பிறகு.. எதிர்கால நிலைமைக்காக அவர்கள் நிறைய பெருமூச்சு விட்டனர், இது மனிதர்கள் என்று அழைக்கப்படும் நேர வெடிகுண்டுகளைத் தழுவுகிறது, மேலும் பெருகிவரும் ஆசைகள் மற்றும் கொலை உணர்ச்சியால் சுமக்கப்படுகின்றன, அவர்கள் பெருமூச்சு விட்டபின், நேரத்தை மடித்து, அது அம்பலப்படுத்திய ஆபத்தான செய்தியை மறந்து, யாரும் உயிர்வாழ மாட்டார்கள் என்று முன்னறிவிக்கும் போது அவர்களின் நாட்களின் சக்திக்குள் சேருங்கள்.

(2)

லண்டன் டைம்ஸ் செய்தித்தாள் நடத்திய ஒரு விஞ்ஞான ஆய்வு உள்ளது அதன் முடிவுகள் பின்வருமாறு: மனிதர்கள் மறைந்து போகும் தருணத்தில், அச்சுறுத்தப்பட்ட இனங்கள் பெரும்பாலானவை அவற்றின் இயல்பு நிலைக்குத் திரும்பத் தொடங்கும், 24 முதல் 48 மணி நேரத்திற்குப் பிறகு ஒளி மாசுபாடு முடிவடையும், 3 மாதங்களுக்குப் பிறகு காற்று மாசுபாடு குறையத் தொடங்கும், 10 ஆண்டுகளுக்குப் பிறகு, மீத்தேன் காற்றில் இருந்து மறைந்துவிடும். 20 ஆண்டுகளுக்குப் பிறகு, கிராமங்கள் மற்றும் கிராமப்புற சாலைகளில் தாவரங்களும் காடுகளும் ஊர்ந்து செல்லும். 50 ஆண்டுகளுக்குப் பிறகு, உலகின் மீன் பங்குகள் புத்துயிர் பெறும், மேலும் புதிய நீரில் நைட்ரேட்டுகள் மற்றும் உப்பு விகிதம் குறையும். மனிதர்கள் காணாமல் போன 50 முதல் 100 ஆண்டுகளுக்கு இடைப்பட்ட காலத்தில், காடுகள் மற்றும் தாவரங்கள் நகரங்களிலும் சாலைகளிலும் ஊர்ந்து செல்லும், பின்னர் மர கட்டிடங்கள் இடிந்து விழும், 100 ஆண்டுகளுக்குப் பிறகு, 100 முதல் 200 ஆண்டுகளுக்கு இடைப்பட்ட காலத்தில் பாலங்கள் இடிந்து விழும், 200 ஆண்டுகளுக்குப் பிறகு கண்ணாடி மற்றும் உலோக கட்டிடங்கள் இடிந்து விழும், 250 ஆண்டுகளுக்குப் பிறகு அணைகள் சரிந்து விடும், 500 ஆண்டுகளுக்குப் பிறகு பவளம் இயல்பு நிலைக்குத் திரும்பும்.

(3)

பேரழிவு ஒரு நபரின் உயிர்வாழ்வால் பெருகும், அதன் அழிவுடன் கூட விலகிப்போவதில்லை. மாறாக, பேராசை மற்றும்

வன்முறையின் அளவை அவர் தரையில் தவறாக வழிநடத்தியதைக் குறிக்கிறது. இந்த எண்கள் விஞ்ஞானபூர்வமானவை, தன்னிச்சையானவை அல்ல, குறிகாட்டிகள். அல்-மனாஹி என்பது பலவிதமான ஆதாரங்களைக் கொண்ட கலாச்சார அச்சுகளில் ஒன்றாகும். அது வாழ்க்கைத் சுதந்திரம் தொடர்பான பிரச்சினையை ஆதரிப்பதற்கும், அதில் அன்பையும் ஞானத்தையும் பாதுகாக்கும் விதத்தில் இதயங்களின் துறைகளில் இருப்பதைக் காதுகளை வளர்க்கும்.

பிளவு யாரிடமிருந்தும் மறைக்கப்படவில்லை, நீட்டப்பட்ட கைகள் பதிலளிக்காது, ஆத்மாவின் மை கொண்டு எரியும் சொற்களும் இதயங்களைத் தூய்மைப்படுத்துவதில் தெளிவாகத் தெரியும். யுத்தம் மட்டுமே அதன் மாங்கல் கொடிகளை முன்னேற்றுகிறது, மற்றும் தட்டும் டிரம்ஸ் மற்றும் அதன் புகை வெட்கமின்றி உயர்கிறது.

அதுபோல் பேனா சுதந்திரம் என்ற கட்டுரையும் பிரபலமானர்.

பேனா சுதந்திரம்

(1)

நான் தடுத்து வைக்கப்பட்ட முதல் பத்து ஆண்டுகளில், தவிர்க்க முடியாத மர்மமான விதிகளால் ஆளப்பட்ட அந்த பண்டைய வரலாற்றின் சோகத்தின் ஒரு பகுதியை நான் உணர்ந்தேன்.

ஆனால் சிறைவாசத்தின் அடுத்த ஆண்டுகளில் (மற்றும் சர்வதேச பென் கிளப், அடக்குமுறை மற்றும் பொது மன்னிப்புக்கு எதிரான சர்வதேச குழு மற்றும் எல்லைகள் இல்லாத நிருபர்கள் அமைப்பு என்னையும் எனது சுதந்திரத்தையும் பாதுகாக்கிறது என்பது குறித்து சில செய்திகள் கசிந்த நிலையில்), எனக்குள் முற்றிலும் மாறுபட்ட உணர்வுகள் இருந்தன, மேலும் நான் இனி மறக்கப்படவில்லை என்பதை உணர்ந்தேன், மறந்துவிடுவது தொடர்பாக இங்கே மறந்துவிட வேண்டும் கைதி ஒரு வகையான தார்மீக மரணம். நீங்கள் விரும்பினால், என் மீதும், மனிதனின் மீதும், வார்த்தையின் முக்கியத்துவத்திலும் நான் அதிக நம்பிக்கையுடன் இருந்தேன்.

ஃபராஜ் பயராக்தார்

(2)

"சிறைச்சாலையில் புத்தகம்" கமிட்டி நிறுவப்பட்ட ஐம்பதாம் ஆண்டு நிறைவை முன்னிட்டு, அறிவுசார் சுதந்திரங்களை

எந்த விதமான அடக்குமுறையையும் எதிர்த்துப் போராடும் எழுத்தாளர்களின் அமைப்பான "இன்டர்நேஷனல் பென் கிளப்", பல சர்வதேச நடவடிக்கைகள், திட்டங்கள் மற்றும் ஆர்ப்பாட்டங்களில் இந்த ஆண்டு ஆண்டு கொண்டாட்டத்தைத் தொடங்கியது, மேலும் கருத்து சுதந்திரம் என்ற தலைப்பு தேர்ந்தெடுக்கப்பட்டது சீனாவில் மனித உரிமைகள் மற்றும் இணையத்தில் தணிக்கை செய்வது, இந்த ஆண்டின் கருப்பொருளாக இருக்க வேண்டும், திருமதி மெக்கோனே சொல்வது போல், "நாங்கள் இணையத்தில் தணிக்கை செய்வதிலும், நெட்வொர்க்கில் உள்ள எதிர்ப்பிலும் கவனம் செலுத்துவோம், புதிய ஊடகங்களை ஏற்றுக்கொண்ட போதிலும், அடக்குமுறை நீடிக்கிறது. " அவர்களின் கருத்துக்கள் அல்லது எழுத்துக்களின் விளைவாக கைது செய்யப்படும் எழுத்தாளர்கள் மற்றும் பத்திரிகையாளர்களின் உரிமைகளைப் பாதுகாப்பதை உறுதி செய்வதற்காக, "சிறைச்சாலையில் புத்தகக் குழு" 1991 இல் "விரைவான இயக்கங்களின் வலையமைப்பை" உருவாக்கியது, மேலும் "குளோபல் பென் கிளப்பின்" அனைத்து கிளைகளும் இந்த வலையமைப்பை தகவல்களை வழங்க பங்களிக்கின்றன, மேலும் என்ன நடக்கிறது என்பது பற்றிய உலகளாவிய பொதுக் கருத்தை தெரிவிக்கவும். பொதுவாக புத்தகத்திற்கு எதிரான சட்ட, மனித உரிமைகள் மற்றும் மனிதாபிமான முறைகேடுகளிலிருந்து.

மனிதனின் உரிமைகள் மற்றும் சுதந்திரத்தை பாதுகாக்க துணிச்சலான குரல்கள் வந்த அந்த ஆண்டுகளை பிரதிநிதித் துவப்படுத்த ஐம்பது எழுத்தாளர்கள் தேர்ந்தெடுக்கப்பட்டனர், அதைச் சுற்றி என்ன நடக்கிறது என்பது குறித்த தனது கருத்தை வெளிப்படுத்தும் அவரது பேனா.

இந்த பட்டியலில் 1969ஆம் ஆண்டிற்கான யானிஸ் ரிட்சோஸ், 1988ஆம் ஆண்டிற்கான ஃபராஜ் பேரக்தார், மற்றும் 1996ஆம் ஆண்டிற்கான தஸ்லிமா நஸ்ஸ்ரீன், மற்றும் 1995ஆம் ஆண்டிற்கான கென் சரோ மற்றும் யோவா உள்ளிட்ட பல எழுத்தாளர்கள் மற்றும் எழுத்தாளர்கள் அடங்குவர்.

(3)

இது போன்ற ஒரு முக்கியமான மனிதாபிமான சந்தர்ப்பம் நம் தாடைகளிலிருந்து இல்லாத கோமா பேரழிவைப் போன்ற ஒரு அரபு ம silence னத்தின் வெளிச்சத்தில் நடக்கும் என்று எதிர்பார்க்கப்பட்டது, அது மறந்துவிடுகிறதா, பங்களிப்பதா, அல்லது அறியாமையா? நாம் கேட்போம்: அரபு சிறைச்சாலைகள் மனசாட்சியின் கைதிகளிடமிருந்து வெண்மையாக்கப்பட்டுள்ளதா, அல்லது மன்னிப்பு என்ற நீண்டகால மறந்துபோன

மனப்பான்மையால் அரபு நினைவகம் சிதைந்துவிட்டதா?

மேற்கு நாடுகளில் மனித உரிமைகளுக்கு நிதியளிக்கும் அனைத்து சிவில் நிறுவனங்களும் மனித உரிமைகள் மற்றும் சுதந்திரங்கள் மீதான தங்கள் பொறுப்பை மிகவும் கவனித்துக்கொண்டிருந்தன, துரத்தல், தடுப்புக்காவல், சித்திரவதை மற்றும் இடப்பெயர்ச்சி ஆகியவற்றால் பாதிக்கப்பட்டவர்களின் பின்தொடர்தல் பதிவுகளில் ஓய்வெடுக்காத பல்வேறு நடவடிக்கைகள் மூலம், இதில் முரண்பாடு என்னவென்றால், இவற்றில் பெரும்பாலானவை அரபு எழுத்தாளர்களிடமிருந்தோ அல்லது இந்த நாடுகளுக்கு வெளியே உள்ள நாடுகளிலிருந்தோ உள்ளன, இங்கே பொய் தொலைநோக்கு, மனித மற்றும் அண்ட மனித ஆழம் அதன் உயரத்தில்.

அனைத்து அரபு கூட்டமைப்புகளும் முழுமையான மவுனத்தி லிருந்த எழுத்தாளர்கள், எழுத்தாளர்கள் மற்றும் பத்திரிகை யாளர்களின் பெயர்களால் நிரம்பியிருந்த பதிவுகளை நோக்கி ஒரு மெய்யை நகர்த்தவில்லை, கடினமான ம.னத்தின் போது வந்த சிறைச்சாலைகளின் சுவர்களுக்குப் பின்னால் இருந்து அவர்களின் கடினமான மரணத்தை எங்களுக்கு அசைத்தனர்.

என்ன நடக்கிறது என்பதற்கு முன்னால், தொண்டையில் விரிசல் ஏற்பட்ட ஒரு கட்டியை நாம் அனுபவிப்பது போதுமானதா, இதனால் நாம் உன்னதமான கடிதத்தைப் பயன்படுத்தலாம், மேலும் அதன் எதிரொலி நினைவகத்தை உருவாக்கும் தன்மையைக் காண்கிறோமா?

6. பௌஸியா ரஷீத்

பௌஸியா ரஷீத் ஒரு பஹ்ரைன் எழுத்தாளர் மற்றும் பத்திரிகையாளர் ஆவார், அவர் பஹ்ரைனில் உள்ள முஹாரக் நகரில் பிறந்தார். அவர் அரபு எழுத்தாளர் சங்கம் மற்றும் டமாஸ்கஸில் உள்ள பாலஸ்தீனிய எழுத்தாளர் சங்கத்தின் உறுப்பினராகவும், பஹ்ரைனில் உள்ள எழுத்தாளர்கள் மற்றும் எழுத்தாளர்களின் குடும்பத்தில் உறுப்பினராகவும் உள்ளார். அவர் எகிப்தில் உள்ள பல இலக்கிய சங்கங்கள் மற்றும் பல சங்கங்களில் உறுப்பினராக உள்ளார்.

அவரது சில கற்பனை படைப்புகள் ஆங்கிலம், ஜெர்மன், டேனிஷ் மற்றும் ஜப்பானிய போன்ற பல மொழிகளில் மொழிபெயர்க்கப்பட்டுள்ளன, மேலும் அவர் பல இலக்கிய மற்றும் அறிவுசார் மாநாடுகளில் பங்கேற்றுள்ளார்.

அவரது புத்தகங்கள்:

1) நிழல் மற்றும் மகிழ்ச்சியின் கண்ணாடிகள்.
2) எப்படி பச்சை ஒரு கல் ஆனது.
3) முற்றுகை.
4) விசித்திரமான இரவு மாறுகிறது.
5) பெண்ணும் ஆணும்.
6) ரகசிய கவலை.
7) ஸ்கீஹெராசாடின் சித்திரவதை

2006ல் வெளியான முற்றுகை நாவலில் தொடர்ந்து பொதுமக்களின் வேதனையைத் தேடுகிறார், அவர்களிடையே வாழ்வாதாரத்திற்காக அவர்கள் அனுபவிக்கும் துன்பத்தின் அளவை ஒரு விவரிப்பின் கட்டமைப்பிற்குள் காட்சிப்படுத்துவதற்காக

வெளிநாட்டு வணிக உரிமையாளர் தங்கள் முயற்சிகளைச் சுரண்டுவதன் மூலம் குறைக்க மறுத்துவிட்டார், இதனால் இந்த விவகாரம் பதிலளிக்கும் கூக்குரலில் முடிகிறது...

நகரம் முழுவதும் கூக்குரலிடுகிறது, இதனால் எல்லோரும் வெளிநாட்டு முதலாளிகளுக்கு எதிராக அனுதாபப்படுகிறார்கள். அதை கவனிக்க வேண்டும் இந்த நாவல் 2000ஆம் ஆண்டில் இருபதாம் நூற்றாண்டில் நூறு மிக முக்கியமான அரபு நாவல்களி லிருந்து, எகிப்தில் எழுத்தாளர்கள் சங்கத்தின் வாக்கெடுப்பில் தேர்ந்தெடுக்கப்பட்டது, அதே போல் அரபு எழுத்தாளர்கள் சங்கம் மூலம் ஆறு உயிருள்ள சர்வதேச மொழிகளில் மொழிபெயர்ப் பதற்காக (105) நூற்று ஐந்து நாவல்களிலிருந்து நாவலும் தேர்ந்தெடுக்கப்பட்டது. டமாஸ்கஸில். இந்த நாவல் சமகால பஹ்ரைன் இலக்கிய இயக்கத்தின் கட்டமைப்பிற்குள் பஹ்ரைனில் வெளியிடப்பட்ட முதல் இரண்டு நாவல்களில் ஒன்றாக கருதப்படுகிறது.

2006ல் வெளியான ரகசிய கவலை நாவலில், ஆயிரத்து ஒரு இரவின் முட்டாள்தனம் ஒரு ரகசிய மொழியாகவும், விசித்திரமான உலகங்களுக்குள் பல்வேறு பயணங்களாகவும் மாறுகிறது. ஒவ்வொரு முறையும் மலையேற்றம் மற்றொரு வடிவத்தை எடுக்கிறது, சுயம் மற்றும் இருப்புக்கான கடினமான தேடலுடன் ஆழ்ந்த தொடர்பில், இருந்தாலும் ஷெராசாட் இங்கே கதை அல்ல...

தங்களைச் சுற்றியுள்ள மர்மங்களையும் புராணங்களையும் அடக்க முயற்சிப்பது அவள் தன் தாயத்துக்கள் மற்றும் புனைவுகள் வழி கட்டமைக்கிறார். அவள் ஒரு புதிய ஸ்கீஹெராசாட், ஷாஹ்யாருடனான அவளுடைய உறவு அவளைப் பற்றி கவலைப் படுவதற்கு முன்பு, அவளுடைய ரகசிய கவலை சுய கவலை. ஒரு ஆழமான நவீனத்துவ கதை மற்றும் உயர் நாவல் நுட்பத்தில் வேறுபட்ட மற்றும் வித்தியாசமான பார்வையில் வேரூன்றிய ஒரு பின்னிப்பிணைந்த உளவியல் மற்றும் தொல்பொருள் உறவு. ஷட்டரில் உள்ள கேள்விகளுக்கான கதவைத் திறக்க, படிக்கும் போது மட்டுமே உணரப்படும் கதைகளில் இதுவும் ஒன்றாகும்.

சாகச உடை எனும் கிராபிக்ஸ் நாவல் படைப்பு அரபு உலகம் தனித்துவமான மற்றும் அழகாக சித்தரிக்கப்பட்ட பட புத்தகங்களின் விலைமதிப்பற்ற பாரம்பரியத்தைப் பற்றி பெருமிதம் கொள்கிறது, இது நம் முன்னோர்கள் பல நூற்றாண்டுகளாக சிறந்த எழுத்தாளர்கள் மற்றும் ஓவியர்களிடமிருந்து உருவாக்கியது. எனவே ஒரே நேரத்தில் செல்லவும், அழகான, புகழ்பெற்ற மற்றும்

நவீன பட புத்தகங்களை ஒரே நேரத்தில் வழங்கவும் முயற்சிக்க வேண்டியிருந்தது.

இந்த தொடரில், எங்கள் வாசகருக்கு குறிப்பாக எழுதப்பட்ட ஒரு புதிய வகை உரையைக் கண்டுபிடிக்க முயற்சிக்கிறோம் பட புத்தகங்களாக இருக்க, மற்றும் அசாதாரண மற்றும் பின்பற்றப்பட்ட கிராபிக்ஸ், நீங்கள் இப்போது சந்தைகளை கூட்டும் வணிக புத்தகங்களை உட்கொள்ளவில்லை.

இந்த பல்வேறு புத்தகங்கள் பல அரபு நாடுகளின் (எகிப்து, ஈராக், துனிசியா, சிரியா, பாலஸ்தீனம், லெபனான், ஏமன், பஹ்ரைன் மற்றும் அல்ஜீரியா) எழுத்தாளர்கள் மற்றும் இல்லஸ்ட் ரேட்டர்களால் உருவாக்கப்பட்டன. இளம் அரபு வாசகர் அவற்றை இந்த ஒரு அமைப்பில் படிக்கிறார், மேலும் வாசகர் அவற்றை உலகின் பிற பகுதிகளிலும் படிக்கிறார், அதே நேரத்தில் அவை வெளியிடப்பட்டன - அதே நேரத்தில். இந்த புத்தகங்களிலிருந்து வெவ்வேறு வெளிநாட்டு மொழிகளின் பதிப்புகள் வந்தன.

வேலை குறிப்புகள் எனும் நூலில் ரஷீத் பெண்களுக்கான சமூக ஒடுக்குமுறை பிரச்சினையை ஒரு புதிய கண்ணோட்டத்தில் உரையாற்றுகிறார்.. கதைகளின் தலைப்புகளின் பன்முகத்தன்மை மற்றும் அவற்றின் நிகழ்வுகள் பாயும் மாறுபட்ட பாத்திரங்கள் இருந்தபோதிலும், சிறகுகள் கொண்ட யதார்த்தவாதம், கவிதை யதார்த்தவாதம் மற்றும் கனவு, சமகால விழிப்புணர்வின் ஒளியால் ஒளிரும் பொருட்டு கடந்த காலத்தின் ஆழத்திலிருந்து பிரித்தெடுக்கப்பட்ட புராணங்கள் ஆகியவற்றுக்கு இடையில், மனிதன் மனிதனின் கவலையாகவே இருக்கிறான். பௌசியா ரஷீத்துக்கு. மனிதன் ஒரு குழந்தை, ஒரு ஆண் மற்றும் ஒரு பெண். மனிதன் இளமையானவர் அல்லது வயதானவர். மனிதன் தவறு அல்லது சரி.

ஃபவ்ஸியா ரஷீத் சமகால கற்பனைக் கலையின் கவிதை மற்றும் நுட்பங்களைப் பயன்படுத்துகிறார்: உள் மோனோலோக், நேரம் மற்றும் இடத்தின் பின்னிப் பிணைப்பு, கடந்த காலத்தின் நிகழ்காலம் மற்றும் நிகழ்காலம் என்று விரிந்து செல்கிறது.

அரபு நாடுகளில் விசித்திரமான நைட்டியின் மாற்றங்கள் என்ற நாவல் குறித்து ஜாப்ரா இப்ராஹிம் ஜாப்ரா கூறுகிறார்: உங்கள் நாவல் ஒரு மில்லியனின் சாதனை படைத்திருக்கிறது: அது வலிக்கிறது, இரத்தம் வருகிறது, திரும்பி வர ஒரு கணம் புன்னகைக்கிறது, அது எரியும். இதை எப்படி எழுதுவது என்று எனக்குத் தெரியவில்லை. ஒவ்வொரு பக்கத்திலும் அற்புதமான

படங்களுடன் இந்த அதிருப்தி, பெருமை, வெடிக்கும் எரிப்பு ஆகியவற்றை நீங்கள் எவ்வாறு வைத்திருக்கிறீர்கள் என்று எனக்குத் தெரியவில்லை. ஐந்து ஆண்டுகளாக நீங்கள் இதை எழுதி வருகிறீர்கள், நான் மிகவும் நவீனத்துவ நாவலை அடைந்துவிட்டேன், எங்கே உரை எல்லாமே, அங்கு கதை அதன் சுறுசுறுப்பான மற்றும் உடனடி தருணம், அங்கு பகுதி முக்கியமானது, மற்றும் முழுதும் பகுதிகளின் ஒன்றுடன் ஒன்று அவற்றின் கருத்தாக்கம் முழுமையான இடைவெளியில் இனப்பெருக்கம் செய்யத் தோன்றும் கதைகளின் தொடர்ச்சியாக மறைதல் நடக்கிறது. அதே சமயம், உங்கள் நாவல் ஒரு உலகில் காது கேளாத மற்றும் வேட்டையாடும் எதிர்ப்பின் பாரிய அழுகையாகும்: ஒவ்வொரு கிளர்ச்சியாளரின் மொழியும் கோபப்படுவதைப் போல, உங்கள் ஓடும் மொழி கத்தவும் எரியவும் ஆக இருக்க வேண்டும்.

7. ஜாபர் அல் ஜாம்ரி

ஜாபர் அல் ஜாம்ரி- 1961 மனாமாவில் பிறந்தார் - அவர் ஒரு கவிஞர் மற்றும் எழுத்தாளர் ஆவார்.மேலும் விமர்சன துறையில் சிறந்து விளங்கினார். பஹ்ரைனில் தனது படிப்பை முடித்து, குவைத்தில் 1985 - ல் பகுப்பாய்வு பொருளாதாரத்தில் பட்டம் பெற்றார்.டோர்செட் கல்லூரி இங்கிலாந்தில் டிப்ளமோ படித்தார். கூட்டாட்சி எழுத்தாளர்கள் - அரபு ஒன்றிய எழுத்தாளர்கள் போன்ற அமைப்புகளில் அங்கம் வகித்து வருகிறார்.

ஐக்கிய அரபு எமிரேட்ஸ் பத்திரிகையில் ஒரு கலாச்சார ஆசிரியராக பணியாற்றினார், (ஹயாத் அல்-நாஸ்) இதழில் விசாரணைத் துறையின் தலைவராகவும் (கதுஃப்) இதழில் ஆசிரியராகவும் பணியாற்றினார் - ஏஆர்டி நெட்வொர்க்கின் (இக்ரா) சேனலில் (வளைகுடா கலாச்சார) திட்டத்திற்கான தயாரிப்பாளராக பணியாற்றினார், துறையின் தலைவராக பணியாற்றி ஒரு பக்கத்தை தயாரிக்கிறார். (ஹெறிடேஜ்) அல்-வசாத் செய்தித்தாளில்.- 18 ஆண்டுகளுக்கும் மேலாக நபடேயன் மற்றும் பேச்சுவழக்கு கவிதை எழுதிய அனுபவம் அவருக்கு உண்டு

ஃபிர்தாவ்ஸின் புவியியல் (கவிதை) - என் நுரையீரலில் (கவிதை) மற்றும் கையெழுத்துப் பிரதிகளில் ஏதோ மறதி: - தூசி (நூல்கள்) புலம்பல்களில் ஒளிபரப்பப்பட்டது - காலியான சோர்வு (கவிதை) - நான் தூங்கத் திரும்புகிறேன் மயக்கம் (கவிதை) - ஓநாய் வருந்தும்போது (கவிதை) - சால்வடோர் (விக்டர் வூட்) விமர்சன கட்டுரைகள் மற்றும் ஆய்வுகளுக்கான டாலி மற்றும் கடின இடம் - (மொழிபெயர்ப்பு) - உரையின் விருந்தினர் சாடென் கேள்விகள் (ஆய்வுகள் மற்றும் விமர்சன கட்டுரைகள்) - இரத்தத்தின் அமைதி - எழுதியவர் (தாமஸ் ராபின்) - நாவல் (மொழிபெயர்ப்பு)என்று விரிவாக எழுத்துலகில் பங்களிப்பு செய்துள்ளார்.

வளைகுடா மற்றும் அரபு செய்தித்தாள்களில் வெளியிடப்பட்ட புத்தகங்கள் மற்றும் கட்டுரைகள் உட்பட பல விமர்சன ஆய்வுகள் அவரது கவிதைகளில் வெளியிடப்பட்டுள்ளன. - அவர் பல கவிதை விழாக்களில் பங்கேற்றார் மற்றும் பல்வேறு அரபு நாடுகளில் சொற்பொழிவு, வடமொழி மற்றும் நபாதி கவிதைத் துறையில் கவிதை மாலைகளை நடத்தினார்.

அவரது கவிதைகளின் மாதிரிகள் இதோ:

உங்கள் வாசனை எனக்கு வெள்ளியை தருகிறது

என்னை உடைத்தவர்
கண்ணாடிகள் எங்கும் இல்லை
என் முகம் இப்போது இல்லை
உங்கள் வாசனை எனக்கு வெள்ளியை தருகிறது
உங்கள் கத்தியை கழுவ வேண்டும்
மேலும் மன்னிப்பு கேளுங்கள்... மன்னிப்பு கேளுங்கள்...
என் கருத்து...
மறந்த முகத்தை அபு சபிக்கிறார்
பச்சை நிறத்தில் போ...

****

என் கையில் கல்...
இருள் என்னை வழிநடத்தும் என்று நான் அஞ்சுகிறேன்
என்னை வழிநடத்தியது யார் என்று நான் சொல்கிறேன்?
நான் ஏழை ஆசியா
அவளுடைய வாழ்க்கையின் வலியை நான் அஞ்சுகிறேன்
நான் மறந்துவிடுகிறேன்... நான் யார்?
நான் தொலைந்து போகிறேன்...

****

நீங்கள் கவனமாக இருந்தீர்கள்...
நேரம் சிக்கலில் உள்ளது
விடியல் இடைவெளியுடன் தடுமாறுகிறது
அதற்காக மஜா தூங்குகிறார்...
இந்த வரைபடம் தவறு...
இந்த வரைபடம் கூறுகிறது:
நீங்கள் ஒரு புவியியல் தவறு... அது விழுந்தது...

நோயாளி எவ்வளவு காலம்

விரிசல் யாருக்குத் தெரியும்
சுவரை காயப்படுத்துகிறீர்களா?

உங்கள் ஆர்வம் என்ன ஒரு சுவர்...
ஹல்பன் மணல்
மணல் நெற்றியில்...
சூடான ஏக்கம் ஒரு மார்பு...
ஏக்கம்...
விரிசலுக்கும் பாதைக்கும் இடையில் என்னை விடுங்கள்...
எனது கிழக்கு மதத்தை எடுத்துக் கொள்ளுங்கள்
நீங்கள் மேற்கு நோக்கி அலைந்தால்...
உங்கள் முகத்தில் உள்ள தெளிவின்மை ஒரு தெளிவு...
விடுமுறை நாட்களின் கதை உருமறைப்பு
இது காயங்களின் கதை...
வீங்கிய அளவில் நோயாளி
உங்கள் வெள்ளியிலிருந்து...
மன்னிப்பின் ரோஜாவில் என்ன தவறு
துடைப்பத்திலிருந்து வெளியேறு...
கைதட்ட நரம்புகளின் மந்தை...
நீங்கள் எப்போதும் இங்கே இருக்கிறீர்கள்
அதன் அளவை உலர்த்தியது என்ன...
நீங்கள் "அவரது குரல்" மற்றும் நீங்கள் "எதிரொலி"...

அனிமோன் புதினா

எந்த உயிர்த்தெழுதலும் கடந்து செல்லும்
இந்த வேலி யாருடையது?
நான் சொல்கிறேன்: ஒரு பெண்ணுக்கு எப்படி உரிமை உண்டு?
அவளுடைய உடையில் இருந்து ஒளியின் அளவீடு
மற்றும் அவரது தனிப்பட்ட நாள்?
ஒரு பெண்ணுக்கு எப்படி உரிமை உண்டு?
மீதமுள்ளவற்றை நிறுத்தி வைக்க நினைவில் கொள்ளுங்கள்
நாளை முதல் நம் பேய்களில் நாம் பயப்படுகிறோமா?...
புதினா மற்றும் அனிமோனின் சகோதரிகளுக்கு
அவள் எங்கள் தாளத்துடன் ஒரு நாண் மீது தனது நிழலை வரைகிறாள்...
தெரியாதவருக்கு பண்பு
எங்கள் பெயர்கள் மற்றும் பெயர்களிடமிருந்து...
நான் சொல்கிறேன்: ஒரு பெண்ணுக்கு எப்படி உரிமை உண்டு?
அவள் துக்கத்திற்கு தீர்வு காண்கிறாள்
காலையில் இல்லையென்றால்?

நாங்கள் இருபுறமும் சுவாசிக்க வேண்டும் என்று வலியுறுத்துகிறோம்: ஒரு துக்கம், எங்கள் துன்பம் குறிப்பிடப்பட்டுள்ளது...

நான் சொல்கிறேன்: ஒரு பெண்ணுக்கு எப்படி உரிமை உண்டு?
கானல் நீரில் செல்கிறீர்களா?
நாம் தெய்வீகத்தன்மையில் திருப்தி அடைந்தால்

நாங்கள் வெள்ளியை உடைத்தோம்
ஒரு சிலுவை எங்களிடம் நடந்தது
அவரது "இரவு" மர்மத்தில் "நாங்கள் தெளிவாகிவிட்டோம்"
ஒரு நாள் நமக்குக் காண்பிப்போம்...
நான் சொல்கிறேன்: ஒரு பெண்ணுக்கு எப்படி உரிமை உண்டு?
"பாடுவது" மற்றும் "தொந்தரவு செய்வது" ஒரு வழி
நாங்கள் இதை இன்னும் கட்டவில்லை
"எங்கள் இல்லாமை" மற்றும் "எங்கள் உயிர்வாழ்வு" என்ற நாடோடி மாயையிலிருந்து...
நான் சொல்கிறேன்: ஒரு பெண்ணுக்கு எப்படி உரிமை உண்டு?
"எங்கள் தெளிவின்மை" மற்றும் "தெளிவு" இல்லாத ஒரு மாலை?
நான் சொல்கிறேன்: ஒரு பெண்ணுக்கு எப்படி உரிமை உண்டு?
ஒரு படுக்கையின் எழுச்சி
இரண்டு வார்ப்புகள், இரண்டு ரோஜாக்கள், மற்றும் இரண்டு குத்து காயங்கள்
நாம் கண்டுபிடித்தால்
இரண்டு கிளைகளில், "எங்கள் மரணம்" மற்றும் "எங்கள் வாழ்க்கை".

******

8. ஹம்தா காமிஸ்

ஹம்தா காமிஸ் கவிஞர் மற்றும் ஒரு ஃப்ரீலான்ஸ் பத்திரிக்கையாளராக பஹ்ரைனில் உள்ளார். காமிஸ் 1945 இல் பஹ்ரைனில் பிறந்தார்.

1969ஆம் ஆண்டில், அவர் தனது முதல் தொகுப்பான "ஷயாசா" (ஆங்கிலத்தில் 'ஷிராப்னல்' என்று மொழிபெயர்க்கிறார்) வெளியிட்டார், இதனால் பஹ்ரைன் கவிதை களத்தில் தோன்றிய முதல் பெண்மணி என்ற பெருமையைப் பெற்றார். பல பஹ்ரைன் பெண் கவிஞர்கள் அவரைப் பின்தொடர்ந்தனர், மேலும் பஹ்ரைனின் வளர்ந்து வரும் இலக்கிய களத்தை உருவாக்க இது உதவியது.

2013ஆம் ஆண்டில், ஹம்தா காமிஸ் 23 வது அபுதாபி சர்வதேச புத்தகக் கண்காட்சிக்கு அழைக்கப்பட்டார், அங்கு அவர் பாரசீக வளைகுடா பிராந்தியத்தின் இலக்கிய சாதனைகளை தனது கவிதைகளுடன் காட்ட உதவினார்.அவர் ஒன்பது கவிதைத் தொகுப்புகளை வெளியிட்டுள்ளார். அவரது சில தொகுப்புகள் கீழே பட்டியலிடப்பட்டுள்ளன:

1) குழந்தை பருவத்திற்கு ஒரு மன்னிப்பு (இதிதர் லில்-உஃபாலா, அல்-பரைன்: டார் அல்-காட், 1978)

2) சிதறு (Shayaza)

3) அன்பின் பேரின்பம்

அவரது கவிதைகள் ஆங்கிலம், ஜெர்மன், ஸ்பானிஷ் மற்றும் பிரஞ்சு மொழிகளிலும் மொழிபெயர்க்கப்பட்டுள்ளன.

அவரது சில கவிதைகள், கதரிங் தி டைட்: ஒரு ஆன்டாலஜி ஆஃப் தற்கால அரேபிய வளைகுடா கவிதைகள் என்ற தலைப்பில் ஒரு கவிதைத் தொகுப்பில் சேர்க்கப்பட்டுள்ளன.

1) ஜோடி
2) ரே
3) எனக்கு இல்லை
4) காரணமில்லாமல்

கேதரிங் தி டைடில் சேர்க்கப்பட்ட பல கவிதைகள் அவரது தி பிளிஸ் ஆஃப் லவ் தொகுப்பிலிருந்து வந்தவை. காமிஸ் ஏன் கவிதை எழுதத் தேர்வு செய்கிறார் என்பதை ரே போன்ற ஆந்தாலஜியில் உள்ள மற்ற கவிதைகள் ஆராய்கின்றன. காமிஸின் கவிதைகளில் ஒரு பொதுவான கருப்பொருள் உள்நாட்டு மற்றும் உலக வாழ்க்கையின் அதிருப்தி மற்றும் விரக்தியிலிருந்து தப்பித்து, அகிலத்தை நோக்கி நகர்வதற்கான விருப்பமாகும்.

கலாச்சாரம் மற்றும் பாரம்பரிய அபுதாபி அதிகார (ADACH) மேலும் "அரேபிய தீபகற்பத்தில் இருந்து தற்கால கவிதைகள்" என்ற தலைப்பில் ஒரு தொகுப்பு ஆங்கில மொழிபெயர்ப்பு கொண்டுவரும்படி ஏற்பாடு செய்ய, சமத்துவம் என்ற நூலாக வெளிவந்தது.

2010ஆம் ஆண்டில், ஹசன் மர்ஹாமா (பஹ்ரைன் ஆசிரியர்) சமகால பஹ்ரைன் கவிதைகளின் குரல்கள்: ஒரு சிறுகுறிப்பு தொகுப்பை வெளியிட்டார். காமிஸின் கவிதை யூ ஹேவ் யுவர் டைம், ஐ ஹேவ் மைன் போன்றவை அதில் இடம் பெற்றன.

கலாச்சாரங்கள் மற்றும் தின வாழ்க்கை குறிப்புகள் ஆகியவை Worldmark கலைக்களஞ்சியம் குறிப்பிடும் பிராதான தன்மைகள் காமிஸ் மற்றும் காசிம் ஹத்தாத் ஆகியோரின் கவிதைகளில் வெளிப்படுகிறது என்று சொல்கிறது. சமகால பஹ்ரைன் கவிஞர்கள் "இளைய கவிஞர்கள் [காமிஸ் மற்றும் ஹடாட் போன்றவர்கள்] மிகவும் மேற்கத்தியமயமாக்கப்பட்ட பாணியை உருவாக்கி, தனிப்பட்ட மற்றும் அரசியல் பாடங்களில் ரைமிங் அல்லாத கவிதைகளை எழுதுகிறார்கள்" என்று என்சைக்ளோபீடியா குறிப்பிடுகிறது.

9. சஹ்ரா அல் நாசருடன் ஒரு நேர்காணல்

சஹ்ரா அல் நாசருடன் ஒரு நேர்காணல்: கோல்டன் மணலில் கதைகள் எழுதுதல்

சஹ்ரா அல் நாசர் முதல் மற்றும் ஒரே பஹ்ரைன் பெண் மணல் கலைஞர் ஆவார். அவர் 2013 முதல் பல சர்வதேச நிகழ்ச்சிகளை நடத்தியுள்ளார், சமீபத்தில் இஸ்தான்புல்லில் நடந்த ஒரு நிகழ்ச்சியில் பார்வையாளர்களிடமிருந்து பெரும் வரவேற்பைப் பெற்றார். உலகம் முழுவதிலுமிருந்து 120 ஊடக சேனல்கள் இந்த நிகழ்ச்சியை வெளியிட்டது. நிகழ்ச்சியின் வீடியோக்கள் சமூக ஊடக சேனல்களில் வைரலாகின.

மணல் கலையின் தனித்துவமான கலை வடிவத்தின் துறையில் எப்படி, எப்போது நுழைந்தீர்கள்?

சமையலறை மேசையில் மாவுடன் என் வரைபடங்களைப் பார்த்தபோது என் நண்பர் ஒருவர் மணல் கலையை முயற்சிக்க பரிந்துரைத்தபோது இது தொடங்கியது. நான் சில மணலை எடுத்துக்கொண்டு முயற்சித்தேன். நான் ஆர்வமாகி, கலை வடிவத்தைக் கற்றுக்கொள்ள முயற்சித்தேன், ஆனால் நிறைய பாடங்கள் இல்லை.

நானே பயிற்சியளிக்க ஆரம்பித்தேன், முதல் கட்டமாக, சவூதி அரேபியாவின் பாலைவனங்களிலிருந்து மணலை சேகரித்தேன், இது மணல் கலைக்கு ஏற்றது. நான் தொழில் ரீதியாக 2007 முதல் மணல் கலை செய்யத் தொடங்கினேன். 2012 இல் இன்ஸ்டாகிராம் பிரபலமடைந்தபோது, அங்கே சில படங்களை வெளியிட்டேன். ஒரு வாரத்திற்குள் எனக்கு 1,000 ரசிகர்கள் பின்தொடர்ந்தனர். இப்போது, இன்ஸ்டாகிராமில் 44 கே பின்தொடர்பவர்கள் என்னை ஆதரிக்கிறார்கள்.

நீங்கள் ஒரு சுய பயிற்சி பெற்ற கலைஞர். நீங்கள் எதிர்கொண்ட உங்கள் சவால்கள் மற்றும் சந்தேகங்கள் என்ன?

நான் என்னைப் பயிற்றுவிக்கத் தொடங்கியபோது, நான் கச்சிதமாகப் பயிற்சியளிக்க வேண்டியிருந்தது, நான் பரிபூரணமாகும் வரை பதினெட்டு முறை பயிற்சி செய்ய வேண்டியிருந்தது! அறியப்படாத கலை வடிவத்தை ஊக்கப்படுத்த பலர் இருந்தனர். என்னால் அதைச் செய்ய முடியும் என்று நானே சொல்லிக்கொண்டே இருந்தேன்.

உங்கள் முதல் பொது மணல் கலை நிகழ்ச்சி எப்போது?

எனது முதல் நேரடி நிகழ்ச்சி தொண்டு நிறுவனத்துக்காகவும், 2013ஆம் ஆண்டில் அம்வாஜில் அமைச்சினால் ஏற்பாடு செய்யப்பட்டது. அவர்கள் என்னைப் பற்றி இன்ஸ்டாகிராமில் இருந்து அறிந்து என்னை நிகழ்ச்சிக்கு அழைத்தனர்.

இதுவரை நீங்கள் நடத்திய எத்தனை நிகழ்ச்சிகள்?

லண்டன், துருக்கி, சவுதி, கத்தார், ஐக்கிய அரபு எமிரேட்ஸ் மற்றும் பஹ்ரைனில் நிச்சயமாக 250 நிகழ்ச்சிகளை நடத்தியுள்ளேன்.

உங்கள் நிகழ்ச்சிகளின் கருப்பொருளை எவ்வாறு தீர்மானிப்பது?

மணல் கலைக்கு வரம்பு இல்லை! இந்த கலை அனைத்து கருப்பொருள்களுக்கும் திறந்திருப்பதால் பின்பற்ற எந்த விதியும் இல்லை. நிகழ்வு அமைப்பாளர்கள் ஒரு கருப்பொருளைக் கொடுக்கிறார்கள், அதில் இருந்து ஒரு கதையை உருவாக்குகிறேன்.

ஒரு கதையை உருவாக்க எவ்வளவு நேரம் ஆகும்?

ஒன்று அல்லது இரண்டு நாட்களில் ஒரு கதையை உருவாக்குகிறேன். நான் ஒரு அமைப்பில் திட்டமிடப்பட்ட ஓவியத்துடன் நிகழ்வு அமைப்பாளர்களுடன் அமர்ந்திருக்கிறேன். அவர்கள் அதை ஏற்றுக்கொண்டவுடன், நான் அதை மணல் கலை மேசையில் பயிற்சி செய்ய ஆரம்பிக்கிறேன்.

மணல் கலை நிகழ்ச்சிக்கு தேவையான அனைத்து பொருட்களும் என்ன?

மணல், பலகை, கேமரா மற்றும் திரை. ஒரு பின்னணி இசை நிகழ்ச்சிக்கு கவர்ச்சியை சேர்க்கிறது.

மணல் கலைக்கான வரவேற்பு எப்படி?

அரபு பிராந்தியத்தில் உலக அளவில் மணல் கலை பற்றிய விழிப்புணர்வு அதிகம். இந்த தனித்துவமான கலை வடிவத்தைப்

பற்றி பஹ்ரைனுக்கு இன்னும் அதிக விழிப்புணர்வு தேவை. மேலும் நிகழ்ச்சிகளை ஏற்பாடு செய்வதன் மூலம் அரசாங்கமும் ஊடகங்களும் இந்த தனித்துவமான கலை வடிவத்தை ஆதரிக்க விரும்புகிறேன்.

இந்த கலை வடிவத்திற்கான விழிப்புணர்வை உருவாக்க உங்கள் முயற்சிகள் என்ன?

பெரியவர்களை விட குழந்தைகளுக்கு கற்பிப்பதில் கவனம் செலுத்துகிறேன். அவர்கள் வேகமாக கற்பவர்கள். 6-13 வயதுடைய குழந்தைகள் வரைவதில் மிகவும் திறமையானவர்கள்.

இதுவரை உங்கள் சிறந்த நிகழ்ச்சி எது?

இது இஸ்தான்புல்லில் எனது சமீபத்திய நிகழ்ச்சி. இந்த நிகழ்ச்சி கலாச்சாரம், மரபுகள் மற்றும் வயதான பழைய சடங்குகளை போரினால் இழந்த கதையாகும். நீங்கள் என்ன செய்கிறீர்கள் என்பது உங்களிடம் திரும்பி வரும் என்ற செய்தியையும் இது தெரிவித்தது. இந்த நிகழ்ச்சி பார்வையாளர்களை கண்களில் கண்ணீர் வடிக்க வைத்தது.

உங்களுக்கு அடுத்தது என்ன?

எனது கனவு சர்வதேச அரங்கில் அறியப்பட வேண்டும், பஹ்ரைன் மற்றும் ஜி.சி.சி.க்கு பெருமை சேர்க்க வேண்டும்.

உங்களை யார் அதிகம் ஆதரித்தார்கள்?

என் அம்மா! ஆரம்பத்தில் இருந்தே அவள் மட்டுமே என்னை நம்பினாள்.

10. நபீல் ரஜாப் உடன் பேட்டி

சிறையில் அடைக்கப்பட்ட பஹ்ரைன் மனித உரிமை ஆர்வலர் நபீல் ரஜாப் உடன் பேட்டி

ரஜாப் ஒரு பஹ்ரைன் சிறையில் தனது அனுபவம், மேற்கத்திய ஊடகங்கள் மற்றும் அரசாங்கங்கள் வளைகுடாவில் மனித உரிமைகளை ஆதரிக்கத் தவறியது மற்றும் தனது நாட்டின் ஜனநாயக சார்பு இயக்கம் எதிர்கொள்ளும் சவால்கள் குறித்து பேசுகிறார்.

மலாச்சி பிரவுன்

7 அக்டோபர் 2014.

ஆகஸ்ட் மற்றும் செப்டம்பர் மாதங்களில் நபீல் ரஜாப் ஒரு ஐரோப்பிய சுற்றுப்பயணத்தை மேற்கொண்டார், இதன் போது பஹ்ரைனில் மனித உரிமை மீறல்களைக் கையாள்வதில் அரசாங்கத்தின் செயலற்ற தன்மை குறித்து அவர் வெளிப்படையாகப் பேசினார். சுற்றுப்பயணத்தின் போது, ட்விட்டரில் சுமார் 240,000 பின்தொடர்பவர்களைக் கொண்ட ரஜாப், ஒரு ஆன்லைன் கருத்துக் கணிப்பை வெளியிட்டார், அவரது ஆதரவாளர்கள் பஹ்ரைன் அரசாங்கத்தை ஆதரிக்கிறார்களா அல்லது எதிர்க்கிறார்களா என்று கேட்டார்.

சில நாட்களுக்குள், உள்துறை அமைச்சகம் ஒரு அறிக்கை வெளியிட்டது விளைவுகளை எச்சரித்து "பிறர் தவறாகப்" சமூக ஊடக க்கு "பரப்பும் தவறான தகவல் மற்றும் செய்தி" என்று எச்சரிக்கை விடப்பட்டது. அந்த வாரம் அயர்லாந்தில் ஒரு நேர்காணலின் போது (வீடியோ), அரசாங்கத்தை பகிரங்கமாக விமர்சித்ததற்காக 2012 ல் இரண்டு ஆண்டுகள் சிறையில் அடைக்கப்பட்டிருந்த ரஜாப், பஹ்ரைனுக்கு திரும்பியதும்

அவரை மீண்டும் கைது செய்வதற்கான அச்சுறுத்தல் என்று அவர் விளக்கினார்.

அக்டோபர் 2 புதன்கிழமை, ரஜாப் பஹ்ரைனுக்கு திரும்பிய ஒரு நாளுக்குள் இதுதான் நடந்தது. குற்றவியல் புலனாய்வுத் துறைக்கு வரவழைக்கப்பட்டு, ட்விட்டரில் "ஒரு பொது நிறுவனத்தை அவமதித்த குற்றச்சாட்டுகள்" விசாரிக்கப்பட்ட நிலையில், ரஜாப் ஒரு வாரம் காவலில் வைக்கப்பட்டார்.

மலாச்சி பிரவுன் (எம்பி): அரசாங்கத்தை பகிரங்கமாக விமர்சித்ததற்காக நீங்கள் 2012 ல் இரண்டு ஆண்டுகள் சிறையில் அடைக்கப்பட்டீர்கள். சிறைச்சாலை பற்றிய உங்கள் அனுபவம் எப்படி இருந்தது? நீங்கள் எவ்வாறு நடத்தப்பட்டீர்கள்?

நபீல் ரஜாப் (என்.ஆர்): மக்கள் சித்திரவதைகளிலிருந்து மட்டுமே வலி வருவதாக நினைக்கிறார்கள். அது அப்படி இல்லை. உடல் இல்லாத பல விஷயங்களிலிருந்து வலியை உருவாக்க முடியும். நான் சிறையில் இருந்தபோது, நான் என் அம்மாவை இழந்த உணர்விலிருந்தபோது, அவள் என்னைப் பார்க்க விரும்பினாள், இது சித்திரவதைக்கு மேலானது. கடைசி தருணம் வரை அவள் என்னை அழைக்க விரும்புவதை நான் அறிவேன். பின்னர் அவள் இறந்துவிட்டாள், நான் அவளுடன் இருக்க விடுவிக்கப்பட்டேன். நிச்சயமாக என் அத்தை, என் மாமா, அவரது மனைவி மற்றும் இரண்டு உறவினர்களும் சிறையில் இருந்தபோது நான் இழந்தேன். இது மிகவும் வேதனையானது.

மேலும், என்னை மக்களிடமிருந்து ஒதுக்கி வைப்பது. இரண்டு ஆண்டுகளாக நான் தனிமையில் வைக்கப்பட்டேன். மற்றவர்கள் வைக்கப்படும் சரியான வசதியில் இல்லை. அவர்கள் என்னை தனித்தனியாக வைத்திருந்தார்கள், அதனால் என்னால் மக்களை பாதிக்க முடியவில்லை. அவர்கள் என் மொழிக்கு, என் செல்வாக்கிற்கு பயப்படுகிறார்கள். நான் புகார் செய்தபோது, அவர்கள் என் மொழியைப் பேசாத மற்ற கைதிகளை என்னுடன் சேர்த்துக் கொண்டனர். எனவே என்னுடன் தங்கியிருக்கும் மக்களை என்னால் பாதிக்க முடியாது என்பதை அவர்கள் உறுதி செய்தனர்.

என் மனைவி அல்லது என் குழந்தைகளுக்கு தொலைபேசியில் கூட பேச எனக்கு அனுமதி இல்லை. எனவே தரையில் என்ன நடக்கிறது என்பது எனக்குத் தெரியாது. ஆம், என்னிடம் ஒரு டிவி இருந்தது, நான் பிபிசியைப் பார்க்க முடியும். ஆனால் ஒரு வருடத்திற்கு ஒரு முறை அவர்கள் பஹ்ரைனை உள்ளடக்குவார்கள்.

அவர்கள் என் மக்களிடமிருந்து என்னைத் துண்டிக்க முயன்றனர். அதுவும் மிகவும் வேதனையாக இருந்தது.

நிச்சயமாக அவர்கள் என்னை உடல் ரீதியாக சித்திரவதை செய்தனர். அவர்கள் உங்களை நிர்வாணமாக வைத்திருக்கிறார்கள், என்னை நின்று 40 அல்லது 50 முறை [ஒரு வரிசையில்] உட்கார வைத்தார்கள். காவல்துறையினர் அடித்ததால் என் முதுகில் ஏற்கனவே காயம் ஏற்பட்டது. அவர்கள் என்னை உட்கார்ந்து நிற்க வைத்தபோது இந்த காயங்கள் மோசமாகின. நிர்வாணமாக நான் அதை செய்தேன். நான் மீண்டும் மருத்துவமனைக்கு கொண்டு செல்லப்பட்டேன்.

எனவே இது மன மற்றும் உடல் சித்திரவதையாகும். ஆனால் நீங்கள் ஒரு மரியாதைக்குரிய மனிதராக இருக்கும்போது உங்களுக்குத் தெரியும், நீங்கள் அவமானப்படுகிறீர்கள், அது மிகவும் கடினம். நான் 15 ஆண்டுகளாக மனித உரிமை ஆர்வலர், இதுபோன்ற கதைகளை நான் கேள்விப்பட்டிருக்கிறேன். இதுபோன்ற சூழ்நிலைகளை எதிர்கொண்டு நான் வலுவாக இருப்பேன் என்று நான் எப்போதும் நினைத்தேன்: நீங்கள் என்னை வெல்லலாம், என்னைக் கொல்லலாம். ஆனால் நான் அனுபவிக்கக் கூடாத விஷயங்கள் இருந்தன.

எம்பி: உங்கள் சகா அப்துல்லா அல் கவாஜா சமீபத்தில் சிறையில் தனது உண்ணாவிரதத்தை புதுப்பித்தார், மற்றவர்கள் அரசாங்கத்தை எதிர்த்ததற்காக தொடர்ந்து தடுத்து வைக்கப்பட்டுள்ளனர். சிறையில் உள்ளவர்களுக்கு என்ன நிபந்தனைகள் உள்ளன, அவர்களுக்கு நியாயமான விசாரணையைப் பெற என்ன செய்ய வேண்டும் அல்லது அவர்களை விடுவிக்க வேண்டும்?

என்.ஆர்: சரி, நீங்கள் நீதித்துறை உட்பட எல்லாவற்றையும் ஆளும் குடும்பம் வைத்திருக்கும் ஒரு நாட்டில் இருக்கிறீர்கள். தலைமை முதல் நீதிபதிகள் வரை; ஆளும் குடும்பம் என்பது எங்களுக்கு இருக்கும் நெருக்கடியின் ஒரு பகுதியாகும்.

அனைத்து மனித உரிமைக் குழுக்களும் சோதனைகள் நியாயமான சோதனைகள் அல்ல என்று கூறியுள்ளன - அவை ஆர்வலர்களை குறிவைக்கும் அரசியல் சோதனைகள். கவாஜாவும் மற்றவர்களைப் போலவே சர்வதேச சமூகத்தால் மதிக்கப்படுகிறார்.

எம்பி: என்ன நடக்கிறது என்பதைப் புகாரளிப்பதில் ஊடகங்களுக்கு என்ன பொறுப்பு?

என்.ஆர்: பஹ்ரைனில் பல நிருபர்கள் சிறையில் அடைக்கப் படுகிறார்கள். எங்களிடம் குறைந்தது 10 புகைப்படக்காரர்கள்

உள்ளனர். பலருக்கு 15 முதல் 20 ஆண்டுகள் வரை சிறைத்தண்டனை விதிக்கப்பட்டது. எனவே பத்திரிகையாளர்கள் மற்றும் நிருபர்கள், புகைப்படக் கலைஞர்கள், சமூக ஊடக ஆர்வலர்கள், வலைத்தள உரிமையாளர்கள் அல்லது நிர்வாகிகள் ஆகியோர் தான் இலக்குகள். இது அபாயகரமானது.

மேற்கு நாடுகளில் உள்ள ஊடகங்கள் பஹ்ரைனில் உள்ள சக ஊழியர்களிடம் அதிக தண்டனை விதிக்கப்பட வேண்டும், அவர்களில் சிலர் கொல்லப்பட்டனர், சிலர் சித்திரவதை செய்யப்பட்டனர்.

நாங்கள் மேற்கு அரசாங்கங்களால் மட்டுமல்ல, பஹ்ரைனில் வியாபாரம் செய்வதைப் பற்றி சிந்திக்கும் ஊடக நிறுவனங்களாலும் கைவிடப்பட்டதாக நாங்கள் கூறியுள்ளோம். ஏனென்றால், அவர்கள் நபீல் ராஜாப் அல்லது புரட்சி அல்லது ஏதேனும் ஒரு பிரச்சினை பற்றி ஒரு கதையை மறைத்தால், அவர்கள் பஹ்ரைனின் பொருளாதார பக்கத்தை மறைக்க அனுமதிக்க மாட்டார்கள் என்று அவர்கள் நினைக்கிறார்கள். எனவே அவை பஹ்ரைன் அரசாங்கத்தை கோபப்படுத்தும் கதைகளை மறுக்கின்றனர்.

பஹ்ரைன் அதிகாரிகள் இப்போது மக்கள் தொடர்புகளில் நிபுணர்களாக உள்ளனர். அவர்கள் பல நிறுவனங்களில் பணி யாற்றியுள்ளனர், அவர்கள் சர்வதேச அளவில் தங்கள் படத்தை சரிசெய்ய நிறைய பணம் செலவிடுகிறார்கள். உள்ளூர் மட்டத்தில் அவர்கள் பத்திரிகையாளர்களை பஹ்ரைனுக்குள் வர தடை விதித்துள்ளனர், அவர்கள் மனித உரிமைத் தொழிலாளர்களைத் தடை செய்துள்ளனர். ஆனால் அவர்கள் மனித உரிமை நிலைமையை ஒரு நல்ல வெளிச்சத்தில் முன்வைக்க பி.ஆர் நிறுவனங்கள் முயற்சிக்கின்றனர்.

அவர்கள் சமூக ஊடகங்களில் ஆர்வலர்களை குறிவைத்து வருகின்றனர். கதையை எழுதி வெளியே கொண்டு வர முயற்சிக்கும் நபர்களும் இலக்குகளாக இருந்தனர். நாங்கள் இங்கே பேசும்போது உங்களிடம் பத்துகள் உள்ளன, நூற்றுக்கணக்கானவை கம்பிகளுக்கு பின்னால் இருக்கலாம்.

பயங்கரவாதத்தை எதிர்த்துப் போராடும் பாசாங்கின் கீழ் சமூக ஊடகங்களில் பணிபுரிபவர்களை அச்சுறுத்துவதாக உள்துறை அமைச்சகம் நேற்று ஒரு அறிக்கை வந்தது.

எம்பி: பஹ்ரைனைப் பொறுத்தவரை மேற்கத்திய அரசாங்கங ்களின் பங்கு என்ன?

என்.ஆர்: அமெரிக்காவும் இங்கிலாந்தும் எனது மாவட்டத்திலும் மற்ற இடங்களிலும் மிகவும் செல்வாக்கு மிக்க வல்லரசுகள். எங்கள் மக்களுடன் என்ன நடக்கிறது என்பதற்கான பொறுப்பில் ஒரு பெரிய பகுதியை அவர்கள் சுமக்கிறார்கள். ஏனென்றால் அவர்கள் எங்களை கைவிட்டதோடு மட்டுமல்லாமல், பொதுமக்களையும் பஹ்ரைனில் என்ன நடக்கிறது என்பதற்கான உண்மையான கதையையும் தவறாக வழிநடத்தினர்.

பஹ்ரைனில் இங்கிலாந்து முக்கிய அரசியல் வீரர்; அவர்கள் மிகவும் மோசமான பாத்திரத்தை வகிக்கிறார்கள். சர்வாதிகாரிகளை ஆதரிப்பதில் மட்டுமல்ல, அதன் மக்களின் மனித உரிமைகளை மதிக்காத ஒரு நாட்டிற்கு ஆயுதங்களை விற்பதில் மட்டுமல்ல. ஆனால் அவர்கள் பஹ்ரைனின் நிலைமை குறித்து ஐ.நா. அமைப்புகளை தவறாக வழிநடத்த முயன்றனர். எடுத்துக்காட்டாக, பஹ்ரைனின் நிலைமை குறித்து இங்கிலாந்து வெளியிட்ட கடைசி அறிக்கை, ஆம், மேம்பாடுகள் உள்ளன. ஆனால் ஐ.நா உட்பட உலகெங்கிலும் உள்ள அனைத்து மனித உரிமைக் குழுக்களும் சரிவைப் பற்றி பேசுகின்றன.

நாடுகடத்தப்பட்டவர்களின் எண்ணிக்கை இப்போது முந்தைய பதிவை விட மூன்று அல்லது நான்கு மடங்கு அதிகம். தினசரி அடிப்படையில் கைது செய்யப்படுபவர்களின் எண்ணிக்கை மிகவும் மோசமானது. உங்களை விமர்சிப்பதைத் தடைசெய்யும், அமைதியாக எதிர்ப்பதைத் தடைசெய்யும் சட்டங்களை உருவாக்குவதன் மூலம் ஒடுக்குமுறை இப்போது நிறுவனமயப்படுத்தப்பட்டுள்ளது. நாங்கள் பல நடிகர்களுக்கு பலியாகிறோம் - இங்கிலாந்து, அமெரிக்கா, பணக்கார பிராந்தியத்தில் உள்ள ஊடகங்கள் யாரும் வருத்தப்பட விரும்பவில்லை, யாரும் கோபப்பட விரும்பவில்லை.

எம்பி: சவூதி அரேபியாவின் மிகப்பெரிய நிதி ஆதரவாளராக இருக்கும் அமெரிக்காவின் பங்கு மற்றும் அதன் ஆயுதங்களை வழங்குவது பற்றி என்ன?

என்.ஆர்: பிராந்தியத்தில் எங்களது துன்பங்கள் அனைத்தும் அமெரிக்கா மற்றும் இங்கிலாந்தின் செல்வாக்கால் தான். அவர்களின் ஆதரவின் காரணமாக, எங்கள் பிராந்தியத்தில் சர்வாதிகாரிகள் பலமாக உள்ளனர்.

எம்பி: ஜனநாயக சார்பு இயக்கத்தையும் ஆதரிப்பதாக அவர்கள் கூறினாலும்?

என்.ஆர்: சரி, அவர்கள் இங்கேயும் அங்கேயும் இரண்டு அறிக்கைகளை வெளியிடுகிறார்கள். ஆனால் உண்மையில், அவர்கள் அதை ஆதரிக்கவில்லை.

இங்கிலாந்து இப்போது மோசமானது என்று நான் கூறுவேன். இது அமெரிக்காவாக இருந்தது. பராக் ஒபாமா தேர்ந்தெடுக்கப்பட்டதிலிருந்து, அவர்கள் ஜனநாயகம் பற்றி அதிகம் பேசத் தொடங்கியுள்ளனர். ஆனால் இங்கிலாந்து முற்றிலும் தவறான வழியில் சென்றுவிட்டது. பஹ்ரைன் அரசாங்கத்தை ஆதரிப்பது மட்டுமல்லாமல், மனித உரிமை ஆதரவாளர்களாகிய எங்கள் வேலையை கடினமாக்க முயற்சிப்பது கூட கடினம். மூன்று வாரங்களுக்கு முன்பு இங்கிலாந்து விமான நிலையத்தில் எனது குடும்பத்தினருடன் ஐந்து மணி நேரம் தடுத்து வைக்கப்பட்டிருந்தேன், மேலும் விசாரிக்கப்பட்டேன். எனது பாஸ்போர்ட்டை இங்கிலாந்து அதிகாரிகள் இரண்டு வாரங்களுக்கு எடுத்துச் சென்றனர். எனது நாட்டில் மனித உரிமைப் பணிகளைச் செய்வதைத் தவிர வேறு எந்த காரணத்திற்காகவும், ஜனநாயகத்திற்காக போராடுவதைத் தவிர.

அவர்கள் சிரியாவுடன் செய்ததைப் போலவே அல்லது ஈரானிய மனித உரிமை இயக்கத்துடன் அவர்கள் செய்ததைப் போலவே அவர்கள் எங்கள் புரட்சியைக் கையாண்டதில்லை. அவை மிகத் தெளிவாக இரண்டு வெவ்வேறு நிலைப்பாடுகளைக் கொண்டுள்ளன.

எம்பி: ஏன்?

என்.ஆர்: எங்கள் புரட்சியில் ஏதோ தவறு இருப்பதாக அவர்கள் அதை முன்வைக்கிறார்கள். அவர்களின் நலன்களால். அந்த ஆளும் குடும்பங்களுடன் தங்குவது அவர்களின் நலனில் தான். அதற்காக அவர்கள் பணம் செலுத்துகிறார்கள். கை விற்பனை, பெட்ரோல், பணம், முதலீடு, வணிகம், எல்லாம்.

இங்கிலாந்தில் பஹ்ரைனின் அரச குடும்பத்தை ஊக்குவித்தவர் யார்? ராணியின் மகன் ஆண்ட்ரூ. அவர் பஹ்ரைனின் அரச குடும்பத்திற்காக பி.ஆர். இங்கிலாந்தைத் தவிர வேறு எந்த நாடும் சிவப்பு கம்பளத்துடன் எங்கள் ஆட்சியாளர்களைப் பெறாது.

எம்பி: பஹ்ரைனில் பணிபுரியும் மேற்கத்திய வணிகங்கள் பற்றி என்ன?

என்.ஆர்: பஹ்ரைனில் வியாபாரம் செய்வது மனித உரிமைகளைப் பாதுகாப்பதை நிராகரிக்கக்கூடாது. நீங்கள் வணிகம் செய்யும் போது மனித உரிமை தரங்களும் அளவுகோல்களும் எப்போதும் மதிக்கப்பட வேண்டும். இதன் பொருள் நீங்கள் குறைந்தபட்சம் ஐரோப்பிய ஒன்றிய வழிகாட்டுதல்களை

மதிக்கிறீர்கள். இதைத்தான் நாங்கள் கேட்கிறோம்; எதுவும் செய்ய வேண்டாம்.

நாங்கள் ஐரோப்பிய நிறுவனங்களுக்குச் சொல்கிறோம், எடுத்துக்காட்டாக, பஹ்ரைனில் கண்ணீர்ப்புகைக் குண்டினால் ஏராளமானோர் இறந்ததை நீங்கள் அறிவீர்கள், நீங்கள் பஹ்ரைன் அரசாங்கத்திற்கு கண்ணீர்ப்புகை வழங்கக்கூடாது. தென்னாப்பிரிக்க, பிரேசில் மற்றும் கொரிய நிறுவனங்கள் கண்ணீர்ப்புகை வாயுவை வழங்குகின்றன, ஆனால் இது ஐரோப்பிய நிறுவனங்களுக்கு சொந்தமானது என்று கூறுகிறார்கள், அவர்கள் தங்கள் வணிகத்தை ஒரே நேரத்தில் அகற்றுகிறார்கள். வணிகர்கள் யார் [அதன் பின்னால்] இருக்கிறார்கள் என்பதைப் பார்க்க எங்கள் விசாரணையை நாங்கள் செய்கிறோம். அதைத்தான் நாம் எதிர்காலத்தில் செய்யப் போகிறோம். சர்வாதிகாரிகளுடன் வியாபாரம் செய்யும் நிறுவனங்களைப் பார்க்கப் போகிறோம். அவர்களின் பொருளாதார நிலைமையில் நாம் ஒரு தாக்கத்தை ஏற்படுத்த வேண்டும். அவர்களின் பணத்தில் நம் இரத்தமும் நம் குழந்தைகளின் இரத்தமும் இருக்கிறது. எங்கள் வாழ்க்கையை, நமது எதிர்காலத்தை பாதிக்கும் வணிகத்தை அவர்கள் நிறுத்த வேண்டும். நாங்கள் அவர்களை மெதுவாக குறிவைக்கப் போகிறோம், நிச்சயமாக அமைதியான வழியில்.

எம்பி: இங்கிலாந்து அரசாங்கத்தில் அதிகாரிகளை சந்தித்தீர்களா?

என்.ஆர்: நான் முயற்சி செய்வதை நிறுத்திவிட்டேன். எங்கள் இயக்கத்தைச் சேர்ந்த அனைவரும் அதிகாரிகளை அல்லது தூதரகத்தைச் சந்திக்கும் அனைவரும் மனச்சோர்வடைந்த கூட்டத்திலிருந்து வெளியே வருகிறார்கள். நான் உங்களுக்கு உண்மையைச் சொல்கிறேன். வெளியே வரும் வெளிநாட்டு ஊடகவியலாளர்கள் கூட இது நேரத்தை வீணடிப்பதாகக் கூறுகிறார்கள், ஏனென்றால் அவர்கள் அடக்குமுறை ஆட்சியை தெளிவாக ஆதரிக்கின்றனர்.

எம்பி: அவர்களுக்கு எதிராக ஒரு சதி இருப்பதாக அரசாங்கம் கூறுகிறதா?

என்.ஆர்: அரசாங்கம் எங்களை ஈரானுடன் தொடர்புபடுத்துகிறது, ஏனென்றால் அவர்கள் அதை மிக எளிதாக விற்க முடியும் - ஷியா மற்றும் ஈரான். சில நேரங்களில் ஈரான் ஆயுதங்களை வழங்குவதாக அவர்கள் கூறுகிறார்கள். ஆனால் பஹ்ரைனில் ஒரு ஆயுத புரட்சி அல்ல. இப்போது சில சிறிய [வன்முறை

சம்பவங்கள்] உள்ளன, பெரும்பாலும் இளைஞர்கள் வீட்டில் வெடிகுண்டுகளை உருவாக்குகிறார்கள். ஆனால் எங்களுக்கு அவை தெரியாது. ஆயுத வன்முறைக்கு நாங்கள் வாதிடுவதில்லை, ஏனென்றால் அது மிகவும் விலை உயர்ந்ததாக இருக்கும் என்று எங்களுக்குத் தெரியும். அது குறித்து நாங்கள் மிகவும் கவனமாக இருக்கிறோம். அது அமைதியாக இருக்க வேண்டும் என்று நாங்கள் வலியுறுத்துகிறோம். ஒருவேளை அதனால்தான் நாம் மறைக்கப்படவில்லை - ஊடகங்கள், அவர்கள் இரத்தத்தைப் பார்க்க விரும்புகிறார்கள்.

எம்பி: நீங்கள் முடியாட்சிக்கு எதிரானவர் அல்ல என்று சொன்னீர்கள். ஒரு முடியாட்சியை ஏற்றுக்கொள்வதன் மூலம் ஜனநாயக சார்பு இயக்கத்தை எவ்வாறு சரிசெய்ய முடியும்?

என்.ஆர்: நீங்கள் எனக்கு முழு ஜனநாயகத்தையும் முடியாட்சியை அகற்றுவதையும் வழங்கினால், நான் நன்றி கூறுவேன். ஆனால் நான் சாத்தியங்களைப் பற்றி பேசுகிறேன். நாங்கள் ஒரு அரச குடும்பத்தால் ஆளப்படும் ஒரு பிராந்தியத்தில் இருக்கிறோம், அவர்கள் அதிகாரத்தை விட்டுக்கொடுப்பதற்கு முன்பு முழு நாட்டையும் எரிக்க தயாராக இருக்கிறார்கள். சமரசம் செய்வோம் என்று சொல்கிறேன். உங்களுக்கு சக்தி இருக்கிறது, உங்களுக்கு செல்வம் இருக்கிறது, ஆனால் மனிதர்களைப் போல வாழ்வோம். ஆனால் இப்போதைக்கு அவர்கள் அதை நிராகரிக்கின்றனர்.

எம்பி: ஜனநாயக சார்பு இயக்கத்திற்கு அடுத்து என்ன?

என்.ஆர்: சரி, எங்கள் போராட்டத்தைத் தொடர்வதைத் தவிர வேறு வழியில்லை. இன்னும் நீண்ட தூரம் செல்ல வேண்டியிருக்கிறது, ஏனென்றால் இப்போது நாங்கள் பஹ்ரைனில் மட்டுமல்ல, வளைகுடா பிராந்தியத்திலும் [வேலை செய்கிறோம்]. [பிற] மோதல்களால் நாம் அதிகம் பாதிக்கப்படுகிறோம். சவூதி அரேபியா, குவைத், ஐக்கிய அரபு எமிரேட்ஸ், ஓமான் ஆகிய நாடுகளில் மனித உரிமை ஆர்வலர்கள் பின்னால் உள்ளனர். அனைத்து ஆர்வலர்களும் சிறையில் உள்ளனர். வெளியில் இருக்கும் மிகச் சிலரில் நானும் ஒருவன்.

எழுதும் நேரத்தில், நபீல் ராஜாப் ஒரு வாரம் சிறையில் கழித்தார். எல்லைகள் இல்லாத நிருபர்கள், அம்னஸ்டி இன்டர்நேஷனல், மனித உரிமைகள் கண்காணிப்பகம், ஐக்கிய நாடுகளின் அமைப்புகள், சர்வதேச ஊடகவியலாளர்கள் மற்றும் ஐரோப்பிய நாடாளுமன்ற உறுப்பினர்கள் அவரது சிறைவாசத்தை சர்வதேச அளவில் கண்டனம் செய்தவர்களில் அடங்குவர்,

அரபு இலக்கியம்
சவுதி அரேபியா
1. சவுதி இலக்கியம்

மிக சமீபத்தில் குவாண்டராவில், பத்திரிகையாளர் ஃபக்ரி சலே சவுதி இலக்கியத்தின் நிலப்பரப்பை வரைகிறார், அதன் சமீபத்திய பாய்ச்சலுக்கு 9/11 க்கு காரணமாக இருக்கலாம் என்று வாதிடுகிறார்.

அது இருக்கலாம் அல்லது இல்லாமல் இருக்கலாம். எப்படி யிருந்தாலும், நீங்கள் தெரிந்து கொள்ள வேண்டிய பெயர்கள்:

அப்துல்ரஹ்மான் முனிஃப் (1933-2004)

கடந்த நூற்றாண்டின் மிக முக்கியமான அரபு எழுத்தாளர்களில் ஒருவர் மற்றும் முதல் புதிய சவுதி நாவலாசிரியர்களில் ஒருவர்; அவரது உப்பு நகரங்கள், குவிண்டெட் சினன் அன்டூன் (எங்கள் கோடை எழுதும் சவாலுக்கு) "நீங்கள் இறப்பதற்கு முன் நீங்கள் படிக்க வேண்டிய ஐந்து புத்தகங்களில் ஒன்றாகும். டேனியல் பர்ட், தனது தி நாவல் 100 இல், இந்த காலத்தை 71 வது மிகப் பெரிய நாவலாக மதிப்பிட்டார். "அரபு நோபல்" (1988 இல் நாகுயிப் மஹபூஸுக்குச் சென்றது) என்பதற்காக டெனிஸ் ஜான்சன்-டேவிஸ் குறிப்பிட்டுள்ள அரபு மொழி எழுத்தாளர்களில் அவர் ஒருவரல்ல, ஒருவேளை 1987ஆம் ஆண்டில் ஆங்கிலம் அல்லது பிரெஞ்சு மொழிபெயர்ப்பில் அவர் எதுவும் இல்லை, மற்றும் உப்பு நகரங்கள் 1989 வரை முழுமையாக பட்டியலிருந்து வெளியேறவில்லை.

சலே தனது குவாண்டரா துண்டில் குறிப்பிடுவதைப் போல: "முனீப்பின் படைப்புகளின் இடம், அவரது புனைகதை மற்றும் அவரது புனைகதை அல்லாதவை அரேபியாவில் சர்வாதிகாரம் மற்றும் வீழ்ச்சியைச் சுற்றி வந்தன."

காசி அல்–கோசைபி (1940–2010)

அல்-கோசைபி ஒரு கவிஞர், ஒரு நாவலாசிரியர் மற்றும் சவூதி அரசாங்கத்தில் ஒரு சீர்திருத்த மந்திரி. சமீபத்தில் அவர் இறந்தார். அவரது மிகச்சிறந்த நாவலான ஆன் அபார்ட்மென்ட் கால்ட் ஃப்ரீடம் (ஆங்கில மொழிபெயர்ப்பு: 1996), வளைகுடாவில் உள்ள சொந்த நாடுகளுக்குத் திரும்புவதற்கு முன்பு 1950-களின் பிற்பகுதியில் கெய்ரோவில் படிக்கச் சென்ற நான்கு இளைஞர்களின் அனுபவங்களைப் பற்றியது. மொழிபெயர்ப்பில் உள்ள மற்ற படைப்புகள் ஏழு, வளைகுடா நெருக்கடி (புனைகதை) மற்றும் ஒரு காதல் கதை முக்கியமானதாகும்.

துர்கி அல்–ஹமாத் (1953–தற்போது வரை)

அல்-ஹமாத் ஒரு பத்திரிகையாளர் மற்றும் நாவலாசிரியர் ஆவார், சவுதி டீன் ஹிஷாம் அல்-அபீரின் வயது வரவிருக்கும் முத்தொகுப்புக்கு மிகவும் பிரபலமானவர். இந்த முத்தொகுப்பு, வளைகுடாவில் தடை செய்யப்பட்டிருந்தாலும், பல்லாயிரக்கணக்கான பிரதிகள் விற்றுள்ளன. தி டெய்லி ஸ்டார்: துர்கி அல்- ஹமாட்டின் வெடிக்காத முத்தொகுப்பில் கைலன் வில்சன்-கோல்டியின் விமர்சனம் முக்கியமான ஒன்றாகும்.

அப்டோ கல் (1962–தற்போது வரை)

ஷீ த்ரோஸ் ஸ்பார்க்ஸ் என்ற நாவலுக்காக 2010 அரபு புக்கரை வென்றவர். சலே எழுதுகிறார்: மூலத்திலிருந்து மொழிபெயர்க்கப்பட்ட பகுதியில் இருந்து “வாடுகின்ற மக்களின் வாழ்க்கை, வெளிப்படையான வன்முறை பலவீனத்தின் மீது சக்திவாய்ந்த தாக்குத்தல்கள் கவனத்துடன் நடந்திருக்கும் அட்டூழியங்கள் சித்தரிக்கிறது.” அந்தோணி கால்டர்பேங்க் (சவுதி இலக்கியத்தின் முக்கிய ஆங்கில மொழி மொழிபெயர்ப்பாளர்):

எங்கள் காலாண்டின் பெயர் தி பிட், அல்லது தி சால்ட் மைன், அல்லது தி பாட்டம் ஆஃப் ஹெல், அல்லது இன்ஃபெர்னோ; அனைத்தும் வேதனையையும் எங்கள் வாழ்க்கையையும் பிரதிபலிக்கும் சொற்கள் என்கிறார்.

சூரியனின் கதிர்கள் வீடுகளின் ஜன்னல்களுக்குள் ஊடுருவிச் செல்வதற்கு முன்பாக கால் விழித்தெழுகிறது. பள்ளிக்குச் செல்லும் போது முறுக்கு பாதைகளை அமைக்கத் தயாராகும் சிறுவர்களின் மோசடி மற்றும் முந்தைய இரவில் தொடங்கிய பயணங்களிலிருந்து புதிய கேட்சுகளுடன் திரும்பி வரும் மீனவரின் மோசமான கேலிக்கூத்து, மற்றும் வானிலை வானில் பாடல்கள் காலையில்

காற்றில் பறக்கின்றன: அவர் கூறினார் காலையில் ஒரு வார்த்தை கூட சொல்லாமல், கதிரியக்க கன்னங்களைக் கொண்டவருக்கு வணக்கம் சொல்லுங்கள், நாங்கள் எங்கள் நாட்டின் நிலத்தில் விவசாயிகள்க்கு முன்னுரிமை கொடுப்போம்.

யூசெப் அல்–மொஹைமீட் (1965–தற்போது வரை)

காதல் மற்றும் வெளியேற்றப்பட்டவர்களைப் பற்றி எழுதுகின்ற அல்-மொஹைமிட், ஆங்கிலத்தில் இரண்டு புத்தகங்களை வெளியிட்டுள்ளார்: ஓநாய்கள் பிறை மற்றும் மூனிராவின் பாட்டில் முக்கியமானவை. நான் பிறை நிலவின் ஓநாய்களை மதிப்பாய்வு செய்தேன், இது நம்பிக்கைக்குரியது ஆனால் இறுதியில் ஏமாற்றமளிக்கிறது. முனிராவின் பாட்டில் நான் இன்னும் படிக்கவில்லை, ஆனால் அல் மொஹைமத் அதைப் பற்றி சில சுவாரஸ்யமான நேர்காணல்களை வழங்கியுள்ளார்.

அல்-மொஹைமிட் எழுதிய ஒரு சிறுகதையையும் அவரது இணையதளத்தில் படிக்கலாம்.

லீலா அல்-ஜோஹானி (1969-தற்போது வரை). சலே எழுதுகிறார்: “இரண்டு பெண் சவுதி எழுத்தாளர்கள் பாணியை பரிசோதிக்கும் பொறுப்பை ஏற்றுக்கொண்டனர் - ராஜா அலெம் மற்றும் லைலா அல்-ஜோஹானி. அலெம் தனது தி சில்க் ரோடு என்ற நாவலில், மக்காவை தனது கதைகளின் அமைப்பாக சித்தரிக்கிறார், இஸ்லாமிய உலகின் பல்வேறு பகுதிகளிலிருந்து வரும் மக்களின் வாழ்க்கையைப் பற்றி எழுதுகிறார், இது ஹஜ், மக்கா யாத்திரை ஆகியவற்றை குறித்தது ஆகும்.”

ராஜா அலெம் (1970-தற்போது வரை). டாம் மெக்டோனோவுடன் அலெம் இரண்டு நாவல்களை (பாத்திமா: எ நாவல் ஆஃப் அரேபியா மற்றும் மை ஆயிரம் & ஒன் நைட்ஸ்: எ நாவல் ஆஃப் மெக்கா) எழுதியுள்ளார், அத்துடன் அவரின் சொந்த பல படைப்புகளையும் எழுதியுள்ளார். மெக்டொனஃப் இங்கே அவளை நேர்காணல் செய்கிறார்.

ராஜா அல்-சானியா (1981-தற்போது வரை). காத்திரு! ஒருவேளை ராஜா அல்-சனியா”மத்திய கிழக்கின் கேரி பிராட்ஷா” என்பதாகும். நீங்கள் நினைக்கிறேன்? எப்படியிருந்தாலும், 2005ஆம் ஆண்டில் அரபியிலும், 2007 இல் ஆங்கிலத்திலும் (சற்றே சர்ச்சைக்குரிய வகையில், மொழிபெயர்ப்பு சிக்கல்கள் காரணமாக) வெளியிடப்பட்ட அவரது கேர்ள்ஸ் ஆஃப் ரியாத் மிகவும் பிரபலமாக உள்ளது. சவுதி பெண் வெளிச்சத்தின் புதிய அலைகளைத் தொடங்கிய பெருமை இது.

பிற நிகழ்வுகள்:

"குறும்பு நாவலாசிரியர்களுடைய" யார் பாலியல் உள்ளடக்கத்தை அதிகரித்தநர் என்று குற்றம் சாட்டப்பட்ட சவூதி பெண்கள் பற்றி: சமர் அல்-முக்ரின் (ஒழுக்கக்கேடான பெண்கள்), ஷிபா அல்- ஹர்ஸ் (மற்றவர்கள்), வாஃபா 'அப்தெல் ஏ. ஆர். ரகுமான் (தலைநகரில் இருந்த காதல்), மற்றும் ஸைனப் ஹனாபி (அம்சங்கள்). சில நேரங்களில் ராஜா அல்-சானியாவும் இந்த குழுவில் வைக்கப்படுகிறார்.

அரபு புக்கருக்காக மற்ற சவுதிகள் நீண்டகாலமாக பட்டியலிடப் பட்டனர்: ஸ்ட்ரீட் ஆஃப் அஃபெக்சனுக்கான அப்துல்லா பின் பக்கீத் மற்றும் தி இலை மரத்திற்கான உமைமா அல் காமிஸ், இருவரும் 2010 பரிசுக்காக காத்திருக்கின்றனர்

மேலும், சவுதியைச் சேர்ந்த பெய்ரூட் 39 வீரர்கள் (40 வயதிற்கு உட்பட்ட சிறந்த 39 அரபு எழுத்தாளர்களுக்கான போட்டியில் வென்றவர்கள்): அப்துல்லா தபிட் (நாவலாசிரியர்); முகமது ஹசன் ஆல்வான் (நாவலாசிரியர்; பெய்ரூட் 39 தொகுப்பில், "கிளாஸ்கோவிலிருந்து ஹனீஃப்" என்ற பகுதியின் மிகச் சிறந்த கதாபாத்திர ஓவியங்கள் இருப்பதாக நான் நினைத்தேன்); மற்றும் யஹ்யா அம்காசிம் (நாவலாசிரியர்) முக்கியமானவர்கள் ஆவார்கள்.

2. ரஜா அல் சானியா

ரஜா அல் சானியா(பிறப்பு 1981) ஒரு சவூதி எழுத்தாளர் அவரது ரியாத் பெண்கள் நாவல் மூலம் பிரபலமானார் இந்த புத்தகம் முதன்முதலில் 2005 இல் லெபனானிலும் 2007 இல் ஆங்கிலத்திலும் வெளியிடப்பட்டது. 2009ஆம் ஆண்டில் டப்ளின் இலக்கிய விருதுக்கு இந்த புத்தகம் நீண்டகாலமாக பட்டியலிடப்பட்டது.

அல்-சானியா சவுதி அரேபியாவின் ரியாத்தில் வளர்ந்தார், இவர் மருத்துவர்களின் குடும்பத்தின் மகள் ஆவார். 2005ஆம் ஆண்டில் கிங் சவுத் பல்கலைக்கழகத்தில் பல் மருத்துவத்தில் இளங்கலைப் பட்டம் பெற்றார்.

அவரது நாவலும் வாழ்க்கை முறையும் குறிப்பாக சவுதி சமுதாயத்தின் பழமைவாத பிரிவினரிடையே சர்ச்சையை ஏற்படுத்தியுள்ளன, ஆனால் தாராள மனப்பான்மை கொண்ட நபர்கள் அவளை ஒரு முன்மாதிரியாகக் கருதினர்.

ரியாத் பெண்கள், அல்லது பனத் அல்-ரியாத் (அரபு: بنات الرياض), ரஜா அல்சானியாவின் நாவல் மிக முக்கிய் படைப்பாகும். மின்னஞ்சல்கள் வடிவில் எழுதப்பட்ட இந்த புத்தகம், நான்கு இளம் சவுதி சிறுமிகளான லமீஸ், மைக்கேல் (பாதி சவுதி, அரை அமெரிக்கன்), கம்ரா, மற்றும் சதீம்ஆகியோரின் தனிப்பட்ட வாழ்க்கையை விவரிக்கிறது.

சவூதி அரேபியாவில் ஆண்களுக்கும் பெண்களுக்கும் இடையிலான உறவை இந்த நாவல் விவரிக்கிறது. ரியாத் பெண்கள் சவுதி அரேபியாவில் உள்ள நான்கு கல்லூரி வயது உயர் வகுப்பு நண்பர்களின் கதையைச் சொல்கிறார்கள், பெண்கள் அன்பைத் தேடுகிறார்கள், ஆனால் அவர்களுக்கு வரையறுக்கப்பட்ட சுதந்திரங்களை மட்டுமே அனுமதிக்கும் மற்றும் மிகவும்

குறிப்பிட்ட எதிர்பார்ப்புகளையும் கோரிக்கைகளையும் கொண்ட ஒரு அமைப்பால் தூண்டப்படுகிறார்கள். ஆண்களுக்கும் பெண்களுக்கும் - குறிப்பாக ஒற்றை பதின்வயதினருக்கும் பெரியவர்களுக்கும் இடையே சிறிய தொடர்பு இல்லை, ஆனால் நவீன தொழில்நுட்பம் கொஞ்சம் மாறிவிட்டது (இளைஞர்கள் பெண்கள் தங்கள் செல்போன் எண்களைக் குறைக்க எல்லாவற்றையும் முயற்சிக்கிறார்கள்). இண்டர்நெட் ஒரு புதிய ஊடகமாகும், இது பெண்களையும் பழைய முறையைப் போன்ற அவர்களின் எண்ணங்களையும் கொண்டிருக்க முடியாது, மேலும் நாவலின் அநாமதேய கதை சொல்பவர் அதைப் பயன்படுத்திக் கொள்கிறார்: அவர் தனது கதைகளை வாரந்தோறும் அனுப்பும் மின்னஞ்சல்கள் வடிவில் அளிக்கிறார் அவள் காணக்கூடிய எந்த சவுதி முகவரிக்கும். இந்த நாவலில் செக்ஸ் விவரிக்கப்பட்டுள்ளது, திருமணத்திற்கு முன்பு ஆண்கள் எவ்வாறு புறக்கணிக்கிறார்கள் என்பதை இந்த நாவல் சொல்லுகிறது.

முதலில் 2005ஆம் ஆண்டில் அரபியில் வெளியிடப்பட்டது, சர்ச்சைக்குரிய அழற்சி உள்ளடக்கம் காரணமாக ரியாத் பெண்கள் உடனடியாக சவுதி அரேபியாவில் தடை செய்யப்பட்டது. நாவலின் கறுப்பு சந்தை பிரதிகள் புழக்கத்தில் விடப்பட்டன.கேர்ள்ஸ் ஆஃப் ரியாத் மத்திய கிழக்கின் பெரும்பகுதி முழுவதும் சிறந்த விற்பனையாளராக இருந்து வருகிறது. ஜனவரி 2008 நிலவரப்படி, ரியாத் பெண்கள் ஆங்கில பிரதிகள் சவுதி அரேபியாவில் உள்ள முக்கிய புத்தகக் கடைகளில் வெளிப்படையாகக் கிடைக்கின்றன. பெங்குயின் புக்ஸ் வெளியிட்டுள்ள இந்த புத்தகம் ஆங்கில மொழிபெயர்ப்பில் கிடைக்கிறது, ஆனால் அரபியின் வெவ்வேறு கிளைமொழிகளைப் பயன்படுத்துவதன் விளைவை மீண்டும் உருவாக்கும் சிரமங்கள் காரணமாக சில மாற்றங்களைக் கொண்டுள்ளது.

இந்த புத்தகம் பரவலாக விநியோகிக்கப்படுகிறது, இது அமெரிக்காவிலிருந்து ஐரோப்பாவிற்கு கடைகளில் விற்கப்படுகிறது.

ஆங்கில மொழிபெயர்ப்பாளர் மர்லின் பூத், மொழிபெயர்ப்பு திட்டத்தின் இறுதி முடிவு குறித்து அதிருப்தியை வெளிப்படுத்தினார். பூத்தின் கூற்றுப்படி, பதிப்பகமும் எழுத்தாளரும் இறுதி உரையின் தீங்குக்கு அவரது ஆரம்ப மொழிபெயர்ப்பில் தலையிட்டனர்.

ரியாத் பெண்கள் நாவலை "சவுதி பாணி செக்ஸ் நகரம்" என்று குறிப்பிடப்படுகிறார்கள் - தொழில்முறை பெண்கள் அன்பைத் தேடும்போது அவர்களின் வாழ்க்கையை ஒரு ரகசிய பார்வை இதில் உள்ளது. ஆனால் இந்த காதல் கதை மன்ஹாட்டனின்

உருகும் பானைக்கு மாறாக பழமைவாத இஸ்லாமிய ரியாத்தில் அமைக்கப்பட்டுள்ளது. ரியாத் பெண்கள் நடனமாடுகிறார்கள், மெக்டொனால்டு சாப்பிடுகிறார்கள், கடைக்கு செய்கிறார்கள், ஆனால் ஒருவருக்கொருவர் மட்டுமே. ஆண் உலகத்துடனான அவர்களின் இணைப்பு செல்போன்கள் மற்றும் ஆன்லைன் அரட்டை அறைகள் மூலமாகவே உள்ளது, அதன்பிறகு அவர்கள் வாழ்நாள் முழுவதும் யாருடன் செலவிட முடியும் என்பதைத் தேர்வு செய்ய அனுமதிக்கப்படுவதில்லை.

ரஜா அல்சானியாவின் புத்தகம் நான்கு கற்பனையான பெண்களின் கதைக்களங்களைப் பின்பற்றுகிறது, இது பல சமகால நாவல்களில் காணப்படும் ஒரு பாணியாகும்: ஹவ் தி கார்சியா பெண்கள் தங்கள் நிகழ்வுகளை இழந்தனர், யா-யா சிஸ்டர்ஹூட்டின் தெய்வீக இரகசியங்கள், பயணப் பகுதிகளின் சிஸ்டர்ஹூட், மற்றும், நிச்சயமாக, பாலியல் மற்றும் நகரம் இவற்றின் கதைகளாகும். இந்த எல்லா புத்தகங்களிலும், நான்கு பெண்கள் வாழ்க்கை பக்கங்கள் முழுவதும் பரிமாறிக்கொள்ளும். சிலர் மிகவும் பழமைவாதிகள், சிலர் தாராளவாதிகள், சிலர் தைரியமானவர்கள், சிலர் வெட்கப்படுபவர்கள் - ஆனால் அனைவருமே பெண் அனுபவத்தின் வெவ்வேறு திறன்களைக் குறிக்கின்றனர். நான்கின் ஒவ்வொரு தொகுப்பும் ஒட்டுமொத்தமாக எடுத்துக் கொள்ளப்படும்போது, பெண் வாசகர் குறைந்தது ஒரு கதாபாத்திரத்தையாவது அடையாளம் காணக்கூடியதாக இருக்கும்.

இந்த குறிப்பிட்ட நாவலில், கம்ரா மிகவும் பழமைவாதி, சதீமின் நம்பிக்கையற்ற காதல், மைக்கேல் தனது சமூகத்தின் கட்டுப்பாடுகளை வெட்கத்துடன் கேள்வி எழுப்புகிறார், மேலும் லமீஸ் தான் விரும்பியதை சரியாகப் பெறுவதில் வெற்றி பெறுகிறார். முதலில் கதாபாத்திரங்களையும் அவற்றின் பல்வேறு காதல் ஆர்வங்களையும் நேராக வைத்திருப்பது கடினம். ஆனால் நேரம் செல்லச் செல்லவும், தனிப்பட்ட ஆளுமைகளின் பண்புகள் வெளிப்படும் போதும், அவர்களின் பின்னிப்பிணைந்த கதை தெளிவாகவும், கவர்ச்சியாகவும் மாறும்.

இதற்கு முன் வந்த லைட்டிலிருந்து இது மிகவும் வித்தியாசமானது. அல்சானியா ஒரு எழுத்தாளராக தனது சொந்த கருத்தை வைத்திருக்கிறார், ஆனால் அவரது பின்னணி தான் அவளை ஒதுக்கி வைக்கிறது. நாம் பொதுவாக சவுதி அரேபிய உயரடுக்கின் பயணத்தைப் பற்றி அறிமுகமில்லாதவர்கள். மூடிய கதவுகளுக்குப் பின்னால் என்ன நடக்கிறது என்பது பற்றி சில உயரடுக்கினரும்

கூட நன்கு அறிந்திருக்கவில்லை, அல்லது குறைந்தபட்சம் அவர்கள் அதைப் பற்றி சுதந்திரமாக பேசத் திறந்திருக்கவில்லை. ஆகவே, செக்ஸ் அண்ட் தி சிட்டி அமெரிக்க பெண்கள் பாலியல் பற்றி வெளிப்படையாக இருக்க ஒரு தடத்தை எரிய வைத்தாலும், *GIRLS OF RIYADH* பாலியல் பற்றி வெளிப்படையாக மட்டுமல்லாமல், காதல், மதம் மற்றும் குடும்பம் மற்றும் சமூகம் முன்வைக்கும் வரம்புகள் பற்றியும் ஒரு தடத்தை வெளிப்படுத்தியது.

GIRLS OF RIYADH ஐப் பற்றி அதிருப்தி அடைந்த ஒரே விஷயம், பெயரிடப்படாத கதை, அவர் தனது நண்பர்களைப் பற்றிய கதையை ஒவ்வொரு வெள்ளிக்கிழமையும் பிரார்த்தனைக்குப் பிறகு ஒரு பட்டியல் சேவைக்கு அனுப்பப்படும் மின்னஞ்சல்கள் மூலம் கூறுகிறார். விவரிப்பவர் அதிக நோக்கத்துடன் செயல்படுவதாகத் தெரியவில்லை, வெறுக்கத்தக்க அஞ்சலுக்கும், ஒவ்வொரு இடுகையின் பின்னரும் அவர் பெறும் புகழ்ச்சி மட்டுமே எஞ்சி இருக்கிறது. அந்த உண்மையை கேள்விக்குட்படுத்தக்கூடிய ஒருவருக்கு அல்சானியா தனது புத்தகம் எவ்வளவு சர்ச்சைக்குரியது என்பதைக் காட்ட விரும்புவதைப் போன்றது, ஆனால் கதை மட்டும் வாசகருக்கு பொருள் விஷயத்தின் முக்கிய தன்மை குறித்து அறிவுறுத்துகிறது. அதற்கு பதிலாக, கதையின் பதில்கள் கதையின் வடிவத்தை உடைத்து அதன் ஓட்டத்திற்கு தேவையற்ற குறுக்கீட்டை வழங்குவதாக மட்டுமே தெரிகிறது.

அல்சானியா ஒரு எழுத்தாளர் மட்டுமல்ல, பல் மருத்துவத்தில் பட்டதாரி மாணவி ஆவார், மரியாதைக்குரிய சவுதி வாழ்க்கையுடன் இலக்கியத்தின் மீதான தனது அன்பைக் கையாளுகிறார். லெபனானில் முதன்முதலில் வெளியிடப்பட்ட இந்த நாவல் சவுதி அரேபியாவில் தடைசெய்யப்பட்டு கறுப்பு சந்தை பிரதிகள் மூலம் பரப்பப்பட்டது. நான்கு மாதங்களுக்குப் பிறகு, அது அங்கு சட்டப்பூர்வமாக விநியோகிக்க அனுமதி பெற்றார், இப்போது உரிமைகள் 12 நாடுகளுக்கு விற்கப்பட்டுள்ளன. அல்சேனியாவின் ஞானமும் பெண் அனுபவத்தைப் பற்றிய நுண்ணறிவும் சர்ரியலாகத் தெரிகிறது. ஒரு வாழ்க்கைத் துணையை கண்டுபிடித்து வைத்திருப்பதில் உள்ள சிக்கல்களின் அடிப்படை, உலகளாவிய உண்மைகளை அவள் பிடிக்கிறாள். அவரது கதாபாத்திரங்கள் ஒருவருக்கொருவர் புத்திசாலித்தனத்தை அளிக்கின்றன, அவை அவற்றின் துல்லியத்தில் திகைக்க வைக்கின்றன, மேலும் அல்சானியா எல்லா இடங்களிலும் எண்ணற்ற பெண்களுக்காக பேசுகிறார்.

இந்த நாவல் ஏற்பாடு செய்யப்பட்ட திருமணங்களுக்கு எதிராக அணிவகுத்தாலும், ரியாதின் பெண்கள் என்பது ஒருவரின்

பாரம்பரியத்தையும் கலாச்சாரத்தையும் கைவிடுவது அல்ல. மாறாக, அந்த கலாச்சாரத்திற்குள் பூர்த்தி செய்வதைக் குறிக்கிறது. இது ரியாத் சமுதாயத்தைப் பற்றிய ஒரு முக்கியமான பார்வை, ஆனால் அதுவும் அவர்களின் தனிப்பட்ட குறிக்கோள்களும் ஒன்றிணையக்கூடும் என்று விரும்பும் பெண்களால். இது நமது நேரத்தை திரும்பிப் பார்ப்பது - பெண்களுக்கு இப்போது சுதந்திரம் இல்லாத காலத்திற்கு. இருப்பினும், ரியாத் மற்றும் அமெரிக்கா, இந்தியா எல்லாவற்றிற்கும் மேலாக வேறுபட்டவை அல்ல என்பதை பக்கங்கள் முழுவதும் காணலாம். உடை வேறுபட்டது மற்றும் பழக்கவழக்கங்கள் வேறுபட்டவை, ஆனால் அந்த ஆடைகளின் கீழ் உள்ள நபர்கள் மற்றும் அந்த பழக்கவழக்கங்களை கடைபிடிப்பது என்பது நம்மைப் போலவே இருக்கும்.

மிகவும் வெற்றிகரமான கதாபாத்திரம், மற்றும் அல்சானியா வுடன் தன்னை மிகவும் ஒத்தவர் யார், கல்வி மற்றும் உறவு ஆகிய இரண்டையும் மதம் மற்றும் அன்பு இரண்டையும் தழுவிக்கொள்ளக்கூடியவர். சவூதியில் இத்தகைய வெற்றி பொதுவாக 4இல் 1ஆக இல்லை என்று அல்சானியா ஒப்புக் கொண்டாலும், ஒவ்வொரு நாட்டிலும், அன்பைத் தேடும் நம்மவர்களுக்கு இது நம்பிக்கையையும் அதிகாரத்தையும் அளிக்கிறது.

3. சவுதி எழுத்தாளர் பத்ரியா அல் பிஷ்ருடன் பேட்டி

"நீங்கள் எதைப் பற்றியும் எழுதுகிறீர்கள் என்பது ஒரு ஊழலே, காதல் கூட"

சவூதி எழுத்தாளர் பத்ரியா அல் பிஷ்ர் ரியாத் கிங் சவுத் பல்கலைக்கழகம் மற்றும் பெய்ரூட்டில் உள்ள லெபனான் பல்கலைக்கழகத்தில் இலக்கியம் மற்றும் சமூக அறிவியல் பயின்றார். அவர் இப்போது ஒரு பத்திரிகையாளராக உள்ளார், பல சவுதி செய்தித்தாள்களுக்கு இலக்கிய மற்றும் சமூக விமர்சன கட்டுரைகளை எழுதுகிறார், தற்போது முக்கியமாக அல்-ஹயாத் இதழில் எழுதி வருகிறார்.

சவூதி எழுத்தாளர் பத்ரியா அல் பிஷ்ர் தனது "ஹிந்த் அண்ட் தி சோல்ஜர்ஸ்" நாவலில், தனது சொந்த நாட்டில் பெண்களின் அன்றாட போராட்டத்தை இன்னும் கொஞ்சம் தனிப்பட்ட சுதந்திரத்திற்காக கவனம் செலுத்துகிறார். கிறிஸ்டோஃப் ட்ரேயர் துபாயைச் சேர்ந்த எழுத்தாளர், கட்டுரையாளரை பேட்டி கண்டார்.

உங்கள் புத்தகம் சவுதி அரேபியாவில் விற்பனைக்கு ஒப்புதல் அளிக்கப்பட்டதில் ஆச்சரியப்பட்டீர்களா?

பத்ரியா அல் பிஷ்ர்: ஆம், அது உண்மையில் ஆச்சரியமாக இருந்தது. ஆனால் மன்னர் அப்துல்லா ஆட்சியைப் பிடித்ததிலிருந்து சில உள் மாற்றங்கள் ஏற்பட்டுள்ளன, மேலும் ஒரு சீர்திருத்த இயக்கத்திற்கு ஒரு புதிய தொடக்கமும் இருக்க வேண்டும். எனவே சில வருங்கால புத்தகங்களுக்கு எதிராக நடவடிக்கை எடுக்க வேண்டாம் என்று முடிவு செய்யப்பட்டது, இந்த வாய்ப்பு கிடைத்ததில் என்னுடையது ஒன்றாகும். ஒருபுறம், நிச்சயமாக, அது புத்தகத்திற்கு நல்லது, இது ஒரு பெரிய பார்வையாளர்களைக்

கொடுக்கும். ஆனால் மறுபுறம் இது எதிர் தாக்குதல்களுக்கு அம்பலப்படுத்துவதன் மூலமும் புத்தகத்தை பாதிக்கிறது.

இந்த புத்தகம் சவுதி மக்களால் எவ்வாறு பெறப்பட்டது?

அல்-பிஷ்ர்: புத்தகத்தின் மீது மூன்று குற்றச்சாட்டுகள் எழுந்தன. முதலாவது, இஸ்லாத்தின் போதனைகளிலிருந்து அது விலகியது, ஏனென்றால் என் கதாநாயகன் "கிறிஸ்து மறு சிலுவையில் அறையப்பட்டார்" என்ற தலைப்பில் ஒரு நாவலைப் படித்து வருவதாகக் குறிப்பிடுகிறார் (அதேசமயம், இயேசு சிலுவையில் அறையப்படவில்லை என்று குரானில் கூறுகிறது, ஆசிரியர்). இரண்டாவது குற்றச்சாட்டு என்னவென்றால், எனது "மோசமான ஆசைகளை" எதிர்க்கும் எவரும் மகிழ்ச்சியற்ற வீரர்கள் என்று நான் குற்றம் சாட்டுகிறேன். மூன்றாவதாக, நாவலில் நான் என் தாயை புண்படுத்தியதாகக் கூறப்பட்டது, ஏனென்றால் அவர்கள் அதை ஒரு சுயசரிதை என்று கருதுகிறார்கள், மேலும் புத்தகத்தில் குறிப்பிடப்பட்டுள்ள தாய் என் நிஜ வாழ்க்கை தாயுடன் ஒத்ததாக நினைக்கிறார்கள்.

புள்ளிகள் தாக்கப்படுவது என்று விசித்திரமாக இருக்கிறது இல்லையா? பாலியல் வன்கொடுமைகளைப் பற்றி நீங்கள் வெளிப்படையாகப் பேசுகிறீர்கள் அல்லது மத போலீஸை கேலி செய்வது ஏன்?

அல்-பிஷ்ர்: பலர் இந்த புத்தகத்தை ஒரு கோபமான கூக்குரலாக கருதுகின்றனர். ஆனால் பழமைவாத சமூகங்களிலும் ஒரு சிக்கல் உள்ளது, அவை எப்போதும் விஷயங்களை மூடியின் கீழ் வைக்க விரும்புகின்றன. இந்த வகையான சமூகங்களில், நீங்கள் கையாளும் எந்தவொரு விஷயமும் ஒரு அவதூறாக இருக்கும், அன்பு கூட.

என் சமுதாயத்தில் 50 சதவிகிதத்திற்கும் அதிகமான பெண்கள் காதலால் திருமணம் செய்து கொள்கிறார்கள் என்று நினைக்கிறேன் - அண்டை மகனை நேசிக்கும் பெண், தனது உறவினரை அல்லது வேறு உறவினரை நேசிக்கும் பெண், ஒரு விதத்தில் அல்லது வேறு வழியில் நேசிக்கும் பெண். எனவே காதல் இருக்கிறது, ஆனால் அதைப் பற்றி பேசுவது ஒரு அவதூறு. அதுதான் பிரச்சினை. ஒரு ஊழலாகக் கருதப்படுவது நடப்பது அல்ல, அதை ஒப்புக்கொள்வதே உண்மை.

சவூதி அரேபியாவில் பெரும்பாலான மக்கள் விஷயங்களைப் பற்றிய உங்கள் பார்வையைப் பகிர்ந்து கொள்கிறார்கள் என்று நினைக்கிறீர்களா?

அல்-பிஷ்ர்: எனது தலைமுறையில் சில அல்லது பாதி பேர் ஒப்புக்கொள்வார்கள், ஆனால் அடுத்த தலைமுறை அவர்களின் வாழ்க்கையில் என்ன நடக்கிறது என்பதை ஒப்பிடும்போது நான் அற்பமானதாக எழுதுவதைக் கருத்தில் கொள்வேன். செயற்கைக் கோள் டிவி, மொபைல் போன்கள் மற்றும் இணையம் ஆகியவற்றால் பாதிக்கப்பட்டுள்ள இன்றைய இளைஞர்கள், என் நாவலில் பாட்டியின் கதைகளைத் தவிர வேறு எதையும் கண்டுபிடிப்பார்கள் என்று நான் நினைக்கவில்லை. இளைஞர்களுக்கும் பெண்களுக்கும் இடையிலான உறவுகள் இப்போது மிகவும் இயல்பான ஒன்றாகிவிட்டன. மாறாக, பின்தங்கியவர்கள் போன்ற உறவுகள் இல்லாதவர்களை அவர்கள் பார்க்க ஆரம்பித்துவிட்டார்கள்.

உங்கள் நாவல் ஒரு குறிப்பிட்ட தலைமுறை பெண்களின் போராட்டங்களை விவரிக்கக் கூற முடியுமா?

அல் பிஷ்ர்: என் தாயார் மற்றும் பாட்டி பள்ளி செல்லவில்லை, நான் பிஎச்.டி எடுக்க முடிந்தது அது ஒரு மகத்தான பாய்ச்சல், எனவே தாய் மற்றும் பாட்டி தலைமுறைக்கும் மகளின் தலைமுறைக்கும் இடையில் ஒரு இடைவெளி இருக்கிறது. உலகமயமாக்கல் மற்றும் செயற்கைக்கோள் டிவி மற்றும் மொபைல் போன்களின் தலைமுறைக்கு மற்றொரு பாய்ச்சல் உள்ளது. மாற்றங்கள் மிக விரைவானவை, இது ஒரு அளவிற்கு அமைதியற்றது, ஆனால் இது நம்பிக்கையின் சாளரங்களையும் திறக்கிறது.

எகிப்திய புரட்சியின் ஆய்வாளர்களில் ஒருவரிடமிருந்து நான் கேட்ட ஒரு நல்ல பழமொழி உண்டு. இணைய யுகத்தில் அவர்களுக்கு சுதந்திரம் தெரியும், ஆனால் அவர்களுக்கு முந்தைய தலைமுறைக்கு சுதந்திரம் என்றால் என்ன என்று தெரியவில்லை என்பதால் இளைஞர்கள் கிளர்ச்சி செய்யலாம் என்று அவர் கூறினார்.

நீங்கள் குறிப்பிட்ட உங்கள் புத்தகத்திற்கு கோபமான எதிர்வினைகள் எவ்வளவு தீவிரமானவை?

அல்-பிஷ்ர்: வேறொரு பெண் என் இடத்தில் இருந்தால் அவள் ஆபத்தில் இருப்பதாகவோ உணரக்கூடும், ஆனால் மாற்றத்தை எழுதுவதற்கும் கொண்டு வருவதற்கும் இந்த ஆபத்து பகுதியை நான் கருதுகிறேன். எனவே நான் எழுதுவதை பலர் நிராகரிப்பதை நான் ஏற்றுக்கொள்கிறேன், ஏனென்றால் என்னுடன் உடன்படும் பக்கத்தை மிகவும் எளிமையாக நான் பார்க்கிறேன். என்னைப் பொருத்தவரை, பாதி அல்லது அதற்கு குறைவான மக்கள் நான் எழுதுவதை ஏற்றுக்கொண்டால் போதும். அது நல்லது என்று நான் நினைக்கிறேன், அது ஒரு சாதனை.

சவூதி சமுதாயத்தில் அல்லது பிற அரபு சமூகங்களில் நிகழும் மாற்றங்களில் பெண்களின் பங்கு எவ்வளவு முக்கியமானது என்று நீங்கள் கூறுவீர்கள்?

அல்-பிஷ்ர்: பெண்கள் இதில் தீவிரமாகவும் உண்மையாகவும் பங்கேற்கிறார்கள் என்று நான் நினைக்கிறேன். பிரச்சனை என்னவென்றால், அவர்கள் முன் வரிசையில் இருக்க அனுமதிக்கப்படுவதில்லை, எனவே அவை இரண்டாவது வரிசையில் இருந்து விஷயங்களை மாற்றுகின்றன. ஆனால் பெண்களுக்கு அதிக தைரியம், அதிக கோபம் மற்றும் அதே விழிப்புணர்வு இருப்பதால் அவர்கள் பங்கேற்கிறார்கள். இன்று பெண்களுக்கு வாய்ப்பு வழங்கப்படும் போதெல்லாம் அவர்கள் வேகமாக முன்னேறுவார்கள்.

பெண்களுக்கு அதிக அழுத்தம் இருப்பதால், அவர்கள் சூழ்நிலைகளால் அதிகம் பாதிக்கப்படுவதால் இதுவும் இருக்கிறதா?

அல்-பிஷ்ர்: நிச்சயமாக. ஆண்களும் பெண்களும் பகிர்ந்து கொள்ளும் ஒரு துன்பம் உள்ளது, ஒட்டுமொத்த உரிமைகளின் பற்றாக்குறை உள்ளது. ஆனால் பெண்கள் தாங்கிக் கொண்டிருக்கும் அழுத்தம் இந்த வகையான வெடிப்பை உருவாக்குகிறது. எனவே இந்த முயற்சி பெண்கள் தரப்பிலிருந்து அதிகம் வரும்.

இப்போதிலிருந்து ஐந்து அல்லது பத்து வருடங்கள் சவுதி அரேபியாவை எங்கே பார்க்கிறீர்கள்? சமூகம் எந்த திசையில் உருவாகும்?

அல்-பிஷ்ர்: அரபு நாடுகளில் என்ன நடக்கிறது என்பதில் ஆச்சரியத்தின் ஒரு கூறு உள்ளது. எனவே நாம் எந்த அளவிற்கு முன்னேறுவோம் என்று எனக்குத் தெரியவில்லை, ஆனால் திறந்த ஒரே வழி முன்னோக்கி உள்ளது. நீங்கள் திரும்பிச் செல்லவோ அல்லது நீங்கள் இருக்கும் இடத்தில் இருக்கவோ முடியாது, நீங்கள் முன்னோக்கி செல்ல வேண்டும்.

சவூதி அரேபியாவில் அண்மையில் நடந்த அரசியல் நிகழ்வுகள், ஆர்ப்பாட்டங்கள் மற்றும் மன்னருக்கு மனுக்கள் போன்ற உங்கள் கருத்து என்ன?

அல்-பிஷ்ர்: ஒரு புரட்சி இருக்கும் என்று நான் நினைக்கவில்லை, அது அப்படி இல்லை. உள்ளே இருந்து மாற்றத்திற்கான கடுமையான உந்துதல் உள்ளது, இருப்பினும், ஒரு வலுவான அழுத்தம். ஆனால் அது நாட்டின் அரசியலை எந்த அளவுக்கு பாதிக்கும் என்பதை யாருக்கும் தெரியாது.

ஆனால் ஒருவித மாற்றம் இருக்கும்?

அல்-பிஷ்ர்: நிச்சயமாக, நிச்சயமாக, இருக்க வேண்டும்.

4. யூசப் அல் மௌஹைமத்

யூசப் அல் மொஹைமத், (ஜனவரி 31, 1964, ரியாத், சவூதி அரேபியா) அரபு மொழியில் பல நாவல்கள் மற்றும் சிறுக் கதைகளின் தொகுப்புகளை வெளியிட்டுள்ளார். விருதுபெற்ற எழுத்தாளர் மற்றும் பத்திரிகையாளர் ஆவார், இவரது படைப்புகள் ரஷ்ய, இத்தாலியன், ஸ்பானிஷ் ஜெர்மன், ஆங்கிலத்தில் மொழி மாற்றம் செய்யப்பட்டது, சர்ச்சைக்குரிய விஷயங்களை நேர்மையாக நடத்தியதற்காக அவர் பாராட்டப்படுகிறார், மேலும் வளர்ந்து வரும் சவுதி எழுத்தாளர்களில் ஒருவராக கொண்டாடப்படுகிறார்.

சவுதி அரேபியாவின் ரியாத்தில் இஸ்லாமிய ரமழான் மாதத்தில் 1964 ஜனவரி 31 அன்று யூசெப் அல் மொஹைமத் பிறந்தார். ஏழு சிறுமிகளுக்குப் பிறகு குடும்பத்தில் பிறந்த முதல் பையன் இவர்தான் (அவர்களில் மூன்று பேர் இறந்துவிட்டனர்). ஒரு குழந்தையாக இருந்தபோது, யூசெப் பெரும்பாலும் உடல்நிலை சரியில்லாமல் இருந்தார். அவரது இளைய சகோதரர் உணவு விஷத்தால் இறந்த பிறகு, அவரது தாயார் அவரை மிகவும் பாதுகாத்தார்.

ஒரு எழுத்தாளராக அவரது வளர்ச்சியில் அவரது குழந்தை பருவ நோய்கள் முக்கியமானவை. யூசெப் பல மணிநேரத்தை வாசிப்பதில் கழித்தார், சில சமயங்களில் உடல்நிலை சரியில்லாமல் நடிப்பார், அதனால் அவரது இளைய சகோதரி அவருக்கு ஒரு புத்தகத்தை வாங்குவார். அவரது முந்தைய படைப்பு முயற்சிகளில் ஒன்று, சைஃப் பின் தி யஸ்னின் ஆகும். ஆனால் அதை வெளியிடவில்லை. காரணம் அவரது நகல் கடைசி சில பக்கங்களைக் காணவில்லை.

ஒரு இளைஞனாக, யூசெப் ஓவியம் மற்றும் புகைப்படம் எடுத்தல் ஆகியவற்றில் சிறந்து விளங்கினார். 10 வயதில்,

குழந்தைகள் ஓவியத்திற்காக ஒரு விருதை வென்றார், மேலும் அரபு கையெழுத்துப் படிப்பைப் படித்தார். 15 வயதில் அவர் ஜசீரா மேல்நிலைப் பள்ளியில் இலக்கியம் படிக்கத் தொடங்கினார். இந்த நேரத்தில்தான் அவர் சிறுகதைகள் எழுதவும் வெளியிடவும் தொடங்கினார்.

அல்-மொஹைமிட் 18 வயதில் கிங் சவுத் பல்கலைக்கழகத்தில் மேலாண்மை அறிவியல் பீடத்தில் நுழைந்தபோது, அவர் அரசியலில் அதிக ஈடுபாடு கொண்டார், மேலும் உரையாடல் என்று பொருள்படும் ஹிவார் என்ற வார இதழைத் திருத்தத் தொடங்கினார். அரசியல் ரீதியாக முக்கியமான கட்டுரைகளை வெளியிட்ட அந்த பத்திரிகை தடைசெய்யப்பட்டது, அல்-மொஹைமிட் அவரது ஈடுபாட்டால் கிட்டத்தட்ட வெளியேற்றப்பட்டார். அவர் இலக்கியத்தில் தன்னை முழுமையாக அர்ப்பணித்தார், ஆனால் 1989ஆம் ஆண்டில் வெளியிடப்பட்ட அவரது முதல் சிறுகதைத் தொகுப்பு, ஜஹிரா லா முஷா லஹா (பாதசாரிகள் இல்லாத ஒரு பிற்பகல்)ஆகும், ஒரு பிரபலமான மதத் தலைவர் ஒழுக்கக்கேடானது என்று புகார் தெரிவித்ததையடுத்து சந்தையில் இருந்து நாவல் விலக்கப்பட்டது. இருப்பினும், அல்-மொஹைமீட் தனது படைப்புகளை மற்ற நாடுகளில் வெளியிடுவதில் வெற்றிகரமாக உள்ளார் - ராஜ்பத் அத்வாபிஹிம் அல் பீட் (அவர்களின் வெள்ளை உடைகளின் இயக்கம்) 1993 இல் கெய்ரோவில் வெளியிடப்பட்டது, மற்றும்1996 இல் பெய்ரூட்டில் லா புத்த அண்ணா அஹதன் ஹரகா அல் குர்ராசா (யாராவது நோட்புக்கை நகர்த்தியிருக்க வேண்டும்).

பட்டம் பெற்ற பிறகு, அல்-மொஹைமத் கணக்கியல் மற்றும் பத்திரிகைத் துறையில் பணியாற்றினார். 1998 இல், அவர் ஆங்கிலம் மற்றும் புகைப்படம் எடுத்தல் படிக்க பிரிட்டன் சென்றார். 2000ஆம் ஆண்டில், அல்-மொஹைமிட் தனது ரியாத்தின் வீட்டிற்கு திரும்பினார். இவரது முதல் நாவலான லகத் மவ்தா (இறந்தவர்களின் வதந்திகள்) 2000ஆம் ஆண்டில் டமாஸ்கஸில் அரபு எழுத்தாளர் சங்கத்தால் வெளியிடப்பட்டது.

பெரிதும் தணிக்கை செய்யப்பட்ட, அறிவுபூர்வமாக அடக்குமுறை சூழலில் இருந்து வெளிவரும் சவுதி எழுத்தாளர்களின் சமீபத்திய அலைக்கு யூசெப் அல் மொஹைமீட் மிகவும் உற்சாகமான மற்றும் விமர்சன ரீதியாக பாராட்டப்பட்ட ஒருவராகும். 2008ஆம் ஆண்டில், சவூதி அரேபியாவில் தடைசெய்யப்பட்ட கிரசண்ட் மூன், மத்திய கிழக்கிற்கு வெளியே வெளியிடப்பட்ட அவரது முதல் புத்தகமாக மாறியது.

2004ஆம் ஆண்டில், திவான் அல் அரபு இதழ் மற்றும் எகிப்திய பத்திரிகையாளர்கள் சங்கம் ஆகியவற்றிலிருந்து அரபு கலாச்சாரத்திற்கு தனது படைப்பு பங்களிப்புக்காக ஒரு விருதைப் பெற்றார்.

2005ஆம் ஆண்டில் தி வாஷிங்டன் போஸ்டின் ஸ்காட் வில்சன் எழுதிய ஒரு கட்டுரையில் அவர் இடம்பெற்றார்: "அரபு எழுத்தாளர்களுக்கு, மணலில் புதிய கோடுகள்: இளம் ஆசிரியர்கள் சமூக மற்றும் அரசியல் சுதந்திரத்தின் வரம்புகளைத் தள்ளுகிறார்கள்"

2009ஆம் ஆண்டில், "சோப் மற்றும் அம்பெர்கிரிஸ்" என்ற சிறுகதைக்கு அவர் புஷ்கார்ட் பரிசைப் பெற்றார், இது அவர் வரவிருக்கும் நாவலான முனிராவின் பாட்டில் இருந்து தழுவினார். இது PEN அமெரிக்கா வெளியீடு 9 ஆகும்.

பிப்ரவரி 2009 இல் தி நேஷனலில் சமகால சவுதி இலக்கியம் பற்றிய ஒரு கட்டுரையில் அவர் இடம்பெற்றார்.

2010ஆம் ஆண்டில் இலக்கியத்திற்கான தொடக்க ஜான் மைக்கேல்ஸ்கி பரிசுக்காக பிறை நிலவின் ஓநாய்கள் பட்டியலிடப் பட்டன. இத்தாலிய மொழிபெயர்ப்பிற்காக இது ஒரு இத்தாலிய அல்ஜியேட்டர் பரிசு 2011 ஐ வென்றது: (லு டிராப்போல் டெல் ப்ரூமோ.)

புரைடாவில் புறாக்கள் பறக்க வேண்டாம் 2011 இல் அரபு நாவல் பரிசுக்காக அபு அல்-காசிம் ஆஷாபியை வென்றார்.

அவரது படைப்புகள்

கதைகள்

1989: ஜாஹிரா லா முஷா லஹா (பாதசாரிகள் இல்லாத ஒரு பிற்பகல்). ரியாத்.

1993: ராஜ்பத் அத்வாபிஹிம் அல் பீட் (அவர்களின் வெள்ளை அங்கிகளின் இயக்கம்). கெய்ரோ: ஷர்கியாத் பப்ளிஷிங் ஹவுஸ்.

1996: லா புத்த அண்ணா அஹதன் ஹரகா அல் குர்ராசா (யாரோ நோட்புக்கை நகர்த்தியிருக்க வேண்டும்). பெய்ரூட்: அல்-ஜதீத் பப்ளிஷிங் ஹவுஸ்.

2005: அகி யூஃபாட்டிஷ் அன் ரிம்பாட் (என் சகோதரர் ரிம்பாட்டைத் தேடுகிறார்). அரபு கலாச்சார மையம். பெய்ரூட் / தார் அல்-பைடா

நாவல்கள்

2003: லகத் மவ்தா (இறந்தவர்களின் வதந்திகள்). கொலோன், ஜெர்மனி: அல்-ஜமீல் பப்ளிஷிங் ஹவுஸ்

2003: ஃபிக் அல் ரைஹா (பிறை நிலவின் ஓநாய்கள்). பெய்ரூட்: ரியாத் அல்-ரைஸ் பப்ளிஷிங் ஹவுஸ்.

2004: அல் கருரா (பாட்டில்). பெய்ரூட் / தார் அல்-பைடா: அரபு கலாச்சார மையம்.

2006: நொஜாட் அடோல்பின் (டால்பின் உல்லாசப் பயணம்). பெய்ரூட்: ரியாத் அல்-ரைஸ் பப்ளிஷிங் ஹவுஸ்.

2009: அல்ஹம் லா யதிரு ஃபை புராய்தா (புறாக்கள் புரைடாவில் பறக்க வேண்டாம்). பெய்ரூட் / தார் அல்-பைடா: அரபு கலாச்சார மையம்.

5. இமான் அல்-நஃப்ஜன்

இமான் அல்-நஃப்ஜன் ஒரு சவுதி அரேபிய பதிவர் மற்றும் பெண்கள் உரிமை ஆர்வலர் ஆவார். 2018-2019ஆம் ஆண்டு பெண்ணியவாதிகள் மீதான சவுதி ஒடுக்குமுறையின் போது, மனித உரிமைகள் கண்காணிப்பகம் அவருக்கும் பிற செயற்பாட்டாளர்களுக்கும் பயமுறுத்தும் முயற்சியாக விளக்கியது. லூஜைன் அல்-ஹத்லூல் மற்றும் ஐந்து பெண்கள் உரிமை ஆர்வலர்களுடன் சவுதி அதிகாரிகளால் 2018 மே மாதம் அவர் பாதுகாப்பு தடுப்பில் வைக்கப்பட்டார்..

மார்ச் 2019 இன் பிற்பகுதியில், பெண்கள் தங்கள் பாதுகாப்பை முன்வைத்து, சிறைப்பிடிக்கப்பட்ட காலத்தில் அவர்கள் அனுபவித்த உடல் மற்றும் பாலியல் துஷ்பிரயோகங்களை விவரித்தனர். இமான் அல்-நஃப்ஜன், அஜீசா அல்-யூசெப் மற்றும் டாக்டர் ரோகயா மொஹறெப் ஆகியோருடன் ஜாமீனில் விடுவிக்கப்பட்டனர்.

செப்டம்பர் 2019 இல், அல்-நஃப்ஜன் "தைரியத்திற்கான பரிசு" பெற்றார், இது எல்லைகள் இல்லாத நிருபர்களால் வழங்கப்பட்டது. சவுதி அரேபியாவிலிருந்து வெளியேற அவளுக்கு தடை விதிக்கப்பட்டது, எனவே அவரது விருதை சேகரிக்க முடியவில்லை.

அல்-நஃப்ஜன் சவுதி அரேபியாவில் பிறந்தார், சவுதி இராணுவ அதிகாரியின் மகள். ரியாத் பல்கலைக்கழகம் (கே.எஸ்.யு) இருந்த நேரத்தில் ஆங்கிலத்தில் இளங்கலைப் பட்டம் பெற்றார். அவர் பள்ளி ஆசிரியராகவும் பின்னர் பல்கலைக்கழக கற்பித்தல் உதவியாளராகவும் பணியாற்றினார்.

அவள் முதுகலைப் பட்டம் பெற்றார் ஒரு வேற்று நாட்டு மொழியாக போதனை ஆங்கிலம் படிக்க பர்மிங்காம் பல்கலைக் கழகத்துக்கு சென்றார்.

அல்-நஃப்ஜன் கே.எஸ்.யுவில் முன் மருத்துவ ஆங்கிலம் கற்பித்தார். மாணவர்களின் கருத்துக்களை சுதந்திரமாக விவாதிக்கவும், அவர்களைப் பற்றி எழுதவும் அவர் ஊக்கப்படுத்தினார், அந்த நேரத்தில் ஒரு மாணவர் ஒமைமா அல்-நஜ்ஜார், “சவுதி பள்ளிகளில் கேள்விப்படாதவர் என்று விவரித்தார், அங்கு எங்களுக்கு கருத்து இருக்கவோ அல்லது ஆசிரியரிடம் கேள்வி கேட்கவோ அனுமதிக்கப்படவில்லை. குறிப்பாக மதம், கலாச்சாரம் அல்லது அரசியல் சம்பந்தப்பட்ட விஷயத்தில் “. அந்த நேரத்தில் பெண்களின் உரிமைகளுக்கு ஆதரவாக தனது வலுவான கருத்துக்களை அல்-நஃப்ஜன் வெளிப்படையாகக் கூறினார். 2013ஆம் ஆண்டில், அல்-நஃப்ஜன் கே.எஸ்.யுவில் மொழியியலில் பி.எச்.டி பெறுவதை நோக்கமாகக் கொண்டு ஆராய்ச்சி மேற்கொண்டார்.

பிப்ரவரி 2008 இல், அல்-நஃப்ஜன் ‘சவுதி வுமன்’ என்று வலைப்பதிவைத் தொடங்கினார், பெண்களை மையமாகக் கொண்டு சவுதி சமூக மற்றும் கலாச்சார விஷயங்களைப் பற்றி எழுதினார்.அவரது வலைப்பதிவு சர்வதேச அளவில் வாசிக்கப்பட்ட மிகவும் பிரபலமான சவுதி வலைப்பதிவுகளில் ஒன்றாக மாறியது. அந்த நேரத்தில் சவூதி அரேபியாவில் தடைசெய்யப்பட்ட தலைப்புகளில், அல்-நஃப்ஜன் வலைப்பதிவு செய்தார், இதில் ஆண்-பாதுகாவலரை ஒரு “துஷ்பிரயோக முறை” என்று விமர்சிப்பது, குழந்தை திருமணத்தையும் மத காவல்துறையினரின் தலையீடுகளையும் எதிர்ப்பது மற்றும் சவுதி அதிகாரிகளின் இணைய கண்காணிப்பை ஆவணப்படுத்துதல் ஆகியவை அடங்கும்.

17 ஜூன் 2011 அன்று, சவுதி அரேபிய போராட்டங்களின் போது பெண்கள் ஓட்டுநர் பிரச்சாரத்தின் ஒரு பகுதியாக ரியாத்தில் ஒரு காரை ஓட்டினார்.சவுதி அரேபியாவில் பெண்களை ஓட்ட அனுமதிக்கும் பிரச்சாரம் குறித்து மேற்கத்திய ஊடகங்களில் கட்டுரைகளை வெளியிடத் தொடங்கினார். செப்டம்பர் 2016 இல், சவுதி ஆண் பாதுகாப்பு முறைக்கு எதிரான பிரச்சாரத்தின் ஒரு பகுதியாக அல்-நஃப்ஜன் ஒரு மனுவில் கையெழுத்திட்டார். அக்டோபர் 2013 இல், வாகனம் ஓட்டும் போது அல்-நஃப்ஜன் கைது செய்யப்பட்டார். அல்-நஃப்ஜன் பெண்களில் மற்ற செயற்பாட்டாளர்களை பிரச்சாரத்தில் ஈடுபடுத்துவதற்கும், இந்த விவகாரத்தில் பொது விவாதத்திற்கு பங்களிப்பதற்கும் மிகவும் தீவிரமாக இருந்தார்.

மே 15-18 மே மாதத்தில், அல்-நஃப்ஜனை சவுதி அதிகாரிகள், லூஜெய்ன் அல்-ஹத்லூல், அஜீசா அல்-யூசெப், ஆயிஷா அல்-மனா,

மடேஹா அல்-அஜ்ரூஷ் மற்றும் பெண்கள் உரிமை பிரச்சாரத்தில் ஈடுபட்ட இரண்டு ஆண்களுடன் தடுத்து வைத்தனர். கைது செய்யப்பட்டதன் நோக்கம்,"இளவரசனின் உரிமை நிகழ்ச்சி நிரல் குறித்து சந்தேகம் தெரிவிக்கும் எவரையும்" பயமுறுத்துவதாக மனித உரிமைகள் கண்காணிப்பகம் விளக்கியது. கைது செய்யப்பட்ட ஆர்வலர்கள் "வெளிநாட்டுக் கட்சிகளுடன் சந்தேகத்திற்கிடமான தொடர்பு" வைத்திருப்பதாகவும், "வெளிநாடுகளில் விரோதப் போக்குகளுக்கு" நிதி உதவி அளிப்பதாகவும், அரசாங்க ஊழியர்களை நியமிப்பதாகவும் சவுதி அதிகாரிகள் குற்றம் சாட்டினர்.

நவம்பர், 2018 இல், அவர் தஹ்பான் மத்திய சிறையில் அடைக்கப்பட்டுள்ளார். அம்னஸ்டி இன்டர்நேஷனலின் கூற்றுப்படி, அல்-நஃப்ஜன் உள்ளிட்ட தடுத்து வைக்கப்பட்டுள்ள பெண்கள் உரிமை ஆர்வலர்கள் சித்திரவதை மற்றும் துஷ்பிரயோகத்திற்கு உட்படுத்தப்பட்டனர். மார்ச் 2019 இல், அல்-நஃப்ஜன் மற்ற சில தடுப்பு கைதிகளுடன் ஜாமீனில் விடுவிக்கப்பட்டார்.

6. எழுத்தாளர் ரஜாஅலெமுடன் பேட்டி

சவுதி அரேபிய எழுத்தாளர் ரஜா அலெமுடன் பேட்டி

"நான் எழுதும் போது நான் சுதந்திரமாக இருக்கிறேன், என் கனவுகளில் பறப்பது போல"

சவூதி எழுத்தாளர் ரஜா அலெம் அரபு இலக்கியத்தில் மிகச்சிறந்த குரல். சூரிச்சின் யூனியன்ஸ்வர்லாக் தனது "தி டவ்ஸ் நெக்லஸ்" என்ற நாவலின் ஜெர்மன் மொழிபெயர்ப்பை வெளியிட்டுள்ளது, இது 2011 இல் அரபு புனைகதைக்கான சர்வதேச பரிசை வென்றது. ரூத் ரீஃப் ரஜா அலெமுடன் தனது பணிகள் மற்றும் தாக்கங்கள் குறித்து பேசினார்.

ரஜா அலெம், நீங்கள் ஒரு டஜன் நாவல்கள், மேடை நாடகங்கள், சிறுகதைகள் மற்றும் கட்டுரைகளை எழுதியுள்ளீர்கள். உங்கள் பணி உங்களுக்கு ஏராளமான விருதுகளை வென்றுள்ளது. "தி டவ்ஸ் நெக்லஸ்" நாவலுடன் ஜேர்மன் வாசகர்கள் இப்போது உங்கள் படைப்பைப் படிக்க ஏன் வருகிறார்கள்?

ரஜா அலெம்: எல்லாவற்றிற்கும் ஒரு நேரம் இருக்கிறது. வெளியீட்டாளர்கள் தங்கள் வாசகர்களுக்காக அவர்கள் கொண்டு வரும் புத்தகங்களில் நம்பிக்கை வைக்க வேண்டும். அரபு இலக்கியத்தைச் சுற்றி நிறைய தப்பெண்ணங்களும் கிளிச்சல்களும் உள்ளன. வெளியீட்டாளர்கள் இந்த கிளிச்சக்களுக்குள் பாதுகாப்பாக உணர்கிறார்கள், ஆனால் அந்த வகைக்கு பொருந்தாத புத்தகங்களை அவர்கள் தவிர்க்கிறார்கள்.

என் நாவல்கள் என் சொந்த ஊரான மெக்காவின் ஆவி ஆழமாக வேரூன்றியுள்ளன. நகரத்தின் கட்டுக்கதைகள், வரலாறு மற்றும் தத்துவம் மற்றும் அனைத்தையும் சூஃபி நூல்களைப் போல புரிந்துகொள்ள வேண்டிய மொழியில் நான் வரைகிறேன்.

மொழிபெயர்க்க கிட்டத்தட்ட சாத்தியமில்லை. எனவே எனக்கு ஒரு சாகச வெளியீட்டாளர் மற்றும் மிகவும் அறிவார்ந்த மொழிபெயர்ப்பாளர் தேவை, அவர் எனது உலகங்களையும் எனது பாணியையும் ஜெர்மன் பேசும் பார்வையாளர்களுக்கு அணுகக்கூடியதாக மாற்ற முடியும்.

ஒவ்வொரு முஸ்லீமும் தங்கள் வாழ்நாளில் ஒரு முறை பார்க்க வேண்டிய புனித தளம் மக்கா. அத்தகைய இடத்தில் வளர்ந்து, நீங்கள் ஆன்மீக சக்தியை உணர்ந்தீர்களா, ஆன்மீக சக்தியா உங்களை எழுத விரும்புகிறதா?

அலெம்: மக்காவில் நான் சன்னதி முதல் சன்னதி வரை பயணிகளாக மக்களைப் பார்த்தேன். அந்த ஆன்மீக சக்தி என் கற்பனைக்கு உத்வேகம் அளித்தது. அதை ஆராய்வதற்கும், அதன் வெளிப்புற வரம்புகளை ஆராய்வதற்கும், அந்த சக்தியுடன் பாய்வதற்கும் நான் எழுதுகிறேன். எனது நாவல்கள் எனது நீட்டிப்புகள். அவற்றின் மூலம், நான் ஒரே நேரத்தில் பண்டைய மற்றும் எதிர்காலம் நிறைந்த உலகங்களுக்குள் நுழைகிறேன்.

கட்டுப்பாடுகளை மீறி, கடந்த காலத்திற்கும், நிகழ்காலத்திற்கும், எதிர்காலத்திற்கும் இடையிலான, சாத்தியமான மற்றும் சாத்தியமற்ற, வாழ்க்கை மற்றும் இறப்புக்கு இடையிலான எல்லைகளை கடப்பதில் இருந்து எனக்கு மகிழ்ச்சி கிடைக்கிறது. நான் ஒவ்வொரு புத்தகத்துடனும் வளர்கிறேன், மேலும் ஒரு இளைஞனாக ஹெர்மன் ஹெஸ்ஸின் "சித்தார்த்தா" ஐப் படித்த எனக்கு என்ன நேர்ந்தது என்பது போல வாசகரை வளர அனுமதிக்கிறேன். எங்கள் குரானில் குறிப்பிடப்பட்டுள்ளவற்றுடன் அவரது நதியின் ஒற்றுமையால் நான் மிகவும் பாதிக்கப்பட்டுள்ளேன்.

உங்கள் நாவல் மக்காவின் மதிப்புமிக்க பழைய கட்டிடக்கலை காணாமல் போனதைப் பற்றி வருத்தத்தைத் தருகிறது, "வருங்கால மக்காவின் படங்கள்", பிரம்மாண்டமான வானளாவிய கட்டிடங்கள் மற்றும் எஃகு காபாவுடன். உங்கள் மக்காவின் உருவப்படமும் சவுதி சமுதாயத்தின் உருவமா?

அலெம்: நான் "தி டவ்ஸ் நெக்லஸ்" எழுதத் தொடங்கியபோது, திரும்பிப் பார்த்தேன். ஆனால் நான் புத்தகத்தை முடித்த நேரத்தில், வித்தியாசமான சிந்தனை ரயிலில் என்னைக் கண்டேன். சவுதிகள் மட்டுமல்ல, உலகெங்கிலும் உள்ள மக்கள் ஒரு வகையான மெய்நிகர் யதார்த்தத்தின் விளிம்பில் உள்ளனர். யதார்த்தமே அதன் முந்தைய தாக்கத்தை இழந்து வருகிறது. நாம் இனி சிந்தனை அல்லது வாழ்க்கை முறைகளால் மட்டுப்படுத்தப்படவில்லை;

நாங்கள் உலகளாவிய, மெய்நிகர் நிறுவனங்களாக மாற்றிக் கொண்டிருக்கிறோம், படிப்படியாக ஒரு மெய்நிகர் பிரதேசத்தில் வேரூன்றி வருகிறோம், அங்கு தோற்றம் மற்றும் கலாச்சார பாரம்பரியம் அனைவராலும் பகிரப்பட்ட கலையின் அலங்கார மண்டலமாக பார்க்கப்படுகிறது, இது ஒரு அருங்காட்சியகமாக ஒளி மனதுடன் உலாவ, ஒரு அகழிகளாக அல்ல நாங்கள் முழுவதும் போராட.

மேற்கு நாடுகள் இஸ்லாமிய நாடுகளைப் பார்க்கும்போது எப்போதும் கவனம் செலுத்துகின்ற ஒரு பொருள் பெண்கள் உரிமைகள் பிரச்சினை. உங்கள் நாவலில் சில வலுவான, நம்பிக்கையான பெண் கதாபாத்திரங்கள் உள்ளன...

அலெம்: சுதந்திரம் ஒருபோதும் ஒரு தட்டில் எங்களிடம் ஒப்படைக்கப்படுவதில்லை. நாம் அதை சம்பாதிக்க வேண்டும். நான் எப்போதும் என் பாட்டி மற்றும் என் அத்தைகளைப் பற்றி எழுத நினைத்தேன். அவர்கள் எனது நவீன சிலைகள், சவுதி அரேபியாவின் வளர்ச்சியில் முக்கிய பங்கு வகித்த பெண்கள்; அவர்கள் ஒடுக்கப்பட்ட பெண்களுடன் அருகருகே வாழ்ந்த வழிபாட்டு நிலை கொண்ட பெண்கள். பெண்களும் ஆண்களும் சமத்துவத்தை உருவாக்க நிர்வகிக்கும் அல்லது சமூக கோரிக்கைகளால் அவ்வாறு செய்யப்படுவதைத் தடுக்கும் எந்த இடத்திலும் இது போன்றது. அந்த போராட்டமே வாழ்க்கை. ஒரு கதவு எங்கு மூடப்பட்டிருந்தாலும், நான் முன்னால் முன்னேறினேன். நான் தொடர்ந்து அழுத்தம் கொடுத்து வந்தேன்.

நீங்கள் எழுதத் தொடங்கியபோது சவுதி அரேபியாவின் இலக்கியக் காட்சி எப்படி இருந்தது? உங்கள் முன்மாதிரிகள் யார்?

அலெம்: எனது முன்மாதிரிகள் உலகின் சிறந்த வரைபடத்தி லிருந்து, கலை மற்றும் இலக்கியத்திலிருந்து வந்தன. பழைய அரபு புத்தகங்களால் நான் பெரிதும் பாதிக்கப்பட்டுள்ளேன், உதாரணமாக அனைத்து எல்லைகளையும் மீறி தூக்கிலிடப்பட்ட அல்-நஃபாரி, ரூமி மற்றும் இப்னு அரபி, அல் சுஹ்ரவர்தி மற்றும் அல்-ஹல்லாஜ் போன்ற பெரிய சூஃபிகளின் படைப்புகள். அறியாமலே, என் பாணி அல்-ஜாஹிஸின் "விலங்குகளின் புத்தகம்" அல்லது அல்-கஸ்வினியின் "மார்வெல்ஸ் ஆஃப் கிரியேச்சர்ஸ் மற்றும் ஸ்ட்ரேஞ்ச் திங்ஸ் தற்போது" போன்ற அண்டவியல் போன்ற புத்தகங்களால் வடிவமைக்கப்பட்டுள்ளது.

இது மேற்கில் இருப்பதற்கு நீண்ட காலத்திற்கு முன்பே அறிவியல் புனைகதை. என்னைப் பொறுத்தவரை, ஒரு புத்தகம் என்பது ஒரு

கற்பனை இருப்பு, அது என்னை இழக்கக் கூடிய ஒரு கடல் போல எழுகிறது. சவுதி அரேபியாவில், நாவல்கள் ஆராயப்படாத பகுதி. அரேபிய தீபகற்பம் கவிஞர்களின் தேசமாக இருந்தது. கவிதை எங்கள் வரலாற்று புத்தகமாக இருந்தது. பிற்காலத்தில்தான் நாவல்கள் எழுதுவதில் வெறி கொண்ட ஒரு தலைமுறை வந்தது. பெரும்பாலான கவிஞர்கள் நாவலாசிரியர்களாக மாறியது அப்போதுதான்.

ரஜா அல்சானியாவின் "ரியாத் பெண்கள்" தவிர, ஜெர்மன் வாசகர்கள் சமகால சவுதி இலக்கியங்களை நன்கு அறிந்தவர்கள் அல்ல. உங்கள் பார்வையில், அரபு இலக்கியத்திற்குள் சமகால சவுதி எழுத்தாளர்களின் பணி எவ்வளவு முக்கியமானது?

அலெம்: சவுதி அரேபியா மற்றும் பிற வளைகுடா நாடுகள் அல்லது வட ஆபிரிக்கா போன்ற நாடுகளின் புத்தகங்கள் சுற்றளவில் இருந்து வரும் இலக்கியங்களாக விவரிக்கப்படுகின்றன. எகிப்து, சிரியா, ஈராக் அல்லது லெபனான் ஆகியவை மத்திய இலக்கியங்களை உருவாக்குகின்றன என்று மக்கள் கருதுகின்றனர். ஆனால் 1990-களில் இருந்து, எழுத்தாளர்கள் வளைகுடாவிலிருந்து மற்றும் வட ஆபிரிக்காவிலிருந்து வெளிவந்து அரபு இலக்கியத்தில் தங்கள் தடம் பதித்து வருகின்றனர். அரபு உலகில் விமர்சகர்கள் எனது எழுத்தை அதன் சொந்த வர்க்கமாக கருதுகின்றனர்.

சமகால சவுதி எழுத்தில் நடைமுறையில் உள்ள குறிப்பிட்ட கருப்பொருள்கள் ஏதேனும் உள்ளதா?

அலெம்: சவுதி நாவல்கள் பொதுவாக தனித்துவத்தை வெளிப்படுத்துகின்றன. எழுத்தாளர்கள் சுதந்திரமானவர்களை உருவாக்குகிறார்கள், அவர்கள் தங்கள் சொந்த செயல்களுக்கு முழு மற்றும் வெட்கக்கேடான பொறுப்பை ஏற்றுக்கொள்கிறார்கள், அவர்கள் மூலமாக சமுதாயத்தை குறிக்கவில்லை, ஆனால் தங்களை மட்டுமே பிரதிநிதித்துவப்படுத்துகிறார்கள். அவை எல்லைகளை மீறுகின்றன மற்றும் அவ்வாறு செய்வதற்கான விலையை செலுத்த தயாராக உள்ளன. கடந்த சில ஆண்டுகளில் இலக்கியக் காட்சி சற்று அமைதியடைந்து படிப்படியாக வடிவம் பெற்றுள்ளது. எழுத்தாளர்கள் சவுதி அரேபியாவின் ஆவியையும் அதன் அற்புதமான மக்களையும் உயிர்ப்பிக்கிறார்கள்.

இந்த நேரத்தில் சவுதி அரேபியாவில் தணிக்கை செய்வது தொடர்பான நிலைமை என்ன? ஒருபுறம், எழுத்தாளர்கள் கைது செய்யப்படுவதைப் பற்றி நாங்கள் தொடர்ந்து படிக்கிறோம், ஆனால் மறுபுறம் நீங்கள் ஒரு நேர்காணலில் நீங்கள் ஒரு அறிவுஜீவி என்று ஒப்புக் கொள்ளப்படுகிறீர்கள் என்று கூறியுள்ளீர்கள்...

அலெம்: ஒரு எழுத்தாளராக எனது படைப்புகளைப் பற்றி நான் ஒருபோதும் விசாரிக்கப்படவில்லை, இது உண்மையில் சர்ச்சைக்குரியது, எல்லாவற்றையும் கேள்விக்குள்ளாக்குகிறது மற்றும் ஆழ்ந்த சிற்றின்பத்தை வெளிப்படுத்துகிறது. தணிக்கை இல்லை என்று அர்த்தமல்ல. ஆனால் எல்லைகள் அகலமானவை. நிச்சயமாக மதத்தையோ மக்களின் மதிப்புகளையோ அவமதிக்க எங்களுக்கு அனுமதி இல்லை. ஆனால் நான் எழுதும் போது தணிக்கைக்கு நான் செவிசாய்க்கவில்லை.

எழுதும் தருணம் மிகவும் சிறப்பு வாய்ந்தது, மிகவும் புனிதமானது; அனுமதிக்கப்பட்டவை மற்றும் இல்லாதவற்றால் நான் தொடாத இடத்தில் இருக்கிறேன். டிரான்ஸ் அந்த நேரத்தில், தணிக்கை எனக்கு இல்லை. நான் எழுதும்போது நான் சுதந்திரமாக இருக்கிறேன், என் கனவுகளில் பறப்பது போல.

உங்கள் நாவல்கள் அதிகம் ஜெர்மன் மொழியில் மொழி பெயர்க்கப்படுமா?

அலெம்: அது வரம்புகள் இல்லாத கனவு. எனது முந்தைய புத்தகங்கள் சில பிற மொழிகளில் மொழிபெயர்க்கப்பட்டு என்னை ஒரு எழுத்தாளராகவும் ஒரு நபராகவும் மாற்றியுள்ளன. ஜெர்மன் மொழி பேசும் வாசகர்கள் எனது புத்தகத்திற்கு எவ்வாறு பிரதிபலிக்கிறார்கள், என்னையும் எனது உலகங்களையும் அவர்கள் எவ்வாறு கண்டுபிடிப்பார்கள் என்பதை இப்போது பார்ப்பேன். எனக்கு அதிக நம்பிக்கைகள் உள்ளன. ஆழமான இணைப்புகளை உருவாக்க ஒரு புத்தகம், ஒரு வாக்கியம் போதுமானது.

ரூத் ரீஃப் நடத்திய நேர்காணல்

கேட்டி டெர்பிஷையரால் ஜெர்மன் மொழியிலிருந்து மொழிபெயர்க்கப்பட்டுள்ளது

ஆசிரியர்: ஐங்கீல் ஃபிளனகன் / கந்தாரா.டி

1956 இல் சவுதி அரேபியாவின் மக்காவில் பிறந்த ரஜா அலெம், ஜெட்டா பல்கலைக்கழகத்தில் ஆங்கில இலக்கியம் பயின்றார் மற்றும் ஆசிரியராக பயிற்சி பெற்றார். அவர் தனது முதல் நாவலான “சில்க் ரோடு” ஐ *1995* இல் வெளியிட்டார். அலெம் தனது படைப்புகளுக்காக ஏராளமான விருதுகளைப் பெற்றுள்ளார், மேலும் 2011ஆம் ஆண்டில் “தி டோவ்ஸ் நெக்லஸ்” நாவலுக்காக அரபு புனைகதைக்கான சர்வதேச பரிசை வென்ற முதல் பெண்மணி ஆவார்.

7. மோனா அல் முனாஜெத்

மோனா அல் முனாஜெத் ஒரு சவுதி சமூகவியலாளர் மற்றும் அரபு நாடுகளில் பெண்களின் சமூக பங்கு குறித்த நிபுணர் ஆவார். அரபு நாடுகளில் குழந்தைத் தொழிலாளர், பாலினம் மற்றும் வளர்ச்சி தொடர்பான திட்டங்களில் பல ஐக்கிய நாடுகளின் நிறுவனங்களுடன் பணியாற்றியுள்ளார்.

மோனா அல் முனாஜெத் சமூகவியலில் எம்.ஏ. பட்டத்தை நியூயார்க் பல்கலைக்கழகத்தில் இருந்தும் சமூகவியலில் பிஎச்டி பட்டத்தை ஜார்ஜ் வாஷிங்டன் பல்கலைக்கழகத்தில் இருந்தும் பெற்றார். மேற்கு ஆசியாவிற்கான ஐக்கிய நாடுகளின் பொருளாதார மற்றும் சமூக ஆணையத்தில் முதல் சமூக விவகார அதிகாரியாக பணியாற்றினார்.

அப்துல் லத்தீப் ஜமீல் கம்பெனி லிமிடெட் நிதியுதவி அளித்த “சவூதி அரேபியாவில் பெண்கள் நலச் சங்கங்களின் பங்கை செயல்படுத்துதல்” என்ற அவரது திட்டம், சவூதி அரேபியாவில் ஐ.நா. திட்டங்களுக்கு தனியார் துறையால் நிதியளிப்பதில் முன்னோடியாக இருந்தது. 2005ஆம் ஆண்டில் அவர் இந்த திட்டத்திற்காக ஐ.நா 21 விருதைப் பெற்றார்.

2011 முதல் அவர் தலைமை நிர்வாக அதிகாரி மத்திய கிழக்கின் 100 சக்திவாய்ந்த அரபு பெண்களின் பட்டியலில் இடம் பெற்றார். 2015ஆம் ஆண்டின் 100 சக்திவாய்ந்த அரபு பெண்கள் பட்டியலில் அவர் # 7 இடத்தைப் பிடித்தார்.

மோனா அல் முனாஜெத் சமீபத்தில் டிப்ளமேடிக் காலாண்டுக்குள் (டி.க்யூ) பிரெஞ்சு தூதர் பெர்ட்ராண்ட் பெசன்செனோட்டின் வதிவிடத்தில் தனது தனிப்பட்ட தொகுப்பிலிருந்து சுமார் 60 ஓவியங்களின் மூன்று நாள் கண்காட்சியை நடத்தினார்.

பிரெஞ்சு தூதர் தொடக்க நாளில் மோனா அல்முனாஜ் மற்றும் பிற அரபு கலைஞர்களின் ஓவியங்களை உள்ளடக்கிய கலைப்படைப்புகளுக்கு தனது பாராட்டுகளைத் தெரிவித்தார்,

அல் முனாஜெத்தைப் பற்றி அவர் கூறினார்," கலைஞராகவும் சேகரிப்பாளராகவும் ஓவியம் வரைவதற்கான அவரது காதல், அவர் தனது தொழில் வாழ்க்கையுடன் ஒன்றிணைக்க முடிந்த ஒரு தனிப்பட்ட தொழிலில் இருந்து பிறந்தார். "அவர் மேலும் கூறினார்:" இந்த விஷயத்தில் அவரது மறைந்த தந்தை சலாவுதீன் அவரை ஊக்குவித்தார் பழைய கையெழுத்துப் பிரதிகள் மற்றும் வெளிச்சங்கள் மற்றும் அவரது சகோதரர் ஜாகர் ஆகியோரால் சேகரிக்கப்பட்டவை அவை.

ஒரு படத்தை அல்லது இடத்தை சித்தரிக்க அல்லது ஒரு செய்தியை முழுவதும் வைக்க வண்ணங்களின் வளமான தூண்டுதல்களால் பலர் ஈர்க்கப்பட்டிருந்தால், அல் முனாஜெத் இயல்பாகவே சிறுவயதிலிருந்தே ஒரு உண்மையான கலைஞராக இருப்பதால் அவ்வாறு வரையமுடிந்தது.

அவர் பள்ளியில் வரைவதற்குத் தொடங்கினார், பின்னர் பிரான்சில் தனது படிப்பின் போது மோன்ட்மார்ட்ரில் ஓவியம் வரைந்தார். அது பிரெஞ்சு மொழியுடன் அவளது சரளத்தை விளக்குகிறது. சமகால அரபு கலைஞர்களை விட இத்தாலிய ஓவியர்களையும் அவர் கண்டுபிடித்தார், மேலும் கண்காட்சியில் சேர்க்கப்பட்ட ஈராக் ஓவியங்களை சேகரிக்கத் தொடங்கினார்.

நிகழ்ச்சியில் சேர்க்கப்பட்ட பிற கலைஞர்களில் சவுதிகள், லெபனான், சிரியர்கள் மற்றும் சூடான் ஓவியர்கள் உள்ளனர். பாடங்கள் மாறுபட்டிருந்தன, ஆனால் அவற்றை ஒன்றிணைத்தது கலைஞர் குறிப்பாக பாராட்டும் சூடான மற்றும் வலுவான வண்ணங்கள்.

காட்சிக்கு வைக்கப்பட்ட ஓவியங்கள் அக்ரிலிக்ஸ், கலப்பு ஊடகம், கேன்வாஸில் எண்ணெய், அக்ரிலிக்ஸ் மற்றும் எண்ணெய், கலப்பு ஊடகம் படத்தொகுப்பு, காகிதத்தில் அக்வாரெல் ஆகியவற்றில் இருந்தன. அவர்கள் தூதர்களை உள்ளடக்கிய விருந்தினர்களிடமிருந்து அதிக பாராட்டுக்களைப் பெற்றனர்.

துவக்கத்தின்போது விருந்தினர்களிடம் தூதர் பெசன்செனோட், "மோனாவின் ஓவியங்கள் உயிருடன் இருப்பதால் அவை ஓவியரின் ஆத்மாவை அவரது வாழ்க்கையின் ஒரு குறிப்பிட்ட தருணத்தில் பிரதிபலிக்கின்றன, அது எப்போதும் அவரது தனிப்பட்ட வரலாற்றுடன் தொடர்புடையது."

உண்மையில், அல் முனாஜெத்தின் சொந்த கலைப்படைப்புகள் பட்டு மீதான ஓவியங்கள் வெளிப்பாடுவாதம் மற்றும் இம்ப்ரெஷனிசத்தின் வெற்றிகரமான கலவையாகும், மேலும் அவை சக்திவாய்ந்த மற்றும் துடிப்பான வண்ணங்களின் ஆழமான உணர்வைக் கொண்டுள்ளன.

ஓவியங்கள் அவரது வாழ்க்கையைப் பற்றிய பார்வையை பிரதிபலிக்கின்றன. சிலர் வழக்கமான சவுதி பாரம்பரிய வீடுகளை காட்சிப்படுத்துகிறார்கள், ஆனால் "பிங்க் பாலைவனம்" அல்லது "பூக்கும் பாலைவனம்" போன்ற தனது சூழலில் சமகால நிகழ்வுகள் பற்றிய விழிப்புணர்வையும் அவர் காட்டுகிறார்.

தனது சொந்த படைப்புகளைப் பற்றி அல் முனஜ்ஜெட் கூறினார்: "பட்டு மீது வண்ணம் தீட்டுவது உண்மையில் ஒரு சவால். உங்களுக்கு நிறைய கட்டுப்பாடு, பொறுமை மற்றும் பயிற்சி தேவை. வண்ணங்களை எவ்வாறு கலந்து ஒரு நல்ல பிரதிபலிப்பைக் கொடுக்க வேண்டும் என்பதையும் நீங்கள் அறிந்து கொள்ள வேண்டும்."

அவர் மேலும் கூறினார்:" நான் அரபு கலாச்சாரம் மற்றும் சவுதி பாரம்பரியத்தை பட்டுக்குக் கொண்டுவர முயற்சிக்கிறேன். நான் நிறைய வளைவுகள், மினாரெட்டுகள், மசூதிகள் மற்றும் கலாச்சார சின்னங்களை வரைகிறேன். எனது ஓவியங்கள் நவீன மற்றும் ஓரியண்டலின் கலவையாகும்."

"பிங்க் பாலைவனம் "ஒரு உமிழும் பாலைவனத்தை மனதில் கொண்டுவருகிறது, அங்கு ஒரு புயல் நிகழ்கிறது, அதே நேரத்தில் ஒரு பரந்த பாலைவன நிலத்தின் மத்தியில் பசுமையான தாவரங்களை உருவாக்குகிறது.

அவரது மற்ற படைப்புகள் "தி காபி பாட்", "லாபிரிந்த்", "ஜெட்டாவில் வீடு", "பெண்கள்", "நீல மசூதி", "நஜ்ரான்" மற்றும் "ஒட்டகத்தின் மீது அழகு" என்ற தலைப்பில் இருந்தன.

விருந்தினர்களில் ஒருவர் கருத்துத் தெரிவிக்கையில்: "நானே ஒரு அரபியாக இருப்பதால், மோனாவின் கலைப்படைப்புகளுடன் என்னால் எளிதாக தொடர்புபடுத்த முடியும். அவள் அவர்களைப் பற்றி

பேசாவிட்டாலும் கூட, அவள் மிகவும் பழக்கமான வேலைப் பாடங்களில் அவள் கைப்பற்றியிருக்கிறாள் என்பது எனக்குத் தெரியும், மேலும் சேகரிப்பாளர்களுக்கு அவளுடைய சில ஓவியங்களை அவர்களின் தொகுப்புகளில் சேர்ப்பது மிகவும் நல்ல யோசனையாக இருக்கும்.

அரபு உலகில் பாலினம், பெண்கள் மற்றும் வளர்ச்சி உள்ளிட்ட சமூக பிரச்சினைகள் குறித்து ஐக்கிய நாடுகளின் நிறுவனங்களில் பல ஆண்டுகளாக பணியாற்றியுள்ளார். "அவர் சவுதி பெண்களின் பங்கு குறித்து விரிவாக எழுதியுள்ளார் மற்றும் பல கட்டுரைகளையும் புத்தகங்களையும் வெளியிட்டுள்ளார் விஷயத்தில்.

கலை கண்காட்சி உண்மையில் வரவேற்கத்தக்க நிகழ்வாகும். இது உள்ளூர் ஓவியர்களிடையே உற்பத்தித்திறனையும் படைப்பாற்றலையும் உருவாக்கியது மற்றும் அரபு கலை மற்றும் ஓவியர்களின் நல்ல பிரதிபலிப்பாக இருந்தது.

நீங்கள் வாழ்க்கைக்கான மனித நடத்தைகளைப் படிக்கும்போது, அதில் ஈடுபடுவது கடினம். மோனா அல்-முனாஜெத் சவுதி அரேபியாவின் முன்னணி சமூகவியலாளர் ஆவார், மேலும் தனது தத்துவார்த்த ஆய்வுகளை நாட்டின் மிக முக்கியமான பெண்கள் உரிமை ஆர்வலர்களில் ஒருவராக மாற்றியுள்ளார்.

இந்த நம்பமுடியாத பெண் ஐக்கிய நாடுகள் சபையுடன் இணைந்து அரபு நாடுகளில் குழந்தைத் தொழிலாளர் முதல் பாலினம் மற்றும் வளர்ச்சி வரை முக்கிய பிரச்சினைகளைத் தீர்க்க உதவியுள்ளார். அவரது திட்டம், "சவூதி அரேபியாவில் பெண்கள் நலச் சங்கங்களின் பங்கைச் செயல்படுத்துதல்" என்பது சவூதி அரேபியாவில் தனியார் நிதியுதவி பெறும் முதல் ஐ.நா திட்டமாகும்.

அது போதாது என்பது போல, அவர் சவூதி வுமன் ஸ்பீக் உட்பட பல புத்தகங்களையும் எழுதியுள்ளார், இது வெற்றிகரமான மற்றும் சிறந்த சவுதி பெண்களுடன் 24 நேர்காணல்களால் ஆனது. இது முஸ்லீம் பெண்களின் செயலற்ற பாதிக்கப்பட்டவர்களின் வழக்கமான ஒரே மாதிரியை உடைத்து அவர்களின் உண்மையான வலிமையையும் திறனையும் காட்டுகிறது.

"சவூதி அரேபியாவில் பெண்களின் நிலை குறித்து உலகின் பிற பகுதிகளில் ஒரு பெரிய தவறான எண்ணமும் தவறான புரிதலும் உள்ளது, இது அமெரிக்காவில் எனது உயர் படிப்பைத் தொடர்ந்தும் பின்னர் வெளிநாடுகளுக்குச் சென்றபோதும் நான் உணர்ந்தேன்" என்று அவர் அரபு செய்திக்குத் தெரிவித்தார்.

உள்ளூர் சமூகம் செய்யும் வழியில் சர்வதேச சமூகம் சவுதி பெண்களுக்கு முன்னேற்றத்தைக் காணவில்லை என்றாலும், மாற்றம் நடக்கும் என்று அல்-முனாஜெத் கூறியுள்ளார், இது ஒரு காலப்பகுதி ஆகும்.

அவரது மற்ற புத்தகங்களில் ஒன்றான பெண்கள் இன்று சவுதி அரேபியா இன்று, சவுதி பெண்கள் எதிர்கொள்ளும் முக்கிய பிரச்சினைகள் மற்றும் சமூகத்தில் அவர்களின் தற்போதைய பங்கு ஆகியவற்றை முன்வைக்கிறது. சவுதி பெண்கள் சமுதாயத்தில் ஒரு முக்கிய பங்கைக் கொண்டிருப்பதற்காக அவர் தொடர்ந்து பணியாற்றி வருகிறார், மேலும் முக்கியமானது இராச்சியத்திற்குள் இருப்பதாக நம்புகிறார்.

"[சமூக சீர்திருத்தம்] படிப்படியாகவும், தங்கள் சொந்த சமுதாயத்திலிருந்தும் மட்டுமே வர முடியும்," என்று கடந்த ஆண்டு கையெழுத்திட்ட ஒரு புத்தகத்தில் அவர் கூறினார்.

அல்-முனாஜெத் மற்ற பெண்களை ஆதரிக்கும் பெண்களின் சக்தியைக் காட்டுகிறார், பெண்கள் நலன் மற்றும் அவரது புத்தகங்கள் மூலம் அவர் செய்த பணிகள் மூலம், இது சவுதி பெண்கள் குறித்து உலகிற்கு மாறுபட்ட கண்ணோட்டத்தை அளிக்கிறது.

8. ஜமால் அகமது கஷோகி

ஜமால் அகமது கஷோகி மதீனா, சவுதியில் அக்டோபர் 13, 1958ஆம் ஆண்டு பிறந்தார். இவரது தாத்தா, முஹம்மது கஷோகி துருக்கியை சேர்ந்தவர், ஒரு சவுதி அரேபிய பெண்ணை திருமணம் செய்து தனிப்பட்ட மருத்துவராக கிங் அப்துல்லசிஸ் அல் சவுத் மன்னருக்கு பணிபுரிந்தவர் இவரத்ய் தாத்தா.

கஷோகி தனது ஆரம்ப மற்றும் இடைநிலைக் கல்வியை சவுதி அரேபியாவில் பெற்றார் மற்றும் 1982ஆம் ஆண்டில் அமெரிக்காவின் இந்தியானா மாநில பல்கலைக்கழகத்தில் பிபிஏ பட்டம் பெற்றார்.

இவரது முதல் மனைவி டாக்டர் ஆலா நாசிப். அவர்களுக்கு இரண்டு மகன்கள், சலா மற்றும் அப்துல்லா கஷோகி மற்றும் இரண்டு மகள்கள், நோஹா மற்றும் ரஸன் ஜமால் கஷோகி.

கஷோகியின் நான்கு குழந்தைகள் அனைவரும் அமெரிக்காவில் படித்தவர்கள், அவர்களில் இருவர் அமெரிக்க குடிமக்கள். அவர் படுகொலை செய்யப்பட்ட பின்னர், நால்வரும் சவுதி அரேபியாவை விட்டு வெளியேற தடை விதிக்கப்பட்டது.

ஜமால் கஷோகி 1983 முதல் 1984 வரை திஹாமா புத்தகக் கடைகளின் பிராந்திய மேலாளராக தனது வாழ்க்கையைத் தொடங்கினார். பின்னர் அவர் சவுதி வர்த்தமானியின் நிருபராகவும், 1985 முதல் 1987 வரை ஒகாஸின் உதவி மேலாளராகவும் பணியாற்றினார். அவர் தனது வாழ்க்கையைத் தொடர்ந்தார் 1987 முதல் 1990 வரை பல்வேறு தினசரி மற்றும் வாராந்திர அரபு செய்தித்தாள்களுக்கான நிருபர், இதில் ஆஷர்க் அல்-அவ்சாத், அல் மஜல்லா மற்றும் அல் முஸ்லூமூன் ஆகியன அடங்கும். கஷோகி 1991 இல் அல் மதீனாவின் நிர்வாக ஆசிரியராகவும்,

தலைமை ஆசிரியராகவும் ஆனார், அந்த பதவியில் இருந்தவர் 1999 வரை நீடித்தார்.1991 முதல் 1999 வரை ஆப்கானிஸ்தான், அல்ஜீரியா, குவைத், சூடான் மற்றும் மத்திய கிழக்கு நாடுகளில் வெளிநாட்டு நிருபராக இருந்தார். இந்த காலகட்டத்தில் அவர் சவுதி அரேபிய புலனாய்வு அமைப்பு மற்றும் ஆப்கானிஸ்தானில் அமெரிக்கா ஆகிய இரண்டிலும் பணியாற்றினார் என்றும் கூறப்படுகிறது. பின்னர் அவர் அரபு செய்திகளின் துணை ஆசிரியராக நியமிக்கப்பட்டார், மேலும் 1999 முதல் 2003 வரை இந்தப் பதவியில் பணியாற்றினார்.

சவூதி அரேபியா “1979 க்கு முந்தைய காலநிலைக்கு திரும்ப வேண்டும், அரசாங்கம் கடுமையான வஹாபி மரபுகளை கட்டுப்படுத்தியபோது, இன்று பெண்களுக்கு ஆண்களைப் போலவே உரிமைகளும் இருக்க வேண்டும். மேலும் அனைத்து குடிமக்களுக்கும் உரிமை இருக்க வேண்டும் “ என்று கஷோகி 3 ஏப்ரல் 2018 அன்று ஒரு போஸ்ட் பத்தியில் எழுதினார். சிறைவாசத்திற்கு அஞ்சாமல் எழுதினார். “ சவுதிகள் “ மதச்சார்பின்மை மற்றும் இஸ்லாத்திற்கு இடமளிக்கும் ஒரு வழியைக் கண்டுபிடிக்க வேண்டும், துருக்கியில் மக்கள் வைத்திருப்பதைப் போன்றது “ என்றும் அவர் கூறினார். மரணத்திற்குப் பிந்தைய (17 அக்டோபர் 2018) கட்டுரையில், “அரபு உலகிற்கு மிகவும் தேவைப்படுவது சுதந்திரமான வெளிப்பாடு ஆகும்”, அரபு வசந்த காலத்தில் அரபு உலக பத்திரிகை சுதந்திரத்தின் நம்பிக்கையை கஷோகி விவரித்தார். தேசிய அரசாங்கங்களிலிருந்து சுயாதீனமான ஒரு அரபு உலக சுதந்திர பத்திரிகை உருவாகும் என்ற அவரது நம்பிக்கை ஆகும், இதனால் “அரபு உலகில் உள்ள சாதாரண மக்கள் தங்கள் சமூகங்கள் எதிர்கொள்ளும் கட்டமைப்பு பிரச்சினைகளுக்கு தீர்வு காண முடியும்.”

பிபிசியின் நியூஷோருடன் பேசிய கஷோகி, ஆக்கிரமிக்கப்பட்ட பாலஸ்தீனிய பிரதேசங்களில் இஸ்ரேலின் குடியேற்றக் கட்டடத்தை விமர்சித்தார்: “இஸ்ரேலியர்கள் மீது சர்வதேச அழுத்தம் எதுவும் இல்லை, எனவே இஸ்ரேலியர்கள் குடியேற்றங்களை கட்டியெழுப்ப, வீடுகளை இடிக்கிறார்கள்.”

கத்தார் சார்ந்த அல் ஜஜீரா டிவியின் நிகழ்ச்சி ஒன்றில் கஷோக்கி கூறினார் சவூதி அரேபியா தமது வஹாபிய நிலைபாட்டை கைவிட்டு ஈரானுடன் நட்பு பேணவாண்டும். சவுதி அரேபியாவும் முஸ்லீம் சகோதரத்துவமும் நட்பாக இருக்க முடியாவிட்டால் அது ஒரு “பெரிய தவறு” ஆகும் என்றார்.

யேமனுக்கு எதிரான சவுதி யுத்தத்தை கஷோகி விமர்சித்தார், "இந்த கொடூரமான யுத்தம் யேமனில் நீடிக்குமானால் நிரந்தர சேதம் ஏற்படும். யேமன் மக்கள் வறுமை, காலரா மற்றும் நீர் பற்றாக்குறையை எதிர்த்துப் போராடி தங்கள் நாட்டை மீண்டும் கட்டியெழுப்புவதில் மும்முரமாக இருப்பார்கள். கிரீடம் இளவரசரின் [முகமது பின் சல்மான்] வன்முறைக்கு முற்றுப்புள்ளி வைக்க வேண்டும், "மற்றும்" சவூதி அரேபியாவின் கிரீடம் இளவரசர் தனது நாட்டிற்கு கண்ணியத்தை மீட்டெடுக்க வேண்டும் - யேமனின் கொடூரமான போரை முடிவுக்குக் கொண்டுவருவதன் மூலம்" என்றார்.

கஷோகி 2017 செப்டம்பரில் சவுதி அரேபியாவிலிருந்து தப்பிச் சென்று சுயமாக நாடுகடத்தப்பட்டார். சவூதி அரசாங்கம் "ட்விட்டரில் இருந்து அவரை தடைசெய்தது" என்று அவர் கூறினார், பின்னர் அவர் சவுதி அரசாங்கத்தை விமர்சிக்கும் செய்தித்தாள் கட்டுரைகளை எழுதினார்.கஷோக்கி சவூதி அரேபியாவை கடுமையாக விமர்சித்து எழுதினார் கிரீடம் இளவரசர், முகமது பின் சல்மான், நாட்டின் ராஜா, சல்மான் ஆகியோர்களையும் விமர்சித்தார். யேமனில் சவுதி அரேபிய தலைமையிலான தலையீட்டையும் அவர் எதிர்த்தார்.

2 அக்டோபர் 2018 அன்று, கஷோகி தனது திட்டமிட்ட திருமணம் தொடர்பான ஆவணங்களைப் பெறுவதற்காக இஸ்தான்புல்லில் உள்ள சவுதி தூதரகத்திற்குள் நுழைந்தார், ஆனால் ஒருபோதும் வெளியேறவில்லை. அவர் கொல்லப்பட்டார் அல்லது உள்ளே துண்டிக்கப்பட்டார் என்று கூறப்படும் செய்தி அறிக்கைகளுக்கு இடையே, சவுதி மற்றும் துருக்கிய அதிகாரிகளால் தூதரகத்தின் ஆய்வு அக்டோபர் 15 அன்று நடந்தது. ஆரம்பத்தில் சவூதி அரசாங்கம் மரணத்தை மறுத்தது, ஆனால் கஷோகியின் மரணம் குறித்த விளக்கங்களை மாற்றியதைத் தொடர்ந்து, சவூதி அரேபியாவின் அட்டர்னி ஜெனரல் இறுதியில் கொலைக்கு முன்கூட்டியே திட்டமிடப்பட்டதாகக் கூறினார். நவம்பர் 16, 2018 க்குள், சவுதி மகுட இளவரசர் முகமது பின் சல்மானை விசாரிக்க சிஐஏ முடிவு செய்தது.கஷோகியின் படுகொலைக்கு இளவரசரே உத்தரவிட்டார் என்று கண்டறியபட்டது.

11 டிசம்பர் 2018 அன்று, ஜமால் கஷோகி பத்திரிகை துறையில் பணியாற்றியதற்காக டைம் பத்திரிகையின் ஆண்டின் சிறந்த நபராக அறிவிக்கப்பட்டார், மேலும் அரசியல் துன்புறுத்தல்களை எதிர்கொண்ட பிற பத்திரிகையாளர்களுடன் அவரது பணி ஒப்பிடப்பட்டது. டைம் பத்திரிகை கஷோகியை "சத்தியத்தின் பாதுகாவலர்" என்று குறிப்பிட்டது.

9. அப்துல் ரஹ்மான் முனிஃப்

அப்துல் ரஹ்மான் முனிஃப் (மே 29, 1933 - ஜனவரி 24, 2004) ஒரு சவுதி நாவலாசிரியர் ஆவார். அவரது நாவல்களில் வலுவான அரசியல் கூறுகள் மற்றும் மத்திய கிழக்கு உயரடுக்கு வர்க்கங்களின் கேலிக்கூத்துகள் அடங்கும். அவரது பணி சவுதி அரேபியாவின் ஆட்சியாளர்களை மிகவும் புண்படுத்தியது, அவருடைய பல புத்தகங்கள் தடை செய்யப்பட்டன மற்றும் அவரது சவுதி குடியுரிமை ரத்து செய்யப்பட்டது.

முனிஃப் சவூதி தேசியத்தில் பிறந்து அம்மன், ஜோர்டான் இல் வளர்ந்தார். சவூதி தந்தைக்கும் ஈராக்கிய தாய்க்கும் பிறந்தார்.1952ஆம் ஆண்டில் சட்டம் படிப்பதற்காக பாக்தாத்திற்குச் சென்றார், பின்னர் கெய்ரோவுக்குச் சென்றார். அவர் சட்டத்தில் பட்டம் பெற்றார் சோபோர்ன் எண்ணெய் பொருளியலில் பிஎச்டி பட்டம் பெற்று பெல்க்ரேடின் பல்கலைக்கழகத்தில் பொருளியல் ஆசிரியர் ஆனார். பின்னர் அவர் எண்ணெய் அமைச்சகத்தில் பணியாற்ற ஈராக்கிற்குத் திரும்பி பாத் கட்சியில் உறுப்பினரானார். இந்த நேரத்தில் அவர் அல்-நாஃப்ட் வா அல்-தன்மியா ("பெட்ரோலியம் மற்றும் மேம்பாடு") என்ற தொழில் பத்திரிகையைத் திருத்தியுள்ளார்.

அவர் 1970-களில் ஈராக் அமைச்சகத்துடன் தனது வேலையை விட்டுவிட்டு, பாத் கட்சியை விட்டு வெளியேறி, சிரியாவின் டமாஸ்கஸுக்கு குடிபெயர்ந்த பின்னர், அவர் எதிர்த்த ஆட்சியில் இருந்து தன்னை நீக்கிவிட்டு எழுதத் தொடங்கினார். மத்திய கிழக்கு உயரடுக்கின், குறிப்பாக சவுதி அரேபியாவின் மோசமான கேலிக்கூத்துக்களுக்காக அவர் விரைவில் அறியப்பட்டார், இது அவரது பல புத்தகங்களை தடைசெய்து சவுதி குடியுரிமையை பறித்தது. எண்ணெய் தொழிற்துறையைப் பற்றிய தனது அறிவைப்

பயன்படுத்தி, அதை நடத்திய வணிகர்களையும் அவர்கள் பணியாற்றிய அரசியல்வாதிகளையும் விமர்சித்தார்.

முனிஃப் பதினைந்து நாவல்களை எழுதியவர். உப்பு நகரங்கள் நாவல் அரேபிய தீபகற்பத்தில் அதன் பாரம்பரிய நாடோடி கலாச்சாரம் மாற்றமடைந்த வரலாறையும் கச்சா எண்ணெயின் அரசியலையும் கூறுகிறது. வில்லியம் பாக்னர் நாவலான *Yok-napatawpha* நகரை சித்தரிக்கும் விதமாக ஒப்பீட்டளவில் சொல்லமுடியும்.கவுண்டி. முடின் அல்-மில் (உப்பு நகரங்கள், 1984) உடன் இந்த குவிண்டெட் தொடங்குகிறது, இது வாடி அல்-யுயோனின் பாலைவன சோலையை சித்தரிக்கிறது, இது மேற்கத்திய எண்ணெய் மனிதர்களின் வருகையால் மாற்றப்பட்டு அழிக்கப்படுகிறது, இது சீர்குலைந்த கிராமத்தின் கதையைப் போன்றது *Chinua Achebe* 'நாவலான ' *Things fall apart* போன்ற ஒரு கதை. ஒரு பாரம்பரிய ஆப்பிரிக்க கிராமத்தில் சக்திவாய்ந்த மிஷனரிகளின் வருகையின் விளைவுகளை அச்செபே விவரித்ததைப் போலவே, முனிஃப் நாடோடி மற்றும் சோலை சமூகங்களின் பாலைவனங்களிலிருந்து பெறப்பட்ட அளவிட முடியாத செல்வத்தின் வாக்குறுதியின் பொருளாதார, சமூக மற்றும் உளவியல் விளைவுகளை விவரிக்கிறார்.அல்-உத்தூத் ; (1985 அகழி,)தகசிம் அல்-லைல் வ-அல்-நஹார் (1989; இரவும் நாளில் வேறுபாடுகள்), அல்-முன்பாத் (1989; பிடுங்கப்பட்டதற்கான), மற்றும் பதியாத் அல் சுலுமத்(1989; இருளின் பாலைவனம்). டேனியல் பர்ட் இந்த காலத்தை 71 வது மிகப் பெரிய நாவலாக மதிப்பிட்டார். தொடரின் கடைசி இரண்டு நாவல்கள் ஆங்கிலத்தில் மொழிபெயர்க்கப்படவில்லை.

ஆங்கிலத்தில் தோன்றிய அவரது முதல் நாவல் எண்டிங்ஸ். மொழிபெயர்ப்பாளர் இதை ஆங்கிலத்தில் மொழிபெயர்த்த முதல் சவுதி நாவல் என்று அழைத்தார், மேலும் கிராமப்புற வாழ்க்கை மற்றும் சுற்றுச்சூழல் சவால்களைப் பற்றிய ஒரு புதுமையான சித்தரிப்பு ஒரு அரபு வகையிலேயே பாராட்டினார், அதுவரை நாவல் பெரும்பாலும் நகர்ப்புற, நடுத்தர வர்க்க அனுபவங்களை மையமாகக் கொண்டிருந்தது.

அவரது படைப்புகள் மேற்கில் குறிப்பாக வெற்றிகரமாக இல்லை என்றாலும், மத்திய கிழக்கு முழுவதும் அவை விமர்சன ரீதியாக பாராட்டப்பட்டவை மற்றும் மிகவும் பிரபலமானவை. உப்பு நகரங்கள் நாவலை பற்றி எட்வர்ட் சைட் "ஒரு வளைகுடா நாட்டில் எண்ணெய், அமெரிக்கர்கள் மற்றும் உள்ளூர் தன்னலக்குழுவின்

விளைவைக் காட்ட முயற்சிக்கும் புனைகதையின் ஒரே தீவிரமான படைப்பு" என்று விவரித்தார்.

அவர் மிகக் கடுமையான குறைகூறுவோரில் ஒருவராக இருந்த போது சதாம் ஹுசைன் மற்றும் அவரது ஆட்சியை அவர் முற்றிலும் எதிர்த்தார் ஈராக்கில் அமெரிக்க படையெடுப்பு ஆகியவற்றை விமர்சித்தார். நான் பிக்ஷனாக எழுதிய பல நூல்களும் ஏகாதிபத்தியத்திற்கு எதிரான நூல்களே.

10. துர்கி அல்-ஹமாத்

துர்கி அல்-ஹமாத் ஒரு சவுதி அரேபிய அரசியல் ஆய்வாளர், பத்திரிகையாளர் மற்றும் நாவலாசிரியர் ஆவார்.கம்மிங் ஆப் ஏஜ் என்ற முத்தொகுப்புக்கு மிகவும் பிரபலமானவர். முதல் நாவலாக அடாமா வெளிவந்து சவுதி அரேபியாவில் தடை செய்யப்பட்டு 1998 இல் பஹ்ரைனில் வெளியிடப்பட்டது, சவ்தி, பஹ்ரைன், குவைத் என்று அழைக்கப்படும் - அரபு வரிசையின் பதிப்பு அத்தயாப் அல்-அசிஹா அல்-மஹ்ஜூரா (வெறிச்சோடிய ஆலி பற்றிய துர்கனவுகள்) - 20, 000 பிரதிகள் விற்றுள்ளன.

1960-களின் பிற்பகுதியிலும் 1970-களின் முற்பகுதியிலும், சவுதி அரேபியாவில் ஒரு நிலையற்ற காலகட்டம் நிலவிய சமயம், 1967 ஆறு நாள் போர் மற்றும் 1973ஆம் ஆண்டு எண்ணெய் நெருக்கடி நிகழ்ந்தது. ஹமாத் தனது ஒரு நாவலின் அட்டைப்படத்தில் மேற்கோள் காட்டப்பட்டுள்ளது: "நான் வசிக்கும் இடத்தில் மதம், அரசியல் மற்றும் பாலியல் ஆகிய மூன்று தடைகள் உள்ளன. இவற்றைப் பற்றி பேசுவது தடைசெய்யப்பட்டுள்ளது. விஷயங்களை நகர்த்துவதற்காகவே இந்த முத்தொகுப்பை எழுதினேன்."

அவரது பணியின் விளைவாக, நாட்டின் மத குருமார்கள் அவருக்கு எதிராக நான்கு ஃபத்வாக்கள் பிறப்பித்தனர், மேலும் அவர் அல்-கொய்தாவின் அறிக்கையில் விசுவாசதுரோகியாக பெயரிடப்பட்டார். இருப்பினும் அவர் ரியாத்தில் தொடர்ந்து வாழ்கிறார், டத்லி ஸ்டார் கருத்துப்படி, ஃபத்வாக்களை பற்றி குறிப்பிடும் போது"எல்லாவற்றையும் விட ஒரு தொல்லை அதிகம்" என்று கூறுகிறார்.

அல்-ஹமத் ஜோர்டான் நாட்டில் பிறந்து குடும்பசகிதம் வணிகத் திற்காக உருவ புரைதா, அல்-காசிம் பகுதி சவூதி அரேபியாவில் குடியமர்ந்தனர். அவருக்கு ஒரு குழந்தை வயதிருக்கும்போது

அவரது குடும்பம் தம்மம் நகருக்கு சவூதி அரேபியாவின் கிழக்கு மாகாணத்தில் சென்றனர். பின்னர் அவர் அமெரிக்காவுக்குச் சென்றார், அங்கு அவர் தனது பி.எச்.டி பட்டத்தை. தெற்கு கலிபோர்னியா பல்கலைக்கழகத்தில் இருந்து பெற்றார், பின்னர் அரசியல் அறிவியல் கற்பிக்க ரியாத் திரும்பினார். அவர் முழுநேர எழுத்தை எடுக்கவிரும்பி 1995 இல் சுயஓய்வு பெற்றார்.

நான்கு ஃபத்வாக்களில் முதல் பத்வா 1999 இல் வெளியிடப்பட்ட பின்னர், ஆகஸ்ட் 2005 இல் சவூதி அரேபியாவின் சிம்மாசனத்தில் வெற்றி பெற்ற மகுட இளவரசர் அப்துல்லா, அவரது பாதுகாப்பிற்காக அல்-ஹமாத் மெய்க்காப்பாளர்களை வழங்கினார்.

கரடிப் என்ற முத்தொகுப்பில் மூன்றாவது வெளியிடப்பட்ட பின்னர் அடுத்த மூன்று நூல்கள் வெளியிடப்பட்டன, இதில் முக்கிய கதாபாத்திரம் கடவுளும் பிசாசும் ஒன்றா என்று ஆச்சரியப்படுகிறார்கள், மேலும் மதகுருமார்கள் மதங்களுக்கு எதிரானவர்கள் என்று கருதினர். இதன் விளைவாக, அவர் மின்னஞ்சல் மூலம் மியூடேவினால் அச்சுறுத்தப்பட்டார், மேலும் அல்-கொய்தாவால் விசுவாசதுரோகம் செய்யப்பட்டதாக குற்றம் சாட்டப்பட்டார். ஒரு ஃபத்வாவை 2003 இல் நன்கு அறியப்பட்ட சவுதி அறிஞர் ஷேக் அலி அல்-குடேர் திரும்பப் பெற்றார். கரடிப் 2006 இல் ஆங்கிலத்தில் வெளியிடப்பட்டது.

அல்-ஹமாத்தின் சமீபத்திய நாவலான தி விண்ட்ஸ் ஆஃப் பாரடைஸ், செப்டம்பர் 11, 2001 தாக்குதல்களைப் பற்றியது.இது 2005 இல் அரபியில் வெளியிடப்பட்டது. இது “கடத்தல்காரர்களில் நான்கு பேரின் வாழ்க்கையின் மெல்லிய மாறுவேடமிட்ட ஓவியமாக” விவரிக்கப்பட்டுள்ளது.அவர் 9/11 ஐ “அரபு ஆன்மாவில் ஒரு நாள்பட்ட நோயின் விளைவு”, “மாயையின் கலாச்சாரம்” என்று அழைத்தார்:

உலகமெல்லாம் நமக்கு எதிரானது என்று நாம் நினைப்பது ஒரு மாயை, மற்றவர்கள் அழிந்து போகாமல் நமக்கு எந்த இருப்பு இருக்காது என்று நினைப்பது மாயை. நமக்கு சிறந்ததைப் பெற வேண்டும் அல்லது நாம் இறக்க வேண்டும் என்பது மாயை. இந்த தர்க்கத்தின்படி, நாம் எல்லா மழையையும் கொண்டிருக்கிறோம் அல்லது தாகமாக இருந்தால் மழையை நிறுத்தட்டும். கடந்த காலமே எதிர்காலத்திற்கான பாதை என்று நாம் நினைத்தால் அது ஒரு மாயை, நாம் இல்லாத உலகம் உயிர்வாழ முடியாது என்று நினைத்தால் அது மாயை; இந்த காரணத்திற்காக அவர்கள் தங்கள் இரைக்காக போராடும் ஹைனாக்களைப் போல நம்மை சுரண்டுவதற்கு ஒருவருக்கொருவர் போட்டியிடுகிறார்கள். மிகப்

பெரிய மாயை என்னவென்றால், நாம் அவருடைய தேசத்தில் கடவுளின் தேவதூதர்கள், உலகின் மற்ற பகுதிகள் அனைத்தும் பிசாசுகள் நிரம்பியிருக்கின்றன.

மதம் மற்றும் பிற தலைப்புகள் குறித்த தொடர் ட்வீட்களுக்குப் பிறகு டிசம்பர் 24, 2012 அன்று அல்-ஹமாத் கைது செய்யப்பட்டார். இந்த கைதுக்கு சவுதி உள்துறை அமைச்சர் இளவரசர் முஹம்மது பின் நயீப் உத்தரவிட்டார், இருப்பினும் அல் ஹமாத் மீதான குற்றச்சாட்டுகள் அறிவிக்கப்படவில்லை. அவர் 2013 இல் விடுவிக்கப்பட்டார்.

நூலியல்

1) அடாமா, நாவல், 2003

2) ஷுமாயிசி, நாவல், 2004

3) அல்-திகாஃபா அல்-அராபியா அமம் தஹதியாத் அல்-தாக்யூர், الثقافة العربية أمام تحدّيات التغيّر (அரபு கலாச்சாரம் மாற்றத்தின் சவால்களை எதிர்கொள்கிறது)

4) அல்-கரடிப், நாவல்

5) அல்-திகாஃபா அல்-அராபியா ஃபை 'அஸ்ரி 'எல்-அவ்லாமா, الثقافة العربية في عصر العولمة (உலகமயமாக்கல் யுகத்தில் அரபு கலாச்சாரம்)

6) ஷர்க் அல்-வாடி, شرق (பள்ளத்தாக்கின் கிழக்கு)

7) அல்- சியாசா பெய்ன் அல்-ஹலால் வா-ஹராம், السياسة بين الحلال و الحرام (உரிமத்திற்கும் தடைசெய்யப்பட்டவற்றுக்கும் இடையிலான அரசியல்)

8) ரியா அல்-ஜன்னா (பரலோக காற்று).

அரபு இலக்கியம்

சூடான்

1. சூடான் இலக்கியம்-1

சூடான் இலக்கியம் அரபு இலக்கியத்தில் அதன் சரியான இடத்தைக் கண்டுபிடிக்க நீண்ட காலமாக போராடி வருகிறது. சில விமர்சகர்கள் சமூக, அரசியல் மாற்றங்கள் மற்றும் அமைதியின்மை ஆகியவற்றின் விளைவாக சூடான் எழுத்தாளர்களின் படைப்பு களை வெளியிடுவதில் உள்ள சிரமங்களின் வரம்பைக் கூறுகின்றனர். நாவலாசிரியர் அல்-தயிப் சாலிஹ் மற்றும் சூடான்-லிபிய கவிஞர் முஹம்மது முப்தா அல்-ஃபிடூரி ஆகியோர் 1980-களில் இருந்து சர்வதேச அங்கீகாரத்தைக் கண்டறிந்த ஒரே எழுத்தாளர்கள் ஆவார்கள்.

பிரபல விமர்சகர் முஹம்மது அல்-மஹ்தி புஷ்ரி கருத்துப்படி, சூடான் இல் எழுதப்பட்ட இலக்கியம் கவிதையுடன் தொடங்கியது, செனரின் ஃபன்ஜ் சுல்தானேட் (1504-1821) முதல் சூடான் மனநிலை கவிதைகளில் ஆதிக்கம் செலுத்துகிறது என்பதை உறுதிப்படுத்தினார்.

நவீன கல்வி மற்றும் குடிமை வாழ்க்கைக்கு பின்னர் நாவல்கள் போன்ற படைப்பு வகைகளுக்கான முயற்சிகளுக்கு உதவியது.

அல்-பாஷா புர்ஷூம் எழுதிய தேசியவாத சூடான் கவிதைகள் என்ற புத்தகத்தில், ஃபஞ்ச் சுல்தானேட், துருக்கிய சகாப்தம், மஹ்திசம் சகாப்தம், பிரிட்டிஷ் காலனித்துவ சகாப்தம் மற்றும் ஒவ்வொரு சகாப்தத்தின் கவிஞர்களிடமிருந்தும் அவை தேசிய நோக்கங்களையும் அவற்றின் தாக்கத்தையும் கண்டறிந்தன. வனம், பாலைவன பள்ளி, இது 1960-களில் வெளிவந்த மிக முக்கியமான அறிவுசார் பள்ளியாக இருந்தது.

ஆசிரியரின் கருத்தில், ஃபஞ்ச் சுல்தானகத்தின் போது சூடானில் நிலவிய இஸ்லாமிய ஆன்மீகவாதம், அந்தக் காலத்திலிருந்து கவிதைகளை வடிவமைப்பதில் முக்கிய பங்கு வகித்தது.

கூடுதலாக, வாசகர்கள் சூடான் பேச்சுவழக்குடன் நன்கு அறிந்தனர், இது அந்தக் காலத்தின் கவிதைகளை வகைப்படுத்தியது, பிற்கால கவிஞர்கள் தரமான அரபுக்கு எளிதாக மாற வழிவகுத்தது. சூடான் கவிதைகள் அரபு உலகில் இருந்து குடியேறியவர்களால் பாதிக்கப்பட்டுள்ளன, அவர்கள் சூடான் இலக்கியத்தில் டப்டுக்கு அதிக முக்கியத்துவம் கொடுத்தனர். டப்ட் என்பது ஒரு வகை பாரசீக கவிதையாகும், இது அரபு இலக்கியத்தில் இணைக்கப்பட்டது மற்றும் அரேபியர்கள் பாரசீக குவாட்ரெயினான ரூபாயத் என்று குறிப்பிடுகின்றனர்.

சூடானின் துருக்கிய ஆட்சியின் போது (1821-1885) தாள கவிதைகள் வெளிவந்தன, அதைத் தொடர்ந்து மஹ்திஸ்ட் புரட்சியின் (1885-1889) கவிதைகள் வெளிவந்தன, இருப்பினும் பிந்தையவர்களின் கவிஞர்கள் பாரம்பரிய அணுகுமுறையை ரைம் மற்றும் ரிதம் அடிப்படையில் பின்பற்றி அவற்றைத் தொடங்க பயன்படுத்தினர் கஜலுடன் கூடிய கவிதைகள் (ஒவ்வொரு இரண்டு வரி வசனத்தின் இரண்டாவது வரியின் முடிவில் ஒரு ரைமிங் எழுத்து), அதைத் தொடர்ந்து கவிதைகள் எழுதும் நோக்கம் இருந்தது.

மஹ்திசத்திற்கு பிந்தைய காலத்திலும், எகிப்தின் பிரிட்டிஷ் மறு குடியேற்றத்திலும் (1899-1956) சில தேக்க நிலை ஏற்பட்டது. 1920-களில் சூடான் முன்னாள் மாணவர்கள் மற்றும் பத்திரிகைக் கழகங்கள் தோன்றியவுடன், கவிஞர்களுக்கு அவர்களின் தேசியவாத உணர்வுகளையும் விழிப்புணர்வையும் வெளிப்படுத்த புதிய தளங்கள் திறக்கப்பட்டன. இது சூடானில் ஒட்டுமொத்த கலாச்சார, அரசியல் மற்றும் சமூக இயக்கத்தில் தாக்கத்தை ஏற்படுத்தியது.

1930 கள் மற்றும் 40-களில், டிஜானி யூசுப் பஷீர், இத்ரிஸ் ஜமா மற்றும் ஹம்ஸா அல்-மாலிக் தமல் போன்ற புகழ்பெற்ற கவிஞர்கள் தோன்றினர். அவர்கள் சூடான் கவிதைகளை புதுப்பித்தனர், அதன் அர்த்தத்தையும் கட்டமைப்பையும் வளர்த்துக் கொண்டு அரபு உலகம் முழுவதும் கவனத்தைப் பெற்றனர்.

1960-களில், எகிப்திய பாடகர் உம் குல்தூம் சூடான் எழுத்தாளர் ஹாடி ஆடம் எழுதிய 'ஷால் ஐ சீ யூ டுமாரோ?' என்ற தலைப்பில் ஒரு கவிதை பாடினார், மற்ற சூடான் கவிஞர்கள் தங்கள் பிராந்திய வரம்பை அதிகரிக்க வழிவகுத்தது.பல கவிஞர்கள் தேசிய அடையாளத்தின் கருப்பொருளை ஆய்வு செய்தனர்.

வன மற்றும் பாலைவன பள்ளி அரபு கலாச்சாரத்தின் இணைவை, பாலைவனத்தால் அடையாளப்படுத்தப்பட்டது,

மற்றும் ஆப்பிரிக்க கலாச்சாரம், காடுகளால் குறிக்கப்பட்டது, சூடான் அடையாளத்திற்கான ஒரு பாடமாக இது இருந்தது.

கடந்த மூன்று தசாப்தங்களில் சூடான் கவிதைகளில் மிக முக்கியமான முன்னேற்றங்களில் ஒன்று, கிளாசிக்கல் அரபியில் எழுதப்பட்ட கவிதைகளின் இழப்பில் பேச்சுவழக்கு கவிதைகளை பரவலாகப் பயன்படுத்துவதாகும். இந்த பாணியின் குறிப்பிடத்தக்க ஆதரவாளர்கள், குறிப்பாக முகமது ஹசன் சலீம் ஹமீத், முகமது தாஹா அல்-காதால், அதீஃப் கைரி மற்றும் மஹ்ஜூப் ஷெரீப் ஆகியோர் முற்றிலும் சூடானின் இலக்கிய கலை வடிவத்தை உருவாக்கினர், இது புதிய கான்-செப்ட்கள், தரிசனங்கள் மற்றும் யோசனைகள், உள்ளூர் மற்றும் பெறப்பட்ட தாளங்கள் வரலாறு மற்றும் மரபுகள், நவீன அரபு கவிதைகளின் சாதனைகளை தொடர்ந்து வரைந்து கொண்டிருக்கின்றன.

நவீன சூடான் கவிதைகளுக்கு பிற குறிப்பிடத்தக்க பங்களிப்புகள் இளம் மில்லினியம் கவிஞர்களால் வழங்கப்பட்டுள்ளன, அவற்றின் படைப்புகள் உரைநடை கவிதைப் பள்ளிகளின் ஒரு பகுதியாகக் கருதப்படுகின்றன, அவை கலாச்சார மட்டத்தில் சர்ச்சைக்குரியவை.

சூடானில் உள்ள சிறுகதை என்ற தனது புத்தகத்தில், ஃபுவாட் மோர்சி, அந்தக் காலத்தின் எதிர்மறை அம்சங்களை விவரிக்கிறார், விளக்கமான மற்றும் விரிவான பாணி போன்ற பொதுவான குறைபாடுகளைத் தவிர, கலை மற்றும் அழகியல் தேவைகளால் கட்டளையிடப்படுவதை விட, மரபுகளால் நிர்வகிக்கப்படும் முன்கூட்டிய யோசனைகளுடன் யதார்த்தத்தைப் பற்றி எழுதுகிறார். மற்றும் சலிப்பு மட்டங்களில் திசைதிருப்பல் '. அக்காலத்தில் இலக்கிய எழுத்தின் முக்கிய அம்சம் ரொமாண்டிசம் என்று அவர் நம்புகிறார்.சமகால சிறுகதையின் ஆரம்பம் 1933 மற்றும் 1945 க்கு இடைப்பட்டதாகும்.

சிறுகதையின் மிகவும் பிரபலமான முன்னோடிகள் சயீத் அல்-ஃபில், அப்துல் ஹலீம் முகமது, படாவி நாசர், முகமது அகமது மஹ்ஜூப், அராபத் முகமது அப்துல்லா மற்றும் முவியா முகமது நூர் போனவர்களாவார்கள்.

வளர்ந்து வரும் வகையின் மற்றொரு முக்கியமான பங்களிப்பாளர் மாலிகத் அல்-தார் அஹ்மத் ஆவார், அவர் சிறுகதைகள் எழுதத் தொடங்கி நாட்டின் முதல் நாவலாசிரியர்களில் ஒருவரானார்.

ஒரு நவீன தேசிய இலக்கியத்தின் யோசனை நியாயத்தன்மையைப் பெற்றபோதும், ஆசிரியர்கள் தாக்கங்களையும் பாணிகளையும்

இணைத்ததால் மற்ற தாக்கங்கள் அவர்களை உணரவைத்தன. உதாரணமாக, தாஜூஜ் மற்றும் அவரது சோகமான காதலன் முஹல்லிக் ஆகியோரின் பாரம்பரிய கிழக்கு சூடான் கதை மொஹமட் ஒஸ்மான் ஹாஷிம் மீண்டும் எழுதப்பட்டு 1948 இல் ஒரு பிரெஞ்சு காதல் பாணியில் ஒரு நாவலாக வெளியிடப்பட்டது.

இந்த ஆசிரியர்கள் 1960 கள் மற்றும் 70-களின் சுதந்திரத்திற்கு பிந்தைய எழுத்தாளர்களுக்கு வழி வகுத்தனர். அரபு மொழி பேசும் உலகில் வேறு எங்கும் இல்லாதது போல, சில எழுத்தாளர்கள் சமூக மாற்றங்களை நோக்கி அரசியல் மாற்றங்களை வெளிப்படுத்தினர், ஆனால் பொதுவாக இந்த காலகட்டம் ஒரு படைப்பு வளர்ச்சியால் வகைப்படுத்தப்பட்டது, இது நூற்றுக்கணக்கான நாவல்களை வெளியிட்டது.

காலனித்துவத்திற்கு பிந்தைய சூடானின் இலக்கிய உற்பத்தித்திறன் புதிய மில்லினியத்தில் தொடர்ந்தது. இருப்பினும், அல்-தயிப் சாலிஹ் (1929-2009) தான் சூடான் நாவலின் மீறமுடியாத ஐகானாக இருக்கிறார். 1950-களின் பிற்பகுதியில் சாலிஹ் எழுதத் தொடங்கினார். அவர் தனது சூடான் சூழலில் வெறி கொண்டிருந்தார், இதை அவர் தனது வேலையில் பிரதிபலித்தார். கலாச்சார மோதல்களை நிவர்த்தி செய்ய அவர் தனது எழுத்தைப் பயன்படுத்தினார், குறிப்பாக அவரது 1966ஆம் ஆண்டின் தலைசிறந்த சீசன் ஆஃப் மி-கிரேஷனில் வடக்கே. 2002ஆம் ஆண்டில் 100 சிறந்த புனைகதைப் படைப்புகளில் ஒன்றாக வாக்களிக்கப்பட்ட இந்த புத்தகம், புத்திஜீவிகள் தங்கள் பூர்வீக சூடானுக்கும் ஐரோப்பாவிற்கும் இடையில் கிழிந்த கதையைச் சொல்கிறது. முக்கிய கதாபாத்திரம், ஒரு சூடான் மாணவர் மேற்கு நாடுகளால் சதி மற்றும் வெறுப்புடன், ஐக்கிய இராச்சியத்திற்கு நகர்கிறார், அங்கு அவர் கிழக்கால் எடுக்கப்பட்ட பெண்களுடன் ஒரு விவகாரத்தை வைத்திருக்கிறார்.

“கிழக்கு-மேற்கு உறவு என்று அழைக்கப்படுபவை அடிப்படையில் மோதல்களில் ஒன்றாக நான் மறுவரையறை செய்துள்ளேன், அது முன்னர் காதல் அடிப்படையில் நடத்தப்பட்டிருந்தது” என்று சாலிஹ் ஒருமுறை கூறினார், இது சர்வதேச அளவில் பரவலாக விநியோகிக்கப்பட்டு டஜன் கணக்கான மொழிகளில் மொழிபெயர்க்கப்பட்டுள்ளது.

சாலிஹின் மற்ற படைப்புகளில் சூடான்செட் சிறுகதைத் தொகுப்பான தி வெட்டிங் ஆஃப் ஜீன், 1976ஆம் ஆண்டில் கேன்ஸ் திரைப்பட விழாவில் பரிசு வென்ற தழுவல் மற்றும் தி சைப்ரியாட் மேன் ஆகியவை அடங்கும்.

பல தசாப்தங்களாக, சூடான் நாவல்கள் முதிர்ச்சியடைந்து, அடையக்கூடிய அங்கீகாரத்தைப் பெற்றுள்ளன. அமீர் தாஜின் இரண்டு நாவல்கள் 2017 மற்றும் 2018ஆம் ஆண்டுகளில் அரபு புனைகதைக்கான சர்வதேச பரிசை வென்றன. அல்-ஷாப் ஹம்மோர் எழுதிய ஷாக் அல்-டார்விஷ் அதே பரிசை 2016 இல் வென்றார், இது சூடான் நாவல்களின் வளர்ந்து வரும் இருப்பை மற்றும் சூடான் அல்லாத வாசகர்களை ஈர்க்கும் திறனை உறுதிப்படுத்துகிறது.

மேலும், பராகா சாகென் எழுதிய டார்பூரின் மேசியா சுவிட்சர்லாந்தில் லா கேன் லிட்-டெரைரின் அர்ப்பணிக்கப்பட்ட புத்தக பரிசையும், எமட் பிளேக்கின் தி மான்ஸ்டர் ஆஃப் அல்-குல்சிம் அட்லஸ் விருதையும் வென்றார். எகிப்திய மற்றும் வளைகுடா வெளியீட்டு சந்தை சூடான் நாவல்களுக்கு ஒரு முக்கியமான கடையாகும்.

தற்போதைய தலைமுறை நாவலாசிரியர்கள் தரமான மாற்றங்களுக்கு உட்பட்டுள்ளனர், புதிய தொழில்நுட்ப நுட்பங்களைப் பயன்படுத்துகின்றனர், யதார்த்தத்தை விமர்சிக்கின்றனர் மற்றும் மர்வான் ஹேம்டின் பவுண்டி அண்ட் தி ரிட்டர்ன் போன்ற சமூக மற்றும் அரசியல் மற்றும் பொருளாதார கட்டமைப்புகள் மற்றும் சிக்கல்களை பகுப்பாய்வு செய்கிறார்கள். சில நாவல்கள் லத்தீன் அமெரிக்க மந்திர யதார்த்தத்தால் பாதிக்கப்பட்டுள்ளன, அஹ்மத் அல்-மாலிக் எழுதிய தி பேர்ட்ஸ் ஆஃப் தி லாஸ்ட் டேஸ் ஆஃப் இலையுதிர் காலம். பிற நாவலாசிரியர்களான ஹசன் அல்-பக்ரி மற்றும் ஹம்மோர் ஜியாடா ஆகியோர் தங்கள் நிகழ்வுகளில் வரலாற்று நிகழ்வுகளை இணைத்துள்ளனர்.

2. சூடான் இலக்கியம்-2

சமீப காலம் வரை சூடான் இலக்கியங்கள் (தெற்கு சூடான் மற்றும் சூடான் குடியரசிலிருந்து) வாய்வழி கதைகள் மற்றும் கதை கவிதைகள் வடிவில் இருந்தன. தெற்கு சூடானின் உத்தியோகபூர்வ மொழி ஆங்கிலம் என்பதால், அது குடியரசின் அதிகாரப்பூர்வ மொழிகளில் ஒன்றாகும் என்பதால், மேற்கத்திய இலக்கியங்கள் சூடான் எழுத்தாளர்களுக்கு செல்வாக்கு செலுத்தியது. இருப்பினும், தெற்கு சூடான் பல உள்நாட்டு மொழிகளையும் தேசிய மொழிகளாக அங்கீகரிக்கிறது, குடியரசின் மற்ற உத்தியோகபூர்வ மொழி அரபு ஆகும். இதன் பொருள் சூடான் இலக்கியங்களும் அரபு இலக்கியங்களால் பாதிக்கப்பட்டுள்ளன. ஆங்கிலத்தில் மொழிபெயர்க்கப்பட்ட சிறந்த சூடான் நாவல்கள் இங்கே:

ஜின்களுடன் ஒரு பயணம் ஜமால் மஹ்ஜூப் எழுதிய நாவலாகும்.ஒரு பயணம் மூலம் சிறுவன் மற்றும் அவரது தந்தை, யாஸின், தன் மனைவியை விவாகரத்து செய்வது தந்தைக்காக வழியில் ஐரோப்பா சித்திரம் முழுவதும் எடுத்து கூறுகிறது என்ற கதையாகும். யாசின் பாதி சூடான், அரை ஆங்கிலம், ஐரோப்பாவில் ஒரு உள் மற்றும் வெளிநாட்டவர் என்ற உணர்வோடு போராடுகிறார். மஹ்ஜூப்பின் நாவலைப் போலவே, வடக்கு நோக்கி பருவகால இடம்பெயர்வு என்ற நாவலை தையெப் சாலிஹ் எழுதினார், இது ஆப்பிரிக்காவில் ஜோசப் கான்ராட் மேற்கொண்ட பயணத்தின் தலைகீழ் வடிவம் ஆகும்.

ஆரஞ்சு பரிசு மற்றும் பிராந்திய காமன்வெல்த் எழுத்தாளர்கள் பரிசு உட்பட பல பரிசுகளுக்காக பட்டியலிடப்பட்ட நிலையில், லீலா அபோலெலாவின் பாடல் வரிகள் பல கதைகளுடன் கூறப்படுகின்றன, மேலும் சூடானில் பிரிட்டிஷ் காலனித்துவத்தின் முடிவில் ஒரு வசதியான குடும்ப வாழ்க்கையைப் பின்பற்றுகின்ற

கதையது, மேலும் இனம் மற்றும் மத பிளவுகள், காரணங்கள் ஆகியவற்றை அலசுகிறது.

1968ஆம் ஆண்டில் அயோவா பல்கலைக்கழக எழுத்தாளர்கள் பட்டறையில் பட்டம் பெற்ற முதல் ஆப்பிரிக்கர், தபன் லோ லியோங் ஆப்பிரிக்காவின் சிறந்த எழுத்தாளர்களில் ஒருவர். அவரது நாடகம் ஷோஹத் மற்றும் சோஹாட், ஒரு குடும்பத்தின் மகள் மற்றவரின் மகனுக்கு கர்ப்பமாகிவிட்ட பிறகு இரண்டு குடும்பங்களின் முரண்பாட்டைக் கூறுகிறது. இந்த நாடகம் பல சிக்கல்களை ஆராய்வதற்கான குழந்தை பருவத்தின் அப்பாவித் தனத்துடன் முதிர்வயதின் சிரமங்களை முரண்படுகிறது, மேலும் இது பெரும்பாலும் சூடானின் ரோமியோ ஜூலியட் என்று கருதப்படுகிறது.

பென்ஜமின் அஜாக் எழுதிய அவர்கள் வானத்திலிருந்து தீயை ஊற்றினர் என்ற நாவல், உள்நாட்டுப் போரின்போது சூடானில் இருந்து தப்பித்து, எத்தியோப்பியா மற்றும் கென்யா வழியாகப் பயணிக்கும் மூன்று சிறுவர்களின் சுயசரிதைக் கதை ஆகும், அங்கு அவர்கள் அமெரிக்காவிற்குச் செல்வதற்கான ஒரு திட்டத்தில் கையெழுத்திடுகிறார்கள், 9/11 நிகழ்வுகளின் போது வந்து சேரும் கதையை கொண்டதாகும்.

ஈச்சப்பனைகள் இல்லாத நகரங்கள் என்ற நாவல், தாரெக் அல்-தயேப்பின் நகரங்கள் குறித்த கதையாகவும் ஹம்சா என்ற இளைஞனின் கதையைச் சொல்கின்றன, அவர் தனது சிறிய சூடான் கிராமத்திலிருந்து நகரத்திற்குச் சென்று தனது தாயையும் சகோதரிகளையும் கவனித்துக்கொள்வதற்காக வேலை தேடுகிறார். ஹம்ஸாவின் பயணம் அவரை எகிப்திலிருந்து ஐரோப்பாவிற்கு அழைத்துச் செல்கிறது, அங்கு வளர்ந்த மற்றும் வளரும் நாடுகளில் வறுமையின் இருண்ட யதார்த்தத்தை அவர் கண்டு பிடித்துள்ளார்.

3. ரானியா மாமவுன்

சூடான் எழுத்தாளர் ரானியா மாமவுன் மற்றும் மொழிபெயர்ப்பாளர் எலிசபெத் ஜாக்கெட் ஆகியோருடன் பேட்டி...

வாசிப்பின் சுத்த இன்பத்திற்காக

ரானியா மாமவுனின் 10-அடுக்கு தொகுப்பு - "பதின்மூன்று மாத சூரிய உதயம்" - மக்களுக்கும் சமூகங்களுக்கும் இடையிலான தொடர்புகளையும் சுவர்களையும் ஆராய்கிறது. புத்தகத்தின் சூடான் எழுத்தாளரான மாமவுன் மற்றும் அதன் மொழிபெயர்ப்பாளர் எலிசபெத் ஜாக்கெட் ஆகியோருடன் மார்சியா லின்க்ஸ் குவாலே மூன்று வழி கலந்துரையாடினார், அவர் புத்தகத்தை துடிப்பான, ஆங்கிலத்தில் மொழிபெயர்த்துள்ளார்.

"பதின்மூன்று மாத சூரிய உதயத்தின்" முதல் கதை ரானியா, அம்ஹாரிக் மற்றும் சூடான் கலாச்சாரங்கள், தாளங்கள், சுவைகள், உடை மற்றும் இசை ஆகியவற்றை ஒன்றாக இணைக்கிறது. வெவ்வேறு கலாச்சார வடிவங்களையும் வகைகளையும் ஒன்றாக நெசவு செய்வது உங்கள் பணிக்கு முக்கியமா?

ரானியா மாமவுன்: ஆம். எனது மற்ற எழுத்துக்களில், பல கலாச்சாரங்கள் தோன்றுகின்றன, இருப்பினும் பதின்மூன்று மாத சூரிய உதயத்தின் இயற்பியல் அமைப்புகள் குறிப்பாக நாட்டின் மையத்தைச் சுற்றியுள்ளன, குறிப்பாக வாட் மதானி மற்றும் கார்ட்டூம் நகரங்களைச் சுற்றியுள்ளன. ஆனால் சாராம்சத்தில், சூடான் ஒரு பன்முக கலாச்சார மற்றும் பல இன நாடு, அதன் மொழிகளில் கூட. ஒரு பகுதி அரபு பேசக்கூடும், ஆனால் ஒவ்வொன்றிற்கும் அதன் சொந்த பேச்சுவழக்கு உள்ளது. நீல நைல் மாநிலத்தில் உள்ள நுபா மலைகள் மற்றும் அல்-அன்க்சா போன்ற பகுதிகள் அவற்றின் குறிப்பிட்ட கலாச்சாரங்களைக் கொண்டுள்ளன, அவை சூடானில் உள்ள வேறு எந்தப் பகுதியிலிருந்தும் வேறுபடுகின்றன.

அவற்றின் மொழிகள், இசை, கதைகள் மற்றும் பல்வேறு வகையான கலை வெளிப்பாடுகள் உள்ளன, அவற்றில் சில அவற்றின் துயரங்களையும், அங்குள்ள மக்களுக்கு எதிராக நடத்தப்பட்ட இனப்படுகொலை போர்களையும் பிரதிபலிக்கின்றன.

இந்த மெலிதான தொகுப்பில், நீங்கள் சிறுகதையை வெவ்வேறு திசைகளில் எடுத்துச் செல்கிறீர்கள். நீங்கள் குறிப்பாக ரசிக்கும் சிறுகதை எழுத்தாளர்கள் இருக்கிறார்களா? சிறுகதைகளை ஏன் படிக்கிறீர்கள்?

மாமவுன்: நான் விரும்பும் சிறுகதைகள் பல எழுத்தாளர்கள் உள்ளனர்; எடுத்துக்காட்டாக, தென் சூடான் எழுத்தாளர் ஸ்டெல்லா கைடானோ, அப்தெல் அஜீஸ் பராகா சாகின் மற்றும் மன்சூர் சுவைம் ஆகியோரும். மொஹ்சென் காலிதாவின் படைப்பையும் நான் விரும்புகிறேன் - அவர் சிறிது காலம் எதையும் எழுதவில்லை என்றாலும்.

நான் ஒரு சிறுகதையைப் படிக்கும்போது, இலக்கிய வாசகர்கள் பொதுவாக எதைத் தேடுகிறார்கள் என்பதை நான் தேடுகிறேன்: கதைசொல்லிகளின் வாழ்க்கையைப் படிப்பதற்கும் திறப்பதற்கும் உள்ள மகிழ்ச்சி, அதன் விளைவாக அவர்களின் கலாச்சாரங்கள், இடங்கள் மற்றும் அறிவின் இடங்கள் முக்கியமானதாகும். ஒரு புத்தகத்தில் நாம் படித்த அனைத்து கதாபாத்திரங்களின் வாழ்க்கையையும் நம்முடைய குறுகிய வாழ்க்கையில் சேர்ப்பது போலாகும்.

"பதின்மூன்று மாதங்களில்" மனம் மற்றும் உடல் நிலைகளுக்கு இடையில் பெரும் கடத்தல் உள்ளது. ஆனால் ஏறக்குறைய வரம்பற்றதாகத் தோன்றும் ஒரு எல்லை பணக்காரர்களுக்கும் ஏழைகளுக்கும் இடையிலான எல்லை குறித்தது அது. புத்தகத்தின் முடிவில், நான் நினைத்தேன்: ஒரு மனிதனிடமிருந்து உதவி பெறுவதை விட நாயிடமிருந்து உதவி பெறுவது எளிது.

மாமவுன்: வாழ்க்கையின் கொடுமை தனிப்பட்ட இதயங்களின் மீது இந்த வகையான கொடுமையை அழுத்துகிறது, ஏழை சமூகங் களில் உள்ள கடுமையான வாழ்க்கை - அடக்குமுறை, ஆதிக்கம், கொடுங்கோன்மை ஆகியவற்றால் குறிக்கப்படுகிறது - சில நேரங் களில் ஒரு நபர் தங்களுடனும் மற்றவர்களுடனும் சமரசம் செய்ய இயலாமையில் பிரதிபலிக்கிறது. இதனால் சகிப்பின்மை, கருணையின்மை, சுவர்கள் ஒரு நபரை தங்களிடமிருந்து பிரிக்கின்றன.

இந்த சந்தர்ப்பங்களில், விலங்கு மனிதனை விட அதிக உணர்திறனும் இரக்கமுள்ளது. இந்த எல்லையை கடப்பதில்

உள்ள சிரமங்கள் சுயத்தை மூடிவிடுகின்றன, தொடர்ச்சியான பிரச்சினைகளில் தடுமாறுகின்றன, மேலும் "தவறான படிகள்" கதையில் இதுதான் நிகழ்கிறது.

லிசி: நீங்கள் எப்போது முதன்முதலில் ரானியாவின் வேலையைக் கண்டீர்கள், இந்தத் தொகுப்பை ஆங்கிலத்தில் மொழிபெயர்க்க வேண்டும் என்று நீங்கள் எப்போது முடிவு செய்தீர்கள்?

எலிசபெத் ஜாக்கெட்: நான் முதலில் ரானியாவின் வேலையை "பாஸிங்" என்ற சிறுகதையுடன் கண்டேன். சூடான் எழுத்தாளர்களின் பத்து கதைகளின் தொகுப்பான கமா பிரஸ் 'தி புக் ஆஃப் கார்ட்டூம் (2016) க்கு மொழிபெயர்க்க ரபேல் கோர்மாக் மற்றும் மேக்ஸ் ஷ்முக்லர் என்னை நியமித்தனர். "கடந்து செல்வது" உண்மையில் என்னுடன் ஒட்டிக்கொண்டது: மனநிலை, மொழி, முடிவின் விஷத்தன்மை முதலியவைகளில்.

இன்றுவரை, நான் மொழிபெயர்த்துள்ள பிடித்த சிறுகதைகளில் இதுவும் ஒன்றாகும். ரானியாவின் ஒரு கதையை நான் காதலித்ததால் தான், அவளுடைய ஒரு நாவலுக்கு மாறாக, அது தோன்றும் அசல் தொகுப்பிற்கு நான் ஈர்க்கப்பட்டேன்.

இந்த கதைகளைப் பற்றி என்னை மிகவும் உற்சாகப்படுத்தும் விஷயங்களில் ஒன்று, அவரது கதாபாத்திரங்கள் மீது அவர் கொண்டிருக்கும் மென்மையான கவனத்திற்கும், வடிவத்துடன் அவரது விளையாட்டுத்தனத்திற்கும் இடையிலான பதற்றம்: "அன்பின் ஒரு வாரம்" தினசரி நிகழ்ச்சி நிரலைப் போலவே கட்டமைக்கப்பட்டுள்ளது, அதே நேரத்தில் "இன் தி மக் ஆஃப் தி ஆத்மா "ஒரு திரைக்கதையின் வடிவத்தை எடுக்கிறது.

ரானியா: சூடானில் நடப்பு நிகழ்வுகள் உங்கள் எழுத்தின் முன்னுரிமைகளை மாற்றியுள்ளனவா?

மாமவுன்: ஆமாம், நான் மாறிவிட்டேன், ஏனென்றால் நான் எந்த இலக்கியப் படைப்பையும் எழுதவில்லை; ஐ.ஐ.எம் அறிக்கைகளை எழுதுவது மற்றும் எதிர்ப்புக் குழுக்களுடன் பணிபுரிவதும் அவர்கள் சார்பாக எழுதுவதும், பாதுகாப்பு காரணங்களுக்காக நான் என் சொந்த பெயரைப் பயன்படுத்தி எழுதவில்லை.

எதிர்ப்புக் குழு என்பது செப்டம்பர் 2013 நிகழ்வுகளுக்குப் பிறகு நாங்கள் நிறுவிய ஒரு குழுவாகும், அது இப்போது வாட் மதானியில் புரட்சிகரப் பணிகளுக்கு தலைமை தாங்குகிறது, சூடான் புரட்சி வெடித்ததிலிருந்து நகரத்தில் அணிவகுப்பு மற்றும் ஆர்ப்பாட்டங்களுக்கு அழைப்பு விடுத்துள்ளது. ஏப்ரல் 11 முதல் அவர்கள் வாட் மதானியில் உள்ளிருப்பு போராட்டம் நடத்தி

வருகின்றனர். இந்த அரசியல் பணியில் நான் ஈடுபடுவது எனது இலக்கிய வெளியீட்டை பாதித்துள்ளது என்பது உண்மைதான், ஆனால் அது எனக்கு பற்றின்மையையும் கற்றுக் கொடுத்தது, மேலும் தாயகத்தின் நிலையை எனது முன்னுரிமைகள் பட்டியலில் முதலிடத்தில் வைத்திருக்கிறது, அதன் பிறகு எல்லாமே வருகிறது.

லிசி: சூடான் செய்திகளில் இருக்கும்போது, இப்போது புத்தகம் வெளிவருவதால் ஆபத்துகள் இருப்பதாக நீங்கள் நினைக்கிறீர்களா? புத்தகத்தின் வரவேற்புக்கு நீங்கள் என்ன பார்க்க விரும்புகிறீர்கள்?

ஜாக்: - சூடான் பற்றி மேற்கத்திய அறிவில் இருக்கவேண்டும் என்று இந்தப் புத்தகத்தை நான் தயாரித்தேன். ஆமாம், நான் சூடானின் தற்போதைய நிகழ்வுகள் முடிவடையும் அதைத்தான் என்வழியில் இந்த கதைகள் மூலம் ஆங்கிலத்தில் வெளியிடப்பட வேண்டும். நடப்பு அரசியலை இந்த கதைகளில் லென்ஸாகப் பயன்படுத்துவது அல்லது கதைகளை நடப்பு நிகழ்வுகளின் லென்ஸாகப் பயன்படுத்துவது உண்மையில் அவற்றைப் பற்றி சிந்திக்க மிகவும் உதவாது, நான் நினைக்கிறேன். அவர்கள் ஒரு குறிப்பிட்ட இடத்தில் அமைக்கப்பட்டிருக்கிறார்கள், ஆனால் அவை இடத்தைப் பற்றி அல்ல.

சூடானைப் பிரதிநிதித்துவப்படுத்தும் சுமையைச் சுமக்க அவர்கள் எவ்வாறு கேட்கப்படுவார்கள் என்பதில் எச்சரிக்கையாக இருக்கக்கூடும் என்று சொல்லலாம். மனித உறவுகளை ஆராய்வதில் அவர்கள் மிகவும் ஆர்வமாக இருப்பதாக நான் நினைக்கிறேன்; மக்கள், தாய் மற்றும் மகன், மகள் மற்றும் தந்தை, காதலர்கள், நண்பர்கள், அறிமுகமானவர்கள் இடையேயான தொடர்புகளால் மேலும் கட்டுப்படுத்தப்பட்டுள்ளது. வாசகர்கள் பதிலளிப்பார்கள் என்று நான் நம்புகிறேன்: சமுதாயத்தில் வழக்கமான பாத்திரங்களை விட மனிதர்களின் திறமை, எல்லையற்ற உள்துறை, திறமை வாய்ந்த, உண்மையில் அடங்கிய உணர்வு, அதிக இரக்கம், பச்சாத்தாபம் மற்றும் அன்பு ஆகியவை நம்மை அனுமதிக்கும்.

ரானியா: நீங்கள் இப்போது பணிபுரியும் ஒரு இலக்கிய திட்டம் இருக்கிறதா?

மாமவுன்: நான் இரண்டு ஆண்டுகளுக்கு முன்பு தொடங்கிய ஒரு நாவலில் வேலை செய்து கொண்டிருந்தேன், அது முடிவதற்குள் எழுதுவதை நிறுத்தினேன். ஐயல் விரைவில் அமெரிக்காவில் இங்கே தொடங்கும் மற்றொரு நாவலுக்கான யோசனை எனக்கு இருந்தாலும், குறிப்பாக ஒரு பாதுகாப்பான இடத்தில் இருப்பது எனது இலக்கிய தயாரிப்புக்கு உதவும்.

மார்சியா லின்க்ஸ் குவாலே நடத்திய நேர்காணல்

4. பிரத்யேக நேர்காணல்
லீலா அபோலெலா

ஒரு இலக்கிய கலைஞரின் பார்வைகள்

சூடானில் அவரது நாவல்கள், எழுத்து மற்றும் வாழ்க்கை குறித்த பிரத்யேக நேர்காணலுக்காக 500 வேர்ட்ஸ் இதழ் லீலா அபோலெலாவை காண வாய்ப்பு கிடைத்தது. நேர்காணலை 500 வேர்ட்ஸ் இதழுக்காக பாத்திமா சுலைமான் மற்றும் லீனா அல்-சமனி தொகுத்துள்ளனர்.

லீலா அபோலெலாவின் சமீபத்திய நாவலான லிரிக்ஸ் ஆலி ஸ்காட்டிஷ் புத்தக விருதுகளின் புனைகதை வெற்றியாளர் மற்றும் காமன்வெல்த் எழுத்தாளர்கள் பரிசுக்கு குறுகிய பட்டிய லிடப்பட்டவர் ஆவார். அவரது முந்தைய நாவல்கள் தி டிரான்ஸ்லேட்டர் (ஒரு நியூயார்க் டைம்ஸ் 100 ஆண்டின் குறிப்பிடத்தக்க புத்தகங்கள்) மற்றும் மினாரெட் போன்ற ஆரஞ்சு பரிசுக்கு இது நீண்டகாலமாக பட்டியலிடப்பட்டது. தி இன்சைடர் என்ற அவரது நாடகம், அதில் தி அவுட்சைடரின் பெயரிடப்படாத அரபு கதாபாத்திரங்களின் வாழ்க்கையை மீண்டும் கற்பனை செய்கிறது, சமீபத்தில் ஆல்பர்ட் காமுஸின் நூற்றாண்டு விழாவைக் குறிக்கும் வகையில் பிபிசி ரேடியோவால் ஒளிபரப்பப்பட்டது. லீலா ஆப்பிரிக்க எழுத்துக்களுக்கான கெய்ன் பரிசைப் பெற்றவர் மற்றும் அவரது படைப்புகள் 14 மொழிகளில் மொழிபெயர்க்கப்பட்டுள்ளன. அவர் கார்ட்டூமில் வளர்ந்தார், இப்போது ஸ்காட்லாந்தின் அபெர்டீனில் வசிக்கிறார்.

500 வேர்ட்ஸ் இதழ்: வெளிப்படையாக எழுத்தாளர்கள் இந்த கேள்வியை வெறுக்கிறார்கள், ஆனால் நாங்கள் அதை எப்படியும் கேட்கப் போகிறோம். நீங்கள் ஏன் ஒரு எழுத்தாளராக மாற முடிவு செய்தீர்களா?

லீலா: எனது இருபதுகளின் நடுப்பகுதியில் நான் என் வாழ்க்கையில் சாலைகளில் முழுவதும் நடந்து சென்றேன். எனது ஸ்டேட்டிக்ஸ் பி.எச்.டி.யை என்னால் முடிக்க முடியவில்லை, சூடானுக்குத் திரும்புவதற்கான வாய்ப்பில் நான் ஸ்காட்லாந்தில் வசிப்பதைக் கண்டேன். பெரும்பாலான நாட்களில் நான் எனது சிறு குழந்தைகளுடன் வீட்டில் மாட்டிக்கொண்டேன் (இணையத்திற்கு முந்தைய அந்த நாட்களில்) ஒத்த எண்ணம் கொண்டவர்களைச் சந்திக்க அல்லது தொடர்புகொள்வதற்கு எனக்கு மிகக் குறைந்த வாய்ப்புகள் இருந்தன. நான் ஒரு பொழுதுபோக்காக எழுத ஆரம்பித்தேன். வாசிப்பு எப்போதுமே என் வாழ்க்கையின் ஒரு முக்கிய அங்கமாக இருந்தது, எழுத்து ஒரு இயற்கை நீட்டிப்பு போல உணர்ந்தது. நான் ஒரு மாலை கிரியேட்டிவ் ரைட்டிங் வகுப்பில் சேர்ந்தேன், வரவேற்பையும் ஆதரவையும் கண்டேன். படிப்படியாக, எனது படைப்புகளை வெளியிடத் தொடங்கியதும், என்னை ஒரு எழுத்தாளராக நினைத்துக்கொள்ள ஆரம்பித்தேன்.

***500:* 1970 மற்றும் 1980-களின் சூடானில் நீங்கள் வளர்ந்தீர்கள், இது உங்கள் " வழக்கத்திற்கு மாறான நகரம் " என்ற கட்டுரையில் நேர்மறையான வெளிச்சத்தில் சித்தரிக்கப்பட்டுள்ளது, இப்போது நீங்கள் சூடானை எப்படிப் பார்க்கிறீர்கள்? நீங்கள் வளர்ந்த சூடான் உங்கள் எழுத்தை எவ்வளவு பாதித்தது?**

எல்: குழந்தைகள் எதைப் பார்க்கிறார்கள், கேட்கிறார்கள், அனுபவிக்கிறார்கள் என்பது அவர்களின் ஆன்மாவுக்குள் நுழைகிறது. எனது குழந்தைப் பருவத்தின் சூடானைப் பற்றிய எனது நினைவுகள் தெளிவானவை, அது வீடற்ற தன்மையே இந்தப் படங்களை பிடித்து அவற்றை வார்த்தைகளாக வைக்க விரும்பியது. நான் விலகிச் சென்றபின் சூடானுக்குத் திரும்பியபோது, பழக்கமானவற்றைத் தொடர்ந்து தேடினேன், அது காலப்போக்கில் நிகழ்ந்த நவீனத்துவம் மற்றும் மாற்றங்களுக்கிடையில் திட்டுக்களில் இருந்தது. கார்ட்டூம் நான் நினைவில் வைத்திருப்பது போல் இல்லை என்றாலும், பல சாதகமான மாற்றங்கள் ஏற்பட்டுள்ளன. மிக முக்கியமான ஒன்று, கல்வியில் அதிகமான பெண்கள் மற்றும் பொது வாழ்க்கையில் அதிகமான பெண்கள் காணப்படுகிறார்கள்.

***500:* கலை மற்றும் இலக்கியம் அவை கருத்தரிக்கப்பட்ட காலத்தின் யதார்த்தங்களையும் அரசியல் மற்றும் சமூக இயல்புகளையும் பிரதிபலிக்கின்றன என்பது பொதுவான நம்பிக்கை. உங்கள் நாவல்களிலிருந்து ஆராயும்போது கிடைக்கிறது நவீனகால சூடான் சமூகம் ஏக்கம் மற்றும் நாடுகடத்தலின் ஒருங்கிணைப்பு என்று நீங்கள் நினைக்கிறீர்களா?**

எல்: 80 கள் மற்றும் 90-களில், சூடான் மூளை வடிகால் ஒரு குறிப்பிடத்தக்க நிகழ்வைக் கண்டது. பல பல்கலைக்கழக பட்டதாரிகள் வளைகுடா அல்லது ஐரோப்பா, அமெரிக்கா மற்றும் கனடாவில் வேலை செய்ய நாட்டை விட்டு வெளியேறினர். நான் இந்த தலைமுறையைச் சேர்ந்தவள், நாங்கள் வெளியேற தயங்கவில்லை என்பதை நான் தெளிவாக நினைவில் கொள்கிறேன். இது சரியான செயலாகும் என்பதையும், எங்கள் தகுதிகளுக்கு ஏற்ற வாழ்க்கை மற்றும் வேலைகளை நாங்கள் 'தகுதியானவர்கள்' என்பதையும் நாங்கள் சந்தேகிக்கவில்லை. இந்த நாடுகடத்தலின் விளைவு நம் மன ஆரோக்கியம், குடும்ப உறவுகள் மற்றும் நம் குழந்தைகளின் அடையாளம் ஆகியவற்றில் கருதப்படாத விஷயங்கள், அல்லது குறைந்தபட்சம் ஒதுக்கித் தள்ளப்பட்ட விஷயங்களை கண்டோம். எங்கள் கலாச்சாரத்தைப் பற்றி எங்கள் 'புரவலன்கள்' என்ன நினைத்தனர் என்பதையும், அவற்றை ஒருங்கிணைப்பதற்கான அழுத்தங்களையும் கவனிக்கவில்லை. இந்த சிக்கல்களை ஆராய்வதற்கும், இந்த இயக்கத்தின் தாக்கத்தை பிரதிபலிப்பதற்கும் புனைகதை எனக்கு இடம் கொடுத்தது. நவீன கால சூடான் சமூகம் யார் வெளியேறியது, யார் வெளியேறவில்லை, யார் திரும்பியது, யார் வெளியேறவில்லை என்பதன் மூலம் வரையறுக்கப்படுகிறது.

500: பாடல் வரிகள் பற்றி பேச விரும்புகிறோம். குறிப்பாக நீங்கள் விவரிக்கும் வழியில், எழுதும் உங்கள் விளக்க பாணி வஹிபாவின் ஹவுஸ் போன்றது என்ற, அச்சமும் உள்ளது. மேலும், புத்தகத்தில் உள்ள கதாபாத்திரங்கள் 1950-களில் சூடான் சமுதாயத்தின் தன்மையை வெவ்வேறு வகுப்புகள், நம்பிக்கைகள் மற்றும் வாழ்க்கை முறைகளில் துல்லியமாக பிரதிபலிப்பதாக தெரிகிறது. நீங்கள் அதை நேரில் பார்த்ததில்லை என்பதால், அதை எவ்வாறு நிர்வகித்தீர்கள்?

எல்: புத்தகங்களைப் படிப்பதன் மூலமும் (ஆங்கிலம் மற்றும் அரபு மொழிகளில்) மற்றும் வயதான குடும்ப உறுப்பினர்களுடன் பேசுவதன் மூலமும் நான் அந்தக் காலத்தை ஆராய்ச்சி செய்வதில் கணிசமான நேரத்தை செலவிட்டேன். மற்றொரு நூற்றாண்டு என்று சொல்வதை விட சமீபத்திய காலத்தைப் பற்றி நான் எழுதுவது மிகவும் எளிதானது. எனது நோக்கம் எனது தந்தையின் குழந்தைப் பருவத்தையும் இளமையையும் கைப்பற்றுவதாக இருந்தது, எனவே நான் அவருடைய நினைவுகளையும் முன்னோக்கையும் நம்பியிருந்தேன். பழைய புகைப்படங்களைப் பார்த்து நானும் நிறையப் பெற்றேன். நான் நாவலை எழுதும் காலம் முழுவதும்,

1950-களில் எனது கதாபாத்திரங்கள் வெளிப்படும் படங்களைப் பார்ப்பதற்கும் புத்தகங்களைப் படிப்பதற்கும் மட்டுமே என் பொழுதுபோக்கைக் கட்டுப்படுத்தினேன்.

500: பாடல் வரிகள் உங்கள் வாசகர்களிடையே கலவையான உணர்ச்சிகளைத் தூண்டின. சிலர் அதை மிகவும் வருத்தமாகக் கண்டார்கள்; மற்றவர்கள் 1950-களில் சூடானை - குறிப்பாக கார்ட்டூமை சித்தரித்ததால் இது மிகவும் சாதகமானது என்று நினைத்தனர். புத்தகத்தை நீங்கள் எப்படி உணருகிறீர்கள்? இது வருத்தமாக அல்லது நம்பிக்கையுடன் இருப்பதாக நீங்கள் நினைக்கிறீர்களா?

எல்: திடீரென கடுமையான ஊனமுற்ற ஒரு இளைஞனின் வாழ்க்கை மிகவும் வருத்தமாக இருக்கிறது. நான் அதை எழுதுகையில் அடிக்கடி அழுது கொண்டிருந்தேன். ஆனால் 1950-களின் சூடானின் நம்பிக்கையின் மூலமாகவும், வெவ்வேறு கதாபாத்திரங்களுடன் ஈடுபடுவதிலும் நான் மிகுந்த மகிழ்ச்சியைக் கண்டேன். பயிற்றுவிப்பாளரான பத்ரின் கதாபாத்திரம் நான் மிக நெருக்கமாக உணர்ந்தேன், இறுதியில், அவர் தான் மிகவும் நம்பிக்கையுடன் இருந்தார்.

500: உங்கள் நாவல்களில் தொடர்ச்சியான தன்மை உள்ளது; சூடான் பெண் மேற்கு நோக்கி நகர்கிறாள். எழுதும் போது உங்கள் தனிப்பட்ட அனுபவத்திலிருந்து பெறுகிறீர்களா? அப்படியானால், அது எப்போதும் நன்மை பயக்கிறதா அல்லது சில நேரங்களில் சிக்கலானதாக நிரூபிக்க முடியுமா?

எல்: மேற்குலகத்திற்கான இயக்கம் பற்றி என்னை தொடர்ந்து எழுத வைப்பது விசுவாசம் அல்ல, அது ஆழ்ந்த மோகம். ஒவ்வொரு எழுத்தாளரும் அவர்களின் ஆவேசங்களைப் பின்பற்ற வேண்டும், ஆனால் நிச்சயமாக ஒரு புதிய படைப்பை உருவாக்குவதற்காக மீண்டும் மீண்டும் செய்வதைத் தவிர்ப்பதற்கான வழிகள் உள்ளன.

500: பாடல் வரிகள் ஆலி, மொழிபெயர்ப்பாளர் மற்றும் மினாரெட் ஆகிய கதாபாத்திரங்கள் முக்கியமாக சூடான் எழுத்துக்களைச் சார்ந்தவை. உங்கள் நாவல்கள் அனைத்தும் சூடான் அல்லது சூடான் கதாபாத்திரங்களைப் பற்றியதாக இருக்குமா? குழாய்த்திட்டத்தில் ஏதேனும் பணிகள் உள்ளதா?

எல்: இந்த நேரத்தில் நான் எழுதும் நாவலில் ரஷ்ய எழுத்துக்கள் மற்றும் ரஷ்ய-சூடான் முக்கிய கதாபாத்திரங்கள் உள்ளன.

500: ஆங்கிலத்தில் எழுதப்பட்ட சூடான் புனைகதைகளுக்கு இன்றைய சூடானின் பிரதிநிதித்துவம் இல்லை என்று இந்த

தலைமுறையின் சூடானியர்கள் கருதுகின்றனர். இது நீங்கள் வளர்ந்த சூடான் அல்ல என்பது எங்களுக்குத் தெரியும்; இருப்பினும், உங்கள் சொந்த முன்னோக்கு உங்களிடம் இருக்க வேண்டும். உங்கள் கண்கள் மூலமாகவும், இஸ்லாம், அன்பு மற்றும் குடியேற்றம் போன்றவற்றின் முக்கிய பகுதியிலும் நிகழ்காலத்தைப் பற்றி நீங்கள் எழுதுவதை நீங்கள் காண்கிறீர்களா?

எல்: எனது நாவல் முன்னேற்றம் இன்றைய கார்ட்டூமில் இணைய அணுகல் மற்றும் ஸ்டைலான காபி கடைகளுடன் முழுமையான இரண்டு அத்தியாயங்களைக் கொண்டுள்ளது.

500: இறுதியாக, உங்கள் தேநீருடன் எவ்வளவு சர்க்கரை எடுத்துக்கொள்கிறீர்கள்? நீங்கள் எப்படி சூடானியர் என்பதை அறிய முயற்சிக்கிறோம்.

எல்: என் தேநீருடன் ஜீரோ சர்க்கரை எடுக்கிறேன். ஆகவே, எடையைக் கவனிக்கும் சூடானியர்களைப் போலவே நான் சூடானியராக இருக்கிறேன்!

5. தயேப் சாலிஹ்

தயேப் சாலிஹ் (ஜூலை 12 1929 - 18 பிப்ரவரி 2009) ஒன்றாக இருந்தத சூடான் நாட்டின் இருபதாம் நூற்றாண்டின் மிகப்பெரிய எழுத்தாளர்களில் ஒருவர் ஆவார்.

சூடானின் வடக்கு மாகாணத்தில் அல் தப்பாவிற்கு அருகிலுள்ள கர்மகோலில் பிறந்தார், இங்கிலாந்தின் லண்டன் பல்கலைக்கழகத்திற்கு புறப்படுவதற்கு முன்பு கார்ட்டூம் பல்கலைக்கழகத்தில் அறிவியல் இளங்கலை பட்டம் பெற்றார். சிறு விவசாயிகள் மற்றும் மத ஆசிரியர்களின் பின்னணியில் இருந்து வந்த அவரது அசல் நோக்கம் விவசாயத்தில் வேலை செய்வதாக இருந்தது. இருப்பினும், இங்கிலாந்துக்கு வருவதற்கு முன்பு பள்ளி ஆசிரியராக ஒரு சுருக்கமான பணி வாழ்க்கை சில காலம் இருந்தது.

பத்து ஆண்டுகளுக்கும் மேலாக, லண்டனை தளமாகக் கொண்ட அரபு மொழி செய்தித்தாள் அல் மஜல்லாவுக்கு வாராந்திர கட்டுரையை சாலிஹ் எழுதினார், அதில் அவர் பல்வேறு இலக்கிய கருப்பொருள்களை ஆராய்ந்தார். அவர் வேலை பிபிசி அரபு சேவையில் தொடங்கி பின்னர் பொது இயக்குனர் ஆனார் (தகவல் அமைச்சகத்தின் உள்ள தோஹா, கத்தார்). அவர் தனது வேலை வாழ்க்கை கடைசி 10 ஆண்டுகள் யுனெஸ்கோ உள்ள பாரிஸ் அவர் பல்வேறு பதவிகளை வகித்தார். யுனெஸ்கோ வின் பிரதிநிதி இருந்து பாரசீக வளைகுடா அரபு நாடுகளில் பணியாற்றினார்.

தயேப் சாலிஹின் எழுத்து மக்களின் சிக்கலான உறவுகளை மையமாகக் கொண்ட வகுப்புவாத கிராம வாழ்க்கை குறித்த அவரது அனுபவத்திலிருந்து பெறப்படுகிறது. "பல்வேறு நிலைகளில் மற்றும் மாறுபட்ட அளவிலான மனோவியல் பகுப்பாய்வுகளுடன்,

அவர் உண்மை மற்றும் மாயையின் கருப்பொருள்கள், மேற்கு மற்றும் கவர்ச்சியான நோக்குநிலைக்கு இடையிலான கலாச்சார முரண்பாடு, சகோதரத்துவத்தின் நல்லிணக்கம் மற்றும் மோதல் மற்றும் தனக்கு இடையில் ஒரு இணைவைக் கண்டுபிடிப்பதற்கான தனிநபரின் பொறுப்பு ஆகியவற்றைக் கையாள்கிறார். அவரது முரண்பாடுகள் " (தயேப் சாலிஹ் (என்.டி)). அவரது புத்தகங்களின் உருவங்கள் அவரது இஸ்லாமிய பின்னணியிலிருந்தும், நவீன ஆபிரிக்காவின் அனுபவங்களிலிருந்தும், காலனித்துவத்திற்கு முந்தைய மற்றும் பிந்தைய (தயேப் சாலிஹ் (என்.டி)) என்பதிலிருந்து பெறப்பட்டவை என்று கூறலாம்.

1966ஆம் ஆண்டில், சாலிஹ் தனது நாவலான மவ்ஸிம் அல்-ஹிஜ்ரா இல் அல்-ஷமால் (வடக்கிற்கு இடம்பெயரும் பருவம்) வெளியிட்டார், அதற்காக அவர் மிகவும் பிரபலமானவர். இது முதன்முதலில் பெய்ரூட் இதழான ஹிவரில் வெளியிடப்பட்டது. நாவலின் முக்கிய அக்கறையாக பிரிட்டிஷ் காலனித்துவம் மற்றும் ஐரோப்பிய நவீனத்துவத்தின் தாக்கம் பொதுவாக கிராமப்புற ஆபிரிக்க சமூகங்கள் மற்றும் சூடான் கலாச்சாரம் மற்றும் குறிப்பாக அடையாளம் ஆகியவை பேசப்பட்டது. அவரது நாவல் நவீன சூடானின் மோதல்களைப் பிரதிபலிக்கிறது மற்றும் ஐரோப்பிய காலனித்துவத்தின் மிருகத்தனமான வரலாற்றை சமகால சூடான் சமூகத்தின் யதார்த்தத்தை வடிவமைப்பதாக சித்தரிக்கிறது.. மவ்ஸிம் அல்-ஹிஜ்ரா இலா அல்-ஷமால்"பயணித்த மனிதனின்" குறிப்பிடப்படாத பார்வையாளர்களிடம் சொல்லப்பட்ட கதை, பெயரிடப்படாத ஒரு கதை மூலம் வெளிநாட்டில் பள்ளிப் படிப்பிலிருந்து திரும்பி வந்த ஆப்பிரிக்கர். 'ஒரு தெளிவற்ற ஆங்கிலக் கவிஞரின் வாழ்க்கை' குறித்து பி.எச்.டி ஆய்வறிக்கை எழுதிய பின்னர், 1950-களில் நைல் நதிக்கரையில் தனது சூடான் கிராமமான வாட் ஹமீதுக்கு விவரிக்கிறார். நாவலின் முக்கிய கதாநாயகன் முஸ்தபா சயீத் பிரிட்டிஷ் காலனித்துவத்தின் குழந்தை, காலனித்துவ கல்வியின் ஒரு பழம். அவர் தனது காலத்தின் ஒரு பயங்கரமான தயாரிப்பு. கிழக்கு மற்றும் மேற்கு இடையிலான சந்திப்பை மையமாகக் கொண்ட பிந்தைய காலனித்துவ கதைகளின் வளர்ச்சியில் மவ்ஸிம் அல்-ஹிஜ்ரா இல் அல்-ஷமால் ஒரு முக்கியமான திருப்புமுனையாகக் கருதப் படுகிறார். டமாஸ்கஸை தளமாகக் கொண்ட அரபு இலக்கிய அகாடமி இருபதாம் நூற்றாண்டின் அரபியில் சிறந்த நாவல்களில் ஒன்றாக பெயரிட்டது.இந்த நாவல் சாலிஹின் பூர்வீக சூடானில் பல ஆண்டுகளாக தடைசெய்யப்பட்டது, இது அவருக்கு

உலகளவில் முக்கியத்துவத்தையும் புகழையும் வென்றது. இந்த நாவல் இஸ்ரேலில் ஒரு நாடகத் தயாரிப்பாக மாற்றப்பட்டது.

உர்ஸின் அல்-ஜெய்ன் (ஆங்கிலத்தில் தி வெட்டிங் ஆஃப் ஜெய்ன் என வெளியிடப்பட்டது) என்பது 1969ஆம் ஆண்டில் வெளியிடப்பட்ட ஒரு நகைச்சுவை நாவலாகும், இது நகரத்தின் விசித்திரமான ஜீனின் திருமணங்களை மையமாகக் கொண்டது. உயரமான மற்றும் ஒற்றைப்படை தோற்றமுடைய, வாயில் இரண்டு பற்களைக் கொண்ட ஜெய்ன், மற்ற ஆண்களை உடனடியாக திருமணம் செய்து கொள்ளும் சிறுமிகளுடன் மீண்டும் மீண்டும் காதலிக்கும் மனிதனாக தனக்கென ஒரு நற்பெயரைப் பெற்றிருக்கிறான்- தாய்மார்கள் அவனைத் தேடும் அளவிற்கு அவர் தகுதியுள்ள மகள்களுக்கு கிடைக்கக்கூடிய சூட்டர்களின் கண்களை ஈர்ப்பார். (தி பாஸ்டன் பிபியோபில், 2010)

“தி வெட்டிங் ஆஃப் ஜெய்ன்” லிபியாவில் ஒரு நாடகமாக உருவாக்கப்பட்டது மற்றும் 1970-களின் பிற்பகுதியில் கேன்ஸ் விழாவில் குவைத் திரைப்படத் தயாரிப்பாளர் காலித் சித்திக் விருதை வென்றது.

வருடாந்திர விருது என்ற ஆண்டு விருதை அவர் பெற்ற ஆண்டு, தயேப் சாலிஹ் தனது வாழ்நாள் சாதனைள விருதுக்கு ஒப்புதல் அளித்தார் இது சூடானின் ஓம்துர்மன், அப்தெல்கரீம் மிர்கானி கலாச்சார மையத்தால் ஏற்பாடு செய்யப்பட்டது. சாலிஹின் நண்பர்கள் மற்றும் ரசிகர்கள் ஒரு குழு 1998 இல் அவரை கவுரவிப்பதற்காக ஒரு குழுவை அமைத்தது. இந்த குழு தயேப் சாலிஹின் தனிப்பட்ட பயன்பாட்டிற்காக $ 20, 000 வசூலித்தது. இருப்பினும், சூடானில் இலக்கிய வாழ்க்கையை ஆதரிக்கும் ஒரு கலாச்சார முயற்சியைத் தொடங்க பணத்தை பயன்படுத்துவதற்கான தனது விருப்பத்தை அவர் சுட்டிக்காட்டினார். அப்தெல்கரீம் மிர்கானி கலாச்சார மையத்தின் அறங்காவலர் குழு பரிசு விருது மற்றும் அதனுடன் தொடர்புடைய நடவடிக்கைகளை நிர்வகிக்க ஒரு சுயாதீன செயலகத்தை நிறுவியது. சூடானில் எழுத்தாளர்கள் மற்றும் கல்வியாளர்களின் குழு பங்கேற்கும் நாவல்களைப் பெற்று மதிப்பீடு செய்து, வெற்றியாளர்களைத் தேர்ந்தெடுக்கிறது. ஒவ்வொரு ஆண்டும் அக்டோபர் 21 ஆம் தேதி வெற்றியாளர்கள் அறிவிக்கப்படுகிறார்கள் மற்றும் வென்ற தலைப்புகளை அப்தெல்கரிம் மிர்கானி கலாச்சார மையம் வெளியிடுகிறது. பரிசு வழங்கல் பொதுவாக சூடான் இலக்கியத்தின் பல்வேறு அம்சங்கள் குறித்த மாநாட்டோடு இருக்கும்.முதல் பரிசு 2003 இல் வழங்கப்பட்டது.

2008ஆம் ஆண்டில், அப்தெல்கரீம் மிர்கானி கலாச்சார மையம் இளைஞர்களுக்கான தயேப் சாலிஹ் சிறுகதை எழுதும் பரிசு என்ற பெயரில் மற்றொரு பரிசை அறிமுகப்படுத்தியது.

வருடாந்திர விருது, அவரது மரணத்திற்குப் பிறகு 2010 இல் தொடங்கியது, கார்ட்டூம், ஜைன் சூடான் (மொபைல் நிறுவனம்). இந்த விருது உலகம் முழுவதிலுமிருந்து பொது பொது எழுத்தாளர்களுக்கு திறக்கப்பட்டுள்ளது.

இந்த பரிசு, ஆண்டுதோறும், உலகெங்கிலும் உள்ள நாடு களின் பங்களிப்பு களத்தை விரிவாக்குவதன் மூலம் அதிக முக்கியத்துவத்தையும் மதிப்பையும் பெற்றுள்ளது, தவிர, முடிவான படைப்புகளின் அற்புதமான மற்றும் தனித்துவமான அமைப்பைத் தவிர, எப்போதும் முதல் துணைத் தலைவர் கலந்து கொள்ளும் சூடான் குடியரசு, அலி ஒஸ்மான் முகமது தாஹா. எவ்வாறாயினும், பரிசின் அறங்காவலர் குழு இந்த ஆண்டு, மூன்றாவது அமர்வின் தொடக்கத்தை அறிவித்துள்ளது, அதன் முடிவான நிகழ்வுகள் வரும் பிப்ரவரியில் நடத்தப்படும்.

நூலியல்

1) டூமட் வாட் ஹமீத் (1960)
2) உர்ஸ் அல்-ஜெய்ன் (1964), அல்லது தி வெட்டிங் ஆஃப் ஜீன்
3) ஒரு சில தேதிகள் (சிறுகதை 1964)
4) மவ்ஸிம் அல்-ஹிஜ்ரா இலாஷ்-ஷமால் (1967), அல்லது வடக்கிற்கு இடம்பெயரும் பருவம்
5) டா அல்-பேட் (பந்தர்ஷா I) (1971)
6) மரியுட் (பந்தர்ஷா II) (1976)

6. அமீர் தாஜ் அல்-சர்

"நான் கலகலப்பான பொது இடங்களில் எழுத விரும்புகிறேன் - சத்தம் என் படைப்பாற்றலை எரிபொருளாகக் கொண்டுள்ளது"

சூடான் நாவலாசிரியர் அமீர் தாஜ் அல்-சர், (நாஷர்) அரபு பத்திரிகைக்கு அளித்த பேட்டியில்...

55 வயதான சூடான் நாவலாசிரியர் அமீர் தாஜ் அல்-சர் சமகால அரபு புனைகதைகளில் மிக முக்கியமான எழுத்தாளர்களில் ஒருவர். 2011ஆம் ஆண்டு அரபு புனைகதைக்கான சர்வதேச பரிசுக்கு பட்டியலிடப்பட்ட இத்தாலிய மொழியில் மொழிபெயர்க்கப்பட்ட தி டவுரி ஆஃப் க்ரைஸ், தி காப்ட்ஸ் வொரீஸ், தி பிரஞ்சு வாசனை திரவியம் மற்றும் தி ஹண்டர் ஆஃப் தி கிரைசலைசஸ் உள்ளிட்ட பல பிரபலமான நாவல்களை அவர் எழுதியுள்ளார். அவரது 366 நாவலும் 2014 அரபு புக்கர் பரிசுக்கான நீண்ட பட்டியலில் இருந்தது.

நாஷருடனான ஒரு நேர்காணலில், அவர் தனது எழுத்து உலகில் ஒரு பயணத்தில் நம்மை அழைத்துச் செல்கிறார், அரபு மற்றும் ஆபிரிக்க மக்கள் மீதான தனது ஆர்வத்தின் பின்னணியில் உள்ள ரகசியங்களையும், இலக்கிய பரிசுகள் பற்றிய தனது கருத்தையும், வெளியீட்டாளர்களுடனான தனது உறவையும் பகிர்ந்து கொள்கிறார்.

அமீர் தாஜ் அல்-சர் ஒரு மருத்துவர் என்பது பலருக்குத் தெரியாது. எழுதுவதற்கு உங்களை ஈர்த்தது எது?

உண்மையில், இலக்கியத்தின் மீதான எனது ஆர்வத்தை எனது ஆரம்பக் கல்வியின் பல ஆண்டுகளில் காணலாம். அப்போது, நான் படிக்கும் புத்தகங்களின் பாணியைப் பின்பற்றி, குற்றக் கதைகளை எழுதுவதன் மூலம் தொடங்கினேன். ஆயத்த பள்ளியின் போது,

என் தந்தை கொண்டு வந்த புத்தகங்களில் மூழ்கியதையும், என் வீட்டிற்கு அருகிலுள்ள கியோஸ்க்கள் மற்றும் நூலகங்களிலிருந்து கடன் வாங்குவதையும் நினைவில் கொள்கிறேன். எனது முதல் கவிதையை பேச்சுவழக்கு அரபியில் இயற்றியபோது, எனது தந்தையின் பணியிடமான மேற்கு சூடானின் அல் உபயிட் நகரில் நாங்கள் வசித்து வந்தோம். என் தந்தையின் அலுவலகத்திற்கு செல்லும் வழியில், நான் அதை மறந்துவிடுவேன் என்ற பயத்தில் கவிதையை ஓதிக்கொண்டே இருந்தேன். அலுவலகத்தை அடைந்ததும், அதை ஒரு காகிதத்தில் எழுதி, தட்டச்சு செய்ய என் தந்தையின் செயலாளரிடம் கொடுத்தேன். கவிதையின் சில நகல்களை எனது சகாக்களுக்கு விநியோகித்தேன்.

ஒரு ஆண்டு முழுவதும், நான் பல கவிதைகளை எழுதினேன், இது பல அல் உபாயிட் கலைஞர்களின் பாடல்களாக மாறியது. போர்ட் சூடானில் உள்ள எனது பிறந்த இடத்திற்கு நாங்கள் திரும்பியபோது, இடைநிலைப் பள்ளியில் பேச்சுவார்த்தைகளை தொடர்ந்து எழுதினேன். எனது கவிதைகள் மூலம், பாடகர்களுக்கும் அவர்களின் பார்வையாளர்களுக்கும் நான் அதிகளவில் தெரிந்தேன்.

நான் மருத்துவம் படிக்க எகிப்துக்குச் சென்றபோது, கிளாசிக்கல் அரபியில் எழுதத் தொடங்கினேன், எனது படைப்புகள் பல செய்தித்தாள்கள் மற்றும் பத்திரிகைகளில் பகல் ஒளியைக் கண்டன. மருத்துவம் படிக்கும் போது, நான் இலக்கியத்தை வாசிப்பவராக இருந்தேன், கவிதை எழுதுவதை நிறுத்தவில்லை. 1988ஆம் ஆண்டில் பட்டம் பெறுவதற்கு முன்பே எனது முதல் நாவலை எழுதி முடித்தேன் - நான் பிறந்து வளர்ந்த கிராமத்தின் பெயரிடப்பட்ட கதை: கர்மகுல். சுமார் ஏழு ஆண்டுகளுக்குப் பிறகு, 1996 இல், நான் கத்தாரில் இருந்தபோது எனது இரண்டாவது நாவலை எழுதியபோது என் வாழ்க்கையில் ஒரு திருப்புமுனை ஏற்பட்டது.

இந்த படைப்பின் மூலம், கதை வடிவத்துடனான எனது உறவில் ஒரு மாற்றத்தை என்னால் தெளிவாகக் காண முடிந்தது. இலக்கிய உலகத்துடனான எனது நெருக்கம் ஒரு மருத்துவராக எனது வாழ்க்கையை பாதிக்கவில்லை. அவர்கள் ஒருவருக்கொருவர் சமநிலைப்படுத்தி, இரண்டு சுயாதீனமான செயல்பாடுகள் தங்களது நியமிக்கப்பட்ட திசைகளில் நகர்ந்து, மிகவும் சுமூகமாக விளையாடியது.

உங்கள் எழுத்துக்கள் பிபிலியோதெரபியாக செயல்படுகின்றன என்று சொல்வது பாதுகாப்பானதா?

இல்லை. ஒரு புத்தகத்தைப் படிப்பது என்பது தனிப்பட்ட விருப்பத்திற்குரிய விஷயம். சில வாசகர்கள் ஒரு குறிப்பிட்ட எழுத்தாளரின் படைப்புகளை விரும்பலாம், ஆனால் இன்னொருவரின் படைப்புகளை விரும்பவில்லை. எனது எழுத்துக்கள் சிலரைக் கவர்ந்தால், அது என் வார்த்தைகளில் அவர்கள் அக்கறை கொண்ட ஒன்றை அல்லது அவர்களுக்கு மிகுந்த மகிழ்ச்சியைத் தருகிறது. ஒரு நோயைக் குணப்படுத்துவதைப் பொருத்தவரை, ஒரு மருத்துவரைச் சந்தித்து, பரிந்துரைக்கப்பட்ட மருந்துகளை உட்கொள்வதன் மூலம் மட்டுமே இதைச் செய்ய முடியும். சில நேரங்களில், எனது இலக்கியப் படைப்புகளில் ஆர்வமுள்ள நோயாளிகளும் என்னைப் பார்க்கிறார்கள்; நீங்கள் 'பிப்லியோதெரபி' என்று அழைப்பதன் மூலம் பயனடையக்கூடிய ஒரே நபர்கள் அவர்கள். நாளின் முடிவில், ஒருவரின் தொழிலுடன் சேர்ந்து எழுத்து அல்லது படைப்பாற்றல் பயிற்சி செய்யப்படலாம் என்பது தெளிவாக இருக்க வேண்டும். பல இசைக்கலைஞர்கள், கலைஞர்கள், எழுத்தாளர்கள் மற்றும் கவிஞர்கள் தங்கள் படைப்புகளை அவர்களின் படைப்பு நடவடிக்கைகளுடன் வாழ்வாதார ஆதாரமாகப் பயன்படுத்துகின்றனர்.

பிஸியான மருத்துவராக இருப்பதால், எப்போது எழுத நேரம் கிடைக்கும்?

நான் எழுதும் போது பகல் வெளிச்சம் என் மீது விழுவதை நான் விரும்புகிறேன். எனவே, நான் பகல் நேரத்தில் எழுத விரும்புகிறேன்; நான் இரவில் ஒருபோதும் எழுதுவதில்லை. மேலும், நான் எனது கலையின் மீது மிகுந்த ஆர்வம் கொண்டவனாக இருக்கும்போது, அதற்கான நேரத்தைக் கண்டுபிடிப்பதற்கு அதிகம் தேவையில்லை. ஒரு நாவலுக்கான யோசனை மற்றும் பொருத்தமான தொடக்கத்தைக் கண்டறிந்தால், நான் வழக்கமாக காலை 8:00 மணி முதல் மதியம் 12:00 மணி வரை எழுதத் தொடங்குகிறேன், எனது காலை மாற்றங்களை இரவு ஷிப்ட்களாக மாற்றுகிறேன்.

நான் வழக்கமாக ஒரு ஷிப்டில் 1,000 சொற்களை எழுதுகிறேன், அரிதான சந்தர்ப்பங்களில், இன்னும் கொஞ்சம். சில நேரங்களில், இறுக்கமான காலக்கெடுவைக் கொடுத்தால் அது சோர்வடைகிறது, ஆனால் ஒருவர் மிகவும் வெறித்தனமாக இருக்கும்போது ஒரு தேர்வு இல்லை!

நான் எழுதத் தொடங்கும் போது, செயல்முறை அதிகமாக குறுக்கிடக்கூடாது என்று முயற்சி செய்கிறேன், அது நிகழும்போது நான் நீராவியை இழந்து என் உற்சாகத்தை மீண்டும் பெறுவது

கடினம். மேலும், நான் எழுதியதை மறுபரிசீலனை செய்து முடிக்கும்போது, ஒரு மில்லியன் மாற்றங்களைச் செய்ய எனக்கு வாய்ப்பளிக்காமல், உரையை உடனடியாக வெளியீட்டாளருக்கு அனுப்புகிறேன். நீங்கள் பார்க்கிறபடி, எழுதுதல் மற்றும் வெவ்வேறு நிகழ்வுகளில் பயணம் செய்வது மற்றும் பங்கேற்பது போன்ற அனைத்து தொடர்புடைய செயல்களும் சோர்வாக இருக்கின்றன, ஆனால் வேறு வழியில்லை. புனைகதை எழுதுவதும் விரைவானது, ஒரு வருடம் அல்லது அதற்கு மேற்பட்ட சில மாதங்கள் தேவை.

எழுத்தாளர்கள் தங்கள் பொழுதுபோக்கைப் பயிற்சி செய்ய உண்மையில் ஒரு சிறப்பு அமைப்பு தேவையா?

நிச்சயமாக. ஒவ்வொரு எழுத்தாளரும் தனது சொந்த எழுத்து சடங்குகளை கவனிக்கிறார்கள், அதில் அவர்களின் விருப்பத்தின் இடம் மற்றும் நேரம் ஆகியவை அடங்கும். சில எழுத்தாளர்கள் மூடிய அறைகளில் எழுத விரும்புகிறார்கள், மற்றவர்கள் காபி கடைகளில் எழுத விரும்புகிறார்கள். சில நாவலாசிரியர்கள் இரவில் எழுத விரும்புகிறார்கள், இன்னும் சிலருக்கு அவர்களின் படைப்பாற்றல் பாய்ச்சுவதற்கு நிறைய சிகரெட்டுகள் தேவை. என்னைப் பொறுத்தவரை, நான் எளிமையான சடங்குகளை கடைப்பிடிக்கிறேன் - உற்சாகமான பொது இடங்களில் எழுத விரும்புகிறேன், ஏன் என்று சிலர் ஆச்சரியப்பட்டால், ஏனென்றால் 'சத்தம்' என் படைப்பாற்றலை மட்டுமே எரிபொருளாகக் கொண்டுள்ளது.

உங்கள் படைப்புகள் முக்கியமாக ஆப்பிரிக்க மக்களின் கவலை களில் கவனம் செலுத்துகின்றன. அவர்கள் பெரும்பாலும் உங்கள் அருங்காட்சியகமாக இருப்பதற்கு ஒரு காரணம் இருக்கிறதா?

அரபு மற்றும் ஆபிரிக்க குடிமக்கள் தங்கள் அன்றாட வாழ்க்கையில் பெரிதும் பாதிக்கப்படுகின்றனர். பிராந்தியத்தின் எழுத்தாளர்களான நாங்கள் இத்தகைய துன்பங்களை உள்ளடக்குகிறோம். இங்கே சூடானில், அரபு மற்றும் ஆபிரிக்க சமூக துணிகளை இணைக்கும் ஒரு தனித்துவமான சூழல் எங்களிடம் உள்ளது, அது என் இதயத்திற்கு நெருக்கமான சூழ்நிலை. எனது எபோலா 76 நாவல் ஆங்கிலத்தில் மொழிபெயர்க்கப்பட்ட பிறகு, நான் ஒரு ஆப்பிரிக்க எழுத்தாளராக வகைப்படுத்தப்பட்டேன். நாவல் காங்கோ மற்றும் தெற்கு சூடானில் அமைக்கப்பட்டிருப்பதால் இந்த வகைப்பாடு மிகவும் பொருத்தமானது, இது முற்றிலும் ஆப்பிரிக்க சூழலைக் கொண்டுள்ளது. எனது பிற நாவல்களில் சில பெரும்பாலும் த்ரில்ஸ் ஆஃப் தி சவுத் மற்றும் தி டவுரி ஆஃப் க்ரைஸ் போன்ற

ஆப்பிரிக்க கவலைகளை ஒருங்கிணைக்கின்றன. இன்னும் சிலர் அரபு கவலைகளைப் பற்றி பேசுகிறார்கள், அதாவது பிரஞ்சு வாசனை திரவியம் மற்றும் தி ஹண்டர் ஆஃப் தி கிரைசலைசஸ். இருப்பினும், ஆப்பிரிக்க மக்களின் அன்றாட மற்றும் நீண்டகால துன்பங்கள் எல்லா படைப்புகளிலும் உள்ளன.

வெவ்வேறு வெளியீட்டாளர்களுடனான உங்கள் ஒத்துழைப்பு - அதற்கு என்ன காரணம்?

எனது படைப்புகளை வெளியிட்ட ஏராளமான வெளியீட்டு நிறுவனங்களுடன் நான் ஒத்துழைத்துள்ளேன். ஏனென்றால், பெரும்பாலான வெளியீட்டாளர்கள் என்னை ஒரு எழுத்தாளராக மதிக்கிறார்கள், என் உரிமைகளை மதிக்கிறார்கள், இன்னும் சிலர் அவ்வளவு கவனம் செலுத்துவதில்லை. பல வெளியீட்டாளர்கள் எனது படைப்புகளைப் பெற விரும்புகிறார்கள், பொதுவாக, விநியோக விகிதங்கள் நல்லது. தற்போது, எனது படைப்புகளில் ஆர்வமுள்ள பிராந்தியத்தில் ஒரு மாபெரும் வெளியீட்டாளரான தார் அல் சாகியுடன் நான் ஒத்துழைத்துள்ளேன். வெற்றிகரமாக வளர்ந்து வரும் பதிப்பகமாக விளங்கும் எகிப்திய தார் அல் உலூம், லெபனான் திஃபாஃப் மற்றும் ஐக்கிய அரபு எமிரேட்ஸைச் சேர்ந்த மேடாட் ஆகியவற்றுடன் எனது படைப்புகளையும் வெளியிடுகிறேன்.

நல்ல எழுத்து உள்ளுணர்வை அடிப்படையாகக் கொண்டதா அல்லது பயிற்சியின் மூலம் அதை உருவாக்க முடியுமா?

எழுதுதல் என்பது வாசிப்பு மற்றும் பயிற்சியின் மூலம் வளர்த்து மெருகூட்டக்கூடிய ஒரு திறமை. ஒரு நபர் தங்களின் திறமை இருப்பதைக் கண்டறிந்தவுடன், அவர்களின் வயதைப் பொருட்படுத்தாமல், சிறந்த எழுத்தாளர்களின் அனுபவங்களை தங்களால் முடிந்தவரை படிப்பதன் மூலம் அவர்களின் நோக்கமாக இருக்க வேண்டும். எழுத்தாளர்கள், அவர்கள் எழுத்தாளர்களாக மாறும்போது அல்லது ஆர்வமுள்ள எழுத்தாளர்கள் கூட தங்கள் வேர்களிலிருந்து விலகிச்செல்ல முனைகிறார்கள் - ஏராளமாக வாசிப்பதன் மூலம் உருவாகின்றன. புனைகதை எழுதத் துணிந்த தற்கு முன்பு நான் தனிப்பட்ட முறையில் நாவல்களைப் படித்துக்கொண்டிருந்தேன். மேலும், சமீப காலம் வரை எழுதுவது ஒரு பரிசு, ஒரு இயல்பான திறமை என்று நான் நினைத்தேன், ஆனால் படைப்பாற்றல் மனம் சிறிதளவு கூட வளைந்திருப்பவர்கள் கூட பட்டறைகள் மற்றும் பிற செயல்பாடுகளை எழுதுவதன் மூலம் அழகாக வடிவமைக்க முடியும் என்பதை நான் இப்போது

அறிந்து கொண்டேன். சிறந்த எழுத்தாளர்களை உருவாக்கிய அபுதாபியில் பட்டறைகளை நான் மேற்பார்வையிட்டேன்.

அரபு நாவலின் தற்போதைய நிலையை எவ்வாறு மதிப்பிடுவது?

அரபு நாவலின் நிலை அரபு உலகில் உள்ள பல விஷயங்களின் நிலைக்கு மிகவும் ஒத்திருக்கிறது - ஒரு பாய்ச்சல் நிலை, பல ஏற்ற தாழ்வுகளால் வகைப்படுத்தப்படுகிறது. தேசிய மற்றும் சர்வதேச வெற்றிக்கு நல்ல எழுத்தாளர்கள் உள்ளனர், இன்னும் சிலர் கற்க வேண்டும். இன்று, அரபு இலக்கிய அரங்கில் ஒவ்வொரு நாளும் வெளிவரும் ஆயிரக்கணக்கான நாவலாசிரியர்களால் எழுதப்பட்ட ஏராளமான நாவல்கள் நம்மிடம் உள்ளன, அவை எந்த இடையூறும் இல்லாமல் வெளியிடப்படுகின்றன. இந்த போக்கு என்னை வியக்க வைக்கிறது: நாவல் எழுத்தைத் தவிர மற்ற அனைத்து படைப்பு வகைகளும் அரபு படைப்பு சிந்தனையாளர்களுக்கு அதன் கதவுகளை மூடியுள்ளதா? மக்கள் அதை அதிகளவில் தங்கள் தொழிலாக மாற்றுவதற்கான காரணமா?

இது ஒரு நல்ல நாவலாசிரியரா அல்லது வேறு வழியை உருவாக்கும் பரிசா? இலக்கிய பரிசுகளை நீங்கள் பெறுவீர்கள்...

அரபு எழுத்தாளர்களுக்கு பரிசுகள் ஒரு பெரிய லாபம் - அதிக எண்ணிக்கையிலான பரிசுகள், இப்பகுதிக்கு முழு அங்கீகாரம். அரபு புக்கர், கட்டாரா, ஷேக் சயீத், எகிப்தில் பரிசுகள், ஜோர்டானில் பரிசுகள், அல்ஜீரியாவில் பரிசுகள் மற்றும் பல, இவை அனைத்தும் எழுத்தாளர்களின் நலனுக்காகவே உள்ளன, அவை வேறுவிதமாக அங்கீகரிக்கப்படாத, அல்லது அவர்களின் படைப்பு படைப்புகளுக்கு பயனளிக்கவில்லை. அந்த வகையில், படைப்பாற்றல் திறமையைக் கொண்டாடுவதில் பரிசுகள் முக்கியம், ஆனால் அவை நிச்சயமாக ஒரு நல்ல எழுத்தாளரை உருவாக்குவதில்லை.

பல நாவலாசிரியர்கள் அரபு புனைகதை அரங்கில் உள்ளனர், ஆனால் ஒரு சிலர் மட்டுமே அரபு மற்றும் சர்வதேச மட்டங்களில் பிரபலமடைகிறார்கள். இதற்கு காரணம் என்ன?

உள்ளூர் அரபு பார்வையாளர்களிடையே நன்கு அறியப்பட்ட பல நாவலாசிரியர்களும், தங்களுக்கு ஒரு முக்கிய இடத்தை உருவாக்கிய சில புதியவர்களும் உள்ளனர். சர்வதேச பார்வையாளர்களை சென்றடைவதைப் பொறுத்தவரை, நாவலாசிரியரின் படைப்புகள் ஆங்கிலம் மற்றும் பிற வெளிநாட்டு மொழிகளில் மொழிபெயர்க்கப்பட்டால் மட்டுமே அது நிகழும். அதிர்ஷ்

டவசமாக, எனது படைப்புகள் பல மொழிகளில் மொழிபெயர்க்கப் பட்டுள்ளன, சூடானுக்கு வெளியே வாசகர்கள் என்னை அப்படித்தான் அறிவார்கள். உங்கள் படைப்புகள் எல்லைகளை மீறும் போது கூட, அந்த வேலை வெளிநாட்டு பார்வையாளர்களுடன் கிளிக் செய்கிறதா என்று ஒருவர் காத்திருக்க வேண்டும். உதாரண மாக, எனது படைப்புகள் தி காப்டின் கவலைகள், பிரஞ்சு வாசனை திரவியம் மற்றும் எபோலா 76 ஆகியவை சர்வதேச வெற்றிகளாக இருந்தன, இன்னும் சில இல்லை.

7. ஜமால் மஹ்ஜூப்

ஜமால் மஹ்ஜூப் (பிறப்பு லண்டன் 1966) பிரிட்டிஷ் மற்றும் சூடான் பெற்றோர்களின் கலப்பு-இன எழுத்தாளர். அவர் ஆங்கிலத்தில் எழுதுகிறார் மற்றும் ஏழு நாவல்களை தனது சொந்த பெயரில் வெளியிட்டுள்ளார். 2012ஆம் ஆண்டில், மஹ்ஜூப் பார்க்கர் பிலால் என்ற புனைப்பெயரில் தொடர்ச்சியான குற்ற புனைகதை நாவல்களை எழுதத் தொடங்கினார்.

தி அப்சர்வர், ஜோ ஹெல்லர் ஆகிய இதழில் நாவலை எழுதிய மஹ்ஜூப் முதல் நாவலான நேவிகேஷன் ஆப் த ரெயின்மேக்கர் "ஆப்பிரிக்காவின் பரந்த, வெளித்தோற்றத்தில் கடந்து போக முடியாத பிரச்சினைகள் அளித்த ஒரு உன்னத சித்திரம் - மற்றும் ஒரு நல்ல பொருளை, பலனற்ற அந்நியன் எதிர்கொள்ளும் தார்மீக தடுமாற்றம்". [1989] மஹ்ஜூப்பின் இரண்டாவது நாவலான விங்ஸ் ஆஃப் டஸ்ட் (1994), 1950-களில் மேற்கில் கல்வி கற்ற மற்றும் புதிதாக சுதந்திரமான தேசத்தை உருவாக்கும் பணியைப் பெற்ற வடக்கு சூடானின் முதல் தலைமுறையின் மரபுகளை ஆராய்கிறது. 19 ஆம் நூற்றாண்டின் துர்கோ-எகிப்திய சூடானில் ஒரு கிளர்ச்சியை வழிநடத்திய மஹ்தியின் கதையை தி ஹவர் ஆஃப் சைன்ஸ் (1996) விவரிக்கிறது, கெடிவ் இஸ்மாயிலின் படைகளை வெளியேற்றியது. டி.எல்.எஸ் படி, நாவல் "மனிதன் வரலாற்றிலிருந்து கற்றுக்கொள்ள மறுக்கும் ஒரு ஆழமான விழிப்புணர்வை வெளிப்படுத்துகிறது, ஏனென்றால் அது தன்னைத் திரும்பத் திரும்பச் சொல்லும் வேடங்களுக்கு அவர் குருடராக இருக்கிறார்." இந்த செயல்பாட்டில் ஜெனரல் கார்டன் கொல்லப்பட்டார், இது பிரிட்டிஷ் மறுகட்டமைப்பு மற்றும் 1898 இல் ஆங்கிலோ-எகிப்திய சூடான் உருவாவதற்கு வழிவகுத்தது.

"மஹ்ஜூப்பின் முதல் மூன்று நாவல்களை சூடானில் நடந்த அரசியல் நிகழ்வுகளின் முத்தொகுப்பாக தளர்வாக படிக்க முடியும். சூடானின் கொந்தளிப்பையும் நிச்சயமற்ற தன்மையையும் பின்பற்றி, அவரது எழுத்து அதன் ஆற்றலால் தன்னை வேறுபடுத்துகிறது."

கேரியர் (1998) 17ஆம் நூற்றாண்டின் முற்பகுதியிலும் இன்றைய டென்மார்க்கிலும் பிரிக்கப்பட்டுள்ளது, அங்கு ஒரு தொல்பொருள் கண்டுபிடிப்பு இடைக்காலத்தில் அரபு உலகில் இருந்து ஒரு பார்வையாளருக்கான இணைப்பை வெளிப்படுத்துகிறது. நாவலின் வானியல் தீம் ஹீலியோசென்ட்ரிசிட்டி கண்டுபிடிப்பு மற்றும் டேனிஷ் வானியலாளர் டைகோ பிரஹே ஆகியோரின் படைப்புகளைத் தொடும். டிராவலிங் வித் டிஜின்ஸ் (2003), ஆசிரியருக்கு ஒத்த பின்னணியைக் கொண்ட யாசின் என்ற மனிதனின் கதையைச் சொல்கிறார், அவர் தனது இளம் மகன் லியோவுடன் தப்பியோடி ஐரோப்பா முழுவதும் ஒரு பியூஜியோட் 504 இல் பயணம் செய்கிறார். தி டிரிப்ட் லேட்டிடூட் (2006), ரேச்சல், தனது மகனின் மரணத்தைத் தொடர்ந்து, ஜேட் என்ற அரை சகோதரி இருப்பதை அறிவார்; அவரது தந்தை வாழ்க்கையின் பிற்பகுதியில் கொண்டிருந்த ஒரு உறவின் தயாரிப்பு. இந்த நாவல் 1960-களில் ஆப்பிரிக்க மாலுமிகளால் அடிக்கடி லிவர்பூலில் ஒரு ஜாஸ் கிளப்பைச் சுற்றியுள்ள வாழ்க்கையை சித்தரிக்கிறது. நுபியன் இண்டிகோ (2006) ஆசிரியரின் நுபியன் பாரம்பரியத்தை தனது தந்தையின் பக்கத்தில் உரையாற்றுகிறார். அஸ்வான் உயர் அணை உயர்த்தப்பட்டதன் விளைவாக நுபியன் கிராமங்களை வெளியேற்றுவதைச் சுற்றியுள்ள நிகழ்வுகளை விவரிக்க இந்த நாவல் கட்டுக்கதை மற்றும் பல கதாபாத்திரங்களின் கலவையைப் பயன்படுத்துகிறது. இந்த நாவல் முதன்முதலில் பிரெஞ்சு மொழியில் 2006 இல் வெளியிடப்பட்டது.

மஹ்ஜூப்பின் படைப்புகள் பரவலாக பாராட்டப்பட்டு மொழிபெயர்க்கப்பட்டுள்ளன. 1993ஆம் ஆண்டில், "கார்ட்டோகிராஃபர்ஸ் ஏஞ்சல்" தி கார்டியன் செய்தித்தாள் வெளியீட்டாளர் ஹெய்ன்மேன் புத்தகங்களுடன் இணைந்து ஏற்பாடு செய்த ஒரு சிறுகதை பரிசை வென்றது, அடேவலே மஜா-பியர்ஸ், மார்கரெட் பஸ்பி மற்றும் இயன் மேயஸ் ஆகியோரால் தீர்ப்பளிக்கப்பட்டது. 2000-களில் அவரது பணி ஐரோப்பாவில் அதிக கவனத்தைப் பெற்றது. 2001ஆம் ஆண்டில் இத்தாலியில் மஹ்ஜூப் ஆல்பர்டோ மொராவியாவால் தொடங்கப்பட்ட லா கலாச்சார டெல் மேர் பரிசுக்கு இறுதிப் போட்டியாளராக இருந்தார். 2004 இல் பிரான்சில் தி கேரியர் (பிரெஞ்சு: லு

டெலஸ்கோப் டி ராச்சிட்) செயின்ட் மாலோவில் நடந்த எட்டோனண்ட்ஸ் வோயஜியர்ஸ் விழாவில் ஆண்டுதோறும் வழங்கப்படும் பிரிக்ஸ் டி எல் ஆஸ்ட்ரோலேப்பை வென்றது. 2005ஆம் ஆண்டில், "தி ஒபிடியூரி டேங்கோ" கெய்ன் பரிசுக்கு பட்டியலிடப்பட்டது. 2006ஆம் ஆண்டில் "கேரர் பிரின்செசா" என்ற சிறுகதை சிறுகதைகளுக்கான என்ஹெச் ஹோட்டல் மரியோ வர்காஸ் லோசா பரிசை வென்றது.

2012ஆம் ஆண்டில் மஹ்ஜூப் "பார்க்கர் பிலால்" என்ற புனைப்பெயரில் குற்ற புனைகதைகளை வெளியிடத் தொடங்கினார். நாடுகடத்தப்பட்ட சூடான் துப்பறியும் மக்கானாவைக் கொண்ட கெய்ரோவில் திட்டமிடப்பட்ட தொடர்களில் கோல்டன் ஸ்கேல்ஸ் (2012) முதன்மையானது. தொடரின் இரண்டாவது புத்தகம், டாக்ஸ்டார் ரைசிங், பிப்ரவரி 2013 இல் வெளிவந்தது. இந்தத் தொடரின் மூன்றாவது புத்தகம் 2014 இல் வெளியிடப்பட்ட தி கோஸ்ட் ரன்னர் ஆகும்.

8. சூடான் நாவலாசிரியர்கள்

அமீர் தாஜ் அல் சர்

அமீர் தாஜ் அல் சர் ஒரு சூடான் நாவலாசிரியர், அரபியில் எழுதுகிறார்.

அவர் 1960 இல் வடக்கு சூடானில் பிறந்தார் மற்றும் மகளிர் மருத்துவ நிபுணராக பயிற்சி பெற்றார். அவர் கவிதை மற்றும் புனைகதை அல்லாத ஒரு டஜன் புத்தகங்களை வெளியிட்டுள்ளார். அவரது முதல் நாவலான கர்மகுல் 1988 இல் வெளிவந்தது. அவரது சமீபத்திய நாவலான தி ஹண்டர் ஆஃப் தி கிரைசலைசஸ் 2011 அரபு புக்கர் பரிசுக்கு பட்டியலிடப்பட்டது. டெய்லி நியூஸ் எகிப்து இவரை”தாஜ் அல்-சர், 10 நாவல்கள் எழுதியுள்ளார் முன்னாள் கவிஞர், பரவலாக அரபு புதின எழுத்தாளர்கள் மத்தியில் ஒரு மாபெரும் சக்தியாக கருதப்படுகிறார்.” என்று மதிப்பிடுகிறது.

ஹம்மோர் ஜியாடா

ஹம்மோர் ஜியாடா (பிறப்பு 1979) ஒரு சூடான் எழுத்தாளர் மற்றும் பத்திரிகையாளர் ஆவார். அவர் சிவில் சமூகம் மற்றும் மனித உரிமை ஆராய்ச்சியாளராக பணியாற்றியுள்ளார், தற்போது கெய்ரோவை தளமாகக் கொண்ட ஒரு பத்திரிகையாளராக உள்ளார். அவர் சூடான் செய்தித்தாள்களில் பல இடதுசாரி செய்தித்தாள்களுக்காக எழுதுகிறார்.மற்றும் சூடான் அல்-அக்பர் பத்திரிகையின் கலாச்சார ஆசிரியராக பணியாற்றினார். ஜியாடா பல புனைகதைகளை வெளியிட்டுள்ளார், ஆனால் அவரது இரண்டாவது நாவலான தி லாங்கிங் ஆஃப் தி டெர்விஷ் (2014) மிகவும் பிரபலமானது, இது 2014 இல் நாகுயிப் மஹபூஸ் பரிசை வென்றது மற்றும் 2015 அரபு புக்கர் பரிசுக்கு பரிந்துரைக்கப்பட்டது. அவர் கார்ட்டூமில் பிறந்தார்.அவரது படைப்புகளான

ஓம்துர்மனிடமிருந்து ஒரு வாழ்க்கை கதை (சிறுகதைகள், 2008),

அல்-குஞ்ச் (நாவல், 2010),

மலையின் அடிவாரத்தில் தூங்குதல் (சிறுகதைகள், 2014)

தி லாங்கிங் ஆஃப் தி டெர்விஷ் (நாவல், 2014)ஆகியவை பிரபலமானவை.

மன்சூர் முகமது எல் சவைம்

மன்சூர் முகமது எல் சவைம் (பிறப்பு 1970) ஒரு சூடான் எழுத்தாளர். அவர் தெற்கு டார்பூரில் உள்ள நியாலாவில் பிறந்தார். அவர் கார்ட்டூமில் வசித்து வருகிறார்.

எல் சவைம் 1990 இல் எழுதத் தொடங்கினார், 1995 இல் முதல் படைப்பு வெளியிடப்பட்டது. அவர் இரண்டு நாவல்களையும் இரண்டு சிறுகதைத் தொகுப்புகளையும் இன்றுவரை வெளியிட்டுள்ளார். அவரது முதல் நாவல் துகோம் அர்-ரமாத் (ஆஷின் எல்லைகள்) என்று அழைக்கப்பட்டது. அவரது இரண்டாவது நாவலான டாக்கிரத் ஷிரீர் கிரியேட்டிவ் ரைட்டிங்கிற்கான தயேப் சாலிஹ் விருதைப் பெற்றார், இது பிரபலமான சூடான் நாவலாசிரியராக மாற வழிசெய்தது.

2009ஆம் ஆண்டில், எல் சவைம் தொடக்க ஐபிஏஎஃப் நத்வா (எழுத்தாளர்களின் பட்டறை) இல் கலந்து கொண்டார். 2010ஆம் ஆண்டில், பானுபால் பத்திரிகை மற்றும் ஹே விழா ஆகியவற்றால் ஏற்பாடு செய்யப்பட்ட ஒரு போட்டியின் மூலம் 40 வயதிற்கு உட்பட்ட 39 அரபு எழுத்தாளர்கள் குழுவான பெய்ரூட் 39 இல் ஒருவராக இருந்தார். 2011ஆம் ஆண்டில், தனது தற்போதைய திட்டத்திற்காக AFAC (கலை மற்றும் கலாச்சாரத்திற்கான அரபு நிதி) மானியத்தைப் பெற்றார், இது ஒரு வரலாற்று நாவலான தி லாஸ்ட் சுல்தான் என்ற நாவல் திட்டத்துக்காக.

மல்கத் எட் தார் மொஹமட் அப்துல்லா

மல்கத் எட்-தார் மொஹமட் அப்துல்லா (1920-1969) ஒரு சூடான் நாவலாசிரியர், இசையமைப்பாளர் மற்றும் கவிஞர் ஆவார். அவரது நாவலான தி வைட் ஹாலோவ்னஸ், சூடான் சமுதாயத்தில் உழைக்கும் பெண்ணின் வாழ்க்கையையும் சிரமங்களையும் முதலில் சித்தரித்தது. இருப்பினும், இந்த நாவல் சூடான் கிராமப்புறங்களை இலட்சியப்படுத்தியதற்காக விமர்சிக்கப்பட்டுள்ளது.

9. மஹ்றஜூப் ஷெரீப்

மஹ்றஜூப் ஷெரீப் (1 ஜனவரி 1948 - 2 ஏப்ரல் 2014), மஹ்றஜூப் முஹம்மது ஷெரீப் முஹம்மது சூடான் கவிஞர், ஆசிரியர் மற்றும் ஆர்வலர் ஆவார். அவர் சூடான் மற்றும் பிற அரபு மொழி பேசும் நாடுகளில் தனது பேச்சு கவிதைகள் மற்றும் அவரது பொது ஈடுபாட்டிற்காக அறியப்பட்டுகிறார், ஜனநாயகம், சுதந்திரம், பொது நல்வாழ்வு மற்றும் தேசிய அடையாளத்திற்கான காரணங்களை மேலும் உறுதிப்படுத்த அவரது கவிதைகள் உறுதியளித்தன. அவருடைய கவிதைகள் சிறந்த இசை கலைஞர்கள், முகமது வர்தி மற்றும் முகமது முனீர் ஆகியவர்களால் இசைக்கப்பட்டது, ஆனால் வெவ்வேறு சூடான் அரசாங்கங்கள் கீழ் அரசியல் சிறை வழங்க இது வழிவகுத்தது.

மஹ்றஜூப் ஷெரீப் ஒரு கிராமப்புற அமைப்பில் குட்டி வணிகர்களின் குடும்பத்தில் பிறந்தார் மேலும் தனது குழந்தைப் பருவத்தை ஓம்துர்மனில் கழித்தார், அரபு நகரத்தில் ஒரு தொடக்கப் பள்ளிக்குச் சென்றார். அவர் தனது குடும்பத்தின் வர்த்தகத்திலிருந்து விலகி, கார்ட்டூமில் உள்ள ஆசிரியர்களுக்கான மரிடி இன்ஸ்டிடியூட்டில் ஆசிரியராகப் பயிற்சி பெற்றார் ; பின்னர் அவர் தனது பணி ஆண்டுகளில் பெரும்பாலான காலம் தொடக்கப்பள்ளி ஆசிரியராக இருந்தார். காஃபர் நிமிரியின் ஆட்சியை விமர்சித்த அவரது கவிதைகள் காரணமாக, அவர் 1971 இல் முதல்முறையாக சிறையில் அடைக்கப்பட்டார், அதைத் தொடர்ந்து 1970 கள், 1980 கள் மற்றும் 1990-களில் ஏராளமான சிறைச்சாலை வாசம் கிடைத்தன. பொது சேவையிலிருந்து அடிக்கடி இடைநீக்கம் செய்யப்படுவதும் சிறையில் இருந்து விடுவிக்கப்பட்ட பின்னர் தொடர குறுகிய கால அனுமதியுடன் பணியை தொடர அனுமதிப்பது ஆகியவற்றுடன் இணைக்கப்பட்டுள்ளது.

மஹ்ஜூப் ஷெரீப்பின் முக்கிய அமைப்பானது குறுகிய குழந்தைகளின் பாடல்கள் முதல் நீண்ட புரட்சிகர நேர்த்திகள் வரையிலான கவிதைகளைக் கொண்டுள்ளது. அவர் குழந்தை களுக்கான நாடகங்களையும் சிறுகதைகளையும் எழுதினார், அவற்றில் ஒன்று - ஜீனாப் மற்றும் மா மரம் - டச்சு, பிரஞ்சு மற்றும் ஆங்கில மொழிகளில் வெளியிடப்பட்டுள்ளன. இருப்பினும், சில அங்கீகரிக்கப்படாத மொழிபெயர்ப்புகள் இருந்தாலும், மஹ்ஜூப் ஷெரீப்பின் எழுத்துக்கள் எதுவும் ஆங்கிலம் அல்லது பிற மொழிகளில் கிடைக்கவில்லை. ஷெரீப் கவிதைகள் பேச்சு வழக்கு, அழகிய, விளையாட்டுத்தனமான ஒரு கலவையாக வகைப்படுத்தப்பட்டு உள்ளது, ஆனால் வலுக்கட்டாயமாக 'மக்களின் கவிதைக்காக அவர் நற்பெயரை பெற்றுள்ளார். மேலும்"காதல் பாடல்களும் கவிதைகளும் கொண்டு அன்றாட வாழ்க்கையில் பற்றிய அறிவிப்புகளையும் அரசியலையும் சிறுவர் களுக்காக அளித்துள்ளார்". அடக்குமுறை ஆட்சிகளின் பாதுகாப்பு எந்திரத்தில் இந்த கவிதையுடன் அவரது பாடல் பாணி பெரும்பாலும் காட்டப்படுகிறது:

ஏய், பஃப்பூன்!

இறுக்கமாக ஒட்டிக்கொள்க!

வீழ்ச்சியடைவதால் ஜாக்கிரதை!

ஜாக்கிரதையுடன் எச்சரிக்கையாக இருங்கள்!

இயக்கத்தின் ஒவ்வொரு அறிகுறிகளுக்கும் உங்கள் காதுகளை வளைக்கவும் உங்கள்

சொந்த நிழலைக் கவனித்துக் கொள்ளுங்கள்

இலைகள் சலசலக்கும் போது,

உங்களை மூடிவிட்டு அசையாமல் இருங்கள்!

வாழ்க்கை மிகவும் ஆபத்தானது, பஃப்பூன்.

சுட ஆரம்பி!

உங்கள் குறிக்கோள் இல்லாமல் கடந்து செல்லும் ஒவ்வொரு தென்றலையும் ஒவ்வொரு வார்த்தையும் உச்சரிக்கும் தோட்டாக்கள் என் ஆண்டவரே பஃப்பூன். சிட்டுக்குருவிகள், கிராம விளக்குகள், நகரங்களின் ஜன்னல்கள், புல்வெளியின் ஒவ்வொரு கிசுகிசுப்பும் உங்களுக்கு புகாரளிக்க அறிவுறுத்துங்கள். பொலிஸாக, எறும்புகள் ஊடுருவி பாதுகாப்பு நிலையை உருவாக்கட்டும் மழைத்துளிகளைக் கேளுங்கள்.

அவர்களின் அறிக்கைகளை எழுத, பஃப்பூன்...

எனவே அவரது கவிதை மொழி அரசாங்கங்களின் உத்தியோகபூர்வ சொற்பொழிவுகளுக்கு அப்பாற்பட்ட கருத்துக்களை வெளிப்படுத்தவும் உதவியது, எடுத்துக்காட்டாக வடக்கு மற்றும் தெற்கு சூடானைப் பிரிக்கும் போது, இது துருவமுனைக்கப்பட்ட விரோதத்தால் குறிக்கப்பட்டது. மஹ்ஜூப் ஷெரீப் சோகம், தவறவிட்ட வாய்ப்புகள் மற்றும் இரு நாடுகளிலும் பொதுவான காரணங்களைப் பற்றிய உணர்வை வலியுறுத்தினார்:

கற்பனையான கனவுகளைப் போல மரங்கள் கடந்துவிட்டன

நல்ல மனிதர்கள்

நிழல்கள் மற்றும் மேகங்கள் வழியாக

மரங்கள் கடந்துவிட்டன

என் அன்பே நீ எங்கே?

இது எனக்கு ஒரு வேதனையான காட்சி

நீங்கள் எங்கே போகிறீர்கள்?

மேரி நான் உன்னை இழப்பேன்

நான் கண்ணீர் சிந்திக் கொண்டிருக்கிறேன்,

ஆனாலும் நாங்கள் எங்கள் மதிப்பெண்களால் குடிமக்கள்.

வரைபடத்தில் நாங்கள் அண்டை நாடுகளாக இருக்கிறோம்

மரங்கள் கடந்துவிட்டன

ரிஃப்ட் வேலி இன்ஸ்டிடியூட் சக மாக்டி எல் கிசலியின் மதிப்புரையை பொறுத்தவரை, அவரது மொழியின் இந்த பயன்பாடு இதுவரை சென்றது, “குழந்தைகளின் விளையாட்டுத்தனமான பொழுதுபோக்குக்கு கூட பொருத்தமான, இறகு-ஒளி வரிகளில் மற்றொரு எதிர்காலத்தை கற்பனை செய்யும் அசாதாரண திறன்” என்றும்”அரசியல் ரீதியாக சிற்றின்பத்தின் ஒரு பகுதியாக மாற்றப்பட வாய்ப்பு அனுமதிக்கப்படும்போதெல்லாம் எதிர்க்கட்சியின் திறமை என்னவானது”. என்றெல்லாம் விமர்சித்தார்.

காஃபர் நிமிரியின் கீழ் மஹ்ஜூப் ஷெரீப்பை அடிக்கடி சிறையில் அடைத்ததும் பின்னர் ஓமர் அல்-பஷீரின் கீழ் அம்னஸ்டி இன்டர்நேஷனல் மற்றும் பின்னர் ஆப்பிரிக்கா வாட்ச் / மனித உரிமைகள் கண்காணிப்பின் கவனத்தையும் ஈர்த்தது. டேவிட் அட்டன்பரோ வழங்கிய பிபிசியின் கைதிகள்

ஆஃப் கான்சியஸ்னஸ் தொடரின் ஒரு பகுதியும் அவரது வழக்கு அமைந்தது. குறிப்பாக அம்னஸ்டி இன்டர்நேஷனல் இந்த வழக்கில் இரண்டு தசாப்தங்களுக்கும் மேலாக ஒரு தீவிர ஆர்வத்தைத் தக்க வைத்துக் கொண்டுள்ளது, 1980ஆம் ஆண்டில் முதல் அறிக்கையிலிருந்து, 1990 ல் சிறைச்சாலையில் அவருக்கு அட்டைகளை அனுப்புவதற்கான பிரச்சாரத்தில், அவருக்கு சுமார் 2,000 பேர் அவருக்கு ஆதரவாக சிறைக்கு கடிதம் எழுதி அவரை விடுவிக்க வேண்டுகோள் விடுத்தனர்., ஆகஸ்ட் 2008 இல் லண்டனில் மஜ்ஜூப் ஷெரீப் குறித்த நிகழ்வு ஒன்று நடந்தது,

2004ஆம் ஆண்டு முதல், மஹ்ஜூப் ஷெரீப் இடியோபாடிக் நுரையீரல் ஃபைப்ரோஸிஸால் அவதிப்பட்டு வந்தார், இது சிறையில் கழித்த நேரத்தால் ஏற்பட்ட சேதத்தின் விளைவாகவும், நீரிழிவு வகை 2 ஆல் மேலும் சிக்கலாகவும் இருந்தது. அவர் ஏப்ரல் 2, 2014 அன்று ஓம்துர்மனில் உள்ள ஒரு மருத்துவமனையில் இறந்து அடக்கம் செய்யப்பட்டார்.

அவரது இறுதிச் சடங்கில் நூற்றுக்கணக்கான சூடானியர்கள் கலந்து கொண்டனர் மற்றும் பல முக்கிய அரபு செய்தி சேனல்களால் ஒளிபரப்பப்பட்டது.

10. கெலி அப்தெல் ரஹ்மான்

கெலி அப்தெல் ரஹ்மான் (1931 - 24 ஆகஸ்ட் 1990) 20 ஆம் நூற்றாண்டின் இரண்டாம் பாதியில் சூடானின் முன்னணி கவிஞர்களில் ஒருவராக திகழ்ந்தார்.

கெலி அப்தெல் ரஹ்மான் வடக்கு சூடானில் நைல் நதியில் உள்ள ஒரு சிறிய தீவான கெஸிராத் சாய் அல்லது சா (தீவு) இல் பிறந்தார். மஹாஸ் கூத் இனத்தினர் எகிப்தில் குடிபெயர்ந்தனர் அதில் அவரது தந்தையும் அடக்கம்.அவர் அன்ஷாஸ் எல்ரமல் பகுதியில் ராயல் அரண்மனைகள் உள்ள இடத்தில் பணிபுரிந்தார். 1920, இல். கெலி தனது தாயுடன் இரண்டு வயதில் எகிப்துக்கு வந்தார். அவருக்கு நான்கு சகோதரிகள் மற்றும் மூன்று சகோதரர்கள் உள்ளனர்.

அவர் 7 வயதில் கவிதைகள் எழுதத் தொடங்கினார். அவருக்கு ஒன்பது வயதாக இருந்தபோது, குர்ஆனின் முழு புத்தகத்தையும் மனனம் செய்ய கற்றுக்கொண்டார், அதற்காக அவருக்கு ராயல் பரிசு வழங்கப்பட்டுள்ளது. கெலி கெய்ரோவில் உள்ள அல்-அசார் பள்ளியில் சேர்ந்தார், அங்கு அவர் தனது ஆரம்ப மற்றும் இடைநிலைக் கல்வியை முடித்தார். அல்-அஹாஹரில் அவரது வாழ்க்கை ஒடுக்குமுறை மற்றும் சமூக சமத்துவமின்மை பற்றிய கருத்துக்களை உருவாக்கியது, அந்த நேரத்தில் (1940 கள்) அல்-அசார் மாணவர்களில் பெரும்பாலோர் வெவ்வேறு ஆப்பிரிக்க நாடுகளிலிருந்து வந்து ஆரோக்கியமற்ற தங்குமிட நிலைமைகளில் தங்கியிருந்தனர், இது பல சந்தர்ப்பங்களில் மாணவர்கள் பாதிக்கப்படுவதற்கு வழிவகுத்தது காசநோயால் பலரும் இறப்பதால் கெலி வருத்தமடைந்தார். அல்-அஸ்ஹாரில் மாணவராக இருந்தபோது மாணவர் ஆர்ப்பாட்டத்தில் பங்களித்தபோது கெலி கைது செய்யப்பட்டார்.

தனது இடைநிலைக் கல்வியை முடித்த பின்னர், கெலி தார்ர் எல் உலூமில் படிக்கும் போது எகிப்திய செய்தித்தாள் ஒன்றில் ஆசிரியராக பணியாற்றினார். ஆசிரியர் பணியாற்றியதற்காக ஏற்றவாறு கமால் அப்துல் நாசர் 23 ஜூலை 1952 ல் கெலியின் முதல் கவிதையை அடிப்படையாகக் கொண்டு எகிப்தில் அதிகாரத்தைக் கைப்பற்றுவதன் விழிப்புணர்வுக்காக 1953ஆம் ஆண்டு எல்-மசாரி செய்தி வெளியிட்டது. கெலி எல்-கம்ஹோரியா செய்தித்தாள் அல்லது குடியரசில் ஆசிரியராகவும், 1955 இல் எல்-மாஸா என்ற கலை நாளிதழில் ஆசிரியராகவும் பணியாற்றுகிறார். கெலி 1951 இல் எகிப்தில் தேசிய விடுதலைக்கான ஜனநாயக இயக்கத்தில் சேர்ந்தார் மற்றும் சூடான் கம்யூனிஸ்டுடனும் தனது நடவடிக்கைகளைத் தொடர்ந்தார். அந்தக் காலத்திலிருந்து 1990 ல் அவர் இறக்கும் வரை கட்சியில் பணி புரிந்தார்.

கெலி 1964 இல் மாஸ்கோவில் தனது பல்கலைக்கழக படிப்பை முடிக்க முன்னாள் சோவியத் யூனியனுக்கு குடிபெயர்ந்தார். அவருக்கு ஆப்பிரிக்க மற்றும் ஆசிய எழுத்தாளர்கள் ஒன்றியத்தில் உதவித்தொகை வழங்கப்பட்டது, எனவே அவர் மாஸ்கோவில் உள்ள கார்க்கி இன்ஸ்டிடியூட் ஆப் ஆர்ட்ஸில் சேர்ந்தார். கெலி 1969 இல் கலைகளில் முதுகலைப் பட்டம் பெற்றார்.

பட்டம் பெற்ற பிறகு, கெலி மாஸ்கோ நியூஸ் செய்தித்தாளில் ஆசிரியராகவும் பின்னர் மாஸ்கோவில் உள்ள ஓரியண்டல் இன்ஸ்டிடியூட்டில் விரிவுரையாளராகவும் பணியாற்றினார். இந்த நிறுவனம் சோவியத் கல்வி அறிவியல் சமூகத்தின் ஒரு பகுதியாகும். இவர் பி.எச்.டி. இல் ஒப்பீட்டு கலை தியரி ஒன்றை ஆய்வு செய்தார். அவர் மாஸ்கோவில் இருந்தபோது தனது கவிதைகளில் பெரும்பகுதியை வெளியிட்டார், மேலும் ரஷ்யாவில் வாழ்ந்தபோது ஆங்கிலம், ரஷ்யன் மற்றும் பிரஞ்சு போன்ற பல்வேறு மொழிகளில் கவிதை வெளியிடப்பட்டது. 1977ஆம் ஆண்டில் அவர் ஏடன் பல்கலைக்கழகத்திற்கு அழைக்கப்பட்டார், அங்கு அவர் கலை மற்றும் அழகியலில் விரிவுரையாளராக பணியாற்றினார், பேராசிரியர் பதவி பெற்றார் மற்றும் ஏழு ஆண்டுகள் கழித்தார். 1983ஆம் ஆண்டில், அல்ஜீரியா பல்கலைக்கழகத்தில் உள்ள மொழி மற்றும் கலை நிறுவனத்தில் கற்பிப்பதற்காக கெலி அல்ஜீரியாவுக்குச் சென்றார், அங்கு பிப்ரவரி 1989 இல் சிறுநீரக செயலிழப்பால் பாதிக்கப்படும் வரை அவர் தங்கியிருந்தார். பின்னர் அவர் தீர்வு காண எகிப்துக்குச் சென்றார். கெலி அப்தெல் ரஹ்மான் 1990 ஆகஸ்டில் கெய்ரோவில் டயாலிசிஸ் அறுவை சிகிச்சை செய்த பின்னர் இறந்தார். அவர் சமீபத்தில் சுவிட்சர்லாந்தில் இறந்த

மலகாட் சல்மானோவா (மில்லா) என்ற சோவியத் பெண்ணை மணந்தார், அவருக்கு இரண்டு மகள்கள், ரெனா மற்றும் ரீம் உள்ளனர்.அவரது படைப்புகள்

1) எகிப்திலிருந்து வந்த கவிதைகள் 1956. (கவிதை புத்தகம்)

2) அல்-ஜாஅத் எல் எல்-மக்ஸூர், الجواد الجواد "அல்லது" குதிரைப்படை மற்றும் உடைந்த வாள்", (கவிதை புத்தகம்), 1968 மற்றும் 1985 இல் மீண்டும் வெளியிடப்பட்டது.

3) "வெளிநாட்டு உதவி மற்றும் சூடான் சுதந்திரத்தின் மீதான அதன் செல்வாக்கு" என்ற தலைப்பில் அரசியல் ஆய்வுகளில் ஒரு புத்தகத்தை ஜெலி வெளியிட்டுள்ளார், கெலி தனது நண்பரான கவிஞர் தாஜ் எல்சிர் எல்-ஹ¯சனுடன் இணைந்து இந்த புத்தகத்தை எழுதினார். 1958 இல்; இந்த புத்தகத்தை சூடான் கம்யூனிஸ்ட் தலைவர் அபேத் எல்காலிக் மஜ்ஜூப் அறிமுகப்படுத்தினார்.

4) அகானை எல்-ஜாஹபீன் அல்லது "மார்ச்சர்களின் பாடல்கள்", நஜீப் சரூர், மொஜாஹித் அப்தெல்மோனெம் மற்றும் கமல் அம்'ஆருடன் இணைந்து கவிதை புத்தகம்.

5) ரஷ்ய மொழியில் மொழிபெயர்க்கபட்ட கெலியின் கவிதைகளுடன் வெவ்வேறு ரஷியன் கவிஞர்கள்.

6) போபாத் எல்-மோடன் எல்-சஃப்ரியா, بوابات المدن "அல்லது" மஞ்சள் நகரங்களின் வாயில்கள்", (எகிப்தில் கெலி இறந்த பிறகு வெளியிடப்பட்ட கவிதை புத்தகம் எகிப்திய பொதுக் கழகம் புத்தகத்தால்.

7) அல்தேயர் எல்-மாக்பூன், الطير المغبون,

8) அல்-ஹரிக் வா அஹ்லாம் அல்-பாலாபல், الحريق واحلام "அல்லது" ஃபயர் அண்ட் ட்ரீம்ஸ் ஆஃப் நைட்டிங்கேல்ஸ்".

அரபு இலக்கியம்

9. லெபனான்

1. நவீன லெபனான் இலக்கியம்

லெபனானில் பல பதிப்பகங்கள் உள்ளன, அவை அரபு, பிரஞ்சு மற்றும் ஆங்கில மொழிகளில் வெளியிடப்படுகின்றன. 2009ஆம் ஆண்டில், யுனெஸ்கோ பெய்ரூட்டை உலக புத்தக மூலதனமாக நியமித்தது, குறிப்பாக கலாச்சார பன்முகத்தன்மை, உரையாடல் மற்றும் சகிப்புத்தன்மை, அதன் திட்டத்தின் பல்வேறு ஆற்றலுக்கான அதன் முயற்சிகளுக்கு நல்வாய்ப்பாக இருக்கிறது. ஒவ்வொரு ஆண்டும் (ஒரு சில விதிவிலக்குகளுடன்), பெய்ரூட் பாரிஸ் மற்றும் மாண்ட்ரீலுக்கு வெளியே மிகப்பெரிய இலக்கிய வரவேற்புரை சலோன் ஃபிராங்கோபோன் டு லிவ்ரேவை வழங்குகிறது. இது ஒரு அரபு மற்றும் சர்வதேச புத்தகக் கண்காட்சியையும் நடத்துகிறது (170 வெளியீட்டாளர்களைக் குறிக்கும் மற்றும் 35, 000 பார்வையாளர்களை ஈர்க்கிறது). லெபனான் குடியேறியவர்கள் அதிக எண்ணிக்கையிலான நாடுகளில் லெபனான் இலக்கியங்களும் வெளியிடப்படுகின்றன. லெபனான் இலக்கியத்தில் கவிதை முக்கிய பங்கு வகிக்கிறது. பிரபல இசைக்கலைஞர்கள் பாரம்பரிய கவிதைகளுக்கு இசையை எழுதியுள்ளனர், செய்தித்தாள்கள் கவிதை முக்கியமானவை என்று கருதுகின்றன.

19 ஆம் நூற்றாண்டின் இரண்டாம் பாதியில், ஒரு இலக்கிய, அறிவியல் மறுமலர்ச்சி ஏற்பட்டது. இதற்கு ஒரு காரணம் பல பல்கலைக்கழகங்கள் மற்றும் பள்ளிகள் நிறுவப்பட்டது, மிகவும் மதிப்புமிக்கது பெய்ரூட் அமெரிக்க பல்கலைக்கழகம் (1866) மற்றும் ஜேசுட் செயிண்ட் ஜோசப் பல்கலைக்கழகம் (1875) ஆகியவை. ஆனால் எழுத்தாளர்களும் கவிஞர்களும் அந்த நூற்றாண்டைக் குறிக்கும் துயரமான சம்பவங்களால் ஈர்க்கப்பட்டதாகத் தெரிகிறது. உள்நாட்டுப் போருக்கும் (1975-1990) பாலஸ்தீனிய அகதிகளின் வருகைக்கும் இது பொருந்தும்.

நஹ்தா: ஒரு புதிய கலாச்சார இயக்கம் லெபனான் இலக்கியத்தை வடிவமைத்தல்

ஒரு புதிய கலாச்சார இயக்கத்தின் முதல் அறிகுறிகள் 1957ஆம் ஆண்டில் சிரியாவின் கவிஞர் அடுனிஸ் (அலி அஹ்மத் சையத் அஸ்பரின் மாற்றுப்பெயர்) மற்றும் பிறரால் நிறுவப்பட்ட சோதனை கவிதைகளுக்கான பத்திரிகையான ஷிரின் அடித்தளத்துடன் தெளிவாகத் தெரிந்தது. அரபு உலகம் முழுவதிலுமிருந்து வந்த கவிஞர்கள் பெய்ரூட்டில் குடியேறினர், சுதந்திர பத்திரிகைகள் மற்றும் அந்த நேரத்தில் ஆட்சி செய்த ஒப்பீட்டளவில் சகிப்புத் தன்மையுள்ள அறிவுசார் சூழ்நிலையால் ஈர்க்கப்பட்டனர். அதே காலகட்டத்தில், நவீன கதை உரைநடை வடிவம் பெறத் தொடங்கியது. தவ்ஃபிக் யூசுப் அவத், மாரூன் அபாத் மற்றும் யூசுப் ஹபாஷி அல்-அஷ்கர் ஆகியோர் தங்களது முதல் நாவல்கள் மற்றும் சிறுகதைத் தொகுப்புகளை வெளியிட்டனர், அவை ஐரோப்பிய மற்றும் ரஷ்ய இயற்கைவாதத்தால் பெரிதும் பாதிக்கப்பட்டுள்ளன.

சுஹைல் இட்ரிஸ் போன்றவர்கள் ஜீன்-பால் சார்த்தர் மற்றும் அவரது குழுவின் இருத்தலியல் இயக்கத்தினால் ஈர்க்கப்பட்டனர். 20 ஆம் நூற்றாண்டின் இரண்டாம் பாதியில், பெண் எழுத்தாளர்கள் களமிறங்கத் தொடங்கினர். 1968ஆம் ஆண்டில், லயலா பால்பாக்கி தனது சுயசரிதை பெண்ணிய நாவலான அனா அஹ்யா ('நான் வாழ்கிறேன்') ஐ வெளியிட்டார், இது லெபனானில் மட்டுமல்ல, அரபு உலகம் முழுவதும் பிரபலமானது.

1967 ல் அரபு தோல்வியை இஸ்ரேல் அடுத்தடுத்து முரண்படுகிறது உள்நாட்டுப் போர் லெபனானில் (1975-1990) ஆழமாக கலாச்சார மற்றும் இலக்கிய காட்சி உட்பட லெபனான் சமூகம், பாதித்தது. சுஹைல் இத்ரிஸின் அரசியல் நாவல்கள், தவ்ஃபிக் யூசுப் அவாத்தின் தீர்க்கதரிசன நாவல்கள் அல்லது அரசியல் ஆர்வலரும் எழுத்தாளருமான எலியாஸ் கவுரியின் சர்ரியலிஸ்டிக் கதைகள் எதுவாக இருந்தாலும், எழுதப்பட்ட எல்லாவற்றிலும் போர் இடம்பெற்றது.

பெண் எழுத்தாளர்களிடையே, போர் ஒரு வினையூக்கியாகவும், உத்வேகத்தின் மூலமாகவும் செயல்படுவதாகத் தோன்றியது. புதிய பெயர்கள் முக்கியத்துவம் பெற்றன, குறிப்பாக எமிலி நஸ்ரல்லா, ஹனன் அல்-ஷெய்க் மற்றும் ஹோடா பரகாட், அவர்கள் விரைவில் 'பெய்ரூட்டின் டிசென்ட்ரிஸ்டுகள்' என்று அறியப்படுவார்கள். அரசியல் நெருக்கடிக்கு அடிப்படையான சர்ச்சைகளை அடையாளம் கண்டு லெபனான் சமுதாயத்தை மோசடி செய்ய டிசென்ட்ரிஸ்டுகள் முயன்றனர். அவர்களைப்

பொறுத்தவரை, அரசியல் என்பது ஒரே ஒரு பிரச்சினை அல்ல, பாரம்பரிய, போருக்கு முந்தைய ஆணாதிக்க விழுமியங்களை மறுபரிசீலனை செய்ய வேண்டும் என்று அவர்கள் வாதிட்டனர்.

1980-களின் முற்பகுதியில், ஒரு புதிய வகை இலக்கிய உரைநடை தோன்றியது. யுத்தம் இன்னும் இருந்தது, ஆனால் முன்னர் எழுதப்பட்ட வார்த்தையில் ஆதிக்கம் செலுத்திய கனமான சித்தாந்தத்திலிருந்து அகற்றப்பட்டது. ஹசன் தாவூத், ரஷீத் அல்-டெய்ஃப், அலவியா சுப் மற்றும் இமான் ஹுமாய்டன் போன்ற எழுத்தாளர்கள் போரின் போது லெபனான் மக்களின் அன்றாட வாழ்க்கையில் கவனம் செலுத்தினர். புதிய மில்லினியம் யுத்தம் வெடித்தபோது இன்னும் குழந்தைகளாக இருந்த ஒரு புதிய தலைமுறை எழுத்தாளர்கள் தோன்றியது. அவர்களிடமிருந்து போர் திருடிய இளைஞர்களை மீட்டெடுக்க அவர்கள் தங்கள் இலக்கியப் பணிகளில் முயற்சி செய்கிறார்கள். இந்த தலைமுறையின் மிக முக்கியமான பிரதிநிதிகளில் ஒருவர் ரபீ ஜாபர் ஆவார்.

கடந்த 20 ஆண்டுகளில், பெய்ரூட் வளர்ந்து வரும் கலாச்சார மற்றும் இலக்கிய மையமாக வளர்ந்துள்ளது. ஒவ்வொரு ஆண்டும் (சில விதிவிலக்குகளுடன்), பெய்ரூட் பாரிஸ் மற்றும் மாண்ட்ரீலுக்கு வெளியே மிகப்பெரிய இலக்கிய வரவேற்புரை சலோன் ஃபிராங்கோபோன் டு லிவ்ரே மற்றும் பெய்ரூட் அரபு புத்தக கண்காட்சி (170 வெளியீட்டாளர்களைக் குறிக்கும்) ஆகியவற்றை நடத்துகிறது . 2009ஆம் ஆண்டில், யுனெஸ்கோ பெய்ரூட்டை உலக புத்தக மூலதனமாக நியமித்தது, குறிப்பாக கலாச்சார பன்முகத்தன்மை, உரையாடல் மற்றும் சகிப்புத்தன்மை மற்றும் அதன் திட்டத்தின் பல்வேறு மற்றும் ஆற்றலுக்கான அதன் முயற்சிகளுக்கு உத்வேகம் கிடைத்தன.

நவீன லெபனான் ஆசிரியர்கள் மற்றும் குறிப்பிடத்தக்க படைப்புகள்

எழுத்தாளர், கவிஞர் மற்றும் இராஜதந்திரி சலா ஸ்டெடிக் (1928) பிரெஞ்சு மொழியில் எழுதுகிறார், மேலும் கவிதை, பிற கவிஞர்களின் சுயசரிதைகள் (மல்லர்மே, ரிம்பாட்) மற்றும் கலாச்சாரம் மற்றும் வன்முறை மற்றும் மெடிடெரேன் போன்ற கட்டுரைகள் உட்பட 35-க்கும் மேற்பட்ட புத்தகங்களை வெளியிட்டுள்ளார். கலீல் ஜிப்ரனின் நபி பிரெஞ்சு மொழியில் மொழிபெயர்த்தார். 1995ஆம் ஆண்டில் அவருக்கு கிராண்ட் பிரிக்ஸ் டி லா ஃபிராங்கோபோனி விருது வழங்கப்பட்டது. அவரது கவிதைகளின் தேர்வு ஆங்கிலத்தில் கோல்ட் வாட்டர்

ஷீல்டு என்ற தலைப்பில் மொழிபெயர்க்கப்பட்டது. இவரது படைப்புகள் ஸ்பானிஷ், போர்த்துகீசியம், இத்தாலியன், துருக்கியம் மற்றும் செர்பியன் மொழிகளிலும் மொழிபெயர்க்கப்பட்டுள்ளன. 2006ஆம் ஆண்டில், ஐரோப்பாவின் மிகப் பழமையான கவிதை விருதான செர்பியாவின் ஸ்மெடெரெவோ விருதைப் பெற்றார். 1996ஆம் ஆண்டில், அரபு மொழி எல் மறு இதழ் அல்-அதாப் அவரைப் பற்றி ஒரு சிறப்பு இதழை வெளியிட்டார். மூன்று ஆவணப்படங்களுக்கும் அவர் பொருள் கொண்டது.

அடுனிஸ் (பிறப்பு 1930) ஒரு கவிஞர், தத்துவவாதி மற்றும் இலக்கிய விமர்சகர். மஜல்லத் ஷிர் ('கவிதை') மற்றும் மவாகிஃப் ('பதவிகள்') ஆகிய இரண்டு இலக்கிய இதழ்களை அவர் நிறுவினார். அவர் நோபல் பரிசு பெற்றவர் என பல முறை பெயரிடப்பட்டார். ஆங்கிலத்தில் அடூனிஸின் வசனத்தின் முதல் தொகுப்பு, தி பிளட் ஆஃப் அடோனிஸ், 1971 இல் தோன்றியது, மேலும் 1982ஆம் ஆண்டில் டிரான்ஸ்ஃபார்மேஷன்ஸ் ஆஃப் தி லவர் என வெளியிடப்பட்டது.

லெபனான் வம்சாவளியைச் சேர்ந்த மிக முக்கியமான எழுத்தாளர்களில் ஒருவர் ஜிப்ரான் கலீல் ஜிப்ரான் (1883-1931). 12 வயதில் இருந்து, அவர் அமெரிக்காவின் பாஸ்டனில் வளர்ந்தார். அவர் பாரிஸில் இரண்டு ஆண்டுகள் கலை பயின்றார், பின்னர் அமெரிக்காவிற்கு திரும்பினார், அங்கு அவர் 1912 முதல் நியூயார்க்கில் வசிக்கிறார். அமெரிக்காவிற்கு வந்தபின் அவரது பெயர் கலீல் ஜிப்ரான் என்று தவறாக சுருக்கப்பட்டது, மேலும் அவர் லெபனானுக்கு வெளியே இந்த பெயரில் அறியப்படுகிறார். ஜிப்ரானின் ஆரம்பகால படைப்புகள் அரபியில் எழுதப்பட்டன, ஆனால் 1918 முதல் அவர் பெரும்பாலும் ஆங்கிலத்தில் வெளியிட்டார். அவரது சிறந்த படைப்புகளில் த நபி, 26 கவிதை கட்டுரைகளின் புத்தகம், இது 20-க்கும் மேற்பட்ட மொழிகளில் மொழிபெயர்க்கப்பட்டுள்ளது.

வுனஸ் கவுரி-காட்டா (பிறப்பு 1937) பிரெஞ்சு மொழியில் எழுதுகிறார் மற்றும் 1973 முதல் பிரான்சில் வாழ்ந்து வருகிறார். நன்கு அறியப்பட்ட மற்றும் மிகவும் மதிக்கப்படும் கவிஞர், நாவலாசிரியர் மற்றும் சிறுகதை எழுத்தாளர், அவருக்கு 1987ஆம் ஆண்டில் பிரிக்ஸ் மல்லர்மே வழங்கப்பட்டது, மோனோலாக் டு மோர்ட், பிரிக்ஸ் அப்பல்லினேர் 1980ஆம் ஆண்டில் லெஸ் ஓம்ப்ரெஸ் எட் லியர்ஸ் நெருக்கடிக்கு, மற்றும் ஃபேபில்களுக்கான கிராண்ட் பிரிக்ஸ் டி லா சொசைட்டி டெஸ் கென்ஸ் டி லெட்டர்ஸ் 1992 இல் அன் பீப்பிள் டி'ஆர்கைலை ஊற்றினார்.

அவரது மிகச் சமீபத்திய கவிதைத் தொகுப்பு, குவெல் எஸ்ட் லா நியூட் பார்மி லெஸ் நியூட்ஸ், 2004 இல் வெளியிடப்பட்டது அவரது பணி அரபு, டச்சு, ஜெர்மன், இத்தாலியன் மற்றும் ரஷ்ய மொழிகளில் மொழிபெயர்க்கப்பட்டுள்ளது. 2000ஆம் ஆண்டில் அவர் ஒரு செவாலியர் டி லா லெஜியன் டி ஹொன்னூர் என்று பெயரிடப்பட்டார். அவரது மிக சமீபத்திய நாவலான செப்டம்பர் பியர்ஸ் பர் லா ஃபெம் வயதுவந்தோர் (2007), இரண்டு முக்கியமான பரிசுகளுக்கு பட்டியலிடப்பட்டது.

நாவலாசிரியர், நாடக ஆசிரியர், இலக்கிய விமர்சகர் மற்றும் சமூகவியலாளர் எலியாஸ் கவுரி (பிறப்பு 1948) சமகால அரபு அறிவுஜீவிகள் மற்றும் எழுத்தாளர்களில் ஒருவராக கருதப்படுகிறார். தனது இளமை பருவத்தில், பாலஸ்தீன விடுதலை அமைப்பினுள் ஃபத்தா இயக்கத்தில் சேர்ந்தார், பின்னர் லெபனானின் உள்நாட்டுப் போரில் போராடினார் . இவரது நாவல்கள் பல மொழிகளில் மொழிபெயர்க்கப்பட்டுள்ளன. பல ஆண்டுகளாக, அவர் அல்-முல்ஹக், தினசரி செய்தித்தாள் வாராந்திர இலக்கிய முறை ஆகியவற்றின் பதிப்பாசிரியராக இருந்தார் அல்-நஹார். லிட்டில் மவுண்டன், தி ஜர்னி ஆஃப் லிட்டில் காந்தி, தி கிங்டம் ஆஃப் ஸ்ட்ரேஞ்சர்ஸ் மற்றும் கேட் ஆஃப் தி சன் ஆகியவை அவரது சிறந்த புத்தகங்களில் அடங்கும். அவர் பெய்ரூட் மற்றும் நியூயார்க்கில் வசிக்கிறார்.

அமீன் மாலூஃப் (பிறப்பு 1949) பாரிஸில் வசித்து பிரெஞ்சு மொழியில் எழுதுகிறார். நாவல்கள், கட்டுரைகள் மற்றும் ஓபரா லிப்ரெட்டோக்களின் பல்துறை எழுத்தாளர், அவர் ஒரு கட்டாய கதைசொல்லி. அவரது பெரும்பாலான படைப்புகள் (எதிர்க்கும்) குழுக்களிடையே அதிக புரிதலை உருவாக்குவதை நோக்கமாகக் கொண்டுள்ளன. அவரது பல நாவல்கள் ஒரு வரலாற்று பின்னணிக்கு எதிராக அமைக்கப்பட்டிருக்கின்றன மற்றும் அவரது சில கதாபாத்திரங்கள் வரலாற்று நபர்கள். அவரது மிக முக்கியமான நாவல்களில் லியோ ஆப்பிரிக்கன், தி ராக் ஆஃப் டானியோஸ், 1993 இல் பிரிக்ஸ் கோன்கோர்ட் விருது வழங்கப்பட்டது, மற்றும் பால்தாசரின் ஒடிஸி ஆகியவை அடங்கும். பல மொழிகளில் மொழிபெயர்க்கப்பட்ட ஆரிஜின்ஸ், அவரது தாத்தாவின் வரலாற்றை லெபனானின் பரந்த சூழலிலும் உலக வரலாற்றிலும் காணலாம்.

ஜபூர் டூயிஹி (பிறப்பு 1949) ஒரு கல்வியாளர், நாவலாசிரியர் மற்றும் பத்திரிகையாளர். அவரது படைப்புகளில் அய்ன் வார்டு, ஜூன் ரெய்ன் ஆகியவை அடங்கும், இது 2008ஆம் ஆண்டு அரபு

புனைகதைகளுக்கான சர்வதேச பரிசுக்காக பட்டியலிடப்பட்டது, இது 'அரபு புக்கர் பரிசு' என்றும் அழைக்கப்படுகிறது.

பிரான்சில் வசித்து, பிரெஞ்சு மொழியில் எழுதுகின்ற அலெக்ஸாண்ட்ரே நஜ்ஜர் (பிறப்பு 1967), அவரது தலைமுறையின் மிக முக்கியமான எழுத்தாளர்களில் ஒருவர். டிசம்பர் 2009 இல் அவருக்கு கிராண்ட் பிரிக்ஸ் டி லா ஃபிராங்கோபோனி விருது வழங்கப்பட்டது. அவரது புத்தகங்களில் கலீல் ஜிப்ரான், தி ஸ்கூல் ஆஃப் வார், பெர்லின் 36, ஃபெனீசியா மற்றும் லு ரோமன் டி பெய்ரூத் ஆகியோரின் வாழ்க்கை வரலாறு அடங்கும், 1860 மற்றும் அதற்குப் பின் நடந்த சோகமான சம்பவங்கள் பற்றி எழுதுகிறார்.

2. லெபனான் புனைக்கதையாசிரியர்கள்

அரபு புனைகதைகளுக்கான சர்வதேச பரிசில் இடம்பெற்ற லெபனான் எழுத்தாளர்களின் எண்ணிக்கை சமகால லெபனான் புனைகதைகளின் வலிமையை வெளிப்படுத்துகிறது. இந்த சமகால எழுத்தாளர்கள் லெபனானில் ஒரு வளமான இலக்கிய வரலாற்றைப் பெறுகிறார்கள், இது நாட்டின் கொந்தளிப்பான சமீபத்திய வரலாற்றை நிராகரிக்கிறது.

1975-1990 வரையிலான பதினைந்து ஆண்டுகால இரத்தக்களரி உள்நாட்டுப் போரால் குறிக்கப்பட்ட அரசியல், இன மற்றும் மதப் பிரிவின் சிக்கலான வரலாற்றால் லெபனான் பாதிக்கப்பட்டுள்ளது. இந்த யுத்தத்தின் வடுக்கள் மற்றும் அது உருவாக்கிய தேசிய அடையாளத்தின் உடைந்த உணர்வு ஆகியவை ஒரு கட்டாய தேசிய இலக்கியத்தை உருவாக்குகின்றன, இது பெரும்பாலும் தனிப்பட்ட சுயத்தின் இடப்பெயர்வு மற்றும் நினைவகத்தின் பிளவு ஆகியவற்றை ஆராய்கிறது. லெபனானின் வளமான இலக்கிய பாரம்பரியத்தையும் அதன் நான்கு வெற்றிகரமான எழுத்தாளர்கள் மூலமும் பார்க்கிறோம்.

அலெக்ஸாண்ட்ரே நஜ்ஜார்

ஒரு நாவலாசிரியராக இருப்பதால், நஜ்ஜர் ஒரு இலக்கிய விமர்சகர் மற்றும் வழக்கறிஞராக பணியாற்றியுள்ளார், இது சந்தேகத்திற்கு இடமின்றி தனது சொந்த எழுத்தின் கருதப்படும் மற்றும் கடுமையான பாணியை பாதிக்கிறது. சுமார் முப்பது நாவல்களின் ஆசிரியரான நஜ்ஜார் பெரும்பாலும் லெபனான் போரின்போது வளர்ந்த அவரது குழந்தை பருவ நினைவுகள் மற்றும் இது அவரது பாத்திரத்தில் ஏற்படுத்திய தாக்கம் குறித்து அடிக்கடி கவனம் செலுத்துகிறார். நவீன லெபனானின் கடினமான

உண்மைகளுடன் நகைச்சுவையான தனிப்பட்ட குரலுடன் ஒன்றிணைக்கும் ஒரு படத்தை அவர் நேர்த்தியாக வரைகிறார். தி ஸ்கூல் ஆஃப் வார் போன்ற நாவல்களில், போரின் உலகளாவிய தன்மை மற்றும் அது உருவாக்கும் துன்பங்கள் குறித்து கருத்து தெரிவிக்க லெபனான் நாட்டுப்புறக் கதைகளிலிருந்து வரும் கதை கூறுகளை நஜ்ஜர் பயன்படுத்துகிறார்.

கலீல் ஜிப்ரான்

லெபனான்-அமெரிக்க எழுத்தாளர் ஜிப்ரான் ஒரு நாவலாசிரியர், தத்துவவாதி, கவிஞர் மற்றும் கலைஞராக பணியாற்றியதற்காக பாராட்டப்படுகிறார். 40 மொழிகளில் மொழிபெயர்க்கப்பட்ட நபி என்ற உரைநடை கவிதைக்கு அவர் மிகவும் பிரபலமானவர், ஷேக்ஸ்பியர் மற்றும் லாவோ-சூ ஆகியோருக்குப் பின்னால் ஜிப்ரான் எல்லா காலத்திலும் சிறந்த விற்பனையான மூன்றாவது கவிஞராக ஆனார். கிழக்கு மாயவாதத்தின் கதை என்று பெரும்பாலும் விளக்கப்படுகிறது, இந்த கவிதை நபி அல் முஸ்தபாவைப் பின்பற்றும் கட்டுரைகளின் தொகுப்பாக சிறப்பாக விவரிக்கப்படுகிறது, ஏனெனில் அவர் அந்நியர்களின் ஒரு குழுவை உள்நாட்டு மற்றும் உலக (குழந்தை பருவம், உணவு மற்றும் குடிப்பழக்கம், வேலை, உடைகள் போன்றவை) தத்துவ மற்றும் மனோதத்துவ (மதம், அழகு, இறப்பு, சுய அறிவு போன்றவை) மூலம். நபி 1960-களில் வழிபாட்டு நிலையைப் பார்க்கிறது.

அமீன் மாலூஃப்

1975ஆம் ஆண்டு வரை பெய்ரூட் பத்திரிகையின் அன்-நஹரின் இயக்குநராகப் பணிபுரிந்தபோது, உள்நாட்டுப் போர் அவரை பாரிஸுக்கு செல்லும்படி கட்டாயப்படுத்தியது, மாலூப்பின் எழுத்து அவரது சொந்த நாட்டின் வரலாறு மற்றும் அதிர்ச்சி மற்றும் நாடுகடத்தப்பட்ட அனுபவம் ஆகிய இரண்டினாலும் தெரிவிக்கப்படுகிறது. அவரது பல நாவல்கள் இன்றைய மத்திய கிழக்கு நாடுகளின் வரலாற்று காலங்களில் அமைக்கப்பட்டுள்ளன. எடுத்துக்காட்டாக, ஒளியின் தோட்டங்களில் அவர் மூன்றாம் நூற்றாண்டு மெசொப்பொத்தேமியாவுக்குத் திரும்பி, ரோமானியர்கள், பெர்சியர்கள், கிறிஸ்தவர்கள், யூதர்கள் மற்றும் ஜோராஸ்ட்ரியர்களால் போராடியதால் மத்திய கிழக்கின் ஏற்ற இறக்கம் சித்தரிக்கப்படுகிறது; அவ்வாறு அவர் நவீன லெபனானின் நிலைமையை பிரதிபலிக்கிறார். மாலூப்பின் எழுத்தை 'ஐரோப்பா புறக்கணிக்க முடியாத ஒரு குரல்' என்று தி கார்டியன் பாராட்டியுள்ளது.

எலியாஸ் கவுரி

நஜ்ஜீரைப் போலவே, கவுரியின் படைப்புகளும் (குறிப்பாக 1981 இல் ஆங்கிலத்தில் மொழிபெயர்க்கப்பட்ட வெள்ளை முகமூடிகள்) போரினால் பாதிக்கப்பட்ட பெய்ரூட்டில் வளர்ந்து வரும் அரை சுயசரிதைக் கணக்குகளைச் சுற்றி வருகின்றன. இருப்பினும், நஜீரின் ஏக்கம் மற்றும் தொடுகின்ற நினைவுகளைப் போலல்லாமல், கவுரியின் பாணி உள்ளூறுப்பு மற்றும் பத்திரிகை; அவர் போரின் நேரடி தாக்கம் மற்றும் பெய்ரூட்டின் குடிமக்கள் மீது ஏற்படுத்திய தாக்கம் மற்றும் அவர்களின் மனநிலையைப் பற்றி எழுதுகிறார். ஒரு கட்டத்தில் ஃபத்தா பிரிவினருக்கும் தன்னை ஒரு போராளிக்கும் சொந்தமான அவர், வன்முறையிலிருந்து விலகி, இலக்கியத்தில் ஒரு 'கூட்டணிகளை மாற்றுவதை' முரண்பாடாக வகுக்கிறார்.

3. அமீன் மாலூஃப் உடனான நேர்காணல்

லெபனான் எழுத்தாளர் அமீன் மாலூஃப் உடனான நேர்காணல்

"கலாச்சார பாரம்பரியத்தை விட மத்திய கிழக்கில் பெட்ரோடோலர்கள் வலுவாக இருந்தன"

பல தசாப்தங்களாக எண்ணெய் ஏற்றுமதி மத்திய கிழக்கில் கலாச்சாரத்தையும் அரசியலையும் முற்றிலுமாக சீர்குலைத்துள்ளது. அருமையான உலகில் சிதைந்த அரசியல் சொற்பொழிவு இப்போது மேற்கு நாடுகளில் பாதிப்பை ஏற்படுத்தி வருவதாக புகழ்பெற்ற எழுத்தாளர் அமின் மாலூஃப் லீனா பாப் உடன் பேசினார்.

திரு மாலூஃப், உங்கள் சமீபத்திய கட்டுரையில், ஜனாதிபதி டிரம்ப், பிரெக்ஸிட், காலநிலை மாற்றம் மற்றும் அரபு உலகில் மோதல்கள் ஆகியவற்றின் கீழ் அமெரிக்காவைப் பற்றி எழுதுகிறீர்கள். இந்த வெவ்வேறு பாடங்களை ஒரே புதிரின் துண்டுகளாக நீங்கள் கருதுகிறீர்கள், அவை நாகரிகங்களை மூழ்கடிப்பதாக நீங்கள் அழைக்கிறீர்கள், இது உங்கள் சமீபத்திய புத்தகத்தின் தலைப்பு (லே நவ்ஃப்ரேஜ் டெஸ் சிவிலைசேசன்). இதற்கெல்லாம் என்ன தொடர்பு?

அமீன் மாலூஃப்: பல ஆண்டுகளாக, நான் உட்கார்ந்து சில நிகழ்வுகளை மதிப்பாய்வு செய்து டிகோட் செய்ய விரும்பினேன். எனது சில புத்தகங்கள் தனிப்பட்ட நுண்ணறிவை அடிப்படையாகக் கொண்டவை, லெபனானில் எனது குழந்தை பருவத்தில், பிராந்தியத்தின் பிரச்சினைகள் குறித்த முதல் அனுபவத்தைப் பெற்றேன். அரபு நாடுகளில் நடந்தது உலகின் பிற பகுதிகளில் ஆரோக்கியமற்ற முன்னேற்றங்களுக்கு பங்களித்தது என்ற எண்ணம் எனக்கு இருந்தது.

உங்கள் புத்தகத்தில், நீங்கள் மிகவும் புத்திசாலித்தனமானவர் மற்றும் மிகவும் வலுவான படங்களைப் பயன்படுத்துகிறீர்கள். நீங்கள் எழுதுகிறீர்கள்: "என் சொந்த வீட்டிலிருந்து, இருள் உலகம் முழுவதும் பரவியது."

மாலூஃப்: நான் எழுதிக்கொண்டிருக்கும்போது, எனது தனிப்பட்ட அனுபவத்தை நான் பொதுமைப்படுத்துகிறேனா என்று என்னை நானே கேட்டுக்கொள்வதை நிறுத்தினேன். ஆனால் அரபு நாடுகளில் தோன்றிய உலகின் தற்போதைய வளர்ச்சியில் கூறுகள் உள்ளன என்று எனக்குத் தோன்றுகிறது.

இந்த கூறுகள் என்ன?

மாலூஃப்: வளர்ந்து வரும் ஜனரஞ்சகம், எடுத்துக்காட்டாக. மக்கள் ஆபத்துக்கு ஆளாகிறார்கள். குடியேற்றம் பற்றி மக்கள் உணரும் மனக்குழப்பம் உள்ளது. அரபு உலகில் கொந்தளிப்புக்கும் தன்னைப் பாதுகாத்துக் கொள்ள வேண்டியதன் அவசியத்திற்கும் இடையே ஒரு தெளிவான தொடர்பு உள்ளது - இது ஓரளவு நியாயமானது மற்றும் சில அரசியல் சக்திகளால் சுரண்டப்படுகிறது.

மாலூஃப்: அரபு உலகில், பெட்ரோடோலர்கள் சில பாரம்பரிய சமுதாயங்களின் செல்வாக்கைக் கொடுத்து மற்றவர்களிடமிருந்து பறித்தன. சவூதி அரேபியா மற்ற எல்லாவற்றையும் விட அதிக செல்வாக்கைப் பெற்றுள்ளது, அதே நேரத்தில் எண்ணெய் இல்லாத, ஆனால் ஒரு முக்கியமான அறிவுசார் மற்றும் அரசியல் பாத்திரத்தை வகித்த எகிப்து, அதன் முக்கியத்துவம் குறைந்து வருவதைக் கண்டது. பிராந்தியத்தில் பல நாடுகளுக்கு - ஈராக் போன்ற - பெட்ரோடாலர்கள் கொண்டு வந்த உறுதியற்ற தன்மை உலகின் பிற பகுதிகளிலும் தாக்கத்தை ஏற்படுத்தியது. மேலும் என்னவென்றால், 1970-களின் எண்ணெய் நெருக்கடி மேற்கு நாடுகளில் ஒரு புதிய மனநிலையை வளர்ப்பதில் ஒரு தீர்க்கமான காரணியாக இருந்தது, இது மற்றொரு பொருளாதாரக் கொள்கையான தாட்செரிஸத்தில் வெளிப்பாட்டைக் கண்டது.

1967 இல் ஆறு நாள் போரில் இஸ்ரேல் கைகளில் தோல்வியடைந்த பின்னர் அரபு உலகில் தோன்றிய ஒரு "தற்கொலை நம்பிக்கையற்ற தன்மை" பற்றி நீங்கள் எழுதுகிறீர்கள். இந்த தோல்வியிலிருந்து அரபு உலகம் ஏன் ஒருபோதும் மீளவில்லை? இரண்டாம் உலகப் போருக்குப் பிறகு ஜெர்மனி அல்லது கொரியப் போருக்குப் பிறகு தென் கொரியா போன்ற பெரிய தோல்விகளுக்குப் பிறகு காலில் திரும்பிய பிற நாடுகளையும் நீங்கள் குறிப்பிடுகிறீர்கள்.

மாலூஃப்: எகிப்தில் நாசர் ஜனாதிபதியாக இருந்த காலத்தில் மிகவும் நம்பிக்கைக்குரிய சித்தாந்தமாகக் கருதப்பட்டு, எதிர் பார்ப்புகளையும் மக்களையும் ஊக்குவித்த பான்-அரேபியம் இந்த தோல்வியால் முற்றிலுமாக அடித்துச் செல்லப்பட்டது. நாசர் போருக்குப் பிறகு இறந்தார்; அவரது காலணிகளை நிரப்ப யாரும் இல்லை. அதற்கு பதிலாக, ஒரு வலுவான மதக் கூறுகளைக் கொண்ட ஒரு வகையான தேசியவாதத்திற்கான கதவு திறக்கப்பட்டது. இருப்பினும், எண்ணெய் உற்பத்தி செய்யும் மாநிலங்களிலிருந்து பரவிய தீவிர இஸ்லாமியம் அரபு சமூகங்களுக்குள் பதற்றத்தையும் பிளவுகளையும் ஏற்படுத்தியது. இதை அரபு வசந்தம் தெளிவாக விளக்கியுள்ளது.

பல நாடுகளில், அரசியல் நிறுவனங்களை ஜனநாயகப்படுத்தவும் சமூகங்களை நவீனமயமாக்கவும் ஒரு உண்மையான முயற்சி இருந்தது. எவ்வாறாயினும், ஆர்ப்பாட்டங்களுக்கான வலுவான இஸ்லாமிய கூறு இந்த முயற்சி உண்மையில் வடிவம் பெறுவதைத் தடுத்தது. கூடுதலாக, பல இஸ்லாமிய இயக்கங்களால் நிகழ்த்தப்பட்ட பயங்கரவாத தாக்குதல்கள் உலகில் அரேபியர்களின் பிம்பத்தை உண்மையில் சேதப்படுத்தின,

இது அவர்களை முன்னோடியில்லாத வகையில் தனிமைப் படுத்தியது. அரேபியர்கள் மேற்கு நாடுகளுடன் மட்டுமல்லாமல், நாசரின் நட்பு நாடுகளான இந்தியா, சீனா மற்றும் ரஷ்யா போன்ற நாடுகளில் எண்ணக்கூடிய பிற முக்கிய நாடுகளுடனும் மோதலில் உள்ளனர்.

தீவிரமயமாக்கலை மக்கள் ஒருவருக்கொருவர் விஞ்சும் முயற்சியாக நீங்கள் பார்க்கிறீர்கள், இது அரபு உலகில் அரசியல் வாழ்க்கையின் சிறப்பியல்பு என்று கூட நீங்கள் விவரிக்கிறீர்கள்.

மாலூஃப்: அரசியல் சொற்பொழிவு சிதைந்துவிட்டது என்று நான் நினைக்கிறேன்; விருப்பங்களைப் பற்றி நியாயமான விவாதம் நடத்த முடியாது. சில முக்கிய சொற்கள் உள்ளன, மக்கள் அவற்றைக் கேட்டவுடன், அவர்கள் ஓரங்கட்டப்படுவார்கள் அல்லது ஒரு துரோகியாகக் கருதப்படுவார்கள் என்ற பயத்தில் முடங்கிப் போகிறார்கள். யாரும் எப்போதும் கேட்கவில்லை: நாம் எந்த திசையில் செல்ல விரும்புகிறோம்? நாம் எதை உருவாக்க விரும்புகிறோம்? வாய்வீச்சு வெளியீடு மற்றும் மென்மையான பகுத்தறிவு விவாதத்தின் உதவியுடன் செயல்படுத்தப்படும் முழக்கங்களால் விவாதம் முடங்கிக் கிடக்கிறது.

ஆயினும், உங்கள் புத்தகத்தின் சுயசரிதை நிறத்தில் உள்ள பத்திகளில், லெபனானில் உங்கள் ஆரம்ப ஆண்டுகளை விவரிக்கிறீர்கள், அங்கு அரபு நாடுகளுக்கு மட்டுமல்ல, முழு உலகிற்கும் ஒரு மாதிரியாக பணியாற்றக்கூடிய மத மதங்களுக்கு இடையில் ஒரு வகையான சகவாழ்வை நீங்கள் அனுபவித்தீர்கள். லெவண்டிற்கு ஒருபோதும் இல்லாத ஒரு முக்கியத்துவத்தை நீங்கள் இணைக்கவில்லையா? இந்த சகவாழ்வு இலட்சியம் உண்மையில் எப்போதாவது இருந்ததா? இன்று இருப்பதைப் போல லெவண்ட்டைப் பார்த்தால், அது அவ்வளவு சாத்தியமில்லை என்று தோன்றுகிறது.

மாலூஃப்: விஷயங்கள் அதிசயமாக நடந்த ஒரு கணமும் நிச்சயமாக இல்லை. ஆனால் நான் வளர்ந்தது அமெரிக்க பெய்ரூட் பல்கலைக்கழகத்திலிருந்து வெகு தொலைவில் உள்ள ராஸ் பெய்ரூட்டில், பல்வேறு சமூகங்கள் மற்றும் வெளிநாடுகளில் இருந்து மக்கள் வாழ்ந்த சூழலில். பல பேராசிரியர்களும் மாணவர்களும் இருந்தனர். ஒரு குறிப்பிட்ட அளவிலான அறிவு இருந்தது. வேறு எங்கும் நான் கண்டிராத ஒரு வகையான சகவாழ்வு இருந்தது. முன்மாதிரியான கூறுகள் இருந்தன என்று நான் நினைக்கிறேன்.

இந்த கூறுகள் வேறு இடங்களில் எவ்வாறு தாக்கத்தை ஏற்படுத்தியிருக்கும்?

மாலூஃப்: மிகக் குறைவான வலுவான மாதிரிகள் உள்ளன! லெபனான் ஒரு செயல்பாட்டு அமைப்பை உருவாக்க முடிந்திருந் தால், அது நிச்சயமாக இழுத்துச் செல்லப்படுவதற்குப் பதிலாக இப்பகுதியை மேலே இழுக்க உதவியிருக்கும். மேலும் இது உலகின் பழைய பகுதி மட்டுமல்ல. இது மூன்று ஏகத்துவ உலக மதங்களின் தொட்டில், இது ஒரு வகையான காட்சி பெட்டி ஆகும். இந்த பிராந்தியத்தில், அதன் வரலாறு மற்றும் தொல்லைகளுடன் உண்மையான சகவாழ்வு இருந்திருந்தால், அது மற்ற பிராந்தியங்களுக்கு வெளியேறியிருக்கும்.

லெபனானில் விஷயங்கள் எவ்வாறு வீழ்ச்சியடைந்தன என்பதை நீங்கள் பார்த்தீர்கள். 1975 ல் ஒரு பஸ் தாக்கப்பட்டபோது, கிறிஸ்தவர்கள் பாலஸ்தீனியர்களைத் தாக்கியபோது நீங்கள் அங்கு இருந்தீர்கள், இது பொதுவாக உள்நாட்டுப் போரின் தொடக்கமாகக் கருதப்படுகிறது.

மாலூஃப்: நானும் என் மனைவியும் திருமணம் செய்துகொண்ட பிறகு, தாக்குதல் நடந்த இடத்திலிருந்து 50 மீட்டர் தொலைவில்

ஐன் எல்-ரெம்மனேவில் ஒரு பிளாட் வாடகைக்கு எடுத்தோம். ஒரு காலை - அது ஏப்ரல் 13, 1975 - மக்கள் தெருவில் கூச்சலிடுவதைக் கேட்டோம். அவர்கள் சொல்வதை என்னால் புரிந்து கொள்ள முடியவில்லை என்றாலும், அவர்கள் ஒருவருக்கொருவர் சண்டையிடுவது தெளிவாகத் தெரிந்தது. பின்னர் படப்பிடிப்பு தொடங்கியது. அது என்ன நடக்கும் என்பதற்கான ஆழமான எண்ணத்தை எனக்கு அளித்தது. ஏதோ ஒரு பயங்கரமான விஷயம் இருப்பதை நான் மிக விரைவாக உணர்ந்தேன்.

நீங்கள் இப்போது 40 ஆண்டுகளுக்கும் மேலாக பிரான்சில் வசித்து வருகிறீர்கள். திரும்பிச் செல்வது குறித்து நீங்கள் எப்போதாவது யோசித்திருக்கிறீர்களா?

மாலூஃப்: ஒன்று அல்லது இரண்டு தருணங்கள் எனக்கு நம்பத்தகுந்ததாகத் தோன்றின, ஆனால் அவை விரைவாக கடந்துவிட்டன. நான் வெளியேறும்போது, நான் நீண்ட காலம் புறப்படுவேன் என்று எனக்குத் தெரியும். நான் குடியேறுவேன் என்று நான் சிறு வயதில் யாராவது என்னிடம் கூறியிருந்தால், அது சாத்தியமற்றது என்று நான் நினைத்திருப்பேன்.

நீங்கள் பிரான்சில் பல இலக்கிய விருதுகளை வென்றுள்ளீர்கள், மேலும் சில ஆண்டுகளாக அகாடமி ஃபிரான்சைஸின் உறுப்பினராகவும் உள்ளீர்கள். பாரம்பரியமாக, இந்த நிறுவனங்கள் வேட்பாளர்களை இறுதியாக உறுப்பினர்களாக ஆக்குவதற்கு முன்பு இரண்டு அல்லது மூன்று முறை பகிரங்கமாக நிராகரிக்கின்றன. உங்களுக்கும் அது நடந்ததா? யாராவது ஏன் தங்களைத் தாங்களே ஈடுபடுத்திக் கொள்வார்கள்?

மாலூஃப்: நான் பிரான்சுக்கு வந்தபோது, நான் ஒரு பத்திரிகையாளராக பணியாற்றத் தொடங்கினேன் - நான் லெபனானில் இருந்ததைப் போல. இருப்பினும், எழுதுவது எப்போதுமே என் கனவாக இருந்தது, நான் எழுதத் தொடங்கியதும், அதை என் வாழ்க்கையாக மாற்ற விரும்புகிறேன் என்று எனக்குத் தெரியும். நீங்கள் பிரான்சில் இருந்தால், ஒரு எழுத்தாளராக இருந்தால், நீங்கள் பிரிக்ஸ் கோன்கோர்டை வென்று அகாடமி ஃபிரான்சைசில் உறுப்பினராக விரும்புவது தர்க்கரீதியானது. அதனால் நான் செய்யத் தொடங்கினேன்.

நான் கடைசியாக அகாடமியின் உறுப்பினருடன் பேசினேன் - இது சுமார் பத்து ஆண்டுகளுக்கு முன்பு - அகராதியின் பணிகள் முன்னேறி வருவதாகவும், அவை "ஆர்" என்ற எழுத்தை அடைந்துவிட்டதாகவும் எனக்குத் தெரிவிக்கப்பட்டது...

மாலூஃப்: நான் சேர்ந்தபோது அவர்கள் இன்னும் இருந்தார்கள். அது 2012. நாங்கள் உண்மையில் அதிக முன்னேற்றம் அடையவில்லை. உதாரணமாக, இன்று காலை, நாங்கள் "டி" என்ற எழுத்தில் பணிபுரிந்தோம். ஆனால் இரண்டு குழுக்கள் உள்ளன. ஒருவர் ஏற்கனவே நல்ல முன்னேற்றம் அடைந்து "W" இல் இருக்கிறார், எனவே சுமார் மூன்று அல்லது நான்கு ஆண்டுகளில் எழுத்துக்களின் முடிவில் அதை நாங்கள் செய்திருப்போம் என்று எதிர்பார்க்கிறேன். பின்னர் மீண்டும் தொடங்குவோம்.

4. ஹோதா பராகத்

ஹோதா பராகத் (பிறப்பு 1952) ஒரு லெபனான் நாவலாசிரியர். பராகத் தனது வாழ்க்கையின் பெரும்பகுதியை பெய்ரூட்டில் வாழ்ந்து பின்னர் பாரிஸுக்கு குடிபெயர்ந்தார், அங்கு இப்போது அவர் வசிக்கிறார். அவரது படைப்புகளில் அடிக்கடி ஆராயப்படும் ஒரு கருப்பொருள் அதிர்ச்சி மற்றும் போர் முக்கியமானதாகும். அவரது மூன்று நாவல்களும் லெபனான் உள்நாட்டுப் போரில் சமூகத்தின் ஓரங்களில் வாழும் ஆண்களால் விவரிக்கப்படுகின்றன. அவரது படைப்புகள் முதலில் அரபியில் எழுதப்பட்டவை மற்றும் ஆங்கிலம், ஹீப்ரு, பிரஞ்சு, இத்தாலியன், ஸ்பானிஷ், துருக்கிய, டச்சு மற்றும் கிரேக்கம் உள்ளிட்ட பல மொழிகளில் மொழிபெயர்க்கப்பட்டுள்ளன.

பராகத் மரோனைட் கிரிஸ்துவர் நகரத்தில் பெஸ்ரா என்ற இடத்தில் பிறந்து பெய்ரூட் நகரில் குடிபெயர்ந்தார் பெய்ரூட்டில், பராகத் லெபனான் பல்கலைக்கழகத்தில் பிரெஞ்சு இலக்கியத்தைப் படித்தார், அதில் அவர் 1975 இல் பட்டம் பெற்றார். 1975 மற்றும் 1976ஆம் ஆண்டுகளில், அவர் பாரிஸில் வசித்து வந்தார், அங்கு அவர் பிஎச்டி படித்தார், ஆனால் லெபனான் உள்நாட்டுப் போர் தொடங்கியபோது வீடு திரும்ப முடிவு செய்தார். இந்தக் காலகட்டத்தில் அவர் ஆசிரியர், மொழிபெயர்ப்பாளர் மற்றும் பத்திரிகையாளராக பணியாற்றினார். பராகத் தனது வெளியிடப்பட்ட படைப்புகள் அனைத்தையும் இந்த யுத்த காலத்தை அடிப்படை தளமாக அமைத்துள்ளார். 1985ஆம் ஆண்டில் அவர் தனது முதல் படைப்பான ஜைரத் ("பெண்கள் பார்வையாளர்கள்") என்ற சிறுகதைத் தொகுப்பை வெளியிட்டார். அவர் 1989 இல் மீண்டும் பாரிஸுக்கு குடிபெயர்ந்தார், அன்றிலிருந்து அங்கு வசித்து வருகிறார். அங்கு அவர் உட்பட பல முக்கிய படைப்புகளை வெளியிட்டார்.ஹஜர் அல்-தாஹிக் (தி ஸ்டோன் ஆஃப் சிரிப்பு,

1990) மற்றும் அஹ்ல் எல்-ஹவா (மக்கள் அன்பு, 1993). 2004ஆம் ஆண்டில், முதல் பானிபால் லைவ் யுகே சுற்றுப்பயணத்தில் அவர் ஐக்கிய இராச்சியத்திற்கு விஜயம் செய்தார்.

2010-க்கும் 2011-க்கும் இடையில் அவர் நான்டெஸ் நிறுவனம் உயர் கல்விக் அறக்கட்டளையால் பெல்லோவாக நியமிக்கப்பட்டார்.

2013 இலையுதிர்காலத்தில், ஆஸ்டின் மத்திய கிழக்கு ஆய்வுகள் திட்டத்தில் டெக்சாஸ் பல்கலைக்கழகத்தில் வசிக்கும் முதல் அரபு அறிஞராக பரகாட் நியமிக்கப்பட்டார்.

ஓரினச்சேர்க்கையாளரை அதன் முக்கிய கதாபாத்திரமாகக் கொண்ட முதல் அரபு படைப்பான பரகாட்டின் முதல் படைப்பு ஹஜர் அல்-தாஹிக் (சிரிப்பின் கல்) அல்-நகீத் பரிசை வென்றது. அவரது மூன்றாவது நாவலான ஹரித் அல் மியா (தி டில்லர் ஆஃப் வாட்டர்ஸ்), 2001ஆம் ஆண்டு இலக்கியத்திற்கான நாகுயிப் மஹபூஸ் பதக்கத்தை வென்றது.

அவர் 2002 இல் செவாலியர் டி எல் ஆர்ட்ரே டெஸ் ஆர்ட்ஸ் எட் டெஸ் லெட்ரெஸ் மற்றும் 2008 இல் செவாலியர் டி எல் ஆர்ட்ரே டு மெரைட் நேஷனல் ஆகியோருடன் அலங்கரிக்கப்பட்டார்.

அவரது எகிப்திய நண்பர்கள் - எழுத்தாளர்கள் மற்றும் விமர்சகர்கள் ரத்வா ஆஷோர் மற்றும் அமினா ரஷீத் - அவரது மனிதாபிமான அரவணைப்பு மற்றும் விசித்திரமான புத்திசாலித்தனம், விறுவிறுப்பான, வேகமான வழக்கம் ஆகியவற்றை அவர் தனது நாட்களை சமர்ப்பிக்கிறார், கோடு சரியாக எங்கு வர வேண்டும் என்பதற்கான அவரது வியக்கத்தக்க திறன் வரையப்பட வேண்டும். ஆனால் அவர் பாரிஸில் தனது வாழ்க்கையை எவ்வாறு வாழ்கிறார், முதலில் அவளை அங்கு அழைத்துச் சென்றார், மொழி மற்றும் கலாச்சாரத்தில் நடைமுறையில் அரை-பிரெஞ்சு மொழியாக இருந்தாலும், அவர் ஏன் ஒரு விரிவான, கிட்டத்தட்ட தனித்துவமான அரபு மொழியில் தொடர்ந்து எழுதுகிறார் என்பது பற்றி அதிகம் அறியப்படவில்லை.

தீவிரமாக, வெளிப்படையாக தனிப்பட்டதாக இருந்தாலும், அவரது நாவல்கள் அவரது வாழ்க்கையுடன் எந்த ஒற்றுமையையும் கொண்டிருக்கவில்லை என்பதற்கு யாரும், பராகத் கூட ஒரு திருப்திகரமான விளக்கத்தை வழங்கவில்லை. பராகத் முதல் நபர் பார்வையில் எழுதுகிறார், ஒரு விஷயத்திற்காக; அவரது கதாநாயகர்கள் மாறாமல் ஆண்கள் மட்டுமேப. அவரது கதைகள் லெபனானில் நடைபெறுகின்றன, பெரும்பாலும் கடந்த தசாப்தத்தில் அல்லது அதற்கு மேற்பட்ட காலங்களில்; அவள்

விலகி இருந்த நேரம். அவை சுற்றிக் கொண்டிருக்கின்றன - இல்லை, அவை மேலேயும் கீழேயும் துரத்துகின்றன - இயல்பின் வெகு தொலைவில்.

மேலும், நேர்த்தியான அல்லது கொடூரமான வெறித்தனங்கள் அவற்றை உருவாக்கும் கொடூரமான பாடல் வதந்திகளை வளர்த்திருக்கக்கூடும் என்று எதுவும் கூறப்படவில்லை: "அன்பை அறியாதவனும், சூரியனைப் போல உணர்ச்சியும் நிறைந்தவனுக்குத் தெரியாது. முழுமையான, மாபெரும் அணுசக்தி போன்ற ஆர்வம் ஒரு நிலையான மற்றும் நித்திய வெடிப்பின் காளான், தெரியாது. தெரியாது. மரணத்தின் விதை பொருத்தமான இருளின் ஈரப்பதத்தில் இறங்குகிறது. முதல் தொடுதலில் இருந்து, இது தானே, இந்த தோல் மற்றும் அதன் பொருத்தமான வெப்பநிலை, விதிவிலக்காக சரிசெய்யப்பட்டு இறுதியாக நம் தோலின் வெப்பநிலையுடன் பொருந்துவது மரணம். " அல்லது, மீண்டும், ஆஷூருக்கு உரையாற்றிய ஒரு முறையான உரையில் (திறந்த கடிதம்): "ஒரு அறியப்படாத நூற்றாண்டு ஒரு தனிநபரின் பிரிவின் சாகசத்திற்கு தகுதியானது, அது இப்போது நான் வைத்திருக்கிறேன்;

லெபனான் அவரது குரலைப் பாடுவதால் அமைதியான எதிர்நிலையை வழங்க முடியும். ஒரு பிரெஞ்சு படித்த மரோனைட்டின் உள்ளுணர்வால் பாதிக்கப்பட்டு, அது மிகவும் மென்மையாக இருக்கிறது, இது உங்களை தூங்கச் செய்கிறது. "நான் காத்திருந்து பார்ப்பேன்," நான் அவசரப்படுகிற கேள்விகளை நீங்கள் என்னிடம் கேட்பீர்களா இல்லையா என்று விரைந்து செல்கிறாள். ஆனாலும் ஒரு நிதானமான உரையாடலில் கூட, அவள் வெளிப்படையாக பேசுகிறாள், தூண்டுகிறாள், ஒரே நேரத்தில் நேராகவும் வித்தியாசமாகவும் இருக்கிறாள். "இந்த உண்மை," அவள் டேப்-ரெக்கார்டரை சுட்டிக்காட்டுகிறாள். "நான் இன்னும் ஒரு நட்சத்திரத்தைப் போல அதைக் கையாள்வதில்லை. எனது சி.வி.யையோ அல்லது எனது படங்களையோ எடுத்துச் செல்ல நான் செல்லமாட்டேன். கார்டுகளைப் பார்வையிடக்கூட இல்லை. நான் விரும்பவில்லை." அதற்கு பதிலாக அவள் ஒரு வாய்வழி பாடத்திட்டத்தை வழங்கும்போது, அவளுடைய எண்ணங்களின் இயக்கம் அவளது ஸ்ட்ரீம்-ஆஃப்-கான்சியஸ் பாடல்களுக்கு ஒத்திருக்கிறது. முதலில் நீங்கள் மிருதுவான, மட்டத்திலான உண்மைகளின் சரம் பெறுவீர்கள், ஆனால் நீங்கள் உணர்ந்ததை விட விரைவில், அவர்களுக்கு இடையிலான பகுத்தறிவு தொடர்புகள் தடுமாறின. "நான் லெபனான்," என்று அவர் கூறுகிறார். "நான் பாரிஸில் 11 ஆண்டுகளாக

வாழ்ந்திருக்கிறேன்... நான் ஆராய்ச்சி மற்றும் கல்வியில் சுருக்கமாக பணியாற்றினேன்.

மொழிபெயர்ப்பும் கூட இல்லை. இல்லை, நான் ஒரு வானொலி பத்திரிகையாளர், நான் செய்தி, வேலை, இலக்கியம், கலாச்சாரம் ஆகியவற்றிலிருந்து முடிந்தவரை தங்குவதற்கு, கலைகள். நான் பிரெஞ்சு அல்லது அரபு கலாச்சார வாழ்க்கையில் அதிகம் பங்கேற்கவில்லை, ஒரு புத்தகத்தை முடித்து வெளியிடுவதற்கு எனக்கு நான்கு முதல் ஐந்து ஆண்டுகள் ஆகும். இதுவரை எனக்கு நான்கு படைப்புகள் உள்ளன: ஒரு சிறுகதைத் தொகுப்பு மற்றும் மூன்று நாவல்கள். எனது நாவல்கள் உள்ளன ஒரு குறிப்பிட்ட மொழியில் மொழிபெயர்க்கப்பட்டுள்ளது, "அவர் சிரிக்கிறார்," மரியாதைக்குரிய எண்ணிக்கையிலான பிற மொழிகள். " மா வானொலி பத்திரிகையாளரும் நானும் இலக்கியம், கலாச்சாரம், கலைகள் ஆகியவற்றிலிருந்து முடிந்தவரை தங்குவதற்காக செய்திகளில் பணியாற்றுகிறோம். நான் பிரெஞ்சு அல்லது அரபு கலாச்சார வாழ்க்கையில் அதிகம் பங்கேற்கவில்லை, ஒரு புத்தகத்தை முடித்து வெளியிட எனக்கு நான்கு முதல் ஐந்து ஆண்டுகள் ஆகும்.

பின்னர் தகவல் உருமாற்றம் வேறு ஏதாவது. "நான் ஏன் வெளியேறினேன், ஆம், அதனால்தான் நான் இறுதியாக வெளியேற முடிவு செய்தேன். சரி, நான் 1989 ல் வெளியேறினேன். அதுதான் போரின் கடைசி ஆண்டு. இது போல் இல்லை... அதாவது, நான் முழு லெபனான் வழியாக வாழ்ந்தேன் உள்நாட்டுப் போர், லெபனானில். ஆனால் கடைசி போர்களின் போது - நிச்சயமாக அவை கடைசி போர்கள் என்று எனக்குத் தெரியாது, இல்லையெனில் நான் காத்திருப்பேன் - நான் ஒரு உண்மையான வழியில் பயப்பட ஆரம்பித்தேன், எனக்கு உண்மையான பயம் இருந்தது. ஏனென்றால், அதற்குள் எனக்கு குழந்தைகள் இருந்தன. குழந்தைகளுக்கு நான் பயந்தேன். " வார்த்தைகள் இறுதியாக இலக்கை எட்டியதால் அறிவார்ந்த பதப்படுத்தப்பட்ட உணர்ச்சியின் எழுச்சி உள்ளது. "நான் நாட்டில் தங்க வேண்டிய அவசியம் இல்லை என்று நான் உணர்ந்தேன். எதுவுமில்லை."

ஆயினும்கூட, அவளுடைய சொற்களின் மூலம், அவர்கள் நழுவி, அதிகரிக்கும் விதத்தில், தன்னைத் துன்புறுத்தும் யதார்த்தத்தைத் திசைதிருப்ப அவள் நிர்வகிக்கிறாள் - பல சுய விளம்பரப்படுத்தப்பட்ட புரட்சியாளர்கள் மற்றும் பெண்ணியவாதிகளை விட, மிகப் பெரிய அளவிற்கு, அது மாறிவிடும். நீங்கள் அதைப் பற்றி சிந்திக்கும் வரை, அவளுடைய

வாழ்க்கை மற்றும் வேலையை நிலைநிறுத்திய உறவுகளின் ஒரு இடம் (சொந்தமானது என்ற கேள்விக்கு அவள் அளித்த பதில் (பெய்ரூட்டில், உள்நாட்டுப் போர் வெடித்தபோது, கிறிஸ்தவராக இருப்பதற்கு ஒருவர் எவ்வாறு பிரதிபலிப்பார்?), ஒரு விஷயமாகத் தெரிகிறது. -உண்மை போதுமானது. "நான் லெபனான் பல்கலைக்கழகத்தில் பிரெஞ்சு இலக்கியங்களைப் படித்தேன், நான் பட்டம் பெற்ற ஆண்டு [1975] லெபனானில் போர் வெடித்தது. ஆம், எனது முதல் புத்தகம் [அல்-தைரத், தி ரெபெல்ஸ்] 1985 இல் வெளிவந்தது, நடுவில் போர். என் வாழ்க்கையின் முக்கால்வாசி யுத்தத்தின் நடுவே உள்ளன. யுத்தம் தொடங்குவதற்கு முன்பு வயதுவந்த வாழ்க்கையைத் தொடங்க உங்களுக்கு நேரம் இல்லை, நீங்கள் எப்போது உங்கள் பெற்றோருடன் ஆயுதம் வைத்திருந்தீர்கள்."

"அவள் மன்னிப்புக் கேட்பது போலவே இருக்கிறது, ஆனால் அவளுடைய நடத்தையில் கோபமோ வருத்தமோ இல்லை. புத்தகம் வெளியிடப்பட்டது - நான், 33 அல்லது 34 - இது நூல்கள் மற்றும் சிறுகதைகளின் தொகுப்பு. நான் ஒரு நாவலை வெளியிடத் துணியவில்லை. இது ஒரு தீவிரமான, ஆபத்தான வணிகம், வெளியீடு. மக்கள் புத்தகத்தை விரும்பினாலும், எனக்கு மிகவும் நேர்மறையான விமர்சனங்கள் கிடைத்தன. ஆகவே நான் செல்ல கொஞ்சம் ஊக்கப்படுத்தப்பட்டேன். ஆம், நான் சென்றபிறகு எனது நாவல்கள் அனைத்தும் எழுதப்பட்டிருந்தன, ஆனால் அதுதான் நான் இவ்வளவு காலமாக மிரட்டப்பட்டதால் தான். நான் என்ற உண்மையுடன் எதுவும் செய்யவில்லை பெய்ரூட்டிற்கு எதிராக பாரிஸில். ஆனால் எப்படியிருந்தாலும், நான் இருந்தேன்."

"நான் நினைவிலிருந்து எழுதவில்லை, சுயசரிதை எழுதவில்லை, என்னைப் பற்றி நான் எழுதவில்லை. ஆனால் இந்த மக்கள் அனைவரும் என்னைப் போலவே இருக்கிறார்கள், அவர்கள் ஆண்களாக இருந்தாலும், அவர்கள் வாழவில்லை என்றாலும் நான் செய்கிறேன். அவற்றில் ஒவ்வொன்றிலும் நான் பகிர்ந்து கொள்ளும் சில அம்சங்கள் உள்ளன. உங்களிடமிருந்து வெகு தொலைவில் உள்ள ஒரு கதாபாத்திரத்தைப் பற்றி நீங்கள் பேசும்போது, அது உங்களிடமிருந்து வெகு தொலைவில் உள்ளது என்று நீங்கள் கருதுகிறீர்கள், அது உங்களுக்குள் கதவுகளைத் திறப்பதைக் காணலாம். ஒருவேளை நீங்கள் செல்ல எதிர்பார்க்கவில்லை அவர்கள் செல்லும் இடங்களுக்கு, ஆனால் திடீரென்று நீங்கள் அங்கேயே இருப்பீர்கள்"

தொடங்குவதற்கு, ஒருவரின் மூன்றாவது தசாப்தத்தில் ஸ்லேட்டை சுத்தமாக துடைக்க, ஒரு பெண்ணாக, தனியாக:

பராகத் ஏற்கனவே ஒரு முறை செய்திருந்தார். இது ஒரு தீவிரமான காதல் கதையா? அவள் தயக்கம், பயம், முகம் கொண்டவள். "நிச்சயமாக," அவள் இறுதியாக சொல்கிறாள். "ஏனென்றால் நான் ஒரு முஸ்லீமை மணந்தேன்." உரையாடலில் திடீர் இடைநிறுத்தம் உள்ளது, ஒரு வியத்தகு ம.னம். எல்லோரும் சிரிக்கிறார்கள். "இல்லை... நிச்சயமாக, அது ஏதோ ஒன்று. கிறிஸ்தவத்திற்கும் இஸ்லாத்திற்கும் இடையிலான ஒரு உள்நாட்டு யுத்தத்தின் உச்சத்தில், உங்களுடையது உண்மையிலேயே காதலில் விழுந்தது. அதாவது, நான் பிறந்து வளர்ந்தவர் பஷாரே (ஜிப்ரான் கலீல் ஜிப்ரான் கிராமம்), இது கண்டிப்பாக மரோனைட் கிராமமாகும், மேலும் அந்த வன்முறையின் நடுவில் ஒரு முஸ்லீமை திருமணம் செய்து கொள்ள வேண்டும்...

ஆனால் இது அவள் போகும் வரையில் உள்ளது. அவர் பல்கலைக்கழகத்தில் ஒரு சக ஊழியர், ஒரு திறமையான கவிஞர், ஒரு ஹீரோ என்று அவர் என்னிடம் சொல்லத் தயாராக இருக்கிறார், ஏனெனில் அவர் தனது சொந்த எழுத்தைப் பற்றி அதிகம் கவலைப்படவில்லை, ஏனெனில் "அவருடைய எழுத்து முழு பிராந்தியத்திற்கும் போதுமானது", மேலும் அவர் அவருடன் சென்றார் அவர் இல்லாமல் இரண்டு சிறுவர்கள். "பின்னோக்கிப் பார்த்தால், இது எவ்வளவு சிறந்த இலட்சியமானது என்பதை நான் உணர்ந்தேன். முஸ்லிம்களையும் கிறிஸ்தவர்களையும் சேர்த்த முதல் தலைமுறை மாணவர்களாக நாங்கள் இருந்தோம். அந்த நேரத்தில் தான் நான் சில அரசியல் நடவடிக்கைகளின் விளிம்பில் இருந்தேன், ஆனால் நான் விரைவில் பின்வாங்கினேன் 1980-களின் பிற்பகுதியில், பெய்ரூட்டிலிருந்து வெளியேறுவதே கணக்கிடப்பட்டது, அடுத்து என்ன நடக்கும் என்று தெரியவில்லை. இது தெரியாத ஒரு உண்மையான பாய்ச்சல். என் சகோதரி பாரிஸில் படித்துக்கொண்டிருந்தார், 25 சதுர மீட்டர் தொலைவில் ஒரு சிறிய ஸ்டுடியோவைக் கொண்டிருந்தார். அது மட்டுமே காரணம் நான் வேறு எங்கும் இல்லாததை விட பாரிஸுக்குச் சென்றேன். என்னிடம் பணம் இல்லை, வேலை உறுதி இல்லை, எதிர்கால ஏற்பாடுகள் இல்லை. அந்த 25 சதுர மீட்டரில் என் சகோதரி மற்றும் இரண்டு சிறுவர்களுடன் பல மாதங்களாக நான் வாழ்ந்தேன். நான் ஒரு வேலையைக் கண்டுபிடிக்கும் வரை, எனது ஆவணங்களை வரிசைப்படுத்தி, விஷயங்களைப் பெறுங்கள். அது ஒரு கனவு. ஆனால் நான் வருத்தப்படவில்லை, திரும்பிச் செல்வது போல் எனக்குத் தெரியவில்லை. அந்த நாடு, அதன் மக்கள் அல்லது அதன் புத்திஜீவிகள் அல்லது அதன் போர்களைப்

பற்றி நான் முற்றிலும் அக்கறையற்றவனாக உணர்ந்தேன். நான் கவலைப்படவில்லை."

மற்றொரு சூழலில், பராகத் அரபியைக் கண்டுபிடித்த விதத்தைப் பற்றி பேசுகிறார், பதின்ம வயதிலேயே கிளாசிக்ஸை சுயாதீனமாக வாசித்தார். பிரஞ்சு மொழியில் "கொடுக்கப்படாத" ஒரு மொழியின் மீதான அவளது மோகம் வாழ்நாள் முழுவதும் நிரூபிக்கப்படும், ஆனால் அது வேறு வழியில் கொடுக்கப்பட்டதால் மட்டுமே. "என் பெற்றோர் ஒரு குழந்தையாக என்னிடம் பேசியபோது, அது அரபியில் இருந்தது. ஒரு தாய்மொழி போன்ற ஒரு விஷயம் இருக்கிறது. என் உள்ளார்ந்த இரத்த நாளங்களில் நான் உலகை அரபியில் பார்க்கிறேன். தவிர, நான் அரபு மொழியை வணங்குகிறேன். அதனுடன் மிக நெருக்கமான உறவைக் கொண்டிருப்பது எனது விருப்பம். நான் மொழியிலேயே வேலை செய்கிறேன். எனது சாதனைகளில் பாதி வாக்கியத்தில் உள்ளது, நான் எழுதும் ஒவ்வொரு வாக்கியத்திலும் ஏதாவது செய்கிறேன். இது வெறுமனே ஒரு கதையைச் சொல்வதற்கான கேள்வி அல்ல."

பெய்ரூட்டிலிருந்து முற்றிலும் விலகிய உணர்விற்கும் அரபு வாக்கியத்தை மதிக்கப்படுவதற்கும் இடையில், "ஆளுமை, தன்மை காரணமாக" தனிப்பட்ட தனிமையை ஆதரிக்கும் மற்றும் புறா ஹோல்களை மீறும் ஆறுதலும் சாதனை உணர்வும் உள்ளது. ஆயினும்கூட, சொந்தமான, காதல்-வெறுப்பு, காதல் மற்றும் இழப்பு ஆகியவற்றின் பதற்றம் பரகாட்டின் வாழ்க்கையின் எரிபொருளாகவே உள்ளது: "நீங்கள் சரியாக காதலிக்கவோ கைவிடவோ முடியாத ஒருவரை நீங்கள் காதலித்ததைப் போன்றது. எனது உறவை நான் உங்களுக்கு சொல்ல முடியும் நாடு இன்னும் உடல்நிலை சரியில்லாமல் உள்ளது. இப்போது போர் முடிந்துவிட்டது. ஒரு விதத்தில், லெபனானுடன் எனது சமாதானத்தை ஏற்படுத்த பிஷாரே என்னை அனுமதித்துள்ளார். விடுமுறை நாட்களில், நான் திரும்பிச் செல்ல விரும்பினால், நான் தங்கியிருக்கும் இடமே ப்ஷாரே.

ஆனால் அச om கரியம் இன்னும் இருக்கிறது, நான் எப்போதுமே ஏதோ ஆபத்தின் விளிம்பில் உணர்கிறேன். உடல் ஆபத்து அல்ல, ஆனால் காற்றில் ஏதோ ஒன்று. நான் லெபனானைப் பற்றி நினைக்கவில்லை, பெய்ரூட்டைப் பற்றி நினைக்கிறேன். பிரச்சினையின் ஒரு பகுதி என்னவென்றால், அது மிகவும் மாறிவிட்டது என்பது எனக்குத் தெரிந்த நகரமாக இனி அடையாளம் காணப்படவில்லை. இது, சாராம்சத்தில், எனது

கடைசி நாவல் [ஹரித் அல்-மியா, உழவு நீரை] பற்றியது. நகர மையம் இல்லாமல் கெய்ரோவை கற்பனை செய்ய முடியுமா? கெய்ரோவின் நகர மையம் இல்லாமல் எகிப்தை கற்பனை செய்ய முடியுமா? இல்லை, நான் பெய்ரூட்டுடன் எனது சமாதானத்தை ஏற்படுத்தவில்லை, அது மிகவும் தாமதமானது என்று நான் நினைக்கிறேன், ஏனென்றால் நான் சமாதானப்படுத்த வேண்டிய பெய்ரூட் இனி இல்லை. "

"பாரிஸ் உங்களுக்கு அடக்கமாக இருக்க கற்றுக்கொடுக்கிறது. தரமான ஒன்றை தயாரிப்பதில் உண்மையான சவால் உள்ளது. கெய்ரோவில் நீங்கள் ஒரு இலக்கிய இதழில் ஒரு கட்டுரையை வெளியிடுகிறீர்கள் - அது சிறப்பு எதுவும் தேவையில்லை - நீங்கள் கபேக்களுக்கு வெளியே சென்றவுடன் எல்லோரும் என்ன நினைக்கிறார்கள் என்பது உங்களுக்குத் தெரியும், நீங்கள் முக்கியமாக உணர்கிறீர்கள். ஆனால் எப்படியிருந்தாலும் நான் வாழ்வதற்காக வெறுமனே ஒரு பெரிய வேலை செய்கிறேன். எழுதுவது திறம்பட ஒரு ஆடம்பரமாகும்."

இது ஒவ்வொரு முறையும் ஒரு சுத்தமான ஸ்லேட் ஆகும். அவள் விலகி வாழ்கிறாள், அவள் பெரும்பாலும் பிரெஞ்சு மற்றும் அரபு இலக்கிய காட்சிகளிலிருந்து தன்னை தனிமைப்படுத்துகிறாள், அவள் பிரெஞ்சு மொழியில் எழுதப் போவதில்லை. "நான் ஒரு பிராங்கோபோன் எழுத்தாளராக இருக்க முடிவு செய்திருந்தால், என் புத்தகங்களின் ஆத்மாவின் அந்த பகுதியை விட்டுவிட, நான் இப்போது இருக்கும் குழப்பமாக இருக்க மாட்டேன்." அவள், எல்லாவற்றிற்கும் மேலாக, ஒரு தாய்; அவளுடைய குழந்தைகள் அவளுடைய படைப்புகளைப் படிக்கும்போது, அவளுடைய மிகவும் திகிலூட்டும் விமர்சகர்கள். "ஆனால் மீதமுள்ளவை, இலக்கியம் மற்றும் எல்லாமே, விமர்சகர்கள், புத்திஜீவிகள், பத்திரிகைகள் ஆகியவற்றின் மரியாதைக்குரிய கருத்துக்கள், பின்னர் மட்டுமே வர முடியும். அவை மிகவும் முக்கியமானவை."

நான் என் மயக்கத்தில் இருக்கிறேனா அல்லது உங்களுக்கு முன் நீங்கள் காணும் சுயசரிதை அற்பமான ஒரு உயிரினமா? வாழ்க்கையின் என் நனவுதான் கணக்கிடப்படுகிறது, என் கதா பாத்திரங்கள் மூலம் அந்த நனவை அணுகுவேன், சில சமயங்களில் நான் செல்ல விரும்பாத இடங்களை எடுத்துக்கொள்கிறார். எனக்குத் தெரிந்ததெல்லாம் என் தலையில் வரும் கதாபாத்திரம் ஒரு மனிதன். நான் என்னைத் தவிர வேறு ஒருவருடன் பழக விரும்புகிறேன், ஒருவேளை அந்த நபர் ஒரு ஆணுக்கு அனுப்ப முயற்சிக்கும் ஒரு பெண். ஆனால் நான் ஒரு பெண்ணைப்

பற்றி எழுதியிருந்தால், அந்தக் கதாபாத்திரம் உண்மையானதாக இருக்காது. ஒரு ஆணுக்காக கடந்து செல்ல முயற்சிக்கும் பெண், அல்லது ஒரு பெண்ணின் தலையில் வெளிப்படும் ஆண், இப்போது உங்களுக்கு முன் அமர்ந்திருக்கும் நபரை விட உண்மையானவர். "என் கதாபாத்திரங்கள் மூலம் நான் அந்த நனவை அணுகுவேன், அவர்கள் சில நேரங்களில் நான் செல்ல விரும்பாத இடங்களை எடுத்துக்கொள்கிறார்கள்.

அதேபோல், லெபனான், தி வுமன், தி ரைட்டர் ஆகியவற்றை விட, தனிநபர், தொடர்ந்து வகைப்படுத்தலில் இருந்து தப்பிக்கும் மனிதர், உண்மையானவர். இந்த நபரை உயிருடன் வைத்திருக்க, மீண்டும் மீண்டும் தொடங்குவது அவசியம். இந்த வாய்ப்புதான் பராகத் இறுதியாக, புத்துணர்ச்சியுடன் தொடர்பு கொள்ள முடியும். இங்கே மட்டுமே நீங்கள் அவளைப் பற்றி எழுத ஆரம்பிக்க முடியும்.

5. லெபனான்: கலை மற்றும் இலக்கியம்

அரபு நாடுகள், ஆபிரிக்கா மற்றும் ஐரோப்பாவிற்கு இடையே அதன் இருப்பிடம் கொடுக்கப்பட்டால், லெபனானின் கலாச்சாரம் இந்த மூன்று பகுதிகளின் துண்டுகளையும் துண்டுகளையும் பகிர்ந்து கொள்கிறது. 19 ஆம் நூற்றாண்டு மற்றும் 20 ஆம் நூற்றாண்டின் முற்பகுதியில் - பிரெஞ்சு ஆணைக்கு முன்பே - லெபனானில் ஓவியம் மிகவும் பிரபலமான கலை வடிவமாக இருந்தது. ஒரு ஓவியர் மற்றவர்களிடமிருந்து தனித்து நின்றார்: முஸ்தபா ஃபாரூக். அவர் கலை கற்க ரோம் சென்றார் மற்றும் பாரிஸில் தனது படிப்பைத் தொடர்ந்தார். அவர் வெனிஸ், நியூயார்க் மற்றும் ஸ்பெயின் கண்காட்சிகளுக்குச் சென்றபோது, பெய்ரூட்டில் அவர் மிகவும் மதிக்கப்பட்டார். பின்னர், அவர் பல புத்தகங்களை எழுதினார் மற்றும் பெய்ரூட் அமெரிக்க பல்கலைக்கழகத்தில் கலை கற்பித்தார்.

உள்நாட்டுப் போருக்குப் பிறகு (1975-1990), சமகால கலைஞர்கள் கூட்டம் கூட்டமாக வெளிவரத் தொடங்கினர். விரைவில் கலைக்கூடங்கள், கண்காட்சிகள் மற்றும் பொதுக் கலைக்கான கமிஷன்களில் பணம் போடத் தொடங்கியது. பெய்ரூட் ஒரு கலைஞர்களின் நகரமாக மாறியது.

வாலித் ராட் (வீடியோ, புகைப்படம் எடுத்தல், ஊடகம்), அய்மன் பால்பாகி (வெளிப்பாடு ஓவியம்), அக்ரம் ஜாதாரி (திரைப்படத் தயாரிப்பாளர், புகைப்படக் கலைஞர்), நதிம் அஸ்ஃபர் (புகைப்படக் கலைஞர், திரைப்படத் தயாரிப்பாளர்), லாமியா ஜோரேஜ் (ஓவியம், புகைப்படம் எடுத்தல், வீடியோ) போன்ற சில சமகால கலைஞர்கள் குறிப்பிடத்தக்கவர்கள்., ரிக்கார்டோ எம்பார்கோ (டிஜிட்டல் கலைஞர்), மற்றும் ஹனிபால் ஸ்ரூஜி (ஓவியம்).

நிலத்தை யார் கட்டுப்படுத்துகிறார்கள் என்பதில் பல மாற்றங்களைக் கண்ட ஒரு பகுதியில் வசிக்கும் விஷயங்களில் ஒன்று அவர்களின் கட்டிடக்கலை மீதான தாக்கம். இத்தாலிக்கு நாடுகடத்தப்பட்ட ஒரு ட்ரூஸ் இளவரசர் லெபனானுக்கு திரும்பி வந்து, இத்தாலியில் இருந்தபோது பார்த்தவற்றின் அடிப்படையில் தொழிற்சாலைகள் மற்றும் வணிகங்களை நிறுவுவதன் மூலம் நாட்டை நவீனமயமாக்கினார். பெய்ரூட் மற்றும் சிடோன் இந்த இத்தாலிய (மற்றும் குறிப்பாக டஸ்கன்) அவர்களின் கட்டிடக்கலையில் செல்வாக்கைக் கண்ட இரண்டு முக்கிய நகரங்களாகும். ஃபீனீசியர்கள் தங்கள் கட்டிட பாணிகளிலும் மிகுந்த செல்வாக்கு செலுத்துவார்கள்.

ஒட்டோமான் பேரரசு தொலைதூரத்திற்கு பரவியது மற்றும் ஒரு காலத்தில் லெபனானை உள்ளடக்கியது, லெபனான்கள் மீது அவர்களின் கலாச்சாரம் மற்றும் கட்டிடக்கலையின் துண்டுகள் மற்றும் துண்டுகளை விட்டுச் சென்றது (அவர்கள் எங்கு சென்றாலும் அவர்கள் செய்தது போல்). பிரெஞ்சுக்காரர்கள் அந்தப் பகுதியைக் கைப்பற்றியபோது, லெபனான் ஒரு பிரெஞ்சு ஆணையின் கீழ் வைக்கப்பட்டபோது, அவர்கள் கட்டிய கட்டிடங்களில் தங்களுடைய சொந்த பிரெஞ்சுத் திறமையைச் சேர்த்தனர்.

பெரும்பாலான லெபனான் இலக்கியங்கள் பெரும்பாலும் அரபு, பிரஞ்சு அல்லது ஆங்கிலத்தில் எழுதப்பட்டுள்ளன. மேலும் 19 ஆம் நூற்றாண்டின் பிற்பகுதியில் இருந்து உற்பத்தி செய்யப்பட்டவற்றில் பெரும்பாலானவை. லெபனான் எழுத்தாளர்களில் மிகவும் செல்வாக்கு மிக்கவர்களில் ஒருவர் ஜிப்ரான் கலீல் ஜிப்ரான். அவரது புத்தகம் தி நபி (1923) ஆங்கிலத்தில் எழுதப்பட்டது மற்றும் அந்த நேரத்தில் விமர்சகர்களின் மெஹ் கருத்துக்கள் இருந்தபோதிலும் பரவலாக பிரபலமாக இருந்தது (விமர்சகர்களுக்கு என்ன தெரியும் என்பதை இது காட்டுகிறது).

கிப்ரான் ஒரு கிளர்ச்சியாளர் மற்றும் இலக்கியப் புரட்சியாளர் என்று தனக்கென ஒரு பெயரை உருவாக்கினார். நவீன உரைநடை-பாணிக் கவிதைகளுக்குப் பதிலாக கிளாசிக்கல் எழுத்து பாணியை அவர் கைவிட்டார். 1960களின் எதிர்கலாச்சார புரட்சிகளின் போது ஜிப்ரானின் கவிதைகள் ஆர்வத்தின் இரண்டாவது அலையை அளித்தன. ஷேக்ஸ்பியர் மற்றும் லாவோ-ட்ஸூ ஆகியோருக்குப் பிறகு ஜிப்ரான் காலித் ஜிப்ரானின் கவிதைகள் உலகில் அதிகம் விற்பனையாகும் மூன்றாவது கவிதைகள் ஆகும். பெரும்பாலும் காலித் ஜிப்ரான் என்று குறிப்பிடப்படுகிறார்.

இன்று, லெபனானில் இருந்து பல வெற்றிகரமான எழுத் தாளர்கள் உள்ளனர் ஆண்கள் மற்றும் பெண்கள் இருவரும். அரபு இலக்கியத்தைப் படிக்கும் பலர் லெபனானின் எழுத் தாளர்கள் தங்கள் எழுத்தில் ஒரு குறிப்பிட்ட திறமையைக் கொண்டிருப்பதைக் குறிப்பிடுகின்றனர். மொழியின் கவிதைத் தன்மைக்கு மரியாதை உண்டு, எழுத்தாளனின் நலனுக்காக மொழியைப் பயன்படுத்துகிறார்கள். லெபனான் எழுத்தாளர்கள் நினைவுக் குறிப்புகள் முதல் வரலாற்று நாவல்கள் வரை கிராஃபிக் நாவல்கள் மற்றும் பத்திரிகை வரை பல்வேறு வகைகளில் சிறந்து விளங்குகின்றனர். குழந்தை இலக்கியம் குறித்து முனைவர் பட்டம் பெற்ற மாணவர் எழுதிய கட்டுரை ஒன்றைக் கண்டேன்.

பெரும்பாலான குழந்தைகள் இலக்கியங்கள் நவீன அரேபிய மொழியில் *(MSA)* எழுதப்பட்டுள்ளன, ஆனால் லெபனானில் மக்கள் பேசுவதை விட அதன் பாணி மிகவும் கிளாசிக்கல் என்று அவர் கூறினார், மேலும் இது இன்னும் மொழியைக் கற்கும் குழந்தைகளுக்கு ஓரளவு சிக்கலாக இருக்கலாம். வலுவூட்டப் படுவதற்கு அவர்கள் தினமும் கேட்கும் ஒன்று அவர்களுக்குத் தேவை. எனவே, அடிப்படையில், பறக்கும்போது லெபனான் மொழியில் மொழிபெயர்ப்பது பெற்றோரின் பொறுப்பாகும். பெரும்பான்மையான குழந்தை இலக்கியங்கள் ஷேக்ஸ்பியர் ஆங்கிலத்திலோ அல்லது சௌசெரியன் ஆங்கிலத்திலோ எழுதப் பட்டது போல் இருக்கும் என்று நினைக்கிறேன். அது உண்மையில் மொழியின் செயல்பாட்டைப் பற்றி சிந்திக்க வைத்தது. ஆனால் என்னுடைய நண்பர் ஒருவர் சுட்டிக்காட்டியபடி, அரபு உலகம் முழுவதும் இது உண்மையாக இருக்கலாம்: உள்ளூர் அரபு மொழிகள் நவீன அரேபிய மொழியிலிருந்து முற்றிலும் மாறுபட்டதாக இருக்கலாம், ஆனால் குழந்தைகளும் இரண்டு வகைகளையும் வெளிப்படுத்த வேண்டும்.

6. லெபனானில் சமகால இலக்கியம்

லெபனான் என்பது எதிர்பாராத விதங்களில் ஒன்றுக்கொன்று எதிரொலிக்கும், சங்கடமான முறையில் ஒன்றிணைக்கும் துண்டு களின் தொகுப்பாகக் கூறப்பட்டால், லெபனான் இலக்கியத்தை கலைடாஸ்கோப் என்று அழைக்கலாம். மணிக்கட்டின் ஒரு திருப்பம் இந்த வழியில் அல்லது மற்றொன்று, திடீரென்று முற்றிலும் புதிய ஏராளமான எழுத்தாளர்கள் பார்வைக்கு வருகிறார்கள். கலாச்சாரங்கள், அரசியல், போர்கள், நாடுகடத்தப்பட்டவர்கள், மதங்கள்-மற்றும், நிச்சயமாக, மொழிகள்: பிரெஞ்சு, அரபு, ஆங்கிலம் கூட...

இப்போது தொண்ணூறுகளில் இருக்கும் எடெல் அட்னானைக் கவனியுங்கள், அவருடைய 1977ஆம் ஆண்டு நாவலான சிட் மேரி ரோஸ் (பிரெஞ்சு மொழியில் எழுதப்பட்டது) 1975 மற்றும் 1990 க்கு இடையில் பதினைந்து ஆண்டுகள் நீடித்த பேரழிவு தரும் லெபனான் உள்நாட்டுப் போரை முதலில் விவரித்தவர்களில் ஒருவர். பலருக்கு, அவர் மிகச்சிறந்த எழுத்தாளர். மற்றும் அவரது நாட்டின் கலைஞர் - அவரது வேலை மற்றும் அவரது வாழ்க்கை மும்மொழி. அவளுடைய பின்னணியும், வழக்கத்திற்கு மாறாக சிக்கலானதாக இருந்தாலும், பொதுவாக லெபனான்களின் வாழ்க்கையை அடிக்கடி வரையறுக்கும் நுணுக்க அடுக்குகள் நிறைந்தது. புக்விட்டி உடனான சமீபத்திய நேர்காணலில், அவர் தோள்களைக் குலுக்கியவாறு கூறினார்:

ஒருவரின் "தாய்மொழி" பற்றி மக்கள் அதிகம் பேசுகிறார்கள். என்னுடையது கிரேக்கம். என் அம்மா ஸ்மிர்னாவைச் சேர்ந்தவர்; என் தந்தை சிரியர், ஆனால் ஒட்டோமான் பேரரசின் போது வளர்ந்தவர்; மற்றும் என் பெற்றோர் ஒன்றாக துருக்கிய மொழி பேசினர்.

இஸ்தான்புல்லில் உள்ள இராணுவ அகாடமியில் துருக்கியின் அட்டாடர்க் உடன் சேர்ந்து முஸ்லீமாக இருந்த அவரது தந்தை; அவரது தாயார் கத்தோலிக்கர்.

அரசியல் என்பது எங்கள் பிரதேசத்தின் கதை. ஓட்டோமான் பேரரசின் கப்பல் விபத்தில் இருந்து தப்பிய இருவருடன் நான் வீட்டில் வாழ்ந்தேன். எனது தந்தை முப்பத்தெட்டு வயதாக இருந்தார், மேலும் அவரது ரைசன் டி'ட்ரே மறைந்தபோது ஒரு அதிகாரியாக இருந்தார்.

(அட்னானின் தாயும் இழப்புடன் வாழ்ந்து வந்தார்: ஸ்மிர்னாவின் கிரேக்க மற்றும் ஆர்மேனியப் பகுதிகள் 1922 இல் தீயில் முற்றிலும் அழிக்கப்பட்டன.)

ஒட்டோமான் பேரரசின் வீழ்ச்சிக்குப் பிறகு, லெபனான் 1943 இல் சுதந்திரம் பெறும் வரை பிரெஞ்சு ஆணை ஆட்சியின் கீழ் வந்தது. பிராந்திய மற்றும் உள்ளூர் அரசியல் உறுதியற்ற காலங்கள் தொடர்ந்து, உள்நாட்டுப் போர் வெடிக்கும் வரை வேகத்தைப் பெற்றன.

லெபனான் அரபு இலக்கியத்தில் ஒரு வரையறுக்கும் பாத்திரத்தை வகித்துள்ளது, மேலும் சிரியாவில் பிறந்த பிரெஞ்சு பதிப்பாளர் ஃபரூக் மர்டம்-பே குறிப்பிடுவது போல, இருபதாம் நூற்றாண்டின் அனைத்து பிராந்திய புரட்சிகளிலும் அது ஈடு பட்டுள்ளது. இப்போது தனது எழுபதுகளில், பிரெஞ்சு மொழிபெயர்ப்பில் சமகால அரேபிய புனைகதைகள் மற்றும் புனைகதை அல்லாதவற்றை மேற்பார்வையிடும் ஆக்டெஸ் சுட் பதிப்பகத்தின் சிந்துபாத் முத்திரையின் இயக்குநராக பிரான்சில் இலக்கிய நிலப்பரப்பை மாற்றுவதற்கு அவர் உதவியுள்ளார்.

சில விதிவிலக்குகளுடன், Mardam-Bey கூறுகிறார், உள்நாட்டுப் போருக்கு முந்தைய லெபனான் இலக்கியம் "ஒரு நட்பு இடம், பால் மற்றும் தேன் நிலம்; மத்திய தரைக்கடல் ..." யுத்தம் "அதையெல்லாம் துடைத்தெறிந்தது":

1980கள் மற்றும் 90களில் ஒரு மிக முக்கியமான பரிணாம வளர்ச்சி ஏற்பட்டது, இது மற்ற எல்லா இடங்களிலும் போலவே, அரசியல் ரீதியாக அர்ப்பணிக்கப்பட்ட இலக்கியத்தில் சரிவைக் கண்டது. அரசியல் ஈடுபாடு கொண்ட பல புத்திஜீவிகள் மற்றும் எழுத்தாளர்கள் இருந்தனர், ஆனால் அவர்களின் எழுத்தில் அவர்கள் அன்றாட வாழ்க்கையில் அதிக ஆர்வம் காட்டினார்கள். அன்றாட வாழ்க்கையின் மிகவும் மோசமான விவரங்களைக்

காட்ட அவர்கள் இனி பயப்படவில்லை, ஏனென்றால் போர் இந்த வகையான விஷயங்களை வெளிப்படுத்துகிறது.

இந்த உள்நாட்டுப் போர் தலைமுறை, லெபனானின் மிகச்சிறந்த சமகால எழுத்தாளர்களான ரஷித் அல்-டாய்ஃப், ஹனான் அல்-ஷேக், ஹோடா பரகாத் மற்றும் நஜ்வா பராகாத், ஜபோர் டூயிஹி மற்றும் எலியாஸ் கௌரி போன்றவர்களை உள்ளடக்கியது—அனைத்தும் மர்டம்-பேயால் வெளியிடப்பட்டது. அல்-ஷேக் மற்றும் இரு பரகாத் போன்ற பெண் எழுத்தாளர்கள் சமீபத்திய ஆண்டுகளில் நாட்டின் சில சிறந்த புத்தகங்களை எழுதியுள்ளனர் என்று அவர் கூறுகிறார்.

லெபனான் இலக்கிய நிறுவனமான *RAYA* ஐ நிறுவிய யாஸ்மினா ஜ"ரைசாதி, இந்த போர்க்கால தலைமுறை "இன்னும் முன்னணியில் உள்ளது" என்று உறுதிப்படுத்துகிறார். அவளும், மர்டம்-பேயைப் போலவே, இந்த மேலாதிக்கத்தை அந்தக் குழுவின் திறனுக்குக் காரணம், அவர்களின் வேலையில் தொடர்ந்து புதிய வாழ்க்கையை சுவாசிக்க முடியும். எல்லைகளற்ற வார்த்தைகளின் இந்த இதழில் ஹோடா பாரகாட்டின் சமீபத்திய நாவலான பரிட் அல்-லைல் (ஆங்கிலத்தில் தி நைட் போஸ்ட் என வரவிருக்கிறது) இருந்து ஒரு பகுதியை உள்ளடக்கியது, இது தொடர்பில்லாத நபரால் குறுக்கிடப்படும் ஆறு எழுத்துக்களைச் சுற்றி கட்டப்பட்டுள்ளது. "இது மிகவும் நவீனமானது" என்று நாவலின் ஜ்ரைசாதி கூறுகிறார். "அவளுக்கு இளம் வாசகர்கள் உள்ளனர்."

ஜாபர் தவைஹி தன்னைத் தொடர்ந்து புதுப்பித்துக் கொண்டிருக்கிறார் மர்தம் பே-இன் படி "முழு மலர்ச்சியில்" இருக்கிறார். அவரது நாவலான சாரித் அல் மன்சல் (துரத்தப்பட்ட) இருந்து இந்த இதழின் பகுதி லெபனானின் பல முரண்பாடுகளுடன் விளையாடுகிறது மற்றும் நிஜாம், முஸ்லீமாக பிறந்து ஒரு கிறிஸ்தவராக வளர்ந்த கதையை விவரிக்கிறது.

அரபு மொழியில் எழுதும் லெபனான் எழுத்தாளர்களில் (பரகாத் மற்றும் டூயிஹியைப் போல), மற்றொருவர் தனித்து நிற்கிறார், போர் தலைமுறையை விட இருபது வயது இளையவர் ஆனால் அதை அனுபவிக்கும் அளவுக்கு வயதானவர்: ரபீ ஜாபர், ஒரு திறமையான, செழிப்பான மற்றும் தனிமையான எழுத்தாளர் (மர்தம் பே மற்றும் ஜ"ரைசாதி போன்ற தொழில் வல்லுநர்களுக்கும் கூட). இதுவரை, அரபு மொழியில் அவரது ஈர்க்கக்கூடிய இலக்கிய தயாரிப்பு பிரெஞ்சு அல்லது ஆங்கிலத்தில் ஒரு சில மொழிபெயர்ப்புகளை மட்டுமே சந்தித்துள்ளது.

மேவரிக் எழுத்தாளரும் கவிஞருமான சார்லஸ் சாஹ்வானின் படைப்புகள் (இவரை வைஸ் பத்திரிக்கை "சார்லஸ் புகோவ்ஸ்கிக்கு அரபு உலகின் பதில்" என்று அழைத்தது) ஹார்ப் அல்-ஷவாரியா (தெருப் போர்கள்) இலிருந்து ஒரு பகுதியாக இந்த இதழில் முதல் முறையாக ஆங்கில மொழிபெயர்ப்பில் வெளிவந்துள்ளது. 1991 இல் வெளியிடப்பட்டபோது பெரும் வெற்றியைப் பெற்ற சிறுகதைகளின் தொகுப்பு இப்போது அச்சிடப்படவில்லை. இந்தக் கதைகள் உள்நாட்டுப் போரின் போது, அரசியல் சித்தாந்தத்தால் அல்லாமல் வன்முறையால் உந்தப்பட்டிருக்கும் போட்டிப் போராளிகளின் வாழ்க்கையைச் சித்தரிக்கின்றன.

ஆனால் உள்நாட்டுப் போர் நாட்டின் இலக்கியத்தில் மற்றொரு தாக்கத்தை ஏற்படுத்தும்: கதைகள் எழுதப்பட்ட உண்மையான மொழி. லெபனான் எப்பொழுதும் மக்கள் புலம்பெயர்ந்த ஒரு நாடாக இருந்தபோதிலும், உள்நாட்டுப் போரின் போது மொத்த மக்கள்தொகையில் நாற்பது சதவிகிதம்-அந்த நேரத்தில் சுமார் மூன்று மில்லியனாக மதிப்பிடப்பட்டது-நாட்டை விட்டு வெளியேறியது. புலம்பெயர்ந்த குழந்தைகள் பெரும்பாலும் பிரெஞ்சு அல்லது ஆங்கிலத்தில் படிக்கப்பட்டனர், இது அவர்களின் முக்கிய எழுத்து மொழிகளாக மாறியது.

சமீபத்திய பிபிசி வானொலி ஆவணப்படமான, World Book Café: Beirut, ஆங்கிலத்தில் எழுதும் பல்வேறு லெபனான் ஆசிரியர்கள் கதைசொல்லல் பற்றி பேசுவதற்காக பெய்ரூட் புத்தகக் கடையில் கூடினர். நூலாசிரியர் நடா அவர் ஜார்ரர், ஆங்கிலம் ஒரு மொழியாக அணுகக்கூடியது என்று தான் உணர்ந்ததாகக் கூறினார்; அவள் தன்னை அரபியில் வெளிப்படுத்த விரும்பினாலும் கூட. சில எழுத்தாளர்கள் ஆங்கிலத்தில் எழுதும் போது தாங்கள் சுதந்திரமாக உணர்கிறோம் என்றார்கள்; அவமானம், பாலின அடிப்படையிலான வன்முறை அல்லது துஷ்பிரயோகம் போன்ற விஷயங்களில் சுதந்திரமாக பேசலாம்.

பெய்ரூட்டில் "கிளிஃப்ஹேங்கர்ஸ்" என்ற பொதுக் கதை சொல்லும் சமூகத்தை நிறுவிய டிமா மாட்டா, ஆங்கிலத்தில் லெபனான் மொழியில் ஒலிப்பது சவாலாக உள்ளது. சுகூன் பத்திரிகையை நிறுவிய மற்றொரு பங்கேற்பாளரான கவிஞர் ரேவா ஜீனாட்டி முந்தைய நேர்காணலில் சுகூனை வளர்ப்பதில் தனது முதன்மையான உந்துதல் ஆங்கிலத்தில் அரபு கதைகள் இல்லாததால் அவர் உணர்ந்ததை சரிசெய்ய உதவுவதாகக் குறிப்பிட்டார். "அரபு ஆங்கிலோபோன் எழுத்தாளர்களை வெளியிடுவதற்கு பல அல்லது குறைந்த பட்சம் போதுமான தளங்கள் இல்லை; பெரும்பாலும்

அரபு இலக்கியம் ஆங்கிலத்தில் மொழிபெயர்க்கப்பட்டது, அல்லது அரபு-அமெரிக்க எழுத்தாளர்களால் இலக்கியம் மொழி பெயர்க்கப்பட்டது, இது பெரியது, நிச்சயமாக, நம்பமுடியாத அளவிற்கு முக்கியமானது; ஆனால் நான் காணாமல் போனது என்னை மிகவும் நெருக்கமாக பிரதிநிதித்துவப்படுத்தியது: ஆங்கிலத்தில் அரபு கதை, மற்றும் அமெரிக்க சூழலில் மட்டுமல்ல.

ஹோடா பாரகாத் பிரெஞ்சு மொழியில் கல்வி கற்றார், ஆனால் அரபு மொழியில் எழுத வேண்டும் என்று மனப்பூர்வமாக முடிவெடுத்தார், அன்றிலிருந்து அந்த மொழியின் மீது காதல் கொண்டவர். அரபு முதலில், "ஒரு இனிமையான கண்டுபிடிப்பு," என்று அவர் கூறுகிறார், "பின்னர் அது அத்தியாவசியமானது":

அரபு மொழி ஒரு புனித மொழி என்ற கருத்தைப் பொறுத்தவரை, என்னைப் பொறுத்தவரை புனித மொழி இல்லை; ஆனால் இது சில சமயங்களில் அரபு மொழி தெரியாத ஃபிராங்கோஃபோன்களால் நடத்தப்பட்ட ஒரு சொற்பொழிவாக இருக்கலாம், மேலும் அவர்கள் குடியேற்றத்தின் காரணமாக முதலில் பிரெஞ்சு மொழியைக் கற்றுக்கொண்டதால் அது அவர்களின் தவறு அல்ல. மற்றவர்களுக்கு, குர்ஆனை வாசிப்பதற்கும் கற்பதற்கும் அரபு இணைக்கப்பட்டுள்ளது. என்னைப் பொறுத்தவரை, குர்ஆன் மற்ற புத்தகங்களுக்கிடையில் ஒரு புத்தகம், நான் எப்போதும் அதை வாசிப்பதில் திரும்புவேன், ஏனெனில் அது எனக்கு அரபு மொழியைக் கற்றுக்கொடுக்கிறது - இது எனது அரபு மொழியை ஆழமாக்க உதவுகிறது, ஆனால் அது பாணியில் ஒரு பயிற்சி மற்றும் அதற்கு அப்பால் செல்லாது. அந்த. எனவே புனித புத்தகங்கள் உள்ளன, ஒருவேளை, ஆனால் மொழிபுனிதமானது அல்ல. நான் இந்த அழகான மொழியைப் பயன்படுத்துகிறேன், அதை நான் தொடர்ந்து ரசிக்கிறேன் மற்றும் ஒரு இடத்தை, ஒரு நாட்டை அல்லது ஒரு நிலப்பரப்பைக் கண்டறியும் விதத்தை கண்டுபிடிப்பேன், அது என்னை ஆச்சரியப்படுத்துவதை நிறுத்தாது.

லெபனான் பிரான்சில் இருந்து சுதந்திரம் பெற்றதில் இருந்து அரபு மொழியின் மறுமலர்ச்சியில் ஏற்கனவே முக்கியப் பங்காற்றியுள்ளது என்று *Mardam-Bey* கூறுகிறார், அதன் ஆரோக்கிய மான ஊடகத் துறையின் காரணமாக, இதற்கு முன் விவரிக்கப்படாத நிகழ்வுகளைப் பற்றி எழுத நவீனமயமாக்கப்பட்ட அரபு மொழி தேவைப்பட்டது. மொழியின் பாரம்பரிய மாறுபாடு. நாடு கடத்தப்பட்டபோது ஆங்கிலத்தில் எழுதத் தொடங்கிய லெபனான் எழுத்தாளர்கள் உள்ளனர், மாண்ட்ரீலைச் சேர்ந்த ராவி ஹேஜ்

மற்றும் தலைசிறந்த கதைசொல்லி மற்றும் சான் பிரான்சிஸ்கோவில் வசிக்கும் ரபீஹ் அலமேடின் ஆகியோர் ஆங்கிலத்தில் எழுதத் தேர்ந்தெடுத்தனர், ஏனெனில் அவர் லெபனானில் வளர்ந்தாலும், அவர் "சாதாரண அரபு" கற்பித்தார்.

நிச்சயமாக, பிரெஞ்சு மொழியில் எழுதும் ஆசிரியர்கள் உள்ளனர். சாரிஃப் மஜ்தலானியின் படைப்புகள் எட்வர்ட் கௌவின் (Lamia Ziadé's Ô nuit, ô mes yeux இலிருந்து பகுதியின் இந்த இதழில் மொழிபெயர்ப்பாளர்) பாராட்டி, கடந்த ஆண்டு ஆங்கிலத்தில் மொழிபெயர்க்கப்பட்டது: அவருடைய நாவலான *Moving the Palace* இப்போது ஆங்கில மொழி வாசகர்களுக்குக் கிடைக்கிறது. அவர் நீண்ட காலமாக பிரான்ஸ் மற்றும் லெபனானில் பரவலாக வாசிக்கப்பட்டார். மஜ்தலானியின் பிரெஞ்சு உறவு பெரும்பாலும் ஆப்பிரிக்க மற்றும் வட ஆபிரிக்க எழுத்தாளர்களால் விவரிக்கப்படுவதைப் போன்றது, அது பிரான்சிற்கு மட்டும் சொந்தமானது அல்ல: "நான் பிரெஞ்சு மொழியில் எழுதவில்லை," என்று அவர் கூறுகிறார், "நான் எனது சொந்த பிரெஞ்சு மொழியில் எழுதுகிறேன். நான் பிரெஞ்சு மொழியை எடுத்துக்கொள்கிறேன், அதில் எனக்குப் பிடித்ததைச் செய்கிறேன்.

சபில் கௌஸூப் பிரான்சில் வளர்ந்த இளம் லெபனான் எழுத்தாளர். அவரது முதல் நாவல், பிரெஞ்சு மொழியில் எழுதப் பட்டு, அதிலிருந்து ஒரு பகுதியை நாங்கள் வெளியிட்டு ள்ளோம், அதன் பெயர் *Le Nez Juif (The Jewish nose)*. கௌஸ்ஸூப் ஒரு மகிழ்ச்சியான மரியாதையற்ற நகைச்சுவை பாணியில் எழுதினாலும், அவர் உண்மையில் தீவிரமான விஷயங்களை ஆராய்கிறார்: அவரது உடல் பண்புகள் எப்படி எளிமையான இனவெறியைத் தூண்டுகின்றன அல்லது லெபனானியர்கள் எவ்வாறு தெற்கே உள்ள தங்கள் போர்க்குணமிக்க அண்டை வீட்டாரை எவ்வாறு பார்க்கிறார்கள் மற்றும் "யூதர்களுடன்" "இஸ்ரேலிஸ்" உடன் இணைக்கும் ஆபத்து. ஆனால் இது நாடுகடத்தப்பட்ட மற்றும் தப்பெண்ணத்தின் உலகில் அடை யாளத்திற்கான அவரது தேடலைப் பற்றிய ஆய்வு ஆகும்.

கலைஞரும் எழுத்தாளருமான லாமியா ஜியாடே பாரிஸில் வசிக்கிறார், மேலும் பிரெஞ்சு மொழியிலும் எழுதுகிறார் - ஆனால் அவர் தனது முழு குழந்தைப் பருவத்தையும் உள்நாட்டுப் போரின் போது லெபனானில் கழித்தார். பதினைந்து வருடங்கள் மத்திய கிழக்கிற்கு தொடர்பில்லாத பாடங்களில் பணிபுரிந்த

பிறகு, இப்போது அது தனது ஒரே பாடம் என்று கூறுகிறார். அவரது கலை மற்றும் அவரது எழுத்துக்கள் வரலாற்று மற்றும் ஏக்கம் கொண்டவை, நுணுக்கமான ஆராய்ச்சி தேவை மற்றும் மறைந்துவிட்ட உலகத்தை ஆவணப்படுத்துவதற்கான தனிப்பட்ட தேவையிலிருந்து உருவாகிறது. இந்த இதழில் உள்ள பகுதியானது Ô nuit,' ô mes yeux (ஓ நைட், ஓ மை கண்கள்), லெபனான் மற்றும் எகிப்திய திவாஸ் வரலாற்றை இருபதாம் நூற்றாண்டின் நடுப்பகுதியில் உள்ள கொந்தளிப்பான வரலாற்றை விவரிக்கிறது.

இறுதியாக, எழுத்தாளரும் இல்லஸ்ட்ரேட்டருமான லீனா மெர்ஹேஜின் படைப்புகளை நாங்கள் வழங்குகிறோம், அதன் காமிக்ஸ் அரபு, பிரஞ்சு மற்றும் ஆங்கிலத்தில் தோன்றும். மெர்ஹேஜ் காமிக்ஸ் கலைக்காக அர்ப்பணிக்கப்பட்ட சமண்டலின் லாப நோக்கமற்ற கூட்டு நிறுவனர்களில் ஒருவர். பன்னிரெண்டு ஆண்டுகளுக்கு முன்பு அதன் ஸ்தாபகத்தின் போது, அதன் உறுப்பினர்கள் மத்திய கிழக்கில் காமிக்ஸ் ஓரங்கட்டப்பட்டதாக உணர்ந்தனர், எனவே அவர்கள் அந்த ஊடகத்தில் பிராந்தியத்தின் கதைகளைச் சொல்ல ஒரு தளத்தை உருவாக்கினர். ஓரினச்சேர்க்கை, ஓரினச்சேர்க்கை, பாலியல் துன்புறுத்தல், பெண்ணியம், வறுமை மற்றும் அன்றாடப் போராட்டங்கள் போன்ற பிரச்சினைகளை ஆராயும் அரபு உலகில் உள்ள மற்ற காமிக்ஸ் குழுக்களை ஊக்குவிக்கும் ஒரு இயக்கத்தில் மெர்ஹெஜ் மற்றும் அவரது சகாக்கள் முன்னணியில் இருந்தனர். படைப்புத் துறைகளில் புதிய தலைமுறை லெபனான் மக்களிடையே, கிராஃபிக் நாவல்கள், விளக்கப்படம், இசை மற்றும் சினிமா மூலம் கதைகளைச் சொல்லும் போக்கை யாஸ்மினா ஜ்ரைசாட்டி நம்புவதையும் அவர் பிரதிநிதித்துவப்படுத்துகிறார், இதனால் மொழிகளைக் கலப்பதில் அதிக நெகிழ்வுத்தன்மையை அனுமதிக்கிறது.

தான் பெறும் இலக்கிய சமர்ப்பிப்புகளில் லெபனானின் இளைய தலைமுறை குறைவான பிரதிநிதித்துவம் பெற்றதாக ஜ்ரைசாதி உணர்கிறார்: அவர் "புதிய, வளர்ந்து வரும் தலைமுறையைப் படிக்க இன்னும் காத்திருக்கிறார்." உள்நாட்டுப் போர் இனி மையத் தலைப்பு அல்ல, மேலும் இளைய லெபனான் எழுத்தாளர்கள் தங்கள் நாட்டை எப்படிப் பார்க்கிறார்கள் என்பதில் அவர் ஆர்வமாக உள்ளார். "எங்களுக்கு எப்போதும் ஒரு அடையாள நெருக்கடி இருந்தது, பின்னர் போர் லெபனான் இலக்கியத்திற்கு ஒரு பொருளையும் ஒரு குறிப்பிட்ட அர்த்தத்தையும் கொடுத்தது. ஆனால் இப்போது..."

ஃபரூக் மர்டம்-பே தனது வாசகர்கள் "இந்தப் போர்க் கதைகள் அனைத்திலும் கொஞ்சம் சோர்வாக உள்ளனர்" என்று கூறுகிறார். அவரும் "புதிய தொனியை" தேடிக்கொண்டிருக்கிறார், தற்போது அதை எகிப்தில் கண்டுபிடித்துள்ளார்; ஆனால் அவர் இளம் லெபனான் எழுத்தாளர்கள் வெளிவரக் காத்திருக்கிறார்.

அவர்கள் வெளிப்படுவார்கள் என்று நாங்கள் உறுதியாக நம்புகிறோம், மேலும் இந்த இதழில் உள்ள வார்த்தைகள் வித்தவுட் பார்டர்ஸ் இதழில் இளைய லெபனான் உணர்வின் சில ஆதாரங்களை அவர்களின் சுய-புதுப்பிக்கும் பெரியவர்களுடன் முன்வைப்பதில் நாங்கள் மகிழ்ச்சியடைகிறோம். மொழிபெயர்ப்பாளர்கள், பதிப்பாளர்கள் மற்றும் வாசகர்கள் இன்னும் மற்ற எழுத்தாளர்களின் படைப்புகள் வெளிச்சத்திற்கு வரும்போது அவர்களைத் தேடிக்கொண்டே இருப்பார்கள் என்று நம்புகிறோம்.

7. மரூன் அபூத்

1

மரூன் அபூத் (9) (مارون عبود பிப்ரவரி 1886 - 3 ஜூன் 1962) ஒரு லெபனான் கிறிஸ்தவ கவிஞர் மற்றும் எழுத்தாளர் ஆவார், அவர் தனது எளிய அன்றாட எழுத்து நடைக்கு பெயர் பெற்றவர், அவர் ட்ரூஸஸ் மத்தியில் வாழ்ந்து பணியாற்றினார்.

மரூன் அபூட் லெபனான் மலையில் உள்ள ஐன் கஃபா என்ற கிராமத்தில் பிறந்தார். அவர் லெபனானில் உள்ள பல பள்ளிகளில் அரபு, சிரியாக் மற்றும் பிரஞ்சு ஆகியவற்றைப் படித்தார். அபூட் 1900ஆம் ஆண்டில் செயின்ட் ஜான் மரோன் பேட்ரூனின் பள்ளியில் பாதிரியார் பணிக்கான அழைப்பைத் தொடர நுழைந்தார். செயின்ட் மரோனில் நான்கு ஆண்டுகள் இருந்தபோது, அல்-ரவ்தா செய்தித்தாளில் ஏராளமான கவிதைகளை வெளியிட்டார். பின்னர் அவர் விஸ்டம் பள்ளியில் நுழைந்தார், அங்கு அவர் இரண்டு ஆண்டுகள் கழித்தார். ரஷித் தாகி அல்-தின் மற்றும் அஹ்மத் தாகி அல்-தின் மற்றும் சைட் அக்ல் போன்றவர்களின் இலக்கியத் திறமைகளை வளர்ப்பதற்கு ஏற்ற சூழ்நிலையை அபூட் கண்டறிந்தார்.

மரூன் கவிதை எழுதுவதோடு, செய்தித்தாள் ஆசிரியராகவும் தனது வாழ்க்கையைத் தொடர்ந்தார். அவர் 3 ஜூன் 1962 இல் இறந்தார். மரூன் அபோட் லெபனான் மலையில் உள்ள கிராம வாழ்க்கையைப் பற்றி எழுதினார் மற்றும் அவரது கிராமவாசிகளை எளிமையாக சித்தரித்தார், அதே நேரத்தில் அவர்களின் நம்பகத்தன்மையை மதிக்கிறார். இந்த கிராமவாசிகளின் வழிகளை துல்லியமாக சித்தரிக்க அவரது படைப்பு நகைச்சுவையைப் பயன்படுத்துகிறது. அவரது படைப்பின் மொழிபெயர்ப்பாளர்கள்

சில சமயங்களில் இந்த மக்கள் மீது அவருடைய விருப்பத்தை துல்லியமாக காட்ட கடினமாக உள்ளது, மேலும் சில சமயங்களில் இந்த மொழிபெயர்ப்புகள் ஆதரவாக இருக்கும்.

2

அப்துல் கானி சலாம் (25 - 1942) (عبدُ الغني سلام ஜூலை 2017) பெய்ரூட்டைச் சேர்ந்த லெபனான் பத்திரிகையாளர். அவர் அல் லிவா பத்திரிகையின் நிறுவனர் ஆவார். அப்துல் கானி சலாம் 1942 இல் பெய்ரூட்டில் பிறந்தார், அவர் சௌயிஃபாத் நேஷனல் ஸ்கூலில் பயின்றார், மேலும் 1962 இல் அரசியல் மற்றும் பொருளாதாரத்தில் முதன்மையான பல்கலைக்கழகத்தில் தனது படிப்பைத் தொடர்ந்தார். நவம்பர் 1963 இல் அல் லிவா என்ற வார இதழை வெளியிட்டார். 1970 இல் தினசரி செய்தித்தாள் ஆனது. அரபு வழக்குகள் மற்றும் குறிப்பாக பாலஸ்தீனியர்களுக்கு ஆதரவாக அவர் பிரபலமானார்.பிரச்சினை. அரபுத் தலைவர்கள் மற்றும் பாலஸ்தீனிய, அரபு அல்லது இஸ்லாமியத் தலைமைகளுக்கு இடையே உள்ள சச்சரவுகளைத் துடைக்க - அவரது அறிமுகம் மற்றும் தொடர்புகள் மூலம் - அவர் முயற்சிகளுக்கு பெயர் பெற்றவர். அந்த காரணத்திற்காக, பாலஸ்தீன ஜனாதிபதி யாசர் அராபத் அவரை “தீயணைப்பு வீரர்” என்று அழைத்தார். அதே நேரத்தில், அவர் தனது செய்தித்தாளில் மொழியை நடுநிலையாக்குவதாக அறியப்பட்டார், மிதமான மற்றும் சமநிலை மொழியை நம்பினார். அந்த நேரத்தில் அரபு தலைநகரங்களுக்கு இடையில் இருந்த ஊடகப் போர்களில் “அல் லிவா” ஒரு பகுதியாக இருந்ததை அவர் மறுத்தார். எனவே அவர் அரபு ஆட்சிகளின் தலைவர்களுடனும் தனது உள்நாட்டு உறவுகளுடனும் உறவுகளைப் பேணி வந்தார். அவர் லெபனானில், குறிப்பாக பெய்ரூட்டில் உள்ள தலைமைகளுடன் சமமான உறவைப் பேணி வந்தார்.

அவரது பத்திரிகைப் பணிக்கு கூடுதலாக, பெய்ரூட்டில், குறிப்பாக ரமலான் மாதத்தில் இஸ்லாமிய தொண்டு மற்றும் வக்கீல் பணிகளில் ஒரு செயல்பாடும் இருந்தது. அவர் 25 ஜூலை 2017 அன்று இறக்கும் வரை அவர் மேற்கூறிய தொழிலிலும் பணியிலும் தொடர்ந்தார்.

அவரது பத்திரிகை வாழ்க்கை சுமார் அரை நூற்றாண்டு நீடித்தது, அவரது பதவிகள் காரணமாக அவரது உயிருக்கு ஆபத்து ஏற்பட்டது. அவர் ஒன்றுக்கு மேற்பட்ட முறை சிறைக்கு அனுப்பப்பட்டார், மேலும் அல் லிவா செய்தித்தாளின்

அலுவலகங்கள் 1981 இல் குண்டு வீசப்பட்டன.அவருக்கு இருபது வயதாக இருந்தபோது, பிரேசிலில் இருந்த தனது தந்தையின் உதவியுடன் பேனர் உரிமையை வாங்கினார். அவரது தந்தை பத்திரிக்கை ஆர்வத்தில் நம்பிக்கை வைத்திருந்தார். முதலில், அவர் அல் லிவாவை வார இதழாக அறிமுகப்படுத்தினார், பின்னர் அதை 1979 இல் தினசரி செய்தித்தாளாக மாற்றினார். முரண்பட்ட அரேபியர்களுக்கு இடையே அந்த நேரத்தில் வெடித்த எந்த ஊடக சண்டையையும் அதில் சேர்க்க மறுத்துவிட்டார். அதே நேரத்தில், அவர் அரபு ஆட்சிகளின் தலைவர்களுடனும், அவரது உள் உறவுகளுடனும் நட்பு மற்றும் ஆலோசனை உறவுகளைப் பேணி வந்தார். பெய்ரூட் மற்றும் லெபனானில் உள்ள தலைமைகள் மற்றும் அரசியல் தலைவர்களுடன் சமமான நிலையை அவர் பராமரித்து வந்தார். ஃபுவாட் செஹாப் போது அவர் சீர்திருத்தம் மற்றும் நவீனமயமாக்கலின் தேவைகளை வென்றார்லெபனானின் அதிபராக இருந்தார். லெபனானில் அரசியல் வாழ்க்கையில் ஆதிக்கம் செலுத்திய சில அரசியல் மற்றும் பாதுகாப்பு எந்திரங்களின் நடைமுறைகளை அவர் விமர்சித்தார். அவர் தணிக்கை கொள்கை மற்றும் சுதந்திரமான கருத்து பறிமுதல் ஆகியவற்றை எதிர்த்தார். பிப்ரவரி 24, 1967 இல் அல் லிவாவின் தலையங்கத்தில் "மாண்புமிகு அவர்களே, அதைப் பற்றி நீங்கள் கேள்விப்பட்டீர்களா?" என்ற தலைப்பில் ஒரு கட்டுரை எழுதினார், அதில் அவர் குடியரசுத் தலைவர் சார்லஸ் ஹெலோவைத் தாக்கினார், நிதி வங்கி நெருக்கடிக்கு அவரைக் குற்றம் சாட்டினார். வளமான லெபனான் பொருளாதாரம் மற்றும் அதன் சரிவுக்கான அதன் நிதி விளைவுகள், இதில் மத்திய கிழக்கு ஏர்லைன்ஸ், கேசினோ டு லிபன், அல் துராபா நிறுவனம், ஃபெனிசியா ஹோட்டல் மற்றும் பால்பெக் ஸ்டுடியோ ஆகியவை அடங்கும்.. அரசு பதவி விலக வேண்டும் என்று அவர் வலியுறுத்தினார். இந்தத் தாக்குதலின் விளைவாக, தாரீக் அல்-ஜடிடா பகுதியில் உள்ள அல்-ராம்ல் சிறையில் சலாம் கைது செய்யப்பட்டார், மேலும் அல் லிவா ஒரு மாதம் நிறுத்தப்பட்டார். அரசியல் மற்றும் மக்கள் கோரிக்கைகளின் விளைவாக சில நாட்களுக்குப் பிறகு அவர் மீண்டும் விடுவிக்கப்பட்டார், எனவே அவர் ஒரு பெரிய மக்கள் ஆர்ப்பாட்டத்தில் ஈடுபட்டார் மற்றும் பெய்ரூட்டில் உள்ள ராஸ் எல்-நபாவில் உள்ள அவரது வீட்டிற்குத் திரும்பினார்.

அவர் 1979 இல் லெபனான் பிரஸ் சிண்டிகேட்டின் செயலாளர் பதவியை ஆக்கிரமித்தார். பின்னர் அவர் 1982 இல் லெபனான்

பிரஸ் சிண்டிகேட்டின் செயல் தலைவராக ஆனார். லெபனான் உள்நாட்டுப் போரின் ஆண்டுகளில், அவர் பாதுகாப்பு குழப்பம் மற்றும் போராளிகளுக்கு எதிராக பெய்ரூட்டைப் பாதுகாத்தார், மேலும் அவரது மூலம் அழைப்பு விடுத்தார். மதவெறி தூண்டுதலை நிராகரிக்க செய்தித்தாள். குடியரசுத் தலைவர் மைக்கேல் சுலைமான் அவர்களால் 2013ஆம் ஆண்டு தேசிய ஆர்டர் ஆஃப் தி சிடார் விருது அவருக்கு வழங்கப்பட்டது. எழுத்தாளரும் பத்திரிகையாளருமான ஹென்றி சோகிப் அவரை விவரித்தார்:

"உள்ளூர், தேசிய மற்றும் பிராந்தியம், லெபனான் தலைவர்களை ஒன்றிணைப்பது மற்றும் மோதல்களால் சோர்வடைந்த நாட்டில் அடிக்கடி நெருக்கடிகளைத் தூண்டும் வேறுபாடுகளைத் தணிப்பது போன்ற பல்வேறு நிலைகளில் வார்த்தையை ஒன்றிணைப்பதே அவரது நிலையான அக்கறையாக இருந்தது."

அப்துல் கானி சலாம் இஸ்லாமியப் பணிகளை எழுதுவதில் மிக முக்கியமான லெபனான் மற்றும் பெய்ரூட் ஆர்வலர்களில் ஒருவர். "லெபனானில் உள்ள முஸ்லீம் அறிஞர்களின் கலைக்களஞ்சியம்" வெளியிடப்படுவதை அவர் ஆதரித்தார், இது சிறந்த வரலாற்றாசிரியர் ஓமர் அப்த் எல்-சலாம் தட்மூரியால் 16 பகுதிகளாக தொகுக்கப்பட்டது. இப்தாருக்கான மேஜைகளை அமைத்தார்பெய்ரூட் மற்றும் லெபனானில் சமூக ஒற்றுமையை வலுப்படுத்த ரமலான் மாதத்தில் (mawayid alrhmn) அழைக்கப்படுகிறது. அவர் முப்பத்தைந்து ஆண்டுகளாக இந்த அணுகுமுறையைத் தொடர்ந்தார், மேலும் சமூக சேவையில் செயலில் உள்ள தொண்டு, சமூக மற்றும் கல்வி நிறுவனங்களின் ஆதரவிற்கு பங்களித்தார். அவரது செய்தித்தாள் மூலம், அவர் தார்மீக கொந்தளிப்பு நிகழ்வை எதிர்கொண்டார், மேலும் மதப் பாடங்கள், தெளிவுபடுத்தல்கள் மற்றும் அறிவுரைகளை உள்ளடக்கிய ஒரு நிரந்தர இஸ்லாமிய மூலையாக மாற்றினார், அது சமகால வாழ்க்கையின் முஸ்லீம் நம்பிக்கையுடன் பொருந்தாத அம்சங்களை விமர்சித்து சரிசெய்கிறது. அல் லிவா செய்தித்தாள் தார் அல்-ஃபத்வா மற்றும் அல்-மகாசித் இஸ்லாமிய தொண்டு நிறுவனத்துடன் இணைந்த அனைத்து பெய்ரூட் மசூதிகளிலும் குழுவின் பிரசங்கிகளின் பெயர்களை பட்டியலிடுவதில் தனித்துவமானது. சலாம் இஸ்லாமியரையும் கிறித்தவர்களையும் ஒன்றாக இணைத்தார்தார் அல்-லிவா நடத்திய மாநாட்டில் ஆன்மீகத் தலைவர்கள். இது ஒரு "தார்மீக ஒப்பந்தத்தின்" வளர்ச்சிக்கு வழிவகுத்தது. இந்தச் செயல் லெபனான் மற்றும் அரபு சமுதாயத்தில் குழப்பம் மற்றும் ஆபாசத்தின்

வெளிப்பாடுகளை நிவர்த்தி செய்தது. இஸ்லாமியப் பணித் துறையில் இந்தச் செயல்பாடு, லெபனான் குடியரசின் முன்னாள் ஜனாதிபதி அமின் கெமாயெல், சலாமை "*அரசியல் இஸ்லாத்தின் நிலைமைகளில் ஒரு குறிப்பு*" என்று கருதத் தூண்டியது.

தீராத நோயுடன் நீண்ட போராட்டத்திற்குப் பிறகு 25 ஜூலை 2017 அன்று செவ்வாய்க்கிழமை இரவு அப்துல் கானி சலாம் இறந்தார். அவர் தியாகிகள் கல்லறையில் அடக்கம் செய்யப்பட்டார்.

8. ஹுசைன் அப்துல்-ஹுசைன்

1

ஹுசைன் அப்துல்-ஹுசைன் (حسين عبدالحسين) என்பது வாஷிங்டனில் உள்ள ஒரு கட்சி சார்பற்ற அமைப்பான ஜனநாயகத்தின் பாதுகாப்புக்கான அறக்கட்டளையில் ஒரு ஆராய்ச்சிக் கூட்டாளி ஆவார். அவர் முன்பு குவைத் செய்தித்தாள் அல் ராய் (முன்னர் அல் ராய் ஆலம்) வாஷிங்டன் பணியகத்தின் தலைவராக பணியாற்றினார்.

ஹுசைன் அப்துல்-ஹுசைன் அமெரிக்க காங்கிரஸால் நிதியளிக்கப்பட்ட அரசு தொலைக்காட்சியான அல்ஹுர்ராவில் செய்தி தயாரிப்பாளராகவும் பணியாற்றினார். 2017 முதல், அப்துல்-ஹுசைன் அல்ஹுர்ரா டிஜிட்டல் உடன் வாராந்திர பத்தியை பராமரித்து வருகிறார். அல்ஹுர்ராவில் சேர்வதற்கு முன்பு, அவர் ஒரு நிருபராகவும் பின்னர் பெய்ரூட்டின் தி டெய்லி ஸ்டாரின் ஆசிரியராகவும் பணியாற்றினார். அவர் ஏப்ரல்/மே 2003 இல் பாக்தாத்தில் இருந்தார், அங்கு அவர் சதாம் ஹுசைன் ஆட்சியின் வீழ்ச்சியைப் பற்றி அறிக்கை செய்தார். அவர் நியூயார்க் டைம்ஸ், தி வாஷிங்டன் போஸ்ட், தி கிறிஸ்டியன் சயின்ஸ் மானிட்டர், தி இன்டர்நேஷனல் ஹெரால்ட் ட்ரிப்யூன், தி யுஎஸ்ஏ டுடே மற்றும் பால்டிமோர் சன் ஆகியவற்றில் கட்டுரைகளை வழங்கியுள்ளார். மற்றும் சிஎன்என், எம்எஸ்என்பிசி மற்றும் பிபிசியில் தோன்றினார். அவர் அரபு செயற்கைக்கோள் தொலைக்காட்சி நிலையங்களில் தொடர்ந்து தோன்றுவார்.அப்துல்-ஹுசைன் லண்டனில் உள்ள சாதம் ஹவுஸின் முன்னாள் விசிட்டிங் ஃபெலோ ஆவார். அப்துல்-ஹுசைன் பெய்ரூட்டில் உள்ள அமெரிக்கப் பல்கலைக்கழகத்தில் பட்டம் பெற்றவர், அங்கு அவர் மத்திய கிழக்கின் வரலாற்றைப் படித்தார்.

2

நாசெக் அபு அல்வான் அபேட் (azek Abou Alwan Abed) (ناز ك ابو علوان عابد; பிறப்பு 8 மார்ச் 1937) ஒரு லெபனான் கல்வியாளர், விரிவுரையாளர் மற்றும் பத்திரிகை மற்றும் தத்துவ கட்டுரைகள் மற்றும் புத்தகங்களை எழுதியவர். அவர் பாரூக்கில் ஒரு லெபனான் குடும்பத்தில் பிறந்தார் மற்றும் அறிவொளி, மனிதநேயம், நெறிமுறைகள் மற்றும் சமூகம் பற்றிய புத்தகங்களுக்காக மிகவும் பிரபலமானவர். அபேட் ஒரு நோக்கமுள்ள வாழ்க்கையை நம்புகிறார், அங்கு அமைதியும் நல்லிணக்கமும் நிலவ வேண்டும், மேலும் ஒரு நபரின் உறவுகள் அவர்களின் வெற்றி மற்றும் மகிழ்ச்சியின் சாராம்சத்தில் உள்ளன. Nazek Abed தனது தொழில் வாழ்க்கையிலோ அல்லது தனிப்பட்ட வாழ்க்கையிலோ "உதாரணம் மூலம் முன்னணியில்" இருப்பவர். அவர் தனது மிகுந்த ஞானத்திற்காகவும், அவரது சமூகத்தில் ஒரு குறிப்பாளராகவும் அறியப்படுகிறார்.அவர் தனது முனைவர் பட்ட ஆய்வுக் கட்டுரையை எழுதிய கமல் ஜம்ப்லாட்டின் தத்துவங்களில் நம்பிக்கை கொண்டவர்.

நாசிக் அபு அல்வான் ஆபித் லெபனானில் உள்ள பாரூக் கிராமத்தில் ஒரு முக்கிய குடும்பத்தில் பிறந்தார், அங்கு அவர் தனது குழந்தைப் பருவத்தை கழித்தார் மற்றும் குடும்பம் பெய்ரூட்டுக்கு குடிபெயர்வதற்கு முன்பு கிராமப் பள்ளியில் படித்தார். அங்கு அவர் 1949 - 1956 வரை அஞ்ஜலியா அல் வத்தனியா பள்ளியில் சேர்ந்தார், பின்னர் 1961 இல் பெய்ரூட் பெண்களுக்கான கல்லூரியில் இளங்கலைப் பட்டம் பெற்றார், இது இன்று லெபனான் அமெரிக்கன் பல்கலைக்கழகம் (LAU) என அழைக்கப்படுகிறது. லெபனானில் உள்ள பெய்ரூட் அரபு பல்கலைக்கழகத்தில் தனது படிப்பைத் தொடர்ந்த அவர், 1970 இல் தத்துவம் மற்றும் சமூகவியலில் இளங்கலைப் பட்டம் பெற்றார், பின்னர் 2002 இல் அமெரிக்காவில் உள்ள ஃபேர்ஃபாக்ஸ் பல்கலைக்கழகத்தில் முனைவர் பட்டம் பெற்றார். கமல் ஜம்ப்லாட்டில் தனது முனைவர் பட்ட ஆய்வுக் கட்டுரையை எழுதினார்.

மௌக்தாராவின் ஷோஃப் கிராமத்தைச் சேர்ந்த ஃபௌஸி அபேட் என்பவரை திருமணம் செய்த பிறகு, அவர் லெபனான் நகர்ப்புற வடிவமைப்பு அமைச்சகத்திலும் [3] மற்றும் பிந்தையது ஒழிக்கப்பட்ட பிறகு, லெபனான் வீட்டுவசதி அமைச்சகத்திலும் பணிபுரிந்தார். லெபனானில் பல பள்ளிகளில் ஆசிரியராகவும் இருந்தார். 1987ஆம் ஆண்டில், அல் ஷூஃப்பின் பாக்லீனில்

உள்ள வெஸ்ட் ஹில் கல்லூரியை நாசெக் மற்றும் ஃபாவ்ஸி இணைந்து நிறுவினர், அங்கு அபேட் இன்னும் மாணவர்களையும் ஆசிரியர்களையும் ஒரே மாதிரியாக கவுன்சிலிங், வழிகாட்டி மற்றும் செல்வாக்கு செலுத்துகிறது. (ஜனவரி, 2022 வரை).

கமல் ஜம்ப்லாட்டின் தாக்கத்தை தனது வாழ்க்கையில் மட்டுமல்ல, ஒட்டுமொத்த மனிதகுலத்தின் மீதும் அபேட் எப்போதும் வலியுறுத்தியுள்ளார். அவரது குடும்பம் ஜம்ப்லாட்டின் குடியிருப்புக்கு (மௌக்தாராவில்) பக்கத்து வீட்டில் வசித்து வந்தது. அவரது அரசியல், சமூக மற்றும் தனிப்பட்ட வாழ்க்கை பற்றி ஆய்வு செய்து எழுதியுள்ளார். மார்ச் 1977 இல் ஜம்ப்லாட் படுகொலை செய்யப்பட்டபோது, சம்பவ இடத்திற்கு முதலில் வந்தவர் அவர்; இந்த அனுபவத்தைப் பற்றி அவர் தனது "தி வால்நட் ட்ரீ" புத்தகத்தில் முழுமையாக எழுதியுள்ளார். பல தேசிய மற்றும் பிராந்திய இதழ்கள், செய்தித்தாள்கள் மற்றும் செய்திமடல்களில் (اللواء, الأنباء, الأنوار البيرق) அவர் வெளியிட்ட கட்டுரைகளுக்கு மேலதிகமாக, கமல் ஜம்ப்லட்டின் முதல் வாழ்க்கை வரலாறு ஆங்கிலத்தில் அபேட் இதுவரை ஐந்து புத்தகங்களை வெளியிட்டுள்ளார். அவரது முதல் புத்தகம் ஷஜரத் அல்-ஜாவ்ஸ் (அரபு: "شجرة الجوز"; தி டீச்சர், தி லீடர்), இது அவரது முனைவர் பட்ட ஆய்வின் மொழிபெயர்ப்பாகும். (அரபு: صلوات في هيكل الروح; ஆத்மாவின் கோவிலில் பிரார்த்தனைகள்) 2013 இல் வெளியிடப்பட்ட உண்மைக் கதைகளை அடிப்படையாகக் கொண்ட ஒரு ஊக்கமளிக்கும் புத்தகம். இது வாழ்க்கை மற்றும் ஆன்மீகம் பற்றிய ஆசிரியரின் பார்வைகள் மற்றும் ஜம்ப்லட்டைப் பற்றிய அவரது தனிப்பட்ட எண்ணங்களின் பிரதிபலிப்புகளைக் கொண்டுள்ளது..அவர் அல்-மசார் (அரபு: المزار) மற்றும் அய்னா ஆன்டி யா சஃபா (أين أنت يا صفاء), பல்வேறு சமூக மற்றும் கலாச்சார பிரச்சினைகளை விவாதிக்கும் ஒரு நாவல் மற்றும் கமல் ஜம்ப்லட்டுடன் 365 நாட்கள் (365 يومامع كمال جمبلاط). பாரூக் நகரசபையால் அவரது கௌரவிப்பு விழா நடத்தப்பட்டது. இதில் உயர்கல்வி அமைச்சர் ஹசன் ம்னிம்னே பல்வேறு சமூக குழுக்களுடன் கலந்து கொண்டார்.

9. எலியா அபுமாதி

எலியா அபு மாடி (எலியா டி. மேடே என்றும் அழைக்கப் படுகிறார்; إيليا أبو ماضي (மே 15, 1890 - நவம்பர் 23, 1957) லெபனானில் பிறந்த அமெரிக்கக் கவிஞர். அபு மதி 1890ஆம் ஆண்டு மே 15 ஆம் தேதி லெபனானின் பிக்பாயாவின் ஒரு பகுதியான அல்-முஹைதிதா கிராமத்தில் ஒரு கிரேக்க ஆர்த்தடாக்ஸ் கிறிஸ்தவ குடும்பத்தில் பிறந்தார். 11 வயதில் அவர் எகிப்தின் அலெக்ஸாண்ட்ரியாவுக்கு குடிபெயர்ந்தார், அங்கு அவர் தனது மாமாவுடன் பணிபுரிந்தார்.

1911 இல், எலியா அபு மாடி தனது முதல் கவிதைத் தொகுப்பான தஸ்கர் அல்-மாடியை வெளியிட்டார். சிறிது காலத்திற்குப் பிறகு, அவர் ஒட்டோமான் துருக்கிய அதிகாரிகளால் நாடுகடத்தப்பட்டார் மற்றும் அவர் எகிப்தை விட்டு அமெரிக்காவிற்குச் சென்றார், அங்கு அவர் ஓஹியோவின் சின்சினாட்டியில் குடியேறினார். 1916 இல் அவர் நியூயார்க் நகரத்திற்குச் சென்று பத்திரிகைத் தொழிலைத் தொடங்கினார். நியூயார்க்கில் அபு மாடி கஹ்லில் கிப்ரான் உட்பட பல அரபு-அமெரிக்க கவிஞர்களை சந்தித்து பணியாற்றினார். அவர் மெராத்-உல்-கர்ப் என்ற அரபு மொழி இதழின் ஆசிரியரான நஜீப் தியாப்பின் மகளை மணந்து, 1918 இல் அந்த வெளியீட்டின் தலைமை ஆசிரியரானார். அவரது இரண்டாவது கவிதைத் தொகுப்பான திவான் இலியா அபு மாடி., 1919 இல் நியூயார்க்கில் வெளியிடப்பட்டது; அவரது மூன்றாவது மற்றும் மிக முக்கியமான தொகுப்பு, அல்-ஜடாவில் ("தி ஸ்ட்ரீம்ஸ்"), 1927 இல் வெளிவந்தது. அல்-கமாயில் ("திக்கெட்ஸ்") (1940) மற்றும் திப்ர் வா துராப் (மரணத்திற்குப் பின், 1960)

1929 இல் அபு மாடி தனது சொந்த பத்திரிகையான அல்-சமீரை ப்ரூக்ளினில் நிறுவினார். இது மாதாந்திரமாகத் தொடங்கியது,

ஆனால் சில ஆண்டுகளுக்குப் பிறகு வாரத்திற்கு ஐந்து முறை வெளிவந்தது.

அவரது கவிதைகள் அரேபியர்களிடையே நன்கு அறியப் பட்டவை; கவிஞர், எழுத்தாளர் மற்றும் பத்திரிகையாளர் கிரிகோரி ஓர்ஃபேலியா எழுதினார், “அவரது கவிதைகள் ராபர்ட் ஃப்ரோஸ்ட்டின் கவிதைகளைப் போலவே அரபு உலகில் பொதுவானது மற்றும் மனப்பாடம் செய்யப்பட்டது.”

2

எடெல் அட்னான் (24; إيتيل عدنان பிப்ரவரி 1925 - 14 நவம்பர் 2021) ஒரு லெபனான்-அமெரிக்க கவிஞர், கட்டுரையாளர் மற்றும் காட்சி கலைஞர் ஆவார். 2003ஆம் ஆண்டில், அட்னான் மெலஸ்: அமெரிக்காவின் மல்டி-எத்னிக் லிட்டரேச்சர் என்ற கல்வி இதழால் “இன்று எழுதும் மிகவும் பிரபலமான மற்றும் திறமையான அரபு அமெரிக்க எழுத்தாளர்” என்று பெயரிடப்பட்டார்.

அவரது இலக்கிய வெளியீடு தவிர, அட்னான் எண்ணெய் ஓவியங்கள், திரைப்படங்கள் மற்றும் நாடாக்கள் போன்ற பல்வேறு ஊடகங்களில் காட்சிப் படைப்புகளை உருவாக்கினார், அவை உலகம் முழுவதும் உள்ள கேலரிகளில் காட்சிப்படுத்தப்பட்டுள்ளன.

லெபனானில் உள்ள பெய்ரூட்டில் 1925 இல் பிறந்தவர் எதெல் என். அட்னான். அட்னானின் தாய் ரோஸ் “லில்லி” லாகோர்டே ஸ்மிர்னாவைச் சேர்ந்த கிரேக்க ஆர்த்தடாக்ஸ் ஆவார் மற்றும் அவரது தந்தை அசாஃப் கத்ரி ஒரு சுன்னி முஸ்லீம்-துருக்கிய உயர் பதவியில் உள்ள ஒட்டோமான் அதிகாரி, டமாஸ்கஸ், ஒட்டோமான் சிரியாவில் பிறந்தார். அசாஃப் கத்ரியின் தாய் அல்பேனியன். அட்னானின் தாத்தா ஒரு துருக்கிய சிப்பாய். அவளது தந்தை ஒரு பணக்கார குடும்பத்தில் இருந்து வந்தவர்; அவர் ஒரு உயர் அதிகாரி மற்றும் இராணுவ அகாடமியில் முஸ்தபா கெமால் அதாதுர்க்கின் முன்னாள் வகுப்புத் தோழராக இருந்தார். அட்னானின் தாயை திருமணம் செய்வதற்கு முன்பு, அவரது தந்தை ஏற்கனவே மூன்று குழந்தைகளுடன் திருமணம் செய்து கொண்டார். இதற்கு நேர்மாறாக, அட்னானின் தாய் மிகவும் வறுமையில் வளர்ந்தவர்; அவளுடைய தந்தை ஸ்மிர்னாவின் ஆளுநராகப் பணியாற்றியபோது, அவளுடைய பெற்றோர் முதலாம் உலகப் போரின்போது ஸ்மிர்னாவில் சந்தித்தனர். ஸ்மிர்னா ஆக்கிரமிப்பின் போது ஒட்டோமான் பேரரசு சரிந்து ஸ்மிர்னா எரிக்கப்பட்ட பிறகு, அட்னானின் பெற்றோர் பெய்ரூட்டுக்கு குடிபெயர்ந்தனர். அட்னான், “துருக்கியில் கிரேக்கர்கள் வதை

முகாம்களில்" இருந்த சமயத்தில், தன் தந்தையைச் சந்திக்கும் போது, தன் தாய்க்கு 16 வயது என்று கூறினார். அவர் முதன்மையாக அரபு மொழி பேசும் சமுதாயத்தில் கிரேக்கம் மற்றும் துருக்கிய மொழி பேசும் வளர்ந்தாலும், அவர் பிரெஞ்சு கான்வென்ட் பள்ளிகளில் படித்தார், மேலும் அவரது ஆரம்பகால படைப்புகள் முதலில் எழுதப்பட்ட மொழியாக பிரெஞ்சு ஆனது. அவர் தனது இளமை பருவத்தில் ஆங்கிலத்தையும் படித்தார், மேலும் அவரது பெரும்பாலான படைப்புகள் முதலில் இந்த மொழியில் எழுதப்பட்டன.

24 வயதில், அட்னான் பாரிஸுக்குச் சென்றார், அங்கு அவர் பாரிஸ் பல்கலைக்கழகத்தில் தத்துவத்தில் பட்டம் பெற்றார். பின்னர் அவர் அமெரிக்காவிற்குச் சென்றார், அங்கு அவர் கலிபோர்னியா பல்கலைக்கழகம், பெர்க்லி மற்றும் ஹார்வர்ட் பல்கலைக்கழகத்தில் பட்டப்படிப்பைத் தொடர்ந்தார். 1958 முதல் 1972 வரை, அவர் சான் ரஃபேலில் உள்ள கலிபோர்னியாவின் டொமினிகன் பல்கலைக்கழகத்தில் கலையின் தத்துவத்தை கற்பித்தார் அவர் அமெரிக்கா முழுவதிலும் உள்ள பல பல்கலைக்கழகங்களில் விரிவுரை ஆற்றினார்.

அட்னான் அமெரிக்காவிலிருந்து லெபனானுக்குத் திரும்பி, பெய்ரூட்டில் உள்ள பிரெஞ்சு மொழிப் பத்திரிகையான அல்-சஃபா செய்தித்தாளின் பத்திரிகையாளராகவும் கலாச்சார ஆசிரியராகவும் பணியாற்றினார். கூடுதலாக, அவர் செய்தித்தாளின் கலாச்சாரப் பிரிவை உருவாக்க உதவினார், அவ்வப்போது கார்ட்டூன்கள் மற்றும் விளக்கப்படங்களுக்கு பங்களித்தார். அல்-சஃபாவில் அவரது பதவிக்காலம் அவரது முதல் பக்க தலையங்கங்களுக்கு மிகவும் குறிப்பிடத்தக்கதாக இருந்தது, அன்றைய முக்கியமான அரசியல் பிரச்சினைகள் குறித்து கருத்துரைத்தது.

அவரது பிற்காலங்களில், அட்னான் லெஸ்பியன் என வெளிப்படையாக அடையாளம் காணத் தொடங்கினார்.

அட்னான் பாரிஸ் மற்றும் கலிபோர்னியாவின் சௌசலிட்டோவில் வசித்து வந்தார். அவர் 14 நவம்பர் 2021 அன்று 96 வயதில் பாரிஸில் இறந்தார். அட்னான் ஒரு ஓவியராகவும் பணிபுரிந்தார், அவரது ஆரம்பகால சுருக்கப் படைப்புகள் ஒரு தட்டு கத்தியைப் பயன்படுத்தி கேன்வாஸில் எண்ணெய் வண்ணப்பூச்சைப் பயன்படுத்துகின்றன - பெரும்பாலும் குழாயிலிருந்து நேரடியாக - படத்தின் மேற்பரப்பில் உறுதியாக ஸ்வைப் செய்தன. இசையமைப்பின் கவனம் பெரும்பாலும் சிவப்பு சதுரமாக இருப்பதால், "வண்ணத்தின் உடனடி அழகில்" அவர்

ஆர்வமாக இருந்தார். 2012ஆம் ஆண்டில், ஜேர்மனியின் காசெல் நகரில், ஆவணம் 13 இன் ஒரு பகுதியாக கலைஞரின் பிரகாசமான வண்ண சுருக்க ஓவியங்களின் தொடர் காட்சிப்படுத்தப்பட்டது.

1960-களில், அவர் தனது கலைப்படைப்புகள் மற்றும் லிவ்ரெஸ் டி ஆர்டிஸ்டெஸ் [கலைஞரின் புத்தகங்கள்] போன்ற புத்தகங்களில் அரபு எழுத்துக்களை ஒருங்கிணைக்கத் தொடங்கினார். அரேபிய இலக்கணத்திலிருந்து சொற்களின் பொருளைப் புரிந்துகொள்ள முயற்சி செய்யாமல் மணிக்கணக்கில் அமர்ந்து வார்த்தைகளை நகலெடுத்ததை அவள் நினைவு கூர்ந்தாள். ஈராக் கலைஞரான ஜவாத் சலீம், பாலஸ்தீனிய எழுத்தாளர் மற்றும் கலைஞர் ஜப்ரா இப்ராஹிம் ஜாப்ரா மற்றும் ஈராக்கிய ஓவியர் ஷகிர் ஹசன் அல் சைட் உட்பட ஆரம்பகால ஹுருஃபியா கலைஞர்களால் அவரது கலை மிகவும் பாதிக்கப்பட்டது, அவர் மேற்கத்திய அழகியலை நிராகரித்து, நவீன மற்றும் இன்னும் குறிப்பிடப்பட்ட பாரம்பரியமான ஒரு புதிய கலை வடிவத்தை ஏற்றுக்கொண்டார். கலாச்சாரம், ஊடகம் மற்றும் நுட்பங்கள்.

ஜப்பானிய லெபோரெல்லோஸால் ஈர்க்கப்பட்டு, அட்னான் மடிக்கக்கூடிய திரைகளில் நிலப்பரப்புகளையும் வரைந்தார், அவை "விண்வெளியில் சுதந்திரமாக நிற்கும் வரைபடங்களைப் போல" நீட்டிக்கப்படலாம்.

2014ஆம் ஆண்டில், விட்னி மியூசியம் ஆஃப் அமெரிக்கன் ஆர்ட்டில் விட்னி இருபதாண்டு விழாவின் ஒரு பகுதியாக கலைஞரின் ஓவியங்கள் மற்றும் நாடாக்களின் தொகுப்பு காட்சிப்படுத்தப்பட்டது.

மாதாஃப்பில் அட்னானின் ரெட்ரோஸ்பெக்டிவ்: தோஹாவில் உள்ள அரேபிய நவீன கலை அருங்காட்சியகம், "எடெல் அட்னான் இன் ஆல் ஹெர் டைமன்ஷன்ஸ்" என்ற தலைப்பில் ஹான்ஸ் உல்ரிச் ஒப்ரிஸ்ட்டால் வடிவமைக்கப்பட்டது, அட்னானின் நடைமுறையின் பதினொரு பரிமாணங்களைக் கொண்டிருந்தது. இது அவரது ஆரம்பகால படைப்புகள், அவரது இலக்கியம், அவரது கம்பளங்கள் மற்றும் பிறவற்றை உள்ளடக்கியது. இந்த நிகழ்ச்சி மார்ச் 2014 இல் தொடங்கப்பட்டது, மத்தாஃப் மற்றும் ஸ்கிரா இணைந்து வெளியிட்ட அவரது படைப்புகளின் 580 பக்க அட்டவணையுடன். இந்த பட்டியல் கலைஞரான அலா யூனிஸ் அரபு மற்றும் ஆங்கிலத்தில் வடிவமைக்கப்பட்டது, மேலும் சிமோன் ஃபட்டல், டேனியல் பிர்ன்பாம், கேலன் வில்சன்-கோல்டி ஆகியோரின் உரை பங்களிப்புகள் மற்றும் ஹான்ஸ்-உல்ரிச் ஒப்ரிஸ்டுடன் ஆறு நேர்காணல்கள் ஆகியவை அடங்கும்.

2017ஆம் ஆண்டில், ரூத் அசாவா, கெர்ட்ரூட்ஸ் அல்ட்சுல், அன்னி ஆல்பர்ஸ், மக்டலேனா அபகனோவிச், லிஜியா கிளார்க் மற்றும் லைஜியா உள்ளிட்ட முக்கிய கலைஞர்களை ஒன்றிணைத்த *MoMA* ஆல் ஏற்பாடு செய்யப்பட்ட குழு கண்காட்சியான “மேக்கிங் ஸ்பேஸ்: வுமன் ஆர்டிஸ்ட்ஸ் மற்றும் போஸ்ட்வார் அப்ஸ்ட்ராக்ஷன்” இல் அட்னானின் பணி சேர்க்கப்பட்டது., மற்றவர்கள் மத்தியில்.

2018ஆம் ஆண்டில், *MASS MoCA* கலைஞரின் பின்னோக்கியை நடத்தியது, அதில் “ஒரு மஞ்சள் சூரியன் ஒரு பச்சை சூரியன் ஒரு மஞ்சள் சூரியன் ஒரு சிவப்பு சூரியன் நீல சூரியன்” என்ற தலைப்பில் எண்ணெய் மற்றும் மையில் உள்ள ஓவியங்களின் தேர்வு, அத்துடன் அவர் எழுதிய வாசக அறை ஆகியவை அடங்கும். வேலை செய்கிறது. ஓவியத்தைப் பார்க்கும் அனுபவத்திலிருந்து கவிதையைப் படிக்கும் அனுபவம் எவ்வாறு வேறுபடுகிறது என்பதை இந்தக் கண்காட்சி ஆய்வு செய்தது.

2018 இல் வெளியிடப்பட்டது, கேலன் வில்சன்-கோல்டி எழுதிய கலைஞரின் சுயசரிதையான “எடெல் அட்னான்”, ஒரு ஷாமன் மற்றும் ஆர்வலராக கலைஞரின் பணியைப் பற்றி விசாரிக்கிறது. 2020ஆம் ஆண்டில், கிரிஃபின் கவிதை பரிசு அவரது டைம் புத்தகத்திற்கு வழங்கப்பட்டது.

10. அஹ்மத் ஷபிக் அல்-காதிப்

அஹ்மத் ஷபிக் அல்-காதிப் (2015 - 1926) (أحمد شفيق الخطيب) ஒரு பாலஸ்தீனிய - லெபனான் அகராதியாசிரியர் ஆவார். கதீப் 1926 இல் பாலஸ்தீனத்தில் அல்-குபைபா கிராமத்தில் பிறந்தார். இவரின் தந்தை இமாம் ஷபீக் அல்-காதிப் மற்றும் அவரது தாயார் அமினா அல்-ஹுரைதி. அவர் ஷெரீன் இரானியை திருமணம் செய்து கொண்டார், அவருக்கு மூன்று மகன்கள் உள்ளனர். அவர் தனது மேல்நிலைப் பள்ளியை அரபு மொழியில் பயின்றார். ரமல்லாவில் உள்ள நண்பர்கள் பள்ளியில் ஆங்கிலத்தில் படித்தார். அஹ்மத் 1945 முதல் லெபனானில் வசித்து வந்தார். நக்பா நடந்தபோது, அவர் அறிவியல் துறையில் மூன்றாம் ஆண்டை ஏற்கனவே முடித்திருந்தார். அவர் படிப்பை நிறுத்திவிட்டு, சிடோனில் உள்ள மக்காஸ்ட் இஸ்லாமியக் கல்லூரியில் அறிவியல் ஆசிரியராகப் பணியாற்ற வேண்டியிருந்தது. அவர் 1949 முதல் 1951 வரை கல்லூரி உள் துறை நிர்வாகத்தை பொறுப்பேற்றார். 1956 இல், அவர் அறிவியலில் இளங்கலை பட்டம் பெற்றார்.பெய்ரூட் அமெரிக்க பல்கலைக்கழகம். 1958 இல் அதே பல்கலைக்கழகத்தில் இலக்கியத்தில் முதுகலைப் பட்டமும் பெற்றார்.

1964 இல், லெபனான் நூலகத்தில் பதிப்பகத் துறையில் அறிவியல் ஆலோசகராகப் பணியாற்றினார். பின்னர், அகராதிப் பிரிவின் தலைவரானார். அவர் 1960 இல் லயன்ஸ் கிளப்பின் செயலாளராகவும் அதன் அடித்தளத்திலிருந்து எழுபதுகளின் நடுப்பகுதி வரை லெபனான் செஞ்சிலுவைச் சங்கத்தின் உறுப்பினராகவும் இருந்தார். மேலும், அவர் கெய்ரோவில் உள்ள அரபு மொழி அகாடமியின் செயலாளராகவும், துணைத் தலைவராகவும், தலைவராகவும், ஜோர்டானில் உள்ள அரபு மொழி அகாடமியின் உறுப்பினராகவும் பணியாற்றினார்.

படைப்புகள்

1. அறிவியல், தொழில்நுட்பம் மற்றும் பொறியியல் விதிமுறைகளின் அகராதி (1971).
2. பெட்ரோலியம் மற்றும் பெட்ரோலியம் தொழில் விதிமுறைகளின் அகராதி (1975).
3. அல்-முஃபீத் அகராதி, டாக்டர் ராஜா நஸ்ரின் பங்கேற்புடன்.
4. பைரூஸ்பி, லெனர்ஸ் பாக்கெட் டிக்சனரி.
5. வேதியியல், புவியியல், இயற்பியல், தாவரங்கள், விலங்குகள், உயிரியல், வானியல், செயற்கைக்கோள் சேனல்கள், கணினி அறிவியல், ஊட்டச்சத்து, கணிதம் மற்றும் புவியியல் ஆகியவற்றில் 12 வெவ்வேறு அகராதிகள், 1978-1994 க்கு இடையில் வெளியிடப்பட்டன.
6. விவசாய சொற்களின் அல்-ஷிஹாபி அகராதி.
7. புதிய மருத்துவ ஹட்டா அகராதி, டாக்டர் யோசுஃப் ஹட்டாவின் பங்கேற்புடன் (1989).
8. அறிவியல் கல்வியில் யுனெஸ்கோ குறிப்பு (1968).
9. யுனெஸ்கோ அறிவியல் கல்வியில் புதிய குறிப்பு (1977).
10. தேசிய வளர்ச்சியில் அறிவியல் மற்றும் தொழில்நுட்பக் கல்வி (1984).
11. கிங் ஃபஹ்த் மற்றும் சவுதி அரேபியாவின் சாதனைப் பயணம் (1990).
12. ஆற்றல் விதிமுறைகளின் பட்டியல் (1988).
13. ஆற்றல் அகராதி (1994).

பெய்ரூட்டில் உள்ள அமெரிக்கப் பல்கலைக்கழகத்தின் சுவரோவியத்தில் அவரது பெயர் பதிவு செய்யப்பட்டுள்ளது. மேலும், இறந்த பிரதம மந்திரி ரஃபிக் ஹரிரியின் ஆதரவின் கீழ், யுனெஸ்கோவிற்கான லெபனான் தேசிய ஆணையம், லெபனான் நூலகம் மற்றும் பெய்ரூட் மொழிபெயர்ப்புப் பள்ளியின் ஒத்துழைப்புடன், கதீபின் நினைவாக ஒரு விழாவை ஏற்பாடு செய்தது. மேலும், அகராதி மற்றும் மொழிபெயர்ப்பு துறையில் சிறந்த பணிக்காக ஜோசப் ஜாரூர் பதக்கம் அவருக்கு வழங்கப்பட்டது. கூடுதலாக, பெய்ரூட்டின் செயிண்ட் ஜோசப் பல்கலைக்கழகம் அவருக்கு ஒரு நினைவுக் கேடயத்தை வழங்கியது.89 வயதில், கதீப் 13< ஜுன் 2015 அன்று இறந்தார்.

அரபு இலக்கியம்

10. லெபனானீஸ்

1. சையத் அஹ்ல்

அக்ல், (ஜூலை 1911 – 28 நவம்பர் 2014) ஒரு லெபனான் கவிஞர், தத்துவவாதி, எழுத்தாளர் மற்றும் நாடக ஆசிரியர் ஆவார். நவீன காலத்தின் மிக முக்கியமான லெபனான் கவிஞர்களில் ஒருவர். அவர் பேசும் லெபனான் மொழியை ஸ்டாண்டர்ட் அரேபிய மொழியிலிருந்து வேறுபட்ட திறமையாகக் குறியீடாக்க வேண்டும் என்பதற்காக அவர் மிகவும் பிரபலமானவர், 36 குறியீடுகளைக் கொண்ட நவீன மாற்றியமைக்கப்பட்ட ரோமன் ஸ்கிரிப்ட்டில் எழுதப்பட வேண்டும் என்று அவர் கருதினார்.ஃபீனீசியன் எழுத்துக்கள். இது இருந்தபோதிலும், அவர் ஒரு திறமையான அரேபியராக இருந்தார் மற்றும் நவீன அரேபிய மொழியில் பல இலக்கிய இயக்கங்களுக்கு பங்களித்தார், நவீன அரபு பெல்லி கடிதங்களின் தலைசிறந்த சிலவற்றை உருவாக்கினார்.

அவரது எழுத்துக்களில் லெபனான் மற்றும் கிளாசிக்கல் அரபு மொழிகளில் கவிதை மற்றும் உரைநடை ஆகியவை அடங்கும். மேஷ்வர் (பயணம்), மற்றும் கிளாசிக்கல் ஷால் (தாவணி) போன்ற பல பிரபலமான பாடல்களுக்கு அவர் தியேட்டர் பாடல்களை எழுதியுள்ளார், பிந்தையது ஃபைரூஸால் பாடப்பட்டது மற்றும் எகிப்திய இசையமைப்பாளரும் பாடகருமான அப்தெல் ரஹ்பானி பிரதர்ஸால் இசையமைக்கப்பட்டது. வஹாப் "அரபு இசையில் ஒரு பாடலில் இயற்றப்பட்ட மிக அழகான கவிதை" என்று விவரித்தார்.

அக்ல் 1911ஆம் ஆண்டு ஒட்டோமான் லெபனானில் உள்ள ஜாஹ்லே நகரில் ஒரு மரோனைட் குடும்பத்தில் பிறந்தார். 14 வயதில் தாத்தாவை இழந்த அவர், சோம்பேறித்தனத்தால் படிப்பை பாதியில் நிறுத்திவிட்டு, பின்னர் ஆசிரியராகவும்,

பத்திரிகையாளராகவும் பணியாற்றினார். பின்னர் அவர் இறையியல், இலக்கியம் மற்றும் இஸ்லாமிய வரலாறு ஆகியவற்றைப் படித்தார், பல்கலைக்கழகப் பயிற்றுவிப்பாளராக ஆனார், பின்னர் பல லெபனான் பல்கலைக்கழகங்கள், கல்வி மற்றும் கொள்கை நிறுவனங்களில் விரிவுரை செய்தார். அவர் லெபனானின் பெய்ரூட்டில் 102 அல்லது 103 வயதில் இறந்தார்.

அவரது ஆரம்ப ஆண்டுகளில், அன்துன் சாதே தலைமையிலான சிரிய சமூக தேசியவாதக் கட்சியின் (الحزب السوري القومي الإجتماعي) ஆதரவாளராக அக்ல் இருந்தார், இறுதியில் சமரசம் செய்ய முடியாத கருத்தியல் மோதல்கள் காரணமாக சாதேவால் வெளியேற்றப்பட்டார்.

லெபனானின் உண்மையான ஆயிரமாண்டுத் தன்மையின் சக்தி வாய்ந்த கோட்பாட்டை அக்ல் ஏற்றுக்கொண்டார். லெபனானின் வரலாறு மற்றும் கலாச்சாரத்தின் மீதான அவரது அபிமானம், லெபனானின் அரபு அடையாளத்தின் மீதான வலுவான பகையால் குறிக்கப்பட்டது. "நான் அரேபியனாக இருக்கக்கூடாது என்பதற்காக என் வலது கையை வெட்டுவேன்" என்று அவர் மேற்கோள் காட்டினார். 1968 இல் அவர் லெபனானில் இருந்து இலக்கிய அரபு மறைந்துவிடும் என்று கூறினார்.

அக்ல் லெபனான் கலாச்சாரத்தின் தொட்டிலாகவும், ஓரியண்டல் நாகரிகத்தின் வாரிசாகவும் இருந்தது, வரலாற்று மேடையில் அரேபியர்கள் வருவதற்கு முன்பே. அவர் லெபனான் மக்களின் ஃபீனீசிய மரபுகளை வலியுறுத்தினார்.

அவர் தீவிர லெபனான் தேசியவாத உணர்வுகளுக்கு பெயர் பெற்றவர்; 1972 இல், அவர் லெபனான் புதுப்பித்தல் கட்சியைக் கண்டுபிடிக்க உதவினார், இது மே முர் என்பவரால் முன்மொழியப்பட்டது, இது பண்டைய லெபனான் வரலாற்றின் நன்கு அறியப்பட்ட எழுத்தாளர் மற்றும் ஆராய்ச்சியாளர் மற்றும் அக்லின் தீவிர ஆதரவாளரும் ஆகும். இந்த கட்சி லெபனான் தேசியவாதத்தை அடிப்படையாகக் கொண்டது. லெபனான் உள்நாட்டுப் போரின்போது, லெபனான் கிறிஸ்தவ தீவிர வலதுசாரி அல்ட்ராநேஷனலிச இயக்கமான கார்டியன்ஸ் ஆஃப் தி சிடார்ஸின் ஆன்மீகத் தலைவராக அக்ல் பணியாற்றினார், இது எட்டியென் சாகர் தலைமையில் இருந்தது.

அக்ல் லெபனான் மொழியை அரபு மொழியிலிருந்து சுயாதீனமாக மேம்படுத்துவதற்கான ஒரு சித்தாந்தமாக இருந்தார். அரேபிய மொழியின் செல்வாக்கை ஒப்புக்கொண்டாலும், ஃபீனீசிய மொழிகளால் லெபனான் மொழியின் தாக்கம் அதிகமாக இல்லை

என்று அவர் வாதிட்டார், மேலும் அரபு மொழியைக் காட்டிலும் மாற்றியமைக்கப்பட்ட லத்தீன் எழுத்துக்களில் எழுதப்பட்ட லெபனான் மொழியைப் பயன்படுத்துவதை ஊக்குவித்தார்.

அவர் லெபனான் மொழிக்கான எழுத்துக்களை லத்தீன் எழுத்துக்களைப் பயன்படுத்தி புதிதாக வடிவமைக்கப்பட்ட சில எழுத்துக்கள் மற்றும் சில உச்சரிப்பு லத்தீன் எழுத்துக்களை லெபனான் ஒலியியலுக்கு ஏற்றவாறு வடிவமைத்தார். அக்ல் வடிவமைத்த முன்மொழியப்பட்ட லெபனான் எழுத்துக்களில் 36 எழுத்துக்கள் இருந்தன.

1970-களில் தொடங்கி, லெபனான் மொழியில் சிறந்த கட்டுரையை எழுதியவருக்கு அக்ல் பரிசு வழங்கியது. அப்போதிருந்து, சைட் அக்ல் விருதுகள் பல லெபனான் அறிவுஜீவிகள் மற்றும் கலைஞர்களுக்கு வழங்கப்பட்டுள்ளன. அவர் தனது முன்மொழியப்பட்ட லெபனான் எழுத்துக்களைப் பயன்படுத்தி தனது கவிதை புத்தகமான யாராவை முழுமையாக வெளியிட்டார், இதன் மூலம் இந்த வடிவத்தில் வெளியிடப்பட்ட முதல் புத்தகம் இதுவாகும். பிந்தைய ஆண்டுகளில், அவர் தனது கவிதை புத்தகமான குமசியத்தையும் அதே எழுத்துக்களில் வெளியிட்டார்.

லெபனான் மொழியைப் பயன்படுத்தி லெப்னான் என்ற சிறுபத்திரிகையை அக்ல் வெளியிட்டார். இது இரண்டு பதிப்புகளில் வெளியிடப்பட்டது, لبنان (எழுத்து மாற்றம் மற்றும் உச்சரிப்பு லுப்னான் என்பது அரபு மொழியில் லெபனான் என்று பொருள்படும்) லெபனான் பாரம்பரிய அரபு எழுத்துக்களில் எழுதப்பட்ட லெபனான் (லெபனானுக்கான லெபனான்) அவரது முன்மொழியப்பட்ட லெபனான் லத்தீன் அடிப்படையிலான எழுத்துக்களில்.

அக்ல் நாடக நாடகங்கள், காவியங்கள், கவிதை மற்றும் பாடல் வரிகள் வரை பல எழுத்துக்களைக் கொண்டுள்ளது. அவரது முதல் வெளியிடப்பட்ட படைப்பு 1935 இல் வெளியிடப்பட்டது, அரபு மொழியில் எழுதப்பட்ட நாடக நாடகம். அவரது படைப்புகள் லெபனான், இலக்கிய அரபு அல்லது பிரெஞ்சு மொழிகளில் எழுதப்பட்டுள்ளன. ஃபைரூஸ் பாடிய ஸஹ்ரத் அல்-மதாயென் (அரபியில் زهرة المدائن) உட்பட பல நன்கு அறியப்பட்ட பாடல்களின் வரிகளை எழுதுவதற்கும் அவர் அறியப்படுகிறார்.

1. 1935: பின் யிஃப்தா
2. 1937: அல் மஜ்தலியா (காவியம்)
3. 1944: காட்மோஸ் (தியேட்டர்)

4. *1950:* ரிண்டாலா
5. *1954:* முஷ்கிலாத் அல் நுக்பா
6. *1960:* அஜ்மல் மினிக்...? லா!
7. *1960:* ஹக்காவில் லுப்னான்
8. *1961:* காஸ் எல் கம்ர்
9. *1961:* யாரா (அவரது வடிவமைத்த லெபனான் எழுத்துகளைப் பயன்படுத்தி)
10. *1961:* அஜ்ராஸ் அல் யாஸ்மீன்
11. *1972:* கிதாப் அல் வார்டு
12. *1979:* கஸீத் மின் தப்தாரி
13. *1974:* கமா அல் அமிதா
14. *1978:* குமாசியத்
15. *1981*ல் பிரெஞ்சு மொழியிலும் கவிதைகளை வெளியிட்டார்

பான்-சிரிய சிரிய சமூக தேசியவாதக் கட்சிக்கான கீதத்திற்கான பாடல் வரிகளை அக்ல் முன்மொழிந்தார், ஆனால் அதை அதன் நிறுவனர் அந்தூன் சாதிக் நிராகரித்தார். அவர் சிறையில் அவர் எழுதிய கட்சிக்காக மற்றொரு கீதத்தை முன்மொழிந்தார். அவர் எழுதியதைப் பற்றி கேட்டபோது, அக்ல் அதை எழுத மறுத்தார், மேலும் பாடல் வரிகளை எழுதியவர் ஒரு குறிப்பிட்ட வாதி கலீல் நஸ்ரல்லா (திருமணம் மூலம் அக்லின் உறவினர்) என்று கூறினார். அக்ல் மற்றொரு பான் - அரபு இயக்கத்தின் கீதத்தை எழுதினார். அக்ல் ரஹ்பானி பிரதர்ஸின் இசையுடன் பான்-அரபு கீதமாக மாற்றப்பட்ட கவிதைகளையும் எழுதியுள்ளார் மற்றும் லெபனான் திவா ஃபெய்ரூஸ் பாடினார். *1990*களில், லெபனான் அஸ்-சஃபிர் செய்தித்தாளில் அக்ல் முதல் பக்க தனிப்பட்ட கட்டுரையை எழுதினார்.

2. அஃபிஃபா அல் ஷர்தோனி

1

அஃபிஃபா அல் ஷர்தோனி *(25 மார்ச் 1886 - 6 பிப்ரவரி 1906)* ஒரு லெபனான் எழுத்தாளர். பெய்ரூட்டில் பிறந்த அவர், நஸ்ரி மௌசாவை மணந்து, அவருடன் பிரேசிலுக்குச் சென்றார், அங்கு அவர் சிறிது நேரத்தில் இறந்தார். 1886ஆம் ஆண்டு மார்ச் 25 ஆம் தேதி லெபனானின் பெய்ரூட்டில் பிறந்த அவர், தனது ஆரம்ப நாட்களை மதராசத் அல்-ரஹ்பத் அல்-நசிராவில் படித்தார், அவரது தந்தை அவளை ஐந்துரா பள்ளிக்கும், பின்னர் பெய்ரூட்டில் உள்ள தகாடோம் பள்ளிக்கும் மாற்றினார். வழியில், அவர் தனது தாய்மொழியான அரபு மொழி, பிரெஞ்சு மொழி மற்றும் அறிவியல் ஆகியவற்றைக் கற்றுக்கொண்டார். அவரது தந்தையின் வழிகாட்டுதலின் கீழ், அவர் இலக்கணத்தையும் எழுத்தையும் கற்றுக்கொண்டார். உள்ளூர் லெபனான் பத்திரிகைகளான அல்-மொக்தாதாஃப், அல்-மொக்தபாஸ், அல்-ரவ்தா மற்றும் பலவற்றில் தனது கட்டுரைகளை எழுதி வெளியிடத் தொடங்கினார்

1905ஆம் ஆண்டில், அஃபிஃபா அல் ஷர்தோனி லெபனானில் உள்ள பிக்பாயா நகரத்தைச் சேர்ந்த நஸ்ரி மௌசாவை மணந்தார். அவள் அவனுடன் பிரேசிலில் உள்ள பாராவுக்குப் பயணித்தாள். அவர் 1906 இல் பிரேசிலின் பாராவில் இறந்தார். அவரது மரணத்திற்குப் பிறகு, அவரது தந்தை அவரது மற்றும் அவரது சகோதரியின் படைப்புகளைச் சேகரித்து, அவரது மறைந்த மகள்களுக்கு அஞ்சலி செலுத்தும் வகையில் "نفحات الوردتين" என்ற பெயரில் புத்தகமாக வெளியிட்டார். துரதிர்ஷ்டவசமாக, "டார் அல்-மொக்தபாஸ்" என்ற வெளியீட்டாளர் அதைப் பற்றிய எந்தப் பதிவுகளையும் வைத்திருக்கவில்லை, மேலும் லெபனான் தேசிய நூலகங்கள் எதிலும் புத்தகம் இல்லை.

2

யும்னா அல்-ஈத் (1935-) ஒரு லெபனான் எழுத்தாளர் மற்றும் இலக்கிய விமர்சகர். ஓரியண்ட் மற்றும் ஆக்சிடென்ட் இரண்டிலும் ஒன்றுக்கு மேற்பட்ட பல்கலைக்கழகங்களில் அரபு விமர்சனத்தில் பேராசிரியராகக் கருதப்படுகிறார். அவரது அசல் பெயர், அவரது அடையாளத்தின்படி, ஹிக்மத் அல்-மஜ்தூப் அல்-சபாக், மேலும் அவர் ஹிக்மத் அல்-காதிப் என்றும் அழைக்கப்படுகிறார். அவர் இலக்கியம் மற்றும் விமர்சனம் இரண்டிலும் பல்லாயிரக்கணக்கான வெளியீடுகளைக் கொண்டுள்ளார். அவர் பல அரபு கௌரவச் சான்றிதழ்கள் மற்றும் விருதுகளைப் பெற்றார், அவற்றில் அல்-ஒவைஸ் விருது. ஷார்ஜா சர்வதேச புத்தகக் கண்காட்சியில் ஆண்டின் சிறந்த கலாச்சார ஆளுமையாகவும் அவர் தேர்ந்தெடுக்கப்பட்டார்.

யும்னா அல்-ஈத் 1935 இல் சிடோனில் (லெபனானின் தெற்கே) பிறந்தார். அவர் லெபனான் பல்கலைக்கழகத்தில் MA மற்றும் 1977 இல் சர்போன் பல்கலைக்கழகத்தில் இலக்கியத்தில் முனைவர் பட்டம் பெற்றார். பின்னர் அவர் கலை மற்றும் மனிதநேய அறிவியல் கல்லூரியில் உயர் கல்விக்காக தன்னை அர்ப்பணித்தார். 1999 இல் அவர் ராஜினாமா செய்யும் வரை லெபனான் பல்கலைக்கழகம். அவர் பாரிஸில் உள்ள சோர்போன் பல்கலைக்கழகம், யேமனில் உள்ள சனா பல்கலைக்கழகம், மற்றும் சனாவில் உள்ள பயன்பாட்டு ஆராய்ச்சி மற்றும் பெண்ணிய ஆய்வு மையம் ஆகியவற்றில் வருகைப் பேராசிரியராகவும் இருந்தார்.

யும்னா பல சிம்போசியங்கள் மற்றும் மாநாடுகளில் பங்கேற்றார். அவரது கலாச்சார மற்றும் அறிவுசார் வாழ்க்கையின் ஆரம்ப நாட்களில், அவர் லெபனான் கம்யூனிஸ்ட் கட்சியின் உறுப்பினரானார். அவர் 1988 இல் அரசியல் சூழலில் இருந்து தன்னைப் பிரித்துக் கொண்டார். அவர் அரபு எழுத்தாளர்கள் சங்கம், தெற்கு லெபனானுக்கான கலாச்சார கவுன்சில், சிடானில் உள்ள ஆராய்ச்சி மற்றும் ஆவணங்களுக்கான கலாச்சார மையம், பெய்ரூட்டில் உள்ள எழுத்தாளர் மற்றும் புத்தக சங்கம், மஹ்தி அமெல் ஆகியவற்றிலும் உறுப்பினராக உள்ளார். கலாச்சார மையம், மற்றும் ஒரு இலக்கிய அரபு அல்லாத பத்திரிகையின் ஆசிரியர் குழுவில். அவர் பல நடுவர் குழுவின் தலைவராகவும் இருந்தார், அதில் கடைசியாக அரபு புனைகதைக்கான சர்வதேச பரிசு கிடைத்தது.கூடுதலாக, அவர் 'ஒரு செய்தித்தாளில் ஒரு புத்தகம்' திட்டத்திற்கான ஆலோசனைக் குழுவில் உறுப்பினராக இருந்தார்.

யும்னா அல்-ஈத் 1993 இல் இலக்கிய விமர்சனத்திற்காக அல்-ஓவைஸ் விருதைப் பெற்றார். அவர் வெற்றி பெற்றதற்கான முடிவைக் குழு பின்வருமாறு அறிவித்தது:

டாக்டர் யும்னா அல் ஈத்-இன் படைப்பு முழுவதுமாக விமர்சனத்தின் நாவல் முறைகள் மீது ஒரு சிறந்த உணர்வையும், கோட்பாடு மற்றும் அரபு உரையும் இணக்கமாக இருப்பதையும், அதற்குப் பயன்படுத்தப்படும் சொல் பொருளாதார ரீதியாக கடைபிடிக்கப்படுகிறது என்பதையும் தெளிவாகக் கவனத்தில் கொள்கிறது. இந்த குணாதிசயங்கள், அரேபிய வாசகருக்கு கோட்பாட்டு அடிப்படைகளை முன்வைக்கும் சிக்கன சின்னங் களுக்கு மேலதிகமாக, பல தனிப்பட்ட அவதானிப்புகள் மற்றும் இலக்கிய உரையின் ஒருங்கிணைந்த கூறுகளுக்கு கவனம் செலுத்துவதை அவரது விமர்சனம் அனுமதிக்கிறது. கோட்பாடு மற்றும் நனவான விமர்சனம் இரண்டையும் ஒருங்கிணைத்து, அரபு உலகில் உள்ள பல ஆக்கப்பூர்வமான நூல்களுக்கு கவனம் செலுத்தும் இந்த முறையால், விமர்சனத் துறையில் டாக்டர் யும்னா ஒரு முன்மாதிரியான வேறுபாட்டை அடைகிறார்.

ஷார்ஜா புத்தக ஆணையம், 'திறந்த புத்தகங்கள்' என்ற முழக்கத்தின் கீழ் நடைபெற்ற ஷார்ஜா சர்வதேச புத்தகக் கண்காட்சியின் 38வது பதிப்பில், ஆண்டின் கலாச்சார ஆளுமையாக யும்னா அல்-ஈதைத் தேர்ந்தெடுத்தது. ஒப்பன் மைண்ட்ஸ், ' ஷார்ஜாவின் உலக புத்தக தலைநகரைத் தேர்ந்தெடுத்ததைக் கொண்டாட. [2] அரேபிய இலக்கிய நூல்களில் நான்கு தசாப்தங்களுக்கு மேலாக எழுதுதல் மற்றும் கலவையை விரிவுபடுத்தும் அவரது அறிவாற்றல் முயற்சிகளுக்கு பாராட்டு தெரிவிக்கும் வகையில் ' திறந்த உரை'யின் யும்னா தேர்ந்தெடுக்கப்பட்டார், அவர் இலக்கிய விமர்சனம், ஒப்பீட்டு விமர்சனம், இலக்கிய ஆவணங்கள் ஆகியவற்றில் பல்லாயிரக்கணக்கான ஆய்வுகள் மற்றும் சிறப்பு ஆராய்ச்சிகளை சமர்ப்பித்தார்., வரலாற்று அணுகுமுறைகள் மற்றும் பிற எழுத்துக்கள். [2] யும்னா அல்-ஈத் தேர்வு குறித்து, ஷார்ஜா புத்தக ஆணையத்தின் (SBA) தலைவர் அஹ்மத் அல்-அமெரி கூறினார்:

டாக்டர். யும்னா அல்-ஈத் ஒரு இலக்கியத் தூண் ஆகும், இது நாற்பது ஆண்டுகளுக்கும் மேலாக அரபு நூலகத்தை இலக்கிய மற்றும் விமர்சனப் படைப்புகளால் வளப்படுத்தியது, மேலும் அரேபிய இலக்கியத்தைப் படிப்பதில் தீவிரமான செல்வாக்கு மிக்கவர்களில் ஒருவராக தனது அறிவாற்றல் முயற்சியின்

மூலம் வெற்றி பெற்றது. எனவே, இந்த வருடத்தின் கலாச்சார ஆளுமையாக அவளை கண்காட்சிக்கு அழைப்பதன் மூலம், அரபு அறிவுஜீவிகள் மற்றும் அரேபிய இலக்கியத்தை பிரதிநிதித்துவப்ப டுத்துபவர்களுக்கான எங்கள் அர்ப்பணிப்பு மற்றும் கடமைகளை நாங்கள் புதுப்பித்து, அவர்களுக்கு மரியாதை அளித்து, அவர்கள் நீட்டித்த மற்றும் தொடரும் அனைத்திற்கும் அவர்களுக்கு அஞ்சலி செலுத்துகிறோம். அரபு நாகரிகத்திற்கு நீட்டிக்க.

3. ரபீஹ் அலமேதின்

ரபீஹ் அலமேதின் (1959) ஒரு லெபனான்-அமெரிக்க ஓவியர் மற்றும் எழுத்தாளர். அலமேடின் ஜோர்டானின் அம்மானில் லெபனான் ட்ரூஸ் பெற்றோருக்கு (அலமேதீன் ஒரு நாத்திகர்) பிறந்தார். அவர் குவைத் மற்றும் லெபனானில் வளர்ந்தார், முதலில் இங்கிலாந்திலும் பின்னர் கலிபோர்னியாவிலும் வாழ 17 வயதில் அதை விட்டு வெளியேறினார். லாஸ் ஏஞ்சல்ஸில் உள்ள கலிபோர்னியா பல்கலைக்கழகத்தில் (UCLA) பொறியியல் பட்டமும், சான் பிரான்சிஸ்கோவில் முதுகலை வணிகமும் பெற்றார். அலமேதின் ஓரினச்சேர்க்கையாளர்.

அலமேடின் ஒரு பொறியாளராக தனது வாழ்க்கையைத் தொடங்கினார், பின்னர் எழுத்து மற்றும் ஓவியம் வரை சென்றார். சான் பிரான்சிஸ்கோவில் எய்ட்ஸ் தொற்றுநோய் மற்றும் லெபனான் உள்நாட்டுப் போர் ஆகிய இரண்டையும் தொட்ட அவரது முதல் நாவலான கூலாய்ட்ஸ் 1998 இல் பிக்காடரால் வெளியிடப்பட்டது. ஐந்து நாவல்கள் மற்றும் சிறுகதைகளின் தொகுப்பின் ஆசிரியர், அலமேடின் 2002 இல் குகன்ஹெய்ம் பெல்லோஷிப்பைப் பெற்றவர். அவர் சான் பிரான்சிஸ்கோ மற்றும் பெய்ரூட்டில் வசித்து வருகிறார், தற்போது வர்ஜீனியா பல்கலைக்கழகத்தின் படைப்பு எழுதும் திட்டத்தில் கற்பிக்கிறார்..

2014 இல், அலமேடின் தேசிய புத்தக விமர்சகர்கள் வட்ட விருதுக்கான இறுதிப் போட்டியாளராக இருந்தார், மேலும் அவர் தேவையற்ற பெண்ணுக்கான கலிபோர்னியா புத்தக விருதுகளுக்கான தங்கப் பதக்கம் புனைகதையை வென்றார். அலமேடின் தனது ஒரு தேவையற்ற பெண் நாவலுக்காக அறியப்படுகிறார், இது போரினால் பாதிக்கப்பட்ட லெபனானில் வாழும் லெபனான் பெண்ணும் மொழிபெயர்ப்பாளருமான ஆலியாவின் கதையைச்

சொல்கிறது. இந்த நாவல் “[லெபனான்] உள்நாட்டுப் போரின் அதிர்ச்சிகரமான அறிகுறிகளை வெளிப்படுத்துகிறது, இது அழிக்க முடியாத சூழ்நிலையை உருவாக்குகிறது, மேலும் அதற்கேற்ப சிக்கலான உளவியல் சிக்கல்களுடன் இணைக்கப்பட்டுள்ளது.”

2017இல், அலமேடின் அரபு அமெரிக்கன் புத்தக விருதையும், தி ஏஞ்சல் ஆஃப் ஹிஸ்டரிக்காக கே ஃபிக்ஷனுக்கான லாம்ப்டா இலக்கிய விருதையும் வென்றார். 2021ஆம் ஆண்டுக்கான சண்டே டைம்ஸ் சிறுகதை விருதுக்கு அவர் “தி ஜூலை வார்” என்ற கதைக்காக தேர்ந்தெடுக்கப்பட்டார்.

படைப்புகள்:

1. *கூலைட்ஸ்: தி ஆர்ட் ஆஃப் வார் (1998)*
2. *தி பெர்வ்: கதைகள் (1999)*
3. *நான், தெய்வீகம்: முதல் அத்தியாயங்களில் ஒரு நாவல் (2001)*
4. *தி ஹகாவதி (2008)*
5. *ஒரு தேவையற்ற பெண் (2014)*
6. *வரலாற்றின் தேவதை: ஒரு நாவல் (2016)*
7. *தொலைநோக்கியின் தவறான முடிவு (2021)*

4. அலி ஹார்ப்

அலி ஹார்ப் (علي حرب) ஒரு லெபனான் எழுத்தாளர், அறிவுஜீவி மற்றும் தத்துவவாதி, அவர் பல படைப்புகளைக் கொண்டுள்ளார் மற்றும் அவரது எழுத்து நடைக்கு பெயர் பெற்றவர். அவர் ஜாக் டெரிடாவால், குறிப்பாக அவரது சிதைவுக் கோட்பாட்டால் பாதிக்கப்பட்டுள்ளார். பாரிஸ் பல்கலைக் கழகத்தின் பாடத்திட்டத்தின் ஒரு பகுதியாக அவரது உரையின் விமர்சனம் என்ற புத்தகம் உள்ளது. அவர் உயரடுக்கு, அறிவுசார் அடிப்படைவாதத்திற்கு எதிராக நிற்கிறார், மற்றும் முழுமையான சிந்தனையை அடிப்படையாகக் கொண்ட முறையான தர்க்கம், சுருக்கமான அறிவுசார் கருவிகள் மற்றும் கருத்தில் மற்றும் சிந்தனைக்கான வழிமுறைகள் அல்ல. மனம் மற்றும் அதன் இயக்கவியல் மற்றும் அறிவுசார் கட்டமைப்பை விமர்சிக்கும் கான்ட்டின் அணுகுமுறையை ஹார்ப் பின்பற்றுகிறார்.

அலி ஹார்ப் 1941 இல் லெபனானின் தெற்கில் உள்ள எல் பாப்லியில் பிறந்தார். அவர் ஓய்வு பெறும் வரை லெபனான் பாடத்திட்டத்தின் ஒரு பகுதியாக இருந்த தத்துவத்தை கற்பித்தார். ஹார்ப் தனது 'அடையாள பேச்சு- ஒரு அறிவார்ந்த சுயசரிதை' என்ற புத்தகத்தில் தன்னை அறிமுகப்படுத்திக் கொள்கிறார்:

"நான் ஒரு பெடோயின், ஒரு புறஜாதி, பழங்குடி, ஒரு அரபு, ஒரு முஸ்லீம், ஒரு லெபனான் ஷியா, ஒரு கிரேக்கம், ஒரு மேற்கத்தியர் மற்றும் ஒரு பிரஞ்சுக்காரர். ஒரு கிரேக்கர், ஒரு யூதர், ஒரு பௌத்தர்..."

ஒரு பேட்டியில் ஹர்ப் கூறுகிறார்,

"உள்நாட்டுப் போரின்போது, பன்முகத்தன்மை மற்றும் வேறுபாடுகளுக்குத் திறந்த ஒரு நபராக அடையாளத்திற்கான

எனது வரையறையை நான் வெளிப்படுத்தினேன்., இது வெகு தொலைவில் உள்ளது, ஏனெனில் அடையாளங்கள் எவ்வாறு நடத்தப்படுகின்றன என்பதன் காரணமாக தொடங்கப்பட்டது. பயங்கரமான அனுபவங்கள், தொடர்ச்சியான தோல்விகள் மற்றும் அன்றாட வாழ்க்கை ஒரு முஸ்லீம் அரபு லெபனானிஸ் என்ற எனது அடையாளத்தை விமர்சனத்தின் மேசையில் வைக்க வைத்தது மற்றும் அதன் பின்னால் உள்ள மாயைகள், ஒரே மாதிரிகள் அல்லது நாசீசிஸ்டிக் வெறித்தனங்களை வெளிப்படுத்தியது. இதன் விளைவு என்னவென்றால், அடையாளம் என்பது அதன் புள்ளிவிவரங்கள் மற்றும் மற்றவர்களுடனான உறவுகள், அதன் சொந்த மாறிவரும் பரஸ்பர விளைவுகள் மற்றும் தொடர்ச்சியான மாறுதல் செயல்முறையின் வலையாக இருப்பது போன்ற ஒரு புதிய நம்பிக்கையை நான் உருவாக்கினேன். வலுவான அடையாளங்களுக்கான வழக்கு. இது நெருக்கடிகளின் மாற்றங்கள் மற்றும் தாக்கத்தை கருத்தில் கொண்டு தொடர்ந்து புதுப்பிப்பதற்கான அதன் திறனைப் போலவே, மற்றவருடன் தொடர்புகொள்வதற்கும் ஈடுபடுவதற்கும் அதன் திறன் ஆகும். ஆர்வங்களும் விதிகளும் பின்னிப் பிணைந்த தொடர்பு மற்றும் ஒன்றுக்கொன்று சார்ந்திருக்கும் வயதில் நாம் இருக்கும்போது ஒருபுறம் இருக்கட்டும்."

ஹார்ப் தனது அடையாளத்திற்கு மூன்று நிலையான நிறுத்தங்களைக் குறிப்பிடுகிறார், அவர் கூறுகிறார்,

"மூன்று தூண்கள் உள்ளன: முதலில், எனது சொந்த நாடு, லெபனான், நான் வசிக்கும் மற்றும் வேலை செய்யும் இடம். பிறகு, எழுத்தாளராக என் வாழ்க்கை. இறுதியாக, நான் அரபு மொழியில் பேசுவதும் எழுதுவதும் எனது அரபு அடையாளம். மத தோற்றம் மற்றும் குறுகிய, குறுங்குழுவாத சித்தாந்தங்கள் என்னை அதிகம் பொருட்படுத்தவில்லை. நான் அவர்களை அங்கீகரிக்கவில்லை மற்றும் அவர்களின் மூச்சுத் திணறல் வகைப்பாடுகளை உடைக்க முயற்சிக்கவில்லை, இது குறிப்பிட்ட வகைகளில் ஒரு நபரை ஒரு முழுமையான நோக்கத்திற்காக அல்லது ஒரு மந்தையின் ஒரு நபரை ஒரு கூட்டத்தில் ஒரு எண் மூலம் குறிப்பிடலாம். அனைத்து வகையான குருட்டு உள்ளுணர்வுகளாலும், பல இனக் கட்டமைப்பைக் கொண்ட அரபு நாடுகளில் நாம் துன்பப்படுகிறோம்.

அலி ஹார்ப் 1985 இல் எழுதத் தொடங்கிய அவரது அறிவு சார் மற்றும் தத்துவப் படைப்புகளுக்காக அரபு உலகில்

ஒரு மேம்பட்ட கலாச்சார மற்றும் அறிவுசார் நிலையைப் பெற்றுள்ளார். அவருடைய புத்தகங்கள் ஒரு புதிய சிந்தனை முறை, புதிய தத்துவ எழுத்து பாணி அல்லது வேறுபட்ட பார்வை என விவரிக்கப்பட்டுள்ளன. உலகம். தத்துவஞானிகள் - ஹார்ப் சொல்வது போல் - "உண்மையின் பசி மற்றும் அறிவின் மீதான காதல் ஆகியவற்றால் பிரபலமானவர்கள், பின்னர் ஒரு புதிய சிந்தனை மற்றும் அறிவொளியை திறக்கும் உண்மையை விமர்சனம் பற்றி எழுதுகிறார். ஹார்பின் படைப்புகள் விமர்சகர்கள், எழுத்தாளர்கள் மற்றும் அறிஞர்களுக்கான கதவுகளைத் திறந்தன. அவர்கள் அவற்றை குறிப்புகளாக ஏற்றுக்கொண்டனர், அவர்களின் தத்துவ எழுத்துக்களில் அவற்றைப் பயன்படுத்தினர், ஆய்வுகள் மற்றும் ஆய்வுகளை நடத்துவதற்கு அவர்களின் வழிமுறை நுட்பங்களைப் பயன்படுத்தினர், அல்லது அவர்களின் படைப்புகள், கட்டுரைகள் மற்றும் ஆய்வுக் கட்டுரைகளில் அவரது கருத்துக்களைப் பயன்படுத்தினர்.

அலி ஹார்ப் அறிவுத்திறன், தத்துவம் மற்றும் அரபு பாரம்பரியம் பற்றிய சுமார் 26 புத்தகங்களைக் கொண்டுள்ளார், அவற்றில் சில பல முறை அச்சிடப்பட்டுள்ளன, அத்துடன் பல்லாயிரக்கணக்கான கட்டுரைகள் மற்றும் ஆய்வுகள் உள்ளன. [அவருடைய சில படைப்புகள் இங்கே:

1. தலையீடுகள், 1985
2. விளக்கம் உண்மை, 1985
3. காதல் மற்றும் இழப்பு, 1990
4. உண்மையின் விமர்சனம், 1993
5. உரையின் விமர்சனம், 1993
6. அடையாள பேச்சு: ஒரு அறிவுசார் வாழ்க்கை வரலாறு, 1996
7. ரோஜர் கராடி மற்றும் இஸ்லாம், 1997.
8. உலகமும் அதன் தடுமாற்றமும், 2002
9. தி மேன் ஃப்ரம் பிலோ: மத நோய்கள் மற்றும் நவீனத்துவத்தின் தடைகள், 2005
10. டைம்ஸ் ஆஃப் ஹைப்பர் மாடர்னிட்டி, 2005
11. எதிரிகளின் சதி, 2008
12. நான் இப்படித்தான் படித்தேன்: 2010

13. ஆர்வங்கள் மற்றும் விதிகள் – ஒரு பொதுவான வாழ்க்கையின் உற்பத்தி, 2010
14. அரபு உலகில் மென்மையான சக்தி புரட்சிகள்: சர்வாதி காரங்கள் மற்றும் அடிப்படைவாதங்களின் சிதைவை நோக்கி, 2011
15. தி கேம் ஆஃப் மீனிங், 2012
16. பயங்கரவாதமும் அதன் படைப்பாளிகளும், 2015

5. எமின் அர்ஸ்லான்

எமின் அர்ஸ்லான் (13 ஜூலை 1868 - 9 ஜனவரி 1943) ஒரு லெபனான் எழுத்தாளர், பத்திரிகையாளர், ஆசிரியர் மற்றும் தூதரக ஆவார். அவர் போர்டோக்ஸ், பிரஸ்ஸல்ஸ், பாரிஸ் மற்றும் பியூனஸ் அயர்ஸில் உள்ள ஒட்டோமான் பேரரசின் தூதரகத் தலைவராக இருந்தார். அவர் அரபு, ஸ்பானிஷ் மற்றும் பிரஞ்சு மொழிகளில் புத்தகங்கள் மற்றும் கட்டுரைகளை எழுதியுள்ளார்.

அவர் ஆரம்பத்தில் இளம் துருக்கியர்களின் யோசனைகளை ஆதரித்தார், அவர்கள் 1876ஆம் ஆண்டின் ஒட்டோமான் அரசியலமைப்பையும் பாராளுமன்றத்தையும் மீட்டெடுக்கவும், பேரரசின் அனைத்து தனிநபர்கள் மற்றும் நாடுகளுக்கு உரிமைகளை வழங்கவும் ஒரு சீர்திருத்தத்தை ஆதரித்தனர். 1914ஆம் ஆண்டில், பியூனஸ் அயர்ஸில் ஒட்டோமான் கன்சல் ஜெனரலாகப் பதவியில் இருந்தபோது, ஜேர்மன் பேரரசுடனான அதன் கூட்டணி மற்றும் முதல் உலகப் போரில் அதன் நுழைவு காரணமாக இளம் துருக்கியர் அரசாங்கத்துடன் முறித்துக் கொண்டார், அதை அர்ஸ்லான் கடுமையாக விமர்சித்தார்.

ஆகஸ்ட் 1915 இல் அவர் லா நோட்டாவை நிறுவி திருத்திய மதிப்பாய்வில் இருந்து ஆர்மேனியர்கள் அழிக்கப்பட்டதை அவர் கண்டித்தார். ஐரோப்பாவில் அவர் தங்கியிருந்தபோது பிரெஞ்சு பத்திரிகைகளில் இருந்து ஹமிடியன் படுகொலைகளை அவர் கண்டித்தார்.

போருக்குப் பிறகு அர்ஸ்லான் ஆரம்பத்தில் சிரியா மற்றும் லெபனானுக்கான தற்காலிக ஆணையை ஆதரித்தார். ஆணை நீடித்தபோது அவர் அதை ஒரு ஊழல் மற்றும் சர்வாதிகார காலனித்துவம் என்று கண்டனம் செய்தார் மற்றும் முன்னாள்

ஒட்டோமான் சிரியாவின் சுதந்திரம் என்ற கருத்தை ஒரு இறை யாண்மை கொண்ட நாடாக கடைபிடித்தார்.

எமின் அர்ஸ்லான் ஒட்டோமான் பேரரசின் மவுண்ட் லெபனான் Mutasarrifate, Choueifat இல் பிறந்தார். அவர் ஒரு புகழ்பெற்ற ட்ரூஸ் குடும்பத்தைச் சேர்ந்தவர், அதன் உறுப்பினர்கள் பாரம்பரியமாக இன்று வரை எமிர்ஸ் பட்டத்தை வைத்திருக்கிறார்கள்.

எமின் ஜாஹியா ஷிஹாப் மற்றும் மகித் அர்ஸ்லானின் மகன், மில்ஹாமின் மகன், ஹைதரின் மகன், அப்பாஸின் மகன், ஃபக்ரெதீனின் மகன். அவருக்கு மூன்று சகோதரர்கள் இருந்தனர்: நௌஹாத், ஃபுவாத், சயீத் மற்றும் தவ்ஃபிக் (தூஃபிக் என்றும் மொழிபெயர்க்கப்பட்டுள்ளது). பிந்தையவர் 1920 இல் கிரேட்டர் லெபனானைக் கண்டுபிடிக்க உதவினார் மற்றும் லெபனானின் சுதந்திர வீரரும், லெபனான் பாராளுமன்ற உறுப்பினரும் மற்றும் அரசாங்க அமைச்சருமான மஜீத் அர்சலான் II (1908-1983) ஐப் பெற்றார். அர்ஸ்லான் குடும்பத்தின் தற்போதைய பாரம்பரிய தலைவரான தலால் அர்ஸ்லான், எனவே எமின் அர்ஸ்லானின் சிறந்த மருமகள்.

எமின் திருமணம் செய்து கொள்ளவில்லை, குழந்தைகளும் இல்லை; அவருக்குப் பிறகு அவரது மருமகள்களான ரஃபிக் சைத் அர்ஸ்லான், மாலிக் சைத் அர்ஸ்லான், ஜாஹியா தவ்ஃபிக் அர்ஸ்லான், மஜித் தவ்ஃபிக் அர்ஸ்லான் (அதாவது மைகித் அர்ஸ்லான் II) மற்றும் நுஹாத் அர்ஸ்லான் ஆகியோர் பதவியேற்றனர்.

1892ஆம் ஆண்டில், அவர் லெபனான் முடாசரிஃபேட் மலையில் உள்ள தூர மேற்கு இயக்குநரகத்தின் (Nāḥyat al-Ġarb al-Aqṣā) முதிர் ('இயக்குனர்') நியமிக்கப்பட்டார். அவர் 1893 இல் முட்டாஷாரிஃப் பாசா உடன் ஏற்பட்ட மோதலுக்குப் பிறகு ராஜினாமா செய்தார். ஆர்ஸ்லான் 24 ஆகஸ்ட் 1889 அன்று ஃப்ரீமேசனரியில் சேர்ந்தார்.

1893 இல், அவர் முதிர் பதவியை ராஜினாமா செய்தார் மற்றும் நாடுகடத்தப்பட்ட தனது நண்பர் சலீம் சார்கிஸுடன் சேர்ந்தார். அவர்கள் எகிப்தில் சிறிது நேரம் நின்று, பின்னர் பாரிஸுக்குச் சென்றனர், அங்கு மற்ற அரேபிய வெளிநாட்டவர்களுடன் சேர்ந்து "துருக்கிய சிரியக் குழுவை" நிறுவினர்.

இளம் துருக்கியர்கள் இயக்கத்தின் முக்கிய ஆதரவாளரும், துருக்கிய அரசியல் செய்தித்தாளான மெஸ்வெரெட்-இன்

ஆசிரியருமான அகமது ரைசாவை அவர்கள் தொடர்பு கொண்டனர். நாடுகடத்தப்பட்டவர்களின் முக்கிய செயல்பாடு, பொதுவான ஐரோப்பிய பத்திரிகைகள் மற்றும் சில கட்சி அமைப்புகளின் மூலம் ஓட்டோமான் ஆட்சிக்கு எதிராக விமர்சனங்களை பரப்புவதாகும். அவர்கள் 1876 ஓட்டோமான் அரசியலமைப்பை மீட்டெடுக்க வேண்டும், பாராளுமன்றத்தை மீண்டும் நிறுவ வேண்டும் மற்றும் தனிநபர்கள் மற்றும் சமூகங்களுக்கு சம உரிமை கோரினர்.

"கஷ்ஃப் அன்–நிகாப்" செய்தித்தாள்

கஷ்ஃப் அன் நிகாப் (كشف النقاب), அதாவது "வெளியேற்றுதல்", எமின் அர்ஸ்லான் மற்றும் அவரது நண்பர், எழுத்தாளர் மற்றும் பத்திரிகையாளர் சலீம் சார்கிஸ் ஆகியோரால் 9 ஆகஸ்ட் 1894 முதல் 25 ஜூலை 1895 வரை பாரிஸில் திருத்தப்பட்ட ஒரு அரபு எழுத்து செய்தித்தாள்.

சார்கிஸின் கூற்றுப்படி, ஓட்டோமான் தூதரகம் பிரெஞ்சு அதிகாரிகளை பத்திரிகையை தணிக்கை செய்ய அழுத்தம் கொடுத்தது மற்றும் பார்வையாளர்களின் பெயர்களை வெளியிடுமாறு கன்சியர்ஜுக்கு உத்தரவிட்டது.

"துர்க்கியா அல்–ஃபதாத்" செய்தித்தாள்

துர்க்கியா அல்-ஃபதாத் (تركيا الفتاة) - La Jeune Turquie", அதாவது "யங் துருக்கி", டிசம்பர் 1895 முதல் 1897ஆம் ஆண்டின் நடுப்பகுதி வரை எமின் அர்ஸ்லான் மற்றும் ஹாலினிம் சார்பாக பாரிஸில் அரபு மற்றும் பிரெஞ்சு மொழிகளில் திருத்தப்பட்ட இருமொழி இருவார இதழாகும். "துருக்கிய சிரியக் குழு", தன்னை "அரசியல் பிரச்சாரப் பத்திரிகை" என்று விவரிக்கிறது. இது சுல்தான் அப்துல் ஹமீது II அரசாங்கத்தை விமர்சித்தது.

இணை ஆசிரியர் கலீல் கானெம் (பெய்ரூட் 1847 - பாரிஸ் 1903) முந்தைய சீர்திருத்த இயக்கத்தில் இளம் ஓட்டோமான்கள் என அறியப்பட்டதில் பங்குகொண்டார். 1877 இல் முதல் ஓட்டோமான் பாராளுமன்ற உறுப்பினர், கான்ஸ்டான்டினோப்பிளில் உள்ள பிரெஞ்சு தூதரகம் (இப்போது இஸ்தான்புல்) அவரது வழிகாட்டியான மிதாத் பாஷா பதவி நீக்கம் செய்யப்பட்ட பின்னர் அவருக்கு அரசியல் தஞ்சம் அளித்தது. அர்ஸ்லானைச் சந்திப்பதற்கு முன்பு, அவர் அல்-பாசிர் (அல்-பாசிர்) வார இதழை (பாரிஸ், 1881-1882) நிறுவி திருத்தினார். கானெம் ஜர்னல் டெஸ்

டெபாட்ஸிற்காகவும் எழுதினார், மேலும் *1879* இல் பிரெஞ்சு லெஜியன் ஆஃப் ஹானரின் செவாலியர் என்று பெயரிடப்பட்டார்.

பாரிஸ் பத்திரிகையில் *1896*ஆம் ஆண்டில், அர்ஸ்லான் லா ரெவ்யூ பிளாஞ்சில் “லெஸ் அஃபைபயர்ஸ் டி க்ரீட்”, “லெஸ் அஃபயர்ஸ் டி’ஓரியண்ட்”, “லெஸ் ட்ரபிள்ஸ் டி சிரி” மற்றும் “லெஸ் ஆர்மேனியன்ஸ் எ கான்ஸ்டான்டினோபிள்” என்ற தலைப்பில் நான்கு கட்டுரைகளை எழுதினார். பிந்தையது ஆர்மேனிய போராளிகளால் ஒட்டோமான் வங்கி ஆக்கிரமிப்பு பற்றியது மற்றும் அதைத் தொடர்ந்து நடந்த கொடூரமான பதிலடியைக் கண்டனம் செய்தது. அந்த சமயங்களில் அர்ஸ்லான் பிரெஞ்சு எழுத்தாளர் ஜூல்ஸ் கிளாரெட்டியை அடிக்கடி சந்தித்தார், மேலும் அவர்கள் *1897* இல் ஸ்டாக்ஹோமில் நடந்த நான்காவது சர்வதேச பத்திரிகை காங்கிரஸில் ஒன்றாக உதவினர்.

படைப்புகள்

1. நெப்போலியன் *I* இன் வரலாறு (அரபு மொழியில்), *1892*
2. அரண்மனைகளின் இரகசியங்கள் (அரபு மொழியில்), *1897*
3. நாடுகளின் உரிமைகள் மற்றும் மாநிலங்களின் மரபுகள் (அரபு மொழியில்), *1900*
4. ஹரீம் பற்றிய உண்மை (ஸ்பானிய மொழியில்), *1916*
5. எண்ட் ஆஃப் எ ரொமான்ஸ் (ஸ்பானிய மொழியில்), *1917*
6. ஓரியண்டல் நினைவுகள் (ஸ்பானிய மொழியில்), *1918*
7. பிரெஞ்சு ஆணைக்கு எதிரான சிரியப் புரட்சி (ஸ்பானிய மொழியில்), *1926*
8. நினைவுகள் (அரபியில்), *1934*
9. ஓரியண்டல் மிஸ்டரீஸ் (ஸ்பானிய மொழியில்), *1932*
10. தி ட்ரூ ஸ்டோரி ஆஃப் தி சன்சான்டட் (en español), *1935*
11. அரேபியர்கள், வரலாற்று-இலக்கியச் சுருக்கம் மற்றும் புனைவுகள் (ஸ்பானிய மொழியில்), *1941*

6. அசாத் தீபியன்

அசாத் தீபியன் (أسعد ذبيان) ஒரு லெபனான் கவிஞர், பத்திரிகையாளர், பதிவர் மற்றும் எழுத்தாளர், அத்துடன் பொதுத் தகவல் மற்றும் மின்னணு சந்தைப்படுத்தல் ஆகியவற்றில் நிபுணரும் ஆவார். அசாத் பொதுத் தகவல் மற்றும் மின்னணு மார்க்கெட்டிங் ஆகியவற்றில் பயிற்சி மற்றும் ஆலோசனையில் பணிபுரிகிறார், அவர் லெபனான் மற்றும் உலகில் உள்ள ஏராளமான சிவில் அரசு சாரா சங்கங்கள் மற்றும் இளைஞர் முயற்சிகளுடன் பணிபுரிகிறார், மேலும் பல இணையதளங்களுக்கு கட்டுரைகளை எழுதுகிறார்.

அவர் லெபனானில் பிறந்தார், அங்கு அவர் படித்து வளர்ந்தார். பத்திரிக்கை துறையில் படித்துக் கொண்டிருக்கும் போதே கவிதையில் ஈடுபட்டார். பொதுத் தகவல் மற்றும் மின்னணு சந்தைப்படுத்தல் ஆகியவற்றில் அவர் செய்த பணியுடன் இணைந்து பிளாக்கிங் மற்றும் எழுதுவதற்கு அவர் ஒரு கட்டத்தில் நகர்ந்தார்.அசாத் தனது வலைப்பதிவான "பெய்ருட்டி ஸ்க்ரிபிள்ஸ்" ஐ நிறுவினார், இது 2010ஆம் ஆண்டின் சிறந்த அரபு வலைப்பதிவிற்காக ஜெர்மன் பத்திரிகையால் பரிந்துரைக்கப்பட்டது. அசாத் இளமையாக இருந்தபோது அவர் விமானியாகவும் பின்னர் இராணுவ அதிகாரியாகவும் கனவு கண்டார், ஆனால் அவரது நிலைமைகள் அவரை ஊடகப் பள்ளிக்கு அழைத்துச் சென்றன.

அசாத் தெபியன் இயக்குனர்கள் ரானியா மற்றும் ரேட் ரஃபேயின் "74" இல் பங்கேற்றார், பின்னர் பல குறும்படங்களை தயாரித்து நடித்தார். அவர் ஆரம்பத்தில் எழுத்து மற்றும் வெளியீட்டு உலகில் நுழைந்தார் மற்றும் முதலில் ஒரு கவிதையை வெளியிட்டார் "மிகப்பெரிய பொழுதுபோக்கு" (அரபு தலைப்பு: அல்-லஹூ அல்-அக்பர்) அவர் 2013ஆம் ஆண்டின் சிறந்த

சந்தைப்படுத்தல் யோசனைக்கான "அரப்நெட்" விருதை வென்றார். ஆகஸ்ட் 2015 இல், "டெல் அட் ரஹாட்கோம்" என்ற சிவில் பிரச்சாரத்தை ஏற்பாடு செய்த மிக முக்கியமான ஆர்வலர்களில் ஒருவராக *Assad Thebian* கருதப்பட்டார்.

2015ஆம் ஆண்டில், அசாத் தீபியன் குடிமை இயக்கத்தின் இளைஞராக உருவெடுத்தார், விரைவில் 'டெல்'அட் ரெஹாட்கோம்" இல் ஒரு முக்கிய ஆர்வலரானார். அசாத் - இயக்கத்தின் ஒரு பகுதியாக இருப்பவர்- குழந்தைகளுக்கு ஆர்வமுள்ள தலைப்புகளைப் பற்றி பேசத் தொடங்கினார், மேலும் பணத்தை கொள்ளையடித்தார். அவர் பேரணிகள் மற்றும் ஆர்ப்பாட்டங்களை ஏற்பாடு செய்தார், அதில் அவரும் மற்றவர்களும் தொடர்ந்து ஆர்ப்பாட்டத்தில் ஈடுபட இளைஞர்களை அழைக்க முயன்றனர்.

அசாத் தெபியன், "டெல்'அத் ரெஹாட்கூம்" - எந்த ஒரு அரசியல் நிகழ்வையும் அதன் கடந்த காலத்திலிருந்து பிரிக்க முடியாது, மேலும் இயக்கத்தின் தொடக்கத்தில் இருந்து செயல்படும் ஒவ்வொருவரும் இதற்கு முன்பு தீவிரமாக இருந்ததால், அவர் தெருக்களில் கடுமையாக இறங்குவதையும் காண்கிறார். தற்போதுள்ள அமைப்புக்கு எதிராக தோல்வியை குறைவாக உணர்ந்ததன் விளைவாக அடிக்கடி இருந்தது. அசாத் மற்றும் பிறர் குழுவின் அனைத்து நிறுவன பிரச்சனைகளையும் மீறி தைரியமான மற்றும் ஆக்கப்பூர்வமான இயக்கங்களை வழிநடத்தினர். மக்களின் சுய வெளிப்பாட்டை அவர்கள் விரும்பும் விதத்தில் ஆதரிக்கிறார்.

லெபனானின் ஆர்வலர்கள் அவர்களின் பல குழுக்களின் காரணமாக ஒரு தனி அடையாளத்தைக் கொண்டிருக்கவில்லை என்பதையும், குறிப்பாக முடிவுகளை எடுக்கும்போது எதிர்மறையான தாக்கத்தை உருவாக்குவதையும் அவர் காண்கிறார்.

அரசாங்கத்துடனான மோதல் அதன் முட்டாள்தனத்தை எடுத்துக்காட்டுகிறது என்றும் அவர் கருதினார், குறிப்பாக ஆர்ப்பாட்டக்காரர்களுக்கு எதிரான வன்முறையில் (22 ஆகஸ்ட் 2016 அன்று துப்பாக்கிச் சூடு). இருப்பினும், இதற்கு முன் பலமுறை இயக்கத்தை விட அரசு புத்திசாலித்தனமாக இருந்ததை அவர் மறுக்கவில்லை. கிறிஸ்தவ மதத்தை தவறாகப் பயன்படுத்தியது மற்றும் இஸ்லாமிய அரசின் (ஐஎஸ்ஐஎஸ்) உறுப்பினர்களை மறைப்பதற்காக அவர் வழிநடத்தும் இயக்கத்தை குற்றம் சாட்டியது உள்ளிட்ட பல குற்றச்சாட்டுகளில் தீபியன் மீது குற்றம் சாட்டப்பட்டுள்ளது.

தீபியன் தனது புத்தகத்தின் பெயர்களுக்குப் பின்னால் உள்ள காரணத்தைக் கூறினார்:("மிகப்பெரிய கேளிக்கை" (அரபு தலைப்பு: அல்-லஹூ அல்-அக்பர்) என்பது நேரம் மற்றும் இடம் பற்றிய தத்துவக் கவிதைகளைக் கொண்ட புத்தகம் மற்றும் அவற்றிலிருந்து விடுபடுவதற்கான ஏக்கம் மற்றும் சமூகம், மொழி மற்றும் காலத்தால் விதிக்கப்பட்ட கட்டுப்பாடுகள். "எங்கே?" (அரபு தலைப்பு: அமா அய்ன்) பெய்ரூட், இஸ்தான்புல், கெய்ரோ, ஸ்டாக்ஹோம், துனிசியா, பாரிஸ் போன்ற பல நாடுகளில் எழுதப்பட்ட கவிதைகள். "எப்போது?" (அரபு தலைப்பு: மாதா) இது நான்கு வருடங்கள். அசாத்தின் பார்வையில், லட்சக் கணக்கான அரேபியர்கள் தாயகத்தின் விடுதலைக்காக "அல்லாஹ் அக்பர்" என்று ஆரவாரம் செய்ய முன்வந்தபோது, ஆட்சிகள், அரசியல் மற்றும் அவர்களில் மிகச் சிலரே குடும்பம், மதம், சித்தாந்தம், சமூகம் மற்றும் வழிபாட்டு முறைகளிலிருந்து தங்களை விடுவிப்பதில் ஆர்வம் காட்டினர். பழங்குடி மற்றும் அதுவே அவரது பெயருக்கு முக்கிய காரணமாக இருந்தது. எழுதுவது மனதில் உள்ளதை வெளிப்படுத்துவதாகும், அது ஒரு நோக்கம் அல்ல, ஒரு வழிமுறை என்று தீபியன் வலியுறுத்துகிறார். புத்தகங்களை வெளியிடுவதற்கோ, எழுத்தாளராகவோ அல்லது கவிஞராகவோ ஆக வேண்டும் என்பதற்காக எழுதவில்லை என்றும், தன்னைத் துன்புறுத்தும் கருத்துக்கள் மற்றும் படங்களிலிருந்து விடுபடவே எழுதுவதாகவும் அவர் வலியுறுத்துகிறார்.

இது லெபனான் எழுத்தாளர், பத்திரிகையாளர் மற்றும் ஆர்வலர் அசாத் தீபியனின் மிகவும் குறிப்பிடத்தக்க படைப்புகளின் பட்டியல்.

"மிகப்பெரிய கேளிக்கை" (அரபு தலைப்பு: அல்-லஹூ அல்-அக்பர்)

"அல்-ஹூதாயா, அவ்ஸ் பின் ஜர்வால் அல்-அப்ஸி".

"நீங்கள் தலைப்பை தேர்வு செய்கிறீர்கள்" (அரபு தலைப்பு: இக்ரட்டி அந்தி அல் இன்வான்).

7. நஸ்ரி அத்தல்லாஹ்

நஸ்ரி அத்தல்லாஹ் (பிறப்பு 12 நவம்பர் 1982) ஒரு பிரிட்டிஷ்-லெபனான் எழுத்தாளர், தயாரிப்பாளர், தொலைக்காட்சி தொகுப்பாளர் மற்றும் ஊடக தொழில்முனைவோர் ஆவார். அவர் லாஸ்ட் ஃப்ளோர் புரொடக்ஷன்ஸின் இணை நிறுவனர்களில் ஒருவர், GQ மத்திய கிழக்கின் ஆசிரியராகவும், பிபிசி ஆர்ட்ஸ் ஹவரின் வழக்கமான விருந்தினராகவும் உள்ளார். நஸ்ரி அத்தல்லாஹ் இங்கிலாந்தின் லண்டனில் பிறந்து வளர்ந்தார், அங்கு அவர் லைசி பிராங்கைஸ் சார்லஸ் டி கௌலி இல் கலந்து கொண்டார். அவரது பெற்றோர், சமீர் அட்டாலா மற்றும் மே பிரான்சிஸ் இருவரும் பிரிட்டிஷ்-லெபனான் நாட்டை சேர்ந்தவர்கள் மற்றும் அந்த நேரத்தில் லண்டனில் வசித்து வந்தனர். அவரது தந்தை, சமீர் அட்டாலா, ஒரு முக்கிய அரபு எழுத்தாளர், பத்திரிகையாளர் மற்றும் சிந்தனையாளர் மற்றும் அரபு இலக்கியத்தில் அவரது பல தசாப்தங்களாக பங்களிப்புக்காக பல விருதுகளை வென்றவர்.

அட்டாலா 1997 இல் முதல் முறையாக பெய்ரூட்டுக்கு குடிபெயர்ந்தார், பள்ளியை முடித்துவிட்டு பெய்ரூட் அமெரிக்க பல்கலைக்கழகத்தில் அரசியலைப் படித்தார். அவர் ஓரியண்டல் மற்றும் ஆப்ரிக்கன் ஸ்டடீஸ் பள்ளியில் இருந்து சர்வதேச அரசியலில் முதுகலைப் பட்டம் பெற்றுள்ளார், அங்கு அவர் நாடுகடந்த ஊடகங்கள் மூலம் அடையாளத்தை சிதைப்பது பற்றிய ஆய்வுக் கட்டுரையை முடித்தார்.

அட்டாலா ஐக்கிய நாடுகளின் மேம்பாட்டுத் திட்டத்தில் பணியைத் தொடங்கினார், பின்னர் ஆற்றல் ஆராய்ச்சிக்கு மாறினார், பின்னர் 2009 இல் விளம்பரம், உள்ளடக்கம் மற்றும் உற்பத்திக்கு மாறுவதற்கு முன்பு செல்வ மேலாண்மை நிறுவனத்தில் சேர்ந்தார்.

ஜே. வால்டர் தாம்சனில் ஒரு கருத்தியல் நகல் எழுத்தாளராக ஒரு சுருக்கமான பணியின் போது, அட்டல்லா அவர் லெபனான் மற்றும் வெளிநாட்டில் லெபனான் சமூகத்தினரிடையே அவர் பெயரைப் பெற்றுத்தந்தது. வெளிநாட்டில் வளர்ந்தபோது லெபனான் கலாச்சாரத்தை வழிநடத்துவதில் உள்ள சிரமங்களைத் திறக்கும் அவரது கட்டுரைகள் அவரை ரசிகர்களையும் எதிர்ப்பாளர்களையும் ஈர்த்தது. வலைப்பதிவின் வெற்றியானது டர்னிங் பாயின்ட் புத்தகங்களுடனான வெளியீட்டு ஒப்பந்தத்திற்கு வழிவகுத்தது, மற்றும் அச்சுப் பதிப்பு டிசம்பர் 2011 இல் பெய்ரூட்டில் வெளியிடப்பட்டது, லண்டனில் உள்ள வாட்டர்ஸ்டோன்ஸ் மற்றும் லிவ்ரே பாரிஸ் ஆகியவற்றில் புத்தக கையொப்பமிடப்பட்டது.

2011 முதல் 2017 வரை, இசை, வெளியீடு மற்றும் திரைப்படம் முழுவதும் மத்திய கிழக்கிலிருந்து கலாச்சாரத்தை மையமாகக் கொண்ட ஒரு படைப்பு நிறுவனத்தில் ஊடகத் தலைவராக அட்டாலா பணியாற்றினார். அங்கு, அவர் முக்கிய லெபனான் ப்ளூஸ் ராக் மறுமலர்ச்சி இரட்டையர், தி வாண்டன் பிஷப்ஸ் அவர்களின் மேலாளராக தனது பங்கின் மூலம் தொழில் தொடங்கினார். அவர் எகிப்திய எலக்ட்ரோ-பாடகர் மற்றும் தயாரிப்பாளர் போசைனா, மாண்ட்ரீல் இண்டி இசைக்குழு வேக் ஐலண்ட், மற்றும் க்ராட்ராக் இசைக்குழு லூமி ஆகியவற்றுடன் பணியாற்றியுள்ளார்.

2018 முதல், அவர் ஒரு தயாரிப்பாளர் மற்றும் திரைக்கதை எழுத்தாளராக திரைப்படம் மற்றும் தொலைக்காட்சியில் ஆக்கப்பூர்வமான திட்டங்களில் கவனம் செலுத்தி வருகிறார், அத்துடன் படைப்பு புனைகதை அல்லாத மற்றும் புனைகதைகளை தொடர்ந்து எழுதுகிறார். அவர் யுனைடெட் ஏஜென்ட்ஸில் அயோஃப் ரைஸால் பிரதிநிதித்துவப்படுத்தப்படுகிறார்.

2019ஆம் ஆண்டின் பிற்பகுதியில், அவர் இரண்டு நீண்டகால நண்பர்களான மஷ்ரூ' லீலா இசைக்குழு உறுப்பினர் மற்றும் இசையமைப்பாளர் ஃபிராஸ் அபோ ஃபக்கர் மற்றும் எழுத்தாளர் மற்றும் லெபனான் அகாடமி ஆஃப் ஃபைன் ஆர்ட்ஸ் திரைக்கதை பேராசிரியர் டேனியல் ஹபீப் ஆகியோருடன் இணைந்து லாஸ்ட் ஃப்ளோர் புரொடக்ஷன்ஸை நிறுவினார். லாஸ்ட் ஃப்ளோர் புரொடக்ஷன்ஸ், உலகம் முழுவதும் உள்ள அரேபியர்களைப் பற்றிய கதைகளைச் சொல்வதை மையமாகக் கொண்ட வகை திரைப்படம் மற்றும் தொலைக்காட்சியின் உருவாக்கத்தில் கவனம் செலுத்துகிறது. நிறுவனத்தின் முதல் தயாரிப்பு, 10-எபிசோட் உளவியல் த்ரில்லர் அல் ஷக் (சந்தேகம்), 2020ஆம்

ஆண்டின் கொரோனா வைரஸ் லாக்டவுனின் ஆரம்ப கட்டத்தில் முழுவதுமாக எழுதப்பட்டு, படமாக்கப்பட்டு வெளியிடப்பட்டது. இது MBC குழுமத்தால் தொடங்கப்பட்ட முன்னணி ஸ்ட்ரீமிங் சேவைக்காக ஷாஹித் ஒரிஜினலாக தயாரிக்கப்பட்டது. பின்னர் 2020 இல், லாஸ்ட் ஃப்ளோர் புரொடக்ஷன்ஸ் ஷாஹித்துக்காக இரண்டாவது டிவி தொடரை வெளியிட்டது, இது ஃபிக்ஸர் என்ற தலைப்பில் 8-எபிசோட் அதிரடி நகைச்சுவை. நிறுவனம் ஆப்பிள் மற்றும் விக்டோரியா & ஆல்பர்ட் அருங்காட்சியகத்திற்கான சிறு ஆவணப்படங்களையும் உருவாக்கியுள்ளது.

2018 முதல், GQ மத்திய கிழக்கிற்கான பங்களிப்பாளராக அட்டாலா இருந்து வருகிறார். அவர் திரைப்படத் தயாரிப்பாளர் நாடின் லபாகி, மொராக்கோ ராப்பர் இஸ்ஸாம், சிரியக் கவிஞர் அடுனிஸ், லெபனான் இண்டி இசைக்குழு மஷ்ரூ லீலா, பாப் நட்சத்திரம் ரகேப் அலமா, நடிகர்கள் டாலி பென்சலா, பாசெல் கைத் & அஹ்மத் போப் மாலெக், இத்தாலிய கலைஞர் போன்ற முன்னணி அரபு படைப்பாளிகளை விவரித்துள்ளார். ஆகஸ்ட் 4, 2020 வெடிப்பு பற்றிய அவரது கணக்கு போன்ற கட்டுரைகளையும் அவர் எழுதியுள்ளார். “பெய்ரூட்டின் உடைந்த இதயத்தின் உள்ளே” என்ற தலைப்பில்.

புத்தகங்கள்

1. எ லாஸ்ட் சம்மர்: லெபனானில் இருந்து அஞ்சல் அட்டைகள் (பங்களிப்பாளர்), சாகி புக்ஸ், 2008 (லண்டன், யுகே) ISBN 978-0863566868
2. எவர் மேன் இன் பெய்ரூட், டர்னிங் பாயின்ட் புக்ஸ், 2011 (பெய்ரூட், லெபனான்) ISBN 978-9953021102
3. இந்தப் புத்தகத்தைப் பகிரவும் (பங்களிப்பாளர்), SHARE அறக்கட்டளை, 2013 (பெல்கிரேட், செர்பியா), சுதந்திரமாக வெளியிடப்பட்டது
4. Beyrouth, Chroniques et détours by Mashallah News மற்றும் AMI கலெக்டிவ் (முன்னுரை), Tamyras, 2014 (Paris, France) ISBN 9782360860517
5. ஹராமசி: மத்திய கிழக்கு, தெற்காசியா மற்றும் புலம்பெயர் நாடுகளின் குரல்களால் பரிந்துரைக்கப்பட்ட கட்டுரைகளின் தொகுப்பு (பங்களிப்பாளர்), அன்பௌண்ட் புக்ஸ், 2022 (லண்டன், யுகே)

8. ஜீனா ஹாஷெம் பெக்

ஜீனா ஹாஷெம் பெக்(Zeina Hashem Beck) ஒரு லெபனான் கவிஞர். ஐந்து சிறுகதைத் தொகுப்புகளையும் பல கவிதைகளையும் வெளியிட்டார். அவர் தனது "மகம்" கவிதைக்காக 2017 இல் ஃபிரடெரிக் போக் பரிசு உட்பட பல விருதுகளை வென்றுள்ளார்.

ஜீனா ஹாஷெம் பெக் ஒரு லெபனான் கவிஞர் மற்றும் எழுத்தாளர். பெய்ரூட்டின் அமெரிக்கப் பல்கலைக்கழகத்தில் ஆங்கில இலக்கியத்தில் இளங்கலை மற்றும் முதுகலைப் பட்டம் பெற்றார். அவர் ஐந்து சிறுகதை தொகுப்புகள் மற்றும் பல கவிதைகளை வெளியிட்டார் மற்றும் பல ஆண்டுகளாக பல விருதுகளை வென்றுள்ளார்.

2013 இல், அவரது முதல் சிறுகதை "டு லைவ் இன் இலையுதிர் காலம்" பேக்வாட்டர்ஸ் பரிசை வென்றது மற்றும் 2014 இல் ஜூலி சுக் விருதுக்கு இரண்டாம் இடத்தைப் பிடித்தது. 2016 இல், அவரது "3 அராபி பாடல்" என்ற அத்தியாயங்கள் ராட்டில் சாப்புக் பரிசைப் பெற்றன, மேலும் "தேர் வாஸ்" மற்றும் ஹவ் மச் தெர் வாஸ்) கரோல் ஆன் டஃபி என்பவரால் தேர்ந்தெடுக்கப்பட்டது.

2017ஆம் ஆண்டில், அவரது கவிதை "மகம்" ஃபிரடெரிக் போக் பரிசைப் பெற்றது. ஜீனாவின் கவிதைகள் தி அகாடமி ஆஃப் அமெரிக்கன் கவிஞர்களின் கவிதை-ஒரு-நாளில் இடம்பெற்றது மற்றும் Ploughshares, The New York Times Magazine, The Adroit Journal, The Rialto, உள்ளிட்ட பல்வேறு இதழ்களில் வெளிவந்தது. கவிதை லண்டன், மற்றும் தென்கிழக்கு விமர்சனம். அவர் தற்போது துபாயில் வசிக்கிறார், அங்கு அவர் திறந்த மைக் நைட் பஞ்சை நிறுவி தொகுத்து வழங்குகிறார்.

சிறுகதை தொகுப்புகள்

1. இலையுதிர்காலத்தில் வாழ்தல், 2013
2. 3 அரபு பாடல்கள், 2016
3. இருந்தது மற்றும் எவ்வளவு இருந்தது, 2016
4. இதயங்களை விட சத்தமாக, 2016
5. கவிதைகள்
6. நாம் இலையுதிர்காலத்தில் வாழ முடிவு செய்தோம், 2013
7. பெஞ்ச், 2013
8. கசல்: பேக் ஹோம், 2015
9. துக்கத்தை அகற்றுதல், 2015
10. அதான், 2015
11. பாடி, ஷீ மீன்ஸ் இட், 2016
12. லைலா, 2016
13. ஒரு நாள் மற்றும் இரவில் (அசல் தலைப்பு: பி யும் வி லேலா), 2016
14. கிரேஸி (அசல் தலைப்பு: மஜ்னுன்), 2016
15. காதல் என்று சொல்லுங்கள் கடவுள் என்று சொல்லுங்கள், 2016
16. அங்கு இருந்தது மற்றும் எவ்வளவு இருந்தது, 2016
17. டிரிப்டிச்: குரல், 2017
18. மகாம், 2017
19. அங்கே, அங்கே, துக்கம், 2018
20. தினசரி, 2018
21. தீர்க்கதரிசனம், 2018
22. எஸ்கேப், 2018
23. வாட் தி ரிட்டர்னிங் டூ, 2018
24. கஜல்: கைகள்
25. அன்புள்ள வெள்ளை விமர்சகர்
26. ஓட் டு தி மதியம், 2019
27. கஜல்: பிரார்த்தனையுடன், 2019
28. சூக், 2019
29. ஒடி டு பாபல்

30. *ஏமாற்றம், 2019*
31. *ஃபிளமிங்கோஸ், 2019*
32. *கசல்: பேக் ஹோம், 2019*
33. *2020ஆம் ஆண்டு எனது பிறப்புடன் ஆரம்பம் மற்றும் முடிவடையும் கவிதை*

விருதுகளும் கௌரவங்களும்

1. *அவரது சிறுகதைத் தொகுப்பு "இலையுதிர் காலம்" 2013 இல் பேக்வாட்டர்ஸ் பரிசைப் பெற்றது.*
2. *2016ஆம் ஆண்டு மே சார்டன் நியூ ஹாம்ப்ஷயர் கவிதைப் பரிசை வென்ற அவரது சிறுகதைத் தொகுப்பு "இதயங்களை விட சத்தமானது".*
3. *அவரது பாடப்புத்தகமான "3அரபி பாடல்" 2016 இல் ரேட்டல் சாப்புக் பரிசை வென்றது.*
4. *அவரது சிறுகதையான "தேர் வாஸ் அண்ட் ஹவ் மச் தெர் வாஸ்" கரோல் ஆன் டஃபியால் 2016ஆம் ஆண்டுக்கான ஸ்மிட் டோர்ஸ்டாப் லீரேட் சாய்ஸிற்காக தேர்ந்தெடுக்கப்பட்டது.*
5. *அவரது கவிதை "மகம்" 2017 இல் ஃபிரடெரிக் போக் பரிசைப் பெற்றது.*

9. சோனியா பெய்ருட்டி

1

சோனியா பெய்ருட்டி (Sonya Aoun Beiruty) ஒரு லெபனான் பத்திரிகையாளர் மற்றும் எழுத்தாளர் ஆவார், அவர் லெபனானில் உள்ள பல செய்தித்தாள்கள் மற்றும் பத்திரிகைகளுக்கு எழுதியுள்ளார். அவரது புத்தகங்களில் லெபனான் உள்நாட்டுப் போரின் நேரடிக் காரணமான மதவெறியைப் பற்றிய தி மில்ஸ் ஆஃப் செக்டேரியனிசம், மற்றும் 24 லெபனான் பெண்களின் வாழ்க்கையைப் பற்றிய தி கார்ட்ஸ் ஆஃப் ஏர் நாவல் ஆகியவை அடங்கும். ஆரம்ப வாழ்க்கை மற்றும் கல்வி

பெய்ருட்டி அக்ராஃபியில் பிறந்தார். அவரது முதல் திருமணம், பிச்சாரா பெய்ருட்டியுடன், விவாகரத்தில் முடிந்தது, பின்னர் அவர் இஹ்சான் சாட்டிலாவை மணந்தார். பெய்ருட்டி அஸ்ஸாயத் இதழில் பத்திரிகை எழுதத் தொடங்கினார். 1960களில் லெபனான் தொலைக்காட்சி பேச்சு நிகழ்ச்சியை தொகுத்து வழங்கினார். அல்-ஹஸ்னா பத்திரிகையின் தலைமை ஆசிரியராக இருந்த அவர், அஸ்ஸாயத்துக்குத் திரும்பி 1970களில் அல்-அன்வர் செய்தித்தாளுக்கு எழுதினார். 1980-களின் முற்பகுதியில் அவர் ஃபேரோஸ் செய்தி இதழில் பணியாற்றத் தொடங்கினார்.

அவரது படைப்புகள் பின்வருமாறு:

1. மதவெறியின் ஆலைகள்
2. தி கார்ட்ஸ் ஆஃப் ஏர்
3. நேற்றுடன் தேதிகள்
4. கணத்தின் சுற்றுப்பாதை.

2

அசெளரியின் பிறப்பு பற்றிய விவரங்கள் நிச்சயமற்றவை. ஒரு ஆதாரத்தின்படி, அசெளரி 1873 இல் அசூர் கிராமத்தில் பிறந்தார். அவர் பாரிஸில் இக்கோல் டெஸ் சயின்சஸ் பொலிட்டிக் இல் பயின்றார், பின்னர் கான்ஸ்டான்டினோப்பிளில் உள்ள ஒட்டோமான் சிவில் சர்வீஸ் பள்ளியில் படித்தார். 1898ஆம் ஆண்டில், அஸெளரி ஜெருசலேமில் நிர்வாகப் பணிகளைத் தொடங்கினார், பல ஆண்டுகளாக ஒட்டோமான் அதிகாரியாக பணியாற்றினார்.

மே 1904 இல், அவரது மைத்துனர் மற்றும் ஜெருசலேமின் முடாஸரிஃப் காசிம் பேயுடன் ஏற்பட்ட மோதலைத் தொடர்ந்து, அஸூரி கெய்ரோவுக்குச் சென்று அல்-இக்லாஸ் செய்தித்தாளில் முட்டாசரிப்பைக் கண்டித்தார்.

அசெளரி பாரிஸ் சென்று அரபு லீக் என்ற அமைப்பை துவங்கினார் (டிசம்பர் 1904 மற்றும் ஜனவரி 1905 வரை). இந்த அமைப்பில் அஸூரியும் மற்றொரு நபரும் மட்டுமே இருந்தனர். பின்னர், அஸூரிக்கு மரண தண்டனை விதிக்கப்பட்டது, "அனுமதியின்றி தனது பதவியை விட்டு வெளியேறியதற்காகவும், பாரிஸுக்குச் சென்றதற்காகவும், அங்கு அவர் [உஸ்மானிய] பேரரசின் இருப்பை நாசம் செய்யும் செயல்களில் தன்னை அர்ப்பணித்திருந்தார்.'"

டிசம்பர் 1904 மற்றும் ஜனவரி 1905 இல், *Azoury's Ligue* இரண்டு அறிக்கைகளை வெளியிட்டது, இரண்டுமே "அரேபியர்களுக்கான அரபு நாடுகள்" மற்றும் அரபு மற்றும் பிரெஞ்சு மொழிகளில் வெளியிடப்பட்டது. லிகு தனது முதல் அறிக்கையை "துருக்கியர் களுக்கு உட்பட்ட அரபு தாயகத்தின் அனைத்து குடிமக்களும்"; இரண்டாவது அறிக்கையானது "ஐரோப்பா மற்றும் வட அமெரிக்காவின் அறிவொளி மற்றும் மனிதாபிமான நாடுகள்" என்று உரையாற்றியது. இந்த அறிக்கைகள் அசெளரி-இன் மிகவும் நன்கு அறியப்பட்ட உரையான லி ரிவெல் டி ல நேசன் அரபிக்கு முந்தியது.

அசெளரி பெரும்பாலும் பிரெஞ்சு வாசகர்களுக்காக லி ரிவைலில் எழுதினார்; உண்மையில், புத்தகம் பிரெஞ்சு மொழியில் எழுதப்பட்டது. இந்த புத்தகம் ஆரம்பத்தில் அரேபியர்களிடையே செல்வாக்கு செலுத்தவில்லை, ஆனால் இது ஐரோப்பாவிலும் குறிப்பாக பிரான்சிலும் உரையாடலைத் தூண்டியது. ஐரோப்பிய அதிகாரிகள் லி ரிவைலில் பிராந்தியத்தைப் பற்றிய நுண்ணறிவைப்

பெறுவதற்கான ஒரு முக்கியமான உரையாகக் கருதினர், மேலும் இந்த புத்தகம் ஒட்டோமான் பேரரசு தொடர்பான ஐரோப்பிய அபிலாஷைகளை ஊக்குவித்த பெருமைக்குரியது. இறுதி மோதலை கொண்டு வர ஐரோப்பாவின் ஒப்புதல் மட்டுமே." இருப்பினும், "அரேபிய அதிருப்தியை உருவாக்கும் அளவுக்கு புத்தகம் விவரிக்கவில்லை" என்று அசௌரி பின்னர் ஒப்புக்கொண்டார். அரேபிய தேசியவாத உணர்வைத் தூண்டுவதற்குப் பதிலாக ஐரோப்பாவை நோக்கிச் செல்வதை நோக்கமாகக் கொண்ட ஒரு தவறான தேசியவாத உரை என்று இந்தப் படைப்பு விமர்சிக்கப்படுகிறது.

லி ரிவெல் வெளியிடப்பட்ட ஒரு வருடத்திற்குப் பிறகு, பாரிஸில் பள்ளியில் பயின்ற பெய்ரூட்டைச் சேர்ந்த ஒரு அரேபியரான பரீத் கசாப் அசௌரியின் கருத்துகளை விமர்சித்தார், ஒட்டோமான் பேரரசு மற்றும் பாலஸ்தீனத்தில் யூத குடியேற்றத்தை ஆதரிக்கும் ஒரு துண்டுப்பிரசுரத்தை எழுதினார், அதே நேரத்தில் அசௌரியின் அரபு நாடு பற்றிய யோசனையை நிராகரித்தார்.

10. முஹம்மது அலி சாம்செடின்

முஹம்மது அலி சாம்செடின் (15 அக்டோபர் 1942) ஒரு லெபனான் கவிஞர் மற்றும் எழுத்தாளர் ஆவார். அவரது படைப்புகள் கவிஞர் குவாஜா ஷம்ஸ்-உத்-தின் முஹம்மது ஹஃபே-இ ஷிராசி (1315-1390) என்பவரால் பாதிக்கப்பட்டது. 1973 முதல் அரபு உலகில் நவீன கவிதையின் முன்னோடிகளில் ஒருவராக சாம்செடின் கருதப்படுகிறார். பல்வேறு அரபு கவிதை விழாக்களில் பங்கேற்று அரபு எழுத்தாளர் சங்கத்தின் நிர்வாகக் குழுவில் உறுப்பினராக உள்ளார். சாம்செடினுக்கு கவிதையுடன் வலுவான ஆன்மீக தொடர்பு உள்ளது மற்றும் அவரது படைப்புகள் உலகம் முழுவதும் அங்கீகரிக்கப்பட்டுள்ளன.

முஹம்மது அலி சாம்செடின் 1942ஆம் ஆண்டு லெபனானில் உள்ள நபாதிஹ் கவர்னரேட்டில் உள்ள பின்ட் ஜபெய்ல் மாவட்டத்தில் அமைந்துள்ள பீட் யாஹூன் என்ற கிராமத்தில் பிறந்தார். அவர் ஒரு முஸ்லீம் குடும்பத்தில் வளர்ந்தார் மற்றும் ஆஷுரா தொடர்பான கவிதை வசனங்களான குர்ஆன் வசனங்கள் மற்றும் கர்பலா'யாத் ஓதும் அவரது தாத்தா பாட்டியின் குரலைக் கேட்பார். சாம்செடினை அவரது குழந்தைப் பருவத்தில் அல் மாரி, அபு ஹயான் அல்-தவ்ஹிதி மற்றும் ஆல்பர்ட் காமுஸ் உட்பட பல எழுத்தாளர்களின் நூல்களை வாசித்தார், அவர் தனது தாத்தா பாட்டி நூலகத்தில் காணப்பட்ட பல்வேறு கவிதை புத்தகங்களைப் படித்தார்.

இது பன்னிரண்டாவது வயதில் சிறுகதைகளை எழுதத் தொடங்கினார். பின்னர், அவர் சிறு சொற்கள் மற்றும் மேற்கோள் களை எழுதத் தொடங்கினார், இறுதியாக தனது பதினான்காவது வயதில் தனது முதல் கவிதையை எழுதினார். அவர் படித்த

ஃபோர்ன் எல் செப்பாக் பள்ளிக்குச் செல்லும் வழியில் பிரெஞ்சுக் கவிதைகளை மனப்பாடம் செய்து கொள்வார், மேலும் 1985 இல் தனது வகுப்பில் தேர்ச்சி பெற்று பிரெஞ்சு பிரெவெட்டைப் பெற்ற ஒரே ஒருவராக இருந்தார்.

சாம்செடின் அரபு இலக்கியத்தில் இளங்கலை பட்டம், சட்டத்தில் இளங்கலை கலைப் பட்டம் மற்றும் வரலாற்றில் தத்துவத்தில் முனைவர் பட்டம் பெற்றார். அவர் அரபு எழுத்தாளர்கள் சங்கத்தின் உறுப்பினர், லெபனான் எழுத்தாளர்கள் சங்கத்தின் நிர்வாகக் குழு மற்றும் ஜோர்டானிய எழுத்தாளர்கள் சங்கத்தின் கௌரவம்.

கவிதைகள் எழுதுவது அவரது முக்கிய வேலையாக இருக்கவில்லை, ஏனெனில் மிகச் சில அரபுக் கவிஞர்களே கவிதையை முக்கிய வருமானமாகக் கொண்டுள்ளனர். லெபனானின் பெய்ரூட்டில் முதல் வகை ஊழியர்களுக்கான தேசிய சமூகப் பாதுகாப்பு நிதியத்தில் ஆய்வு மற்றும் கட்டுப்பாட்டு இயக்குநராகவும், சமூகப் பாதுகாப்பில் தலைமை ஆய்வாளராகவும் பணியாற்றியதன் மூலம் சாம்செடினின் முதன்மை வருமானம் கிடைத்தது. அவர் "உயர் கல்வி நிறுவனத்தில்" கலை வரலாற்றின் பயிற்றுவிப்பாளராகவும் இருந்தார்.

அவர் தனது முதல் கவிதைத் தொகுப்பை எழுதுவதற்கு முன்பு நூற்றுக்கணக்கான கவிதைகளை எழுதி கவலையுடனும் சந்தேகத்துடனும் மறைத்து வைத்திருந்தார். 1974ஆம் ஆண்டில், சாம்செடின் தனது முதல் கவிதைத் தொகுப்பான "கசாயித் மொஹராபா 'இலா அபிபாதி அஸ்யா" நான்காவது அரபுக் கவிதையான "அல்-மர்பாத்" இல் ஈராக்கின் பாஸ்ராவில் அறிமுகப்படுத்தினார். நிசார் கப்பானி, மஹ்மூத் தர்விஷ், சாதி யூசுப் மற்றும் முஹம்மது மஹ்தி அல்-ஜவாஹிரி உட்பட பல பிரபல அரபுக் கவிஞர்கள் இந்நிகழ்வில் கலந்து கொண்டனர்..

"தார் அல் அதாப்" பெய்ரூட்டில் அவரது முதல் பதிப்பை அச்சிட உதவிய ஒரு உதவியாளராக இருந்த சுஹைல் இட்ரிஸின் கவனத்தை ஈர்த்ததால், அவரது கவிதைத் தொகுப்பு திருவிழாவில் சிறந்த ஒன்றாகக் கருதப்பட்டது. இந்த தொகுப்பு "கசாயித் மொஹராபா 'இலா அபிபதி அஸ்யா" மிகவும் வெற்றிகரமானது மற்றும் புகழ்பெற்றது.

ஷம்செடின் பல தொகுப்புகளை வெளியிட்டார்:

கவிதைகள்:

1. என் காதலி ஆசியாவிற்கு கடத்தப்பட்ட கவிதைகள் (கசயீத் மொஹரபா 'இலா ஹபிபதி ஆசியா)
2. பதவி நீக்கம் செய்யப்பட்ட மன்னனின் கனவுகளின் மேகங்கள்
3. நான் உன்னை என் ராஜா என்றும் என் அன்பு என்றும் அழைக்கிறேன்
4. வயலட் முள்
5. கசப்பான சூரியனுக்கு பறவைகள்
6. முடிவடைய நடனத்தைப் பொறுத்தவரை
7. பறவை அட்மிரல்
8. கிணறுகளில் உழவும்
9. பகடை வீடுகள்
10. உயர் ராஜ்ஜியங்கள்
11. கல் காற்று
12. புக் ஆஃப் சர்குலேஷன்
13. தனிமை வளையங்கள்
14. ரோஜாவின் விரக்தி
15. அவர்களின் இடத்தில் அந்நியர்கள்
16. புறநகரில் மேகங்கள்
17. ஷிராசியத்
18. முழுமையான பணிகள் (இரண்டு பாகங்கள்)
19. காற்றில் இறங்குபவர்கள்

இலக்கியம்:

1. அமைதியான சீர்திருத்தம் (வரலாற்று ஆராய்ச்சி)
2. பாடுங்கள் பாடுங்கள் (குழந்தைகளின் கதைகள்)
3. வண்ணமயமான கதை (குழந்தைகளின் கதைகள்)

தனது முதல் கவிதைத் தொகுப்பை அறிமுகப்படுத்திய இரண்டு ஆண்டுகளுக்குப் பிறகு, சாம்செடின் வெளியிட்டார். அவர்

குழந்தைகளுக்கான ஒரு புத்தகம், கவிதைகள் அல்லது கதைகளின் தொகுப்பை வெளியிட்டார். அவரது தொழில் வாழ்க்கையின் போது, 2014 இல் அறிமுகப்படுத்தப்பட்ட "அல்னாசிலூன்'ஆன் ல்ரிஹ்" உட்பட சுமார் 19 கவிதைத் தொகுப்பை சாம்செடின் எழுதினார். அரேபியர்கள் மற்றும் முஸ்லீம் வரலாற்றின் தாக்கத்தால் அவரது பெரும்பாலான கவிதைகள் பல்வேறு தலைப்புகளில் வைத்திருந்தார். கூடுதலாக, சாம்செடின் மூன்று புத்தகங்கள், கவிதை, இலக்கியம் மற்றும் சிந்தனைகள் பற்றிய விமர்சன எழுத்தறிவு கட்டுரைகளை செய்தித்தாள்கள் மற்றும் பத்திரிகைகளில் எழுதியுள்ளார்.

❖❖❖